ਉਹ ਕੁੜੀ ਕਿੱਥੇ ਗਈ

(ਨਾਵਲ)

ਲੇਖਕ ਦੀਆਂ ਹੋਰ ਪੁਸਤਕਾਂ

ਨਾਵਲ

- ਪਿਆਰ ਬੇਵਫ਼ ਨਹੀਂ।
- ਦਿਲ ਦਾ ਕੌਲ ਫੁੱਲ।
- ਚੰਗੇ ਦਿਨਾਂ ਦੀ ਉਡੀਕ।
- ਅੱਧੀ ਰਾਤ ਤੋਂ ਬਾਅਦ।
- ਅੰਨ੍ਹੀ ਗਲੀ ਦੇ ਰਾਹੀ।
- ਜਲਤੇ ਪੰਨੋਂ ਕਾ ਇਤਿਹਾਸ (ਹਿੰਦੀ)
- ਦਸੌਂਧਾ ਸਿੰਘ ਵਾਲਾ।
- ਅਧੂਰੇ ਰਿਸ਼ਤੇ।

ਕਹਾਣੀਆਂ

- ਪਥਰ ਲੋਕ।
- ਕੱਚੀਆਂ ਰਾਹਾਂ।
- ਲੋਹੇ ਦੇ ਮਨੁੱਖ।
- ਸੁਰਖ਼ਾਬ ਦੇ ਖੰਭ।
- ਰਿਸ਼ਤਿਆਂ ਦੀ ਦਾਸਤਾਨ।
- 68 ਕਹਾਣੀਆਂ (ਸੰਕਲਨ)
- ਕਿਥੇ ਗਏ, ਉਹ ਲੋਕ।

ਉਹ ਕੁੜੀ ਕਿੱਥੇ ਗਈ

ਜਸਦੇਵ ਸਿੰਘ ਧਾਲੀਵਾਲ

ਸੰਗਮ ਪਬਲੀਕੇਸ਼ਨਜ਼, ਪਟਿਆਲਾ

OH KUDI KITTHE GAYI

by

JASDEV SINGH DHALIWAL

STADIUM ROAD, MALERKOTLA

M-94177-41788

ISBN 978-93-5231-048-7

© Author
2015

Published by

Sangam Publications

S.C.O. 94-95, (Basement)

New Leela Bhawan, **Patiala**-147001 (Pb.)

Ph. 0175-2305347

Mob. 99151-03490, 98152-43917

Printed & Bound at:

Aarna Printing Solutions, Patiala

Ph. 99148-40666

ਸਮਰਪਿਤ

ਮੇਰੀ ਸਵਰਗਵਾਸੀ ਪਤਨੀ
ਹਰਪਾਲ ਕੌਰ ਦੇ ਨਾਉਂ!

(1)

ਨਵਾਂ ਪਿੰਡ ਬਰਨਾਲੇ ਤੋਂ 15 ਕੋਹ, ਧੂਰੀ ਤੋਂ 18 ਕੋਹ, ਮਾਲੇਰਕੋਟਲਾ ਤੋਂ 12 ਅਤੇ ਰਾਏਕੋਟ ਤੋਂ 10 ਕੋਹ ਦੀਵਾਟ ਸੀ। ਪਿੰਡ ਵਿਚ ਅੱਠ ਘਰ ਬਿਸਵੇਦਾਰਾਂ ਦੇ ਅਤੇ ਬਾਕੀ ਘਰ ਗੈਰ ਸ਼ੁਰੂ ਮੌਰੂਸੀ ਸੀ, ਮੁਜਾਰੇ ਸਨ, ਜੋ ਖੇਤੀ ਕਰਦੇ ਸਨ ਅਤੇ ਤੀਜੇ ਹਿੱਸੇ ਦੀ ਬਟਾਈ ਸਰਦਾਰਾਂ ਨੂੰ ਦਿੰਦੇ ਸਨ। ਜ਼ਮੀਨ ਦੇ ਮਾਲਕ, ਸਰਦਾਰ ਸਨ, ਮੁਜਾਰੇ ਕਾਸ਼ਤਕਾਰ। ਸੰਤਾਲੀ ਤੋਂ ਪਹਿਲਾਂ, ਇਹ ਪਿੰਡ ਜਿਸਨੂੰ ਨਵਾਂ ਪਿੰਡ ਕਰਕੇ, ਜਾਣਿਆ ਜਾਂਦਾ ਹੈ ਰਿਆਸਤ ਪਟਿਆਲਾ ਵਿਚ ਸੀ। ਥਾਣਾ ਸ਼ੇਰਪੁਰ, ਤਹਿਸੀਲ ਧੂਰੀ ਅਤੇ ਜ਼ਿਲ੍ਹਾ ਸੁਨਾਮ ਹੁੰਦਾ ਸੀ। ਰੈਵੀਨਿਊ ਐਕਟ ਅਧੀਨ, ਮੈਜਿਸਟ੍ਰੇਟ ਅਤੇ ਕੁਲੈਕਟਰ ਦੇ ਬਹੁਤੇ ਅਧਿਕਾਰ, ਤਹਿਸੀਲਦਾਰ ਕੋਲ ਹੀ ਹੁੰਦੇ ਸਨ। ਮਾਲ ਅਫ਼ਸਰ ਦਾ ਬਹੁਤਾ ਕੰਮ ਇਹੀ ਅਫ਼ਸਰ ਕਰਦਾ ਸੀ। ਸਰਦਾਰਾਂ ਦੇ ਬਹੁਤੇ ਮੁਕੱਦਮੇ ਤਹਿਸੀਲਦਾਰ ਕੋਲ ਹੀ ਚਲਦੇ ਸਨ।

ਨਵੇਂ ਪਿੰਡ ਦੀਆਂ ਤਿੰਨ ਪੱਤੀਆਂ ਸਨ। ਤਿੰਨੇ ਪੱਤੀਆਂ ਦੇ ਤਿੰਨ ਨੰਬਰਦਾਰ, ਬਿਸਵੇਦਾਰ ਸਨ। ਮੁਜਾਰਿਆਂ ਵਿਚੋਂ ਕੋਈ ਨੰਬਰਦਾਰ ਨਹੀਂ ਬਣ ਸਕਦਾ ਸੀ। ਨੰਬਰਦਾਰ ਮਾਮਲਾ ਇਕੱਠਾ ਕਰਨ ਲਈ, ਆਪਣੀ ਸਹੂਲਤ ਲਈ, ਮੁਜਾਰਿਆਂ ਵਿਚੋਂ ਠੂਲੇਦਾਰ ਮੁਕੱਰਰ ਕਰ ਲੈਂਦੇ ਸਨ।

ਸਰਦਾਰ ਬਘੇਲ ਸਿੰਘ ਪੰਜਵੀਂ ਪੀੜ੍ਹੀ ਵਿਚ ਸੀ। ਉਹ ਦੋ ਭਰਾ ਸਨ, ਛੋਟੇ ਦਾ ਨਾਉਂ ਬਘੇਲ ਸਿੰਘ, ਨਾਭਾ ਰਿਆਸਤ ਵਿਚ ਸ਼ਰਾਬ ਦਾ ਦਰੋਗਾ ਲਗਿਆ ਹੋਇਆ ਸੀ। ਅੱਗੋਂ ਉਸਦੀ ਭੈਣ ਰਿਆਸਤ ਪਟਿਆਲਾ ਦੇ ਸਰਦਾਰ ਬਖਸ਼ੀ ਨੂੰ ਵਿਆਹੀ ਹੋਈ ਸੀ, ਜਿਸ ਨੂੰ ਰੇਤਗੜ੍ਹੀਆਂ ਸਰਦਾਰ ਕਰਕੇ ਜਾਣਿਆ ਜਾਂਦਾ ਸੀ ਤੇ ਉਹ ਪੰਜ ਪਿੰਡਾਂ ਦਾ ਮਾਲਕ ਸੀ। ਰਿਆਸਤੀ ਰਾਜ ਵਿਚ ਬਹੁਤੇ ਅਫ਼ਸਰ ਸਰਦਾਰਾਂ ਦੇ 'ਕਾਕੇ' ਹੀ ਹੁੰਦੇ ਸਨ, ਜਿਨ੍ਹਾਂ ਦੀ ਭਰਤੀ ਰਾਜਾ ਆਪਣੀ ਮਰਜ਼ੀ ਨਾਲ ਕਰਦਾ ਸੀ। ਮੁਜਾਰਿਆਂ ਦਾ ਕੋਈ ਮੁੰਡਾ, ਭਾਵੇਂ ਕਿੰਨਾ ਵੀ ਲਾਇਕ ਕਿਉਂ ਨਾ ਹੋਵੇ, ਨੂੰ ਰਿਆਸਤ ਵਿਚ, ਭਰਤੀ ਨਹੀਂ ਕੀਤਾ ਜਾਂਦਾ ਸੀ। ਉਨ੍ਹਾਂ ਨੂੰ ਸਿਪਾਹੀ ਭਰਤੀ ਹੋਣ ਲਈ ਵੀ ਅੰਗਰੇਜ਼ੀ ਇਲਾਕੇ ਵਿਚ ਜਾਣਾ ਪੈਂਦਾ ਸੀ।

ਬਘੇਲ ਸਿੰਘ ਦਰੋਗਾ ਹੋਣ ਕਰਕੇ ਸ਼ਰਾਬ ਅਤੇ ਮੋਟੀ ਅਫ਼ੀਮ ਖਾਣ ਦਾ ਆਦੀ ਸੀ। ਨਵੇਂ ਪਿੰਡ ਦੇ ਨੇੜੇ ਹੀ, ਤਿੰਨ ਚਾਰ ਕੋਹ ਤੇ ਰਿਆਸਤ ਨਾਭਾ ਦੇ ਪਿੰਡ ਲੋਹਟਬੱਦੀ, ਜੌਹਲਾਂ, ਕਲਿਆਣ ਆਦਿ ਸਨ। ਉਹ ਸਵੇਰੇ ਘੋੜੇ ਤੇ ਜਾਂਦਾ, ਦੌਰਾ ਕਰਨ ਮਗਰੋਂ ਸ਼ਾਮ ਨੂੰ ਡੱਕ ਕੇ ਘਰ ਮੁੜਦਾ। ਉਨ੍ਹਾਂ ਦਿਨਾਂ ਵਿਚ ਨਾਭੇ ਦੀ ਬੰਦ ਬੋਤਲ ਬਹੁਤ ਮਸ਼ਹੂਰ ਹੁੰਦੀ ਸੀ–

ਨਾਭੇ ਦੀਏ ਬੰਦ ਬੋਤਲੇ,
ਤੈਨੂੰ ਪੀਣਗੇ ਨਸੀਬਾਂ ਵਾਲੇ।

ਇਸ ਸ਼ਰਾਬ ਵਿਚ ਸੌ ਡਿਗਰੀ ਅਲਕੋਹਲ ਹੁੰਦੀ ਸੀ।

ਉਸ ਦੇ ਦੋਨੋਂ ਮੁੰਡੇ ਅੱਠ ਦਸ ਸਾਲ ਦੇ ਸਨ, ਉਸਦੀ ਪਤਨੀ ਹਰ ਕੌਰ ਤੇ ਈਏ ਤਾਪ ਨਾਲ ਬਿਮਾਰ ਹੋ ਗਈ। ਨੇੜੇ-ਤੇੜੇ ਕੋਈ ਹਸਪਤਾਲ ਨਹੀਂ ਸੀ। ਪਿੰਡ ਦੇ ਚੜ੍ਹਦੇ ਪਾਸੇ ਕਸਬਾ ਭਰਾਲ ਦੇ ਕੱਚੇ ਰਾਹ ਤੇ, ਤੀਆਂ ਵਾਲੇ ਟੋਭੇ ਦੇ ਕਿਨਾਰੇ ਸੰਤਾਂ ਦਾ ਡੇਰਾ ਸੀ। ਭਜਨ ਪਾਠ ਦੇ ਨਾਲ, ਉਹ ਦਾਰੂ ਬੂਟੀ ਵੀ ਕਰਦੇ ਸਨ। ਦੇਸੀ ਨੁਸਖ਼ੇ, ਦੇਸੀ ਦਵਾਈਆਂ। ਉਨ੍ਹਾਂ ਦੀਆਂ ਪੁੜੀਆਂ ਨਾਲ, ਬਹੁਤੇ ਮਰੀਜ਼ ਠੀ ਕਹੋ ਜਾਂਦੇ ਸਨ। ਪਿੰਡ ਵਿਚ ਅਤੇ ਆਲੇ ਦੁਆਲੇ ਦੇ ਪਿੰਡਾਂ ਵਿਚ ਉਨ੍ਹਾਂ ਦੀ ਚੰਗੀ ਭਲ ਅਤੇ ਪੈਂਠ ਸੀ। ਉਨ੍ਹਾਂ ਦਾ ਪੂਰਾ ਨਾਉਂ ਹਰੀਦਾਸ ਸੀ। ਬਹੁਤੇ ਲੋਕ, ਉਹਨੂੰ ਸੰਤ ਜੀ ਕਹਿ ਕੇ ਹੀਪਰਨਾਮ ਕਰਦੇ ਸਨ। ਡੇਰੇ ਵਿਚ ਠੰਢੇ-ਮਿੱਠੇ ਪਾਣੀ ਦੀ ਖੂਹੀ ਸੀ। ਨਿੰਮ, ਬੋਹੜ ਅਤੇ ਪਿੱਪਲ ਦੀ ਤਰਵੈਣੀ ਹੇਠ ਰਾਹੀ ਪਾਂਧੀ, ਕਿਸਾਨ ਦੁਪਿਹਰਾ ਢਾਲ ਲੈਂਦੇ। ਹਾੜ੍ਹੀ-ਸੌਣੀ, ਪਿੜਾਂ ਵੇਲੇ ਡੇਰੇ ਦੇ ਹਿੱਸੇ ਦਾ ਅਨਾਜ ਛੱਜਲੀ ਵਿਚ ਪਾਕੇ ਪਹਿਲਾਂ ਹੀ ਬੋਹਲ ਵਿਚੋਂ ਕੱਢਿਆ ਜਾਂਦਾ। ਡੇਰੇ ਨੂੰ ਦਾਨ ਦੇਣਾਂ, ਲੋਕ ਪੁੰਨ ਵਾਲਾ ਕੰਮ ਸਮਝਦੇ ਸਨ।

ਹਾਜ਼ਰੀ ਵੇਲੇ, ਉਹ ਪਿੰਡ ਵਿਚੋਂ 'ਗੱਜ਼ਾਂ' ਕਰਦੇ। ਉਨ੍ਹਾਂ ਦੇ ਨਾਲ, ਇਕ 10-12 ਸਾਲ ਦਾ ਮੁੰਡਾ ਹੁੰਦਾ। ਦੁੱਧ ਦੀ ਬਾਲਟੀ ਉਪਰ ਖੱਦਰ ਦਾ ਪ@ਣਾ ਬੰਨ੍ਹਿਆ ਹੁੰਦਾ, ਰੋਟੀਆਂ ਲਈ ਡਾਲੀ, ਦਾਲ ਸਬਜ਼ੀ ਪਾਉਣ ਲਈ ਡੋਲੂ। ਜਦੋਂ ਉਹ ਉੱਚੀ ਸੁਰ ਵਿਚ 'ਸੱਤ ਨਾਮ ਵਾਹਿਗੁਰੂ' ਭਾਈ ਉਚਾਰਦੇ, ਸੁਆਣੀਆਂ ਸਾਵਧਾਨ ਹੋ ਜਾਂਦੀਆਂ ਤੇ ਉੱਚੀ ਸਾਰੀ 'ਆਏ ਬਾਬਾ ਜੀ' ਬੋਲਦੀਆਂ। ਸਰਦਾਰਨੀ ਆਂ ਉਹਨਾਂ ਤੋਂ ਪਰਦਾ ਨਹੀਂ ਕਰਦੀਆਂ ਸਨ। ਉਹਨਾਂ ਦਾ ਬਹੁਤ ਆਉਣ ਜਾਣ, ਸਰਦਾਰਾਂ ਦੇ ਘਰਾਂ ਵਿਚ ਸੀ। ਪਿੰਡ ਵਿਚ ਉਹ ਟਾਵੇਂ ਟਾਵੇਂ ਘਰਾਂ ਵਿਚ ਹੀਜਾਂਦੇ ਸਨ।

ਇਕ ਦਿਨ ਸਵੇਰੇ, ਉਹ ਸਰਦਾਰ ਬਘੇਲ ਸਿੰਘ ਦੇ ਘਰ ਗੱਜ਼ਾ ਲੈਣ ਆਏ, ਚੁਬਾਰੇ ਵਿਚੋਂ ਕਿਸੇ ਦੇ ਹੂੰਗਣ ਦੀ ਆਵਾਜ਼ ਆਈ।

"ਕੀ ਹੋਇਆਂ ਭਾਈ, ਕੋਈ ਬਿਮਾਰ ਹੈ?" ਗੇਜਾ ਲੈ ਕੇ ਆਈ, ਨਿਹਾਲੋ, ਝਿਊਰੀ ਨੂੰ, ਉਹਨਾਂ ਪੁੱਛਿਆ।

"ਕੀ ਦੱਸਾਂ ਬਾਬਾ ਜੀ, ਛੋਟੀ ਬੇਬੇ ਜੀ ਨੂੰ ਤਾਪ ਚੜ੍ਹਿਆ ਥਿਆ, ਭੱਠ ਵਾਂਗ, ਪਿੰਡਾ ਤੱਪਦਾ। ਸਰਦਾਰ ਉੱਤਾ ਨਹੀਂ ਕਰਦਾ, ਥੋਡਾ ਪਤਾ ਕੀਤਾ, ਤੁਸੀਂ ਬਾਹਰ-ਅੰਦਰ ਗਏ ਹੋਏ ਸੀ" ਨਿਹਾਲੋ ਨੇ ਸਾਰਾ ਕੁਝ ਕਾਹਲੀ ਨਾਲ ਦੱਸਿਆ।

ਉਹ ਵੱਡੇ ਚੁਬਾਰੇ ਵਿਚ ਆਏ। ਵੱਡੀ ਬੇਬੇ ਪੱਖਾ ਝੱਲ ਰਹੀ ਸੀ। ਸੱਸ-ਨੂੰਹ ਦਾ ਮਾਂ ਧੀ ਵਾਲਾ ਰਿਸ਼ਤਾ ਸੀ।

"ਕੀ ਹੋਇਆ ਬੇਬੇ?" ਉਨ੍ਹਾਂ ਵੱਡੀ ਬੇਬੇ ਨੂੰ ਪੁੱਛਿਆ। ਬੱਚੇ ਮਾਂ ਨੂੰ ਛੋਟੀ, ਬੇਬੇ ਅਤੇ ਦਾਦੀ ਨੂੰ ਵੱਡੀ ਬੇਬੇ ਕਹਿੰਦੇ ਸੀ।

"ਬਾਬਾ ਜੀ, ਕਈ ਦਿਨ ਹੋਗੇ, ਤਾਪ ਨਹੀਂ ਉਤਰਦਾ। ਸਾਡਾ ਘਰ ਤਾਂ ਇਸ ਦੇ ਸਿਰ ਤੇ ਹੈ, ਬੱਚੇ ਅਜੇ ਨਿਆਣੇ ਹਨ, ਕਾਕਾ ਊਂ ਬਹੁਤਾ ਘੌਲੀ ਹੈ। ਮੈਂ ਤਾਂ ਕਿਹਾ ਸੀ, ਬੀਬੀ ਕੋਲ ਬਨਾਲੇ ਲੈ ਚਲਦੇ ਹਾਂ....।" ਵੱਡੀ ਬੇਬੇ ਨੇ ਸਾਰਾ ਦੁੱਖ ਸੰਤਾਂ ਅੱਗੇ ਢੇਰੀ ਕਰ ਦਿੱਤਾ। ਉਹ ਜਿਵੇਂ ਅੱਕੀ ਤੇ ਅੰਬੀ ਪਈ ਸੀ।

"ਕੋਈ ਨਹੀਂ, ਮੈਂ ਪੁੜੀਆਂ ਭੇਜਦਾਂ ਅੱਵਲ ਤਾਂ ਇਕ ਪੁੜੀ ਨਾਲ, ਬੁਖਾਰ ਉਤਰ ਜਾਏਗਾ, ਜੇ ਲੋੜ ਪਈ, ਕੱਲ੍ਹ ਨੂੰ ਦੂਜੀ ਦੇ ਦਿਉ, ਕੋਸੇ ਪਾਣੀ ਨਾਲ, ਹਵਾ ਵਿਚ ਨਹੀਂ ਨਿਕਲਣਾ, ਪਸੀਨੇ ਨਾਲ ਤਾਪ ਬਾਹਰ ਆ ਜਾਏਗਾ। ਮੈਂ ਹਥੌਲਾ ਵੀ ਕਰ ਦਿਨਾਂ।" ਸੰਤਾਂ ਦੇ ਧਰਵਾਸ ਨਾਲ, ਵੱਡੀ ਬੇਬੇ ਦੇ ਚਿਹਰੇ ਤੇ ਆਈ ਚਿੰਤਾ ਦੀਆਂ ਲਕੀਰਾਂ, ਕਾਫੂਰ ਹੋ ਗਈਆਂ। ਪਿੰਡ ਦੇ ਵਿਚਕਾਰ, ਬਘੇਲ ਸਿੰਘ ਦੀ 3 ਮੰਜ਼ਲੀ ਹਵੇਲੀ ਸੀ। ਭਾਈ ਵੰਡ ਸਮੇਂ ਇਹ ਹਵੇਲੀ ਉਸ ਦੇ ਗੁਣੇ ਵਿਚ ਆਈ ਸੀ। ਵੱਡੇ ਭਾਈ ਨੇ ਬਾਹਰਲਾ ਦੀਵਾਨ ਖਾਨਾ ਅਤੇ ਬੈਠਕਾਂ ਸਾਂਭ ਲਈਆਂ ਸਨ। ਜ਼ਮੀਨ ਦੇ ਨਾਲ ਹੀ ਉਹਨਾਂ ਮੁਜਾਰੇ ਵੀ ਵੰਡ ਲਏ ਸਨ, ਹਰ ਇਕ ਨੂੰ ਪੰਜ ਸੌ ਬਿੱਘੇ ਜ਼ਮੀਨ ਹਿੱਸੇ ਵਿਚ ਆਈ ਸੀ। ਵੱਡੇ ਭਾਈ ਅਤੇ ਉਸ ਦੀ ਸਰਦਾਰਨੀ ਨੇ ਮਾਂ ਨੂੰ ਸਾਂਭਣੋਂ ਇਨਕਾਰ ਕਰ ਦਿੱਤਾ ਸੀ। ਕਿਉਂਕਿ ਉਸ ਨੇ ਗਹਿਣਾ-ਗੱਟਾ ਤੇ ਚਾਂਦੀ ਦੇ ਰੁਪਈਏ ਛੋਟੇ ਨੂੰ ਦੇ ਦਿੱਤੇ ਸਨ। ਵੱਡੀ ਬੇਬੇ ਦੇ ਮਾਮੇ ਦੀ ਧੀ, ਰਾਜੋਆਣੇ ਤੋਂ ਸੰਗਰੂਰ ਦੇ ਬੋਲ਼ੇ ਰਾਜੇ ਨੂੰ ਵਿਆਹੀ ਹੋਈ ਸੀ, ਉਸ ਦੇ ਕੋਈ ਔਲਾਦ ਨਹੀਂ ਸੀ, ਉਹ ਜਦ ਵੀ ਪੋਤਿਆਂ ਨੂੰ ਨਾਲ ਲੈ ਕੇ ਸੰਗਰੂਰ ਰਾਣੀ ਨੂੰ ਮਿਲਣ ਜਾਂਦੀ, ਉਹ ਜੇਵਰ ਅਤੇ ਖੀਨ ਖਾਬ ਦੇ ਸੂਟਾ ਨਾਲ ਉਸ ਦਾ ਟਰੰਕ ਭਰ ਦਿੰਦੀ। ਅੱਗੋਂ ਬੇਬੇ ਨੇ ਇਹ ਮਾਲ, ਆਪਣੇ ਦੋਨਾ ਪੋਤਿਆਂ ਦੇ ਵਿਆਹਾਂ ਲਈ ਕੁੰਦ-ਗੋਸ਼ੇ ਕਰ ਲਿਆ ਸੀ। ਇਸੇ ਕਰਕੇ ਵੱਡਾ ਪੁੱਤ ਅਤੇ ਨੂੰਹ ਉਸਦੀ ਸਾਂਭ-ਸੰਭਾਲ ਕਰਨ ਲਈ ਤਿਆਰ ਨਹੀਂ ਸਨ। ਬੇਬੇ ਨੂੰ ਇਸ ਗੱਲ ਦਾ ਵੀ ਗਿਲਾ ਸੀ, ਕਿ ਵੰਡ ਸਮੇਂ ਵੱਡੇਨੇ, ਛੋਟੇ ਨਾਲ ਕਾਣੀ ਵੰਡ ਕੀਤੀ, ਚੰਗੀ ਜ਼ਮੀਨ ਅਤੇ ਬਾਗ਼ ਵਾਲਾ ਖੂਹ ਆਪ ਸਾਂਭ ਲਿਆ ਸੀ, ਹਵੇਲੀ ਦੇ ਇਵਜ਼ ਵਿਚ, ਛੋਟੇ ਤੋਂ 1200 ਰੁਪਏ ਨਕਦ ਲੈ ਲਏ ਸਨ। ਬਾਹਰਲੀਆਂ ਬੈਠਕਾਂ ਵਿਚੋਂ ਇਕ ਬੈਠਕ, ਛੋਟੇ ਨੂੰ ਦੇਣ ਦੇ ਇਕਰਾਰ ਤੋਂ ਵੀ, ਉਹ ਮੁੱਕਰ ਗਿਆ ਸੀ। ਇਸੇ ਲਈ ਛੋਟੇ ਨੂੰ ਆਏ ਗਏ ਲਈ ਬਾਹਰਲੇ ਘਰ ਬੈਠਕ ਬਨਾਉਣੀ ਪਈ ਸੀ। ਦੋਨਾਂ ਘਰਾਂ ਦੀ ਬੋਲਚਾਲ ਅਤੇ ਆਉਣ ਜਾਣ ਬੰਦ ਸੀ।

ਬਘੇਲ ਸਿੰਘ ਬਹੁਤਾ ਸਮਾਂ, ਬਾਹਰਲੀ ਬੈਠਕ ਵਿਚ ਹੀ ਰਹਿੰਦਾ। ਬੈਠਕ ਵਿਚ ਦੋ ਪਲੰਘ, ਇਕ ਮੇਜ਼, ਦੋ ਲੋਹੇ ਦੀਆਂ ਕੁਰਸੀਆਂ ਸਨ। ਪਲੰਘ ਦੇ ਸਿਰਹਾਣੇ ਵਲ, ਦੋ ਅਲਮਾਰੀਆਂ ਨੂੰ ਰੋਪੜੀ ਜਿੰਦੀਆਂ ਲੱਗੀਆਂ ਹੋਈਆਂ ਸਨ। ਇਕ ਵਿਚ ਕਾਗਜ਼-ਪੱਤਰ, ਮਾਲ ਦਾ ਰਿਕਾਰਡ, ਵਹੀ ਖਾਤੇ, ਦੂਜੀ ਵਿਚ ਸ਼ਰਾਬ ਦੀਆਂ ਬੋਤਲਾਂ, ਅਫ਼ੀਮ ਦੀ ਚਾਂਦੀ ਦੀ ਗੋਲ ਡੱਬੀ, ਛੋਟੀ ਤੱਕੜੀ, ਪਸ਼ੌਰੀ ਚਾਕੂ ਅਤੇ ਹੋਰ ਨਿੱਕ-ਸੁੱਕ ਪਿਆ ਸੀ। ਉਪਰਲੀ ਕਾਰਨਸ, ਖ਼ਾਲੀ ਬੋਤਲਾਂ ਨਾਲ ਭਰੀ ਪਈ ਸੀ। ਬੈਠਕ ਵਿਚ ਤਿੰਨ ਦਰਵਾਜ਼ੇ ਅਤੇ ਚਾਰ ਬਾਰੀਆਂ ਸਨ, ਬਾਰੀਆਂ ਵਿਚ ਲੋਹੇ ਦੇ ਸਰੀਏ ਲੱਗੇ ਹੋਏ ਸਨ। ਅੰਦਰਲੇ ਘਰ ਉਹ ਬਹੁਤ ਘੱਟ ਜਾਂਦਾ ਸੀ। ਸਰਦਾਰਨੀ ਦੇ ਬਿਮਾਰ ਹੋਣ ਨਾਲ ਜਿਵੇਂ ਉਸਨੂੰ ਕੋਈ ਸਰੋਕਾਰ ਨਹੀਂ ਸੀ। ਇਕ ਮਰੇਗੀ, ਦੂਜੀਆ ਜਾਏਗੀ, ਦੂਜੀ ਮਰੇਗੀ, ਤੀਜੀਆ ਜਾਏਗੀ। ਉਸਦੇ ਭਾਈਚਾਰੇ ਵਿਚ ਦੋ ਤਿੰਨ ਵਿਆਹ ਤਾਂ ਸਾਧਾਰਣ ਗੱਲ ਸੀ। ਇਥੋਂਤੱਕ ਕਿ ਬਟਾਈ ਵੇਲੇ ਵੀ ਪਿੜਾਂ ਵਿਚ ਘੱਟ ਹੀ ਜਾਂਦਾ ਸੀ। ਧੜਵਾਈ ਨਾਲ, ਲੜਕਿਆਂ ਨੂੰ ਭੇਜ ਦਿੰਦਾ, ਜੇ ਹੁਣੇ ਤੋਂ ਕਰਨਗੇ, ਤਾਹੀਉਂ ਸਿੱਖਣਗੇ। ਕਾਰ ਵਿਹਾਰ, ਲੈਣ ਦੇਣ ਦਾ ਬਹੁਤਾ ਕੰਮ ਧੜਵਾਈ ਪਿਆਰਾ ਮੱਲ ਹੀ ਕਰਦਾ। ਉਸਦਾ ਅੰਦਰਲੀ ਹਵੇਲੀ ਵੀ ਜਾਣ ਆਉਣ ਸੀ। ਬੱਚਿਆਂ ਨੂੰ ਦਾਖਲ ਕਰਾਉਣ ਸਮੇਂ ਵੀ, ਪਿਆਰਾ ਮੱਲ ਹੀ, ਸਕੂਲ ਗਿਆ ਸੀ। ਘਰ ਦਾ ਸੀਧਾ ਪੱਤਾ

ਵੀ ਉਹੀ ਦੇ ਕੇ ਜਾਂਦਾ। ਬਘੇਲ ਸਿੰਘ ਖੇਤਾਂ ਵੱਲ ਵੀ ਕਦੇ ਹੀ ਗੇੜਾ ਮਾਰਦਾ, ਸਾਰਾ ਕੰਮ ਪੂਰਨ ਸੀਰੀ ਦੇ ਹੱਥ ਸੀ, ਪੰਜ ਕਰੇ, ਪੰਜਾਹ ਕਰੇ। ਉਸਨੂੰ ਆਪਣੇ ਖਾਣ-ਪੀਣ ਨਾਲੋਂ, ਹੋਰ ਕਾਸੇ ਨਾਲ ਸਰੋਕਾਰ ਨਹੀਂ ਸੀ। ਉਸਦਾ ਆਪਣੇ ਬੱਚਿਆਂ ਨਾਲ ਵੀ ਕੋਈ ਮੋਹ ਜਾਂ ਤਿਉਹ ਨਹੀਂ ਸੀ।

ਇਕ ਸ਼ਾਮ, ਪੂਰਨ ਨੇ, ਸਰਦਾਰ, ਨਾਲ ਗੱਲ ਕੀਤੀ, "ਸਾਰ ਜੀ, ਛੋਟੇ ਬੇਬੇ ਜੀ, ਖਾਸੇ ਬਿਮਾਰ ਨੇ, ਤੁਸੀਂ ਅੰਦਰ ਜਾਕੇ, ਦੁੱਖ-ਸੁੱਖ ਕਰ ਆਉ।" ਉਸਨੇ ਅਧੀਨਗੀ ਨਾਲ ਸਲਾਹ ਦਿੱਤੀ।

"ਗਲ ਸੁਣ ਪੂਰਨਾ, ਮੈਂ ਡਾਕਟਰ ਨਹੀਂ, ਡਾਕਟਰ ਦਾ ਭਾਈ ਨਹੀਂ, ਮੈਂ ਕੀ ਕਰ ਸਕਦਾ ਹਾਂ ?" ਉਸ ਨੇ ਬੜੀ ਬੇਪ੍ਰਵਾਹੀ ਨਾਲ ਕਿਹਾ। ਪੂਰਨ ਚੁੱਪ ਹੋ ਗਿਆ। ਉਹ ਅੱਗੇ ਕੀ ਕਹੇ। ਉਸ ਨੇ ਸਾਰੀ ਗੱਲ ਵੱਡੀ ਬੇਬੇ ਨਾਲ ਕੀਤੀ।

"ਕੋਈ ਨਾ ਪੂਰਨਾ ਤੂੰ ਫ਼ਿਕਰ ਨਾ ਕਰ, ਸਵੇਰੇ ਮੈਂ ਜਾਊਂ, ਉਹਦੀ ਛੋਤ ਲਾ ਹੂੰ।" ਵੱਡੀ ਬੇਬੇ ਦਾ ਚਿਹਰਾ ਲਾਲ ਸੂਹਾ ਹੋ ਗਿਆ ਸੀ। "ਹੁਣ ਤਾਂ ਓਹਦਾ ਖਾਧਾ ਪੀਤਾ ਹੋਊ, ਸਵੇਰੇ ਮੈਂ ਗੱਲ ਕਰੂੰ ...।"

ਅਗਲੀ ਸਵੇਰ, ਚਾਹ ਪੀਣ ਮਗਰੋਂ ਵੱਡੀ ਬੇਬੇ, ਬਾਹਰਲੀ ਬੈਠਕ ਵਿਚ ਆਈ। ਸਿਆਲ ਦੇ ਦਿਨ ਹੋਣ ਕਰਕੇ, ਉਹ ਅਜੇ ਰਜਾਈ ਵਿਚ ਬੈਠਾ ਸੀ। ਬੇਬੇ ਨੂੰ ਦੇਖਕੇ, ਉਹ ਕੁਝ ਭਇਮਾਨ ਜਿਹਾ ਹੋਇਆ।

"ਬੇਬੇ ਜੀ ਮੱਥਾ ਟੇਕਦਾਂ ?"

"ਜਿਉਂਦਾ ਰਹੁ ਪੁੱਤ, ਜਵਾਨੀਆਂ ਮਾਣੇ।"

"ਬੇਬੇ ਜੀ ਤੁਸੀਂ ਕਿਉਂ ਤਕਲੀਫ਼ ਕੀਤੀ, ਮੈਂ ਆਪੇ ਆ ਜਾਣਾ ਸੀ, ਰਾਤ ਠੇਕੇਦਾਰ ਮਿਲਣ ਆ ਗਏ, ਮੈਂ ਤਾਂ ਨਹੀਂ ਆ ਸਕਿਆ।" ਉਸਨੇ ਚਿੱਟੇ ਦਿਨ ਵਰਗਾ ਕੋਰਾ ਝੂਠ ਬੋਲਿਆ।

"ਕੋਈ ਨਹੀਂ ਪੁੱਤ ਸਾਬਾਸ਼ ਤੇਰੇ, ਮੈਨੂੰ ਬੁੜ੍ਹੀ ਤੀਵੀਂ ਨੂੰ ਕਿਹੜਾ ਭੂਤ ਚਿੰਬੜਦੇ ਨੇ। ਸਰਦਾਰ ਦੀ ਮੌਤ ਤੋਂ ਬਾਅਦ, ਜਦੋਂ ਤੁਸੀਂ ਦੋਨੋਂ ਨਿਆਣੇ ਸੀ, ਸਾਰਾ ਕੰਮ ਕਾਜ਼ ਮੈਂ ਤੇ ਤੇਰੇ ਮਾਮਾ ਜੀ ਨੇ ਹੀ ਸਾਂਭਿਆ ਸੀ। ਜਦੋਂ ਬਟਾਈਆਂ ਬੰਦ ਹੋਈਆਂ, ਵੱਡੇ ਮਹਾਰਾਜ ਦੇ ਮੈਂ ਆਪ ਹੀ ਪੇਸ਼ ਹੋਈ ਸੀ, ਸਿੱਧੂਆਂ ਦੀ ਧੀ ਹੋਣ ਕਰਕੇ ਮਹਾਰਾਜ ਮੈਨੂੰ ਭੂਆ ਕਹਿੰਦਾ ਸੀ। ਤੇਰੀ ਨੌਕਰੀ ਵੇਲੇ ਵੀ ਮੈਨੂੰ ਆਪ ਨਾਭੇ ਜਾਣਾ ਪਿਆ ਸੀ।" ਬੇਬੇ ਦੀਆਂ ਗੱਲਾਂ ਸੁਣ ਕੇ, ਉਹ ਸੁੰਨ ਜਿਹਾ ਹੋ ਗਿਆ, "ਇਕ ਤੇਰੇ ਬੱਚੇ ਨਿਆਣੇ ਹਨ, ਜੇ ਵਹੁਟੀ ਨੂੰ ਕੁਸ਼ ਹੋ ਗਿਆ, ਤੇਰਾ ਘਰ ਬਰਬਾਦ ਹੋ ਜਾਊ। ਵੱਡਾ ਊ-ਕਪਟੀ ਤੇ ਬੇਈਮਾਨ ਹੈ, ਉਸ ਦੇ ਸਹੁਰੇ ਵੀ ਲੰਡਰ ਹਨ, ਤੇਰੀ ਕਰਨ ਵਾਲਾ ਕੌਣ ਹੈ ? ਤੇਰੇ ਬੱਚਿਆਂ ਲਈ, ਮੈਂ ਸਭ ਕੁਝ ਬਣਾ ਦਿੱਤਾ ਹੈ, ਵੱਡੇ ਨੇ ਠਾਣੇਦਾਰੀ ਵਿਚ ਲੁੱਟ ਮਾਰ ਕਰਕੇ, ਬਥੇਰਾ ਕੁਝ ਬਣਾ ਲਿਆ ਹੈ, ਤੈਥੋਂ ਸਭ ਕੁਝ ਬਣਿਆ-ਬਣਾਇਆ ਵੀ ਸਾਂਭਿਆ ਨਹੀਂ ਜਾਂਦਾ। ਸਾਰਿਆਂ ਨੇ ਕਬਜ਼ੇ ਲੈਣ ਲਈ, ਬੇਦਖ਼ਲੀ ਦੇ ਦਾਅਵੇ ਦਾਇਰ ਕਰ ਦਿੱਤੇ ਹਨ ਤੂੰ ਅਜੇ ਤਾਈਂ ਚੁੱਪ ਬੈਠਾ ਹੈ, ਜੇ ਮੁਜਾਰਿਆਂ ਨੇ ਜ਼ਮੀਨ ਦੱਬ ਲਈ, ਤੇਰੀ ਔਲਾਦ ਕੀ ਖਾਏਗੀ ? ਚਾਰ ਸਿਆੜ ਹੋਣ ਕਰਕੇ, ਜ਼ਮੀਨ ਕਰਕੇ ਹੀ ਸਰਦਾਰੀ ਹੈ, ਬੇਜ਼ਮੀਨੇ ਨੂੰ ਕੌਣ ਪੁੱਛਦਾ ਹੈ ? ਗਰੀਬ ਤਾਂ ਮੰਗ ਕੇ ਵੀ ਖਾ ਲੈਂਦਾ ਹੈ, ਤੁਸੀਂ ਤਾਂ ਮੰਗਣ ਜੋਗੇ ਵੀ ਨਹੀਂ ?" ਬੇਬੇ ਦੀਆਂ ਸੱਚੀਆਂ ਅਤੇ ਖਰੀਆਂ ਗੱਲਾਂ ਨਾਲ, ਉਸਦੇ ਕਪਾਟ ਖੁਲ੍ਹ ਗਏ।

"ਜਦੋਂ ਥੋਡੇ ਬਾਬਾ ਜੀ ਨੇ, ਆਪਦੇ ਭਾਣਜੇ ਖੜਕ ਸਿੰਘ ਵਾਲੇ ਨੂੰ ਮੁਤਬੰਨਾ ਬਣਾਇਆ। ਥੋਡਾ ਬਾਪੂ ਜੀ ਥੋਡੇ ਛੋਟੇ ਹੁੰਦਿਆਂ ਹੀ ਗੁਜਰ ਗਿਆ ਸੀ। ਮੈਂ ਥੋਨੂੰ ਤੱਤੀਆਂ ਹਵਾਵਾਂ ਤੋਂ ਬਚਾਉਣ ਲਈ, ਪੇਕੀਂ ਚਲੀ ਗਈ, ਮਗਰੋਂ ਸ਼ਰੀਕੇ ਵਾਲਿਆਂ ਦੀ ਸ਼ਹਿ ਤੇ, ਉਹਨਾਂ

ਭਾਣਜੇ ਨੂੰ ਮੁਤਬੰਨਾ ਬਣਾ ਲਿਆ ਸੀ, ਆਖੇ ਬਹੂ, ਮੇਰੀ ਸੇਵਾ ਨਹੀਂ ਕਰਦੀ। ਉਦੋਂ ਮੁਕਦਮਿਆਂ ਦੀ ਪੈਰਵੀ ਮੈਂ ਤੇ ਤੇਰੇ ਮਾਮਾ ਜੀ ਹੀ ਕਰਦੇ ਸੀ। 10 ਸਾਲ, ਅਸੀਂ ਕਚਹਿਰੀਆਂ ਵਿਚ ਪੇਸ਼ੀਆਂ ਭੁਗਤੀਆਂ, ਵੱਡੇ ਮਹਾਰਾਜ ਤੱਕ ਕੇਸ ਚਲਿਆ, ਅੰਤ ਨੂੰ ਜਿੱਤ ਸਾਡੀ ਹੋਈ। ਵੱਡੇ ਸਰਦਾਰ ਘੁਮੰਡ ਸਿਉ ਨੂੰ ਛੱਡ ਕੇ, ਕਿਸੇ ਵੀ ਸ਼ਰੀਕੇ ਵਾਲੇ ਨੇ ਆਪਣੀ ਮੱਦਦ ਨਹੀਂ ਕੀਤੀ।"

"ਸੰਤਾ ਦੀ ਦਵਾਈ ਨੇ ਆਰਾਮ ਨਹੀਂ ਕੀਤਾ ?"

"ਹੁਣ ਤਾਂ ਸੰਤ ਵੀ ਬਚਾਰੇ ਹੱਥ ਖੜ੍ਹੇ ਕਰ ਗਏ ਨੇ, ਕਹਿੰਦੇ ਸ਼ਹਿਰ ਕਿਸੇ ਵੱਡੇ ਡਾਕਟਰ ਨੂੰ ਦਿਖਾਉ ?"

"ਤੁਸੀਂ ਦੱਸੋ, ਕਿੱਥੇ ਦਿਖਾਈਏ, ਬੇਬੇ ਜੀ ?"

"ਪਹਿਲਾਂ ਬਨਾਲੇ, ਬੀਬੀ ਕੋਲ ਲੈ ਚਲਦੇ ਹਾਂ, ਉੱਥੇ ਊਂ ਵੀ ਆਪਾਂ ਨੂੰ ਸੌਖਾ, ਪੱਕੀ ਠਹਿਰ ਹੈ, ਸਰਦਾਰ ਅਫ਼ਸਰ ਲੱਗਿਆ ਹੋਇਆ, ਸਾਰੇ ਉਹਨਾਂ ਦੇ ਜਾਣੂੰ ਹਨ। ਅਗੇ ਜਿਵੇਂ ਡਾਕਟਰ ਸਲਾਹ ਦੇਊ, ਫੇਰ ਦੇਖ ਲਮਾਂਗੇ, ਜੇ ਪਟਿਆਲੇ ਜਾਂ ਲੁਧਿਆਣੇ ਦਿਖਾਉਣ ਨੂੰ ਕਿਹਾ, ਉਥੇ ਲੈ ਚਲਾਂਗੇ। ਲੁਧਿਆਣੇ ਬਰਾਊਨ ਹਸਪਤਾਲ ਹੈ, ਉਥੇ ਵੀ ਕਹਿੰਦੇ ਸਾਰੇ ਅੰਗਰੇਜ ਡਾਕਟਰ ਨੇ। ਕੋਸ਼ਿਸ਼ ਕਰਨਾ ਆਪਣਾ ਫਰਜ਼ ਹੈ, ਅੱਗੇ ਡੋਰੀ ਵਾਹਿਗੁਰੂ ਦੇ ਹੱਥ ਹੈ।"

"ਫੇਰ ਘੌਲ ਕਾਹਨੂੰ ਕਰਨੀਂ ਹੈ, ਕੱਲ ਹੀ ਚਲੋ ਚਲਦੇ ਹਾਂ ?" ਰਾਤ ਨੂੰ ਹੀ ਪੂਰਨ ਨੂੰ ਰੱਥ ਤਿਆਰ ਕਰਨ ਨੂੰ ਕਹਿ ਦਿੱਤਾ ਸੀ।

(2)

ਅਗਲੇ ਦਿਨ ਉਹ ਮੁਰਗੇ ਦੀ ਪਹਿਲੀ ਬਾਂਗ ਨਾਲ ਉੱਠੇ। ਆਕਾਸ਼ ਵਿਚ ਤਾਰੇ, ਡਲ੍ਹਕਾਂ ਮਾਰ ਰਹੇ ਸਨ, ਚੰਦ ਕਦੋਂ ਦਾ ਗੋਡੀ ਮਾਰ ਗਿਆ ਸੀ। ਨਿਹਾਲੋ ਨੇ ਪਹਿਲਾਂ ਮਧਾਣੀ ਪਾਈ, ਮੱਖਣ ਕੱਢਣ ਮਗਰੋਂ ਉਸ ਵੇਸਣੇ ਪਰੌਂਠੇ ਤਿਆਰ ਕਰ ਦਿੱਤੇ। ਪੂਰਨ ਨੇ ਰੱਥ ਵਾਲੀ ਜੋੜੀ ਨੂੰ ਪਹਿਲਾਂ ਹੀ ਪੱਠੇ ਪਾ ਦਿੱਤੇ ਸੀ, ਇਹ ਜੋੜੀ ਸਿਰਫ਼ ਰੱਥ ਲਈ ਰਾਖਵੀਂ ਸੀ, ਇਸ ਨੂੰ ਹੱਲ ਨਹੀਂ ਜੋੜਿਆ ਜਾਂਦਾ ਸੀ। ਸਿਆਲ ਵਿਚ ਘਿਉ ਅਤੇ ਸਰ੍ਹੋਂ ਦਾ ਤੇਲ ਚਾਰਿਆ ਜਾਂਦਾ। ਰੇਤਲੇ ਟਿੱਬਿਆਂ ਵਿਚ ਵੀ ਉਹ ਛਾਲਾਂ ਮਾਰਦੇ ਜਾਂਦੇ, ਉਹਨਾਂ ਨੂੰ ਕਦੇ ਵੀ ਪਰਾਣੀ ਮਾਰਨ ਦੀ ਲੋੜ ਨਹੀਂ ਪੈਂਦੀ ਸੀ।

"ਬੇਬੇ ਜੀ ਰੱਥ ਤਿਆਰ ਹੈ।" ਉਸ ਨੇ ਰੱਥ ਤੇ ਨਵਾਂ ਝੰਮਟ ਪਾ ਦਿੱਤਾ ਸੀ।

"ਚੰਗਾ ਭਾਈ ਅਸੀਂ ਵੀ ਤਿਆਰ ਹਾਂ, ਪਹਿਲਾਂ ਤੂੰ ਰੋਟੀ ਖਾਲਾ, ਤੇਰਾ ਸਰਦਾਰ ਤਿਆਰ ਹੋਇਆ ਕਿ ਨਹੀਂ" ? ਵੱਡੀ ਬੇਬੇ ਨੇ ਪੁੱਛਿਆ।

"ਉਹ ਤਾਂ ਜੀ ਕਦੋਂ ਦੇ ਤਿਆਰ ਨੇ, ਨਹਾਕੇ ਦਾਹੜੀ ਬੰਨ੍ਹ ਲਈ ਹੈ, ਪਾਠ ਵੀ ਕਰ ਲਿਆ ਹੈ। ਉਹਨਾਂ ਨੇ ਹੀ ਮੈਨੂੰ ਪੁੱਛਣ ਭੇਜਿਆ।"

"ਧੰਨ ਭਾਗ ਭਾਈ, ਲੈ ਉਹਨਾਂ ਲਈ ਪਰੌਂਠੇ ਉਥੇ ਹੀ ਲੈ ਜਾ ?" ਨਿਹਾਲੋ ਨੇ ਥਾਲ ਵਿਚ ਪਰੌਂਠੇ, ਦਹੀਂ ਵਾਲੇ ਛੰਨੇ ਵਿਚ ਮੱਖਣ ਦਾ ਪੇੜਾ ਪਾ ਦਿੱਤਾ। ਅੰਬ ਦਾ ਆਚਾਰ ਅਤੇ ਗੰਢੇ ਰੱਖ ਦਿੱਤੇ, ਨਾਲ ਲੱਸੀ ਦਾ ਗੜਵਾ ਭਰ ਦਿੱਤਾ ਚਾਹ ਉਹ ਬਹੁਤ ਘੱਟ ਪੀਂਦਾ ਸੀ। ਆਥਣ ਦੀ ਰੋਟੀ ਨਾਲ ਵੀ ਦਹੀਂ, ਲੱਸੀ ਹੀ ਵਰਤਦਾ ਸੀ। ਸ਼ਰਾਬ ਦੀ ਲਾਈ ਅੱਗ ਨੂੰ

ਲੱਸੀ ਕਾਫੀ ਹੱਦ ਤੱਕ ਸ਼ਾਂਤ ਕਰ ਦਿੰਦੀ ਸੀ। ਸਿਆਲ ਹੋਵੇ ਜਾਂ ਹਾੜ੍ਹ, ਦੁੱਧ ਹਮੇਸ਼ਾ ਠੰਡਾ ਹੀ ਪੀਂਦਾ ਸੀ।

ਬਲਜੀਤ ਅਤੇ ਹਰਜੀਤ ਵੀ ਅੱਜ ਸਾਝਰੇ ਹੀ ਉਠ ਬੈਠੇ ਸਨ। ਮਾਂ ਨੂੰ ਤਿਆਰ ਹੋਈ ਦੇਖ, ਉਨ੍ਹਾਂ ਪੁੱਛਿਆ, "ਬੇਬੇ ਜੀ ਤੁਸੀਂ ਕਿੱਥੇ ਚਲੇ ਹੋ ?"

"ਮੈਂ ਪੁੱਤ ਬਨਾਲੇ ਦਵਾਈ ਲੈਣ ਚਲੀ ਹਾਂ, ਥੋਡੀ ਵੱਡੀ ਭੂਆ ਜੀ ਕੋਲ, ਛੇਤੀ ਮੁੜ ਆਊਂਗੀ, ਦੋਨੋਂ ਵੀਰ ਕਿਸੇ ਨਾਲ ਲੜਿਉ ਨਾਂ, ਨਾ ਕਿਸੇ ਦੇ ਘਰ ਜਾਇਓ, ਕਿਸੇ ਹੱਥੋਂ ਕੁਝ ਲੈ ਕੇ ਨਹੀਂ ਖਾਣਾ, ਦੁਨੀਆਂ ਬਹੁਤ ਬੇਈਮਾਨ ਹੈ, ਘਰੋਂ ਸਕੂਲ ਤੇ ਸਕੂਲੋਂ ਘਰੇ। ਰਾਹ ਵਿਚ ਕਿਸੇ ਨਾਲ ਉੱਚਾ ਨੀਵਾਂ ਨਹੀਂ ਬੋਲਣਾ, ਜੋ ਚੀਜ਼ ਖਾਣੀ-ਪੀਣੀ ਹੋਈ, ਨਿਹਾਲੋ ਤੋਂ ਬਣਵਾ ਲਿਉ। ਮੇਰਾ ਫਿਕਰ ਨਾ ਕਰਿਓ। ਵਾਹਿਗੁਰੂ ਤੁਹਾਨੂੰ ਰੰਗ ਭਾਗ ਲਾਵੇ।" ਮਾਂ ਨੇ ਵਿਸਥਾਰ ਨਾਲ ਦੋਨਾਂ ਨੂੰ ਸਮਝਾਇਆ, "ਥੋਡੇ ਬਾਪੂ ਜੀ ਤੇ ਬੇਬੇ ਜੀ ਨਾਲ ਚੱਲੇ ਨੇ, ਪੂਰਨ ਸਾਨੂੰ ਛੱਡ ਕੇ, ਆਥਣ ਨੂੰ ਜਾਂ ਸਵੇਰੇ ਨੂੰ ਮੁੜ ਆਊਗਾ।"

"ਕੋਈ ਨਾ ਬੇਬੇ ਜੀ, ਤੁਸੀਂ ਸਾਡਾ ਫ਼ਿਕਰ ਨਾ ਕਰਿਉ।"

"ਥੋਡੇ ਧੋਤੇ ਹੋਏ ਕੱਪੜੇ ਤੇ ਪਗਾਂ ਅਲਮਾਰੀ ਵਿਚ ਪਈਆਂ ਨੇ।"

"ਸਾਨੂੰ ਪਤੈ ?" ਦੋਨੋਂ ਭਾਈ, ਮਾਣਕੀ ਦੇ ਲੋਅਰ ਮਿਡਲ ਸਕੂਲ ਵਿਚ ਦੂਜੀ ਤੀਜੀ ਵਿਚ ਪੜ੍ਹਦੇ ਸਨ। ਮਾਸਟਰ ਇਹਨਾਂ ਨੂੰ ਰਾਮ-ਲਛਮਣ ਦੀ ਜੋੜੀ ੭ਕਹਿੰਦੇ ਸਨ।

ਬਾਹਰਲੀ ਬੈਠਕ ਵਿਚ ਬਘੇਲ ਸਿੰਘ ਨੇ ਬਿਰਜਸ ਪਾਕੇ, ਉਪਰ ਦੀ ਚੈਸਟਰ ਪਾਇਆ। ਚਾਂਦੀ ਰੰਗੀ ਵੈਸਟ ਐਂਡ ਦੀ ਜੇਬੀ ਘੜੀ ਕੱਢੀ, ਜਿਸਨੂੰ ਸਿਉਨੇ ਦੀ ਜੰਗੀਰ ਲਾਗੀ ਹੋਈ ਸੀ, ਟਾਈਮ ਦੇਖਿਆ ਚਾਰ ਬਜੇ ਸਨ। ਉਸਨੇ ਘੜੀ ਨੂੰ ਚਾਬੀ ਦਿੱਤੀ, ਅੰਦਰਲੀ ਜੇਬ ਵਿਚ ਪਾ ਲਈ। ਜ਼ੰਜੀਰ ਦਾ ਕੁੰਡਾ ਚੈਸਟਰ ਦੇ ਬਟਨ ਵਿਚ ਟੰਗ ਦਿੱਤਾ। ਘੋੜਾ ਪਹਿਲਾਂ ਹੀ ਤਿਆਰ ਸੀ, ਪੂਰਨ ਨੇ ਕਾਠੀ ਪਾ ਦਿੱਤੀ ਸੀ। ਅੰਦਰਲੇ ਘਰੋਂ, ਦੋਨੋਂ ਸਰਦਾਰਨੀਆਂ ਬਾਹਰਲੇ ਘਰੇ ਆ ਆਈਆਂ, ਬੱਚੇ ਵੀ ਨਾਲ ਆਏ। ਨਿਹਾਲੋ ਨੇ ਪਾਣੀ ਦਾ ਗੜਬਾ ਚੁੱਕਿਆ ਹੋਇਆ ਸੀ, ਥੋੜ੍ਹਾ ਪਾਣੀ ਰੱਥ ਦੇ ਪਹੀਈਆਂ ਤੇ ਪਾ ਕੇ ਸ਼ਗਨ ਕੀਤਾ, ਗੜਵਾ ਰੱਥ ਵਿਚ ਰਖ ਦਿੱਤਾ ਹੇ ਸੱਚੇ ਪਾਤਸ਼ਾਹ, ਬੇਬੇ ਜੀ ਦਾ ਬਾਲ ਬਿੰਗਾ ਨਾ ਹੋਵੇ। "ਚੰਗਾ ਨਿਹਾਲੋ ਘਰ ਦਾ ਖ਼ਿਆਲ ਰਖੀ।" ਵੱਡੀ ਬੇਬੇ ਨੇ ਦੁਬਾਰਾ ਤਾਕੀਦ ਕੀਤੀ।

"ਕੋਈ ਨਾ ਬੇਬੇ ਜੀ ਤੁਸੀਂ ਭੋਰੇ ਦਾ ਫਿਕਰ ਨਾ ਕਰੋ।" ਨਿਹਾਲੋ ਨੇ ਤਸੱਲੀ ਦਿੱਤੀ। ਟੌਮੀ ਤੇ, ਡੱਬੂ, ਵਾਰਵਾਰ ਉਹਨਾਂ ਦੇ ਪੈਰ ਚੰਮਾ ਰਹੇ ਸਨ, ਉਹ ਭੌਂ ਕੇ ਨਹੀਂ। ਬਘੇਲ ਸਿੰਘ ਨੇ ਘੋੜਾ ਅੱਗੇ ਲਾ ਲਿਆ, ਰੱਥ ਮਗਰ ਮਗਰ ਆ ਰਿਹਾ ਸੀ। ਪਿੰਡ ਦੀਆਂ ਬੀਹੀਆਂ ਵਿਚ ਸੁੰਨ ਸਰਾਂ ਸੀ। ਆਵਾਰਾ ਕੁੱਤੇ ਵੀ ਅੱਜ ਆਪਣਿਆਂ ਘੁਰਨਿਆਂ ਵਿਚ ਸੁੱਤੇ ਪਏ ਸਨ। ਪਿੰਡ ਸੁੱਤਾ ਪਿਆ ਸੀ। ਸਿਰਫ਼ ਇਕ ਘਰ ਵਿਚੋਂ ਪਾਠ ਹੋਣ ਅਤੇ ਮਧਾਣੀ ਦੀ ਮੱਧਮ ਆਵਾਜ਼ ਆ ਰਹੀ ਸੀ। ਤਕੀਏ ਕੋਲ ਦੀ ਹੋ ਕੇ, ਉਹ ਕੁਰੜ ਦੇ ਰਾਹ ਪੈ ਗਏ। ਤਾਰਿਆਂ ਦੀ ਲੋਅ ਵਿਚ, ਰਾਹ ਸਾਫ਼ ਦਿੱਸਣ ਲੱਗਿਆ ਸੀ। ਭੁਆਣੇ ਤੱਕ ਰਾਹ ਸਾਫ ਸੀ, ਅੱਗੇ ਕੁਰੜ ਦੇ ਟਿੱਬੇ ਅਤੇ ਉੱਚੀਆਂ ਦੈੜਾਂ ਸਨ। ਰੇਤੇ ਵਿਚ ਗੱਡਿਆਂ ਲੀਹ ਪਹਿਲਾਂ ਹੀ ਪਾਈ ਹੋਈ ਸੀ। ਬਲਦ ਸਿਆਣੇ ਸਨ, ਲੀਹ ਨਹੀਂ ਭੰਨਦੇ ਸਨ। ਕੁਰੜ ਪਿੰਡ ਦੇ ਦੋ ਬਿੱਢੇ

ਖੂਹ ਕੋਲ ਵੱਡਾ ਚਾਲ੍ਹਾ ਸੀ। ਉਹ ਵੀ ਉਨ੍ਹਾਂ ਆਸਾਨੀ ਨਾਲਪਾਰ ਕਰ ਲਿਆ। ਮਾਂਗੇਵਾਲ ਦੇ ਰਾਹ ਵਿਚ, ਸੂਏ ਵਿਚ ਚਾਂਦੀ ਰੰਗਾ ਪਾਣੀ ਵਗ ਰਿਹਾ ਸੀ। ਇਹ ਸੂਆ ਸਿੱਧਾ ਬਰਨਾਲੇ ਕੋਲ ਠੀਕਰੀਵਾਲੇ ਪਹੁੰਚ ਜਾਂਦਾ ਸੀ। ਇਸ ਦੀ ਪੱਟੜੀ ਤੇ ਲੰਘਣ ਦਾ ਹੁਕਮ ਨਹੀਂ ਸੀ। ਕੋਠੀਆਂ ਕੋਲ, ਸੰਗਲ ਲੱਗੇ ਹੋਏ ਸਨ। ਇਸ ਤੇ ਚਲਣ ਲਈ ਬਠਿੰਡੇ ਦੇ ਮੋਹਤਮ ਤੋਂ ਪਰਮਿਟ ਲੈਣਾ ਪੈਂਦਾ ਸੀ। ਅੰਗਰੇਜ਼ ਅਫ਼ਸਰ ਅਤੇ ਵੱਡੇ ਅਹਿਲਕਾਰਾਂ ਨੂੰ ਇਸ ਤੋਂ ਛੋਟ ਸੀ, ਉਨ੍ਹਾਂ ਦੀਆਂ ਕਾਰਾਂ, ਕਦੇ ਕਦਾਈ ਰਜਬਾਹਿਆਂ ਅਤੇ ਨਹਿਰਾਂ ਦੀ ਪੱਟੜੀ ਤੋਂ ਲੰਘਦੀਆਂ ਸਨ। ਉਨ੍ਹਾਂ ਦੀ ਖ਼ਬਰ ਨਹਿਰੀ ਕੋਠੀ ਤਾਰ ਰਾਹੀਂ ਪਹਿਲਾ ਹੀ ਪਹੁੰਚ ਜਾਂਦੀ ਸੀ, ਸਾਰੇ ਸੰਗਲ ਖੁਲ੍ਹ ਜਾਂਦੇ। ਮਹਾਰਾਜ ਪਟਿਆਲਾ ਵੀ ਭਦੌੜ ਜਾਣ ਲਈ, ਸ਼ਿਕਾਰ ਖੇਡਣ ਸਮੇਂ, ਬਠਿੰਡਾ ਬਰਾਂਚ ਤੋਂ, ਹੋ ਕੇ ਜਾਂਦਾ ਸੀ। ਪੱਟੜੀਆਂ ਤੇ ਨੇਮ ਨਾਲ ਡਾਗ ਬੇਲ ਲਗਦੀ, ਛਿੜਕਾਅ ਹੁੰਦਾ, ਝਾੜੀਆਂ ਝਾਫਿਆਂ ਨਾਲ ਸਫ਼ਾਈ ਹੁੰਦੀ। ਵੱਡੇ ਅਫ਼ਸਰ ਪੱਟੜੀ ਦਾ ਮੁਆਇਨਾਂ ਸਾਲ ਵਿਚ ਦੋ ਵਾਰ ਕਰਦੇ, ਕਿਤੇ ਕੋਈ ਡ੍ਰਲਕ ਤਾਂ ਨਹੀਂ।

ਪਹੁ ਫੁਟਦੀ ਨਾਲ, ਉਹ ਠੁੱਲੀ ਵਾਲ ਲੰਘ ਗਏ, ਚਿੜੀਆਂ ਚੂਕ ਰਹੀਆਂ ਸਨ, ਪੰਛੀ, ਤਿੱਤਰ, ਮੋਰ, ਆਪਣੀਆਂ ਸੰਗੀਤਮਈ ਧੁੰਨਾਂ ਵਜਾ ਰਹੇ ਸਨ। ਲੋਕ, ਬਾਹਰ ਅੰਦਰ ਜਾ ਰਹੇ ਸਨ, ਹਾਲੀਆਂ ਨੇ, ਹਲ ਜੋੜ ਲਏ ਸਨ। ਠੁਲੀਵਾਲ ਅਤੇ ਹਮੀਦੀ ਦੇ ਵਿਚਕਾਰ ਬਹੁਤ ਵੱਡੀ ਝਿੜੀ ਸੀ, ਜਿੱਥੇ ਮਲ੍ਹੇ-ਝਾੜੀਆਂ, ਵਣ ਕਰੀਰ, ਕਿੱਕਰਾਂ ਬੇਰੀਆਂ, ਬੂਝੇ, ਦਿਨੇ-ਰਾਤ ਪਾਈ ਰੱਖਦੇ। ਡਾਕੂਆਂ ਲਈ ਇਹ ਵੱਧੀਆ ਲੁਕਣਗਾਹ ਸੀ। ਇਥੇ ਹੀ ਬਰਨਾਲੇ ਦੇ ਇਕ ਸੇਠ ਨੇ ਖੂਹੀ ਲਵਾਈ ਸੀ, ਪਾਣੀ ਕੱਢਣ ਲਈ ਚਮੜੇ ਦੀ ਬੋਕੀ ਸੀ, ਰਾਹੀ ਪਾਂਧੀ, ਪਾਣੀ ਪੀ ਲੈਂਦੇ। ਝਿੜੀ ਦੀ ਦੇਉਤਰ ਵਲ ਸੂਆ ਵਗਦਾ ਸੀ, ਜਿਥੋਂ, ਪਸ਼ੂ ਪੰਛੀ ਪਾਣੀ ਪੀਂਦੇ। ਕਈ ਸਾਲ ਪਹਿਲਾਂ ਇੱਥੇ ਹੀ, ਦਰਬਾਰੇ ਡਾਕੂ ਦਾ ਪੁਲਿਸ ਨਾਲ ਮੁਕਾਬਲਾ ਹੋਇਆ ਸੀ ਪਰ ਉਹ ਬਚਕੇ ਨਿਕਲ ਗਿਆ ਸੀ। ਡਾਕੂ ਵੀ ਧਰਮੀ ਹੁੰਦੇ ਸੀ, ਕਿਸੇ ਗ਼ਰੀਬ-ਗੁਰਬੇ ਨੂੰ ਤੰਗ ਨਹੀਂ ਸਨ ਕਰਦੇ, ਧੀ-ਭੈਣ ਦੇ ਸਾਂਝੀ ਸਨ। ਪਿੰਡ ਵਿਚ ਕਿਸੇ ਵੱਡੇ ਸ਼ਾਹੂਕਾਰ ਦੇ ਘਰ ਹੀ ਡਾਕਾ ਮਾਰਦੇ। ਸਰਦਾਰਾਂ ਦੇ ਪਿੰਡਾਂ ਵਿਚ ਡਾਕਾ ਘੱਟ ਹੀ ਪੈਂਦਾ ਸੀ, ਸਰਦਾਰਾਂ ਕੋਲ ਸੰਸੀ ਹਥਿਆਰ ਹੁੰਦੇ ਸਨ।

ਝਿੜੀ ਵਾਲੀ ਖੂਹੀ ਕੋਲ, ਪੂਰਨ ਨੇ ਬੱਲਦ ਰੋਕ ਲਏ ।

"ਬੇਬੇ ਜੀ ਤੁਸੀਂ, ਪਾਣੀ ਪੀਣਾ ?"

"ਨਾ ਭਾਈ, ਤੇਹ ਨਹੀਂ, ਸਾਡੇ ਕੋਲ ਪਾਣੀ ਹੈਗਾ।

ਘੋੜਾ, ਘਾਹ ਨੂੰ ਮੂੰਹ ਮਾਰਨ ਲੱਗਿਆ ਪਰ ਕੰਡਿਆਲੇ ਕਰ ਕੇ ਉਸਦਾ ਜਬਾੜ੍ਹਾ ਕਸਿਆ ਹੋਇਆ ਸੀ।

"ਸਾਰ ਜੀ ਅੱਧੀ ਵਾਟ ਹੋ ਗਈ ਕਿ ?"

"ਹਾਂ। ਆਪਾ ਛੇ ਕੋਹ ਆ ਗਏ, ਛੇ ਬਾਕੀ ਹੈ।"

ਸਰਦਾਰ ਨੇ ਮੋਢੇ ਤੇ ਲਮਕਦੀ ਬੰਦੂਕ ਦੇ ਗਾਤਰੇ ਨੂੰ ਠੀਕ ਕੀਤਾ।

"ਸਾਰ ਜੀ, ਲੋਕ ਡਾਕੂ ਕਿਉਂ ਬਣਦੇ ਹਨ ? ਕਿਰਤ ਕਰਕੇ, ਦਸਾਂ ਨੌਹਾਂ ਦੀ ਕਮਾਈ ਕਿਉਂ ਨਹੀਂ ਕਰਦੇ ?"

"ਗਲ ਇਉਂ ਹੈ ਪੂਰਨਾ, ਡਾਕੂ ਕਿਹੜਾ ਕੋਈ ਖ਼ੁਸ਼ੀ ਨਾਲ ਬਣਦਾ ਹੈ, ਜ਼ੁਲਮ ਦੇ ਸਤਾਏ ਹੋਏ ਲੋਕ ਹਾਨੀ ਸਾਰ ਇਸ ਰਾਹ ਤੇ ਪੈਂਦੇ ਹਨ ਦਰਬਾਰੇ ਡਾਕੂ ਦੀ ਜ਼ਮੀਨ ਓਹਦੇ ਸ਼ਰੀਕਾਂ ਸਕਿਆਂ ਨੇ, ਧੱਕੇ ਨਾਲ ਦੱਬ ਲਈ ਸੀ। ਪਿਉ ਉਸਦਾ ਨਿੱਕੇ ਹੁੰਦੇ ਦਾ ਮਰ ਗਿਆ ਸੀ। ਉਸ ਨੇ ਤੇ ਉਹਦੀ ਮਾਂ ਨੇ ਬਹੁਤ ਤਰਲੇ-ਮਿੰਨਤਾਂ ਕੀਤੇ ਪਰ ਉਹ ਨਹੀਂ ਮੰਨੇ। ਹਾਨੀਸਾਰ ਨੂੰ ਉਸਨੇ ਦੋ ਸ਼ਰੀਕ ਕਤਲ ਕਰ ਦਿੱਤੇ ਅਤੇ ਭਗੌੜਾ ਹੋ ਗਿਆ। ਇਹੋ ਹਾਲ ਗੁਰਨਾਮ ਸਿੰਘ ਰਾਊਕੇ ਵਾਲੇ ਦਾ ਹੋਇਆ, ਉਸਦੇ ਪਿਉ ਨੂੰ ਸ਼ਰੀਕਾ ਨੇ ਮਾਰ ਦਿੱਤਾ ਸੀ, ਜਿਸ ਦਾ ਬਦਲਾ ਲੈਣ ਮਗਰੋਂ ਉਹ ਭਗੌੜਾ ਹੋ ਗਿਆ। ਪਿਛਲੇ ਸਾਲ ਕਸਬੇ ਵਾਲੇ ਕਾਂਸ਼ੀ ਰਾਮ ਦੇ ਡਾਕਾ ਉਸੇ ਨੇ ਮਾਰਿਆ ਸੀ, ਉਹ ਰਊਕੇ ਵਾਲੇ ਸਰਦਾਰਾਂ ਵਿਚੋਂ ਸੀ।"

ਝਿੜੀ ਲੰਘਣ ਮਗਰੋਂ ਪੂਰਨ ਨੇ ਸੁੱਖ ਦਾ ਸਾਹ ਲਿਆ, ਚਲੋ ਸੁੱਖ ਨਾਲ ਔਖੀ ਘੜੀ ਲੰਘ ਗਈ ਸੀ। ਡਾਕੂਆਂ ਦੀਆਂ ਪੱਕੀਆਂ ਰਫ਼ਲਾਂ ਅੱਗੇ ਸਰਦਾਰ ਦੀ ਬਾਰਾ ਬੋਰ ਨੇ ਕੀ ਕਰਨਾ ਸੀ? ਮੂੰਹ ਝਾਖਰਾ ਹੋ ਗਿਆ ਸੀ। ਸਾਹਮਣੇ ਅਮਲਾ ਸਿੰਘ ਵਾਲਾ ਪਿੰਡ ਦੇ ਘਰਾਂ ਵਿਚੋਂ ਧੂੰਆਂ ਨਿਕਲ ਰਿਹਾ ਸੀ। ਕੁੱਤੇ ਭੌਂਕ ਰਹੇ ਸਨ। ਜਿੱਥੇ ਪਾਣੀ ਲਗਦਾ ਸੀ, ਉਥੇ ਗੋਡੇ ਗੋਡੇ ਕਣਕ ਖੜ੍ਹੀ ਸੀ। ਮਾਰੂ ਖੇਤਾਂ ਵਿਚ, ਸਰ੍ਹੋਂ, ਛੋਲੇ, ਗੋਜੀ ਅਤੇ ਬੇਰੜਾ ਬੀਜਿਆ ਹੋਇਆ ਸੀ। ਪੋਹ ਦੇ ਪਹਿਲੇ ਪੱਖ ਭਰਵਾਂ ਮੀਂਹ ਪੈਣ ਕਰਕੇ, ਮਾਰੂ ਖੇਤਾਂ ਵਿਚ ਵੀ ਫ਼ਸਲਾਂ ਉਪਰ ਹਰਿਆਲੀ ਚਮਕ ਰਹੀ ਸੀ। ਸਰ੍ਹੋਂ ਦੇ ਸ਼ਰਬਤੀ ਫੁੱਲ ਪਛੋਂ ਦੀ ਠੰਡੀ ਹਵਾ ਨਾਲ ਲਹਿਰਾ ਰਹੇ ਸਨ। ਅਮਲਾ ਸਿੰਘ ਵਾਲਾ, ਰਿਆਸਤ ਨਾਭਾ ਵਿਚ ਸੀ, ਜਿੱਥੇ ਉਹ ਕਈ ਵੇਰ ਮੁਆਇਨਾਂ ਕਰਨ ਆਇਆ ਸੀ। ਕਈ ਮੋਹਤਬਰ, ਉਸਦੇ ਜਾਣੂੰ ਸਨ। ਨਾਲ ਦਾ ਪਿੰਡ ਭੱਦਲਵੱਢ ਰਿਆਸਤ ਪਟਿਆਲਾ ਵਿਚ ਸੀ। ਰਿਆਸਤੀ ਵੰਡ ਵੇਲੇ, ਕੋਈ ਪਿੰਡ ਪਟਿਆਲਾ ਵਿਚ, ਕੋਈ ਨਾਭੇ ਵਿਚ, ਕੋਈ ਸੰਗਰੂਰ ਵਿਚ ਹੁੰਦਾ ਸੀ। ਇਹਨਾਂ ਦੇ ਵਿਚ ਵਿਚਾਲੇ ਹੀ ਅੰਗਰੇਜ਼ੀ ਇਲਾਕੇ ਦੇ ਪਿੰਡ ਵਸੇ ਹੋਏ ਸਨ, ਜਿਹਨਾਂ ਦਾ ਠਾਣਾ ਸ਼ਹਿਣਾ ਅਤੇ ਜ਼ਿਲ੍ਹਾ ਲੁਧਿਆਣਾ ਹੁੰਦਾ ਸੀ। ਇਸ ਤਰ੍ਹਾਂ ਦੀ ਉਗੜ-ਦੁੱਘੜੀ ਵੰਡ ਕਰਕੇ, ਚੋਰ ਉਚੱਕਿਆਂ ਅਤੇ ਮੁਜ਼ਰਮਾਂ ਦੀਆਂ ਪੰਜੇ ਘਿਉ ਵਿਚ ਸਨ। ਉਹ ਵਾਰਦਾਤ ਕਰਨ ਮਗਰੋਂ ਦੂਜੀ ਰਿਆਸਤ ਦੀ ਹੱਦ ਵਿਚ ਚਲੇ ਜਾਂਦੇ, ਜਿੱਥੇ ਵਾਰਦਾਤ ਟਵਕੁਏ ਵਾਲੀ ਰਿਆਸਤ ਦੀ ਪੁਲਿਸ, ਬਿਨਾਂ ਮੰਨਜ਼ੂਰੀ ਨਹੀਂ ਜਾ ਸਕਦੀ ਸੀ। ਨਵੇਂ ਪਿੰਡ ਦੇ ਚੜ੍ਹਦੇ ਵਲ, ਮਾਣਕੀ ਅਤੇ ਸੰਦੌੜ ਪਿੰਡ ਦਾ ਠਾਣਾ ਡੇਹਲੋਂ, ਜ਼ਿਲ੍ਹਾ ਲੁਧਿਆਣਾ ਸੀ, ਜਦ ਕਿ ਪੱਟੜੀ ਫੇਰ ਦਾ ਬਾਪਲਾ ਤੇ ਮਿੱਠੇਵਾਲ ਰਿਆਸਤ ਮਾਲੇਰਕੋਟਲਾ ਵਿਚ ਸਨ।

ਭੱਦਲਵੱਢ ਵਿਚੋਂ ਲੰਘਣ ਸਮੇਂ ਕਈ ਬੰਦਿਆਂ ਨੇ ਸਰਦਾਰ ਨੂੰ ਫ਼ਤਹਿ ਬੁਲਾਈ, ਚਾਹ ਪਾਣੀ, ਸੁੱਖ ਸਾਂਦ ਪੁੱਛੀ, ਉਸਨੇ ਸਭ ਦਾ ਸ਼ੁਕਰੀਆ ਅਦਾ ਕਰ ਦਿੱਤਾ। ਅੱਗੇ ਕੋਹ ਕੁ ਦੇ ਫਰਕ ਨਾਲ, ਸੰਘੇੜਾ ਪਿੰਡ ਸੀ ਜਿਸ ਬਾਰੇ ਆਮ ਮਸ਼ਹੂਰ ਸੀ,

ਟੋਭਿਆਂ ਵਿਚ ਪੈਣ ਕੱਸੀਆਂ,
ਐਵੇਂ ਪਿੰਡ ਨਾ ਸੰਘੇੜਾ ਜਾਣੀ।

ਜਿੰਨਾਂ ਪਿੰਡ ਵੱਡਾ ਸੀ, ਉਤਨੇ ਹੀ ਵੱਡੇ ਚਾਲ੍ਹੇ ਸਨ ਜਿੱਥੇ ਗੱਡਿਆਂ ਨੇ ਡੂੰਘੀਆਂ ਲੀਹਾਂ ਪਾਈਆਂ ਹੋਈਆਂ ਸਨ। ਖੂਹਾਂ ਅਤੇ ਮੀਂਹਾਂ ਦਾ ਪਾਣੀ ਬੀਹੀਆਂ ਵਿਚ ਖੜ੍ਹਾ ਰਹਿੰਦਾ, ਇਸਦੇ ਨਿਕਾਸ ਦਾ ਕੋਈ ਪ੍ਰਬੰਧ ਨਹੀਂ ਸੀ। ਜੇਠ ਹਾੜ ਵਿਚ ਰੇਹ ਦੇ ਭਰੇ ਗੱਡਿਆਂ ਨੇ

ਲੰਘਣਾ ਹੁੰਦਾ, ਪਿੰਡ ਵਾਲੇ, ਪੱਤੀਆਂ ਵਾਲੇ, ਇਕੱਠੇ ਹੋ ਕੇ ਬੀਹੀਆਂ ਵਿਚ ਰੇਤਾ ਪਾ ਦਿੰਦੇ ਤਾਂ ਵੀ ਰੇਹ ਨਾਲ ਭਰੇ ਗੱਡੇ ਕਦੇ ਕਦੇ ਮਿੱਟੀ ਨਰਮ ਹੋਣ ਕਰਕੇ, ਧਸ ਜਾਂਦੇ, ਇਕੱਠੇ ਹੋ ਕੇ ਲੋਕ ਗੱਡੇ ਦੇ ਪਹੀਆਂ ਨੂੰ ਧੱਕੇ ਲਾਉਂਦੇ, ਬਲਦ ਹੌਂਕਣ ਲੱਗਦੇ। ਬਰਨਾਲੇ ਦੀ ਕੁੱਖ ਵਿਚ ਵਸਿਆ ਹੋਣ ਦੇ ਬਾਵਜੂਦ, ਪਿੰਡ ਦਾ ਬੁਰਾ ਹਾਲ ਸੀ। ਅੱਠ ਪੱਤੀਆਂ ਦੇ ਅੱਡ ਨੰਬਰਦਾਰ ਸਨ। ਇਕ ਜ਼ੈਲਦਾਰਾਂ ਦਾ ਘਰ ਸੀ। ਲੋਕਾਂ ਦਾ ਬਹੁਤ ਸਮਾਂ ਲੜਾਈਆਂ ਝੁਘੜਿਆਂ ਕਰਕੇ, ਬਰਨਾਲੇ ਦੀਆਂ ਕਚਹਿਰੀਆਂ ਵਿਚ ਬੀਤਦਾ, ਘਰੋਂ ਰੋਟੀ ਟੁੱਕ ਖਾ ਕੇ, ਪੇਸ਼ੀਭੁਗਤਣ ਮਗਰੋਂ ਆਥਣ ਦੀ ਰੋਟੀ ਵੇਲੇ ਘਰ ਆ ਜਾਂਦੇ। ਸਾਰੇ ਸ਼ਹਿਰ ਵਿਚ ਕੁੱਲ ਤਿੰਨ ਢਾਬੇ ਸਨ, ਇਕ ਕਿੱਲੇ ਕੋਲ, ਦੂਜਾ ਕੋਤਵਾਲੀ ਕੋਲ ਤੀਜਾ ਸਟੇਸ਼ਨ ਕੋਲ ਸੀ। ਚਾਹ ਪੀਣ ਦਾ ਰਿਵਾਜ਼ ਨਹੀਂ ਸੀ। ਦੂਰ ਦੇ ਪਿੰਡਾਂ ਦੇ ਲੋਕ ਰੋਟੀ ਪੋਣੇ ਵਿਚ ਬੰਨ੍ਹ ਕੇ ਘਰੋਂ ਲੈ ਕੇ ਆਉਂਦੇ।

ਸਰਦਾਰ ਨੇ ਜੇਬੀ ਘੜੀ ਦੇਖੀ, ਦੱਸ ਵੱਜਣ ਵਾਲੇ ਸਨ। ਸੁਪਰਡੈਂਟ ਦਫ਼ਤਰ ਅਤੇ ਰਿਹਾਇਸ਼ ਕਿੱਲੇ ਵਿਚ ਸੀ। ਲੋਕ ਇਸ ਨੂੰ ਸੁਪਰਡੈਂਟੀ ਕਹਿੰਦੇ ਸਨ। ਕਿੱਲੇ ਦੀਆਂ ਕੰਧਾਂ ਦੂਰੋਂ ਹੀ ਦਿਸ ਪੈਂਦੀਆਂ ਸਨ। ਚਾਰ ਕੋਨਿਆਂ ਤੇ ਚਾਰ ਬੁਰਜ਼ ਸਨ ਜਿੱਥੇ ਸੰਤਰੀ ਪਹਿਰਾ ਦਿੰਦੇ। ਵੱਡੇ ਦਰਵਾਜ਼ੇ ਤੇ ਚੌਵੀ ਘੰਟੇ ਪਹਿਰਾ ਹੁੰਦਾ, ਰਾਤ ਨੂੰ ਦਰਵਾਜ਼ਾ ਬੰਦ ਹੋ ਜਾਂਦਾ, ਛੋਟੀ ਤਾਕੀ, ਕਿਸੇ ਆਏ ਗਏ ਲਈ ਹੀ ਖੋਲ੍ਹੀ ਜਾਂਦੀ। ਵੱਡੇ ਦਰਵਾਜ਼ੇ ਸਾਹਮਣੇ ਤ੍ਰਿਵੈਣੀ ਦੀ ਗੁੱਠ ਵਿਚ, ਘੋੜੇ ਘੋੜੀਆਂ ਬੰਨ੍ਹਣ ਲਈ, ਲੱਕੜ ਦੇ ਕਿੱਲੇ ਗੱਡੇ ਹੋਏ ਸਨ। ਕੁਝ ਖਾਸ ਬੰਦਿਆਂ ਤੋਂ ਸਿਵਾ, ਕਿਸੇ ਨੂੰ ਵੀ ਘੋੜਾ ਅੰਦਰ ਲਿਜਾਣ ਦੀ ਇਜਾਜਤ ਨਹੀਂ ਸੀ।

ਬਘੇਲ ਸਿੰਘ ਨੂੰ, ਪਹਿਰੇ ਤੇ ਖੜ੍ਹੇ ਸੰਤਰੀ ਨੇ ਦੂਰੋਂ ਹੀ ਪਹਿਚਾਣ ਲਿਆ ਸੀ। ਸੰਤਰੀ ਨੇ ਸਲੂਟ ਮਾਰਿਆ। ਅਰਦਲੀ ਨੇ, ਘੋੜੇ ਦੀਆਂ ਵਾਗਾਂ ਫੜ ਲਈਆਂ, ਘੋੜੇ ਨੂੰ ਉਹ ਤਬੇਲੇ ਵਿਚ ਲੈ ਗਿਆ। ਪੂਰਨ ਨੇ, ਬੱਲਦਾਂ ਨੂੰ ਬੁਸ਼ ਕਰਕੇ, ਕਿੱਲੇ ਦੇ ਉੱਚੇ ਵਿਹੜੇ ਵਿਚ ਚਾੜ੍ਹਿਆ। ਰੱਥ ਨੂੰ ਦੇਖਕੇ, ਉਪਰੋਂ ਇਕ ਨੌਕਰਾਣੀ ਭੱਜੀ ਆਈ। ਉਸਨੇ ਸਰਦਾਰ ਨੂੰ ਅਤੇ ਰੱਥ ਨੂੰ ਪਹਿਚਾਣ ਲਿਆ ਸੀ। ਰੱਥ ਦਾ ਝੁੰਮਟ ਚੁਕਿਆ ਗਿਆ। ਬਘੇਲ ਸਿੰਘ ਕੋਲ ਆਇਆ, "ਬੇਬੇ ਕਿਵੇਂ ਹੈ, ਹਰਿਕੁਰ, ਸਫ਼ਰ ਵਿਚ ਥਕੇਵਾਂ ਤਾਂ ਨਹੀਂ ਹੋ ਗਿਆ"? ਬਾਰਾਂ ਕੋਹ, ਵਾਟ ਤਹਿ ਕਰਨ ਲਈ, ਪੰਜ ਘੰਟੇ ਲੱਗ ਗਏ ਸਨ। ਛੋਟੀ ਬੇਬੇ, ਸਫ਼ਰ ਦੇ ਅਕੇਵੇਂ ਕਰਕੇ ਨਿਢਾਲ ਹੋ ਗਈ ਸੀ। ਮੱਥਾ ਭੱਖਦਾ ਸੀ, ਸਰੀਰ ਤਪਣ ਲੱਗਿਆ ਸੀ। ਸ਼ਾਇਦ ਫੇਰ ਬੁਖਾਰ ਹੋ ਗਿਆ ਸੀ, ਹੱਥੂ ਆਉਣ ਲੱਗੇ ਸਨ, ਜੀਅ ਕੱਚਾ ਹੁੰਦਾ ਸੀ ਜਿਵੇਂ ਹੁਣੇ ਉਲਟੀ ਜਾਣੀ ਹੈ। ਪਹਿਰ ਦੇ ਤੜਕੇ, ਉਸਨੇ ਸਿਰਫ਼ ਦੁੱਧ ਦਾ ਗਿਲਾਸ ਹੀ ਪੀਤਾ ਸੀ। ਨਿੱਕੀ ਇੱਟ ਦੀਆਂ ਹਨੇਰੀਆਂ ਪੌੜੀਆਂ ਚੜ੍ਹਣ ਮਗਰੋਂ ਉਹ ਉਪਰ ਚਲੇ ਗਏ। ਨੌਕਰਾਣੀ ਨੇ ਬਾਰਾਂਦਰੀ ਦਾ ਦਰਵਾਜ਼ਾ ਖੋਲ੍ਹ ਦਿੱਤਾ ਸੀ, ਜਿੱਥੇ ਸੋਫੇ, ਕੁਰਸੀਆਂ ਦੇ ਨਾਲ ਹੀ ਇਕ ਰੰਗੀਲੇ ਪਾਵਿਆਂ ਵਾਲਾ ਪਲੰਘ ਪਿਆ ਸੀ। ਫਰਸ਼ ਤੇ ਇਰਾਨੀ ਕਾਲੀਨ ਵਿੱਛਿਆ ਹੋਇਆ ਸੀ। ਸਾਹਮਣੀਂ ਕੰਧ ਤੇ, ਕਾਲੇ ਹਿਰਨ ਅਤੇ ਇਕ ਸ਼ੇਰ ਦਾ ਮੁਜੱਸਮਾਂ ਟੰਗਿਆ ਹੋਇਆ ਸੀ। ਇਕ ਢਾਲ ਤੇ ਕੁਝ ਤਲਵਾਰਾਂ ਲਮਕ ਰਹੀਆਂ ਸਨ, ਦੇਖਣ ਨੂੰ ਇਹ ਘਰ ਘੱਟ ਅਤੇ ਨੁਮਾਇਸ਼ ਘਰ ਵੱਧ ਲੱਗਦਾ ਸੀ। ਇਕ ਪਾਸੇ ਸਰਦਾਰ ਦੀ ਬਾਵਰਦੀ, ਕਾਲੀ ਚਿੱਟੀ ਤਸਵੀਰ ਲੱਗੀ ਹੋਈ ਸੀ।

"ਬੀਬਾ ਜੀ ਕਿੱਥੇ ਨੇ...?" ਪਾਣੀ ਲੈ ਕੇ ਆਈ ਨੌਕਰਾਣੀ ਨੂੰ ਵੱਡੀ ਬੇਬੇ ਨੇ ਪੁੱਛਿਆ।

"ਉਹ ਜੀ ਪਾਠ ਕਰ ਕਰ ਰਹੇ ਹਨ ਸਰਦਾਰ ਜੀ ਇਸ਼ਨਾਨ ਕਰ ਰਹੇ ਹਨ, ਮੈਂ

ਦਸ ਦਿੱਤਾ ਹੈ।" ਪੇਕਿਆਂ ਤੋਂ ਉਨ੍ਹਾਂ ਦੇ ਆਉਣ ਦੀ ਖ਼ਬਰ ਸੁਣ ਕੇ, ਬੀਬਾ ਜੀ ਨੇ ਗੁੱਟਕਾ ਉਥੇ ਹੀ ਮੂਧਾ ਮਾਰ ਦਿੱਤਾ। ਪਾਠ ਤਾਂ ਫੇਰ ਵੀ ਹੋ ਸਕਦਾ ਸੀ, ਆਪਣਾਂ ਖ਼ੂਨ ਕਿਹੜਾ ਰੋਜ਼ ਰੋਜ਼ ਮਿਲਦਾ ਹੈ। ਉਹ ਅਹੁਲਕੇ, ਬਾਰਾਂਦਰੀ ਵਿਚ ਆਈ, ਗਲੇ ਲਗਕੇ ਮਿਲੀ।

"ਹਾਇ ਇਨ੍ਹਾਂ ਨੂੰ ਕੀ ਹੋ ਗਿਆ ?" ਉਨ੍ਹਾਂ ਦਾ ਵਸਾਰ ਵਰਗਾ ਰੰਗ ਦੇਖਕੇ, ਉਹ ਭਇਮਾਨ ਹੋ ਗਈ।

"ਬੁਖਾਰ ਖਹਿੜਾ ਨੀਂ ਛੱਡਦਾ, ਕਦੇ ਉਤਰ ਜਾਂਦਾ ਹੈ ਕਦੇ ਚੜ੍ਹ ਜਾਂਦਾ, ਰਾਤ ਨੂੰ ਖੰਘ ਬਹੁਤ ਛਿੜਦੀ ਹੈ।" ਦਸਦੇ ਸਮੇਂ ਹਰਿ ਕੌਰ ਨੂੰ ਸਾਹ ਚੜ੍ਹ ਗਿਆ ਸੀ।

"ਤੁਸੀਂ ਪਹਿਲਾਂ ਹੀ ਆ ਜਾਣਾ ਸੀ, ਲੇਟ ਕਿਉਂ ਹੋ ਗਏ ?"

"ਪਹਿਲਾਂ ਸੰਤਾ ਦੀ ਦਵਾਈ ਨਾਲ ਫਾਇਦਾ ਹੋ ਗਿਆ ਸੀ। ਹੁਣ ਸੰਤ ਵੀ ਜਵਾਬ ਦੇ ਗਏ ਹਨ, ਕਹਿੰਦੇ ਸ਼ਹਿਰ ਕਿਸੇ ਵੱਡੇ ਡਾਕਟਰ ਨੂੰ ਦਿਖਾਉ ?"

"ਤੁਸੀਂ ਸੁਨੇਹਾ ਭੇਜ ਦਿੰਦੇ, ਮੈਂ ਮੋਟਰ ਗੱਡੀ ਭੇਜ ਦਿੰਦੀ।" ਕੁਝ ਚਿਰ ਪਹਿਲਾਂ ਉਨ੍ਹਾਂ ਨੇ ਨਵੀਂ-ਆਸਟਿਨ' ਕਾਰ ਖਰੀਦੀ ਸੀ, "ਕੋਈ ਨਾ ਤੁਸੀਂ ਫ਼ਿਕਰ ਨਾ ਕਰੋ, ਇੱਥੋਂ ਦਾ ਵੱਡਾ ਡਾਕਟਰ ਸਰਦਾਰ ਜੀ ਦਾ ਦੋਸਤ ਹੈ, ਸਭ ਠੀਕ ਹੋ ਜਾਏਗਾ, ਉਹ ਹੁਣੇ ਇੰਗਲੈਂਡ ਤੋਂ ਪੜ੍ਹ ਕੇ ਆਇਆ।"

ਅੱਧੇ ਪੌਣੇ ਘੰਟੇ ਬਾਅਦ, ਸਰਦਾਰ ਗੁਰਬਖਸ਼ ਸਿੰਘ ਤਿਆਰ ਹੋ ਕੇ, ਬਾਰਾਂਦਰੀ ਵਿਚ ਆਇਆ, ਵੱਡੀ ਬੇਬੇ ਨੂੰ ਮੱਥਾ ਟੇਕਿਆ।

"ਬੀਬੀ ਜੀ ਨੂੰ ਕੀ ਹੋ ਗਿਆ ? ਮੰਜੇ ਤੇ ਨਿਢਾਲ ਪਈ ਹਰਿ ਕੁਰ ਨੂੰ ਦੇਖਕੇ ਕਿਹਾ। ਵੱਡੀ ਬੇਬੇ ਨੇ ਸਾਰੀ ਕਹਾਣੀ ਦੱਸੀ।

"ਕੋਈ ਨਹੀਂ, ਤੁਸੀਂ ਫ਼ਿਕਰ ਨਾ ਕਰੋ, ਅੱਜ ਮੈਂ ਦੌਰੇ ਤੇ ਠਾਣੇ ਦਾ ਮੁਆਇਨਾਂ ਕਰਨ ਜਾਣੈ। ਕੱਲ੍ਹ ਨੂੰ ਵੱਡੇ ਡਾਕਟਰ ਨੂੰ ਦਿਖਾ ਦਿਆਂਗੇ। ਮੈਂ ਸ਼ਾਮ ਤੱਕ ਮੁੜ ਆਵਾਂਗਾ।" ਦੱਗੜ-ਦਗੜ ਕਰਦਾ, ਉਹ ਪੌੜੀਆਂ, ਉਤਰ ਗਿਆ। ਉਸਦੇ ਵੱਡੇ ਢਿੱਡ ਤੋਂ ਪੈਂਟ ਢਿਲਕ-ਢਿਲਕ ਜਾਂਦੀ ਸੀ, ਜਿਸ ਨੂੰ ਸਾਂਭਣ ਲਈ ਗੈਲਸ ਕੱਸੇ ਹੋਏ ਸਨ। ਲਾਲ ਸੂਹੇ ਭਰਵੇਂ ਚਿਹਰੇ ਤੇ ਪੁੱਠੀ ਚਾੜ੍ਹੀ ਦਾਹੜੀ, ਖਾਕੀ ਪੱਗ ਨਾਲ ਫੱਬ ਰਹੀ ਸੀ।

"ਤੁਸੀਂ ਕਾਕਾ ਜੀ ਜਾਣਾਂ ਨਹੀਂ, ਮੈਂ ਦੁਪਹਿਰ ਬਾਅਦ ਜਲਦੀ ਆ ਜਾਵਾਂਗਾ।" ਉਨ੍ਹਾਂ ਤੁਰਦੇ ਸਾਮ ਬਘੇਲ ਸਿੰਘ ਨੂੰ ਕਿਹਾ ਸੀ।

(3)

ਚਾਹ ਆ ਗਈ ਸੀ। ਚਾਂਦੀ ਦਾ ਸੈੱਟ ਸੀ। ਚਾਹ, ਦਾਨੀ, ਦੁੱਧ ਦਾਨੀ, ਖੰਡ ਦਾਨੀ, ਦੇ ਨਾਲ ਕੱਪ ਪਲੇਟ ਚਮਚੇ ਵੀ ਚਾਂਦੀ ਦੇ ਸਨ। ਬੁਘੇਲ ਸਿੰਘ ਲਈ, ਚਾਂਦੀ ਦੇ ਜੱਗ ਵਿਚ ਲੱਸੀ ਆ ਗਈ ਸੀ, ਨਾਲ ਕੰਗਣੀਵਾਲਾ ਚਾਂਦੀ ਦਾ ਗਲਾਸ। ਇਕ ਚਾਂਦੀ ਦੀ ਪਲੇਟ, ਡਰਾਈ ਫਰੂਟ ਨਾਲ ਭਰੀ ਪਈ ਸੀ। ਨੌਕਰਾਣੀ ਨੇ ਸੁਨੀਲ ਦੀ ਟਕੋਜੀ ਲਾਹੀ ਅਤੇ ਚਾਹ ਬਣਾ ਦਿੱਤੀ, ਨਾਲ ਹੀ, ਉਹ ਗੱਲਾਂ ਕਰ ਰਹੇ ਸਨ।

"ਬੀਬਾ ਜੀ। ਕਾਕਾ ਜੀ ਤੇ ਬੀਬਾ ਜੀ ਨਹੀਂ ਆਏ ?"

ਹਰਿ ਕੌਰ ਨੇ ਪੁੱਛਿਆ। ਦੋਨੋਂ ਬੱਚੇ ਲਾਹੌਰ ਪੜ੍ਹਦੇ ਸਨ। ਲੜਕੇ ਦਾ ਨਾਉਂ ਸੁਖਬੰਸ ਸਿੰਘ, ਲੜਕੀ ਦਾ ਨਾਉਂ ਸੁਖਬੰਸ ਕੌਰ ਸੀ।

"ਓਹ ਭਾਈ। ਵੱਡੇ ਦਿਨਾਂ ਦੀਆਂ ਛੁੱਟੀਆਂ ਹੋਣ ਵਾਲੀਆਂ ਨੇ, ਬੀਰ ਸਿੰਘ ਨੂੰ ਭੇਜਾਂਗੇ...।" ਬੀਰ ਸਿੰਘ ਉਨਾਂ ਦਾ ਰਸੋਈਆ ਅਤੇ ਕਾਰ ਮੁਖਤਿਆਰ ਸੀ। ਦੂਰ ਨੇੜੇ, ਰਿਸ਼ਤੇਦਾਰੀਆਂ ਵਿਚ ਸਨੇਹੇ ਦੇਣ-ਲੈਣ ਦਾ ਕੰਮ, ਉਹੀ ਕਰਦਾ ਸੀ। ਉਸ ਦੀ ਇਮਾਨਦਾਰੀ, ਨੇਕ ਨੀਤੀ ਉਪਰ ਸਰਦਾਰ ਨੂੰ ਪੂਰੀ ਤਸੱਲੀ ਸੀ। ਘਰ ਦਾ ਕੋਈ ਭੇਤ ਉਸ ਤੋਂ ਲੁਕਿਆ ਹੋਇਆ ਨਹੀਂ ਸੀ। ਉਹ ਅੰਦਰਲੀ ਗੱਲ ਬਾਹਰ ਨਹੀਂ ਕੱਢਦਾ ਸੀ। ਉਸ ਨੂੰ ਪਤਾ ਸੀ, ਸਰਦਾਰ ਦੀ ਤਨਖ਼ਾਹ ਢਾਈ ਸੌ ਰੁਪੈ ਹੈ, ਖ਼ਰਚ ਪੰਜ ਸੌ ਤੋਂ ਉਪਰ ਦੀ ਚਲਦਾ ਸੀ, ਸਰਦਾਰ ਹਰ ਰੋਜ਼ "ਜਾਨੀਵਾਕਰ" ਸਕੌਚ ਪੀਂਦਾ ਸੀ, ਮਹੀਨੇ ਵਿਚ ਆਏ ਗਏ ਸਣੇ ਡੇਢ ਦੋ ਡੱਬੇ ਲੱਗ ਜਾਂਦੇ ਸਨ। ਮੀਟ ਦਾ ਆਚਾਰ ਸਰਦਾਰ ਨੂੰ ਬਹੁਤ ਪਸੰਦ ਸੀ, ਮੱਛੀ ਦੇ ਪਕੌੜੇ, ਸ਼ਾਮ ਦੀ ਮਹਿਫ਼ਲ ਵਿਚ ਜ਼ਰੂਰੀ ਸਨ, ਭੁੱਜੇ ਹੋਏ ਪਿਸਤਾ-ਬਾਦਾਮ ਦਾ ਉਹ ਬਹੁਤ ਸ਼ੌਕੀਨ ਸੀ। ਘਰ ਦਾ ਸਾਰਾ ਰਾਸ਼ਨ ਉਹੀ ਅਲਾਲਾ ਵਾਲਿਆਂ ਦੀ ਹੱਟੀ ਤੋਂ ਲੈ ਕੇ ਆਉਂਦਾ ਸੀ। ਸਰਦਾਰ ਦੇ ਹੋਰ ਚੰਗੇ ਮੰਦੇ ਸ਼ੌਂਕਾਂ ਦਾ ਵੀ ਉਸ ਨੂੰ ਪਤਾ ਸੀ। ਸਰਦਾਰ ਰਿਸ਼ਤੇਦਾਰਾਂ ਦੀ ਅਤੇ ਸਰਦਾਰਨੀ ਦੀ ਬਹੁਤ ਘੱਟ ਮੰਨਦਾ ਸੀ। ਹਮੀਦੀ ਦੇ ਜ਼ੈਲਦਾਰ, ਅਹਿਮਦ ਖਾਨ ਨੇ ਪਤਾ ਨਹੀਂ ਉਸ ਦੇ ਸਿਰ ਵਿਚ, ਕੀ ਪਾਇਆ ਹੋਇਆ ਸੀ, ਉਸ ਦੀ ਕੋਈ ਗੱਲ ਉਹ ਮੋੜਦਾ ਨਹੀਂ ਸੀ। ਖਾਨ ਦੀਆਂ ਦੋ ਸੱਜਰ-ਸੂਈਆਂ ਮੱਝਾਂ, ਤਬੇਲੇ ਵਿਚ ਬੱਝੀਆਂ ਰਹਿੰਦੀਆਂ। ਇਕ ਤੋਕੜ ਹੁੰਦੀ, ਦੂਜੀ ਆ ਜਾਂਦੀ।

"ਬੀਬਾ ਜੀ। ਦੀਂਹਦਾ ਨਹੀਂ, ਅੱਜ ਬੀਰ ਸਿਉਂ।" ਵੱਡੀ ਬੇਬੇ ਨੇ ਪੁੱਛਿਆ।

"ਸਰਦਾਰ ਜੀ ਦੀਆਂ ਪੱਗਾਂ ਨੂੰ ਮਾਵਾ ਲਵਾਉਣ ਗਿਆ ਥਿਆ, ਸਾਰੇ ਸ਼ਹਿਰ ਵਿਚ ਇਕ ਹੀ ਲਲਾਰੀ ਹੈ, ਆਉਣ ਹੀ ਵਾਲਾ ਹੈ। ਉਸ ਦੇ ਪੈਰ ਚੱਕਰ ਹੈ, ਉਹ ਬੈਠ ਨਹੀਂ ਸਕਦਾ।"

"ਇਹ ਤੁਸੀਂ ਕਿੱਥੋਂ ਭਾਲਿਆ ਸੀ ?"

"ਜਦੋਂ ਅਸੀਂ ਨਾਰਨੌਲ ਹੁੰਦੇ ਸੀ ਇਹਦਾ ਪਿਉ ਸਾਡਾ ਰਸੋਈਆ ਸੀ, ਇਹ ਉਦੋਂ ਸਤ-ਅੱਠ ਸਾਲਾ ਦਾ ਸੀ, ਮਾਂ ਇਹਦੀ ਨਿੱਕੇ ਹੁੰਦੇ ਦੀ ਮਰ ਗਈ ਸੀ, ਹੌਲੀ-ਹੌਲੀ ਇਹ ਸਾਰਾ ਕੰਮ ਸਿੱਖ ਗਿਆ, ਜਦੋਂ ਇਹ ਵੱਡਾ ਹੋਇਆ, ਸਰਦਾਰ ਨੇ ਇਸ ਨੂੰ ਘਰ ਦੇ ਕੰਮ 'ਤੇ ਰੱਖ ਲਿਆ, ਇਸਦੇ ਪਿਉ ਨੂੰ ਅਰਦਲ ਵਿਚ ਰੱਖ ਲਿਆ।"

ਬਘੇਲ ਸਿੰਘ, ਨਾਲ ਦੇ ਚੁਬਾਰੇ ਵਿਚ, ਆਰਾਮ ਕਰਨ ਚਲਿਆ ਗਿਆ। ਕਿੱਲੇ ਵਿਚ ਇਕ ਲਾਈਨ ਵਿਚ, ਛੇ-ਸੱਤ ਚੁਬਾਰੇ ਸਨ, ਬਾਰੀਆਂ, ਰੌਸ਼ਨਦਾਨ ਪੱਛਮ ਵੱਲ ਖੁੱਲ੍ਹਦੇ ਸਨ, ਦਰਵਾਜ਼ੇ ਚੜ੍ਹਦੇ ਵੱਲ ਸਨ, ਜਿੱਥੇ ਚੜ੍ਹਦੀ ਧੁੱਪ ਆਉਂਦੀ ਸੀ। ਮੂਹਰੇ ਬਰਾਂਡਾ ਸੀ। ਅੱਗੇ ਜਾ ਕੇ ਖੂੰਜੇ ਵਿਚ ਰਸੋਈ ਘਰ ਸੀ ਜਿਸ ਦੇ ਨਾਲਹੀ ਸਟੋਰ ਸੀ, ਬਰਾਂਡੇ ਦੀ ਪਾਰਲੀ ਨੁੱਕਰ ਵਿਚ, ਦੋ ਬਾਥਰੂਮ ਅਤੇ ਟੱਟੀ ਪਿਸ਼ਾਬ ਲਈ, ਕਮਰਾ ਸੀ, ਜਿਸ ਦੀ ਸਫ਼ਾਈ ਲਈ, ਭੰਗੀ ਦੇ ਆਉਣ ਲਈ, ਖੂੰਜੇ ਵਿਚ ਪੌੜੀਆਂ ਸਨ।

"ਥੋਡੇ ਪਿੰਡ ਬਟਾਈ ਦਾ ਕੀ ਹਾਲ ਹੈ ?" ਵੱਡੀ ਬੇਬੇ ਨੇ ਨਵੀਂ ਗੱਲ ਛੇੜੀ।

"ਬੁਰਾ ਈ ਹਾਲ ਹੈ, ਪਿਛਲੇ ਸਾਲ ਮੁਜਾਰੇ ਬਿਗੜ ਗਏ ਸੀ। ਪੁਰਾਣੇ ਬੰਦੇ ਤਾਂ, ਫੇਰ ਅੱਖ ਸ਼ਰਮ ਮੰਨਦੇ ਨੇ, ਨਵੀਂ ਪੀਹੜੀ ਬੇਮੁਹਾਰ ਹੈ, ਕਹਿੰਦੇ, ਜਦ ਵਾਹੁੰਦੇ ਬੀਜਦੇ

ਅਸੀਂ ਹਾਂ, ਬਟਾਈ ਕਾਹਦੀ ? ਬੜੀ ਮੁਸ਼ਕਿਲ ਨਾਲ ਬਟਾਈ ਚਾਲੂ ਹੋਈ, ਉਹ ਵੀ ਬਖਸ਼ੀ ਜੀ ਦਾ ਛੋਟਾ ਭਰਾ, ਉੱਥੇ ਨਾਜਮ ਲੱਗਿਆ ਹੋਇਆ ਸੀ, ਤਾਂ ਕਿਤੇ ਜਾ ਕੇ ਉਗਰਾਹੀ ਹੋਈ। ਇਕ ਸਾਡਾ ਮੁਖਤਿਆਰ ਅੱਧਿਉਂ-ਭੂੜ ਕਰ ਦਿੰਦਾ ਹੈ। ਸਰਦਾਰ ਮੇਰੀ ਗੱਲ ਤਾਂ ਗੌਲਦਾ ਨਹੀਂ, ਕਹਿੰਦਾ ਐਵੇਂ ਭਕਾਈ ਮਾਰੀ ਜਾਂਦੀ ਹੈ, ਚਲੋ ਸਾਡੀ ਤਾਂ ਰਾੜ੍ਹਾ-ਬੀੜਾ ਕਰਕੇ ਲੰਘ ਜਾਊ, ਅੱਗੋਂ ਬੱਚਿਆਂ ਦਾ ਕੀ ਬਣੂੰ ? ਉਸਦੀਆਂ ਅੱਖਾਂ ਵਿਚ ਹੰਝੂ ਆ ਗਏ ਸਨ, ਅੱਗੇ ਕੀ ਬਣੇਗਾ ? ਭਵਿੱਖ ਦੀ ਚਿੰਤਾ ਉਸ ਨੂੰ ਖਾ ਰਹੀ ਸੀ।

"ਕੋਈ ਨਾ ਬੀਬੀ ਤੂੰ ਘਬਰਾ ਨਾ, ਵਾਹਿਗੁਰੂ, ਸਭ ਦਾ ਪਾਲਣਹਾਰ ਹੈ, ਦਾਣੇ-ਦਾਣੇ ਤੇ ਮੋਹਰ ਹੁੰਦੀ ਹੈ। ਉਨ੍ਹਾਂ ਦੇ ਭਾਗ, ਉਨ੍ਹਾਂ ਨਾਲ ਨੇ।" ਵੱਡੀ ਬੇਬੇ ਨੇ ਦਿਲਾਸਾ ਦਿੱਤਾ।

"ਬੀਬਾ ਜੀ, ਤੁਸੀਂ ਫ਼ਿਕਰ ਨਾ ਕਰੋ, ਤੁਸੀਂ ਤਾਂ ਫੇਰ ਵੱਡੇ ਅਹਿਲਕਾਰ ਹੋ ਥਾਣੇ ਦਾ ਠਾਣੇਦਾਰ ਹੀ ਮਾਨ ਨਹੀਂ, ਥੋਡੇ ਵੱਡੇ ਭਤੀਜੇ ਨੇ, ਬਥੇਰੀ ਲੁੱਟ ਮਾਰ ਕੀਤੀ ਹੈ।"

"ਇਸੇ ਗੱਲ ਦਾ ਤਾਂ ਰੋਣਾਂ, ਜਦ ਹੁਣ ਸਾਡੇ ਸਿਰ ਕਰਜ਼ਾ ਹੈ, ਰਿਟਾਇਰ ਹੋ ਕੇ ਕੀ ਬਣੂੰਗਾ ? ਸਰਦਾਰ ਨੇ ਮੈਥੋਂ ਪਾਰਬਾਹਰਾ ਹੋ ਕੇ ਮੋਟਰ ਕਾਰ ਲੈ ਲਈ, ਮੈਂ ਬਥੇਰਾ ਕਿਹਾ, ਆਪਾਂ ਕਾਰ ਕੀ ਕਰਨੀ ਹੈ ? ਬੱਚਿਆਂ ਦੀ ਪੜ੍ਹਾਈ ਦਾ ਖ਼ਰਚ ਹੀ ਮਾਨ ਨਹੀਂ...। ਕਹਿੰਦੇ ਸਾਰੇ ਰਿਸ਼ਤੇਦਾਰਾਂ ਕੋਲ ਕਾਰਾਂ ਨੇ, ਆਪਾਂ ਕਿਉਂ ਨਾ ਲਈਏ ? ਬਖਸ਼ੀ ਜੀ ਕੋਲ ਕਹਿੰਦੇ ਦੋ ਕਾਰਾਂ ਨੇ, ਮੈਂ ਕਿਹਾ, ਉਹਤਾਂ ਪੰਜ ਪਿੰਡਾਂ ਦੇ ਮਾਲਕ ਨੇ, ਆਪਣੇ ਕੋਲ ਸਿਰਫ਼ ਅੱਧਾ ਪਿੰਡ ਹੈ, ਅੱਧਾ ਇਨ੍ਹਾਂ ਦੇ ਛੋਟੇ ਭਾਈ ਕੋਲ ਹੈ। ਨੁੱਲੀਵਾਲਿਆਂ ਤੋਂ ਪੰਜ ਹਜ਼ਾਰ ਕਰਜ਼ਾ ਲੈ ਕੇ ਕਾਰ ਲੈ ਲਈ।" ਉਸਦੇ ਚਿਹਰੇ ਤੇ ਉਦਾਸੀ ਦੇ ਪਰਛਾਵੇਂ ਪਸਰਣ ਲੱਗੇ।

"ਤੁਸੀਂ ਫੇਰ ਅੱਧੇ ਪਿੰਡ ਦੇ ਮਾਲਕ ਹੋ। ਸਾਡੇ ਕੋਲ ਕੀ ਹੈ ? ਭਾਈ ਵੰਡ ਮਗਰੋਂ ਅਸੀਂ ਅੱਠਵੇਂ ਹਿੱਸੇ ਵਿਚ ਰਹਿ ਗਏ। ਚੰਗੀ ਜ਼ਮੀਨ ਤੇ ਵਧੀਆ ਮਜਾਰੇ, ਵੱਡੇ ਨੇ ਲੈ ਲਏ, ਨਾਲੇ ਫੇਰ ਇਹਦੀਆਂ ਵੱਢਵੀਆਂ ਕਰਦੈ, ਉਹਦੇ ਘਰ ਵਾਲੀ ਸੱਤਾਂ ਪੱਤਣਾਂ ਦੀ ਤਾਰੂ ਹੈ, ਥੋਡੇ ਵਿਆਹ ਵੇਲੇ ਤਿਲਕੂ ਸੁਨਿਆਰ ਨਾਲ ਮਿਲ ਕੇ ਬੇਈਮਾਨੀ ਕਰ ਗਿਆ।"

"ਥੋਨੂੰ ਕਿਹੜਾ ਕੋਈ ਫੈਲ-ਸੂਫੀਆਂ ਨੇ, ਕਾਕਾ ਠੇਕੇਦਾਰਾਂ ਤੋਂ ਮੁਫ਼ਤ ਦੀ ਸ਼ਰਾਬ ਪੀਂਦਾ। ਘਰ ਦੀ ਪੱਕੀ ਰੋਟੀ ਖਾ ਲੈਂਦਾ, ਆਇਆ-ਗਿਆ ਘੱਟ ਹੈ। ਇੱਕ ਥੋਨੂੰ ਸੰਗਰੂਰ ਵਾਲੀ ਮਹਾਰਾਣੀ ਦਾ ਬਹੁਤ ਸਹਾਰਾ, ਸਾਡਾ ਤਾਂ ਰਿਸ਼ਤੇਦਾਰ ਵੀ ਕੋਈ ਅੜੇ ਥੁੜੇ ਮਦਦ ਕਰਨ ਵਾਲਾ ਨਹੀਂ। ਸਰਦਾਰ ਜੀ ਨੇ ਨੌਕਰਾਂ ਦੀ ਫੌਜ ਰੱਖੀ ਹੋਈ ਹੈ। ਏਸ ਗੱਲੋਂ ਪਿੰਡ ਵਿਚ ਤੁਸੀਂ ਸੌਖੇ ਹੋ, ਲਾਗੀ ਤੱਥੀ ਡੰਗ ਸਾਰੀ ਜਾਂਦੇ ਨੇ।"

"ਬੀਬੀ, ਇਹ ਤਾਂ ਤੇਰੀ ਗਲ ਠੀਕ ਹੈ, ਸੰਗਰੂਰ ਵਾਲੀ ਭੈਣ ਜੀ, ਮੇਰੀ ਬਥੇਰੀ ਮਦਦ ਕਰਦੇ ਨੇ, ਕਦੇ ਵੀ ਖਾਲੀ ਹੱਥ ਨਹੀਂ ਮੋੜਦੀ, ਲਾ ਜੇਵਰਾ ਤੇ ਖੀਨ ਖਾਬ ਦੇ ਸੂਟਾਂ ਤੋਂ। ਜੇ ਕਾਕਾ ਸਿਆਣਪ ਨਾਲ ਚਲੇ, ਇਸਦੀਆਂ ਦੋ ਪੀੜ੍ਹੀਆਂ ਤੋਂ ਮੁਕਦਾ ਨਹੀਂ।"

"ਗੱਲ ਤਾਂ ਇਹੀ ਹੈ ਜੀ ਦੁੱਧ ਤੇ ਬੁੱਧ ਫਿੱਟਦਿਆਂ ਕੀ ਪਤਾ ਲੱਗਦਾ ਹੈ ? ਜਦੋਂ ਮਾੜੇ ਦਿਨ ਆਉਂਦੇ ਹਨ, ਬੁੱਧ ਭ੍ਰਿਸ਼ਟ ਹੋ ਜਾਂਦੀ ਹੈ।"

"ਇਸ ਗੱਲੋਂ ਮੈਂ ਸੁਖੀ ਹਾਂ, ਮੇਰੇ ਦੋਨੋਂ ਪੋਤੇ ਬਹੁਤ ਸਲੱਗ ਨੇ, ਪੜ੍ਹਣ ਨੂੰ ਵੀ ਹੁਸ਼ਿਆਰ ਨੇ ਹਰੇਕ ਜਮਾਤ ਵਿਚ ਪਹਿਲੇ ਨੰਬਰ 'ਤੇ ਆਉਂਦੇ ਹਨ।"

"ਭਾਗਾਂ ਵਾਲੇ ਹੋ ਤੁਸੀਂ ਜੇ ਕਾਕਾ ਸਮਝ ਨਾਲ ਚਲੇ, ਇਨ੍ਹਾਂ ਜੋਗਾ ਮੁਕਦਾ ਨਹੀਂ, ਕਿਹੜਾ ਕੋਈ ਕੁੜੀ ਵਿਆਹੁਣੀ ਹੈ ?"

"ਮੈਨੂੰ ਹੋਰ ਭੋਰੇ ਭਰ ਦਾ ਫ਼ਿਕਰ ਨਹੀਂ, ਬਸ ਬਹੂ ਠੀਕ ਹੋ ਜਾਵੇ। ਇਹਦੀ ਬਿਮਾਰੀ ਦਾ ਸੰਸਾ ਮੈਨੂੰ ਖਾਈ ਜਾਂਦਾ ਹੈ।"

"ਤੁਸੀਂ ਫ਼ਿਕਰ ਨਾ ਕਰੋ ਇਹਦਾ ਵਾਲ ਬਿੰਗਾ ਨਹੀਂ ਹੁੰਦਾ। ਡਾਕਟਰ ਬਹੁਤ ਸਿਆਣਾ ਹੈ, ਮਹਾਰਾਜ ਨੇ ਆਵਦੇ ਖਰਚ ਤੇ ਬਾਹਰ ਭੇਜਿਆ ਸੀ। ਇਸਦਾ ਪਿਉ ਮਹਾਰਾਜ ਦਾ ਲਸੀ ਨਾਜਮ ਹੁੰਦਾ ਸੀ। ਸਵੇਰੇ, ਉਸ ਨੂੰ ਸੱਦਾਂਗੇ, ਆਥਣੇਂ ਤਾਂ ਸਰਦਾਰ ਜੀ ਪਤਾ ਨਹੀਂ ਕਿਹੜੇ ਵੇਲੇ ਮੁੜਣ। ਇਹ ਬਿਲਕੁਲ ਨੌਂ-ਬਰ-ਨੌਂ ਹੋ ਜਾਣਗੇ, ਤੁਸੀਂ ਫਿਕਰ ਨਾ ਕਰੋ।" ਬੀਬੀ ਨੇ ਪੂਰੀ ਤਸੱਲੀ ਨਾਲ ਕਿਹਾ।

"ਬੀਬੀ ਜੀ ਮੈਨੂੰ ਜੇ ਕੁਸ਼ ਹੋ ਗਿਆ, ਬੱਚਿਆਂ ਦਾ ਕੀ ਬਣੂੰ ? ਇਹਨਾਂ ਨੇ ਤਾਂ ਦੂਜਾ ਵਿਆਹ ਕਰਵਾਉਣ ਨੂੰ ਬਿੰਦ ਲਾਉਣਾ ਹੈ ?" ਹਰਿ ਕੌਰ ਨੇ ਮਨ ਅੰਦਰਲਾ ਡਰ ਬਾਹਰ ਕੱਢਿਆ।

"ਤੁਸੀਂ ਸੁੱਖੀ ਸਾਂਦੀ ਜਿਉਂਦੇ ਵਸਦੇ ਰਹੋ, ਧੀਆਂ ਨੂੰ ਤਾਂ ਮਾਪਿਆਂ ਵੱਲੋਂ ਠੰਢੀ ਹਵਾ ਆਉਂਦੀ ਰਹੇ, ਉਹੀ ਬਥੇਰੀ ਹੇ।" ਬਾਰਾਂਦਰੀ ਵਿਚ ਲੱਗੇ ਕਲਾਕ ਨੇ ਬਾਰਾਂ ਵਜਾ ਦਿੱਤੇ ਸਨ। ਕਚਹਿਰੀ ਵਿਚ ਵੀ ਬਾਰਾਂ ਵੱਜਣ ਦੀ ਘੰਟੀ ਖੜਕ ਗਈ ਸੀ।

"ਕੋਹੜੀ ਕਿੱਥੇ ਬੈਠ ਗਿਆ, ਸਵੇਰ ਦਾ ਗਿਆ ਬਿਆ। ਗੱਲਾਂ ਦਾ ਗਲਾਕੜ ਹੈ। ਚਾਰ ਪੱਗਾਂ ਨੂੰ ਮਾਵਾ ਹੀ ਲਵਾਉਣਾ ਸੀ। ਕਿੰਨੇ ਕੁ ਚਿਰ ਦਾ ਕੰਮ ਹੈ।"

ਉਦੋਂ ਹੀ ਸੀਤੋ ਨੌਕਰਾਣੀ, ਚਾਹ ਵਾਲੇ ਭਾਂਡੇ ਲੈਣ ਆਈ, "ਬੀਬੀ ਜੀ, ਸਬਜ਼ੀਆਂ ਭਾਜੀਆਂ ਤਿਆਰ ਹਨ, ਜਦੋਂ ਕਹੋਗੇ, ਮੈਂ ਫੁਲਕੇ ਲਾ ਦਿਆਂਗੀ।"

"ਅਜੇ ਠਹਿਰ ਜਾ ਸੀਤੋ, ਖਾਣਾ ਅਜੇ ਠਹਿਰ ਕੇ ਖਾਵਾਂਗੇ, ਸਵੇਰ ਦੀ ਹਾਜ਼ਰੀ ਖਾਧੀ ਹੋਈ ਹੈ।" ਉਹ ਭਾਂਡੇ ਲੈ ਕੇ, ਲੰਗਰ ਵੱਲ ਚਲੀ ਗਈ। ਉਦੋਂ ਹੀ ਥੋੜ੍ਹੇ, ਚਿਰ ਬਾਅਦ, ਬੀਰ ਸਿੰਘ ਆ ਗਿਆ।

"ਬੀਰ ਸਿਆਂ, ਕਿੱਥੇ ਬੈਠ ਗਿਆ ਸੀ, ਘਰ ਮਹਿਮਾਨ ਆਏ, ਬੈਠੇ ਨੇ....।"

"ਬੈਠਾ ਕਾਹਨੂੰ ਆਂ ਬੀਬੀ ਜੀ, ਟੇਸ਼ਨ ਕੋਲ ਲਾਲਾਰੀ ਬੈਠਦਾ। ਉਹਨੂੰ ਸਵੇਰੇ ਕੋਤਵਾਲੀ ਦੀ ਪੁਲਿਸ ਫੜ ਕੇ ਲੈ ਗਈ ਸੀ।"

"ਪੁਲਿਸ ਨੇ ਕਾਹਤੋਂ ਫੜ ਲਿਆ ?"

"ਰਾਤ ਉਹਨੇ ਦਾਰੂ ਪੀ ਕੇ ਘਰਵਾਲੀ ਕੁੱਟੀ, ਮੁਹੱਲੇ ਵਿਚ ਚੀਕ-ਚਿਹਾੜਾ ਪੈ ਗਿਆ। ਲੋਕ ਇਕੱਠੇ ਹੋ ਗਏ। ਕਿਸੇ ਨੇ ਕੋਤਵਾਲੀ ਸ਼ਿਕਾਇਤ ਕਰ ਦਿੱਤੀ, ਸਿਪਾਹੀਆਂ ਨੇ ਰਾਤ ਹੀ ਉਸ ਨੂੰ ਕੈਦਖ਼ਾਨੇ ਵਿਚ ਬੰਦ ਕਰ ਦਿੱਤਾ। ਮੈਨੂੰ ਉਸਦੇ ਮੁੰਡੇ ਨੇ ਦੱਸਿਆ, ਘਰ ਗਿਆ, ਘਰ ਵਾਲੀ ਰੋਈ ਜਾਵੇ, ਕਹਿੰਦੀ ਠਾਣੇ ਵਾਲੇ, ਕੁੱਟ ਮਾਰ ਨਾ ਕਰਨ, ਮੈਂ ਆਖਿਆ ਘਰ ਵਿਚ ਸੌ ਨੀਮ-ਖੀਮ ਹੁੰਦੀ ਹੈ, ਤੂੰ ਕੋਤਵਾਲੀ ਤਲਾਹ ਕਿਉਂ ਦਿੱਤੀ, ਕਹਿੰਦੀ ਮੈਂ ਕਾਹਨੂੰ ਕੀਤੀ ਐ, ਮੁਹੱਲੇ ਵਾਲੇ ਨੇ ਕਿਸੇ ਨੈਂ ਕਰ ਦਿੱਤੀ, ਕਹਿੰਦੇ, ਇਹਦਾ ਤਾਂ ਰੋਜ਼ ਦਾ ਈ ਇਹੋ ਕਾਟੋ-ਕਲੇਸ਼ ਹੈ।"

"ਫੇਰ ਛੁਡਵਾ ਲਿਆਂਦਾ ?"

ਵੱਡਾ ਕੋਤਵਾਲ ਦੌਰੇ 'ਤੇ ਗਿਆ ਹੋਇਆ ਸੀ। ਘੰਟੇ ਬਾਅਦ ਆਇਆ। ਉਸ ਨੇ ਚਿੱਟੇ ਕਾਗਜ਼ ਤੇ ਉਸ ਦਾ ਗੂਠਾ ਲਵਾ ਲਿਆ, ਕਹਿੰਦਾ ਜੇ ਅੱਗੇ ਨੂੰ ਤੇਰੀ ਸ਼ਕੈਤ ਆਈ

ਰੇਲ ਬਣਾ ਦੂੰ।”

“ਤੂੰ ਏਨੀਂ ਖੇਚਲਾ ਕਿਉਂ ਕੀਤੀ ? ਪਿਛੇ ਦਾ ਵੀ ਫ਼ਿਕਰ ਰੱਖਿਆ ਕਰ।” ਬੀਰ ਸਿੰਘ ਦਾ ਲਲਾਰੀ ਨਾਲ ਖਾਣ ਪੀਣ ਸਾਂਝਾ ਸੀ।

“ਮੈਂ ਬੀਬੀ ਜੀ, ਦਾਲ ਸਬਜ਼ੀਆਂ ਬਣਾ ਗਿਆ ਸੀ, ਮੀਟ ਦਾ ਰਾਤ ਦਾ ਪਤੀਲਾ ਭਰਿਆ ਪਿਆ, ਮੈਂ ਸਾਰਾ ਕੁਝ ਸੀਤੋ ਨੂੰ ਸਮਝਾ ਗਿਆ ਸੀ।”

“ਉਹਨੂੰ ਨਿਆਣੀ ਨੂੰ ਕੀ ਪਤੈ ? ਇਹ ਮੀਟ ਮੱਛੀ ਨਹੀਂ ਖਾਂਦੇ, ਖ਼ਿਆਲ ਰੱਖੀਂ।”

“ਸਭ ਕੁਸ਼ ਪਤਾ ਹੈ, ਦੱਸੋ ਫੁਲਕੇ ਲਾਹ ਦਿਆਂ।”

“ਠਹਿਰ ਜਾ ਅਜੇ ਥੋੜ੍ਹਾ ਚਿਰ। ਪਾਣੀ ਪਿਲਾਦੇ। ਥੋਨੂੰ ਭੁੱਖ ਲੱਗੀ ਹੈ, ਤਾਂ ਹੁਣੇ ਬਣਵਾ ਲੈਨੇ ਆਂ।”

“ਕੋਈ ਨਹੀਂ, ਸਵੇਰ ਦੇ ਪਰੌਂਠੇ ਖਾਧੇ ਹੋਏ ਨੇ, ਜਦੋਂ ਥੋਡਾ ਚਿੱਤ ਕਰੇ ਬਣਵਾ ਲਿਉ।” ਦੁਪਹਿਰ ਦਾ ਖਾਣਾ, ਉਹ ਡੇੜ ਬਜੇ ਖਾਂਦੇ ਸਨ। ਉਦੋਂ ਨੂੰ ਸਰਦਾਰ ਦਫ਼ਤਰੀ ਕੰਮ ਤੋਂ ਵਿਹਲਾ ਹੋ ਕੇ ਆ ਜਾਂਦਾ ਸੀ। ਖਾਣਾ ਖਾਣ ਮਗਰੋਂ ਉਹ ਦੋ ਘੰਟੇ ਆਰਾਮ ਕਰਦਾ ਸੀ। ਇਸ ਸਮੇਂ ਕਿਸੇ ਨੂੰ ਵੀ ਉਸਨੂੰ ਜਗਾਉਣ ਦਾ ਹੁਕਮ ਨਹੀਂ ਸੀ। ਗਰਮੀਆਂ ਵਿਚ ਨੌਕਰ ਕੱਪਵੜੇ ਵਾਲਾ ਪੱਖਾ, ਬਰਾਂਡੇ ਵਿਚ ਬੈਠ ਕੇ, ਰੱਸੀ ਨਾਲ ਖਿੱਚਦਾ ਰਹਿੰਦਾ, ਉਹ ਘੁਰਾੜੇ ਮਾਰਦਾ ਰਹਿੰਦਾ।

ਹੇਠੋਂ ਪੂਰਨ ਦਾ ਸੁਨੇਹਾ ਆਇਆ ਸੀ, ਉਹ ਜਾਵੇ ਕਿ ਰਹੇ, ਕੀ ਹੁਕਮ ਹੈ ? ਬੀਰ ਸਿੰਘ ਨੇ ਉਸ ਨੂੰ ਪਹਿਲਾਂ ਹੀ ਰੋਟੀ ਖਵਾ ਦਿੱਤੀ ਸੀ। ਜੋੜੀ ਨੇ ਕੁੱਖਾਂ ਕੱਢ ਲਈਆਂ ਸਨ।

“ਉਹਨੂੰ ਕਹਿ ਅਜ ਆਰਾਮ ਕਰ ਲਵੇ, ਨਾਲੇ ਜੋੜੀ ਆਰਾਮ ਕਰ ਲਊ। ਕੱਲ੍ਹ ਨੂੰ ਸਵਖ਼ਤੇ ਚਲਾ ਜਾਵੇ।” ਬਘੇਲ ਸਿੰਘ ਨੇ ਕਿਹਾ। ਪੂਰਨ ਨੂੰ ਪਿੱਛੇ ਦਾ ਫਿਕਰ ਸੀ। ਮਾਰੂ ਖੇਤਾਂ ਵਿਚੋਂ ਪਿਆਜ਼ੀ ਕੱਢਣੀ ਸੀ। ਕੱਲ੍ਹ ਨੂੰ ਪਿੰਡ ਵਾਲੇ ਮੋਘੇ ਤੇ ਪਾਣੀ ਦੀ ਵਾਰੀ ਸੀ। ਮਗਰੋਂ ਸੀਰੀ ਸਾਝੀ ਖਾਲ ਤੇ ਗੇੜਾ ਨਹੀਂ ਮਾਰਦੇ ਸੀ। ਕਦੇ ਖਾਲ ਟੁੱਟ ਜਾਂਦਾ। ਕਦੇ ਠਾਣੇਦਾਰ ਦੇ ਸੀਰੀ ਜਾਣ ਬੁੱਝ ਕੇ ਖਾਲ ਤੋੜ ਦਿੰਦੇ। ਖਾਲ ਮਰ ਜਾਂਦਾ ਸੀ। ਖੇਤ ਮੋਘੇ ਤੋਂ ਦੂਰ ਹੋਣ ਕਰਕੇ, ਖਾਲ ਭਰਨ ਨੂੰ ਸਮਾਂ ਲੱਗਦਾ ਸੀ। ਇਕ ਤੋਕੜ ਮੱਝ ਵੀ ਹੱਥਲ ਸੀ। ਉਹ ਪੂਰਨ ਤੋਂ ਬਿਨਾਂ ਕਿਸੇ ਤੋਂ ਮਿਲਦੀ ਨਹੀਂ ਸੀ।

(4)

ਸ਼ਾਮ ਹੋ ਗਈ ਸੀ। ਠੰਢ ਉਤਰ ਆਈ ਸੀ। ਪਛੋ ਦੀ ਰਿਵੀ ਵਗ ਰਹੀ ਸੀ। ਨੌਕਰਾਂ ਨੇ ਲੈਮਪ ਲਾਲਟਣਾਂ ਜਗਾ ਦਿੱਤੀਆਂ ਸਨ। ਕਿੱਲੇ ਦੇ ਬਾਹਰਲੇ ਦਰਵਾਜ਼ੇ ਦੇ ਬਾਹਰਵਾਰ ਕਮੇਟੀ ਨੇ, ਦੋ ਲੈਮਪ-ਪੋਸਟ ਲਾਏ ਹੋਏ ਸਨ, ਜਿਨ੍ਹਾਂ ਦੀ ਸਾਫ਼-ਸਫ਼ਾਈ, ਰੱਖ -ਰਖਾਉ, ਕਮੇਟੀ ਵਾਲੇ ਕਰਦੇ ਸੀ। ਕਿੱਲੇ ਅੰਦਰ ਤੀਜੇ ਪਹਿਰਨੌ ਕਰ। ਚਿੰਮਣੀਆਂ ਚੁੱਲ੍ਹੇ ਦੀਸਵਾਹ ਨਾਲ ਸਾਫ਼ ਕਰ ਦਿੰਦੇ, ਚਾਬੀ ਮਾਰਕਾ ਮਿੱਟੀ ਦੇ ਤੇਲ ਨਾਲ ਭਰ ਦਿੰਦੇ ਸਨ। ਚੁਬਾਰਿਆ ਵਿਚ ਨੌਕਰਾਂ ਨੇ ਦੂਹਰੀ ਬੱਤੀ ਵਾਲੇ ਰੇਲਵੇ-ਲੈਮਪ, ਜਗਾ ਦਿੰਤੇ ਸਨ। ਪੌੜੀਆਂ

ਦੀ ਕਿੱਲੀ ਨਾਲ ਇਕ ਲਾਲਟੈਣ ਲਮਕਾ ਦਿੱਤੀ ਸੀ। ਨੌਕਰ ਨੇ ਸਰਦਾਰ ਦੇ ਇਸ਼ਨਾਨ ਲਈ, ਪਿੱਤਲ ਦੇ ਹਮਾਮ ਵਿਚ ਲਕੜਾਂ ਪਾ ਕੇ ਪਾਣੀ ਗਰਮ ਕਰ ਦਿੱਤਾ ਸੀ। ਮਹਿਰੇ ਸਵੇਰ ਸ਼ਾਮ, ਹੌਦੀਆਂ, ਮੱਟੀਆਂ ਵਿਚ ਖੂਹ ਤੋਂ ਪਾਣੀ ਭਰ ਦਿੰਦੇ ਸਨ। ਕਿੱਲੇ ਵਿਚ ਲਗੇ, ਖੂਹ ਤੇ ਡੋਲਾਂ-ਬੋਕਿਆਂ ਦੀ ਥਾਂ, ਚਾਰ ਨਲਕੇ ਲਗੇ ਹੋਏ ਸਨ, ਨਾਲ ਹੀ ਹੌਦੀਆਂ ਬਣੀਆਂ ਹੋਈਆਂ ਸਨ, ਪਾਣੀ ਕੱਢਣ ਲਈ ਟੂਟੀਆਂ ਲੱਗੀਆਂ ਹੋਈਆਂ ਸਨ।

ਸ਼ਾਮ ਦੇ ਘੁਸ-ਮੁਸੇ ਵਿਚ, ਚਿੱਟੇ ਇਰਾਨੀ ਘੋੜੇ ਤੇ ਸਵਾਰ ਸਰਦਾਰ, ਕਿੱਲੇ ਅੰਦਰ ਦਾਖ਼ਲ ਹੋਇਆ, ਨਾਲ ਇਕ-ਪੰਜ ਦੀ ਗਾਰਦ ਸੀ। ਸੰਤਰੀ ਨੇ ਪੂਰੇ, ਜ਼ੋਰ ਨਾਲ ਬੂਟ ਖੜਕਾਕੇ ਸਲੂਟ ਮਾਰਿਆ। ਸਰਦਾਰ ਚੜ੍ਹੇ-ਚੜ੍ਹਾਏ, ਅੰਦਰ ਦਾਖ਼ਲ ਹੋਇਆ। ਗਾਰਦ ਬਾਹਰ ਹੀ ਘੋੜਿਆਂ ਤੋਂ ਉਤਰ ਗਈ ਸੀ। ਇਕ ਅਰਦਲੀ ਨੇ ਅੱਗੇ ਹੋ ਕੇ ਘੋੜੇ ਦੀਆਂ ਬਾਗਾਂ ਫੜੀਆਂ। ਸਰਦਾਰ ਨੇ ਸੱਜੀ ਪੈੜ ਵਿਚੋਂ ਪੈਰ ਕੱਢਿਆ। ਦੂਜੇ ਅਰਦਲੀ ਨੇ ਰਕਾਬ ਦੱਬ ਲਈ ਤਾਂ ਜੋ ਸਰਦਾਰ ਦੇ ਬੋਝੂਲ ਸਰੀਰ ਨਾਲ ਕਾਠੀ ਖਿਸਕੇ ਨਾ। ਖੱਬੀ ਰਕਾਬ ਤੇ ਸਾਰਾ ਬੋਝ ਪਾ ਕੇ ਉਸ ਦੇ ਮੂੰਹੋਂ 'ਹੂੰਅ' ਦੀ ਆਵਾਜ਼ ਨਿਕਲੀ। ਸਰਦਾਰ ਦਾ ਬੋਝ ਦੋ-ਢਾਈ ਮਣ ਤੋਂ ਉਪਰ ਸੀ। ਮਾੜਾ ਘੋੜਾ ਉਸਦਾ ਬੋਝ ਨਹੀਂ ਚੁੱਕ ਸਕਦਾ ਸੀ। ਘੋੜਾ ਹੌਂਕ ਰਿਹਾਸੀ। ਪਸੀਨੇ ਨਾਲ ਗੜੁੱਚ ਸੀ। ਬੀਰ ਸਿੰਘ ਦੌੜ ਕੇ ਹੇਠਾਂ ਆਇਆ, ਪੈਰੀਂ ਹੱਥ ਲਾ ਕੇ, ਮੱਥਾ ਟੇਕਿਆ।

"ਸਭ ਠੀਕ ਠਾਕ ਹੈ, ਕਾਕਾ ਜੀ ਕਿੱਥੇ ਹਨ ? ਕੀ ਕਰਦੇ ਹਨ ? ਉਨ੍ਹਾਂ ਨੂੰ ਨੁਕਲ ਪਾਣੀ ਦੇ ਦਿੱਤਾ ਕਿ ਨਹੀਂ... ?"

"ਥੋਡੇ ਮੂਹਰੇ ਹੀ ਸੈਰ ਕਰਕੇ, ਮੁੜੇ ਨੇ, ਮੈਂ ਪੁੱਛਿਆ ਸੀ, ਕਹਿੰਦੇ ਫੁਫੜ ਜੀ ਨੂੰ ਆ ਲੈਣ ਦੇ," ਬੀਰ ਸਿੰਘ ਨੇ ਵਿਸਥਾਰ ਨਾਲ ਦੱਸਿਆ।

"ਗਰਾਮੋਫੋਨ ਲਾ ਦੇਣੀ ਸੀ।" ਘਰ ਵਿਚ ਵੱਡੇ ਸਪੀਕਰ ਵਾਲੀ, ਹਿਜ਼ ਮਾਸਟਰ, ਮਾਰਕੇ ਦੀ ਗਰਾਮੋਫੋਨ, ਮੌਜੂਦ ਸੀ। ਨਾਲ ਹੀ ਕੁੱਤੇ ਦੀ ਤਸਵੀਰ ਵਾਲੇ, ਸਹਿਗਲ, ਅਖਤਰੀ ਬਾਨੋ ਦੇ ਕਿੰਨੇ ਸਾਰੇ ਤਵੇ ਪਏ ਸਨ।

"ਹਾਂ, ਜਨਾਬ। ਲਾ ਦਿੱਤੀ ਸੀ।" ਉਹ ਬਰਾਂਡੇ ਵਿਚ ਪਹੁੰਚ ਗਏ ਸਨ, ਪੌੜੀਆਂ ਚੜ੍ਹਣ ਕਰਕੇ, ਸਰਦਾਰ ਦਾ ਸਾਹ ਫੁੱਲ ਗਿਆ ਸੀ। ਉਹ ਬਾਰਾਂਦਰੀ ਵਿਚ ਬੈਠਕੇ ਆਰਾਮ ਕਰਨ ਲਗਿਆ, ਜਿਸ ਸੋਫੇ ਵਿਚ ਉਹ ਬੈਠਾ ਸੀ, ਸਪਰਿੰਗ ਹੇਠਾਂ ਬੈਠ ਗਏ ਸਨ। ਬੀਰ ਸਿੰਘ ਨੇ, ਉਨ੍ਹਾਂ ਦੇ ਬੂਟ ਜੁਰਾਬਾਂ ਲਾਹ ਦਿੱਤੇ। ਵਰਦੀ ਲਾਹੁਣ ਮਗਰੋਂ, ਰੇਸ਼ਮੀ ਕੁੜਤਾ ਪਜਾਮਾ ਪਾ ਲਿਆ। ਪੰਜ ਤਿੱਲੇ ਦੀ ਕੱਢਵੀਂ, ਦੁਖੱਲੀ ਜੁੱਤੀ ਪਾ ਲਈ। ਨੌਕਰ ਨੇ ਗਰਮ ਪਾਣੀ ਦਾ ਤਾਂਬੇ ਦਾ ਟੱਬ ਭਰ ਦਿੱਤਾ ਸੀ।

"ਹਜ਼ੂਰ ਪਹਿਲਾ ਇਸ਼ਨਾਨ ਕਰ ਲਵੋ, ਮਾਲਸ਼ੀ ਆਇਆ ਬੈਠਾ, ਪਾਣੀ ਭਰਿਆ ਪਿਆ।" ਦੱਸ ਰੁਪੈਈਏ ਮਹੀਨੇ 'ਤੇ ਇਕ ਮਾਲਸ਼ੀ ਰੱਖਿਆ ਹੋਇਆ ਸੀ, ਜਿਹੜਾ ਸਵੇਰੇ ਸ਼ਾਮ ਬਾਦਾਮ ਰੋਗਨ ਨਾਲ, ਭਾਰੀ ਭਰਕਮ ਸਰੀਰ ਦੀ, ਮਾਲਸ਼ ਕਰਦਾ ਸੀ, ਸਾਬਣ ਲਾਉਣ ਦਾ ਕੰਮ ਬੀਰ ਸਿੰਘ ਕਰਦਾ ਸੀ।

"ਕਾਕਾ ਜੀ, ਕਿਤੇ ਬੋਰ ਤਾਂ ਨਹੀਂ ਹੋਏ, ਮੈਂ ਹੁਣੇ ਇਸ਼ਨਾਨ ਕਰਕੇ ਆਇਆ। ਉਨ੍ਹਾਂ ਨੇ ਬਘੇਲ ਸਿੰਘ ਦੇ ਚੁਬਾਰੇ ਵਿਚ ਆਕੇ, ਉੱਚੀ ਸਾਰੀ ਕਿਹਾ। ਅੱਧਾ ਪੌਣਾ ਘੰਟਾ

ਮਾਲਸ਼ੀ ਨੇ ਮਾਲਸ਼ ਕੀਤੀ, ਫੇਰ ਬੀਰ ਸਿੰਘ ਨੇ ਸਾਬਣ ਮਲ ਦਿੱਤੀ। ਕਿੰਨਾ ਚਿਰ ਉਹ ਗਰਮ ਪਾਣੀ ਨਾਲ ਬੱਚਿਆਂ ਵਾਂਗ ਖੇਡਦਾ ਰਿਹਾ। ਘੰਟਾ-ਸਵਾ ਘੰਟਾ ਲੰਘ ਗਿਆ ਸੀ। ਬਘੇਲ ਸਿੰਘ, ਉਬਾਸੀਆਂ ਲੈ ਰਿਹਾ ਸੀ। ਉਸ ਨੂੰ ਨਸ਼ੇ ਦੀ ਤੋੜ ਲੱਗ ਗਈ ਸੀ। ਰਿਆਸਤੀ ਅਫ਼ਸਰ, ਮਹਾਰਾਜ ਦੇ ਖਜ਼ਾਨੇ ਦੇ ਸਿਰ, ਕਿੰਨੇ ਚੋਜ਼ ਅਤੇ ਐਸ਼ਪ੍ਰਸ਼ਤੀ ਕਰਦੇ ਸਨ, ਜਦੋਂ ਰਿਟਾਇਰ ਹੋ ਗਏ ਫੇਰ ਇਹਨਾਂ ਦਾ ਕੀ ਬਣੇਗਾ? ਬਘੇਲ ਸਿੰਘ ਸੋਚ ਰਿਹਾ ਸੀ। ਬਟਾਈਆ ਦਾ ਕੰਮ ਬਹੁਤਾ ਚਿਰਚਲਣ ਦੀ ਉਮੀਦ ਨਹੀਂ। ਹੁਣੇ ਹੀ, ਕਈ ਬਿਸਵੇਦਾਰੀ ਪਿੰਡਾਂ ਵਿਚ, ਮਜਾਰੇ, ਮੂੰਹ ਫੇਰਨ ਲੱਗੇ ਸਨ। ਪਰਜਾ ਮੰਡਲਈਏ, ਕੈਮੋਨਿਸਟ, ਚਕਦੇ ਰਹਿੰਦੇ ਸਨ। ਪਿੰਡਾਂ ਵਿਚ ਮੀਟਿੰਗਾਂ ਡਰਾਮੇ, ਹੁੰਦੇ, ਭਾਸ਼ਣ ਹੁੰਦੇ, ਮੁਜਾਰੇ ਜ਼ੋਰ ਜ਼ੋਰ ਦੀ ਤਾੜੀਆਂ ਮਾਰਦੇ, ਵਿਤ ਅਨੁਸਾਰ ਚੰਦਾ ਦਿੰਦੇ। ਜਦੋਂ ਨੂੰ ਪੁਲਿਸ ਛਾਪਾ ਮਾਰਦੀ, ਉਹ ਅੰਗਰੇਜ਼ੀ ਇਲਾਕੇ ਵਿਚ ਜਾਂ ਦੂਸਰੀ ਰਿਆਸਤ ਦੀ ਹੱਦ ਵਿਚ ਟਿੱਭ ਜਾਂਦੇ।

ਬੀਰ ਸਿੰਘ ਨੇ, ਬਾਰਾਂਦਰੀ ਵਿਚ, ਸਕਾਚ ਦੀ ਬੋਤਲ, ਫਰੈਂਚ ਕੱਟ ਦੇ ਗਲਾਸ, ਕਾਸੀ ਦੇ ਛੰਨੇ ਵਿਚ ਬਰਫ ਦੇ ਟੁਕੜੇ, ਹਿਰਨ ਦਾ ਆਚਾਰ, ਮੱਛੀ ਦੇ ਪਕੌੜੇ, ਕਾਜੂ, ਬਾਦਾਮ ਅਤੇ ਹੋਰ ਨਿੱਕ ਸੁੱਕ, ਚਾਂਦੀ ਦੀਆਂ ਪਲੇਟਾਂ ਵਿਚ ਰੱਖ ਦਿੱਤਾ ਸੀ।

"ਬਹੁਤ ਲੇਟ ਹੋ ਗਏ ਅਜ਼?" ਬਘੇਲ ਸਿੰਘ ਨੇ ਸਭਾਇਕੀ ਪੁੱਛਿਆ।

"ਕੀ ਦਸਾਂ ਕਾਕਾ ਅੱਜ ਭਦੌੜ ਥਾਣੇ ਦਾ ਮੁਆਇਨਾ ਸੀ। ਇਕ ਦੋ ਵਕੂਇਆਂ ਦਾ ਮੌਕਾ ਦੇਖਣਾ ਸੀ। ਸਰਦਾਰ ਨੱਥਾ ਸਿੰਘ ਦੇ ਘਰ ਦੁਪਹਿਰ ਦਾ ਖਾਣਾ ਸੀ, ਦੋ ਘੰਟੇ ਉਥੇ ਲਗ ਗਏ। ਨੱਥਾ ਸਿੰਘ ਭਦੌੜੀਆਂ ਆਨਰੇਰੀ ਮੈਜਿਸਟ੍ਰੇਟ ਸੀ। ਵੱਡੇ ਅਫ਼ਸਰ, ਆਮ ਕਰਕੇ, ਉਸ ਪਾਸ ਹੀ ਠਹਿਰਦੇ ਸਨ, ਖਾਂਦੇ ਪੀਂਦੇ ਸਨ। ਮਹਾਰਾਜ ਦਾ ਭਾਈਚਾਰਾ ਹੋਣ ਕਰਕੇ ਵੀ ਅਹਿਲਕਾਰ, ਉਸ ਨਾਲ ਬਣਾਕੇ ਰਖਦੇ ਸਨ। ਦੇਖਣ ਨੂੰ ਉਹ ਸਰਦਾਰਾਂ ਦਾ ਮੁੰਡਾ ਨਹੀਂ ਲੱਗਦਾ ਸੀ, ਅਕਲ ਤਾਂ ਸੀ ਪਰ ਸ਼ਕਲ ਸਰਦਾਰਾਂ ਵਰਗੀ ਨਹੀਂ ਸੀ। ਵੱਡੇ ਸਰਦਾਰ ਨੇ ਉਸਨੂੰ ਗੱਡੀ ਮਾਰਾਂ ਤੋਂ ਖਰੀਦਿਆ ਸੀ। ਬੀਰ ਸਿੰਘ ਨੇ ਦੋ ਗਲਾਸਾਂ ਵਿਚ ਬਰਫ਼ ਦੇ ਟੁਕੜੇ ਉਪਰ ਵਿਸਕੀ ਪਾ ਦਿੱਤੀ। ਮੋਟੇ ਪੈਗ ਹੋਣ ਕਰਕੇ, ਸਕਾਚ ਵਿਚ ਬਰਫ਼ ਦੇ ਟੁਕੜੇ ਤੈਰਨ ਲੱਗੇ। ਵਿਸਕੀ ਦੇ ਪੈਗ ਉਹ ਗੱਟ-ਗੱਟ ਕਰਕੇ ਪੀਣ ਲੱਗੇ। ਬੀਰ ਸਿੰਘ ਨੇ ਦੂਜਾ ਪੈਗ ਪਾ ਦਿੱਤਾ।

"ਬੀਰੂ, ਡਾਕਟਰ ਸਾਅਬ ਨੂੰ ਸੁਨੇਹਾ ਲਾ ਦਿੱਤਾ ਸੀ।" ਡਾਕਟਰ ਕੇ.ਕੇ. ਮਲਹੋਤਰਾ, ਐਮ.ਐਸ.ਐਫ.ਆਰ. ਸੀ ਐਸ. ਜ਼ਿਲੇ ਦਾ ਸਿਵਲ ਸਰਜਣ ਸੀ। ਉਸ ਦਾ ਪਿਉ, ਮਹਾਰਾਜ ਦਾ ਲੱਸੀ ਨਾਜ਼ਮ ਹੁੰਦਾ ਸੀ, ਉਸ ਦੀ ਬਖਸ਼ੀ ਪ੍ਰੀਤਮ ਸਿੰਘ ਨਾਲ ਪੱਗ ਵਟਾਈ ਹੋਈ ਸੀ। ਪਿੱਛਾ, ਉਹਨਾਂ ਦਾ ਸੁਨਾਮ ਦਾ ਸੀ।

"ਹਾਂ ਹਜ਼ੂਰ ਮੈਂ ਆਪ ਗਿਆ ਸੀ, ਡਾਕਟਰ ਸੈਹਬ ਪਟਿਆਲੇ ਗਏ ਵੇ ਨੇ, ਅੱਠ ਵਾਲੀ ਗੱਡੀ, ਤੇ ਆਉਣਗੇ, ਮੈਂ ਉਹਨੇ ਦੇ ਸਰਿਸ਼ਤੇਦਾਰ ਅਤੇ ਬਾਵਰਚੀ ਨੂੰ ਸਨੇਹਾ ਦੇ ਆਇਆ ਸੀ। ਉਹ ਸਵੇਰੇ ਆਉਣਗੇ।"

"ਚੰਗਾ ਕੀਤਾ।"

"ਹਜ਼ੂਰ ਜੇ ਹੁਕਮ ਹੋਵੇ, ਮੈਂ ਬੀਬੀ ਜੀ ਹੁਰਾਂ ਨੂੰ ਖਾਣਾ ਖਵਾ ਦਿਆਂ।"

"ਠੀਕ ਹੈ, ਤੂੰ ਜਾਹ, ਪੈਗ ਅਸੀਂ ਆਪ ਪਾ ਲਵਾਂਗੇ, ਵਿਚੋਂ ਦੀ ਮੱਛੀ ਦੇ ਪਕੌੜੇ ਤੇ ਬਰਫ ਦੇ ਜਾਈਂ।" ਸ਼ਹਿਰ ਵਿਚ ਧਨੌਲਾ ਰੋਡ ਤੇ ਸੇਠ ਬਨਾਰਸੀ ਦਾਸ ਦਾ ਬਰਫ ਦਾ

ਕਾਰਖਾਨਾ ਸੀ, ਜਿੱਥੋਂ ਰੋਜ ਦੀ ਰੋਜ਼ ਬਰਫ ਦੀ ਇਕ ਸਿਲ, ਪਹੁੰਚ ਜਾਂਦੀ ਸੀ। ਨਾਲ ਹੀ ਉਸਦਾ ਕਪਾਹਦਾ ਕਾਰਖਾਨਾ ਸੀ, ਜਿਸ ਦੀ ਉੱਚੀ ਚਿਮਨੀ ਦੂਰ ਦੂਰ ਤਾਈਂ ਦਿਸਦੀ ਸੀ ਜਿਸ ਨੂੰ ਲੋਕ ਪੇਚ ਆਖਦੇ ਸਨ। ਨਵੀਂ-ਮੰਡੀ ਬਣਨ ਮਗਰੋਂ ਉਸਦੀਆਂ ਸ਼ਹਿਰ ਵਿਚ ਕਈ ਦੁਕਾਨਾਂ ਅਤੇ ਹਾਤੇ ਸਨ। ਸ਼ਹਿਰ ਵਿਚ, ਉਸਦੀ ਟਾਕੀ ਵੀ ਸੀ, ਇਸੇ ਸੜਕ ਤੇ ਉਸਦੀ। ਲੋਹੇ ਦੀ ਵੱਡੀ ਦੁਕਾਨ ਸੀ, ਜਿੱਥੇ ਗਾਡਰ ਵਗੈਰਾ ਮਿਲਦੇ ਸਨ। ਉਸ ਦਾ ਪਿੱਛਾ ਠੁਲੀਵਾਲ ਦਾ ਸੀ, ਪਿੰਡ ਵਿਚ ਡਾਕਾ ਪੈਣ ਮਗਰੋਂ ਉਸ ਦਾ ਪੜਦਾਦਾ ਸ਼ਹਿਰ ਆ ਵਸਿਆ ਸੀ। ਲੋਕ, ਉਸਨੂੰ ਚੌਧਰੀ ਸਾਹਿਬ ਕਹਿੰਦੇ ਸਨ।

"ਦਲੇਰ ਦਾ ਕੀ ਹਾਲ ਹੈ?" ਉਸਦਾ ਮਤਲਬ ਉਸ ਦੇ ਵੱਡੇ ਭਾਈ ਦਲੇਰ ਸਿੰਘ ਤੋਂ ਸੀ।

"ਮੌਜਾਂ ਵਿਚ ਹੈ। ਪੰਜੇ ਘਿਉ ਵਿਚ ਨੇ, ਨਾਲੇ ਲੁਟਦਾ ਹੈ, ਨਾਲੇ ਕੁੱਟਦਾ ਹੈ। ਮੇਰੇ ਨਾਲ ਤਾਂ ਬੋਲ ਚਾਲ ਨਹੀਂ, ਤਾਂ ਵੀ ਜਦੋਂ ਛੁੱਟੀ ਆਉਂਦਾ ਹੈ, ਮੈਨੂੰ ਸੱਦ ਲੈਂਦਾ ਹੈ। ਮੈਂ ਜਾਂਦਾ ਨਹੀਂ ਸੀ, ਬੇਬੇ ਜੀ ਕਹਿੰਦੇ ਤੂੰ ਜਾ ਆ, ਫੇਰ ਵੀ ਤੇਰਾ ਵੱਡਾ ਭਾਈ ਹੈ; ਉਹ ਜਾਣੇ ਬੇਈਮਾਨ ਹੈ, ਫੇਰ ਵੀ ਹੈ ਤਾਂ ਆਪਣਾ। ਮੈਂ ਚਲਿਆ ਗਿਆ। ਕਹਿੰਦਾ ਆ ਤੈਨੂੰ ਇਕ ਨਵੀਂ ਚੀਜ਼ ਦਿਖਾਵਾ, ਤੂੰ ਪਹਿਲਾਂ ਕਦੇ ਨਹੀਂ ਦੇਖੀ ਹੋਣੀ?"

"ਐਹੋ ਜੀ ਕੀ ਚੀਜ਼ ਸੀ?" ਵਿਸਕੀ ਦੇ ਨਾਲ ਹੀ ਉਹ ਮੀਟ ਦੇ ਆਚਾਰ ਦੀਆਂ ਸੰਖੀਆਂ ਖਾਲੀ ਪਲੇਟ ਵਿਚ ਰੱਖੀ ਜਾਂਦੇ ਸਨ। ਮੱਛੀ ਦੇ ਪਕੌੜਿਆਂ ਵਿਚ ਕੋਈ ਕੰਡਾ ਨਹੀਂ ਸੀ, ਕੰਘੀ ਪਹਿਲਾਂ ਹੀ ਕੱਢ ਦਿੱਤੀ ਸੀ।

"ਏਨੇ ਚਿਰ ਨੂੰ ਉਸ ਨੇ ਅੰਦਰੋਂ ਸਿਊਨੇ ਦਾ ਇਕੋ ਮੋਰ ਲਿਆਂਦਾ, ਕਹਿੰਦਾ ਦੇਖ ਨਵੀਂ ਚੀਜ਼। ਤੂੰ ਪਹਿਲਾਂ ਕਦੇ, ਨਹੀਂ ਦੇਖੀ ਹੋਣੀ, ਸਿਊਨੇ ਦੇ ਜੇਵਰ ਤੇ ਮੋਹਰਾ ਤਾਂ ਮੈਂ ਪਹਿਲਾਂ ਦੇਖੀਆਂ ਸਨ, ਪਰ ਮੋਰ ਨਹੀਂ ਦੇਖਿਆ ਸੀ। ਕਹਿੰਦਾ ਦਸ ਕਿੰਨੇ-ਕੁ ਵਜ਼ਨ ਦਾ ਹੋਊ? ਮੈਂ ਜੋਹਿਆ, ਘੱਟੋ ਘੱਟ, ਅੱਧੇ ਸੇਰ ਦਾ ਤਾਂ ਹੋਊ। ਕਹਿੰਦਾ ਸਵੇਰੇ ਇਸ ਨੂੰ ਤੋਲਣ ਲਈ, ਤਿਲਕੂ ਸਨਿਆਰ ਨੂੰ ਬੁਲਾਇਆ ਸੀ, ਉਸ ਦੀ ਨਿੱਕੀ ਤੱਕੜੀ ਵਿਚ ਤੋਲ ਨਹੀਂ ਹੋਇਆ, ਵੱਟੇ ਮੁੱਕ ਗਏ। ਫੇਰ ਉਹ ਪਿਆਰੇ ਧੜ੍ਹਵਾਈ ਦਿਓਂ, ਵੱਡੀ ਤੱਕੜੀ ਵੱਟੇ ਲੈ ਕੇ ਆਇਆ, ਅੱਠ ਝਟਾਕਾਂ ਦਾ ਹੋਇਆ।

"ਤੁਸੀਂ ਕੀ ਕਿਹਾ?"

"ਮੈਂ ਕਿਹਾ ਭਾਈ ਸਾਹਿਬ, ਮੋਰ ਤਾਂ ਵਧੀਆ ਹੈ, ਤੁਹਾਡੇ ਦੋ ਲੜਕੇ, ਇਸ ਨੂੰ ਕਿਵੇਂ ਵੰਡਣਗੇ, ਇਕ ਮੋਰ ਹੋਰ ਚਾਹੀਦਾ ਹੈ। ਕਹਿੰਦਾ ਜੇ ਰੱਬ ਦੀ ਕਿਰਪਾ ਰਹੀ, ਦੂਜਾ ਵੀ ਬਣ ਜਾਊਗਾ। ਥੋਡੇ ਕੋਲ ਨਹੀਂ ਆਇਆ ਕਦੇ?"

"ਮਤਲਬ ਵੇਲੇ ਆਉਂਦਾ ਹੈ। ਉਸ ਦੀ ਰਿਸ਼ਵਤ ਖੋਰੀ ਦੀਆਂ ਸ਼ਿਕਾਇਤਾਂ ਬਹੁਤ ਨੇ। ਮੁਦਈ ਤੇ ਮੁਦਾਲੇ ਦੋਨਾਂ ਤੋਂ ਪੈਸੇ ਲੈ ਲੈਂਦਾ ਹੈ। ਪਿਛੇ ਜਿਹੇ ਆਇਆ ਸੀ। ਐਸ.ਪੀ. ਉਸ ਤੇ ਪਰਚਾ ਦੇਣ ਲਗਿਆ ਸੀ। ਨਾਰਕੌਲ ਇਕ ਸੇਠ ਦੇ ਡਾਕਾ ਪੈ ਗਿਆ ਸੀ। ਬਰਾਮਦਗੀ ਲਈ ਸੇਠ ਤੋਂ ਪੈਸੇ ਲੈ ਲਏ, ਨਾਲੇ ਡਾਕੂਆਂ ਤੋਂ ਅੱਧ ਲੈ ਲਿਆ। ਇਕ ਡਾਕੂ ਫੜਿਆ ਗਿਆ। ਉਸ ਨੇ ਸਾਰੀ ਗੱਲ ਐਸ.ਪੀ. ਨੂੰ ਦੱਸ ਦਿੱਤੀ। ਕਹਿੰਦਾ ਐਸ.ਪੀ. ਨੂੰ ਚਿੱਠੀ ਦੇ ਦਿਉ, ਮੈਂ, ਮੰਨਾਂ ਨਾ, ਫੇਰ ਥੋਡੇ ਭੂਆ ਜੀ ਰੋਣ ਲੱਗੇ। ਉਸਦਾ ਮਸਾਂ ਖਹਿੜਾ ਛੁੱਟਿਆ। ਐਸ.ਪੀ. ਸਮਾਣੇ ਦੇ ਮੁਸਲਮਾਨਾਂ ਵਿਚੋਂ ਹੈ, ਉਸ ਦਾ ਪਿਉ, ਮਹਾਰਾਜ ਦੀ ਫੌਜ

ਵਿਚ ਜਰਨੈਲ ਹੁੰਦਾ ਸੀ। ਖਾਨਦਾਨੀ ਬੰਦੈ ?" ਬੀਰ ਸਿੰਘ ਨੇ ਬੀਬੀਆਂ ਨੂੰ ਖਾਣਾ ਖਵਾ ਦਿੱਤਾ ਸੀ। ਮੱਛੀ ਦੇ ਗਰਮ ਗਰਮ ਪਕੌੜੇ ਉਹ ਹੋਰ ਲੈ ਆਇਆ, ਠੰਡੀ ਪਲੇਟ ਲੈ ਗਿਆ। ਅੱਧਿਉਂ ਵੱਧ ਬੋਤਲ ਖਾਲੀ ਹੋ ਗਈ ਸੀ।

"ਹਜ਼ੂਰ, ਖਾਣਾ ਕਿੰਨੇ ਬਜੇ ਲਾਵਾਂ ?" ਰਾਤ ਦੇ ਦਸ ਵਜ ਗਏ ਸਨ।

"ਅੱਧਾ ਘੰਟੇ ਠਹਿਰ ਜਾ, ਅਸੀਂ ਗੱਲਾਂ ਕਰਦੇ ਹਾਂ।"

"ਜੋ ਹੁਕਮ ਹਜ਼ੂਰ...।" ਬੀਰ ਸਿੰਘ ਨੇ ਦੁੱਧ ਗਰਮ ਕਰਕੇ ਕਾਹੜਣੀ ਵਿਚ ਜਮਾ ਦਿੱਤਾ ਸੀ।

"ਬੀਬੀ ਨੂੰ ਕੀ ਤਕਲੀਫ਼ ਹੈ ?"

"ਬੁਖ਼ਾਰ, ਚੜ੍ਹਣ ਉਤਰਨ ਹੈ, ਖੰਘ ਨਹੀਂ ਹੱਟਦੀ। ਸੰਤਾਂ ਦੀ ਦਵਾਈ ਨਾਲ ਕੋਈ ਫੈਦਾ ਨਹੀਂ ਹੋਇਆ।"

"ਕੋਈ ਨਹੀਂ ਠੀਕ ਹੋ ਜਾਣਗੇ।"

"ਬੇਬੇ ਜੀ, ਬਾਹਲਾ ਫਿਕਰ ਕਰਦੇ ਨੇ ਕਹਿੰਦੇ ਇਹੋ ਜਿਹੀ ਸੁੱਲਗ ਬਹੂ ਕਰਮਾਂ ਨਾਲ ਹੀ ਮਿਲਦੀ ਹੈ।"

"ਬੋਂਲਦ ਲਾਣੇ ਦਾ, ਧੀ ਘਰਾਣੇ ਦੀ। ਸਕਰੌਦੀ ਦੇ ਸਰਦਾਰ, ਖ਼ਾਨਦਾਨੀ ਬੰਦੇ ਹਨ। ਇਹਨਾਂ ਦਾ ਬਾਬਾ ਜੀ, ਮਹਾਰਾਜ ਦਾ ਖਜ਼ਾਨਚੀ ਹੁੰਦਾ ਸੀ। ਇਨ੍ਹਾਂ ਦਾ ਭਾਈ ਵੱਡਾ ਡਾਕਟਰ ਹੈ, ਪਿਛੇ ਜਿਹੇ ਹੀ ਇੰਗਲੈਂਡ ਤੋਂ ਪੜ੍ਹਕੇ ਆਇਆ ਹੈ।"

"ਕਿੱਥੇ ਲੱਗਿਆ ਬਿਆ ਉਹ ਅੱਜ ਕੱਲ੍ਹ ? ਰਿਆਸਤ ਵਿਚ ਤਾਂ ਹੈ ਨਹੀਂ।"

"ਉਹ ਲਾਹੌਰ ਦੇ ਕਿੰਗ ਐਡਵਰਡ ਮੈਡੀਕਲ ਕਾਲਜ ਵਿਚ ਡਾਕਟਰਾਂ ਨੂੰ ਪੜ੍ਹਾਉਂਦਾ ਹੈ।" ਬੋਤਲ ਵਿਚ ਤੇਰਾਂ ਪੈਗ ਹੁੰਦੇ ਹਨ, ਪਟਿਆਲਾ ਪੈਗਾਂ ਨਾਲ ਬੋਤਲ ਅੱਠ ਪੈਗਾਂ ਨਾਲ ਹੀ ਖਾਲੀ ਹੋ ਗਈ ਸੀ।

"ਇਹ ਵਿਸਕੀ ਹੌਲੀ ਹੌਲੀ ਚੜ੍ਹਦੀ ਹੈ, ਨਾਭੇ ਦੀ ਬੰਦ ਬੋਤਲ ਤਾਂ ਭਮੂਕੇ ਵਾਂਗੂੰ ਚੜ੍ਹਦੀ ਹੈ।"

"ਉਹ ਤਾਂ ਕੌੜੀ ਬਹੁਤਹੁੰਦੀ ਹੈ, ਪੀਣੀ ਔਖੀ ਹੈ। ਹੋਰ ਪੈਗ ਲਮੇਗਾ ?"

"ਨਹੀਂ ਜੀ, ਮੈਨੂੰ ਤਾਂ ਲੋੜ ਨਹੀਂ, ਤੁਸੀਂ ਲੈਣਾ ਹੈ ਤਾਂ ਲੈ ਲਵੋ। ਉ ਇਕ ਬੋਤਲ ਦੋ ਜਣਿਆਂ ਲਈ ਬਹੁਤ ਹੈ।" ਬਘੇਲ ਸਿੰਘ ਨੇ ਹੱਥ ਖੜ੍ਹੇ ਕਰ ਦਿੱਤੇ।

"ਡਾਕਟਰ ਮਲਹੋਤਰਾ ਕਹਿੰਦਾ, ਬੋਤਲ ਦੇ ਸੋਲਾਂ ਪੈਗ ਬਣਾਇਆ ਕਰੋ। ਉਹ ਕਦੇ ਵੀ ਦੋ ਪੈਗਾਂ ਤੋਂ ਵੱਧ ਨਹੀਂ ਲੈਂਦਾ।" ਉਸ ਨੇ ਅੱਗੇ ਦੱਸਿਆ।

"ਅੰਗਰੇਜ਼ਾਂ ਵਿਚ ਰਿਹਾ, ਉਨ੍ਹਾਂ ਵਾਂਗ ਹੀ ਪੈਗ ਨੂੰ ਚੂਸ ਚੂਸ ਪੀਂਦਾ ਹੈ, ਜਿਵੇਂ ਅੰਬ ਚੂਪੀਦਾ ਹੈ।"

ਗਿਆਰਾਂ ਬਜ ਗਏ ਸਨ, ਉਹ ਮੁਸ਼ਕਿਲ ਨਾਲ ਖਾਣੇ ਦੀ ਮੇਜ਼ ਤੇ ਆਏ। ਨਸ਼ਾ ਘੁਮੇਰੀਆਂ ਪਾ ਰਿਹਾ ਸੀ। ਸਰਦਾਰ ਨੇ ਤਰੀ ਨਾਲ ਮੁੱਛਾਂ ਅਤੇ ਦਾਹੜੀ ਲਬੇੜ ਲਈਸੀ, ਕੁਝ ਛਿੱਟੇ ਕਮੀਜ਼ ਤੇ ਵੀ ਪੈ ਗਏ ਸਨ। ਦੁੱਧ ਦਾ ਗੜ੍ਹਵਾ ਉਸ ਦੇ ਸਰਹਾਣੇ ਉਵੇਂ ਜਿਵੇਂ ਪਿਆ ਰਿਹਾ। ਬਘੇਲ ਸਿੰਘ ਨੇ ਆਪਣਾ ਦੁੱਧ ਅੱਧੀ ਰਾਤ ਨੂੰ ਹੀ ਡੀਕ ਲਿਆ ਸੀ।

(5)

ਡਾਕਟਰ ਸਾਹਿਬ ਦਾ ਚਪੜਾਸੀ, ਰਾਤ ਨੂੰ, ਪਹਿਰੇ ਤੇ ਖੜ੍ਹੇ ਸੰਤਰੀ ਨੂੰ ਸੁਨੇਹਾ ਦਾ ਗਿਆ ਸੀ। ਉਹ ਸਵੇਰ ਸਵਾ ਦਸ ਵਜੇ ਆਉਣਗੇ। ਪਟਿਆਲਾ ਤੋਂ ਵਾਪਸ ਆ ਗਏ ਸਨ। ਉਨ੍ਹਾਂ ਦੀ ਰਿਹਾਇਸ਼, ਹੰਢਿਆਏ ਵਾਲੇ ਕੱਚੇ ਰਾਹ ਤੇ ਸਰਦਾਰ ਹਰਨਾਮ ਸਿੰਘ ਵਕੀਲ ਦੇ ਚੁਬਾਰਿਆਂ ਵਿਚ ਸੀ। ਵਕੀਲ ਆਪ ਲਾਹੌਰ ਹਾਈਕੋਰਟ ਵਿਚ ਵਕਾਲਤ ਕਰਦਾ ਸੀ। ਉਥੇ ਹੀ ਮਾਡਲ ਟਾਊਨ ਵਿਚ ਕੋਠੀ ਬਣਾ ਲਈ ਸੀ। ਉਸ ਨੇ ਇਹ ਹਵੇਲੀ ਆਪਣੇ ਖੇਤਾਂ ਵਿਚ ਬਣਾਈ ਹੋਈ ਸੀ, ਹੇਠਲੇ ਦਰਵਾਜ਼ੇ ਦੀ ਗੋਲ ਡਾਟ ਤੇ ਅੰਗਰੇਜ਼ੀ ਵਿਚ ਸੀਮਿੰਟ ਦੇ ਅੱਖਰ ਉਕਰੇ ਹੋਏ ਸਨ–ਹਰਨਾਮ ਸਿੰਘ ਐਡਵੋਕੇਟ ਬਾਰ–ਐਟ–ਲਾਅ–1934 ਈ:। ਹੇਠਲੀਆਂ ਬੈਠਕਾਂ ਵਿਚ ਉਸ ਦਾ ਸਮਾਨ ਪਿਆ ਸੀ, ਉਪਰਲੇ ਚਾਰ ਚੁਬਾਰਿਆਂ ਵਿਚ, ਕਈ ਸਾਲਾਂ ਤੋਂ ਸਿਵਲ ਸਰਜਨਦੀ ਰਿਹਾਇਸ਼ ਸੀ। ਰਾਹ ਕੱਚਾ ਸੀ ਪਰ ਮਿੱਟੀ ਪੱਕੀ ਸੀ। ਏਥੇ ਆਉਣ ਜਾਣ ਲਈ ਡਾਕਟਰ ਨੇ 'ਰੈਲੇ' ਦਾ ਸਾਈਕਲ ਰੱਖਿਆ ਹੋਇਆ ਸੀ ਜੋ ਇੰਗਲੈਂਡ ਦਾ ਬਣਿਆ ਹੋਇਆ ਸੀ।

ਗੁਰਬਖਸ਼ ਸਿੰਘ ਅੱਠ ਵਜੇ ਨਾਲ ਉਠਿਆ, ਸਿਰ ਭਾਰਾ ਸੀ, ਹੱਡ ਪੈਰ ਟੁੱਟ ਰਹੇ ਸਨ। ਚਾਹ ਨਾਲ ਹੀ, ਉਸ ਨੇ ਚਾਂਦੀ ਦੀ ਡੱਬੀ ਵਿਚੋਂ ਅਫੀਮ ਦੀ ਛੋਟੀ ਗੋਲੀ ਲੈ ਲਈ।

"ਹਜ਼ੂਰ ਡਾਕਟਰ ਸਾਹਿਬ ਦਾ ਚਪੜਾਸੀ ਰਾਤ ਸੁਨੇਹਾ ਦੇ ਗਿਆ ਸੀ, ਸੰਤਰੀ ਨੂੰ, ਉਹ ਸਵਾ ਦਸ ਵਜੇ ਬੀਬੀ ਜੀ ਨੂੰ ਵੇਖਣ ਆਉਣਗੇ।"

"ਕਾਕਾ ਜੀ ਉਠ ਖੜ੍ਹੇ ਕਿ ਨਹੀਂ?"

"ਉਹ ਤਾਂ ਪੰਜ ਵਜੇ ਦੇ ਉੱਠੇ ਹੋਏ ਨੇ, ਨਹਾ ਧੋਕੇ, ਪਾਠ ਵੀ ਕਰ ਲਿਆ ਹੈ। ਦਾਹੜੀ ਬੰਨ੍ਹੀ ਬੈਠੇ ਹਨ।"

"ਚੰਗਾ ਪਾਣੀ ਤਿਆਰ ਕਰ, ਮੈਂ ਟੱਟੀ ਜਾ ਕੇ ਅੱਧੇ ਘੰਟੇ ਨੂੰ ਆਇਆ। ਮਾਲਸ਼ੀ ਆ ਗਿਆ।"

"ਹਾਂ ਜੀ, ਮਾਲਸ਼ੀ ਆਇਆ ਬੈਠਾ, ਤੁਸੀਂ ਸੇਧ–ਖਾਨੇ ਹੋ ਆਉ, ਮੈਂ ਪਾਣੀ ਪਵਾ ਦਿੰਦਾ ਹਾਂ।" ਹਮਾਮ ਵਿਚ ਗਰਮ ਪਾਣੀ ਉਬਾਲੇ ਮਾਰ ਰਿਹਾ ਸੀ। ਨਹਾਉਣ ਧੋਣ ਮਗਰੋਂ ਸਾਢੇ ਨੌਂ ਵਜੇ ਉਨ੍ਹਾਂ ਗੋਭੀ ਦੇ ਪਰੌਂਠਿਆਂ, ਦਹੀਂ, ਮੱਖਣ ਨਾਲ ਨਾਸ਼ਤਾ ਕੀਤਾ। ਪੁੱਠੀ ਦਾਹੜੀ ਚਾੜ੍ਹਕੇ ਠਾਠੀ ਬੰਨ੍ਹ ਲਈ। ਖਾਕੀ ਰੰਗ ਦੀ ਪੈਂਟ ਪਾ ਕੇ, ਉਸੇ ਰੰਗ ਦਾ ਵਰਸਟਡ' ਦਾ ਚੈਸਟਰ ਪਾ ਲਿਆ ਸੀ। ਮੋਤੀਆ ਰੰਗ ਦੀ ਪੱਗ, ਲਾਲ ਸੂਹੇ ਚਿਹਰੇ ਤੇ ਫੱਬਦੀ ਸੀ। ਤਿਆਰ ਬਿਆਰ ਹੋ ਕੇ, ਉਹ ਜਨਾਨਖ਼ਾਨੇ ਵਿਚ ਆਇਆ ਵੱਡੀ ਬੇਬੇ ਨੂੰ ਮੱਥਾ ਟੇਕਿਆ,

"ਕਿਵੇਂ ਰਹੇ, ਰਾਤ ਬੀਬੀ ਜੀ? ਸਵਾ ਦਸ ਬਜੇ ਡਾਕਟਰ ਆਊ, ਟਾਈਮ ਨਾਲ ਤਿਆਰ ਹੋ ਜਾਇਉ, ਉਹ ਟਾਈਮ ਦਾ ਬਹੁਤ ਪਾਬੰਦ ਹੈ, ਇਕ ਮਿੰਟ ਵੀ ਲੇਟ–ਫੇਟ ਨਹੀਂ ਹੁੰਦਾ।"

"ਅਸੀਂ ਤਾਂ ਤਿਆਰ ਬੈਠੀਆਂ ਹਾਂ। ਡਾਕਟਰ ਉਪਰ ਆਊ ਕਿ ਹੇਠਾਂ ਜਾਣਾ ਪਊ।" ਵੱਡੀ ਬੇਬੇ ਨੇ ਪੁੱਛਿਆ।

"ਉਪਰ ਹੀ ਆਊਗਾ।" ਉਪਰਲੇ ਚੁਬਾਰਿਆਂ ਵਿਚ ਖਾਸ ਰਿਸ਼ਤੇਦਾਰਾਂ, ਮਹਿਮਾਨ ਜਾਂ ਵੱਡੇ ਅਹਿਲਕਾਰ ਹੀ ਆ ਸਕਦੇ ਸਨ। ਬਾਕੀ ਸਰਦਾਰ ਬਿਸਵੇਦਾਰ, ਹੇਠਲੀਆਂ ਬੈਠਕਾਂ ਵਿਚ ਬੈਠਦੇ ਸਨ। ਉਥੇ ਹੀ ਉਨ੍ਹਾਂ ਨੂੰ ਰੁਤਬੇ ਅਨੁਸਾਰ, ਚਾਹ ਪਾਣੀ ਪਹੁੰਚ ਜਾਂਦਾ ਸੀ। ਬਹੁਤੇ ਝੁੱਘੜੇ, ਬਿਸਵੇਦਾਰਾਂ ਦੇ ਮੁਜਾਰਿਆਂ ਨਾਲ ਹੀ ਹੁੰਦੇ ਸਨ। ਕਿਤੇ ਬਟਾਈ ਦੀ ਉਗਰਾਹੀ ਲਈ, ਕਿਤੇ ਕਬਜ਼ਾ ਲੈਣ ਲਈ, ਪੁਲਿਸ ਇਮਦਾਦ ਦੀ ਲੋੜ ਹੁੰਦੀ। ਉਹ ਪੂਰੀ ਤਨਦੇਹੀ ਨਾਲ ਮਦਦ ਕਰਦਾ ਸੀ, ਉਹ ਆਪ ਵੀ ਇਕ ਬਿਸਵੇਦਾਰ ਸੀ। ਪਿਛਲੇ ਸਾਲ ਕਰਮਗੜ੍ਹੀਏ ਸਰਦਾਰ ਤੋਂ ਦੋ ਮੁਜਾਰਿਆਂ ਦਾ ਕਤਲ ਹੋ ਗਿਆ ਸੀ। ਤਪਤੀਸ਼ ਦੌਰਾਨ ਉਸ ਨੇ, ਕਤਲ ਦੇ ਕੇਸ ਵਿਚ, ਸਰਦਾਰ ਦੀ ਥਾਂ ਉਸ ਦੇ ਮੁਖਤਿਆਰ ਅਤੇ ਸੀਰੀ ਨੂੰ ਪਾ ਦਿੱਤਾ ਸੀ। ਸਰਦਾਰ ਨੇ ਜੱਜ ਦੀ ਕਚਹਿਰੀ ਵਿਚ ਲਾਹੌਰ ਤੋਂ ਵਕੀਲ ਹਰਨਾਮ ਸਿੰਘ ਲਿਆਂਦਾ ਸੀ, ਉਸ ਨੂੰ ਮੂੰਹ ਮੰਗਵੇਂ ਪੈਸੇ ਦਿੱਤੇ ਸਨ। ਗਵਾਹਥਿੜਕ ਗਏ, ਸਵੈ-ਵਿਰੋਧੀ ਬਿਆਨ ਦੇ ਗਏ, ਇਕ ਜੱਜ ਵੀ ਆਪ ਤਕੜਾ ਬਿਸਵੇਦਾਰ ਸੀ, ਨਤੀਜੇ ਵਜੋਂ ਮੁਲਜ਼ਮ ਬਰੀ ਹੋ ਗਏ। ਇਸ ਕੇਸ ਦੀ ਖ਼ਬਰ, ਮਹਾਰਾਜ ਤੱਕ ਪਟਿਆਲੇ ਵੀ ਪਹੁੰਚ ਗਈ ਸੀ, ਜੱਜ ਦਾ ਫੈਸਲਾ ਹੈ, ਉਹ ਕੀ ਕਰ ਸਕਦਾ ਹੈ? ਕਹਿ ਕੇ ਮੁਜਾਰਿਆਂ ਦੇ ਨੁਮਾਇੰਦਾਂ ਨੂੰ ਟਾਲ ਦਿੱਤਾ ਸੀ। ਅੱਗੇ ਅਪੀਲ ਕੀਤੀ ਜਾ ਸਕਦੀ ਸੀ। ਅੱਗੇ ਫੇਰ ਉਹੀ ਮਾਮੇ-ਭਾਣਜੇ ਬੈਠੇ ਸਨ, ਇਨਸਾਫ਼ ਕਿੱਕੋਂ ਮਿਲਣਾ ਸੀ?

ਘੜਿਆਲ ਨੇ ਦਸ ਖੜਕਾ ਦਿੱਤੇ ਸਨ। ਦਫ਼ਤਰ ਖੁਲ੍ਹ ਗਏ ਸਨ, ਸਫ਼ਾਈ ਹੋ ਗਈ ਸੀ, ਅਰਦਲੀਆਂ, ਚਪੜਾਸੀਆਂ ਨੇ, ਝਾੜ ਪੂੰਝ ਦਾ ਕੰਮ ਕਰ ਲਿਆ ਸੀ, ਕੀ ਪਤਾ ਅਫ਼ਸਰ ਕਦੋਂ ਆ ਜਾਵੇ? ਸਰਦੀਆਂ ਵਿਚ ਦਫ਼ਤਰੀ ਸਮਾਂ ਦਸ ਤੋਂ ਚਾਰ ਬਜੇ, ਅਤੇ ਗਰਮੀਆਂ ਵਿਚ ਸੱਤ ਤੇ ਢੇੜ ਹੁੰਦਾ ਸੀ। ਠੀਕ ਸਵਾ ਦਸ ਬਜੇ ਡਾਕਟਰ ਸਾਹਿਬ, ਸਾਈਕਲ ਤੇ ਆ ਗਏ। ਉਸ ਦੇ ਸਿਰ ਤੇ ਹੈਟ, ਕਾਲੇ ਰੰਗ ਦਾ ਸਰਜ਼ ਦਾ ਲਕੀਰਾਂ ਵਾਲਾ ਗਰਮ ਸੂਟ ਪਾਇਆ ਹੋਇਆ ਸੀ। ਅਰਦਲੀ ਨੇ ਸਲੂਟ ਮਾਰਨ ਮਗਰੋਂ ਸਾਈਕਲ, ਫੜਕੇ ਸਟੈਂਡ ਓਪਰ ਲਾ ਦਿੱਤਾ। ਨਾਲ ਉਨ੍ਹਾਂ ਦੇ ਇਕ ਕਮਪਾਊਂਡਰ ਸੀ ਜਿਸ ਨੇ ਦਵਾਈਆਂ ਵਾਲਾ ਬਕਸਾ ਚੁਕਿਆ ਹੋਇਆ ਸੀ। ਡਾਕਟਰ ਦਾ ਰੰਗ ਜਿੰਨਾ ਗੋਰਾ ਸੀ, ਕਮਪਾਊਡਰ ਉਤਨਾ ਹੀ ਕਾਲਾ ਸੀ ਜਿਵੇਂ ਤਵੇ ਦਾ ਪੁੱਠਾ ਪਾਸਾ ਹੁੰਦਾ ਹੈ।

"ਐਸ.ਪੀ. ਸਾਹਬਿ, ਕਿੱਥੇ ਨੇ ਬਈ? ਕੌਣ ਬਿਮਾਰ ਹੋ ਗਿਆ? ਹੇਠਾਂ ਆਏ ਬੀਰ ਸਿੰਘ ਨੂੰ ਉਸ ਨੇ ਪੁੱਛਿਆ।

"ਤੁਹਾਨੂੰ ਉਡੀਕ ਰਹੇ ਨੇ, ਸਾਹਿਬ ਬਹਾਦਰ ਦੇ ਰਿਸ਼ਤੇਦਾਰ ਆਏ ਹੋਏ ਨੇ, ਨਵੇਂ ਪਿੰਡ ਤੋਂ ਉਹ ਬਿਮਾਰ ਹਨ।" ਇਕੋ ਸਾਹ ਨਾਲ, ਉਹ ਦੌੜ ਕੇ ਪੌੜੀਆਂ ਚੜ੍ਹ ਗਿਆ। ਤੁਰਦਾ ਉਹ ਏਨਾ ਤੇਜ਼ ਸੀ, ਉਹਦੇ ਨਾਲ ਰਲਣ ਲਈ ਦੂਜਿਆਂ ਨੂੰ ਦੁੜਿੱਕੀ ਚਾਲ ਦੌੜਨਾ ਪੈਂਦਾ ਸੀ।

ਉਹ ਬਾਰਾਂਦਰੀ ਵਿਚ ਇਕ ਸੋਫੇ ਤੇ ਬੈਠ ਗਿਆ, ਕਮਪਾਊਡਰ ਨੂੰ ਬੈਠਣ ਲਈ ਬਰਾਂਡੇ ਵਿਚ ਲੋਹੇ ਦੀ ਕੁਰਸੀ ਪਈ ਸੀ।

“ਗੁੱਡ ਮਾਰਨਿੰਗ, ਐਸ.ਪੀ. ਸਾਹਿਬ।”

“ਗੁੱਡ ਮਾਰਨਿੰਗ ਡਾਕਟਰ ਸੈਹਬ। ਕੀ ਹਾਲ ਚਾਲ ਹੈ ?” ਸਰਦਾਰ ਨੇ ਪੁੱਛਿਆ।

“ਹਾਲ ਵੀ ਠੀਕ ਹੈ, ਚਾਲ ਵੀ ਠੀਕ ਹੈ, ਤੁਸੀਂ ਸੁਣਾਉ ?”

“ਕੱਲ੍ਹ ਪਟਿਆਲੇ ਗਏ ਹੋਏ ਸੀ ? ਸੁੱਖ ਤਾਂ ਹੈ।”

“ਸੁੱਖ ਹੀ ਸਮਝੋ, ਪਰਸੋਂ, ਮਹਾਰਾਜ ਦੇ ਏ.ਡੀ.ਸੀ. ਦੀ ਤਾਰ ਆਈ ਸੀ, ਮਹਾਰਾਜ ਨੇ ਬੁਲਾਇਆ ਸੀ।”

“ਕੀ ਗੱਲ ਹੋ ਗਈ ?”

“ਗੱਲ ਵੀ ਕੋਈ ਖ਼ਾਸ ਨਹੀਂ, ਹੈ ਵੀ ਸਮਝੋ ਖ਼ਾਸ ਸੀ।”

“ਮਹਾਰਾਜ ਤਾਂ ਛੇਤੀ ਕੀਤੇ ਕਿਸੇ ਨੂੰ ਸੱਦਦੇ ਨਹੀਂ ?”

“ਅਸਲ ਵਿਚ ਕਿਸੇ ਨੇ, ਮਹਾਰਾਜ ਦੇ ਕੰਨ ਵਿਚ ਗਲ ਚੋਅ ਦਿੱਤੀ ਬਈ ਡਾਕਟਰ ਤੁਹਾਡੀ ਨੌਕਰੀ ਛੱਡ ਕੇ ਬਾਹਰ ਜਾ ਰਿਹਾ ਹੈ।”

“ਫੇਰ ਕੀ ਕਹਿੰਦੇ ?”

“ਕਹਿੰਦੇ ਜੇ ਤਨਖ਼ਾਹ ਘੱਟ ਹੈ ਹੋਰ ਵਧਾ ਦਿੰਦਾ ਹਾਂ। ਤੁਸੀਂ ਸਟੇਟ ਛੱਡ ਕੇ ਬਾਹਰ ਨਹੀਂ ਜਾਣਾ। ਅਗਲੇ ਸਾਲ ਮੈਂ ਤੁਹਾਨੂੰ ‘ਰਾਜਿੰਦਰਾ’ ਵਿਚ ਲੈ ਆਉਣਾ ਹੈ।”

“ਮੈਂ ਕਿਹਾ, ਮੇਰੀਆਂ ਤਿੰਨ ਪੀਹੜੀਆਂਨੇ-ਹਿਜ਼ ਹਾਈਨੈਸ ਦਾ ਨਮਕ ਖਾਧਾ ਹੈ, ਮੈਂ ਤੁਹਾਨੂੰ ਪੁੱਛੇ ਬਿਨਾਂ ਕਿਤੇ, ਨਹੀਂ ਜਾਂਦਾ। ਨਹੀਂ ਮੈਂ ਮੇਮ ਕਾਹਨੂੰ ਛੱਡਦਾ।”

“ਮੇਮ ਕਿਉਂ ਛੱਡੀ ਸੀ। ਬੀਰ ਸਿੰਘ ਚਾਂਦੀ ਦੇ ਸੈਟ ਵਿਚ ਚਾਹ ਲੈ ਆਇਆ ਸੀ। ਉਸਨੂੰ ਪਤਾ ਸੀ, ਡਾਕਟਰ ਹਮੇਸ਼ਾ ਗਰੀਨ ਲਿਪਟਨ ਹੀ ਪੀਂਦਾ ਸੀ ਜੋ ਟੀਨ ਦੇ ਬੰਦ ਡੱਬੇ ਵਿਚ ਆਉਂਦੀ ਸੀ। ਨਾ ਉਹ ਦੁੱਧ ਪਾਉਂਦੇ ਸਨ ਨਾ ਮਿੱਠਾ। ਬੀਰ ਸਿੰਘ ਨੇ ਚਾਹ ਬਣਾ ਕੇ ਕੱਪ ਫੜਾ ਦਿੱਤੇ, ਆਪ ਬਾਹਰ ਚਲਾ ਗਿਆ, ਸ਼ਾਇਦ ਉਹ ਕਿਸੇ ਮੇਮ ਦੀ ਗੱਲ ਕਰ ਰਹੇ ਸਨ।

“ਅਸਲ ਵਿਚ, ਲੰਡਨ ਮੇਰੇ ਨਾਲ ਪੜ੍ਹਦੀ ਇਕ ਮੇਮ ਨਾਲ ਮੇਰਾ ਲਵ ਅਫ਼ੇਅਰ ਹੋ ਗਿਆ ਸੀ। ਮੈਂ ਹਰ ਸੰਡੇ ਉਸਦੇ ਘਰ ਜਾਣ ਲਗਿਆ।”

“ਉਸਦੇ ਮਾਪਿਆਂ ਨੇ ਇਤਰਾਜ਼ ਨਹੀਂ ਕੀਤਾ ?”

“ਉਹ ਆਜ਼ਾਦ ਦੁਨੀਆ ਹੈ, ਬੱਚਿਆਂ ਦੇ ਕੰਮ ਵਿਚ ਮਾਪੇ ਦਖ਼ਲ ਨਹੀਂ ਦਿੰਦੇ, ਪੰਜ ਕਰਨ ਪੰਜਾਹ ਕਰਨ। ਅਸੀਂ ਦੋਸਤਾਂ ਵਾਂਗ, ਮਿਲਣ ਵਰਤਣ ਲੱਗੇ, ਮੈਂ ਉਸਦੀ ਕਾਰ ਵਿਚ ਘੁੰਮਦਾ ਫਿਰਦਾ। ਉਂ ਤਾਂ ਮੈਨੂੰ ਸਟੇਟ ਦਾ ਵਜ਼ੀਫ਼ਾ ਲੱਗਿਆ ਹੋਇਆ ਸੀ ਪਰ ਫੇਰ ਵੀ ਅੜੇ-ਥੁੜੇ ਉਹ ਮੇਰੀ ਮਦਦ ਕਰਦੀ ਰਹਿੰਦੀ ਸੀ।”

“ਫੇਰ ਨਾਲ ਲੈ ਆਉਣੀ ਸੀ।”

“ਇਸੇ ਗੱਲ ਦੀ ਤਾਂ ਪਰਾਬਲਮ ਸੀ, ਉਹ ਪੇਰੈਂਟਸ ਦੀ ਇਕਲੌਤੀ ਧੀ ਸੀ, ਵੱਡੀ ਜਾਇਦਾਦ ਦੀ ਵਾਰਸ ਸੀ, ਮੈਨੂੰ ਕਹਿੰਦੀ ਤੂੰ ਇੰਡੀਆ ਨਾ ਜਾ। ਆਪਾਂ ਮੈਰਿਜ ਕਰ ਲੈਂਦੇ ਹਾਂ, ਮੈਂ ਪੇਰੈਂਟਸ ਨੂੰ ਨਹੀਂ ਛੱਡ ਸਕਦੀ।”

"ਫੇਰ ਤੁਸੀਂ ਕੀ ਕਿਹਾ ?"

"ਮੈਂ ਕਿਹਾ ਜਿਵੇਂ ਤੂੰ ਆਪਣੇ ਪੇਰੈਂਟਸ ਅਤੇ ਦੇਸ਼ ਨੂੰ ਨਹੀਂ ਛੱਡ ਸਕਦੀ, ਇਵੇਂ ਹੀ ਮੈਂ ਵੀ ਮਾਪਿਆਂ ਦਾ ਇਕਲੌਤਾ ਪੁੱਤਰ ਹਾਂ, ਮੈਂ ਉਹਨਾਂ ਨੂੰ ਨਹੀਂ ਛੱਡ ਸਕਦਾ। ਨਾ ਇੰਡੀਆਛੱਡ ਸਕਦਾ ਹਾਂ ?"

"ਕਹਿੰਦੀ ਚੰਗਾ ਤੂੰ ਇੰਡੀਆ ਹੋ ਆ, ਗੁਲਾਮ ਦੇਸ਼ ਵਿਚ ਤੂੰ ਗੁਲਾਮ ਬਣ ਕੇ ਰਹੇਂਗਾ, ਮੈਂ ਤੇਰੀ 'ਵੇਟ' ਕਰਾਂਗੀ।"

"ਮੈਂ ਕਿਹਾ, ਮੈਂ ਤੇਰੀ ਇੰਡੀਆ ਵਿਚ ਵੇਟ ਕਰਾਂਗਾ। ਨਾਉਹ ਆਈ, ਮਨਾਂ ਮੈਂ ਗਿਆ।"

"ਲੈਟਰਜ ਐਕਸਚੇਂਜ ਹੁੰਦੇ ਰਹਿੰਦੇ ਹਨ, ਉਸ ਨੇ ਅਜੇ ਤੱਕ ਮੈਰਿਜ ਨਹੀਂ ਕੀਤੀ।"

"ਇਸ ਕਰਕੇ ਤੁਸੀਂ ਵਿਆਹ ਦੀ ਰੁੱਤ ਖੁੰਝਾਈ ਜਾਂਦੇ ਹੋ।" ਸਰਦਾਰ ਨੇ ਤਾੜੀ ਮਾਰੀ।

"ਹੋਰ ਤੁਹਾਡੀ ਸਿਹਤ ਦਾ ਕੀ ਹਾਲ ਹੈ ?"

"ਗੁਜ਼ਾਰੇ ਜੋਗੀ ਹੈ, ਬਹੁਤੀ ਠੀਕ ਨਹੀਂ, ਸਾਹ ਚੜ੍ਹਦਾ ਹੇ, ਸਿਰ ਭਾਰਾ ਭਾਰਾ ਰਹਿੰਦਾ ਹੈ, ਕਦੇ ਕਦੇ ਚੱਕਰ ਵੀ ਆਉਂਦਾ ਹੈ, ਉਠਣ ਨੂੰ ਜੀਅ ਨਹੀਂ ਕਰਦਾ।"

"ਰਾਤ ਕਿੰਨੇ ਪੈਗ ਲਾਏ ਸੀ ?"

"ਪੰਜ ਪਟਿਆਲਾ ਸ਼ਾਹੀ ਪੈਗ।"

"ਬਹੁਤ ਜ਼ਿਆਦਾ ਹੈ, ਦੋ ਛੋਟੇ ਤੋਂ ਵੱਧ ਨਾ ਲਿਆ ਕਰੋ। ਤੁਸੀਂ 'ਡਾਇਬਟਿਕ' ਅਤੇ 'ਹੈਪਰਟੈਨਸ਼ਨ' ਹੋ। ਜ਼ਿੰਦਗੀ ਨਾਲ ਹੀ ਜਹਾਨ ਹੈ।"

"ਉਹ ਤਾਂ ਤੁਹਾਡੀ ਗੱਲ ਠੀਕ ਹੈ, ਪਰ ਇਕ ਦੋ ਛੋਟੇ ਪੈਗਾਂ ਨਾਲ ਕੁਸ਼ ਬਣਦਾ ਨਹੀਂ।"

"ਬਣੇ ਨਾਂ ਬਣੇ, ਮੈਂ ਛੋਟੇ ਤੀਹ ਐਮ.ਐਲ. ਦੇ ਦੋ ਪੈਗ ਲੈਂਦਾ ਹਾਂ, ਇਕ ਖਾਣ ਤੋਂ ਪਹਿਲਾਂ ਇਕ ਬਸ ਖਾਣੇ ਨਾਲ। ਇਕ ਦਿਨ ਨਾਗਾ ਰੱਖਦਾ ਹਾਂ।"

"ਕਹਿੰਦੇ ਮਹਾਰਾਜ ਰੋਜ਼ ਪੂਰੀ ਬੋਤਲ ਪੀ ਜਾਂਦੇ ਹਨ, ਫੇਰ ਵੀ ਹਿਲਦੇ ਨਹੀਂ।"

"ਉਹ ਤਾਂ ਮਹਾਰਾਜੇ ਹਨ, ਉਹਨਾਂ ਦੀ ਰੀਸ ਨਹੀਂ ਕਰ ਸਕਦੇ ? ਪੇਸ਼ੈਂਟ ਨੂੰ ਬੁਲਾ ਲਵੋ, ਫੇਰ ਮੈਂ ਦਫ਼ਤਰ ਜਾਣੈ, ਨਾਜਮ ਸਾਹਿਬ ਨਾਲ ਮੀਟਿੰਗ ਹੈ।" ਉਦੋਂ ਹੀ ਉਹ ਤਿੰਨੇ ਜਣੀਆਂ ਅੰਦਰ ਆਈਆਂ। ਬਘੇਲ ਸਿੰਘ ਨਾਲ ਸੀ। ਉਨ੍ਹਾਂ ਨੇ ਖੀਨ ਖਾਬ ਦੇ ਸੂਟ ਪਾਏ ਹੋਏ ਸਨ, ਕੋਟੀਆਂ ਪਾਉਣ ਮਗਰੋਂ, ਸਾਹ ਤੂਸ਼ਾ ਦੀ ਬੁਕਲ ਮਾਰੀ ਹੋਈ ਸੀ, ਪੈਰੀਂ ਪੰਜ ਤਿੱਲੇ ਦੀਆਂ ਕੱਢਵੀਆਂ ਜੁੱਤੀਆਂ ਸਨ।

"ਹਾਂ ਬੀਬੀ ਜੀ, ਕੀ ਤਕਲੀਫ਼ ਹੈ ?"

"ਬੁਖਾਰ ਨਹੀਂ ਉਤਰਦਾ, ਖੰਘ ਨਹੀਂ ਹੱਟਦੀ, ਸਾਹ ਚੜ੍ਹਦਾ ਹੇ, ਹੱਡ ਪੈਰ ਟੁੱਟਦੇ ਹਨ।" ਡਾਕਟਰ ਨੇ ਕਮਪਾਊਡਰ ਨੂੰ ਅੰਦਰ ਬੁਲਾਇਆ। ਬਕਸੇ ਵਿਚੋਂ ਸਟੈਥੋ ਅਤੇ ਥਰਮਾਮੀਟਰ ਕੱਢਿਆ। ਸਟੈਥੋ ਨਾਲ ਛਾਤੀ ਚੈਕ ਕੀਤੀ। ਛਾਤੀ ਵਿਚੋਂ ਆਵਾਜ਼ ਆ ਰਹੀ ਸੀ। ਟੈਮਪਰੇਚਰ ਸੌ ਦੇ ਕਰੀਬ ਸੀ। ਹੱਥ ਅਤੇ ਨੌਹਾਂ ਦਾ ਨਿਰੀਖਣ ਕੀਤਾ। ਖ਼ੂਨ ਘੱਟ ਸੀ। ਨੌਹਾਂ ਅਤੇ ਹੱਥਾਂ ਉਪਰ ਲਾਲੀ ਨਹੀਂ ਸੀ। ਡਾਕਟਰ ਨੂੰ ਟਾਈਫਾਈਡ ਅਤੇ ਟੀ.ਬੀ. ਦਾ ਸ਼ੱਕ ਹੋਇਆ। ਪੱਕਾ ਪਤਾ ਐਕਸਰੇ ਅਤੇ ਟੈਸਟਾਂ ਤੋਂ ਲੱਗਣਾ ਸੀ। ਬਰਨਾਲੇ ਦੀ ਡਿਸਪੈਂਸਰੀ ਵਿਚ ਨਾਂ ਟੈਸਟਾਂ ਦਾ ਪ੍ਰਬੰਧ ਸੀ, ਨਾਂ ਐਕਸਰੇ ਮਸ਼ੀਨ ਸੀ, ਰਾਜਿੰਦਰਾ ਹਸਪਤਾਲ ਵਿਚ ਹੀ ਇਹ ਟੈਸਟ ਹੁੰਦੇ ਸਨ।

"ਕਿਤਨੀ ਦੇਰ ਹੋ ਗਈ, ਤਕਲੀਫ਼ ਹੋਈ ਨੂੰ...?"

"ਤਿੰਨ ਚਾਰ ਮਹੀਨੇ ਹੋ ਗਏ।" ਬਘੇਲ ਸਿੰਘ ਨੇ ਦੱਸਿਆ।

"ਇਤਨਾ ਲੇਟ ਕਿਉਂ ਹੋ ਗਏ?"

"ਪਿੰਡ, ਸੰਤਾ ਦਾ ਇਲਾਜ ਚਲਦਾ ਸੀ।"

"ਸਾਡੇ ਹਿੰਦੋਸਤਾਨੀ ਸਾਧਾਂ ਸੰਤਾਂ ਨੂੰ ਬਹੁਤ ਮੰਨਦੇ ਹਨ। ਡਾਕਟਰਾਂ ਕੋਲ ਤਾਂ ਅਖੀਰ ਨੂੰ ਹੀ ਆਉਂਦੇ ਹਨ ਜਦੋਂ ਇੰਤਾਹ ਹੋ ਜਾਂਦੀ ਹੈ।"

"ਅੰਡਾ ਮੀਟ ਖਾ ਲੈਂਦੇ ਹਨ?"

"ਨਾ ਜੀ, ਇਹ ਤਾਂ ਹੱਥ ਵੀ ਨਹੀਂ ਲਾਉਂਦੇ।"

"ਦਿਨ ਵਿਚ ਦੋ ਵਾਰ ਚਣਿਆ ਦਾ ਸੂਪ ਦੇ ਦਿਆ ਕਰੋ। ਜੇ ਇਕ ਹਫ਼ਤੇ ਵਿਚ ਫਾਇਦਾ ਨਾ ਹੋਇਆ ਮੈਂ ਦਵਾਈ ਦਿੰਦਾ ਹਾਂ। ਪਟਿਆਲੇ ਡਾ: ਸੰਤੋਖ ਸਿੰਘ ਮੈਡੀਸਨ ਦੇ ਸਪੈਸ਼ਲਿਸਟ ਹਨ, ਉਨ੍ਹਾਂ ਨੂੰ ਦਿਖਾ ਲਵਾਂਗੇ।"

"ਉਥੇ ਕੋਈ ਮੁਸ਼ਕਿਲ ਨਹੀਂ। ਮੇਰੇ ਬਹਿਨੋਈ ਬਖਸ਼ੀ ਪ੍ਰੀਤਮ ਸਿੰਘ ਜੀ ਉਥੇ ਹੀ ਹਨ।"

"ਅੰਕਲ ਬਖਸ਼ੀ ਜੀ। ਉਹ ਤਾਂ ਮੇਰੇ ਡੈਡੀ ਦੇ ਭਰਾ ਬਣੇ ਹੋਏ ਹਨ।"

"ਊ ਤਾਂ ਇਹਨਾਂ ਦੇ ਵੱਡੇ ਭਾਈ ਸਾਹਿਬ, ਡਾਕਟਰ ਭਗਵੰਤ ਸਿੰਘ ਗਰੇਵਾਲ, ਲਾਹੌਰ ਵੱਡੇ ਡਾਕਟਰ ਹਨ ਪਰ ਸਾਨੂੰ ਬਰਨਾਲਾ ਅਤੇ ਪਟਿਆਲਾ ਨੇੜੇ ਪੈਂਦਾ ਹੈ।" ਬਘੇਲ ਸਿੰਘ ਨੇ ਦੱਸਿਆ।

"ਡਾਕਟਰ ਗਰੇਵਾਲ ਮੇਰੇ ਨਾਲੋਂ ਦੋ ਸਾਲ ਸੀਨੀਅਰ ਸਨ। ਉਹ ਇੰਗਲੈਂਡ ਤੋਂ ਇਕ ਮੇਮ ਵੀ ਨਾਲ ਲੈ ਆਏ ਹਨ, ਇਕੱਲੀ ਡਿਗਰੀ ਹੀ ਲੈ ਕੇ ਨਹੀਂ ਆਏ।"

"ਤੇ ਡਾਕਟਰ ਸਾਹਿਬ, ਤੁਸੀਂ ਆਪਣੀ ਮੇਮ, ਇੰਗਲੈਂਡ ਛੱਡ ਆਏ।" ਐਸੀ.ਪੀ. ਉੱਚੀ ਸਾਰੀ ਹੱਸਿਆ ਅਤੇ ਜ਼ੋਰਦਾਰ ਤਾੜੀ ਦੇ ਨਾਲ ਹੀ ਵੱਡਾ ਸਾਰਾ ਢਿੱਡ ਛਲਕਿਆ।

ਡਾਕਟਰ ਨੇ ਵੈਸਟ ਐਂਡੀ ਦੀ ਚਾਂਦੀ ਰੰਗੀ ਘੜੀ ਦੇਖੀ, ਗਿਆਰਾਂ ਬਜ ਗਏ ਸਨ। ਸਾਢੇ ਗਿਆਰਾਂ ਮੀਟਿੰਗ ਸੀ।

"ਇਕ ਗੋਲੀ ਤੇ ਕੈਪਸੂਲ ਸਵੇਰੇ, ਇਕ ਇਕ ਸ਼ਾਮ ਨੂੰ ਖਾਣੇ ਤੋਂ ਬਾਅਦ ਲੈਣਾ ਹੇ। ਮੈਂ ਥਰਮਾ ਮੀਟਰ ਦੇ ਜਾਂਦਾ ਹਾਂ, ਸਵੇਰੇ ਸ਼ਾਮ ਟੈਮਪਰੇਚਰ ਨੋਟ ਕਰਦੇ ਰਿਹੋ।"

"ਡਾਕਟਰ ਸਾਹਿਬ ਖਾਣ ਪੀਣ ਦਾ ਕੋਈ ਪਰਹੇਜ਼?"

"ਕੋਈ ਖ਼ਾਸ ਨਹੀਂ, ਖੱਟਾ ਅਤੇ ਆਚਾਰ ਨਹੀਂ ਖਾਣਾ।" ਹੱਥ ਮਿਲਾਉਣ ਮਗਰੋਂ ਉਹ ਦੱਗੜ-ਦੱਗੜਾ ਕਰਦਾ ਪੌੜੀਆਂ ਉਤਰ ਗਿਆ। ਕੰਮਪਾਊਡਰ ਮਗਰ ਮਗਰ ਭੱਜਿਆ ਜਾਂਦਾ ਸੀ।

ਤੀਜੇ ਦਿਨ, ਬਘੇਲ ਸਿੰਘ ਚਾਰ ਪੰਜ ਦਿਨ ਬਾਅਦ ਮੁੜਣ ਦਾ ਇਕਰਾਰ ਕਰਕੇ ਨਵੇਂ ਪਿੰਡ ਨੂੰ ਮੁੜ ਗਿਆ, ਬੱਚੇ ਇਕੱਲੇ ਸਨ।

"ਡਾਕਟਰ ਸਾਹਿਬ, ਆਇਉ ਸ਼ਾਮ ਨੂੰ ਬੈਠਾਂਗੇ।"

"ਸ਼ਾਮ ਨੂੰ ਮੈਂ ਕਿਤੇ ਹੋਰ ਬਿਜ਼ੀ ਹਾਂ।" ਡਾਕਟਰ ਨੇ ਚਿੱਟੇ ਦਿਨ ਵਰਗਾ ਝੂਠ ਬੋਲਿਆ। ਦਰਅਸਲ, ਉਸਨੂੰ ਉਸ ਦੀ ਸ਼ਰਾਬ ਪਸੰਦ ਨਹੀਂ ਸੀ।

(6)

ਨਵਾਂ ਸਾਲ ਚੜ੍ਹ ਗਿਆ ਸੀ। ਕੱਕਰ ਪੈਣ ਲਗਿਆ ਸੀ। ਠੱਕਾ ਚੱਲਣ ਲਗਿਆ, ਲੋਕ ਕਣਕ ਨੂੰ ਪਾਣੀ ਲਾ ਰਹੇ ਸਨ। ਨਵੇਂ ਪਿੰਡ ਦੇ ਤਿੰਨ ਹਿੱਸੇ ਵਿਚ ਸੂਏ ਦਾ ਪਾਣੀ ਪੈਂਦਾ ਸੀ, ਪਿੰਡ ਦੀ ਹੱਦ ਵਿਚ ਪੰਜ ਵੱਡੇ ਮੋਘੇ ਸਨ। ਬਰਾਨੀ ਰਕਬੇ ਵਿਚ, ਹਾੜ੍ਹੀ ਵਿਚ, ਸਰ੍ਹੋਂ, ਛੋਲੇ, ਤਾਰਾ ਮੀਰਾ ਵਗੈਰਾ ਵਧੀਆ ਹੋ ਜਾਂਦੇ। ਸਾਉਣੀ ਵਿਚ ਚਰ੍ਹੀ, ਗੁਆਰਾ, ਬਾਜਰਾ, ਮੋਠ ਮੂੰਗੀ ਚੰਗੀ ਹੋ ਜਾਂਦੀ।

ਬਘੇਲ ਸਿੰਘ, ਅੱਠ ਬਜੇ ਚਲਿਆ ਸੀ, ਦੋ ਘੰਟੇ ਵਿਚ ਪਹੁੰਚ ਗਿਆ। ਕੁਰੜ ਦੇ ਰਾਹ ਤੇ ਆਟੋਦਆਲ ਵਿਚ ਉਸਦੀ ਕਾਫ਼ੀ ਜ਼ਮੀਨ ਸੀ। ਕਣਕ ਕਾਲੇ ਨਾਗ ਵਾਂਗ ਸ਼ੂਕ ਰਹੀ ਸੀ। ਸੱਨਵੀਂ ਫਸਲ ਨੂੰ ਕੋਰਾ ਰਿਉਹ ਵਾਂਗ ਲਗਦਾ ਸੀ। ਸੂਏ ਦੇ ਚੜ੍ਹਦੇ ਪਾਸੇ, ਸ਼ਹਿਣ ਵਿਚ,ਉਸ ਦੇ ਮੁਜਾਰਿਆਂ ਦੇ ਖੇਤ ਸਨ। ਬਟਾਈ ਦਾ ਹਿੱਸਾ, ਤਹਿਸੀਲਦਾਰ ਵੱਲੋਂ ਨਿਯੁਕਤ ਤਿੰਨ ਕਨਕੂਤੀਏ, ਕਨਕੂਤ ਰਾਹੀਂ ਮੁਕੱਰਰ ਕਰਦੇ ਸਨ। ਤਿੰਨ ਸੌ ਬਿੱਘੇ ਜ਼ਮੀਨ ਵਿਚ ਉਹ ਆਪ ਚਾਰ ਹਲਾਂ ਖੇਤੀ ਕਰਵਾਉਂਦਾ ਸੀ, ਛੇ ਸੌ ਬਿੱਘੇ ਮੁਜ਼ਾਰੇ ਵਾਹੁੰਦੇ ਬੀਜਦੇ ਸਨ। ਪਿੰਡ ਦੇ ਚੜ੍ਹਦੇ ਪਾਸੇ, 50 ਬਿੱਘੇ ਵਿਚ, ਸਾਲਮ ਖੂਹ ਸੀ। ਸ਼ਮਾਧਾਂ ਕੋਲ ਬਾਗਾਂ ਵਾਲੇ ਖੂਹ ਵਿਚ ਉਸਦਾ ਅੱਠਵਾਂ ਹਿੱਸਾ ਸੀ।

ਸਰਦਾਰ ਦਾ ਖੰਘੂਰਾ ਸੁਣ ਕੇ ਪੂਰਨ, ਲੱਸੀ ਪੀਣ ਮਗਰੋਂ ਭਜਿਆ ਆਇਆ ਫਤਹਿ ਬੁਲਾਉਣ ਮਗਰੋਂ ਛੋਟੀ ਬੀਬੀ ਦਾ ਹਾਲ ਚਾਲ ਪੁੱਛਿਆ।

"ਤੁਸੀਂ ਸਾਰ ਜੀ, ਗਏ ਤਾਂ ਸੀ, ਦੋ ਚਾਰ ਦਿਨ ਹੋਰ ਲਾ ਲੈਂਦੇ। ਕੰਮ ਤਾਂ ਰਿੜ੍ਹੀ ਹੀ ਜਾਂਦੇ ਹਨ, ਬੰਦਾ ਮੁੱਕ ਜਾਂਦਾ ਹੈ, ਕੰਮ ਨਹੀਂ ਮੁੱਕਦੇ।"

"ਫਸਲ ਤਾਂ ਵਧੀਆ ਖੜ੍ਹੀ ਹੈ, ਜੇ ਗੋਲੇ ਕਾਕੜੇ ਤੋਂ ਮਿਹਰ ਰਹੇ।"

"ਸਾਰ ਜੀ, 'ਓਹਦੀ' ਮਿਹਰ ਚਾਹੀਦੀ ਹੈ, ਆਪਾਂ ਕੀ ਓਹਦੇ ਮਾਂਹ ਮਾਰੇ ਨੇ।"

"ਕਾਕੇ ਠੀਕ ਨੇ, ਸਕੂਲ ਜਾਂਦੇ ਨੇ? ਬੇਬੇ ਨੂੰ ਯਾਦ ਤਾਂ ਨਹੀਂ ਕਰਦੇ।"

"ਕਰਦੇ ਨੇ, ਕਰਦੇ ਕਿਉਂ ਨਹੀਂ? ਮਾਂ ਪੁੱਤ ਦਾ ਸਾਕ ਹੀ ਇਹੋ ਜਿਹਾ। ਮੈਨੂੰ, ਮਰੀ ਬੇਬੇ ਹੁਣ ਤੱਕ ਨਹੀਂ ਭੁਲਦੀ।"

"ਤੁਸੀਂ ਹਾਜ਼ਰੀ ਦੱਸੋ। ਨਿਹਾਲੋ ਅੰਦਰ ਹੀ ਹੈ। ਹੁਣੇ ਬਣਾ ਦਿੰਦੀ ਹੈ।"

"ਹਾਜ਼ਰੀ ਮੈਂ ਕਰਕੇ ਚਲਿਆ। ਖੂਹ ਚਲਦੈ? ਕਣਕ ਨੂੰ ਪਾਣੀ ਲਗਦੈ, ਕੋਰਾ ਨਾ ਮਾਰ ਦੇਵੇ।"

"ਦੋ ਸੀਰੀ ਖੂਹ ਤੇ ਨੇ, ਦੋ ਕੱਸੀ, ਦੇ ਪਾਣੀ ਤੇ ਨੇ, ਇਕ ਪਾਣੀ ਲਾਉਂਦਾ, ਦੂਜਾ ਖਾਲ ਤੇ ਗੇੜਾ ਰੱਖਦਾ। ਅੱਧੀ ਰਾਤ ਤੋਂ ਆਪਣੀ ਵਾਰੀ ਚਲਦੀ ਹੈ, ਕਿਸ਼ਨ ਸਿਉਂ ਮੀ ਰਾਬ, ਆਪ ਨੱਕੇ ਤੇ ਗਿਆ ਸੀ। ਪਾਣੀ ਵਢਾ ਕੇ ਆਇਆ। ਨਾਲੇ ਵੱਡੇ ਸਿਰਦਾਰ ਦੇ ਸੀਰੀਆਂ ਨੂੰ ਤਾਕੀਦ ਕਰਕੇ ਆਇਆ ਬਈ, ਪਾਣੀ ਨਾ ਤੋੜਿਉ।"

"ਕੀ ਕਹਿੰਦੇ ਫੇਰ...?"

"ਮਿੱਚ ਮਿੱਚ ਕਰਦੇ ਸੀ, ਕਹਿੰਦੇ ਅਸੀਂ ਨਹੀਂ ਤੋੜਦੇ, ਮੋਘਾ ਵੱਡੈ, ਕੱਚਾ ਖਾਲ ਹੈ, ਆਪ ਈ ਟੁੱਟ ਜਾਂਦਾ।"

"ਥੋਡੇ ਖੇਤ ਕੋਲ ਹੀ ਕਿਉਂ ਟੁੱਟਦੈ ? ਮੀ ਰਾਬ ਗੱਲ ਪੈ ਗਿਆ ਸੀ।"

"ਚੰਗੈ ਕੀਤੈ, ਮੀਰਾਬ ਸਿਆਣਾ ਬੰਦੈ ? ਏਨੀ ਕਰਾਏ ਬਿਨਾਂ, ਉਹਨਾਂ ਖੜ੍ਹਣਾ ਨਹੀਂ ਸੀ।"

ਗੱਲਾਂ ਕਰਦੇ ਕਰਦੇ ਅੰਦਰਲੇ ਘਰ ਪੌੜੀਆਂ ਚੜ੍ਹਕੇ ਵੱਡੇ ਚੁਬਾਰੇ ਵਿਚ ਆਏ, ਜਿੱਥੇ ਚਾਰ ਪਲੰਘ ਪਏ ਸੀ। ਦੋ ਕੁਰਸੀਆਂ ਤੇ ਇਕ ਮੇਜ਼ ਸੀ, ਕੀਲੇ ਤੇ ਕੁਝ ਕੱਪੜੇ ਟੰਗੇ ਹੋਏ ਸਨ। ਛੋਟੇ ਚੁਬਾਰੇ ਨੂੰ ਰੋਪੜੀ ਜਿੰਦਾ ਲੱਗਾ ਹੋਇਆ ਸੀ, ਜਿੱਥੇ ਟਰੰਕ, ਪਿੱਤਲ ਦੇ ਕੋਕਿਆਂ ਵਾਲੇ ਦੋ ਸੰਦੂਕ ਖੜ੍ਹੇ ਸਨ, ਬਹੁਤਾ ਕੀਮਤੀ ਮਾਲ ਮੁੱਦਾ ਉਨ੍ਹਾਂ ਹੇਠਲੀ ਸਵਾਤ ਵਿਚ ਗਾਗਰਾਂ ਵਿਚ ਦੱਬਿਆ ਹੋਇਆ ਸੀ। ਲੋੜ ਜੋਗੇ ਪੈਸੇ ਸੰਦੂਕ ਦੀ ਟਾਂਡ ਤੇ ਗੁਥਲੀ ਵਿਚ ਪਏ ਹੁੰਦੇ। ਕੀਮਤੀ ਜੇਵਰ, ਹੇਠਲੀ ਜਬ੍ਰਤ ਦੇ ਆਲਿਆਂ ਵਿਚ ਗੱਡੇ ਕੁੱਜਿਆਂ ਵਿਚ ਸਨ। ਹਵੇਲੀ ਬਣਾਉਣ ਸਮੇਂ ਹੀ ਕੁੱਜੇ ਆਲਿਆਂ ਵਿਚ ਫਿੱਟ ਕਰ ਦਿੱਤੇ ਸਨ। ਵੱਡੀ ਬੇਬੇ ਨੇ ਸਾਰਾ ਕੁਝ ਆਪਣੀ ਨੂੰਹ ਨੂੰ ਸਮਝਾ ਦਿੱਤਾ ਸੀ, ਉਹ ਸੁਲੱਗ ਅਤੇ ਸਿਆਣੀ ਸੀ। ਆਪਣੇ ਪੁੱਤਰ ਨੂੰ ਉਹ ਸਾਰਾ ਭੇਤ ਨਹੀਂ ਦਿੰਦੀ ਸੀ। ਇਸ ਜੇਵਰ ਕਰਕੇ ਹੀ ਉਸਦਾ ਵੱਡੇ ਪੁੱਤਰ ਲਾਲ ਝਗੜਾ ਹੋਇਆ ਸੀ। ਮੇਰੀ ਭੈਣ ਨੇ ਮੈਨੂੰ ਦਿੱਤਾ, ਮੈਂ ਜੀਹਨੂੰ ਮਰਜ਼ੀ ਦੇਵਾਂ ਤੈਨੂੰ ਔਧ ਕਾਹਦਾ ? ਪਿਉ ਦਾਦੇ ਦੀ ਕਮਾਈ ਵਿਚੋਂ, ਉਸ ਨੂੰ ਅੱਧੀ ਜ਼ਮੀਨ, ਅੱਧਾ ਘਰ ਮਿਲ ਗਿਆ ਸੀ, ਫੇਰ ਵੀ ਉਹ ਸਬਰ ਨਹੀਂ ਕਰਦਾ ਸੀ।

ਬਘੇਲ ਸਿੰਘ, ਲੱਸੀ ਦਾ ਗੜਵਾ ਪੀਣ ਮਗਰੋਂ, ਪਲੰਘ ਤੇ ਸੁਸਤਾਉਣ ਲੱਗਿਆ। ਰਾਤ ਦੀ ਸ਼ਰਾਬ ਨੇ ਸਰੀਰ ਨਿਢਾਲ ਕਰ ਦਿੱਤਾ ਸੀ, ਜਿਵੇਂ ਪੇਟ ਵਿਚ ਭਾਂਬੜ ਮੱਚ ਰਿਹਾ ਹੋਵੇ। ਘੋੜੇ ਦੀ ਦੁੜਕੀ ਚਾਲ ਨੇ, ਉਸ ਦੀਆਂ ਹੱਡੀਆਂ ਦੀਆਂ ਚੂਲਾਂ ਹਿਲਾ ਦਿੱਤੀਆਂ ਸਨ।

"ਨਿਹਾਲੋ ਮੈਂ ਦੋ ਘੜੀਆਂ ਰਾਮ ਕਰਦੈਂ, ਜੇ ਕੋਈ ਮਿਲਣ ਗਿਲਣ ਆਇਆ, ਕਹਿ ਦਈਂ ਆਥਣੇ ਮਿਲਣਗੇ ?" ਪੂਰਨ ਗੱਡਾ ਲੈ ਕੇ, ਖੇਤ ਨੂੰ ਚਲਿਆ ਗਿਆ। ਖੂਹ ਤੇ ਚਾਰਾ ਬੀਜਿਆ ਹੋਇਆ ਸੀ। ਪਸ਼ੂਆਂ ਲਈ ਪੱਠੇ ਲੈ ਕੇ ਆਉਣੇ ਸਨ।

ਕਾਨਸ ਉਪਰ ਲੱਗੇ ਕਲਾਕ ਨੇ ਇਕ ਵਜਾ ਦਿੱਤਾ ਸੀ। ਪੌੜੀਆਂ ਦਾ ਕੁੰਡਾ ਖੜਕਿਆ।

"ਕੌਣ ਹੈ ਭਾਈ ?"

"ਅਸੀਂ ਹਾਂ।" ਨਿਹਾਲੋ ਨੇ ਆਵਾਜ਼ ਪਛਾਣ ਲਈ ਸੀ, ਉਹ ਔਹਲਕੇ, ਪੌੜੀਆਂ ਵੱਲ ਗਈ।

"ਆ ਗਏ ਕਾਕਾ ਜੀ, ਕੱਪੜੇ ਬਦਲ ਲਵੋ। ਰੋਟੀ ਤਿਆਰ ਹੈ। ਥੋਡੇ ਬਾਪੂ ਜੀ ਵੀ ਆ ਗਏ।"

ਉਹ ਕਾਹਲੀ ਨਾਲ ਚੁਬਾਰੇ ਵਿਚ ਆਏ। ਸਤਿ ਸ੍ਰੀ ਅਕਾਲ ਬੁਲਾਈ। ਸਾਹਮਣੇ ਮੰਜੇ 'ਤੇ ਬੈਠ ਗਏ। ਉਨਾਭੀ ਪੱਗਾਂ ਉਨ੍ਹਾਂ ਦੇ ਡੁੱਟ ਵਰਗੇ ਚਿਹਰਿਆਂ ਤੇ ਬਹੁਤ ਫੱਬਦੀਆਂ ਸਨ।

"ਬਾਪੂ ਜੀ, ਬੇਬੇ ਜੀ ਦਾ ਕੀ ਹਾਲ ਹੈ ? ਕੀ ਕਹਿੰਦਾ ਡਾਕਟਰ ? ਕਦੋਂ ਮੁੜਨਗੇ ?"

"ਡਾਕਟਰ ਕਹਿੰਦਾ, ਸੱਤ ਦਿਨ ਦਵਾਈ ਖਾ ਕੇ ਦੇਖੋ। ਟੈਸਟਾਂ ਲਈ ਪਟਿਆਲੇ ਜਾਣਾਂ ਪਊਗਾ।" ਬਘੇਲ ਸਿੰਘ ਮੰਜੇ ਤੇ ਟੇਢਾ ਹੋ ਕੇ ਬੈਠ ਗਿਆ ਸੀ।

"ਤੁਸੀਂ ਹੋਰ ਰਹਿ ਪੈਣਾਂ ਸੀ।"

"ਤਿੰਨ ਚਾਰ ਦਿਨ ਤੱਕ, ਮੈਂ ਫਿਰ ਜਾਊਂਗਾ, ਪਿਛੇ ਘਰ ਦਾ ਵੀ ਫ਼ਿਕਰ ਸੀ-" ਏਨੇ ਨੂੰ ਨਿਹਾਲੋ ਥਾਲ ਵਿਚ ਦਾਲ ਸਬਜ਼ੀ ਦਹੀਂ ਲੈ ਆਈ। ਇੱਕ ਵੱਡਾ ਕੌਲਾ ਮੱਖਣ ਦਾ ਭਰਿਆ ਹੋਇਆ ਸੀ, ਨਾਲ ਲੱਸੀ ਦਾ ਗੜਵਾ। ਉਹ, ਲੋਹੇ ਦੇ ਸਟੂਲਾਂ ਉਪਰ ਥਾਲ ਰੱਖਕੇ, ਖਾਣਾ ਖਾ ਰਹੇ ਸਨ, ਨਿਹਾਲੋ ਗਰਮ ਗਰਮ ਫੁਲਕਾ ਲਿਆ ਰਹੀ ਸੀ।

"ਊਂ ਡਾਕਟਰ ਕੀ ਕਹਿੰਦੈ ਠੀਕ ਹੋ ਜਾਣਗੇ।" ਛੋਟੇ, ਹਰਜੀਤ ਨੇ ਪੁੱਛਿਆ। ਉਸ ਨੇ ਚਾਰ ਸਾਲ ਮਾਂ ਦਾ ਦੁੱਧ ਚੁੰਘਿਆ ਸੀ। ਉਹ ਮਾਂ ਨਾਲ ਹੀ ਸੌ ਜਾਂਦਾ ਸੀ। ਵੱਡਾ ਬਲਜੀਤ ਸਿਆਣਾ ਸੀ।

"ਕਹਿੰਦਾ ਤਾਂ ਹੈ ? ਅੱਗੇ ਡੋਰੀ ਵਾਹਿਗੁਰੂ ਦੇ ਹੱਥ ਹੈ ?"

"ਹੋਰ ਤਾਂ ਨਹੀਂ ਕੋਈ ਆਇਆ ਗਿਆ ?"

"ਪਿੰਡ ਦੇ ਕਈ ਬੰਦੇ, ਖ਼ਬਰ ਲੈਣ ਆਏ ਸੀ। ਹੋਰ ਤਾਂ ਕੋਈ ਨਹੀਂ ਆਇਆ। ਪੂਰਨ ਕਹਿੰਦਾ ਸਰਦਾਰ ਜੀ ਬਨਾਲੇ ਲੈ ਕੇ ਗਏ ਹੋਏ ਨੇ। ਉਨ੍ਹਾਂ ਦੇ ਆਇਆਂ ਤੋਂ ਪਤਾ ਲੱਗੂ।"

"ਥੋਡੀ ਪੜ੍ਹਾਈ ਠੀਕ ਚਲਦੀ ਹੈ। ਮਾਸਟਰ ਤਾਂ ਨਹੀਂ ਘੂਰ-ਘੱਪ ਕਰਦੇ।"

"ਨਹੀਂ ਜੀ, ਦੋਨੋਂ ਮਾਸਟਰ ਜੀ ਤਾਂ ਬਹੁਤ ਚੰਗੇ ਨੇ, ਸਾਡੇ ਨਾਲ ਤਾਂ ਬਹੁਤ ਪਿਆਰ ਕਰਦੇ ਨੇ।"

"ਖੂਹ ਵੀ ਗੇੜਾ ਮਾਰਨਾ ਪਊ।"

"ਅਸੀਂ ਸਕੂਲ ਦਾ ਕੰਮ ਕਰਕੇ, ਨਾਲੇ ਸੀਰੀਆਂ ਦੀ ਚਾਹ ਲੈ ਜਾਵਾਂਗੇ, ਨਾਲੇ ਗੇੜਾ ਮਾਰ ਆਵਾਂਗੇ। ਤੁਸੀਂ ਆਰਾਮ ਕਰੋ।" ਫੱਟੀਆਂ ਸੁਕਾਉਣ ਮਗਰੋਂ ਉਹ ਕਲਮ ਅਤੇ ਕਾਲੀ ਸਿਆਹੀ ਨਾਲ ਫੱਟੀ ਦੇ ਇਕ ਪਾਸੇ ਅਲ੍ਹਫ ਬੇਅ ਲਿਖਣ ਲੱਗੇ। ਦੂਜੇ ਪਾਸੇ ਗਿਣਤੀ ਲਿਖਣੀ ਸੀ। ਅੱਖਰ ਉਹ ਮੋਤੀਆਂ ਵਰਗੇ ਪਾਉਂਦੇ ਸਨ, ਖੁਸ਼ਕੱਤ, ਦੋਨਾਂ ਦਾ ਵਧੀਆ ਸੀ।

ਤੀਜੇ ਪਹਿਰ ਚਾਹ ਪੀਣ ਮਗਰੋਂ, ਉਨ੍ਹਾਂ ਸੀਰੀਆਂ ਦੀ ਚਾਹ ਡੋਲੂ ਵਿਚ ਪਵਾ ਲਈ।

"ਤੁਸੀਂ ਘੋੜੀ ਲੈ ਜਾਉ...।" ਲਾਲ ਰੰਗ ਦੀ ਘੋੜੀ ਬਹੁਤ ਸੀਲ ਅਤੇ ਸਾਊ ਸੀ, ਕਦੇ ਕਦੇ ਉਹ ਇਸਦੀ ਸਵਾਰੀ ਕਰ ਲੈਂਦੇ ਸਨ। ਪੂਰਨ ਤਹਿਰੂ ਰੱਖਕੇ, ਉਗਾ ਸਕੇ ਉਨ੍ਹਾਂ ਨੂੰ ਉਪਰ ਬਿਠਾ ਦਿੰਦਾ, ਕੰਡਿਆਲਾ ਪਾਉਣ ਦੀ ਲੋੜ ਨਹੀਂ ਸੀ, ਰੱਸੀ ਦੀ ਖੱਭੀ ਪਾ ਕੇ ਹੀ ਸਰ ਜਾਂਦਾ ਸੀ, ਘੋੜੇ ਵਾਂਗ ਉਹ ਮੂੰਹੋ ਜ਼ੋਰ ਅੱਥਰੀ ਨਹੀਂ ਸੀ। ਸਰਦਾਰ ਦੀ ਅਫੀਮ ਦਾ ਸਟਾਕ ਬਾਹਰਲੀ ਬੈਠਕ ਦੀ ਅਲਮਾਰੀ ਵਿਚ ਹੁੰਦਾ ਸੀ। ਚਾਹ ਤੋਂ ਪਹਿਲਾਂ ਉਹ ਗੀਠੇ ਜਿੱਡਾ ਮਾਵਾ ਲੈਂਦਾ ਸੀ, ਇਸ ਤੋਂ ਘੱਟ ਅਸਰ ਨਹੀਂ ਕਰਦੀ ਸੀ। ਠੇਕੇਦਾਰ, ਅਫੀਮ ਦਾ ਦੁੱਧ, ਉਹਦੀ ਹਾਜ਼ਰੀ ਵਿਚ ਮੋਹਰਾਂ ਤੋੜ ਕੇ ਅਫੀਮ ਪਕਾਉਂਦੇ। ਪੱਕਣ ਮਗਰੋਂ ਅਫੀਮ,ਕੱਚ ਵਰਗੀ ਬਣ ਜਾਂਦੀ, ਇਸ ਲਈ ਗਰਮ ਅਤੇ ਨਰਮ ਦੀਆਂ ਗੋਲੀਆਂ ਵੱਟ ਲਈਆਂ ਜਾਂਦੀਆਂ। ਨਹੀਂ ਤਾਂ ਪਸ਼ੌਰੀ ਚਾਕੂ ਨਾਲ ਪੁੱਟਣੀ ਪੈਂਦੀ ਸੀ।

ਚਾਹ ਦਾ ਡੋਲੂ ਲੈ ਕੇ, ਉਹ ਵੱਡੀ ਚੌਂਕੜੀ ਕੋਲ ਆਏ, ਜਿੱਥੇ ਉਨ੍ਹਾਂ ਨੇ ਠਾਣੇਦਾਰ ਤਾਏ ਦੀ ਹਵੇਲੀ ਸੀ। ਉਸਦੇ ਦੋਨੋਂ ਮੁੰਡੇ ਉਨ੍ਹਾਂ ਨਾਲੋਂ ਪੰਜ-ਛੇ ਸਾਲ ਵੱਡੇ ਸਨ। ਦੋਨੋਂ ਤੀਜੀ, ਚੌਥੀ ਵਿਚੋਂ ਫੇਲ੍ਹ ਹੋਣ ਮਗਰੋਂ ਕਬੂਤਰ ਉਡਾਉਣ ਲੱਗੇ। ਸਵੇਰੇ ਸ਼ਾਮ, ਦਾਣਾ ਪਾਣੀ ਪਾਉਂਦੇ, ਉੱਡਣ ਲਈ ਛੱਡ ਦਿੰਦੇ, ਕਬੂਤਰ ਫੜ ਫੜ ਕਰਦੇ ਉਡਾਰੀਆਂ ਮਾਰਨ ਲੱਗਦੇ। ਸ਼ਾਮ ਨੂੰ ਲਾਹੁਣ ਲਈ, ਚੁਬਾਰੇ ਤੇ ਛੱਤਰੀ ਲੈ ਕੇ ਚੜ੍ਹ ਜਾਂਦੇ, ਇਕ ਕਬੂਤਰੀ ਦੇ ਪੈਰਾਂ ਨੂੰ ਰੱਸੀ ਬੰਨ੍ਹ ਕੇ ਛੱਤਰੀ ਉਪਰ ਹਠਾਂ ਕਰਦੇ, ਕਬੂਤਰ ਮਸਾਂ ਹੀ ਦਿਨ ਦੇ ਛਿਪਾਅ ਨਾਲ ਮਰਜੀ ਨਾਲ ਉਤਰਦੇ।

ਇਸ ਸਮੇਂ, ਉਹ ਚੌਂਕੜੀ ਤੇ ਬੈਠੇ 'ਪਾਸਾ' ਖੇਡ ਰਹੇ ਸਨ, ਤਿੰਨ ਚਾਰ ਉਨ੍ਹਾਂ ਦੇ ਨਾਲ ਸਨ।

"ਹੰਸਾਂ ਦੀ ਜੋੜੀ ਕਿੱਧਰ ਨੂੰ ਚੱਲੀ ਹੈ? ਆਊ ਥੋਨੂੰ ਪਾਸਾ ਖੇਡਣਾਂ ਸਿਖਾਈਏ। ਨਰਦ ਕਿਵੇਂ ਮਾਰਨੀਂ ਹੈ ਗੋਟੀ ਕਿਵੇਂ ਕੱਢਣੀ ਹੈ। ਜੇ ਕਬੂਤਰ ਚਾਹੀਦੇ ਨੇ ਤਾਂ ਦੱਸੋ। ਥੋਡੇ, ਉਪਰਲੇ ਚੁਬਾਰੇ ਨਾਲ ਦਮਕਾ ਪਹਿਲਾਂ ਹੀ ਬਣਿਆ ਹੋਇਆ, ਕਬੂਤਰਾਂ ਲਈ। ਉੱਥੇ ਹੀ ਖੂੰਜੇ ਵਿਚ ਪੌੜੀਆਂ ਨਾਲ ਛੱਤਰੀ ਲਗ ਜਾਊਗੀ। ਆਹੀ ਤਾਂ ਉਮਰ ਹੈ, ਖੇਡਣ ਦੀ ਮੌਜਾਂ ਕਰਨ ਦੀ, ਐਵੇਂ ਕਿਉਂ ਖੇਤਾਂ ਵਿਚ ਭਕਾਈ ਕਰਦੇ ਫਿਰਦੇ ਹੋ, ਖੇਤ ਕਿਹੜਾ ਭੱਜ ਜਾਣੇ ਹਨ।" ਜਦੋਂ ਹੀ ਕਿੱਲੇ ਵਿਚ ਸਰਦਾਰਾਂ ਦਾ ਕੋਈ ਮੁੰਡਾ ਸੂਰਤ ਸੰਭਾਲਦਾ ਹੈ, ਉਹ ਪੁੱਠੀਆਂ ਭਮਾਲੀਆਂ ਦੇਣ ਲੱਗਦੇ। ਆਪ ਪੜ੍ਹੇ ਨਹੀਂ, ਸ਼ਰੀਕੇ ਵਾਲਾ ਕੋਈ ਕਿਉਂ ਪੜ੍ਹੇ? ਉਨ੍ਹਾਂ ਦਾ ਥਾਣੇਦਾਰ ਪਿਉ, ਦੋਨਾਂ ਹੱਥਾਂ ਨਾਲ ਲੁੱਟ ਰਿਹਾ ਸੀ। ਫੇਰ ਉਹ ਕੰਮ ਕਿਉਂ ਕਰਨ? ਉਹ ਲੰਡਰਾਂ ਦੀ ਫੌਜ ਦੇ ਸਰਦਾਰ ਸਨ।

ਦੋਨੋਂ ਬਿਨਾਂ ਉਨ੍ਹਾਂ ਦੀ ਗੱਲ ਸੁਣੇ, ਖੇਤ ਦੇ ਰਾਹ ਪੈ ਗਏ। ਡੇਰੇ ਕੋਲੋਂ ਇਕ ਸਿੱਧੀ ਡੰਡੀ, ਉਨ੍ਹਾਂ ਦੇ ਖੂਹ ਕੋਲ ਦੀ ਹੋਕੇ, ਅੱਗੇ ਸੰਦੌੜ ਚਲੀ ਜਾਂਦੀ ਸੀ। ਬਹੁਤੇ ਰਾਹੀ ਪਾਂਧੀ, ਇਸ ਡੰਡੀ ਤੇ ਚਲਦੇ ਸਨ, ਰਾਹ ਤੇ ਜਾਣ ਨਾਲ ਬਿੰਗ ਪੈਂਦਾ ਸੀ। ਜਦੋਂ ਉਹ ਡੰਡੀ ਚੜ੍ਹਨ ਲਈ, ਡੇਰੇ ਦੇ ਅਰਲਾਖੋਟ ਕੋਲ ਆਏ, ਸੰਤ ਮਿਲ ਪਏ।

"ਬੰਦਗੀ, ਬਾਬਾ ਜੀ।" ਦੋਨਾਂ ਨੇ ਸਲੀਕੇ ਨਾਲ ਹੱਥ ਜੋੜੇ।

"ਜੈ ਹੋ ਭਾਈ। ਕੀ ਹਾਲ ਹੇ? ਬੇਬੇ ਦਾ? ਸਰਦਾਰ ਜੀ ਆ ਗਏ?"

"ਹਾਂ ਜੀ, ਅੱਜ ਹੀ ਆਏ ਨੇ।"

"ਕੀ ਕਹਿੰਦਾ ਡਾਕਟਰ, ਕੀ ਤਸ਼ਖੀਸ਼ ਹੋਇਆ।"

"ਡਾਕਟਰ ਸਾਹਿਬ ਨੇ ਦਵਾਈ ਦਿੱਤੀ ਹੈ, ਕਹਿੰਦੇ ਠੀਕ ਹੋ ਜਾਣਗੇ।"

"ਚਲੋ ਵਾਹਿਗੁਰੂ ਮਿਹਰ ਕਰੇ।" ਡੇਰੇ ਦੇ ਦੋ ਜੁੜਵੇਂ ਕਮਰੇ ਪੱਕੇ ਸਨ। ਦੋਨੋਂ ਪਾਸੇ ਕੱਚੀ ਕੰਧ ਸੀ। ਚੜ੍ਹਦੇ ਪਾਸੇ ਹਲਟੀ ਤੋਂ ਅੱਗੇ, ਭੜੀਂ ਉਪਰ ਮਰੀਚਕੇ ਅਤੇ ਪਹਾੜੀ ਅੱਕਾਂ ਦੀ ਸੰਘਣੀ ਵਾੜ ਸੀ। ਟੋਭੇ ਵਾਲੇ ਪਾਸਿਉਂ, ਡੰਗਰ ਪਸ਼ੂ ਨਾ ਆਵੇ। ਹਲਟੀ ਦਾ ਪਾਣੀ ਵਾੜ ਵਿਚ ਪੈਂਦਾ ਸੀ, ਇਸ ਵਿਚ ਬਹੁਤ ਸਾਰੇ ਖੁਦ ਰੌ ਰੁੱਖ ਝਾੜੀਆਂ ਉੱਗੇ ਹੋਏ ਸਨ।

ਚਾਹ ਦਾ ਡੋਲੂ ਲੈ ਕੇ, ਉਹ ਖੂਹ ਕੋਲ ਆਏ। ਹਲੱਟ ਦੇ ਕੁੱਤੇ ਦੀ ਟਿੱਕ-ਟਿੱਕ ਪਾੜਛੇ ਵਿਚ ਡਿਗਦਾ ਪਾਣੀ, ਝੱਘੋ-ਝੱਘ ਹੋ ਜਾਂਦਾ ਸੀ। ਅਗੇ ਔਲੂ ਵਿਚੋਂ ਹੋ ਕੇ, ਪਾਣੀ ਕੱਚੇ ਖਾਲ ਰਾਹੀਂ, ਖੇਤਾਂ ਵਿਚ ਪੈਂਦਾ ਸੀ। ਬੋਤੇ ਦੀਆਂ ਅੱਖਾਂ ਨੂੰ ਖੋਪੇ ਬੰਨ੍ਹੇ ਹੋਏ ਸਨ। ਉਹ

ਆਪਣੇ ਆਪ ਘੁੰਮੀ ਜਾਂਦਾ ਸੀ। ਜੇ ਉਹ ਕਦੇ ਚੀੜ੍ਹ ਕਰਨ ਰੁੱਕਦਾ, ਸੀਰੀ ਦੂਰੋਂ ਹੀ ਟਿੱਚ ਕਾਰੀ ਮਾਰਦਾ, ਉਹ ਫੇਰ ਘੁੰਮਣ ਲੱਗਦਾ, ਖੜ੍ਹਣ ਨਾਲ ਖਾਲ ਮਰ ਜਾਂਦਾ ਸੀ। ਬੋਤਾ, ਹਲੱਟ ਅਤੇ ਘਲਾੜੀ ਲਈ ਰਾਖਵਾਂ ਸੀ, ਇਸ ਨੂੰ ਹੱਲ ਨਹੀਂ ਜੋੜਿਆ ਜਾਂਦਾ ਸੀ। ਸਿਆਲਾਂ ਵਿਚ ਉਸਦੇ ਮੂੰਹ ਵਿਚੋਂ ਗੜਬੜੇ ਨਿਕਲਦੇ, ਝੱਗ ਡਿਗਦੀ।

"ਮਾਈ। ਸਾਗ ਡੀਕਦੀ ਸੀ।"

"ਛੱਜੂ ਅਜੇ ਪਹੁੰਚਿਆ ਨਹੀਂ-। ਉਹਨੂੰ ਗਏ ਨੂੰ ਤਾਂ ਅੱਧਾ ਪਹਿਰ ਹੋ ਗਿਆ, ਕਿੱਥੇ ਡੁੱਬ ਗਿਆ ? ਕਿਤੇ ਸੂਟਾ ਲਾਉਣ ਬੈਠ ਗਿਆ ਹੋਊ ਹੱਟੀ-ਭੱਠੀ ਤੇ।" ਛੱਜੂ ਚਿਲਮ ਪੀਣ ਦਾ ਆਦੀ ਸੀ। ਸੂਟਾ ਲਾਏ ਬਿਨਾ ਉਸਦਾ ਸਰੀਰ ਖੜ੍ਹਦਾ ਨਹੀਂ ਸੀ। ਸੂਟਾ ਖਿੱਚਣ ਦੇ ਨਾਲ ਹੀ ਉਹ ਖਊਂ-ਖਊਂ ਕਰਦਾ। ਉਂਜ ਕਾਮਾ ਚੰਗਾ ਸੀ। ਬਹੁਤੇ ਸੀਰੀ ਕਾਮੇ, ਮਜ਼ਦੂਰ, ਕਿਸਾਨ, ਕੋਈ ਨਾ ਕੋਈ, ਨਸ਼ਾ ਕਰਨ ਦੇ ਆਦੀ ਸਨ। ਬਿਨਾਂ ਨਸ਼ੇ ਦੇ ਭਾਰਾ ਕੰਮ ਹੁੰਦਾ ਨਹੀਂ ਸੀ। ਖਾਸ ਕਰਕੇ ਵਾਢੀ ਦੇ। ਦਿਨਾਂ ਵਿਚ, ਚਾਹ ਵਿਚ ਡੋਡੇ ਉਬਾਲ ਕੇ ਪੀਤੇ ਜਾਂਦੇ।

"ਤੁਸੀਂ ਚਾਹ ਲੈ ਲਵੋ ਘੁੱਟ ਕਾਕਾ ਜੀ।" ਪੂਰਨ ਨੇ ਪੁੱਛਿਆ।

"ਅਸੀਂ ਤਾਂ ਜੀ, ਹੁਣੇ ਪੀ ਕੇ ਆਏ ਹਾਂ।"

ਸੀਰੀਆਂ ਲਈ ਚਾਹ ਕੱਚੇ ਮਿੱਠੇ ਦੀ ਬਣਦੀ ਸੀ।

ਮਾਲਕਾ ਲਈ ਚਾਹ ਪੱਕੇ ਮਿੱਠੇ ਦੀ ਬਣਦੀ ਸੀ।

"ਗੰਨੇ ਲਿਆਕੇ ਦੇਵਾਂ ?"

"ਕੋਈ ਨਹੀਂ, ਅਸੀਂ ਆਪੇ, ਲੈ ਲਵਾਂਗੇ।"

"ਥੋਡੇ ਕੱਪੜੇ ਖਰਾਬ ਹੋ ਜਾਣਗੇ।" ਪੂਰਨ ਦੋ ਸਾਂਗ ਵੱਡੀ ਕਿੱਕਰ ਦੇ ਨਾਲ ਵਾਲੇ ਪੋਨੀ ਦੇ ਖੇਤ ਵਿਚੋਂ ਹਰੀ ਸ਼ਰਬਤੀ ਪੋਨੀ ਦੇ ਗੰਨੇ ਲੈ ਆਇਆ।

"ਤੁਸੀਂ ਅਜੇ ਗੰਨੇ ਚੂਪੋ, ਮੈਂ ਹਰੇ ਦੀਆਂ ਭਰੀਆਂ ਗੱਡੇ ਵਿਚ ਰਖਾ ਦਿਆਂ, ਗੱਡੇ ਤੇ ਚਲੇ ਚਲਿਉ।" ਉਹ ਗੰਨੇ ਚੂਪਣ ਲੱਗੇ, ਹਰੀ ਪੋਨੀ ਦਾ ਛਿਲਕਾ ਕਈ ਪੋਰੀਆਂ ਤੱਕ ਉਤਰ ਜਾਂਦਾ ਸੀ। ਚੂਪਣ ਨੂੰ ਪੋਨੀ ਸੌਖੀ ਸੀ। ਕੋਲ ਹੀ ਖਾਲੀ ਖੇਤ ਵਿਚ ਘਲਾੜੀ ਗੱਡੀ ਹੋਈ ਸੀ। ਲੋਹੜੀ ਮਗਰੋਂ ਘਲੜੀ ਚਲਣੀ ਸੀ। ਰਸ ਦੇ ਬਹੇ ਭਰ ਭਰ ਵੱਡੇ ਲੋਹੇ ਦੇ, ਕੜਾਹੇ ਵਿਚ ਪਾਏ ਜਾਂਦੇ, ਹੇਠਾਂ ਭੱਠੀ ਦੀ ਅੱਗ ਮੱਚਦੀ। ਗੁੜ ਪੱਕਣ ਦੀ ਖੁਸ਼ਬੋ, ਪੱਛੋ ਦੀ ਹਵਾ ਨਾਲ ਦੂਰ ਦੂਰ ਤਾਈਂ ਫੈਲ ਜਾਂਦੀ। ਜਦੋਂ ਕੜਾਹੇ ਵਿਚ, ਬੁਲਬਲੇ ਪੈਣ ਲੱਗਦੇ, ਕੜ੍ਹੇ ਹੋਏ, ਰਸ ਨੂੰ ਗੁੜ ਦੇ ਗੰਡ ਵਿਚ ਪਾਕੇ, ਬੱਤ ਦੇਖਣ ਮਗਰੋਂ, ਮਕਸੂਦੜੇ ਨਾਲ ਚੰਡਿਆ ਜਾਂਦਾ। ਠੰਡਾ ਹੋਣ ਤੇ ਵੱਤ ਅਨੁਸਾਰ ਇਸ ਦੀਆਂ ਭੇਲੀਆ ਜਾਂ ਸ਼ੱਕਰ ਬਣਾ ਲਹੀ ਜਾਂਦੀ। ਤੱਕੜੀ ਵਿਚ ਪੰਜ ਸੇਰ ਦਾ ਕੱਚਾ ਵੱਟਾ ਪਾ ਕੇ ਭੇਲੀਆ ਤੋਲੀਆਂ ਜਾਂਦੀਆਂ।

ਸੂਰਜ ਡੁੱਬ ਗਿਆ ਸੀ। ਪੰਛੀ, ਆਲ੍ਹਣਿਆਂ ਨੂੰ ਮੁੜਣ ਲੱਗੇ। ਬੋਤੇ ਦੇ ਖੋਪੇਖੋਲ ਦਿੱਤੇ। ਸ਼ਾਮ ਦੇ ਘੁਸ-ਮੁਸ੍ਹੇ ਵਿਚ ਜਦੋਂ ਡੇਰੇ ਸੰਖ ਪੂਰਿਆ ਜਾ ਰਿਹਾ ਸੀ, ਗੱਡੇ ਤੇ ਬੈਠ ਕੇ ਉਹ ਘਰ ਆਏ। ਬੀਹੀਆਂ ਵਿਚ ਧੂੜ ਉੱਡ ਰਹੀ ਸੀ। ਕੁੱਤੇ ਚੌਉਂ-ਚਾਊਂ ਕਰ ਰਹੇ ਸਨ। ਘਰਾਂ ਵਿਚ ਮਿੱਟੀ ਦੇ ਦੀਵੇ, ਲਾਲਟੇਣਾਂ ਜਗ ਪਈਆਂ ਸਨ। ਬਘੇਲ ਸਿੰਘਬਾਹਰਲੀ ਬੈਠਕ ਵਿਚ, ਪੈਗ ਲਾ ਰਿਹਾ ਸੀ। ਅੱਧੀ ਕਣਕ ਸਿੰਜੀ ਗਈ ਸੀ। ਅੱਧੀ ਰਹਿੰਦੀ ਸੀ, ਬੱਚਿਆਂ ਨੇ, ਉਸਨੂੰ ਰਿਪੋਰਟ ਦੇ ਦਿੱਤੀ।

(7)

ਮੂੰਹ ਹਨੇਰੇ ਪਿਆਰਾ ਮੱਲ ਧੜਵਾਈ ਨੇ, ਕੁੰਡਾ ਆ ਖੜਕਾਇਆ। ਉਹ ਰਾਤ ਦਾ ਤਰਲੋ ਮੱਛੀ ਹੋਈ ਜਾਂਦਾ ਸੀ। ਰਾਤ ਗੁਰਦਵਾਰੇ, ਮੁਜਾਰਿਆਂ ਦਾ ਇਕੱਠ ਹੋਇਆ ਸੀ। ਦੋ ਘੰਟੇ ਜ਼ਹਿਬਰਾ ਪੈਣ ਮਗਰੋਂ ਫੈਸਲਾ ਹੋਇਆ ਸੀ। ਕਨਕੂਤ ਅਨੁਸਾਰ ਬਟਾਈ ਨਹੀਂ ਦੇਣੀ। ਮੱਲਾ, ਅੱਤਰਾ, ਸੋਹਣਾ ਅਤੇ ਗੁਲਜ਼ਾਰੀ ਨੂੰ ਮੋਹਰੀ ਚੁਣਿਆ ਗਿਆ। ਉਹਨਾਂ ਗੁਰਦਵਾਰੇ ਸੌਂਹਾਂ ਕਸਮਾਂ ਖਾ ਲਈਆਂ ਸਨ।

"ਸਰਦਾਰ ਜੀ, ਘਰੇ ਹੀ ਨੇ...?"

"ਹਾਂ ਜੀ ਲੰਘ ਆਊ, ਘਰੇ ਹੀ ਨੇ।" ਨਿਹਾਲੋ ਨੇ ਆਵਾਜ਼ ਪਹਿਚਾਣ ਲਈ ਸੀ। ਪਿੰਡ ਵਿਚੋਂ ਪਿਆਰਾ ਮੱਲ ਤੋਂ ਸਿਵਾ, ਹੋਰ ਕਿਸੇ ਨੂੰ ਅੰਦਰਲੀ ਹਵੇਲੀ, ਆਉਣ ਦੀ ਇਜਾਜਤ ਨਹੀਂ ਸੀ। ਉਹ ਸਰਦਾਰਾ ਦੇ ਘਰਾਂ ਦਾ ਭੇਤੀ ਸੀ। ਕੀਹਦੇ ਸਿਰ, ਕਿੰਨਾ ਕਰਜ਼ਾ ਸੀਤਾ, ਕੀਹਦਾ ਦੇਣਾ-ਲੈਣਾ ਸੀ, ਸਾਰਾ ਹਿਸਾਬ ਉਸ ਕੋਲ ਹੁੰਦਾ ਸੀ, ਧੜਵਾਈ ਹੋਣ ਕਰਕੇ।

"ਰਾਮ ਰਾਮ। ਸਰਦਾਰ ਜੀ।"

"ਰਾਮ ਰਾਮ ਸੇਠ ਜੀ ਆਉ, ਕੁਰਸੀ ਲੈ ਲਵੋ।" ਸਰਦਾਰ ਰਜਾਈ ਵਿਚ ਬੈਠਾ ਚਾਹ ਪੀ ਰਿਹਾ ਸੀ, ਨਿਹਾਲੋ, ਚਾਹ ਦਾ ਗਲਾਸ, ਪਿਆਰਾ ਮੱਲ ਨੂੰ ਫੜਾ ਗਈ," ਥੋੜੀ ਬਹੁਤ ਨਾਹ-ਨੁਕੂਰ ਕਰਨ ਮਗਰੋਂ ਗਲਾਸ, ਉਸ ਫੜ ਲਿਆ।

"ਪੀ ਲੈ ਕਿਹੜਾ ਸ਼ਰਾਬ ਦਾ ਗਲਾਸ ਹੈ, ਤੱਤਾ ਪਾਣੀ ਹੀ ਹੈ।" ਸਰਦਾਰ ਹੱਸਿਆ।

"ਸ਼ਰਾਬ ਤਾਂ ਜੀ ਸਰਦਾਰਾਂ ਨੂੰ ਹੀ ਪੱਚਦੀ ਹੈ, ਸਾਨੂੰ ਕਿੱਥੇ....? ਮੈਂ ਤਾਂ ਪਹਿਲਾਂ ਰਾਤ ਹੀ ਆਉਣ ਲੱਗਿਆ ਸੀ, ਜਦੋਂ ਦੀ ਮੈਂ ਗੱਲ ਸੁਣੀ ਹੈ, ਮਰੇ ਤਾਂ ਕਾਲਜ਼ੇ ਵਿਚ ਸੂਲ ਜਿਹਾ ਉੱਠੀ ਜਾਂਦੈ।"

"ਆ ਜਾਣਾ ਸੀ ਫੇਰ। ਕੀ ਗੱਲ ਹੋ ਗਈ?"

"ਕਿਵੇਂ ਆਉਂਦੈ ਸੂਰਜ ਦੇ ਛਿਪਾਆ ਨਾਲ ਤਾਂ ਥੋਡੀਆਂ ਹਵੇਲੀਆਂ ਦੇ ਕੁੰਡੇ ਜਿੰਦੇ ਲੱਗ ਜਾਂਦੇ ਹਨ। ਬਾਹਰਲੀ ਬੈਠਕ ਵਿਚ ਤੁਸੀਂ ਰਾਤ ਹੈ ਨਹੀਂ ਸੀ।"

"ਰਾਤ ਮੈਂ ਅੰਦਰ ਕਾਕਿਆਂ ਕੋਲ ਹੀ ਪੈ ਗਿਆ ਸੀ। ਹਾਂ ਗੱਲ ਦੱਸ ਫੇਰ...? ਉਸ ਨੇ ਕੁਰਸੀ ਨੇੜੇ ਕਰਕੇ, ਕਾਨਾਫੂਸੀ ਰਾਹੀ, ਰਾਤ ਹੋਈ ਮੀਟਿੰਗ ਦੀ ਗੱਲ ਦੱਸੀ।

"ਤੈਨੂੰ ਕੀਹਨੇ ਦੱਸਿਆ?"

"ਮੈਨੂੰ ਤਾਂ ਰਾਤ ਈ, ਕਿਸ਼ਨੂੰ ਮੀਰਾਬ ਦਸ ਗਿਆ ਸੀ। ਮੈਂ ਅਜੇ ਹੱਟੀ ਵਧਾਈ ਨਹੀਂ ਸੀ। ਇਹਨਾਂ ਦਾ ਕੁਸ਼ ਕਰਨਾ ਪਊ, ਨਹੀਂ ਤਾਂ ਸਿਰ ਚੜ੍ਹ ਜਾਣਗੇ।"

"ਇਹਨਾ ਨੂੰ ਸੀਖ਼ਤ ਕੌਣ ਦਿੰਦਾ?"

"ਚਮਕ ਤੇ ਸੇਵਾ ਸਿਉਂ ਬਾਪਲੇ ਵਾਲਾ, ਆਮ ਆਉਂਦੇ ਜਾਂਦੇ ਨੇ। ਇਹ ਵੀ ਹਾੜੀ ਸੌਣੀ, ਗੱਡਾ ਦਾਨਿਆਂ ਦਾ ਦੇ ਕੇ ਆਉਂਦੇ ਨੇ।"

"ਉਨ੍ਹਾਂ ਦੀ ਜ਼ਮੀਨ ਤਾਂ ਪਹਿਲਾਂ ਹੀ ਕੁਰਕ ਹੈ। ਚੌਵੀ ਲਗੇ ਬਿਨਾਂ ਇਹਨਾਂ ਖੜ੍ਹਣਾ ਨਹੀਂ।"

"ਮੱਲਾ ਅਤੇ ਅੱਤਰਾ ਹੀ ਬਾਹਲੀ ਪੂਛ ਚੱਕੀ ਫਿਰਦੇ ਹਨ।"

"ਕੋਈ ਨਹੀਂ ਤੂੰ ਫਿਕਰ ਨਾ ਕਰ।"

"ਮੈਨੂੰ ਤਾਂ ਇਹੀ ਫਿਕਰ ਹੈ ਜੇ ਬਟਾਈ ਬੰਦ ਹੋ ਗਈ, ਫੇਰ ਕੀ ਬਣੂੰ ? ਹਾਂ, ਸੱਚ ਸਰਦਾਰਨੀ ਜੀ ਦਾ ਕੀ ਹਾਲ ਹੈ" ਤੇ ਸਰਦਾਰ ਨੇ ਹਾਲ ਚਾਲ ਦੱਸਣ ਮਗਰੋਂ, ਹੌਲੀ ਦੇ ਕੇ ਕਿਹਾ, "ਕੁਝ ਪੈਸਿਆਂ ਦਾ ਪ੍ਰਬੰਧ ਕਰਕੇ ਦੇਹ ਮੈਂ ਜਾਣੈ ਜੇ ਸਰਦਾਰਨੀ ਨੂੰ ਪਟਿਆਲੇ ਲੈ ਕੇ ਜਾਣਾ ਪੈ ਗਿਆ, ਪੈਸਿਆਂ ਦੀ ਲੋੜ ਪਊ।"

"ਸਾਉਣੀ ਵਾਲੇ ਪੈਸੇ ਚਲ ਵੀ ਗਏ ?"

"ਹੋਰ ਕਿਤੇ ਖੜ੍ਹੇ ਨੇ, ਕਿੰਨੇ ਤਾਂ ਕੇਸ ਚਲਦੇ ਨੇ, ਵਕੀਲਾਂ ਦੀਆਂ ਫੀਸਾਂ ਹੀ ਮਾਣ ਨਹੀਂ।" ਲਾਲਾ ਸੋਚੀਂ ਪੈ ਗਿਆ। ਸਾਉਣੀ ਖਾਧੀ ਗਈ, ਹਾੜ੍ਹੀ ਅਜੇ ਆਈ ਨਹੀਂ ਸੀ। ਤੇਰ੍ਹਵਾਂ ਮਹੀਨਾ ਸੀ। ਸਰਦਾਰਾਂ ਦੇ ਸ਼ਾਹੀ ਖ਼ਰਚ ਹਨ। ਜੇ ਬਟਾਈ ਬੰਦ ਹੋ ਗਈ ? ਪੈਸੇ ਕਿੱਥੋਂ ਆਉਣਗੇ ?

"ਕੀ ਸੋਚਦੈਂ ?"

"ਪਿੰਡ ਵਿਚ ਇਕ ਦੋ ਘਰਾਂ ਨੂੰ ਛੱਡ ਕੇ, ਹੋਰ ਕਿਸੇ ਵਿਚ ਗਿੱਲ ਨਹੀਂ।"

"ਜਿਵੇਂ ਮਰਜ਼ੀ ਕਰ, ਪੰਜ ਸੌ ਦਾ ਬੰਦੋਬਸਤ ਕਰਕੇ, ਦੇਹ। ਅਜੇ ਮਾਮਲਾ ਤੇ ਆਬਿਆਨਾਂ ਵੀ ਭਰਨੈਂ।" ਪੈਸੇ ਲਾਲੇ ਦੇ ਘਰੇ ਲੋਹੇ ਦੀ ਵੱਡੀ ਅਲਮਾਰੀ ਵਿਚ ਪਏ ਸਨ। ਉਹ ਕਿਸੇ ਹੋਰ ਦੇ ਮੋਢੇ ਤੇ ਧਰ ਕੇ ਬੰਦੂਕ ਚਲਾਉਣੀ ਚਾਹੁੰਦਾ ਸੀ। ਸੱਪ ਵੀ ਮਰ ਜਾਏ, ਸੋਟੀ ਵੀ ਨਾ ਟੁੱਟੇ।

"ਫਿਕਰ ਨਾ ਕਰੋ। ਮੈਂ ਕਿਸਨੂੰ ਨੂੰ ਸੱਦਦਾਂ। ਓਹਦੇ ਚਾਰੇ ਮੁੰਡੇ ਕਮਾਊ ਨੇ, ਇਕ ਫੌਜ ਵਿਚ ਹੈ, ਇਕ ਬੋਤਿਆਂ ਦਾ ਵਪਾਰ ਕਰਦੈ ? ਦੋ ਖੇਤੀ ਕਰਦੇ ਨੇ ?" ਕਿਸ਼ਨੂੰ ਦਾ ਇਕ ਮੁੰਡਾ ਰਾਜਸਥਾਨਤੋਂ ਊਠਾਂ ਦੀ ਹੇੜ ਲਿਆਉਂਦਾ ਸੀ, ਨਫ਼ਾ ਲੈ ਕੇ ਏਧਰ ਵੇਚ ਦਿੰਦਾ ਸੀ। ਫੌਜੀ ਨੂੰ ਚੜ੍ਹੇ ਮਹੀਨੇ ਤਨਖ਼ਾਹ ਮਿਲਦੀ ਸੀ, ਰਾਸ਼ਨ ਮੁਫ਼ਤ ਸੀ।

"ਆਥਣ ਤੱਕ ਬੰਦੋਬਸਤ ਹੋ ਜਾਇਗਾ। ਹੋਰ ਸੇਵਾ ਦੱਸੋ ਮੇਰੇ ਲਾਇਕ। ਮੈਂ ਆਥਣੇ ਕਿਸਨੂੰ ਨੂੰ ਥੋਡੇ ਕੋਲ ਲੈ ਕੇ ਆਊਂਗਾ, ਤੁਸੀਂ ਬਾਹਰ ਅੰਦਰ ਨਾ ਜਾਇਓ।"

"ਵਿਆਜ ਕੀ ਭਾਅ ਦਾ ਲੱਗੂ ?"

"ਜਿਹੜਾ ਚਲਦੈ, ਉਹੀ ਲਗੂ। ਆਪਾਂ ਕਿਹੜਾ ਵੱਧ ਦੇਣ ਨੇ।"

"ਫੇਰ ਵੀ ?"

"ਰੁਪੈ ਸੈਂਕੜਾ ਹੀ ਚਲਦੈ। ਜਿਹੜਾ ਵਿਹਾਰ ਹੈ।" ਧੋਤੀ ਸਾਂਭਦਾ, ਉਹ ਪੌੜੀਆਂ ਉਤਰ ਗਿਆ। ਉਹ ਸਰਦਾਰਾਂ ਦੇ ਸੁਭਾਅ ਨੂੰ ਜਾਣਦਾ ਸੀ, ਤਿੰਨ ਪੀੜ੍ਹੀਆਂ ਦਾ ਉਸਦੇ ਵਡੇਰਿਆਂ ਤੋਂ ਲੈ ਕੇ ਆਉਣ ਜਾਣ ਸੀ। ਇਕ ਵਾਰੀ ਪੈਸੇ ਲੈ ਕੇ, ਮੋੜਣ ਦਾ ਨਾਉਂ ਨਹੀਂ ਲੈਂਦੇ ਸਨ। ਉਹ ਲਿਖ-ਲਿਖਾ ਕਿਸੇ ਅਸਾਮੀ ਨਾਲ ਕਰਵਾਉਂਦਾ ਪੈਸੇ ਉਸ ਦੇ ਹੀ ਹੁੰਦੇ

ਸਨ। ਨਾਲੇ ਪੁੰਨ ਨਾਲੇ ਫਲੀਆਂ। ਉਸਦੇ ਦੋਨਾਂ ਹੱਥਾਂ ਵਿਚ ਲੱਡੂ ਸੀ। ਮੁਜਾਰਿਆਂ ਨਾਲ ਵੀ ਉਸਦਾ ਚੰਗਾ ਸਹਿਚਾਰ ਸੀ।

ਬਲਜੀਤ ਅਤੇ ਹਰਜੀਤ ਨੇ ਸਾਰੀਆਂ ਗੱਲਾਂ ਸੁਣ ਲਈਆਂ ਸਨ।

"ਬਾਪੂ ਜੀ, ਔਖੇ ਕਿਉਂ ਹੁੰਦੇ ਹੋ ? ਸਾਡੀ ਬੇਬੇ ਜੀ ਵਾਲੀਆਂ ਟੂੰਮਾਂ ਵੇਚ ਲਵੋ।"

"ਥੋੜ੍ਹੀ ਬੇਬੇ ਵਾਲਾ ਜੇਵਰ ਤਾਂ ਵਿਆਹਾਂ ਸ਼ਾਦੀਆਂ, ਮੁਕੱਦਮਿਆਂ ਵਿਚ ਪਹਿਲਾਂ ਹੀ ਵਿਕ ਗਿਆ ਸੀ।"

"ਵੱਡੀ ਬੇਬੇ ਤੋਂ ਲੈ ਲਵੋ।"

"ਬੇਬੇ ਤਾਂ ਆਵਦੇ ਜੇਵਰਾਂ ਨੂੰ ਹੱਥ ਨਹੀਂ ਲਾਉਣ ਦਿੰਦੀ। ਕਹਿੰਦੀ ਪੋਤ-ਨੂੰਹਾਂ ਖਾਤਰ ਰੱਖਿਆ ਹੋਇਆ ਹੈ। ਤੁਸੀਂ ਪੜ੍ਹ ਲਿਖ ਕੇ,ਅਫ਼ਸਰ ਬਣੋਗੇ, ਤਾਂਹੀਉਂ ਭਾਰੀ ਪੰਡ ਹੌਲੀ ਹੋਊ। ਖੇਤੀ ਵਿਚ ਕੀ ਰੱਖਿਆ ਹੈ ? ਬਟਾਈ ਇਕ ਨਾ ਇਕ ਦਿਨ ਬੰਦ ਹੋ ਜਾਣੀ ਹੈ।" ਬਘੇਲ ਸਿੰਘ ਦੀ ਸੋਚ ਨੇ ਹਉਕਾ ਲਿਆ। ਵਰਤਮਾਨ ਕੌੜਾ ਅਤੇ ਭਵਿੱਖ ਧੁੰਦਲਾ ਜਿਹਾ ਲੱਗਿਆ।

ਬੱਚੇ ਤਿਆਰ ਹੋ ਕੇ ਸਕੂਲ ਚਲੇ ਗਏ। ਉਹ ਹਾਜ਼ਰੀ ਕਰਨ ਮਗਰੋਂ ਜ਼ੈਲਦਾਰ ਦੀ ਬਾਹਰਲੀ ਹਵੇਲੀ ਚਲਿਆ ਗਿਆ। ਜਿੱਥੇ ਬੈਠਕਾਂ ਦੇ ਉੱਚੇਤਰੇ ਤੇ ਪੰਜ ਚਾਰ ਮੰਜੇ ਅਤੇ ਮੂਹੜੇ, ਆਏ ਗਏ ਦੇ ਬੈਠਣ ਲਈ ਪਏ ਰਹਿੰਦੇ ਸਨ। ਚਾਰ ਪੰਜ ਜਣੇ ਉਥੇ ਪਹਿਲਾਂ ਹੀ ਫਿਕਰਮੰਦ, ਭੈਅਭੀਤ ਹੋਏ ਬੈਠੇ ਸਨ। ਸੋਚਾਂ ਦੇ ਕਾਲੇ ਪਰਛਾਵੇਂ, ਉਹਨਾਂ ਦੇ ਚਿਹਰਿਆਂ 'ਤੇ ਸਾਫ਼ ਦੇਖੇ ਜਾ ਸਕਦੇ ਸਨ।

"ਆ ਗਏ ਭਾਈ ਸੈਹਬ, ਤੁਸੀਂ ਰਾਤ ਵਾਲੀ ਖ਼ਬਰ ਸੁਣ ਲਈ ਕਿ ਨਹੀਂ ?"

"ਹਾਂ, ਮੈਨੂੰ ਸਵੇਰੇ ਹੀ ਪਤਾ ਲੱਗਿਆ।"

"ਫੇਰ ਕਿਵੇਂ ਕਰਨੈ ?"

"ਚਾਚਾ ਜੀ, ਜ਼ੈਲਦਾਰ ਸੈਹਬ, ਸਿਆਣੇ ਹਨ, ਜਿਵੇਂ ਕਹਿੰਦੇ ਨੇ ਕਰ ਲਵੋ।"

"ਕਾਕਾ ਅੱਜ ਕੱਲ੍ਹ ਆਪਣੇ ਘਰ ਵਿਚ ਸਾਰੇ ਹੀ ਸਿਆਣੇ ਹਨ, ਕਮਲਾ ਕੌਣ ਹੈ ?"

"ਫੇਰ ਵੀ ਚਾਚਾ ਜੀ, ਤੁਸੀਂ ਵੱਡੇ ਹੋ।"

"ਕੁਰਬਾਨੀ ਦੇਣੀ ਪਊ, ਕਿਸੇ ਨੂੰ" ਜ਼ੈਲਦਾਰ ਦੀ ਗੱਲ ਸੁਣ ਕੇ, ਸਾਰੇ ਸੁੰਨ ਹੋ ਗਏ, ਭਇਮਾਨ ਹੋ ਗਏ।

"ਦੱਸੋ ਕੀ ਕੁਰਬਾਨੀ ਦੇਣੀ ਹੈ, ਮੈਂ ਤਿਆਰ ਹਾਂ।"

ਮਹਿੰਦਰ ਸਿੰਘ ਨੇ ਹਿੱਕ ਤੇ ਧੱਫਾ ਮਾਰਿਆ, "ਵੱਡੇ ਬਾਬਾ ਜੀ ਨੇ ਸਿਰ ਸੂਲੀ ਤੇ ਟੰਗ ਕੇ, ਤਲਵਾਰ ਨਾਲ ਸੇਰ ਮਾਰਕੇ ਇਹ ਪਿੰਡ ਲਿਆ ਸੀ। ਇਸ ਨੂੰ ਅੱਗੇ ਸਾਂਭਣਾਂ ਆਪਣਾ ਫਰਜ਼ ਹੈ, ਹੈ ਕਿ ਨਹੀਂ ?"

"ਲੜਾਈ, ਝਘੜੇ ਦਾ ਪਰਚਾ ਕਰਵਾਉਣਾ ਪਊ, ਆ ਜੋ ਉਪਰਲੇ ਚੁਬਾਰੇ ਵਿਚ ਚਲਦੇ ਹਾਂ, ਇਥੇ ਲੰਘਦਾ ਟੱਪਦਾ ਕੋਈ ਸੁਣ ਲੈਂਦਾ।" ਜ਼ੈਲਦਾਰ ਨੇ ਸਮਝਾਇਆ। ਉਹ ਹਵੇਲੀ ਉਪਰਲੇ ਚੁਬਾਰੇ ਵਿਚ ਚਲੇ ਗਏ। ਤਿੰਨਾਂ ਪੱਤੀਆਂ ਦੇ ਅੱਠ ਸਰਦਾਰ ਇਕੱਠੇ ਹੋ ਗਏ ਸਨ। ਠਾਣੇਦਾਰ ਬਾਹਰ ਨੌਕਰੀ ਵਿਚ ਹੋਣ ਕਰਕੇ, ਹਾਜ਼ਰ ਨਹੀਂ ਸੀ। ਛੱਬੀ ਲਈ ਹੱਡੀ ਦਾ ਟੁੱਟਣਾ ਜ਼ਰੂਰੀ ਸੀ, 307 ਫੇਰ ਆਪੇ ਹੀ ਲੱਗ ਜਾਣੀ ਸੀ।

"ਠਾਣੇਦਾਰ ਨਾਲ ਪਹਿਲਾ ਸਲਾਹ ਕਰ ਲਈਏ।"

"ਪੁਲਿਸ ਵਾਲੇ ਨੂੰ ਦਿਲ ਦੀ ਗੱਲ, ਸਕੀਮ ਕਦੇ ਨਾ ਦੱਸੋ, ਸ਼ੱਕ ਵਿਚ ਪੈ ਜਾਂਦੇ ਹਨ। ਠਾਣੇਦਾਰ ਉਂ ਵੀ ਡਰੋਕਲ ਹੈ।" ਜ਼ੈਲਦਾਰ ਨੇ ਸਾਰੀ ਗੱਲ ਸਮਝਾਈ। ਫੈਸਲੇ ਅਨੁਸਾਰ ਅੱਜ ਆਥਣੇ ਮਹਿੰਦਰ ਸਿੰਘ, ਗੁਰਦੇਵ ਸਿੰਘ, ਮਿੱਠੇਵਾਲ ਨੰਜੀ ਦੇ ਠੇਕੇ ਤੇ ਸ਼ਰਾਬ ਪੀਣ ਜਾਣਗੇ। ਉੱਥੇ ਹੀ ਮੱਲਾ ਤੇ ਅਤਰਾ ਆ ਗਏ। ਦਾਰੂ ਪੀ ਕੇ ਗਾਲ੍ਹਾ ਦੇਣ ਲੱਗੇ, ਗੰਡਾਸੀਆਂ, ਉਨ੍ਹਾਂ ਕੋਲ ਸੀ। ਠੇਕੇਦਾਰ ਨੇ, ਉਨ੍ਹਾਂ ਨੂੰ ਬੋਤਲ ਦੇ ਕੇ ਸਮਝਾ ਬੁਝਾਕੇ ਤੋਰ ਦਿੱਤਾ।" ਮੇਰੇ ਵਾਲੀ ਖੂਹੀ ਕੋਲ ਆ ਕੇ ਉਹ ਦਾਰੂ ਪੀਣ ਲੱਗੇ। ਮਿੱਠੇਵਾਲ ਦਾ ਰਾਹ, ਇਥੋਂ ਦੀ ਲੰਘਦਾ ਸੀ, ਜਦੋਂ ਸਰਦਾਰ ਮੁੜਣਗੇ ਮਾਰ ਮੁਕਾਵਾਂਗੇ। ਸਰਦਾਰਾਂ ਨੂੰ ਮਾਰ ਮੁਕਾਉਣ ਦੀ ਸਕੀਮ ਵਿਚ, ਗੁਲਜ਼ਾਰੀ ਅਤੇ ਸੋਹਣਾ ਮਸ਼ਵਰੇ ਵਿਚ ਸ਼ਾਮਲ ਹੋਣਗੇ।"

"ਮੌਕੇ ਦਾ ਗਵਾਹ ਕੌਣ ਬਣੇਗਾ ?"

"ਇਕ ਗੁਰਦੇਵ ਸਿਉਂ ਨਾਲ ਹੀ ਹੈ ਇਕ ਮੇਰਾ ਮੁਖ਼ਤਿਆਰ ਠਾਣਾ ਸਿੰਘ ਹੋਵੇਗਾ, ਬਈ ਉਹ ਕੁਰੜ ਤੋਂ ਵਾਪਸ ਆ ਰਿਹਾ ਸੀ।" ਜ਼ੈਲਦਾਰ ਨੇ ਸਾਰੀ ਸਕੀਮ ਸਮਝਾ ਦਿੱਤੀ।

"ਇਸ ਦੀ ਭਾਫ ਨਹੀਂ ਕੱਢਣੀ, ਬਾਕੀ ਦੀ ਕਾਰਵਾਈ ਹਵੇਲੀ ਵਿਚ ਕਰਾਂਗੇ।" ਸਕੀਮ ਅਨੁਸਾਰ, ਉਹ ਦੋਨੋਂ ਮਿੱਠੇਵਾਲ ਠੇਕੇ ਤੇ ਗਏ। ਦੋ ਬੋਤਲਾਂ ਲਈਆਂ, ਅੱਧੀਆ, ਉਥੇ ਹੀ ਪੀ ਲਿਆ। ਹਨੇਰੇ ਹੋਏ ਤਾਂ ਉਹ ਵਾਪਸ ਮੁੜੇ। ਰਾਹ ਵਿਚ ਕੋਈ ਨਹੀਂ ਮਿਲਿਆ। ਬਾਹਰਲੀ ਹਵੇਲੀ ਸਰਦਾਰ ਵੀ, ਇਕੱਠੇ ਹੋਏ ਬੈਠੇ ਸਨ। ਉਨ੍ਹਾਂ ਨੂੰ ਉਡੀਕ ਰਹੇ ਸਨ।

"ਮੇਰਾ ਗੁੱਟ ਕੌਣ ਵੱਢੂ ?" ਮਹਿੰਦਰ ਸਿੰਘ ਨੇ ਪੁੱਛਿਆ।

ਭਾਗ ਸਿੰਘ ਬੱਕਰੇ, ਹਿਰਨ ਵੱਢਣ ਦਾ ਮਾਹਿਰ ਸੀ। ਉਸ ਕੋਲ ਤਿੱਖੀਆਂ ਛੁਰੀਆਂ ਤੇ ਤਲਵਾਰਾਂ ਹੁੰਦੀਆਂ ਸਨ। "ਕਿਹੜਾ ਗੁੱਟ ਵੱਢਣਾ ?"

"ਖੱਬਾ ਠੀਕ ਰਹੂ। ਸੱਜੇ ਨਾਲ ਕੰਮ ਧੰਦਾ ਕਰਨਾ ਪੈਂਦਾ ਹੈ।" ਜਦੋਂ ਨਸ਼ਾ, ਉਸਦੇ ਉਪਰੋਂ ਦੀ ਹੋ ਗਿਆ, ਉਸ ਨੇ ਮਹਿੰਦਰ ਸਿੰਘ ਦੇ ਖੱਬੇ ਗੁੱਟਦੇ ਮੁਰਚੇ ਦੀ ਹੱਡੀ ਵੱਢ ਦਿੱਤੀ। ਉਸ ਨੇ ਸੀਅ ਨਹੀਂ ਆਖੀ, ਲਹੂ ਬੰਦ ਕਰਨ ਲਈ, ਲੋਗੜ, ਸ਼ਰਾਬ ਵਿਚ ਭਿਉਂ ਕੇ, ਉਪਰ ਦੀ ਕੱਪੜਾ ਬੰਨ੍ਹ ਦਿੱਤਾ। ਅਗਲੇ ਦਿਨ ਉਹ ਮਹਿੰਦਰ ਸਿੰਘ ਨੂੰ ਗੱਡੇ ਵਿਚ ਪਾ ਕੇ, ਸ਼ੇਰਪੁਰ ਠਾਣੇ ਪਹੁੰਚ ਗਏ। ਮੁਨਸ਼ੀ ਨੇ ਮੁਆਇਨੇ ਲਈ ਪਰਚਾ ਕੱਟ ਦਿੱਤਾ। ਕਹਾਣੀ ਅਨੁਸਾਰ ਗਵਾਹਾਂ ਦੇ ਬਿਆਨ ਹੋ ਗਏ, ਮੁੱਦਈ ਦੇ ਬਿਆਨ, ਡਾਕਟਰੀ ਰਿਪੋਰਟ ਆਉਣ ਮਗਰੋਂ, ਦਰਜ ਹੋਣੇ ਸਨ। ਗੱਡੀ ਉਸ ਨੂੰ ਲੈ ਕੇ, ਧੂਰੀ ਪਹੁੰਚ ਗਈ, ਨਾਲ ਹੀ ਤਿੰਨ ਨੋਟ ਡਾਕਟਰ ਦੀ ਜੇਬ ਵਿਚ ਪਾ ਦਿੱਤੇ। ਜ਼ਖ਼ਮ ਦੇਖਣ ਸਾਰ ਉਹ ਸਭ ਕੁਝ ਸਮਝ ਗਿਆ ਸੀ। ਗੰਡਾਸੀ ਮਾਰਨ ਨਾਲ ਖੱਬੇ ਹੱਥ ਦੀਆਂ ਉਂਗਲਾਂ ਤੇ ਕੋਈ ਜ਼ਖਮ ਕਿਉਂ ਨਹੀਂ ਹੋਇਆ ? ਗੁੱਟ ਕੋਲੋਂ ਸਿੱਧੀ ਹੱਡੀ ਕਿਵੇਂ ਕੱਟੀ ਗਈ ? ਜਾਰਜ ਪੰਜਵੇਂ ਦੀ ਫੋਟੋ ਵਾਲੇ ਤਿੰਨ ਨੋਟਾਂ ਨੇ, ਉਸ ਦੇ ਸਵਾਲਾਂ ਦਾ ਮੂੰਹ ਬੰਦ ਕਰ ਦਿੱਤਾ ਸੀ। ਉਸ ਨੇ 326 ਦਾ ਪਰਚਾ ਕੱਟ ਕੇ, ਮਰੀਜ਼ ਨੂੰ ਦਾਖਲ ਕਰ ਲਿਆ। ਦੋ ਚਾਰ ਦਿਨ ਰੱਖਣਾ ਜ਼ਰੂਰੀ ਸੀ। ਉਦੋਂ ਹੀ ਠਾਣੇਦਾਰ ਨੇ, ਮੁਣਸ਼ੀ ਨੂੰ ਮੁਲਾਜ਼ਮਾਂ ਨੂੰ ਫੜ ਕੇ ਲਿਆਉਣ ਦੀ ਹਦਾਇਤ ਕੀਤੀ।

ਮੁਣਸ਼ੀ ਬਹੁਤ ਚੁਸਤ ਅਤੇ ਚਲਾਕ ਸੀ, ਉਸਨੇ ਸਰਦਾਰਾਂ ਦਾ ਲੂਣ ਪਾਣੀ ਖਾਧਾ ਹੋਇਆ ਸੀ। ਉਸ ਨੇ ਸੋਚਿਆ, ਜੇ ਫੋਰਸ ਭੇਜੀ, ਪਿੰਡ ਇਕੱਠਾ ਹੋ ਜਾਵੇਗਾ। ਉਸ ਨੇ ਕੂੰਢਾ ਸਿੰਘ ਸਿਪਾਹੀ ਨੂੰ ਸਾਰੀ ਸਕੀਮ ਸਮਝਾਈ, ਇਕ ਕਾਗਜ਼ ਤੇ ਚਾਰਾਂ ਦੇ ਨਾਉਂ ਲਿਖ ਦਿੱਤੇ।

ਅਗਲੇ ਦਿਨ ਸਾਝਰੇ ਹੀ, ਕੁੰਢਾ ਸਿੰਘ ਸਾਈਕਲ ਤੇ ਮੱਲ ਸਿੰਘ ਦੇ ਘਰ ਪਹੁੰਚ ਗਿਆ। ਚੌਂਕੀਦਾਰ ਨੂੰ ਦੂਜਿਆਂ ਨੂੰ ਸੱਦਣ ਲਈ ਭੇਜ ਦਿੱਤਾ। ਉਸਦੇ ਘਰ ਹੀ ਉਸ ਨੇ ਪਾਣੀ ਹੱਥ ਦੀਆਂ ਵੇਸਣੀਆਂ ਰੋਟੀਆਂ, ਦਹੀਂ-ਮੱਖਣ, ਲੱਸੀ ਨਾਲ ਖਾਧੀਆਂ। ਵੱਡੇ ਸਰਦਾਰ ਨੂੰ ਉਨ੍ਹਾਂ ਨੂੰ ਮਿਲਣ ਲਈ ਬੁਲਾਇਆ ਸੀ, ਕੋਈ ਕੰਮ ਹੈ ? ਕੀ ਕੰਮ ਹੈ ? ਇਸ ਬਾਰੇ, ਉਸ ਨੇ ਕੁਝ ਨਹੀਂ ਦੱਸਿਆ। ਪਿੰਡ ਵਿਚ ਪਿਆਰਾ ਮੱਲ ਤੋਂ ਬਿਨਾਂ ਕਿਸੇ ਨੂੰ ਪਤਾ ਨਹੀਂ ਸੀ। ਦੋ ਘੰਟੇ ਦਿਨ ਚੜ੍ਹਣ ਮਗਰੋਂ ਉਹ ਚਾਰੇ ਸ਼ੇਰਪੁਰ ਠਾਣੇ ਪਹੁੰਚ ਗਏ। ਸੋਚਦੇ ਰਹੇ, ਸਰਦਾਰ ਨੂੰ, ਉਹਨਾਂ ਤਾਈਂ, ਇਹੋ ਜਿਹਾ ਕੀ ਕੰਮ ਹੋਇਆ ? ਕੀ ਪਤੈ, ਕੋਈ ਵਗਾਰ ਹੀ ਪਾ ਦੇਵੇ। ਇਕ ਘੰਟੇ ਬਾਅਦ, ਠਾਣੇਦਾਰ, ਤਿਆਰ-ਬਿਆਰ ਹੋ ਕੇ ਚੁਬਾਰੇ ਵਿਚੋਂ ਹੇਠਾਂ ਉਤਰਿਆ।

"ਜਨਾਬ। ਨਵੇਂ ਪਿੰਡ ਵਾਲੇ ਚਾਰੋਂ ਜਣੇ ਆ ਗਏ ਨੇ।" ਮੁਣਸ਼ੀ ਨੇ ਕੋਲ ਹੋ ਕੇ ਗਲ ਕੀਤੀ।

"ਉਹਨਾਂ ਨਾਲ, ਕੁੰਢੇ ਨੇ ਕੋਈ ਗੱਲ ਤਾਂ ਨਹੀਂ ਕੀਤੀ ? ਕੀ ਬੋਲਦੇ ਸੀ ?"

"ਕਹਿੰਦੇ ਸੀ, ਸਰਦਾਰ ਨੂੰ ਛੇਤੀ ਮਿਲਾ ਦੇ, ਅਸੀਂ ਪਿੰਡ ਜਾ ਕੇ ਕਈ ਕੰਮ ਕਰਨੇ ਹਨ।" ਕਾਫੀ ਚਿਰ ਉਹ ਪੱਕੇ ਚੌਂਤਰੇ, ਤੇ ਬੈਠੇ ਰਹੇ। ਦੋ ਤਿੰਨ ਹਵਾਲਾਤੀ, ਜੇਲ੍ਹ ਵਿਚ ਬੰਦ ਸਨ। ਉਦੋਂ ਨੂੰ ਸਰਦਾਰ ਵੀ ਘੋੜਿਆਂ ਤੇ ਚੜ੍ਹੇ ਆ ਗਏ। ਮੁਣਸ਼ੀ ਨੇ ਸਰਦਾਰਾਂ ਨੂੰ ਬੈਠਣ ਲਈ ਲੋਹੇ ਦੀਆਂ ਕੁਰਸੀਆਂ ਦਿੱਤੀਆਂ। ਤਫਤੀਸ਼ ਸ਼ੁਰੂ ਹੋਈ।

"ਤੁਸੀਂ ਰਾਤ, ਸਰਦਾਰ ਮਹਿੰਦਰ ਸਿੰਘ ਦਾ ਗੁੱਟ ਵੱਢ ਦਿੱਤਾ ?"

"ਨਹੀਂ ਜੀ, ਅਸੀਂ ਉਨ੍ਹਾਂ ਦਾ ਗੁੱਟ ਕਾਹਤੋਂ ਵੱਢਣਾ ਸੀ ?" ਚਾਰੋਂ ਭਇਮਾਨ ਹੋ ਗਏ।

"ਫੇਰ ਉਸਦਾ ਗੁੱਟ ਕੀਹਨੇ ਵੱਢਿਆ ?" ਉਹਨਾਂ ਦੇ ਹੋਸ਼ ਉੱਡ ਗਏ। ਕੀ ਭਾਣਾ ਵਰਤ ਗਿਆ ਸੀ।

"ਤੁਸੀਂ ਜਨਾਬ ਪਿੰਡ ਮੌਕੇ ਤੇ ਚੱਲੋ, ਸਾਰੇ ਪਿੰਡ ਤੋਂ ਭਮਾ ਪੁੱਛ ਲਵੋ। ਇਹ ਗੱਲ ਜਮਾਂ ਹੀ ਝੂਠੀ ਹੈ।" ਮੱਲ ਸਿੰਘ ਤੇ ਅੱਤਰਾ ਮੂਹਰੇ ਹੋ ਕੇ ਬੋਲ ਰਹੇ ਸਨ, ਗੁਲਜ਼ਾਰੀ ਅਤੇ ਸੋਹਣਾ ਸੁੰਨ ਹੋਏ ਖੜ੍ਹੇ ਸਨ। ਜਿਵੇਂ ਬਰਫ ਉਨ੍ਹਾਂ ਦਾ ਸਿਰਾਂ ਵਿਚ ਜੰਮ ਗਈ ਹੋਵੇ।

"ਮੁਣਸ਼ੀ, ਡਾਕਟਰ ਸਾਹਿਬ ਦੀ ਰਿਪੋਰਟ ਆ ਗਈ ?"

"ਹਾਂ ਜਨਾਬ ਛੱਬੀ ਦਾ ਐਮ.ਐਲ.ਆਰ. ਭੇਜਿਆ।" ਸਰਦਾਰ ਅੰਦਰੋਂ ਅੰਦਰ ਬਹੁਤ ਖੁਸ਼ ਸਨ। ਹੁਣ ਪਤਾ ਲੱਗੂ, ਕੀ ਭਾਅ ਵਿਕਦੀ ਹੈ ? ਮੁਣਸ਼ੀ ਨੇ ਚਾਰਾਂ ਨੂੰ ਹਵਾਲਾਤ ਵਿਚ ਬੰਦ ਕਰ ਦਿੱਤਾ। ਕੱਲ੍ਹ ਨੂੰ ਧੂਰੀ ਅਦਾਲਤ ਵਿਚੋਂ ਰਿਮਾਂਡ ਲੈ ਕੇ ਗੰਡਾਸੇ ਬਰਾਮਦ ਕਰਨੇ ਸਨ। ਰਿਮਾਂਡ ਲੈਣ ਮਗਰੋਂ, ਉਨ੍ਹਾਂ ਦੇ ਘਰਾਂ ਵਿਚੋਂ ਗੰਡਾਸੇ, ਬਰਾਮਦ ਕਰਕੇ, ਸੀਲ ਕਰ ਦਿੱਤੇ ਗਏ। 326 ਦੇ ਨਾਲ 307 ਲੱਗਣ ਕਰਕੇ, ਜ਼ਿਲ੍ਹਾ ਜੱਜ ਨੂੰ ਜ਼ਮਾਨਤ ਦੇਣ ਦਾ ਅਧਿਕਾਰ ਨਹੀਂ ਸੀ। ਜੱਜ ਨੇ ਗਵਾਹਾਂ ਦੇ ਬਿਆਨਾਂ ਦੀ ਘੋਖ ਕਰਨ ਮਗਰੋਂ ਚਾਰਾਂ ਨੂੰ ਤਿੰਨ-ਤਿੰਨ ਸਾਲ ਦੀ ਕੈਦ ਸੁਣਾ ਦਿੱਤੀ ਸੀ। ਪਿਛੋਂ ਉਨ੍ਹਾਂ ਦੇ ਬਾਲ ਬੱਚੇ ਰੁਲ ਗਏ ਸਨ, ਫਸਲਾਂ ਬਰਬਾਦ ਹੋ ਗਈਆਂ ਸਨ। ਗੁਰਦਵਾਰੇ ਸੌਂਹਾਂ-ਸੁਗੰਦਾ ਖਾਣ ਵਾਲੇ, ਮੁੱਕਰ ਗਏ ਸਨ। ਕਿਸੇ ਨੇ ਵੀ ਉਨ੍ਹਾਂ ਦੀ ਬਾਂਹ ਨਹੀਂ ਫੜੀ ਸੀ। ਸਿਵਾਏ ਹਰਦੇਵ ਸਿੰਘ ਵਕੀਲ ਦੇ। ਉਹ ਉਨ੍ਹਾਂ ਦਾ ਕੇਸ ਮੁਫ਼ਤ ਲੜ ਰਿਹਾ ਸੀ। ਹਾਈਕੋਰਟ ਵਿਚ ਅਪੀਲ ਤੇ ਜੁਰਮਾਨਾ ਮੁਆਫ਼ ਹੋ ਗਿਆ। ਸਜ਼ਾ ਬਹਾਲ ਰੱਖੀ ਗਈ ਸੀ।

(8)

ਬਘੇਲ ਸਿੰਘ ਨੂੰ ਦੋ ਦਿਨ ਲਈ ਭਾਈਚਾਰੇ ਦੇ ਨਾਲ, ਸ਼ੇਰਪੁਰ ਅਤੇ ਧੂਰੀ ਜਾਣਾ ਪਿਆ। ਮੁਕੱਦਮਾ ਲੜਨ ਲਈ ਪੈਸੇ ਇਕੱਠੇ ਕੀਤੇ ਗਏ। ਜੇ ਹੋਰ ਲੋੜ ਪਈ ਤਾਂ ਜ਼ਮੀਨ ਤੇ ਬਾਛ ਪਾ ਲਈ ਜਾਵੇਗੀ। ਠਾਣੇਦਾਰ ਦੇ ਮੁਖਤਿਆਰ ਨੇ ਬਾਛ ਦੇਣੋਂ ਨਾਂਹ ਕਰ ਦਿੱਤੀ ਸੀ। ਛੇਤੀ ਮੁੜਣ ਦਾ ਇਕਰਾਰ ਕਰਕੇ, ਉਹ ਬਰਨਾਲੇ ਚਲਿਆ ਗਿਆ। ਚਾਹ ਵੇਲਾ ਹੋ ਗਿਆ ਸੀ।

"ਬੀਰ ਸਿਆਂ, ਮੈਨੂੰ ਤਾਂ ਚਾਹ ਗੜਵੀ ਵਿਚ ਲਿਆ ਕੇ ਦੇਈਂ, ਮੈਨੂੰ ਥੋਡੀਆਂ ਕੱਪੀਆਂ ਜਿਹੀਆਂ ਚੰਗੀਆਂ ਨਹੀਂ ਲਗਦੀਆਂ, ਚੂੰਗੜੇ ਜਿਹੇ"। ਉਦੋਂ ਨੂੰ ਬੇਬੇ ਬਾਰਾਂਦਰੀ ਵਿਚ ਆ ਗਈ। ਉਸ ਨੇ ਮੱਥਾ ਟੇਕਿਆ।

"ਸੁੱਖ ਸਾਂਦੇ ਈ ਸਮਝੋ।" ਉਸ ਨੇ ਉਦਾਸ ਮਨ ਨਾਲ ਕਿਹਾ।

"ਕੀ ਗੱਲ ਹੋ ਗਈ?" ਵੱਡੀ ਬੇਬੇ ਨੇ ਉਸ ਦੇ ਚਿਹਰੇ ਤੋਂ ਪਰੇਸ਼ਾਨੀ ਪੜ੍ਹ ਲਈ ਸੀ। ਉਸ ਨੇ ਮੁਜਾਰਿਆਂ ਵੱਲੋਂ ਮਹਿੰਦਰ ਸਿੰਘ ਦਾ ਹੱਥ ਵੱਢਣ ਦੀ ਗੱਲ ਦੱਸੀ।

"ਹਾਇ, ਹਾਇ। ਉਨ੍ਹਾਂ ਦਾ ਬੇਹੜਾ ਬਹਿ ਜਾਏ, ਉਹ ਤਾਂ ਊਈਂ ਗਊ ਹੈ, ਕਿਸੇ ਨੂੰ ਕੁਸ਼ ਕਹਿੰਦਾ ਨਹੀਂ।"

"ਬਸ ਊਈਂ ਆਫ਼ਰੇ ਨੇ, ਕਹਿੰਦੇ ਕਨਕੂਤ ਮੁਤਾਬਿਕ ਬਟਾਈ ਨਹੀਂ ਦੇਣੀਂ...।"

"ਫੇਰ ਕੀ ਬਣਿਆ?"

"ਮੁਲਜ਼ਮ ਫੜੇ ਗਏ ਨੇ। ਪਰਚਾ ਹੋ ਗਿਆ। ਅਦਾਲਤ ਵਿਚ ਕੇਸ ਚਲੂ। ਹਰਿ ਕੌਰ ਦਾ ਕੀ ਹਾਲ ਹੈ?

"ਪਰਸੋਂ ਉਲਟੀਆਂ ਟੱਟੀਆਂ ਲਗ ਗਈਆਂ ਸੀ, ਦਵਾਈ ਬਾਹਲੀ ਤੇਜ਼ ਹੈ, ਉਸ ਦੇ ਸਰੀਰ ਤੋਂ ਝੱਲੀ ਨਹੀਂ ਜਾਂਦੀ, ਊ ਕਮਜ਼ੋਰ ਹੈ।"

"ਡਾਕਟਰ ਬੁਲਾ ਲੈਣਾ ਸੀ।"

"ਬੁਲਾਇਆ ਸੀ ਕਹਿੰਦਾ ਪਟਿਆਲੇ ਦਿਖਾਉਣਾਂ ਪਊ, ਇਥੇ ਨਾ ਆਕਸੀਜਨ ਹੈ, ਨਾ ਐਕਸਰੇ। ਮੈਨੂੰ ਤਾਂ ਰਾਤਾਂ ਨੂੰ ਨੀਂਦ ਨਹੀਂ ਆਉਂਦੀ, ਭੈੜੇ ਸੁਫ਼ਨੇ ਆਉਂਦੇ ਨੇ, ਜੇ ਉਹਨੂੰ ਕੁਸ਼ ਹੋ ਗਿਆ, ਬੱਚੇ ਰੁਲ ਜਾਣਗੇ।"

"ਕੋਈ ਨਾ ਤੁਸੀਂ ਫ਼ਿਕਰ ਨਾ ਕਰੋ, ਪਟਿਆਲੇ ਲੈ ਚਲਦੇ ਹਾਂ। ਸਿੱਧੀ ਰੇਲ ਜਾਂਦੀ ਹੈ। ਵੱਡੇ ਡਾਕਟਰ ਨੂੰ ਦਿਖਾ ਲੈਂਦੇ ਹਾਂ। ਬਖਸ਼ੀ ਜੀ ਉਥੇ ਈ ਹਨ, ਠਹਿਰਣ ਦੀ ਕੋਈ ਤਕਲੀਫ਼ ਨਹੀਂ।" ਉਦੋਂ ਹੀ ਉਹ ਹਰਿ ਕੌਰ ਦੇ ਕਮਰੇ ਵਿਚ ਆਇਆ। ਉਹ ਨਿਢਾਲ ਪਈ ਸੀ, ਜਿਵੇਂ ਸੌਂ ਰਹੀ ਹੋਵੇ।

"ਕੀ ਹਾਲ ਹੈ?" ਉਹ ਉੱਚੀ ਸਾਰੀ ਬੋਲਿਆ।

"ਆ ਗਏ ਤੁਸੀਂ, ਬੱਚੇ ਠੀਕ ਨੇ। ਊਂ ਤਾਂ ਠੀਕ ਹਾਂ, ਕਮਜ਼ੋਰੀ ਬਾਹਲੀ ਹੋ

ਗਈ, ਸੀਤੋ ਦੀ ਮਾਂ ਉਠਾਉਂਦੀ ਬਹਾਉਂਦੀ ਹੈ।" ਉਸਦੀ ਆਵਾਜ਼ ਕਮਜ਼ੋਰ ਹੋ ਗਈ ਸੀ, ਜਿਵੇਂ ਕੰਬ ਰਹੀ ਹੋਵੇ।

"ਬਹੁਤਾ ਕਰਦੇ ਹਾਂ, ਲਾਹੌਰ ਭਗਵੰਤ ਸਿੰਘ ਕੋਲ ਚਲੇ ਚਲਦੇ ਹਾਂ, ਵੱਡਾ ਡਾਕਟਰ ਹੈ।"

"ਗੱਲ ਸੁਣੋ ਸਰਦਾਰ ਜੀ। ਲਾਹੌਰ ਮੈਂ ਮਰੀ ਹੋਈ ਨੇ ਵੀ ਨਹੀਂ ਜਾਣਾਂ, ਉਹਦੇ ਕੋਲ...।"

"ਕੀ ਗੱਲ ?"

"ਥੋਨੂੰ ਪਤਾ ਤਾਂ ਹੈ। ਉਹ ਮੇਰੇ ਵਿਆਹ ਤੇ ਨਹੀਂ ਆਇਆ, ਕਾਕਿਆਂ ਦੀ ਲੋਹੜੀ ਤੇ ਉਹ ਨਹੀਂ ਆਇਆ ਹੋਰ ਸਾਰੇ ਆ ਗਏ ਸੀ। ਹੋਰ ਸੁਣੋ, ਜਿਹੜੀ ਉਸ ਨੇ ਜਗੋ-ਤੇਰਵੀਂ ਕੀਤੀ। ਬੇਬੇ ਜੀ ਮਰੀ ਤੇ ਉਹ ਨਹੀਂ ਆਇਆ, ਨਾ ਸਸਕਾਰ ਤੇ ਨਾ ਫੁੱਲਾਂ ਤੇ ਨਾ ਭੋਗ ਤੇ। ਭਾਈ ਇੰਦਰ ਸਿੰਘ ਨੇ ਲਾਹੌਰ ਚਿੱਠੀ ਦੇ ਕੇ ਬੰਦਾ ਭੇਜਿਆ ਸੀ। ਬਾਪੂ ਜੀ ਨੇ, ਬੜੀ ਔਖ ਨਾਲ ਦੁੱਧ ਵੇਚ ਕੇ, ਜ਼ਮੀਨ ਗਹਿਣੇ ਕਰਕੇ, ਪੜ੍ਹਾਇਆ ਸੀ, ਉਹਦੇ ਕਰਕੇ, ਬਾਕੀ ਭਾਈ ਪੜ੍ਹ ਨਾ ਸਕੇ। ਅੰਗਰੇਜ਼ਾਂ ਵਿਚ ਜਾ ਕੇ ਉਹ ਅੰਗਰੇਜ਼ ਹੀ ਬਣ ਗਿਆ ਹੈ। ਮੇਰੇ ਮਰੀ ਤੋਂ ਉਸ ਨੂੰ ਭੋਗ ਤੇ ਵੀ ਨਹੀਂ ਬੁਲਾਉਣ। ਰਿਸ਼ਤੇਦਾਰੀ ਭੈਣ ਭਾਈ ਮਿਲਦਿਆਂ ਵਰਤਦਿਆਂ ਦੀ ਹੁੰਦੀ ਹੈ, ਉਸੇ ਦਾ ਸਕਾ ਭਾਈ ਇੰਦਰ ਸਿਉਂ ਦੁੱਖ-ਸੁੱਖ ਵਿਚ ਅੱਧੇ ਬੋਲ ਤੇ ਭੱਜਿਆ ਆਉਂਦਾ, ਵਿਚਾਰਾ। ਉਹ ਆਵਦੇ ਘਰ ਰਾਜੀ ਅਸੀਂ ਆਵਦੇ ਘਰ।" ਉਹ ਹੌਲੀ-ਹੌਲੀ ਰੋਣ ਲੱਗੀ। ਅੱਖਾਂ ਵਿਚ ਹੰਝੂ ਤੈਰਨ ਲੱਗੇ।

"ਨਾ ਬਹੂ, ਨਾ ਭਾਈ। ਦਿਲ ਹੌਲਾ ਨਾ ਕਰ, ਮੇਰੀ ਧੀ, ਤੂੰ ਅੱਗੇ ਬਿਮਾਰ ਹੈ, ਜਿਉਂਦੇ ਵਸਦੇ ਰਹਿਣ ਤੇਰੇ ਦੂਜੇ ਭੈਣ ਭਾਈ, ਸੁੱਖ ਨਾਲ।" ਵੱਡੀ ਬੇਬੇ ਨੇ, ਉਸ ਨੂੰ ਧਰਵਾਸ ਦਿੱਤਾ। ਬਘੇਲ ਸਿੰਘ ਭਇਮਾਨ ਹੋ ਕੇ, ਉਹਨਾਂ ਦੀਆਂ ਗੱਲਾਂ ਸੁਣਦਾ ਰਿਹਾ। ਮਾਹੌਲ ਸੋਗ ਮਈ ਬਣ ਗਿਆ ਸੀ।

"ਤੁਸੀਂ ਠੀਕ ਹੋ ਜਾਉ, ਆਪਾਂ ਕੀ ਓਹ ਤੋਂ ਟਿੰਢੀਆਂ ਲੈਣੀਆਂ ਨੇ।" ਬਘੇਲ ਸਿੰਘ ਨੇ ਚੁੱਪ ਤੋੜੀ।

"ਕਾਕੇ ਠੀਕ ਠਾਕ ਨੇ, ਸਕੂਲ ਜਾਂਦੇ ਨੇ, ਯਾਦ ਤਾਂ ਨਹੀਂ ਕਰਦੇ।" ਹਰਿ ਕੌਰ ਨੇ ਅੱਖਾਂ ਪੂੰਝਣ ਮਗਰੋਂ ਪੁੱਛਿਆ।

"ਬਿਲਕੁਲ ਠੀਕ ਨੇ...। ਫਿਕਰ ਵਾਲੀ ਕੋਈ ਗੱਲ ਨਹੀਂ, ਸਿਆਣੇ ਨੇ, ਆਪੇ ਨਹਾ ਧੋ ਕੇ ਤਿਆਰ ਹੋ ਜਾਂਦੇ ਹਨ।"

"ਚਲੋ, ਵਾਹਿਗੁਰੂ, ਉਨ੍ਹਾਂ ਨੂੰ ਤੰਦਰੁਸਤ ਰੱਖੇ।" ਮਾਂ ਅਸੀਸਾਂ ਦੇਣ ਲੱਗੀ।

ਬੀਰ ਸਿੰਘ ਚਾਹ ਲੈ ਆਇਆ, ਗਰਮ ਚਾਹ ਨਾਲ, ਪਾਲਕ ਤੇ ਗੋਭੀ ਦੇ ਪਕੌੜੇ ਸਨ, ਚੱਟਣੀ ਵੀ ਨਾਲ ਸੀ।

"ਬੀਰ ਸਿਆਂ, ਡਾਕਟਰ ਸਾਹਿਬ ਮਿਲ ਜਾਣਗੇ ?"

"ਹਾਂ ਦੱਸੋ। ਅਜੇ ਦਫ਼ਤਰ ਈ ਹੋਣਗੇ, ਚਾਰ ਵਜੇ ਤੱਕ ਜੇ ਦੌਰੇ ਤੇ ਨਾ ਗਏ ਹੋਏ, ਮੈਂ ਪਤਾ ਕਰ ਆਉਨਾ। ਕੀ ਕਹਿਣਾ ਉਨ੍ਹਾਂ ਨੂੰ।"

"ਪਟਿਆਲੇ ਵਾਲੇ ਡਾਕਟਰ ਦੇ ਨਾਉਂ ਮਰੀਜ਼ ਦੀ ਪਰਚੀ ਤੇ ਚਿੱਠੀ ਚਾਹੀਦੀ ਕੈ, ਅਸੀਂ ਕੱਲ੍ਹ ਹੀ ਚਲੇ ਜਾਮਾਂਗੇ, ਫੇਰ ਲੇਟ ਕਾਹਨੂੰ ਕਰਨਾ ਹੈ।"

"ਤੁਸੀਂ ਸਿੱਧੇ ਬਖਸ਼ੀ ਜੀ ਦੀ ਕੋਠੀ ਚਲੇ ਜਾਇਉ, ਉਹ ਆਪੇ ਦਿਖਾ ਦੇਣਗੇ, ਸਾਰੇ ਡਾਕਟਰਾਂ ਨੂੰ ਉਹ ਜਾਣਦੇ ਨੇ।"

"ਸਾਡੇ ਜਾਂਦਿਆਂ ਨੂੰ ਕਿਹੜਾ ਉਹ ਘਰ ਬੈਠੇ ਹੋਣਗੇ। ਜੇ ਨਾ ਮਿਲੇ, ਦਿਹਾੜੀ ਭੰਨ੍ਹੀ ਜਾਊਗੀ।

"ਅਸੀਂ ਸ਼ਟੇਸ਼ਨੋਂ ਤਾਂਗਾ ਲੈ ਕੇ ਸਿੱਧੇ ਹਸਪਤਾਲ ਜਾਵਾਂਗੇ। ਗੱਡੀ ਕਿੰਨੇ ਵਜੇ ਜਾਂਦੀ ਹੈ?"

"ਤੁਸੀਂ ਦੱਸੋ, ਕਿਹੜੀ ਫੜਣੀ ਹੈ, ਪਹਿਲੀ ਸਵੇਰੇ ਛੇ ਵਜੇ, ਦੂਜੀ ਸਾਢੇ ਅੱਠ ਜਾਂਦੀ ਹੈ।

"ਛੇ ਵਾਲੀ ਠੀਕ ਹੈ, ਲੇਟ ਕਾਹਨੂੰ ਕਰਨੈ ਤੇ ਨੌਂ ਵਜੇ ਪਹੁੰਚਕੇ, ਡਾਕਟਰ ਨੂੰ ਦਿਖਾ ਲਵਾਂਗੇ। ਸਾਝਰੇ ਦਿਨੇਂ ਚੜ੍ਹੇ ਭੀੜ ਹੋ ਜਾਂਦੀ ਹੈ।" ਬਘੇਲ ਸਿੰਘ ਨੇ ਫ਼ੈਸਲਾ ਕੀਤਾ, "ਮਗਰੋਂ ਵਿਹਲੇ ਹੋ ਕੇ, ਬਖਸ਼ੀ ਜੀ ਦੀ ਕੋਠੀ ਚਲੇ ਜਾਵਾਂਗੇ, ਜੇ ਇਕ ਦੋ ਦਿਨ ਰਹਿਣਾ ਪਿਆ, ਰਹਿ ਪਵਾਂਗੇ। ਪੈਸੇ ਲੈ ਜਾ ਤਿੰਨ ਸੀਟਾਂ ਬੁੱਕ ਕਰਵਾ ਦੇ।"

"ਸੀਟਾਂ ਦਾ ਕੋਈ ਫ਼ਿਕਰ ਨਹੀਂ, ਸਟੇਸ਼ਨ ਮਾਸਟਰ ਐਸ.ਪੀ. ਸਾਹਿਬ ਦੇ ਮਿਲਣ ਵਾਲੈ, ਮੈਨੂੰ ਵੀ ਜਾਣਦੈਂ, ਮੈਂ ਨਾਲ ਚਲੂੰ।"

"ਠੀਕ ਹੈ। ਕਿਸੇ ਤਾਂਗੇ ਵਾਲੇ ਨੂੰ ਕਹਿਦੇ ਪੰਜ ਬਜੇ ਆ ਜਾਊ।"

"ਤਾਂਗੇ ਦੀ ਕੀ ਲੋੜ ਹੈ? ਸਰਦਾਰ ਜੀ ਦੀ ਮੋਟਰ ਛੱਡ ਆਊ, ਮੈਂ ਡਰੈਵਰ ਨੂੰ ਕਹਿ ਦਿੰਨਾਂ, ਸਵੇਰੇ ਗੱਡੀ ਤਿਆਰ ਕਰ ਲਊ, ਤੁਸੀਂ ਭੋਰਾ ਫਿਕਰ ਨਾ ਕਰੋ, ਸਰਹਾਣੇ ਹੇਠ ਬਾਂਹ ਦੇ ਕੇ ਸੌਂ ਜਾਉ। ਮੈਂ ਜਾਣਾਂ ਮੇਰਾ ਕੰਮ।" ਬੀਰ ਸਿੰਘ ਭਰੋਸਾ ਦੇ ਕੇ ਹੇਠਾਂ ਉਤਰ ਗਿਆ। ਸਰਦਾਰ ਗੁਰਬਖਸ਼ ਸਿੰਘ ਦੌਰੇਤੇ ਗਿਆ ਹੋਣ ਕਰਕੇ ਦਫ਼ਤਰ ਸੁੰਨ ਸਰਾ ਪਿਆ ਸੀ, 'ਮੀਆਂ ਸਾਡਾ ਘਰ ਨਹੀਂ, ਸਾਨੂੰ ਕਿੱਸੇ ਦਾ ਡਰ ਨਹੀਂ।'

ਸੂਰਜ ਦਾ ਛਿਪਾਅ, ਉਹ ਦੌਰੇ ਤੋਂ ਮੁੜਿਆ, ਸਿੱਧਾ ਪੌੜੀਆਂ ਚੜ੍ਹ ਗਿਆ। ਅਰਦਲੀ ਨੇ ਰੀਡਰ ਨੂੰ ਡਾਕ ਉਪਰ ਭੇਜਣ ਲਈ ਕਹਿ ਦਿੱਤਾ।

"ਆ ਗਏ ਕਾਕਾ ਜੀ, ਕਈ ਦਿਨ ਲਾ ਆਏ?"

"ਪਿੰਡ ਲੜਾਈ ਹੋ ਗਈ। ਮੁਜਾਰਿਆਂ ਨੇ, ਸਾਡੀ ਪੱਤੀ ਵਾਲੇ ਮਹਿੰਦਰ ਸਿੰਘ ਦਾ ਗੁੱਟ ਵੱਢ ਦਿੱਤਾ, ਉਹਨੂੰ ਧੂਰੀ ਹਸਪਤਾਲ ਦਾਖ਼ਲ ਕਰਵਾਇਆ।"

"ਇਹ ਮਜਾਰੇ ਸੌਹਰੇ, ਬੜੇ ਚਾਂਭਲੇ ਨੇ। ਮੇਰੇ ਪਿੰਡ ਵੀ ਮੇਰਾ ਮੁਖਤਿਆਰ ਕੁੱਟਿਆ। ਰਪਟ ਹੋ ਗਈ?"

"ਹਾਂ ਜੀ, ਛੱਬੀਤੇ ਤਿੰਨ ਸੌ ਸੱਤ ਦਾ ਪਰਚਾ ਹੋ ਗਿਆ।" ਬਘੇਲ ਸਿੰਘ ਨੇ ਅੰਦਰਲੀ ਗਲ ਲਕੋਅ ਲਈ ਸੀ।

"ਫੇਰ, ਛਿੱਤਰ ਨਹੀਂ ਫੇਰਿਆ ਠਾਣੇਦਾਰ ਨੇ?"

"ਬਥੇਰਾ ਫੇਰਿਆ, ਜੱਟ ਕੁੱਟ ਨੂੰ ਕੀ ਸਮਝਦਾ ਹੈ? ਇਸ ਕਰਕੇ ਮਹਾਰਾਜ ਨਾਭਾ

ਦਾ ਹੁਕਮ ਸੀ, ਜਟ ਨੂੰ ਜੁਰਮਾਨਾ ਕਰੋ, ਬਾਣੀਏ ਨੂੰ ਕੈਦ, ਜੱਟ ਜੁਰਮਾਨੇ ਤੋਂ ਡਰਦਾ ਹੈ, ਬਾਣੀਆਂ ਕੈਦ ਤੋਂ?"

"ਮਹਾਰਾਜਾ ਹੀਰਾ ਸਿੰਘ ਦਾ ਵੀ, ਕੋਈ ਮੁਕਾਬਲਾ ਨਹੀਂ ਸੀ, ਬਹੁਤ ਸਮਝਦਾਰ ਅਤੇ ਦੂਰ ਅੰਦੇਸ਼ ਸੀ।"

"ਕੱਲ੍ਹ, ਸਵੇਰੇ ਅਸੀਂ ਪਟਿਆਲੇ ਜਾਣੈ, ਛੇ ਵਾਲੀ ਗੱਡੀ ਤੇ ਡਾਕਟਰ ਸੰਤੋਖ ਸਿੰਘ ਨੂੰ ਦਿਖਾਉਣਾ ਹੈ।"

"ਬਹੁਤ ਸਿਆਣਾ ਡਾਕਟਰ ਹੈ, ਮਸ਼ੀਨਾਂ ਗਲਤ ਹੋ ਸਕਦੀਆਂ ਹਨ, ਉਸ ਦੀ ਤਸਖੀਸ਼ ਗਲਤ ਨਹੀਂ ਹੁੰਦੀ। ਜਦੋਂ ਬਾਪੂ ਜੀ ਬਿਮਾਰ ਹੋਏ ਨੇ, ਕਹਿੰਦਾ ਦੋ ਮਹੀਨੇ ਤੋਂ ਵੱਧ। ਇਹ ਨਹੀਂ ਕੱਟਦੇ। ਚਾਹੇ ਘਰੇ ਰੱਖੋ, ਚਾਹੇ ਹਸਪਤਾਲ। ਨਾਲੇ ਯਤੀਮ ਖਾਨੇ ਵਿਚ ਪੜ੍ਹਿਆ। ਸਿੱਟੀ ਹਾਈ ਸਕੂਲ ਵਿਚ, ਦਸਵੀਂ ਵਿਚੋਂ ਵਜ਼ੀਫ਼ਾ ਲੈ ਕੇ ਪਾਸ ਹੋਇਆ ਸੀ। ਮਹਿੰਦਰਾ ਕਾਲਜ ਵਿਚੋਂ ਐਫ.ਏ. ਵਿਚੋਂ ਫਸਟ ਆਇਆ ਸੀ। ਮਹਾਰਾਜ ਨੇ ਸਟੇਟ ਦੇ ਖਰਚੇ ਤੇ ਪਹਿਲਾਂ ਲਾਹੌਰ ਫੇਰ ਇੰਗਲਸਤਾਨ ਪੜ੍ਹਾਇਆ ਸੀ, ਸ਼ਰਤ ਇਹ ਰੱਖੀ ਸੀ ਕਿ ਉਹ ਪੜ੍ਹਣ ਮਗਰੋਂ ਸਟੇਟ ਵਿਚ ਹੀ ਨੌਕਰੀ ਕਰੇਗਾ।"

"ਤੁਸੀਂ ਜਾਣਦੇ ਹੋ ਉਹਨੂੰ...।"

"ਬਹੁਤ ਚੰਗੀ ਤਰ੍ਹਾਂ, ਬਖਸ਼ੀ ਜੀ ਦਾ ਫੈਮਲੀ ਡਾਕਟਰ ਹੈ," ਨਾਲੋ ਨਾਲ ਉਹ ਠੰਡ ਦੂਰ ਕਰਨ ਲਈ ਸਕਾਚ ਪੀ ਰਹੇ ਸਨ। ਮੱਛੀ ਦੇ ਗਰਮ ਗਰਮ ਪਕੌੜੇ ਖਾ ਰਹੇ ਸਨ।

"ਫੇਰ ਉਹਦੇ ਨਾਉਂ ਦੀ ਚਿੱਠੀ ਦੇ ਦਿਉ।"

"ਕੋਈ ਨਾ ਮੈਂ ਲਿਖ ਦਿੰਦਾ ਹਾਂ।" ਉਦੋਂ ਹੀ ਉਹਨਾਂ ਬੀਰ ਸਿੰਘ ਤੋਂ ਪੈਨ ਅਤੇ ਪੈਡ ਮੰਗਵਾਇਆ। ਉਰਦੂ ਵਿਚ ਚਿੱਠੀ ਲਿਖ ਦਿੱਤੀ। ਸਰਦਾਰ ਜੀ, ਮੇਰੇ ਬਹੁਤ ਹੀ ਨਜ਼ਦੀਕੀ ਰਿਸ਼ਤੇਦਾਰ ਹਨ, ਇਨ੍ਹਾਂ ਨੂੰ ਕੋਈ ਮੁਸ਼ਕਿਲ ਨਹੀਂ ਆਉਣੀ ਚਾਹੀਦੀ। ਅੱਜ ਖਾਣਾ ਖਾਣ ਮਗਰੋਂ ਉਹ ਜਲਦੀ ਸੌਂ ਗਏ, ਸਵੇਰੇ ਸਾਂਝਰੇ ਗੱਡੀ ਫੜਣੀ ਸੀ।

ਬਾਹਰ ਅਜੇ ਮੂੰਹ ਹਨੇਰਾ ਸੀ। ਸ਼ਹਿਰ ਦੀਆਂ ਸੜਕਾਂ ਸੁੰਨੀਆਂ ਸਨ, ਠੰਢ ਕਰਕੇ ਕੋਈ ਟਾਵਾਂ ਬੰਦਾ ਹੀ ਰਾਹ ਵਿਚ ਸੈਰ ਕਰਦਾ ਮਿਲਿਆ। ਗੱਡੀ ਦੇ ਆਉਣ ਤੋਂ ਅੱਧਾ ਘੰਟਾ ਪਹਿਲਾਂ ਉਹ ਸਟੇਸ਼ਨ ਤੇ ਪਹੁੰਚ ਗਏ। ਰੇਲਵੇ ਦੇ ਲੈਮਪਾਂ ਨੇ ਸਟੇਸ਼ਨ ਦੇ ਅੰਦਰ, ਚਾਨਣ ਕੀਤਾ ਹੋਇਆ ਸੀ, ਗਿਣਤੀ ਦੀਆਂ ਹੀ ਸਵਾਰੀਆਂ ਸਨ। ਬੀਰ ਸਿੰਘ ਨੇ ਸਟੇਸ਼ਨ ਮਾਸਟਰ ਨੂੰ ਕਹਿ ਕੇ, ਵੇਟਿੰਗ ਰੂਮ ਖੁਲ੍ਹਵਾ ਦਿੱਤਾ, ਜਿੱਥੇ ਗੱਦੇਦਾਰ ਉੱਚੇ ਸੋਫੇ ਪਏ ਸਨ। ਇਕ ਪਾਸੇ, ਇਕ ਵੱਡਾ ਪਲੰਘ ਪਿਆ ਸੀ। ਖੂੰਜੇ ਵਿਚ, ਕਮਰਾ ਗਰਮ ਕਰਨ ਲਈ, ਅੰਗੀਠੀ ਸੀ। ਬੀਰ ਸਿੰਘ ਨੇ ਸਟੇਸ਼ਨ ਮਾਸਟਰ ਨੂੰ ਸਾਰੀ ਗੱਲ ਸਮਝਾ ਦਿੱਤੀ। ਵੇਟਿੰਗ ਰੂਮ ਵਿਚ, ਉਹ ਆਪ ਕਿਸੇ ਸੇਵਾ ਬਾਰੇ ਪੁੱਛਣ ਆਇਆ ਸੀ। ਠੀਕ ਛੇ ਵਜੇ, ਇੰਜਣ ਦੀ ਸੀਟੀ ਹੋਈ, ਧੂਆਂ ਛੱਡਦਾ ਇੰਜਣ, ਰੰਗ-ਬਰੰਗੇ ਡੱਬੇ, ਸਟੇਸ਼ਨ ਤੇ ਖਿੱਚ ਲਿਆਇਆ। ਡੱਬਿਆਂ ਵਿਚਲਾ ਚਾਨਣ, ਬਾਰੀਆਂ ਅਤੇ ਰੌਸ਼ਨਦਾਨਾਂ ਰਾਹੀਂ, ਬਾਹਰੋਂ ਚਮਕਦਾ ਸੀ। ਸਟੇਸ਼ਨ ਮਾਸਟਰ, ਉਹਨਾਂ ਨੂੰ ਲੈ ਕੇ, ਗਾਰਡ ਕੋਲ ਗਿਆ। ਉਸਨੂੰ ਖ਼ਾਸ ਮਹਿਮਾਨਾਂ ਬਾਰੇ ਅੰਗਰੇਜ਼ੀ ਵਿਚ ਦੱਸਿਆ। ਉਸ ਨੇ ਗਾਰਡ ਦੇ ਡੱਬੇ ਨਾਲ ਲੱਗਦਾ ਫਸਟ ਕਲਾਸ ਦਾ ਡੱਬਾ ਖੋਲ੍ਹ ਦਿੱਤਾ। ਬੱਤੀਆਂ ਜਗਾ ਦਿੱਤੀਆਂ। ਬੀਰ ਸਿੰਘ ਨੇ ਉਨ੍ਹਾਂ ਦਾ ਸਾਮਾਨ ਡੱਬੇ ਵਿਚ ਰੱਖ ਦਿੱਤਾ। ਗੱਡੀ ਤੁਰਨ ਤਾਈ, ਉਹ ਖੜ੍ਹਾ ਰਿਹਾ। ਇੰਜਣ ਨੇ ਸੀਟੀ ਮਾਰੀ, ਗਾਰਡ ਨੇ ਹਰੇ ਰੰਗ ਦੀ ਲਾਲਟੈਨ

ਘੁਮਾਈ ਅਤੇ ਸੀਟੀ ਮਾਰੀ। ਬੀਰ ਸਿੰਘ ਮੱਥਾ ਟੇਕਣ ਮਗਰੋਂ, ਉਤਰ ਗਿਆ। ਫਸਟ ਕਲਾਸ ਦੇ ਡੱਬੇ ਵਿਚ, ਵੱਡੇ ਵੱਡੇ ਗੱਦੇਦਾਰ ਸੋਫ਼ੇ ਲੱਗੇ ਹੋਏ ਸਨ, ਗੱਦਿਆਂ ਉਪਰ ਸਲੇਟੀ ਰੰਗ ਦੇ ਕਵਰ ਚੜ੍ਹੇ ਹੋਏ ਸਨ। ਕਿਸੇ ਕੋਠੀ ਦੇ ਕਮਰੇ ਵਾਂਗ ਹੀ ਡੱਬੇ ਵਿਚ ਪਰਦੇ ਲੱਗੇ ਹੋਏ ਸਨ। ਇਕ ਖੂੰਜੇ ਵਿਚ ਟਾਇਲੈਟ ਸੀ। ਵਾਸ਼ਵੇਸ਼ਨ ਉਪਰ ਸ਼ੀਸ਼ਾ ਲੱਗਿਆ ਹੋਇਆ ਸੀ। ਜਿਸ ਉਪਰ ਇੰਡੀਅਨ ਰੇਲਵੇ ਦੀ ਮੋਹਰ ਲੱਗੀ ਹੋਈ ਸੀ। ਸਾਬਣ ਤੌਲੀਆਂ ਮੌਜੂਦ ਸੀ। ਇਕ ਪਾਸੇ ਚਿੱਟੇ ਰੰਗ ਦਾ ਕੰਬੋਡ ਲੱਗਿਆ ਹੋਇਆ ਸੀ, ਨਾਲ ਹੀ, ਚਿੱਟੇ ਰੰਗ ਦੇ ਕਾਗਜ਼ ਦਾ ਰੋਲ ਲੱਗਿਆ ਹੋਇਆ ਸੀ।

ਦਿਨ ਚੜ੍ਹਦੇ ਨਾਲ, ਗੱਡੀ ਧੂਰੀ ਪਹੁੰਚ ਗਈ। ਹਾਕਰ, 'ਚਾਏ ਗਰਮ ਜੀ, ਗਰਮ ਚਾਏ, ਬਰੈਡ-ਪਕੌੜੇ ਲਉ, ਦਾ ਹੋਕਾ ਦਾ ਰਹੇ ਸਨ। ਗਾਰਡ ਡੱਬੇ ਵਿਚ ਆਇਆ।

"ਸਰਦਾਰ ਸੈਹਬ, ਕਿਸੇ ਚੀਜ਼ ਦੀ ਜ਼ਰੂਰਤ ਹੈ, ਦੱਸੋ ਭੇਜਦਿਆਂ ਕਹੋ, ਚਾਹ ਪਾਣੀ ਭੇਜ ਦਿਆਂ।"

"ਨਹੀਂ ਜੀ, ਬਹੁਤ ਬਹੁਤ ਸ਼ੁਕਰੀਆ, ਕਿਸੇ ਚੀਜ਼ ਦੀ ਜ਼ਰੂਰਤ ਨਹੀਂ, ਮਿਹਰਬਾਨੀ।"

ਗੱਡੀ 15 ਮਿੰਟ ਰੁਕੀ। ਇੰਜਣ ਨੇ ਪਾਣੀ ਲਿਆ। ਦੋ ਫਾਇਰਮੈਨ, ਇੰਜਣ ਦੀ ਵੱਡੀ ਭੱਠੀ ਵਿਚ ਬੇਲਚਿਆ ਨਾਲ ਕੋਇਲਾ ਸੁੱਟਦੇ ਰਹੇ। ਉਨ੍ਹਾਂ ਦੇ ਹੱਥ ਮੂੰਹ ਅਤੇ ਕੱਪੜੇ ਕਾਲੇ ਹੋ ਗਏ ਸਨ। ਡਰਾਈਵਰ ਆਪਣੀ ਗੱਦੀ 'ਤੇ ਸਾਫ਼ ਸੁਥਰਾ ਬੈਠਾ ਸੀ। ਉਸਦੀਆਂ ਅੱਖਾਂ ਨੂੰ ਮੋਟੇ ਸ਼ੀਸ਼ਿਆਂ ਵਾਲੀ ਐਨਕ ਲੱਗੀ ਹੋਈ ਸੀ। ਨਾਭਾ ਲੰਘਣ ਮਗਰੋਂ, ਦਭਲਾਨ ਹੁੰਦੀ ਹੋਈ, ਨੌਂ ਬਜਦੇ ਨਾਲ, ਗੱਡੀ ਪਟਿਆਲਾ ਸਟੇਸ਼ਨ 'ਤੇ ਪਹੁੰਚ ਗਈ, ਜਿੱਥੇ ਕਾਫੀ ਚਹਿਲ-ਪਹਿਲ ਸੀ। ਮੁਸਾਫਰਾਂ ਤੋਂ ਇਲਾਵਾ ਲਾਲ ਕੱਪੜਿਆਂ ਵਾਲੇ, ਲਾਲ ਪਲੇਟ ਲਾਈ, ਕੁੱਲੀ ਫਿਰ ਰਹੇ ਸਨ। ਗਾਰਡ, ਉਨ੍ਹਾਂ ਨੂੰ, ਗੇਟ ਲੰਘਾ ਗਿਆ। ਟਿਕਟ ਕੁਲੈਕਟਰ ਉਨ੍ਹਾਂ ਵੱਲ ਝਾਕਿਆ ਵੀ ਨਹੀਂ ਸੀ। ਸਟੇਸ਼ਨ ਦੀ ਬਿਲਡਿੰਗ, ਉੱਚੇ ਮਹਿਰਾਬਾਂ ਵਾਲੀ ਸੀ ਜਿਸ ਤੇ ਲਾਲ ਅਤੇ ਚਿੱਟੇ ਰੰਗ ਦੀਆਂ ਪੱਟੀਆਂ ਪਈਆਂ ਹੋਈਆਂ ਸਨ। ਸਟੇਸਨ ਦੇ ਬਾਹਰਵਾਰ ਤਾਂਗਿਆਂ ਵਾਲੇ ਹੋਕੇ ਦੇ ਰਹੇ ਸਨ, ਅਨਾਰਦਾਨਾਂ ਚੌਂਕ, ਸ਼ੇਰਾਂ ਵਾਲਾ ਗੇਟ, ਕਿਲ੍ਹਾ ਮੁਬਾਰਕ ਚਲਣ ਵਾਲੇ।

ਇਕ ਤਾਂਗੇ ਵਾਲਾ ਕੋਲ ਆਇਆ, "ਸਰਦਾਰ ਸੈਹਬ ਕਿੱਥੇ ਚਲਣੈ, ਸਾਲਮ ਤਾਂਗਾ ਚਾਹੀਦੈ, ਨਵਾਂ ਨਕੋਰ ਔ ਖੜ੍ਹਾ। ਆ ਜਾਉ।"

"ਰਾਜਿੰਦਰਾ ਹਸਪਤਾਲ।" ਸਰਦਾਰ, ਮੂਹਰੇ ਦੀ ਪਾਏਦਾਨ ਤੇ ਪੈਰ ਧਰਕੇ ਚੜ੍ਹ ਗਿਆ। ਸਰਦਾਰਨੀਆਂ, ਮਗਰ ਬੈਠ ਗਈਆਂ। ਹਰਿ ਕੌਰ ਬੜੀ ਮੁਸ਼ਕਿਲ ਨਾਲ ਤਾਂਗੇ ਵਿਚ ਚੜ੍ਹੀ ਸੀ। ਮਾਲ ਰੋਡ ਤੇ ਤਾਂਗਾ ਪੂਰੀ ਸਪੀਡ ਨਾਲ ਦੌੜ ਰਿਹਾ ਸੀ। ਬਾਰਾਂਦਰੀ ਦਾ ਚੌਂਕ ਲੰਘਣ ਮਗਰੋਂ, ਫੁਆਰਾ ਚੌਂਕ ਆਇਆ। ਥੋੜ੍ਹੀ ਦੂਰ ਅੱਗੇ ਛਾਉਣੀ, ਰੋਡ ਤੇ ਰਾਜਿੰਦਰਾ ਹਸਪਤਾਲ ਦੀ ਨਵੀਂ ਨਕੋਰ ਬਿਲਡਿੰਗ ਤੇ ਪੀਲਾ ਰੰਗ,ਸੂਰਜ ਦੀਆਂ ਕਿਰਨਾਂ ਨਾਲ ਸੁਨਹਿਰੀ ਭਾਅ ਮਾਰ ਰਿਹਾ ਸੀ। ਹਸਪਤਾਲ ਦੇ ਗੇਟ ਸਾਹਮਣੇ, ਢਾਬੇ ਤੇ ਉਨ੍ਹਾਂ ਸਮਾਨ ਰੱਖ ਦਿੱਤਾ ਅਤੇ ਵੱਡਾ ਗੇਟ ਲੰਘਕੇ, ਪੋਰਚ ਵਿਚੋਂ ਹੋ ਕੇ ਅੰਦਰਲੇ ਬਰਾਮਦੇ ਵਿਚ ਚਲੇ ਗਏ।

(9)

ਪੋਰਚ ਲੰਘਣ ਮਗਰੋਂ, ਉਹ ਵੇਟਿੰਗ ਰੂਮ ਵਿਚ ਆਏ ਜਿੱਥੇ ਮਰੀਜ਼ਾਂ ਦੇ ਬੈਠਣ ਲਈ, ਲੋਹੇ ਦੀਆਂ ਕੁਰਸੀਆਂ ਲੱਗੀਆਂ ਹੋਈਆਂ ਸਨ। ਫਰਸ਼, ਸ਼ੀਸ਼ੇ ਵਾਂਗ ਚਮਕ ਰਹੇ ਸਨ, ਫਰਨਾਇਲ ਦੀ ਤਾਜ਼ਾ ਖੁਸ਼ਬੋ ਆ ਰਹੀ ਸੀ। ਫਰਸ਼ ਏਨੇ ਸਾਫ਼ ਸੁਥਰੇ ਸਨ ਭਾਵੇਂ ਭੁੰਜੇ ਬੈਠਕੇ ਖਾਣਾ ਖਾ ਲਵੋ। ਉਥੇ ਹੀ ਅੰਗਰੇਜ਼ੀ ਅਤੇ ਪੰਜਾਬੀ ਵਿਚ ਪਰਚੀ ਬਣਾਉਣ ਦੇ ਬੋਰਡ ਲੱਗੇ ਹੋਏ ਸਨ। ਸੱਜੀ ਕੰਧ ਤੇ ਡਾਕਟਰਾਂ ਦੇ ਨਾਉਂ ਅਤੇ ਉਨ੍ਹਾਂ ਦੇ ਕਮਰਿਆਂ ਦੇ ਨੰਬਰ ਲਿਖੇ ਹੋਏ ਸਨ। ਡਾ: ਸੰਤੋਖ ਸਿੰਘ ਗਿਆਰਾਂ ਨੰਬਰ ਕਮਰੇ ਵਿਚ ਬੈਠਦਾ ਸੀ। ਪਰਚੀ ਬਨਾਉਣ ਮਗਰੋਂ ਉਹ ਸਾਫ਼ ਸੁਥਰੇ, ਵਰਾਂਡੇ ਵਿਚੋਂ ਹੋ ਕੇ, ਗਿਆਰਾਂ ਨੰਬਰ ਕਮਰੇ ਮੂਹਰੇ ਚਲੇ ਗਏ, ਕੋਈ ਭੀੜ-ਭੜੱਕਾ ਨਹੀਂ, ਕੋਈ ਰੌਲਾ-ਰੱਪਾ ਨਹੀਂ, ਨਾ ਹੀ ਕੋਈ ਚੀਕ ਚੰਘਾੜਾ ਸੀ। ਸਾਹਮਣੀਂ ਕੰਧ ਨਾਲ ਡਾ. ਸੰਤੋਖ ਸਿੰਘ ਦੇ ਨਾਉਂ ਦੀ ਪਿੱਤਲ ਦੀ ਪਲੇਟ ਲੱਗੀ ਹੋਈ ਸੀ। ਜਿਸ ਤੇ ਅੰਗਰੇਜ਼ੀ ਵਿਚ ਨਾਉਂ ਦੇ ਹੇਠਾਂ ਐਮ.ਡੀ. ਐਫ.ਆਰ.ਸੀ.ਐਸ. ਲਿਖਿਆ ਹੋਇਆ ਸੀ।

ਉਦੋਂ ਹੀ ਚਿੱਟੇ ਕੱਪੜਿਆਂ ਵਾਲੀ ਇਕ ਨਰਸ ਉਨ੍ਹਾਂ ਕੋਲ ਆਈ, "ਤੁਸੀਂ ਡਾਕਟਰ ਸਾਹਿਬ ਨੂੰ ਮਿਲਣਾ ਹੈ"? ਉਹ ਬਹੁਤ ਸਲੀਕੇ ਨਾਲ ਬੋਲੀ।

"ਹਾਂ ਜੀ।"

"ਆਓ, ਛੋਟੇ ਡਾਕਟਰ ਸਾਹਿਬ ਤੋਂ ਤੁਹਾਡਾ ਬੀ.ਪੀ. ਵਗੈਰਾ ਚੈੱਕ ਕਰਵਾ ਦੇਈਏ।" ਉਹ ਉਨ੍ਹਾਂ ਨੂੰ ਲੈ ਕੇ ਛੋਟੇ ਕਮਰੇ ਵਿਚ ਚਲੀ ਗਈ, ਜਿੱਥੇ ਤਿੰਨ ਕੁਰਸੀਆਂ ਤੇ ਇਕ ਸਟਰੈਚਰ ਪਿਆ ਸੀ। ਉਹ ਬਹੁਤ ਹੀ ਅਦਬ ਨਾਲ ਮਿਲਿਆ, ਬੀ.ਪੀ. ਚੈੱਕ ਕੀਤਾ। ਬਰਨਾਲੇ ਵਾਲੇ ਡਾਕਟਰ ਮਲਹੋਤਰਾ ਦੀ ਪਰਚੀ ਦੇਖੀ।

"ਖੰਘ ਤੇ ਬੁਖਾਰ ਨਹੀਂ ਉਤਰਦਾ?"

"ਹਾਂ, ਡਾਕਟਰ ਸਾਹਿਬ।"

"ਕੋਈ ਨਾਂ। ਫ਼ਿਕਰ ਨਾ ਕਰੋ, ਹੁਣ ਤੁਸੀਂ ਠੀਕ ਥਾਂ 'ਤੇ ਆ ਗਏ ਹੋ।" ਉਹਨੇ ਮਰੀਜ਼ ਦੀ ਹਿਸਟਰੀ ਅਤੇ ਬੀ.ਪੀ. ਨੋਟ ਕਰ ਦਿੱਤਾ। ਬੀ.ਪੀ. 100/60 ਸੀ।

"ਵੱਡੇ ਡਾਕਟਰ ਸਾਹਿਬ ਨੂੰ ਮਿਲ ਲਵੋ।" ਨਰਸ, ਉਨ੍ਹਾਂ ਨੂੰ ਨਾਲ ਲੈ ਕੇ ਦਰਵਾਜ਼ੇ ਮੂਹਰੇ ਆਈ।

"ਇਕ ਮਿੰਟ ਰੁਕੋ।" ਉਨ੍ਹਾਂ ਐਸ.ਪੀ. ਦੀ ਚਿੱਠੀ, ਉਸ ਨੂੰ ਫੜਾ ਦਿੱਤੀ। ਥੋੜ੍ਹੇ ਚਿਰ ਬਾਅਦ, ਡਾਕਟਰ ਨੇ ਉਨ੍ਹਾਂ ਨੂੰ ਅੰਦਰ ਬੁਲਾਇਆ। ਬੜੇ ਤਪਾਕ ਅਤੇ ਤਹਿਜ਼ੀਬ ਨਾਲ ਮਿਲਿਆ।

"ਐਸ.ਪੀ. ਸਾਹਿਬ, ਤੁਹਾਡੇ ਕੀ ਲਗਦੇ ਹਨ?"

"ਉਹ ਮੇਰੇ ਫੁਫੜ ਜੀ ਹਨ।"

"ਕੀ ਹਾਲ ਹੈ, ਉਨ੍ਹਾਂ ਦਾ, ਬੱਚਿਆਂ ਦਾ ਕੀ ਹਾਲ ਹੈ?"

"ਸਭ ਠੀਕ ਹਨ ਜੀ।"

"ਤੁਸੀਂ ਕਿੱਥੇ ਠਹਿਰੋਗੇ, ਸ਼ਾਇਦ ਤੁਹਾਨੂੰ ਦੋ ਚਾਰ ਦਿਨ ਰੁਕਣਾ ਪਵੇ।"

"ਬਖਸ਼ੀ ਸਾਹਿਬ, ਸਾਡੇ ਰਿਸ਼ਤੇਦਾਰ ਹਨ। ਉਨ੍ਹਾਂ ਦੇ ਘਰ ਐਸ.ਪੀ.ਸਾਹਿਬ ਦੀ ਭੈਣ ਹੈ।"

"ਮੈਨੂੰ ਪਤੈ, ਬਖਸ਼ੀ ਪ੍ਰੀਤਮ ਸਿੰਘ, ਬਹੁਤ ਨੇਕ ਇਨਸਾਨ ਹਨ।"

"ਨਰਸ, ਇਹਨਾਂ ਦਾ ਐਕਸਰੇ ਕਰਵਾ ਲਿਆ, ਗਿੱਲਾ ਹੀ ਮੇਰੇ ਕੋਲ ਲੈ ਆਇਉ।" ਕੁਝ ਖ਼ੂਨ ਦੇ ਟੈਸਟ ਵੀ ਉਨ੍ਹਾਂ ਪਰਚੀ ਤੇ ਲਿਖ ਦਿੰਤੇ।

"ਸਰਦਾਰ ਜੀ ਨੂੰ ਨਾਲ ਦਾ ਕਮਰਾ ਖੋਲ੍ਹ ਦੇ ਐਨੇ ਆਰਾਮ ਕਰ ਲੈਣਗੇ, ਨਾਲੇ ਚਾਹ ਪਾਣੀ ਪਿਲਾ ਦਿਉ।"

"ਤੁਸੀਂ ਕਮਰੇ ਵਿਚ ਬੈਠੋ। ਮੈਂ ਮਰੀਜ਼ ਨੂੰ ਵੀਲ੍ਹ ਚੇਅਰਤੇ ਲੈ ਜਾਂਦੀ ਹਾਂ। ਉਹ ਕਮਰੇ ਵਿਚ ਬੈਠ ਗਏ, ਜਿੱਥੇ ਦੋ ਬੈਡ ਲੱਗੇ ਹੋਏ ਸਨ, ਦੁੱਧ ਚਿੱਟੀਆਂ ਚਾਦਰਾਂ ਵਿਛੀਆਂ ਹੋਈਆਂ ਸਨ। ਬਹੁਤ ਹੀ ਸਾਫ਼ ਸੁੱਥਰਾ ਸੀ, ਕੋਈ ਮੱਖੀ ਨਹੀਂ, ਮੱਛਰ ਨਹੀਂ। ਛੱਤ ਨਾਲ ਬਿਜਲੀ ਦਾ ਪੱਖਾ ਲਟਕ ਰਿਹਾ ਸੀ। ਸਾਹਮਣੀ ਕੰਧ ਤੇ ਬਲਬ ਲੱਗਾ ਹੋਇਆ ਸੀ। ਕਈ ਸਾਲ ਪਹਿਲਾਂ ਇੱਥੇ ਬਿਜਲੀ ਆ ਗਈ ਸੀ। ਸ਼ਹਿਰ ਨੂੰ ਬਿਜਲੀ ਦੀ ਸਪਲਾਈ ਨਦਾਮਪੁਰ ਤੋਂ ਹੁੰਦੀ ਸੀ।

ਅੱਧੇ ਘੰਟੇ ਬਾਅਦ ਨਰਸ ਮਰੀਜ਼ ਨੂੰ ਕਮਰੇ ਵਿਚ ਛੱਡ ਗਈ, ਆਪ ਐਕਸਰੇ ਲੈਣ ਚਲੀ ਗਈ ਸੀ। ਕਮਰੇ ਵਿਚ ਚਾਹ ਤੇ ਬਿਸਕੁਟ ਆ ਗਏ। ਨਰਸ, ਗਿੱਲਾ ਐਕਸਰੇ ਲੈ ਕੇ, ਡਾਕਟਰ ਦੇ ਕਮਰੇ ਵਿਚ ਦਾਖ਼ਲ ਹੋਈ, ਜਾਲੀਦਾਰ ਦਰਵਾਜ਼ਾ ਖੜਕਿਆ। ਡਾਕਟਰ ਦਾ ਸ਼ੱਕ ਪੱਕਾ ਹੋ ਗਿਆ, ਜਿਸ ਬਿਮਾਰੀ ਦਾ ਉਸ ਨੂੰ ਸ਼ੱਕ ਸੀ, ਉਹੀ ਨਿਕਲੀ, ਖ਼ੂਨ ਸਿਰਫ਼ 8 ਗਰਾਮ ਸੀ।"

"ਸਰਦਾਰ ਜੀ ਨੂੰ ਬੁਲਾਉ।" ਨਰਸ, ਉਨ੍ਹਾਂ ਨੂੰ ਲੈ ਕੇ, ਦੁਬਾਰਾ ਕਮਰੇ ਵਿਚ ਆਈ।

"ਸਰਦਾਰ ਸਾਹਿਬ, ਤੁਹਾਨੂੰ ਪੰਜ ਚਾਰ ਦਿਨ ਇਥੇ ਰੁਕਣਾ ਪਵੇਗਾ, ਕਮਜ਼ੋਰੀ ਬਹੁਤ ਹੈ, ਇਨਫੈਕਸ਼ਨ ਨਾਲ ਹਾਰਟਬੀਟ ਅਤੇ ਬੀ.ਪੀ. ਘੱਟ ਹੈ, ਡਰਿੱਪ ਲਾਉਣਾ ਪਾਊ, ਲੋੜ ਪਈ ਤਾਂ ਬਲੱਡ ਵੀ ਦੇਣਾ ਪਊ। ਘਬਰਾਉਣ ਦੀ ਕੋਈ ਗੱਲ ਨਹੀਂ। ਹੋਰ ਕੋਈ ਟੈਸਟ ਫਾਸਟਿੰਗ ਹੋਣਗੇ, ਕਮਰਾ ਲੈਣਾ ਕਿ ਵਾਰਡ ?"

"ਕਮਰਾ ਹੀ ਦੇ ਦਿਉ ਜੀ, ਸੌਖਾ ਰਹੇਗਾ।"

"ਠੀਕ ਹੈ। ਕੋਲ ਕੌਣ ਰਹੇਗਾ ?"

"ਬੇਬੇ ਜੀ ਨਾਲ ਹਨ, ਮੈਂ ਵੀ ਗੇੜਾ ਰਖੂੰ, ਬਖਸ਼ੀ ਜੀ ਦੀ ਕੋਠੀ ਨੇੜੇ ਹੀ ਹੈ।"

"ਓ.ਕੇ... ? ਫ਼ਿਕਰ ਨਾ ਕਰੋ।" ਡਾਕਟਰ ਨੇ ਦਿਲਾਸਾ ਦਿੱਤਾ, ਤਾਂ ਕਿ ਇਹ ਘਬਰਾਉਣ ਨਾ। ਉਹ ਕਮਰੇ ਵਿਚ ਆਏ। ਨਰਸ ਨੇ ਡਰਿੱਪ ਲਾ ਦਿੱਤਾ। ਛੋਟਾ ਡਾਕਟਰ ਚੈਕ ਕਰਨ ਆਇਆ। ਬੈਡ ਨਾਲ ਲਟਕਦੇ ਚਾਰਟ ਤੇ ਕੁਝ ਲਿਖਿਆ। ਵੱਡੇ ਡਾਕਟਰ ਨੇ ਸ਼ਾਮ ਨੂੰ ਰਾਊਂਡ ਤੇ ਆਉਣਾ ਸੀ। ਦੁਪਹਿਰ ਹੋਈ, ਵੇਟਰ ਖਾਣਾ ਦੇ ਗਿਆ ਸੀ। ਦੋ ਥਾਲੀਆਂ ਵਿਚ, ਰਾਜਮਾਂਹ, ਆਲੂ ਗੋਭੀ ਦੀ ਸਬਜ਼ੀ ਨਾਲ ਸਲਾਦ ਅਤੇ ਦਹੀਂ ਸੀ। ਖਾਣਾ ਮੁਫ਼ਤ ਦਿੱਤਾ ਜਾਂਦਾ ਸੀ।

"ਉੱਠੋ ਕੁਝ ਖਾ ਲਵੋ।" ਬਘੇਲ ਸਿੰਘ ਨੇ ਸੁੱਤੀ ਪਈ ਹਰਿ ਕੌਰ ਨੂੰ ਜਗਾਇਆ। ਉਹ ਗਰਮ ਕੰਬਲ ਵਿਚ ਲਿਪਟੀ, ਗੁੱਛਾ-ਮੁੱਛਾ ਹੋਈ ਪਈ ਸੀ।

"ਮੇਰਾ ਚਿੱਤ ਨਹੀਂ ਕਰਦਾ।" ਹਰਿ ਕੌਰ ਦੀ ਆਵਾਜ਼ ਬੈਠ ਗਈ ਸੀ। ਵੱਡੀ ਬੇਬੇ ਨੇ, ਉਸ ਨੂੰ, ਸਹਾਰਾ ਦੇ ਕੇ ਉਠਾਇਆ। ਪਿੱਛੇ ਸਰਹਾਣਾ ਰੱਖ ਦਿੱਤਾ। ਨਰਸ ਨੇ ਚਾਬੀ ਘੁੰਮਾ ਕੇ, ਸ਼ੈੱਡ ਦਾ ਸਰਹਾਣਾ ਉੱਚਾ ਕਰ ਦਿੱਤਾ। ਬੜੀ ਮੁਸ਼ਕਿਲ ਨਾਲ, ਉਸ ਅੱਧੀ ਰੋਟੀ ਖਾ ਕੇ ਨਾਂਹ ਕਰ ਦਿੰਤੀ।

"ਹੋਰ ਨਹੀਂ ਜੀਅ ਕਰਦਾ, ਤੁਸੀਂ ਤੇ ਬੇਬੇ ਜੀ ਖਾ ਲਵੋ।"

"ਫੁਲਕੇ ਬਹੁਤ ਨੇ, ਤੁਸੀਂ ਇਕ ਹੋਰ ਲੈ ਲਵੋ।"

"ਨਹੀਂ, ਹੋਰ ਖਾ ਲਿਆ, ਉਲਟੀ ਆ ਜਾਊ।"

ਉਹ ਬੈਡ ਤੇ ਟੇਢੀ ਹੋ ਗਈ। ਬਾਕੀ ਦਾ ਖਾਣਾ ਮਾਂ ਪੁੱਤ ਨੇ ਖਾ ਲਿਆ ਤਾਂ ਵੀ ਦੋ ਫੁਲਕੇ ਬਚ ਗਏ ਸਨ। ਖਾਣਾ ਬਹੁਤ ਸੁਆਦ ਸੀ, ਲੂਣ, ਮਿਰਚ ਅਤੇ ਘਿਉ ਮੇਚ ਦਾ ਸੀ।

"ਕਾਕਾ ਤੂੰ ਆਰਾਮ ਕਰ ਲੈ, ਮੈਂ ਕੁਰਸੀ ਤੇ ਬੈਠਦੀ ਹਾਂ।"

"ਤੁਸੀਂ ਆਰਾਮ ਕਰ ਲੈਂਦੇ।"

"ਜਦ ਤੱਕ ਬਹੂ ਬਿਆਰ ਹੈ, ਮੈਨੂੰ ਤੱਤੜੀ ਨੂੰ ਆਰਾਮ ਕਿੱਥੇ ?" ਬਘੇਲ ਸਿੰਘ, ਨਾਲਦੇ ਬੈਡ ਤੇ ਪੈ ਗਿਆ, ਬੇਬੇ ਕੁਰਸੀ ਤੇ ਬੈਠ ਗਈ। ਨਰਸਾਂ, ਅੱਧੇ-ਅੱਧੇ ਘੰਟੇ ਬਾਅਦ, ਟੈਮਪਰੇਚਰ ਨੋਟ ਕਰ ਰਹੀਆਂ ਸਨ, ਨਬਜ਼ ਦੇਖ ਰਹੀਆਂ ਸਨ। ਗੁਲੂਕੋਜ਼ ਤੁਪਕਾ-ਤੁਪਕਾ ਸਰੀਰ ਅੰਦਰ ਜਾ ਰਿਹਾ ਸੀ। ਇਸ ਵਿਚ ਦਵਾਈ ਪਾਈ ਹੋਈ ਸੀ। ਚਾਰ ਵਜਦੇ ਨਾਲ ਚਾਹ ਨਾਲ ਬਿਸਕੁਟ ਆ ਗਏ। ਦੋ ਕੱਪ ਅਤੇ ਚਾਹ ਦੀ ਚੀਨੀ ਦੀ ਕੇਤਲੀ। ਘੂਕੀ ਵਿਚ ਪਈ ਹਰਿ ਕੌਰ ਨੂੰ ਬੇਬੇ ਨੇ ਉਠਾਇਆ। ਉਸ ਨੇ ਚਾਹ ਦਾ ਕੱਪ ਅਤੇ ਇਕ ਬਿਸਕੁਟ ਖਾ ਲਿਆ ਸੀ। ਸ਼ਾਇਦ ਦਵਾਈ ਦਾ ਅਸਰ ਹੋਣ ਲੱਗਿਆ ਸੀ।

"ਬੇਬੇ ਜੀ, ਮੈਂ ਕੋਠੀ ਸਮਾਨ ਰੱਖ ਆਵਾਂ ?"

"ਹਾਂ ਕਾਕਾ ਨਾਲੇ ਬੀਬੀ ਗੁਰਬਖ਼ਸ਼ ਨੂੰ ਦਸ ਆਇਉ।"

'ਹੋਰ ਕਿਸੇ ਚੀਜ਼ ਦੀ ਲੋੜ ਹੈ, ਮੈਂ ਫੜੀ ਆਉਂਗਾ।"

"ਹੋਰ ਕਾਹਦੀ ਲੋੜ ਹੈ ? ਤੂੰ ਸ਼ਾਮ ਨੂੰ ਆ ਜਾਵੀਂ, ਜੇ ਬਹੂ ਨੇ ਦੁੱਧ ਪੀਣਾ ਹੋਇਆ, ਢਾਬੇ ਤੋਂ ਫੜ ਲਿਆਈਂ।"

"ਨਹੀਂ ਮਾਤਾ ਜੀ, ਮਰੀਜ਼ ਨੂੰ ਦੁੱਧ, ਕੰਨਟੀਨ ਵਿਚੋਂ ਹੀਮਿਲਦਾ.ਹੈ। ਤੁਹਾਨੂੰ ਲੋੜ ਹੋਈਤਾਂ ਮੰਗਵਾ ਲਿਉ।" ਕੋਲ ਖੜ੍ਹੀ ਨਰਸ ਨੇ ਕਿਹਾ। ਬਘੇਲ ਸਿੰਘ ਆਪਣਾ ਬੈਗ ਲੈ ਕੇ, ਸਿੰਘ ਸਭਾ ਚੌਂਕ ਵਿਚ ਆਇਆ। ਅੱਗੇ ਮੋਤੀ ਬੀੜ ਨੂੰ ਸੀਮਿੰਟ ਦੀ ਪੱਕੀ ਸੜਕ ਜਾਂਦੀ ਸੀ। ਟਾਂਗੇ ਚਲ ਰਹੇ ਸਨ, ਕੋਈ ਟਾਵੀਂ ਕਾਰ, ਸੜਕ ਤੋਂ ਲੰਘ ਰਹੀ ਸੀ। ਮਾਲ ਰੋੜਦੀ ਸੜਕ, ਸੁਰਮਾਈ, ਸੁਰਮੇ ਵਾਂਗ ਚਮਕ ਰਹੀ ਸੀ। ਕੋਈ ਟੋਆ ਨਹੀਂ, ਕੋਈ ਰੋੜਾ ਨਹੀਂ। ਦੁਆਲੇ ਫੁਲਦਾਰ ਦਰਖ਼ਤ ਲੱਗੇ ਹੋਏ ਸਨ। ਉਹ ਸੱਜੇ ਪਾਸੇ ਹੋਕੇ, ਤੁਰਦਾ ਗਿਆ। ਪੋਹਲੋ ਗਰਾਊਂਡ ਦੇ ਸਾਹਮਣੇ ਵੱਡੇ ਦਰਵਾਜ਼ੇ ਉੱਚੀਆਂ ਮਹਿਰਾਬਾਂ ਵਾਲੀ, ਲਾਲ ਰੰਗ ਦੀ ਕੋਠੀ ਸੀ। ਜਿਸ ਨੂੰ ਲਾਲ ਕੋਠੀ ਕਹਿੰਦੇ ਸਨ। ਉੱਚੇ ਦਰਵਾਜ਼ੇ ਦੇ ਬਾਹਰਵਾਰ ਦੋ ਤੋਪਾਂ ਖੜ੍ਹੀਆਂ ਸਨ, ਦਰਵਾਜ਼ੇ ਵਿਚ ਸੰਤਰੀ ਅਤੇ ਇਕ ਨੌਕਰ ਮੌਜੂਦ ਸੀ।

"ਸਰਦਾਰ ਜੀ, ਕਿਸਨੂੰ ਮਿਲਣਾ ਹੈ।"

"ਬਖਸ਼ੀ ਜੀ ਨੂੰ, ਸਾਡੇ ਰਿਸ਼ਤੇਦਾਰ ਹਨ।"

"ਉਹ ਤਾਂ ਬਾਹਰ ਗਏ ਹੋਏ ਹਨ, ਸ਼ਾਮ ਨੂੰ ਆਉਣਗੇ।"

"ਠੀਕ ਹੈ, ਬੀਬਾ ਜੀ ਨੂੰ ਸਨੇਹਾ ਭੇਜ ਦਿਉ। ਮੈਂ ਨਵੇਂ ਪਿੰਡ ਤੋਂ ਸਰਦਾਰ ਗੁਰਬਖਸ਼ ਸਿੰਘ ਐਸ.ਪੀ. ਸਾਹਿਬ ਦਾ ਰਿਸ਼ਤੇਦਾਰ ਹਾਂ।" ਉਹ ਕੁਰਸੀ ਤੇ ਬੈਠ ਗਿਆ, ਜੇ ਹਰਿ ਕੌਰ ਨੂੰ ਕੁਝ ਹੋ ਗਿਆ, ਬੱਚਿਆਂ ਦਾ ਕੀ ਬਣੇਗਾ? ਬੇਬੇ ਨਹੀਂ ਫੇਰ ਬਚਦੀ, ਉਮਰ ਵੀ ਕਾਫ਼ੀ ਹੈ, ਦੂਜਾ ਬੁਢਾਪਾ ਹੈ। ਡਾਕਟਰ ਪੂਰੀ ਗੱਲ ਦਸਦੇ ਨਹੀਂ, ਬਿਮਾਰੀ ਜ਼ਰੂਰ ਕੋਈ ਖ਼ਤਰਨਾਕ ਹੈ। ਏਥੇ ਬੈਠਿਆਂ ਵੀ ਉਸ ਦੀ ਸੁਰਤ, ਹਸਪਤਾਲ ਵਿਚ ਘੁੰਮ ਰਹੀ ਸੀ।

ਅੱਧੇ ਘੰਟੇ ਬਾਅਦ, ਉਸ ਨੂੰ ਗੋਲ ਕਮਰੇ ਵਿਚ ਬਿਠਾਉਣ ਦਾ ਹੁਕਮ ਆਇਆ। ਉਹ ਬੈਗ ਲੈ ਕੇ ਗੋਲ ਕਮਰੇ ਵਿਚ ਆਇਆ। ਜਿਥੇ ਉੱਚੇ ਵੱਡੇ ਗੱਦੇਦਾਰ ਸੋਫੇ ਲੱਗੇ ਹੋਏ ਸਨ। ਕੰਧਾਂ ਤੇ ਕਈ ਤਸਵੀਰਾਂ ਅਤੇ ਤਲਵਾਰਾਂ ਲਟਕ ਰਹੀਆਂ ਸਨ। ਬਖਸ਼ੀ ਜੀ ਨੇ ਫੌਜੀ ਵਰਦੀ ਪਾਈ ਹੋਈ ਸੀ, ਨਾਲ ਦੀ ਫੋਟੋ ਵਿਚ ਉਨ੍ਹਾਂ ਦਾ ਕੈਪਟਨ ਲੜਕਾ, ਬਾਵਰਦੀ ਖੜ੍ਹਾ ਸੀ। ਇਕ ਖੂੰਜੇ ਵਿਚ ਟੇਬਲ ਤੇ ਫਿਲਪਿਸ ਦਾ ਵੱਡਾ ਸਾਰਾ ਬਿਜਲੀ ਦਾ ਰੇਡੀਓ ਪਿਆ ਸੀ।

"ਰਾਣੀ ਸਾਹਿਬਾ, ਇਹ ਸਰਦਾਰ ਕੌਣ ਹੈ?" ਨੌਕਰ, ਨੌਕਰਾਣੀਆਂ, ਉਸ ਨੂੰ ਰਾਣੀ ਸਾਹਿਬ ਹੀ ਕਹਿੰਦੇ ਸਨ।

"ਨਵੇਂ ਪਿੰਡ ਤੋਂ ਗੁਰਬਖਸ਼ ਦਾ ਰਿਸ਼ਤੇਦਾਰ ਹੈ, ਚਾਹ ਨਾਲ ਪਕੌੜੀਆਂ ਤੇ ਲੱਡੂ ਲੈ ਜਾਵੀਂ। ਕੋਈ ਮਤਲਬ ਹੋਊ, ਮਤਲਬ ਬਿਨਾਂ ਤਾਂ ਇਹ ਕਿਸੇ ਦੀ ਵੱਢੀ ਉਂਗਲ ਤੇ ਮੂਤਦੇ ਵੀ ਨਹੀਂ, ਛੋਟੇ ਬਿਸਵੇਦਾਰ ਹਨ, ਛੋਟਾ ਦਿਲ ਹੈ।" ਉਸ ਨੇ ਮੱਥੇ ਤੇ ਤਿਉੜੀਆਂ ਪਾ ਲਈਆਂ। ਨੌਕਰਾਣੀ ਸਭ ਕੁਝ ਸਮਝ ਗਈ ਸੀ। ਕਿਸਨੂੰ ਕਿਹੋ ਜਿਹੀ ਚਾਹ ਰੋਟੀ, ਕਿਹੇ ਜਿਹੇ ਭਾਂਡਿਆਂ ਵਿਚ ਦੇਣੀ ਹੈ। ਕਾਲੀ ਚਾਹ, ਪਿੱਤਲ ਦੇ ਗਲਾਸ ਵਿਚ ਪਾਕੇ, ਨਾਲ ਪਕੌੜੀਆਂ ਤੇ ਸੁੱਕੇ ਲੱਡੂ ਨੌਕਰਾਣੀ ਦੇ ਗਈ। ਬਘੇਲ ਸਿੰਘ ਸਭ ਕੁਝ ਸਮਝ ਗਿਆ ਸੀ। ਉਸ ਦੀ ਅਪਣੱਤ, ਜ਼ਰਬਾਂ ਖਾਣ ਲੱਗੀ। ਵੱਡੇ ਹੋਣਗੇ, ਆਵਦੇ ਘਰ, ਆਪਾਂ ਕੀ ਲੈਣਾ ਹੈ? ਉਸ ਨੇ ਚਾਹ ਨਹੀਂ ਪੀਤੀ।

"ਮੈਂ ਚਾਹ ਹੁਣੇ ਪੀਕੇ ਆਇਆ ਹਾਂ।" ਉਹ ਬੈਗ ਲੈ ਕੇ ਸੜਕ ਤੇ ਆਇਆ। ਢਾਬੇ ਵਾਲੇ ਕੋਲ ਮੰਜੇ ਬਿਸਤਰੇ ਮੌਜੂਦ ਹੁੰਦੇ ਸਨ। ਇਕ ਰਾਤ ਦੀ ਅਠਿਆਨੀ ਲੈਂਦਾ ਸੀ।

"ਕਾਕਾ ਬੜੀ ਛੇਤੀ ਮੁੜ ਆਇਆ?" ਵੱਡੀ ਬੇਬੇ ਨੇ ਪੁੱਛਿਆ।

"ਉਹ ਤਾਂ ਬਾਹਰ ਗਏ ਹੋਏ ਨੇ।"

"ਬੀਬੀ ਗੁਰਬਖਸ਼ ਨਹੀਂ, ਹੈ ਘਰੇ?"

"ਨਈਂ ਜੀ, ਕਾਕੇ ਨੂੰ ਮਿਲਣ ਗਏ ਹੋਏ ਨੇ।" ਉਨ੍ਹਾਂ ਦਾ ਇਕ ਲੜਕਾ ਵਿਕਰਮ ਅੰਗਰੇਜ਼ਾਂ ਦੀ ਫੌਜ ਵਿਚ ਅਫ਼ਸਰ ਸੀ।

"ਫੇਰ ਗੁਰਬਖਸ਼ ਸਿਉਂ ਹੁਰਾਂ ਦੀ ਹਵੇਲੀ ਚਲੇ ਜਾਣਾ ਸੀ।" ਅਨਾਰਦਾਨਾ ਚੌਂਕ ਨੇੜੇ ਤੂੜੀ ਮੰਡੀ ਕੋਲ, ਦੋ ਚੁਬਾਰਿਆਂ ਵਾਲੀ, ਨਿੱਕੀ ਇੱਟ ਦੀ ਉਨ੍ਹਾਂ ਦੀ ਹਵੇਲੀ ਸੀ।

"ਤੁਸੀਂ ਮੇਰਾ ਫਿਕਰ ਨਾ ਕਰੋ।"

"ਤੂੰ ਕਾਕਾ ਏਥੇ ਹੀ ਪੈ ਜਾਵੀਂ, ਮੈਂ ਕਿਹੜਾ ਸੌਣਾ, ਨੀਂਦ ਕਿੱਥੇ ਆਉਂਦੀ ਹੈ?"

ਨਰਸ ਫੇਰ ਆ ਗਈ ਸੀ। ਉਸਦੇ ਦੱਸਣ ਅਨੁਸਾਰ ਸੱਤ ਵਜੇ ਵੱਡੇ ਡਾਕਟਰ ਸਾਹਿਬ ਨੇ ਰਾਊਂਡ ਤੇ ਆਉਣਾ ਸੀ। ਵੱਡੇ ਡਾਕਟਰ ਦੇ ਆਉਣ ਤੋਂ ਪਹਿਲਾ ਰੈਜ਼ੀਡੈਂਟ ਡਾਕਟਰ ਚੈਕ ਕਰ ਗਿਆ ਸੀ। ਨਾਈਟ ਡਿਊਟੀ ਵੀ ਉਸੇ ਦੀ ਸੀ।

ਹਸਪਤਾਲ ਦੇ ਕਮਰਿਆਂ ਵਿਚ ਲਾਈਟਾਂ ਜਗਮਗਾ ਰਹੀਆਂ ਸਨ। ਬਾਹਰ ਸੜਕ 'ਤੇ ਵੀ ਲਾਈਟਾਂ ਲੱਗੀਆਂ ਹੋਈਆਂ ਸਨ। ਠੀਕ ਸੱਤ ਵਜੇ ਡਾ. ਸੰਤੋਖ ਸਿੰਘ ਆਇਆ, ਨਰਸ ਨੇ ਜਾਲੀ ਖੋਲ੍ਹੀ ਛੋਟਾ ਡਾਕਟਰ ਨਾਲ ਸੀ, ਉਸਨੇ ਚਾਰਟ ਪੇਸ਼ ਕੀਤਾ ਤੇ ਨਾਲ ਹੀ ਟੈਸਟਾਂ ਦੀ ਰਿਪੋਰਟ ਅੰਗਰੇਜ਼ੀ ਵਿਚ ਸੁਣਾਈ। ਬੀ.ਪੀ. ਘੱਟ ਸੀ, ਖ਼ੂਨ ਘੱਟ ਸੀ, ਈ.ਐਸ.ਆਰ.ਚਾਲੀ ਸੀ, ਗੁਰਦੇ ਪੂਰਾ ਕੰਮ ਨਹੀਂ ਕਰਦੇ, ਯੂਰਿਕ ਐਸਿਡ ਵੱਧਣ ਕਰਕੇ, ਪੈਰਾਂ ਨੂੰ ਸੋਜ਼ਾ ਆ ਗਿਆ ਸੀ। ਦਿਲ ਕਮਜ਼ੋਰ ਸੀ।

"ਕੱਲ੍ਹ ਨੂੰ ਈ.ਸੀ.ਜੀ. ਕਰਾਂਗੇ।" ਡਾਕਟਰ ਸੰਤੋਖ ਸਿੰਘ ਇੰਗਲੈਂਡ ਤੋਂ ਈ.ਸੀ.ਜੀ. ਦੀ ਪੋਰਟੇਬਲ ਮਸ਼ੀਨ ਲੈ ਆਇਆ ਸੀ, ਜੋ ਉਸ ਨੇ ਹਸਪਤਾਲ ਨੂੰ ਦਾਨ ਕਰ ਦਿੱਤੀ ਸੀ। ਇਹ ਮਸ਼ੀਨ ਸੈਲਾਂ ਨਾਲ ਚਲਦੀ ਸੀ। ਬੇਬੇ ਚੁੱਪ ਅਤੇ ਫਿਕਰ ਵਿਚ ਡੁੱਬੀ ਹੋਈ ਸੀ। ਜਦੋਂ ਕਿਸੇ ਦੇ ਪੈਰਾਂ ਨੂੰ ਸੋਜ ਆ ਜਾਵੇ, ਮਰੀਜ਼ ਦਾ ਅੰਤ ਨੇੜੇ ਹੀ ਹੁੰਦਾ ਹੈ, ਉਸ ਨੇ ਇਹ ਗੱਲ ਕਿਸੇ ਨਾਲ ਸਾਂਝੀ ਨਹੀਂ ਕੀਤੀ। ਜੱਬ ਤੱਕ ਸਵਾਸ, ਤੱਬ ਤੱਕ ਆ।

"ਇਹ ਅੰਡਾ ਮੀਟ ਨਹੀਂ ਖਾਂਦੇ ?" ਡਾਕਟਰ ਨੇ ਪੁੱਛਿਆ।

"ਨਾ ਜੀ, ਇਹ ਤਾਂ ਹੱਥ ਵੀ ਨਹੀਂ ਲਾਉਂਦੇ, ਸਕਰੌਦੀ ਵਾਲੇ ਸਿੰਘਾਂ ਦੀ ਧੀ ਹੈ।"

"ਕੋਈ ਨਾ ਛੋਲਿਆਂ ਦੀ ਤਰੀ ਲਾ ਦਿਓ।" ਉਸ ਨੇ ਛੋਟੇ ਡਾਕਟਰ ਨੂੰ ਹਦਾਇਤ ਕੀਤੀ। ਠੀਕ ਹੈ ਸਰ ਮੈਂ ਲਿਖ ਦਿੰਦਾ ਹਾਂ।

"ਡਾਕਟਰ ਸਾਹਿਬ, ਕੋਈ ਖ਼ਤਰੇ ਵਾਲੀ ਗੱਲ ਤਾਂ ਨਹੀਂ ?" ਬਘੇਲ ਸਿੰਘ ਨੇ ਪੁੱਛਿਆ।

"ਡਾਕਟਰ ਇਲਾਜ ਕਰਦਾ ਹੇ। ਤੰਦਰੁਸਤੀ ਓਸ ਦੇ ਹੱਥ ਹੈ। ਜੇ ਰਾਤ ਨੂੰ ਕੋਈ ਲੋੜ ਪਵੇ, ਮੈਨੂੰ ਕਾਲ ਕਰ ਲੈਣਾ।" ਉਸਨੇ ਰਾਤ ਦੀ ਡਿਊਟੀ ਵਾਲੇ ਡਾਕਟਰ ਨੂੰ ਸਮਝਾਇਆ। ਅਗਲੇ ਦਿਨ ਈ.ਸੀ.ਜੀ. ਕਰਨ ਤੇ ਪਤਾਲੱਗਿਆ, ਦਿਲ ਦੇ ਤਿੰਨ ਵਾਲਬ ਖਰਾਬ ਸਨ, ਦਿਲ ਨੂੰ ਖ਼ੂਨ ਘੱਟ ਪਹੁੰਚਦਾ ਸੀ। ਇਕ ਦਿਨ, ਦੋ ਦਿਨ, ਤਿੰਨ ਦਿਨ, ਚਾਰ ਦਿਨ, ਓਵੇਂ ਜਿਵੇਂ ਲੰਘੇ ਗਏ। ਕੋਈ ਮੋੜਾ ਨਹੀਂ ਪਿਆ। ਦਵਾਈ ਵੱਧਦੀ ਗਈ, ਬਿਮਾਰੀ ਘੱਟਣ ਦਾ ਨਾਉਂ ਨਹੀਂ ਲੈ ਰਹੀ ਸੀ। ਅਜੇ ਵੀ ਡਾਕਟਰ ਨਿਰਾਸ਼ ਨਹੀਂ ਸੀ, ਉਨ੍ਹਾਂ ਦਾ ਹਰ ਰੋਜ਼ ਦਾ ਕੰਮ ਹੈ, ਜ਼ਿੰਦਗੀ ਮੌਤ ਨਾਲ, ਉਨ੍ਹਾਂ ਦਾ ਹਰ ਰੋਜ਼ ਵਾਸਤਾ ਪੈਂਦਾ ਹੈ।

ਪੰਜਵੇਂ ਦਿਨ, ਅੱਧੀ ਰਾਤ ਮਗਰੋਂ, ਹਰਿ ਕੌਰ ਨੂੰ ਦੌਰਾ ਪੈ ਗਿਆ। ਨਰਸ ਤੇ ਡਾਕਟਰ ਉਦੋਂ ਹੀ ਉਸ ਨੂੰ ਐਮਰਜੈਂਸੀ ਵਿਚ ਲੈ ਗਏ। ਆਕਸੀਜਨ ਲਾ ਦਿੱਤੀ। ਵੱਡੇ ਡਾਕਟਰ ਦੀ ਕੋਠੀ ਹਸਪਤਾਲ ਵਿਚ ਹੀ ਸੀ। ਉਹ ਨਾਈਟ ਗਾਊਨ ਵਿਚ ਸਿਰ ਤੇ ਪੀਲਾ ਪਟਕਾ ਬੰਨ੍ਹੀ ਆ ਗਿਆ। ਮਰੀਜ਼ ਪਸੀਨੇ ਨਾਲ ਗੱਚ ਸੀ, ਕਰਾਹ ਰਹੀ ਸੀ, ਕੁਝ ਚਿਰ ਬਾਅਦ, ਦਿਲ ਖੜ੍ਹ ਗਿਆ ਸੀ। ਡਾਕਟਰ ਨੇ ਹੱਥਾਂ ਨਾਲ ਦਿਲ ਨੂੰ ਪੰਪ ਕੀਤਾ, ਪੰਜ ਮਿੰਟ, ਦਸ ਮਿੰਟ, ਵੀਹ ਮਿੰਟ, ਤੀਹ ਮਿੰਟ ਤੱਕ ਉਹ ਛਾਤੀ ਦਬਾਉਂਦੇ ਰਹੇ। ਡਾਕਟਰ ਨੇ ਸਿਰ ਮਾਰਿਆ, ਜ਼ਿੰਦਗੀ ਉਡਾਰੀ ਮਾਰ ਗਈ ਸੀ। ਮਾਂ ਪੁੱਤ, ਦੋਨੋਂ ਬੁਕਲਾਂ ਮਾਰੀ ਕਮਰੇ ਦੇ ਬਾਹਰ ਖੜ੍ਹੇ ਸਨ। ਡਾਕਟਰ ਬਾਹਰ ਆਇਆ,

"ਆਈ ਐਮ. ਵੈਰੀ ਸਾਰੀ....।" ਅਗੇ ਉਹ ਸਭ ਕੁਝ ਸਮਝ ਗਏ। ਚਿੱਟੀ ਚਾਦਰ ਨਾਲ ਉਸ ਦਾ ਮੂੰਹ ਢੱਕ ਦਿੱਤਾ ਗਿਆ। ਬੇਬੇ ਨੇ ਉੱਚੀ ਚੀਕ ਮਾਰੀ ਸਾਰੇ ਹਸਪਤਾਲ ਵਿਚ ਗੂੰਜ ਪਈ। ਉਹ ਧਾਹਾਂ ਮਾਰਮਾਰ ਪਿੱਟ ਰਹੀ ਸੀ। ਦੋ ਨਰਸਾਂ ਨੇ ਉਸ ਨੂੰ ਬੜੀ ਮੁਸ਼ਕਿਲ ਨਾਲ ਸਮਝਾਇਆ। ਉਸ ਨੂੰ ਦੰਦਲ ਪੈ ਗਈ, ਡਾਕਟਰ ਆ ਗਿਆ, ਉਸ ਨੇਕੋਈ ਦਵਾਈ ਸੁੰਘੀ ਅਤੇ ਉਹ ਹੋਸ਼ ਵਿਚ ਆ ਗਈ, ਵੇਹ ਲੋਕੋ ਮੈਂ ਪੱਟੀ ਗਈ, ਰੱਬਾ ਮੈਨੂੰਵੀ ਬਹੂ ਦੇ ਨਾਲ ਹੀ ਚੁੱਕ ਲੈ, ਇਹ ਤੂੰ ਕੀ ਲੋਹੜਾ ਮਾਰਿਆ? ਮਛੋਹਰਾਂ ਦਾ ਕੀ ਕਸੂਰ ਸੀ?

"ਕੋਈ ਨਾ ਬੇਬੇ, ਹੌਂਸਲਾ ਰੱਖ, ਰੱਬ ਦੇ ਭਾਣੇ ਅੱਗੇ ਆਪਣਾ ਕੀ ਜ਼ੋਰ ਹੈ?" ਲਾਸ਼ ਮੁਰਦਾ ਘਰ ਵਿਚ ਪਹੁੰਚ ਗਈ ਸੀ।

(10)

ਪਹਿਰ ਦਾ ਤੜਕਾ ਸੀ। ਸਵੇਰ ਦੇ ਤਿੰਨ ਵੱਜ ਗਏ ਸਨ। ਵੱਡੀ ਬੇਬੇ ਦੇ ਹੰਝੂ, ਪਰਲ ਪਰਲ ਬਹਿ ਰਹੇ ਸਨ। ਬਘੇਲ ਸਿੰਘ ਦਿਲਾਸਾ ਦਿੰਦਾ ਰਿਹਾ, ਸਮਝਾਉਂਦਾ ਰਿਹਾ। ਹਸਪਤਾਲ ਦਾ ਦਫ਼ਤਰ ਨੌਂ ਵਜੇ ਖੁਲ੍ਹਦਾ ਸੀ। ਫੇਰ ਹਿਸਾਬ ਕਿਤਾਬ ਹੋਣ ਮਗਰੋਂ ਲਾਸ਼ ਮਿਲਣੀ ਸੀ।

"ਕਾਕਾ ਬਹੂ ਦੀ ਦੇਹ ਪਿੰਡ ਕਿਵੇਂ ਲੈ ਕੇ ਜਾਵਾਂਗੇ? ਦਿਨ ਚੜ੍ਹੇ ਬਖਸ਼ੀ ਦੀ ਕੋਠੀ ਤਲਾਹ ਦੇ ਆਈ।"

"ਨਹੀਂ ਉਨ੍ਹਾਂ ਨੂੰ ਇਤਲਾਹ ਦੀ ਲੋੜ ਨਹੀਂ। ਬਰਨਾਲੇ ਤਾਰ ਦੇ ਦਿੰਦੇ ਹਾਂ, ਉਹ ਸਸਕਾਰ ਤੇ ਆ ਜਾਣਗੇ। ਭਾਈ ਇੰਦਰ ਸਿੰਘ ਨੂੰ ਪਹਿਲਾਂ ਹੀ ਚਿੱਠੀ ਲਿਖੀ ਹੋਈ ਹੈ, ਸ਼ਾਇਦ ਉਹ ਪਿੰਡ ਆ ਗਏ ਹੋਣ।"

"ਕਾਕਾ ਪੈਸੇ ਹੈਗੇ, ਜੇ ਲੋੜ ਹੈ, ਤਾਂ ਲੈ ਲਾ, ਮੈਂ ਬੀਬੀ ਤੋਂ ਫੜ ਲਿਆਈ ਸੀ।"

"ਨਹੀਂ ਮੈਂ ਪਿੰਡੋਂ ਧੜਵਾਈ ਤੋਂ ਪੰਜ ਸੌ ਲੈ ਆਇਆ ਸੀ।" ਸਾਰੀ ਰਾਤ, ਉਹਨਾਂ ਬੈਠਕੇ ਗੱਲਾਂ ਕਰਦਿਆਂ ਮਸਾਂ ਲੰਘਾਈ। ਛੇ ਵਜੇ ਚਾਹ ਆ ਗਈ। ਬੇਬੇ ਨੇ, ਬਹੁਤ ਜ਼ੋਰ ਪਾਉਣ ਤੇ ਅੱਧਾ ਕੱਪ ਹੀ ਮਸਾਂ ਪੀਤੇ ਸੀ। ਖਾਣਾ ਪੀਣਾ ਤਾਂ ਮਰਦਿਆਂ ਦਾ ਮੁੱਕ ਜਾਂਦਾ ਹੈ, ਜਿਉਂਦੇ ਜੀਆਂ ਨੂੰ ਖਾਧੇ ਪੀਤੇ ਬਿਨਾਂ ਕਦੋਂ ਸਰਦਾ ਹੈ? ਬਘੇਲ ਸਿੰਘ ਨੇ ਬੇਬੇ ਨੂੰ ਸਮਝਾਇਆ, ਮਰਨ ਵਾਲੇ ਦੇ ਨਾਲ ਕੌਣ ਮਰਦਾ ਹੈ? ਜਿਨ੍ਹਾਂ ਜਿਸਦਾ ਸੰਬੰਧ ਹੁੰਦਾ ਹੈ, ਓਨਾ ਹੀ ਉਹ ਮਰਨ ਵਾਲੇ ਦੇ ਨਾਲ ਮਰਦਾ ਹੈ।

"ਸੋਚਦੀ ਹਾਂ, ਬੱਚਿਆਂ ਦਾ ਕੀ ਬਣੂੰ, ਮਛੋਹਰਾ ਦਾ।"

"ਸਿਰਜਣਹਾਰ ਨੂੰ ਸਭ ਦਾ ਫ਼ਿਕਰ ਹੈ, ਆਪਣੀ ਚਿੰਤਾ ਨਾਲ ਕੀ ਬਣਦਾ ਹੈ? ਕਿ ਬਣਦਾ ਹੈ ਕੁਸ਼?"

"ਬਣਦਾ ਤਾਂ ਕੁਸ਼ ਨਹੀਂ, ਕਾਕਾ ਜਾਣੀ ਦੀ ਸੱਚ ਜਿਹਾ ਨਹੀਂ ਆਉਂਦਾ, ਏਡੀ ਛੇਤੀ ਮੁੱਕ ਜਾਊਗੀ।"

"ਮੈਂ ਦਫ਼ਤਰ ਜਾ ਕੇ ਹਿਸਾਬ ਕਿਤਾਬ ਕਰ ਆਵਾਂ ਤੁਸੀਂ, ਕੱਪੜੇ ਇਕੱਠੇ ਕਰ ਲਵੋ।

ਬਰਾਮਦੇ ਵਿਚ ਹੀ ਉਸ ਨੂੰ ਡਾਕਟਰ ਸੰਤੋਖ ਸਿੰਘ ਮਿਲ ਗਿਆ।

"ਮੈਂ ਬਾਬੂ ਦੀ ਡਿਊਟੀ ਲਾ ਦਿੱਤੀ ਹੈ।
ਐਂਬੂਲੈਂਸ ਤਿਆਰ ਹੈ, ਤੁਹਾਡਾ ਪਿੰਡ ਕਿੰਨੀ ਦੂਰ ਹੈ ?"

"ਸੱਠ ਸੱਤਰ ਮੀਲ ਹੈ।"

"ਹੋਰ ਕਿਸੇ ਚੀਜ਼ ਦੀ ਲੋੜ ਹੈ, ਮੈਨੂੰ ਦੱਸੋ।"

"ਤੁਹਾਡੀ ਮਿਹਰਬਾਨੀ...।" ਡਾਕਟਰ ਕਾਹਲ-ਕਦਮੀਂ ਵਾਰਡ ਵਿਚ ਮਰੀਜ਼ ਦੇਖਣ ਚਲਿਆ ਗਿਆ ਤੇ ਉਹ ਦਫ਼ਤਰ ਦੀ ਖਿੜਕੀ ਮੂਹਰੇ ਆ ਖੜਿਆ, ਜਿੱਥੇ ਬਿਲ ਬਣਦਾ ਹੈ। ਉਸ ਨੇ ਬਾਬੂ ਨੂੰ ਬਿੱਲ ਬਾਰੇ ਪੁੱਛਿਆ।

"ਹਾਂ ਜੀ ਬਸ ਤਿਆਰ ਹੈ, ਪੰਜ ਮਿਟ ਲੱਗਣਗੇ ਜੋੜ ਲਾਉਣਾ ਬਾਕੀ ਹੈ, ਤੁਸੀਂ ਕੁਰਸੀ ਤੇ ਤਸ਼ਰੀਫ ਰੱਖੋ...।"

ਉਸ ਲਈ ਮਿੰਟ, ਘੰਟਿਆਂ ਵਾਂਗ ਲਗਦੇ ਸਨ। ਸਮਾਂ ਜਿਵੇਂ ਖੜ੍ਹ ਗਿਆ ਹੋਵੇ। ਬਾਹਰ ਲਾਅਨ ਵਿਚ ਕੋਸੀ ਧੁੱਪ ਚਮਕ ਰਹੀ ਸੀ। ਹਵਾ ਬੰਦਾ ਸੀ। ਮੌਸਮ ਠੰਡਾ ਸੀ। ਮਾਘ ਦਾ ਮਹੀਨਾਂ ਸੀ।

"ਸਰਦਾਰ ਜੀ ਲਉ,ਤੁਹਾਡਾ ਬਿਲ ਬਣ ਗਿਆ। ਕੁਲ ਪੱਚੀ ਰੁਪੈ ਚਾਰ ਆਨੇ ਹਨ, ਦੱਸ ਰੁਪਏ ਕਮਰੇ ਦਾ ਪੰਜ ਦਿਨਾਂ ਦਾ ਕਿਰਾਇਆ ਹੈ, ਪੰਦਰਾਂ ਰੁਪਏ ਚਾਰ ਆਨੇ। ਦਵਾਈਆਂ ਦਾ ਖ਼ਰਚਾ ਹੈ।" ਉਸ ਨੇ ਕੋਟ ਦੀ ਅੰਦਰਲੀ ਜੇਬ ਵਿਚੋਂ ਬਟੂਆ ਕੱਢਿਆ ਅਤੇ ਅਦਾਇਗੀ ਕਰ ਦਿੱਤੀ।

"ਬਾਬੂ ਜੀ, ਗੱਡੀ ਦੇ ਕਿੰਨੇ ਪੈਸੇ ਲਗਣਗੇ ?"

"ਚੁਆਨੀ ਮੀਲ ਦਾ ਰੇਟ ਹੈ, ਜਿੰਨੇ ਮੀਲ ਬਣੇ, ਡਰਾਈਵਰ ਹਿਸਾਬ ਕਰ ਦੇਵੇਗਾ, ਲਾਗ ਬੁਕ ਭਰ ਲਵੇਗਾ, ਖ਼ਰਚ ਤਾਂ ਵੱਧ ਹੁੰਦਾ ਹੈ, ਬਾਕੀ ਦਾ ਖਰਚਾ ਸਰਕਾਰ ਝੱਲਦੀ ਹੈ।"

ਦਸ ਵਜੇ ਦੇ ਕ ਗੀਬ, ਐਂਬੂਲੈਂਸ ਲਾਸ਼ ਲੈ ਕੇ ਚਲੀ। ਲਾਸ਼ ਨੂੰ ਸਟੈਰਚਰ ਤੋਂ ਡਿੱਗਣੋਂ ਬਚਾਉਣ ਲਈ ਬੈਲਟਾਂ ਨਾਲ ਬੰਨ੍ਹ ਦਿੱਤਾ ਸੀ। ਬੇਬੇ ਪਿਛਲੇ ਪਾਸੇ, ਮਰੀ ਹੋਈ ਨੂੰਹ ਦੇ ਨਾਲ ਦੀ ਸੀਟ ਤੇ ਬੈਠ ਗਈ। ਬਘੇਲ ਸਿੰਘ ਰਾਹ ਦੱਸਣ ਲਈ, ਡਰਾਇਵਰ ਦੇ ਨਾਲ ਬੈਠਿਆ। ਲਾਗ ਬੁੱਕ ਵਿਚ ਮੀਟਰ ਨੋਟ ਹੋ ਗਿਆ ਸੀ।

"ਕਿਹੜੇ ਰਾਹ ਚਲਣੈਂ ?"

"ਨਾਭੇ ਨੂੰ ਚਲਦੇ ਹਾਂ, ਰੋਹਟੀ ਤੋਂ ਨਹਿਰ ਪਾ ਲਵਾਂਗੇ।" ਪਟਿਆਲੇ ਤੋਂ ਨਾਭੇ ਤੱਕ, ਪੱਕੀ ਸੜਕ ਬਣੀ ਹੋਈ ਸੀ। ਰੋਹਟੀ ਤੋਂ ਹੋ ਕੇ, ਉਹ ਬੁਆਣੀ ਆਏ ਰਾਹ ਵਿਚ ਜੌੜੇ, ਪੁੱਲ ਸੰਗਲ ਭੜਸਾਲ ਨਵੀਸ ਨੇ, ਬਿਨਾਂ ਕਿਸੇ ਉਜਰ ਦੇ ਖੋਲ੍ਹ ਦਿੱਤਾ ਸੀ। ਐਂਬੂਲੈਂਸ ਨੂੰ ਪਰਮਿਟ ਦੀ ਲੋੜ ਨਹੀਂ ਸੀ। ਬੁਆਣੀ ਤੋਂ ਬਠਿੰਡਾ ਬਰਾਂਚ ਤੇ ਹੋ ਕੇ ਉਹ ਜਗੇੜੇ ਕੰਗਣਵਾਲ ਦੇ ਧਾਰਾਂ ਵਾਲਾ ਪੁਲੋਂ ਲੰਘ ਕੇ ਆਏ, ਅੱਗੇ ਕਲਿਆਣ ਤੋਂ ਰਜਬਾਹਾ ਸਿੱਧਾ ਉਨ੍ਹਾਂ ਦੇ ਪਿੰਡ ਕੋਲ ਦੀ ਲੰਘਦਾ ਸੀ। ਦੋ ਘੰਟੇ ਵਿਚ ਉਹ ਲੋਹਗੜ੍ਹ ਵਾਲੇ ਪੁਲ ਤੇ ਪਹੁੰਚ ਗਏ, ਅੱਗੇ ਅੱਧ ਕੁ ਮੀਲ ਦਾ ਰਾਹ ਕੱਚਾ ਸੀ।

ਪੂਰਨ ਖ਼ਾਲ ਤੇ ਗੇੜਾ ਮਾਰਨ ਆਇਆ ਸੀ। ਲਾਲ ਰੰਗ ਦੀ ਗੱਡੀ, ਪਿੰਡ ਨੂੰ ਮੁੜਦੀ ਦੇਖ ਉਸ ਦਾ ਮੱਥਾ ਠਣਕਿਆ, ਸੁੱਖ ਨਹੀਂ ਹੈ, ਜਦੋਂ ਉਹ ਪਾਲੀ ਹੁੰਦਾ ਸੀ, ਉਦੋਂ ਵੱਡੇ ਸਰਦਾਰ ਦੀ ਲੋਥ ਵੀ ਲਾਲ ਰੰਗ ਦੀ ਗੱਡੀ ਵਿਚ ਆਈ ਸੀ। ਕਹੀ ਮੋਢੇ ਤੇਰੱਖਕੇ

ਉਹ ਉਹਨੀਂ ਪੈਰੀਂ ਪਿੰਡ ਵੱਲ ਨੂੰ ਮੁੜਿਆ। ਗੱਡੀ ਤਬੇਲੇ ਦੇ ਵੱਡੇ ਦਰਵਾਜ਼ੇ ਮੂਹਰੇ ਖੜ੍ਹੀ ਸੀ। ਚਾਰ ਜਣਿਆਂ ਨੇ ਲਾਸ਼ ਅੰਦਰ ਚੁਬਾਰੇ ਵਿਚ ਨਲਕੇ ਕੋਲ ਰੱਖ ਦਿੱਤੀ। ਕੀਰਨੇ, ਪਿੱਟ ਸਿਆਪਾ ਸੁਣ ਕੇ, ਆਂਢੀ ਗੁਆਂਢੀ ਆ ਗਏ। ਪਿਆਰੇ ਧੜਵਾਈ ਨੇ ਪਿੰਡ ਵਿਚ, ਲੋਕਾਂ ਨੂੰ ਖ਼ਬਰ ਦੇ ਦਿੱਤੀ। ਚੁਬਾਰੇ ਵਿਚ ਦਰੀਆਂ ਚਾਦਰਾਂ ਗਦੈਲੇ ਔਰਤਾਂ ਦੇ ਬੈਠਣ ਲਈ ਵਿਛਾ ਦਿੱਤੇ। ਬੈਠਕ ਮੂਹਰੇ ਵੱਡੇ ਚੌਂਤਰੇ ਤੇ, ਪਟੀਆਂ ਤੇ ਵੱਡਾ ਫਰਸ਼ ਆਏ ਗਏ ਦੇ ਬੈਠਣ ਲਈ ਵਿਛਾ ਦਿੱਤਾ ਸੀ। ਲੋਕ, ਅਫਸੋਸ ਕਰਨ ਆਉਣ ਲੱਗੇ, ਔਰਤਾਂ ਅੰਦਰਲੇ ਚੁਬਾਰੇ ਵਿਚ, ਵੈਣ ਪਾਉਣ ਲੱਗੀਆਂ, ਰੱਬ ਨੇ ਕੀ ਲੋਹੜਾ ਮਾਰਿਆ ਅਜੇ ਉਸ ਦੀ ਉਮਰ ਹੀ ਕੀ ਸੀ? ਲਾਗੀ-ਤੱਥੀ, ਕੰਮ-ਧੰਦੇ ਲੱਗੇ ਹੋਏ ਸਨ। ਦੁਪਹਿਰ ਬਾਅਦ ਬਰਨਾਲੇ ਤੋਂ ਗੁਰਬਖਸ਼ ਸਿੰਘ ਤੇ ਬੀਬਾ ਜੀ ਆ ਗਏ। ਭਾਈ ਇੰਦਰ ਸਿੰਘ ਪਰਸੋਂ ਦਾ ਆਇਆ ਹੋਇਆ ਸੀ। ਦੋਨੋਂ ਲੜਕੇ, ਦਾਦੀ ਦੇ ਗਲ ਲਗ ਕੇ ਧਾਹਾਂ ਮਾਰਨ ਲੱਗੇ, ਬੇਬੇ ਕਿੱਥੇ ਚਲੀ ਗਈ ਸੀ? ਮੁੜ ਕਦੇ ਨਹੀਂ ਆਵੇਂਗੀ।

ਦੁਪਹਿਰ ਬਾਅਦ ਸਮਾਧਾਂ ਨੇੜੇ, ਚਿਤਾ ਨੂੰ ਅੱਗ ਲਾਈ ਗਈ, ਗੁਰਦਵਾਰੇ ਪਾਠ ਹੋਣ ਮਗਰੋਂ ਲੋਕ ਘਰਾਂ ਨੂੰ ਮੁੜਣ ਲੱਗੇ। ਹੋਰ ਵੀ ਕੰਮ ਧੰਦੇ ਉਨ੍ਹਾਂ ਕਰਨੇ ਸਨ। ਤੀਜੇ ਦਿਨ ਫੁਲ ਚੁਗੇ ਗਏ। ਜਿਉਂਦਾ ਜਾਗਦਾ, ਇਨਸਾਨ ਹੱਡੀਆਂ ਦੀ ਮੁੱਠ ਬਣ ਗਿਆ ਸੀ। ਫੁੱਲ ਲਾਲ ਗੁੱਥਲੀ ਵਿਚ ਪਾ ਕੇ, ਕਿੱਕਰ ਤੇ ਟੰਗ ਦਿੱਤੇ। ਬੈਠਕ ਵਿਚ ਪਾਠ ਖੋਲ੍ਹਿਆ ਗਿਆ। ਦਸਵੇਂ ਦਿਨ ਭੋਗ ਪਿਆ, ਅਰਦਾਸ ਹੋਈ, ਦੇਗ ਵਰਤੀ। ਲੋਕ ਹੌਲੀ-ਹੌਲੀ ਜਾਣ ਲੱਗੇ। ਕੁਝ ਦਿਨਾਂ ਵਿਚ ਗਲ ਆਈ ਗਈ ਹੋ ਗਈ। ਜ਼ਿੰਦਗੀ ਫੇਰ ਉਸੇ ਲੀਹ ਤੇ ਰਫ਼ਤਾਰ ਫੜਣ ਲੱਗੀ। ਵੱਡੀ ਬੇਬੇ ਅਤੇ ਬੱਚੇ ਆਥਣ ਸਵੇਰੇ ਵਿਰਲਾਪ ਕਰਦੇ, ਮਰਨ ਵਾਲੀ ਦੀਆਂ ਗੱਲਾਂ ਕਰਦੇ। ਭੋਗ ਤੋਂ ਮਗਰੋਂ ਦੂਜੇ ਦਿਨ, ਪਹਿਲਾਂ ਵਾਂਗ ਹੀ, ਬਘੇਲ ਸਿੰਘ, ਪੀਣ ਲੱਗਿਆ। ਮੀਟ ਮੁਰਗਾ ਖਾਣ ਲੱਗਿਆ। ਬੱਚੇ ਸਕੂਲ ਜਾਣ ਲੱਗੇ ਪਰ ਉਨ੍ਹਾਂ ਦੇ ਚਿਹਰਿਆਂ ਤੇ ਪਹਿਲਾਂ ਵਰਗੀ ਮੁਸਕਰਾਹਟ ਨਹੀਂ ਸੀ। ਮਾਂ ਉਨ੍ਹਾਂ ਦੇ ਸੁਪਨਿਆਂ ਅਤੇ ਖ਼ਿਆਲਾਂ ਵਿਚ ਆਉਂਦੀ ਰਹਿੰਦੀ। ਹੌਲੀ-ਹੌਲੀ ਉਹ ਵੀ ਧਰਵਾਸ ਧਰਨ ਲੱਗੇ, ਦਾਦੀ ਦਿਲਾਸਾ ਦਿੰਦੀ। ਛੋਟਾ ਹਰਜੀਤ, ਵੱਡੀ ਬੇਬੇ ਨਾਲ ਪੈਣ ਲੱਗਿਆ ਸੀ।

(11)

ਪਟਿਆਲਾ ਰਿਆਸਤ ਦਾ, ਹਰਨਾਮ ਸਿੰਘ ਨਵਾਂ ਪ੍ਰਧਾਨ ਮੰਤਰੀ ਬਣ ਗਿਆ, ਸਰਕਾਰ ਨੇ ਉਸ ਨੂੰ ਧੂਰੀ ਕੋਲ, ਕਿੱਲਾ ਅਤੇ ਬਟੂਹਾ ਨਾਉਂ ਦੇ ਪਿੰਡ ਦੇ ਦਿੱਤੇ ਸਨ। ਮਹਾਰਾਜ, ਉਸ 'ਤੇ ਪੂਰਾ ਵਿਸ਼ਵਾਸ ਕਰਦਾ ਸੀ, ਪੰਜ ਕਰੇ ਪੰਜਾਹ ਕਰੇ। ਰਿਆਸਤ ਵਿਚ, ਪਹਿਲਾਂ ਹੀ ਅਹਿਲਕਾਰਾਂ ਦੇ ਦੋ ਧੜੇ ਬਣੇ ਹੋਏ ਸਨ, ਜਿਸ ਹੱਥ ਤਾਕਤ ਆਉਂਦੀ, ਉਹ ਆਪਣਿਆਂ ਨੂੰ ਲੱਡੂ ਵੰਡਣ ਲੱਗਦਾ। ਪਹਿਲਾਂ, ਰਿਆਸਤ ਵਿਚ, ਬਖਸ਼ੀ ਦੇ ਧੜੇ ਦਾ ਪੱਲੜਾ ਭਾਰੀ ਸੀ। ਹਰਨਾਮ ਸਿੰਘ ਦੇ ਤਾਕਤ ਵਿਚ ਆਉਣ ਨਾਲ ਬਹੁਤੇ ਸਾਰੇ ਅਹਿਲਕਾਰ, ਬਖਸ਼ੀ ਦੇ ਧੜੇ ਵਿਚੋਂ, ਦੂਜੀ ਧਿਰ ਦੀ ਪਰਕਰਮਾ ਕਰਨ ਲੱਗੇ ਜਿਵੇਂ ਡੁਬਦੇ ਜਹਾਜ਼ ਨੂੰ ਦੇਖ, ਚੂਹੇ ਛਾਲਾਂ ਮਾਰ ਜਾਂਦੇ ਹਨ, ਆਥਣ-ਤੜਕੇ, ਵਜੀਰ ਦੀ ਸ਼ਾਨੀ ਭਰਨ ਲੱਗੇ। ਕੁਝ

ਗਿਣਤੀ ਦੇ ਅਹਿਲਕਾਰ ਹੀ, ਬਖਸ਼ੀ ਦੇ ਧੜੇ ਵਿਚ ਰਹਿ ਗਏ, ਸਿਵਾਏ ਨੇੜਲੇ ਰਿਸ਼ਤੇਦਾਰਾਂ ਦੇ ਜਿਨ੍ਹਾਂ ਵਿਚ ਉਸਦਾ ਸਾਲਾ ਗੁਰਬਖਸ਼ ਸਿੰਘ ਐਸ.ਪੀ. ਤੇ ਅੱਗੋਂ, ਉਸ ਦਾ ਸਾਲਾ, ਠਾਣੇਦਾਰ ਦਲੇਰ ਸਿੰਘ ਰਹਿ ਗਿਆ ਸੀ, ਬਘੇਲ ਸਿੰਘ, ਪਹਿਲਾਂ ਹੀ ਰਿਆਸਤ ਨਾਭਾ ਦਾ ਨੌਕਰ ਸੀ।

ਇਹਨਾਂ ਹੀ ਦਿਨਾਂ ਵਿਚ, ਜਦੋਂ ਮਹਾਰਾਜਾ ਇੰਗਲੈਂਡ ਗਿਆ ਹੋਇਆ ਸੀ, ਬਖਸ਼ੀ ਨੇ, ਆਪਣੀ ਲੜਕੀ ਦਾ ਰਿਸ਼ਤਾ, ਰੂੜੇਕਿਆਂ ਦੇ ਸਰਦਾਰ ਦੇ ਲੜਕੇ ਫਤਹਿ ਜੰਗ ਸਿੰਘ ਨੂੰ ਕਰ ਦਿੱਤਾ, ਜਿਸ ਨੂੰ ਮਹਾਰਾਜ ਨੇ ਸਰਕਾਰੀ ਖਰਚੇ ਤੇ ਇੰਗਲੈਂਡ ਪੜ੍ਹਾਉਣ ਮਗਰੋਂ, ਸਿੱਧਾ ਮੈਜਿਸਟ੍ਰੇਟ ਲਾ ਦਿੱਤਾ ਸੀ। ਘਰ ਚੰਗਾ ਸੀ। ਰੂੜੇਕਿਆਂ ਵਾਲਾ ਸਰਦਾਰ ਦੋ ਪਿੰਡਾਂ ਦਾ ਮਾਲਕ ਸੀ, ਫ਼ਤਹਿਜੰਗ ਉਸ ਦਾ ਇਕੱਲਾ ਲੜਕਾ ਸੀ, ਸੋਹਣਾ ਸੁਨੱਖਾ। ਜਾਇਦਾਦ ਦਾ ਵਾਰਸ, ਇੱਜ਼ਤ ਮਾਣ। ਬਖਸ਼ੀ ਵਾਂਗ ਹੀ ਉਹ ਸ਼ਰਾਬ ਨਹੀਂ ਪੀਂਦਾ ਸੀ। ਕੇਸਾਧਾਰੀ ਵੀ ਸੀ। ਜੇ ਘਰ ਦਾ ਕੋਈ ਖੂੰਜਾ ਖਾਲੀ ਵੀ ਸੀ, ਉਹ ਬਖਸ਼ੀ ਨੇ ਦਾਜ ਦਹੇਜ ਨਾਲ ਭਰ ਦੇਣਾ ਸੀ। ਰੋਕ ਰਕਾਈ ਤੇ ਹੀਰੇ ਦੇ ਸੈੱਟ, ਖੀਨ ਖਾਬ ਦੇ ਜਰੀ ਵਾਲੇ ਸੂਟ ਅਤੇ ਮਲਕਾ ਦੀ ਮੋਹਰ ਵਾਲੀਆਂ, ਇੱਕੀ ਮੋਹਰਾਂ ਪੱਲੇ ਪਾਈਆਂ ਗਈਆਂ ਸਨ। ਵਿਆਹ, ਮਹਾਰਾਜੇ ਦੇ ਇੰਗਲੈਂਡ ਤੋਂ ਮੁੜਣ 'ਤੇ ਹੋਣਾ ਸੀ। ਮਹਾਰਾਜੇ ਨੇ ਥੋੜੇ ਦਿਨਾਂ ਬਾਅਦ ਇੰਗਲੈਂਡ ਤੋਂ ਵਾਪਸ ਆਉਣਾ ਸੀ, ਬੰਬਈ ਜਹਾਜ਼ ਤੋਂ ਉਤਰਨਾ ਸੀ।

ਪ੍ਰਧਾਨ ਮੰਤਰੀ ਆਪਣੇ ਨੇੜਲੇ ਅਹਿਲਕਾਰਾਂ ਨੂੰ ਲੈ ਕੇ ਬੰਬਈ ਪਹੁੰਚ ਗਿਆ। ਪਟਿਆਲਾ ਆਉਣ ਲਈ, ਸੈਲੂਨ ਪਹੁੰਚ ਗਈ ਸੀ। ਠਹਿਰਣ ਲਈ, ਤਾਜ਼ ਹੋਟਲ ਵਿਚ, ਕਮਰੇ ਬੁੱਕ ਕਰਵਾ ਦਿੱਤੇ ਸਨ। ਇਕ ਦੋ ਦਿਨ, ਆਰਾਮ ਕਰਨ ਮਗਰੋਂ ਉਸ ਨੇ ਪਟਿਆਲੇ ਮੁੜਣਾ ਸੀ। ਮਹਾਰਾਜਾ, ਜਹਾਜ਼ ਉਤਰਿਆ, ਅਹਿਲਕਾਰਾਂ ਨੇ ਪੈਰੀਂ ਹੱਥ ਲਾਏ, ਹਰਨਾਮ ਸਿੰਘ, ਨੇ ਦੋਨੋਂ ਹੱਥ ਜੋੜਕੇ, ਗੋਡੀ ਹੱਥ ਲਾਏ, ਸੁੱਖ-ਸਾਂਦ ਪੁੱਛੀ, ਕਾਲੇ ਰੰਗ ਦੀਆਂ 'ਕੈਡਲਾ ਕ ਕਾਰਾਂ, ਕਾਫ਼ਲੇ ਨੂੰ ਲੈ ਕੇ, ਤਾਜ਼ ਹੋਟਲ ਪਹੁੰਚ ਗਈਆਂ।

ਹਰਨਾਮ ਸਿੰਘ, ਮੌਕੇ ਦੀ ਤਲਾਸ਼ ਵਿਚ ਸੀ। ਉਹ ਭਾਵੇਂ ਦਸਵੀਂ ਫੇਲ੍ਹ ਸੀ, ਪਰ ਉਸ ਦਾ ਸ਼ਾਤਰ ਅਤੇ ਸ਼ਰਾਤਰੀ ਦਿਮਾਗ, ਵੱਡਿਆਂ ਵੱਡਿਆਂ ਨੂੰ ਮਾਤ ਪਾਉਂਦਾ ਸੀ, ਇਸੇ ਕਰਕੇ ਉਹ ਤਹਿਸੀਲਦਾਰ ਦੇ ਆਹੁਦੇ ਤੋਂ ਤਰੱਕੀ ਕਰਕੇ, ਇਸ ਅਹੁਦੇ ਤੇ ਪਹੁੰਚਿਆ ਸੀ, ਉਸ ਨੂੰ ਪਤਾ ਸੀ, ਲੋਹਾ ਗਰਮ ਕਦੋਂ ਹੁੰਦਾ ਹੈ? ਗਰਮ ਲੋਹੇ ਨੂੰ ਸੱਟ ਕਦੋਂ ਅਤੇ ਕਿਸ ਵੇਲੇ ਮਾਰਨੀਂ ਹੈ। ਸ਼ਾਮ ਨੂੰ ਮਹਾਰਾਜਾ ਤੇ ਉਹ ਹੋਟਲ ਦੀ ਬਾਲਕੋਨੀ ਵਿਚ ਬੈਠਕੇ, ਵਿਸਕੀ ਦੀਆਂ ਚੁਸਕੀਆਂ ਲੈ ਰਹੇ ਸਨ। ਬਾਕੀ ਅਹਿਲਕਾਰ ਆਪੋ ਆਪਣਿਆਂ ਕਮਰਿਆਂ ਵਿਚ ਮੌਜ ਮਸਤੀ ਕਰ ਰਹੇ ਸਨ। ਸਾਹਮਣੇ ਸਮੁੰਦਰ ਦੇ ਕਾਲੇ ਪਾਣੀ ਵਿਚ ਲਹਿਰਾਂ ਉਠ ਰਹੀਆਂ ਸਨ। ਮੌਸਮ ਬਹੁਤ ਸੁਹਾਵਣਾ ਅਤੇ ਖੁਸ਼ਗਵਾਰ ਸੀ।

"ਹੋਰ ਸੁਣਾਉ, ਕੋਈ ਖਾਸ ਗੱਲ....?" ਉਸ ਨੇ ਮਹਾਰਾਜੇ ਦਾ ਮੂਡ ਦੇਖਕੇ, ਗੱਲ ਛੇੜੀ।

"ਸਰਕਾਰ ਬਹਾਦਰ, ਹੋਰ ਤਾਂ ਕੋਈ ਖ਼ਾਸ ਨਹੀਂ ਬਖਸ਼ੀ ਨੇ ਲੜਕੀ ਦਾ ਰਿਸ਼ਤਾ, ਰੂੜੇ ਕਿਆਂ ਵਾਲੇ ਫਤਹਿ ਜੰਗ ਨੂੰ ਕਰ ਦਿੱਤਾ ਹੈ, ਜਿਸ ਨੂੰ ਹਜ਼ੂਰ ਨੇ ਇੰਗਲਸਤਾਨ ਪੜ੍ਹਾਇਆ ਸੀ।" ਲੋਹਾ ਗਰਮ ਦੇਖਕੇ ਹਰਨਾਮ ਸਿੰਘ ਨੇ ਸੱਟ ਮਾਰੀ। ਮਹਾਰਾਜੇ ਦੀਆਂ

ਅੱਖਾਂ ਲਾਲ ਹੋ ਗਈਆਂ, ਮੁੱਛਾਂ ਫਰਕਣ ਲੱਗੀਆਂ, ਗੁੱਸੇ ਦਾ ਭਾਂਬੜ ਸਮੁੰਦਰੀ ਲਹਿਰਾਂ ਵਾਂਗ ਉੱਠਣ ਲੱਗਿਆ।

"ਉਸ ਹਰਾਮਜ਼ਾਦੇ ਦੀ ਇਹ ਔਕਾਤ ਉਸ ਲੜਕੇ ਕੋ ਮੈਂ ਉਭਾਵਾਲ ਵਾਲੀ ਰਾਣੀ ਕੀ ਭਤੀਜੀ ਦਾ ਰਿਸ਼ਤਾ ਕਰਵਾਉਣਾ ਥਾ।"

"ਹਰਨਾਮ ਸਿੰਘ, ਉਸ ਹਰਾਮਜ਼ਾਦੇ ਕੋਲ ਕਿਤਨੇ ਗਾਉਂ ਹੈ?"

"ਸਰਕਾਰ ਪਾਂਚ ਹਨ।"

"ਸਟੇਟ ਕੀ ਨੌਕਰੀ ਮੇਂ ਉਸ ਕੇ ਕੌਣ ਕੌਣ ਰਿਸ਼ਤੇਦਾਰ ਹੈਂ?"

"ਇਕ ਤਾਂ ਸਰਕਾਰ, ਉਸਦਾ ਸਾਲਾ ਗੁਰਬਖਸ਼ ਸਿੰਘ ਬਰਨਾਲੇ ਐਸ.ਪੀ. ਹੈ, ਅਗੇ ਉਸ ਦਾ ਸਾਲਾ ਨਾਰਨੌਲ ਥਾਣੇਦਾਰ ਹੈ। ਦੋਨੋਂ ਬਹੁਤ ਰਿਸ਼ਵਤਖੋਰ ਹਨ, ਕਰੈਕਟਰ ਦੇ ਵੀ ਬਹੁਤ ਮਾੜੇ ਹਨ, ਹਜ਼ੂਰ ਦੀ ਨਕਲ ਕਰਦੇ ਹਨ।" ਮਹਾਰਾਜ ਨੇ ਵਿਸਕੀ ਦਾ ਚੌਥਾ ਪੈਗ, ਇਕੋ ਸਾਹ ਨਾਲ ਡੀਕ ਲਿਆ।"

"ਐਸਾ ਕਰੋ, ਅਭੀ ਔਰ ਇਸੀ ਵਕਤ ਤਾਰ ਭੇਜੋ। ਉਸ ਕੇ ਪਾਚੋਂ ਗਾਉਂ ਜ਼ਬਤ ਕੀਏ ਜਾਤੇ ਹੈਂ, ਉਸ ਕੋ ਔਰ ਉਸ ਕੇ ਰਿਸ਼ਤੇਦਾਰੋਂ ਕੋ ਨੌਕਰੀ ਸੇ ਬਰਖਾਸਤ ਕੀਆ ਜਾਤਾ ਹੈ।" ਉਹ ਅੰਦਰੋਂ ਅੰਦਰ ਬਹੁਤ ਖੁਸ਼ ਸੀ। ਹੁਣ ਪਤਾ ਲਗੂ, ਕੀ ਭਾਅ ਵਿਕਦੀ ਹੈ? ਉਸ ਨੇ ਉਹ ਦਿਨ, ਚੰਗੀ ਤਰ੍ਹਾਂ ਯਾਦ ਸੀ, ਜਦੋਂ ਬਖਸ਼ੀ ਨੇ ਉਸਦੀ ਲੜਕੀ ਦਾ ਰਿਸ਼ਤਾ ਲੈਣੋਂ ਜਵਾਬ ਦੇ ਦਿੱਤਾ ਸੀ। ਇਕ ਤੀਰ ਨਾਲ ਕਿੰਨੇ ਹੀ ਸ਼ਿਕਾਰ ਮਰ ਗਏ ਸਨ।

"ਸਰਕਾਰ ਮੈਂ ਹੁਣੇ ਆਇਆ, ਤਾਰ ਦੇ ਆਵਾਂ।"

"ਓ.ਕੇ.।" ਮਹਾਰਾਜ ਨੇ ਵੱਡਾ ਸਿਰ ਹਿਲਾਇਆ।

ਉਦੋਂ ਹੀ ਹਰਨਾਮ ਸਿੰਘ ਨੇ ਏ.ਡੀ.ਸੀ. ਬੁਲਾਇਆ ਅਤੇ ਉਰਦੂ ਵਿਚ ਤਾਰ ਲਿਖਵਾਉਣ ਲੱਗਾ, ਏ.ਡੀ.ਸੀ. ਨੇ ਇਸਦਾ ਤਰਜਮਾ ਅੰਗਰੇਜ਼ੀ 'ਚ ਕਰ ਲੈਣਾ ਸੀ। ਤਾਰ ਦਾ ਮਜਮੂਨ ਸੀ-ਹਿਜ ਹਾਈਨੈਸ, ਮਹਾਰਾਜ ਅਧੀਰਾਜ ਨੇ ਹੁਕਮ ਦਿੱਤਾ ਹੈ, ਬਖਸ਼ੀ ਪ੍ਰੀਤਮ ਸਿੰਘ ਨੂੰ ਫੌਰਨ ਨੌਕਰੀ ਤੋਂ ਬਰਖਾਸਤ ਕੀਆ ਜਾਤਾ ਹੈ। ਅਤੇ ਉਸ ਦੇ ਪੰਜ ਪਿੰਡ ਕਾਰ ਸਰਕਾਰ ਵੱਲੋਂ ਜਬਤ ਕੀਤੇ ਜਾਂਦੇ ਹਨ। ਗੁਰਬਸ਼ ਸਿੰਘ ਐਸ.ਪੀ. ਅਤੇ ਦਲੇਰ ਸਿੰਘ ਥਾਣੇਦਾਰ ਨੂੰ ਫੌਰੀ ਤੌਰ ਤੇ ਬਰਖਾਸਤ ਕੀਤਾ ਜਾਂਦਾ ਹੈ। ਇਸ ਹੁਕਮਾਂ ਦੀ ਫੌਰਨ ਤਾਮੀਲ ਕਰਕੇ, ਵਾਪਸੀ ਤਾਰ ਭੇਜੀ ਜਾਵੇ। ਉਦੋਂ ਹੀ ਡਬਲ ਤਾਰ ਪਟਿਆਲੇ ਭੇਜ ਦਿੱਤੀ ਗਈ। ਹਰਨਾਮ ਸਿੰਘ ਨੂੰ ਉਸ ਰਾਤ ਬਹੁਤ ਖੁਸ਼ੀ ਹੋਣ ਕਰਕੇ, ਨੀਂਦ ਨਹੀਂ ਆਈ। ਉਸ ਨੇ ਇਹ ਹੁਕਮ, ਨਾਲ ਆਏ ਵਫ਼ਾਦਾਰ ਅਹਿਲਕਾਰਾਂ ਨੂੰ ਸੁਣਾ ਦਿੱਤਾ।

"ਬਖਸ਼ੀ ਦਾ ਦਿਮਾਗ ਬਹੁਤ ਖਰਾਬ ਹੋ ਗਿਆ ਸੀ। ਤੁਸੀਂ ਬਹੁਤ ਅੱਛਾ ਕੀਤਾ।" ਅਹਿਲਕਾਰਾਂ ਨੇ ਚਾਪਲੂਸੀ ਕਰਦਿਆਂ ਕਿਹਾ।

"ਮੈਂ ਕੌਣ ਹਾਂ ਬਈ? ਇਹ ਤਾਂ ਹਿਜ਼ ਹਾਈਨੈਸ ਦਾ ਹੁਕਮ ਹੈ।" ਸਾਰੇ ਚਾਂਭੜਾਂ ਪਾਉਣ ਲੱਗੇ। ਸਵੇਰੇ ਦਸ ਵਜਦੇ ਨਾਲ ਪਟਿਆਲੇ ਤੋਂ ਜਵਾਬੀ ਤਾਰ ਆ ਗਈ ਸੀ, ਹੁਕਮ ਦੀ ਤਾਮੀਲ ਹੋ ਗਈ ਹੈ, ਸਰਕਾਰ ਨੂੰ ਇਸਦੀ ਇਤਲਾਹ ਦੇ ਦਿੱਤੀ ਜਾਵੇ।

ਸਵੇਰੇ ਛੇ ਵਜਦੇ ਨਾਲ ਬਖਸ਼ੀ ਸੋਨੇ ਦੇ ਮੁੱਠੇ ਵਾਲੀ ਖੂੰਡੀ ਲੈ ਕੇ ਸੈਰ ਲਈ ਨਿਕਲਿਆ। ਅਲਸ਼ੇਸ਼ਨ ਕੁੱਤਾ ਉਸਦੇ ਨਾਲ ਸੀ। ਪੋਲੋ ਗਰਾਊਂਡ ਵਿਚ ਉਹ ਸੈਰ ਕਰਦਾ ਸੀ, ਦੋ ਗੰਨਮੈਨ, ਉਸ ਦੇ ਸੱਜੇ ਖੱਬੇ ਹੋਇਆ ਕਰਦੇ ਸਨ। ਸੰਤਰੀ ਸਲੂਟ ਮਾਰਦਾ, ਦਰਵਾਜ਼ੇ

ਵਿਚ ਨਾ ਸਰਕਾਰੀ ਕਾਰ ਸੀ, ਨਾ ਹੀ ਗਾਰਦ ਸੰਤਰੀ। ਉਦੋਂ ਹੀ ਮੋਤੀ ਬਾਗ ਤੋਂ ਇਕ ਛੋਟਾ ਅਧਿਕਾਰੀ, ਤਾਰ ਲੈ ਕੇ ਆਇਆ, ਮੈਨੂੰ ਅਫਸੋਸ ਹੈ, ਜਨਾਬ, ਪਰ ਮੈਂ ਹੁਕਮ ਦੀ ਤਾਮੀਲ ਲਈ ਮਜਬੂਰ ਹਾਂ। ਉਸ ਨੇ ਤਾਰ ਉਸਦੇ ਹੱਥ ਵਿਚ ਫੜਾ ਦਿੱਤੀ। ਤਾਰ ਪੜ੍ਹਦਿਆਂ ਸਾਰ ਹੀ ਉਸ ਨੂੰ ਘਮੇਟਣੀ ਆ ਗਈ, ਉਹ ਚੱਕਰ ਖਾ ਕੇ ਡਿੱਗਣੋਂ ਮਸਾਂ ਹੀ ਬਚਿਆ। ਉਸ ਨੇ ਇੱਕ ਹੱਥ ਨਾਲ ਦਰਵਾਜ਼ੇ ਦੀ ਕੰਧ ਦਾ ਸਹਾਰਾ ਲਿਆ। ਉਹਨੀਂ ਪੈਰੀਂ ਕੋਠੀ ਆਇਆ। ਗੁਰਬਖਸ਼ ਕੌਰ ਘੂਕ ਸੁੱਤੀ ਪਈ ਸੀ। ਉਸਨੂੰ ਹਲੂਣ ਕੇ ਜਗਾਇਆ, "ਕੀ ਹੋ ਗਿਆ, ਤੁਹਾਨੂੰ ਸੌਣ ਵੀ ਨਹੀਂ ਦਿੰਦੇ।

"ਛੇਤੀ ਬੈਠੀ ਹੋ, ਮੈਨੂੰ ਪਾਣੀ ਦਾ ਗਲਾਸ ਦੇਹ, ਬਹੁਤ ਬੁਰੀ ਮਨਹੂਸ ਖ਼ਬਰ ਹੈ।"

"ਸਵੇਰੇ ਸਵੇਰੇ ਇਹੋ ਜਿਹੀ ਕੀ ਆਫ਼ਤ ਆ ਪਈ, ਸੌਣ ਨਹੀਂ ਦਿੰਦੇ।" ਉਸ ਨੇ ਸਰਕਾਰ ਦਾ ਹੁਕਮ ਸੁਣਿਆ। ਉਹ ਧਾਹਾਂ ਮਾਰ ਕੇ ਰੋਣ ਲੱਗੀ, ਨਾਲ ਹੀ ਪਿੱਟ-ਸਿਆਪਾ ਕਰਨ ਲੱਗੀ।

"ਮੈਂ ਹੁਣੇ ਮਹਾਰਾਣੀ ਕੋਲ ਜਾਂਦੀ ਹਾਂ। ਸਰਕਾਰ ਕਿੱਥੇ ਹੈ?"

"ਉਹਤਾਂ ਬੰਬਈ ਠਹਿਰੇ ਹੋਏ ਹਨ, ਪਰਸੋਂ ਤੱਕ ਆਉਣਗੇ।"

"ਗੁਰਬਖਸ਼ ਦਾ ਕੀ ਕਸੂਰ ਹੈ, ਉਹ ਤਾਂ ਕਿਸੇ ਤੋਂ ਧੇਲਾ ਵੀ ਨਹੀਂ ਲੈਂਦਾ, ਠਾਣੇਦਾਰ ਤਾਂ ਖੈਰ, ਰਿਸ਼ਵਤਖੋਰ ਹੈ।"

ਤੀਜੇ ਦਿਨ ਮਹਾਰਾਜ ਦੀ ਸੈਲੂਨ ਸਟੇਸ਼ਨ 'ਤੇ ਪਹੁੰਚੀ। ਪਹਿਲਾਂ ਹੀ ਉਥੇ ਕਾਰਾਂ ਦਾ ਕਾਫਲਾ ਮੌਜੂਦ ਸੀ। ਮੂਹਰਲੀ ਕਾਰ ਵਿਚ ਸਾਇਰਨ, ਹੂਟਰ ਲੱਗੇ ਹੋਏ ਸਨ, ਜੋ ਬਾਕੀ ਕਾਰਾਂ ਦੀ ਅਗਵਾਈ ਕਰਦੀ ਸੀ। ਮਾਲ ਤੇ ਸ਼ੂਕਦੀਆਂ ਕਾਰਾਂ, ਮੋਤੀਬੀੜ ਵਾਲੇ ਮਹਿਲ ਪਹੁੰਚ ਗਈਆਂ। ਦੋ ਦਿਨ ਮਹਾਰਾਜ ਨੇ ਆਰਾਮ ਕੀਤਾ, ਤੀਜੇ ਦਿਨ ਅੰਬਾਲੇ ਤੋਂ ਅੰਗਰੇਜ਼ ਏਜੰਟ, ਟੂਰ ਤੇ ਆ ਗਿਆ। ਦੋ ਦਿਨ ਉਹ ਸ਼ਿਕਾਰ ਖੇਡਦੇ, ਖਿਡਾਵੁੰਦੇ ਰਹੇ। ਤੀਜੇ ਦਿਨ ਉਸਨੂੰ ਬਹੁਤ ਸਾਰੇ ਤੋਹਫ਼ੇ ਦੇਕੇ ਵਿਦਾ ਕੀਤਾ ਗਿਆ। ਇਸ ਦੌਰਾਨ ਕਈ ਵਾਰ ਗੁਰਬਖਸ਼ ਕੌਰ ਮੋਤੀ ਮਹਿਲ ਗਈ, ਮਹਾਰਾਣੀ ਕੋਲ ਭੁੱਬਾਂ ਮਾਰ ਮਾਰ ਰੋਈ। ਜੇ ਬਖਸ਼ੀ ਜੀ ਨੇ ਕੋਈ ਗਲਤੀ ਕੀਤੀ ਹੈ, ਉਸ ਦੇ ਬੱਚਿਆਂ ਦਾ ਕੀ ਕਸੂਰ ਹੈ? ਉਨ੍ਹਾਂ ਦੇ ਮੂੰਹ ਵਿਚੋਂ ਰੋਟੀ ਕਿਉਂ ਖੋਹੀ ਗਈ। ਜਦੋਂ ਇਸ ਕਹਾਣੀ ਦੀ ਖ਼ਬਰ ਰੁੜੇਕਿਆਂ ਵਾਲਿਆਂ ਦੀ ਹਵੇਲੀ ਪਹੁੰਚੀ, ਉਨ੍ਹਾਂ ਉਦੋਂ ਹੀ ਬਖਸ਼ੀ ਦੀ ਲੜਕੀ ਦਾ ਰਿਸ਼ਤਾ ਛੱਡ ਦਿੱਤਾ। ਰੋਕ ਰੁਕਾਈ ਤੇ ਹੋਇਆ ਖ਼ਰਚ ਕੀਹਨੇ ਮੋੜਨਾ ਸੀ, ਗੰਗਾ ਗਏ ਫੁੱਲ ਵੀ ਕਦੇ ਮੁੜਦੇ ਹਨ।

ਗੁਰਬਖਸ਼ ਸਿੰਘ ਦੇ ਬਰਖਾਸਤ ਹੋਣ ਦੀ ਖ਼ਬਰ ਬਰਨਾਲੇ ਵਿਚ ਜੰਗਲ ਦੀ ਅੱਗ ਵਾਂਗ ਫੈਲ ਗਈ। ਬੀਰ ਸਿੰਘ ਅਤੇ ਮੂਲਾ ਸਿੰਘ ਨੂੰ ਛੱਡ ਕੇ ਸਭ ਨੌਕਰ ਚਾਕਰ ਗਾਇਬ ਹੋ ਗਏ। ਚੌਧਰੀ ਬਨਾਰਸੀ ਦਾਸ ਨੂੰ ਆਪਣਿਆਂ ਪੈਸਿਆਂ ਦਾ ਫ਼ਿਕਰ ਹੋਣ ਲੱਗਾ। ਸਰਦਾਰ ਕੋਲ ਦੇਣ ਲੈਣ ਨੂੰ ਕੁਝ ਨਹੀਂ ਸੀ। ਹਾਨੀ ਸਾਰ, ਉਸ ਨੂੰ ਨਵੀਂ ਨਕੋਰ ਕਾਰ ਅੱਧੇ ਮੁੱਲ ਵਿਚ ਦੇ ਦਿੱਤੀ। ਹਮਦੀਦੀ ਦੇ ਜ਼ੈਲਦਾਰ ਅਹਿਮਦ ਖ਼ਾਨ ਦਾ ਨੌਕਰ, ਸੱਜਰ ਸੂਈਆਂ, ਮੁੱਝਾਂ ਖੋਲ੍ਹ ਕੇ ਲੈ ਗਿਆ ਸੀ। ਉਸ ਬਰਖਾਸਤ ਹੋਏ, ਅਫ਼ਸਰ ਤੋਂ ਕੀ ਲੈਣਾ ਸੀ? ਸਿਵਾਏ ਜੇਵਰਾਂ ਤੋਂ ਘਰ ਵਿਚ ਕੋਈ ਰਕਮ ਨਹੀਂ ਸੀ। ਕਰਜ਼ਾ ਸਿਰ ਸੀ। ਉਸ ਨਾਲੋਂ, ਜੱਗੋ ਤੇਰਵੀਂ ਕਿਉਂ ਹੋਈ ਸੀ? ਗੁਰਬਖਸ਼ ਸਿੰਘ ਨੂੰ ਸਮਝ ਨਹੀਂ ਆ ਰਹੀ ਸੀ। ਅਗਲੇ ਦਿਨ, ਬੀਰ ਸਿੰਘ ਨਵੇਂ ਪਿੰਡ

ਤੋਂ ਵੱਡੀ ਬੇਬੇ ਨੂੰ ਲੇ ਆਇਆ, ਬੀਬੀ, ਉਸਦੇ ਲਗ ਲਗਕੇ, ਕਿੰਨਾ ਚਿਰ ਰੋਂਦੀ ਰਹੀ। ਸਾਰੀ ਕਹਾਣੀ ਸੁਣਕੇ, ਬੇਬੇ ਭਇਮਾਨ ਹੋ ਗਈ। ਉਹ ਬੀਰ ਸਿੰਘ ਨੂੰ ਲੈ ਕੇ ਸੰਗਰੂਰ ਵਾਲੀ ਰਾਣੀ ਕੋਲ ਗਈ, ਉਸ ਨੇ ਸਾਰੀ ਗਲ ਬੋਲ਼ੇ ਰਾਜੇ ਨਾਲ ਕੀਤੀ। ਮਹਾਰਾਜਾ ਪਟਿਆਲਾ ਉਸਨੂੰ ਚਾਚਾ ਕਹਿੰਦਾ ਸੀ। ਉਸਦੀ ਗੱਲ ਮੰਨੀ ਜਾਣੀ ਸੀ। ਚਿੱਠੀ ਲੈ ਕੇ,ਉਹ ਪਟਿਆਲੇ ਬਖਸ਼ੀ ਦੀ ਕੋਠੀ ਪਹੁੰਚੀ। ਉਥੇ ਵੀ ਉਹੀ ਰੋਣ-ਪਿੱਟਣ ਸੀ। ਉਸ ਦੇ ਪੰਜੇ ਪਿੰਡ ਜ਼ਬਤ ਹੋ ਗਏ ਸਨ। ਅਗਲੇ ਦਿਨ ਉਹ ਮੋਤੀ ਮਹਿਲ ਗਈ, ਵੱਡੀ ਮਹਾਰਾਣੀ ਨੂੰ ਮਿਲੀ। ਸੰਗਰੂਰ ਵਾਲੇ ਰਾਜੇ ਦੀ ਚਿੱਠੀ ਦਿੱਤੀ। ਮਹਾਰਾਜਾ ਉਸ ਨੂੰ ਸਿੱਧੂਆਂ ਦੀ ਧੀ ਹੋਣ ਕਰਕੇ, ਭੂਆ ਕਹਿੰਦਾ ਸੀ। ਰਾਣੀ ਨੇ ਮਹਾਰਾਜੇ ਨੂੰ ਚਿੱਠੀ ਦੇ ਦਿੱਤੀ ਸੀ। ਤੀਜੇ ਦਿਨ ਦੁਪਹਿਰ ਵੇਲੇ ਉਸਦੀ ਮੁਲਾਕਾਤ ਹੋਈ। ਵੱਡੀ ਬੇਬੇ ਨੇ ਆਪਣੀ ਨਣਦ ਦਾ ਦੁੱਖ ਦੱਸਿਆ। ਉਸ ਦੀ ਸਜ਼ਾ ਉਸ ਦੇ ਬੱਚਿਆਂ ਨੂੰ ਕਿਉਂ ਮਿਲੀ? ਮਹਾਰਾਜੇ ਨੇ ਦੋ ਟੂੱਕ ਵਿਚ ਗੱਲ ਮੁਕਾ ਦਿੱਤੀ। ਇਹ ਕੰਮ ਨਹੀਂ ਹੋ ਸਕਦਾ। ਹੋਰ ਕੋਈ ਕੰਮ ਹੈ ਤਾਂ ਦੱਸੋ? ਹੋਰ ਉਸਨੂੰ ਕੋਈ ਕੰਮ ਨਹੀਂ ਸੀ। ਹਫ਼ਤੇ ਬਾਅਦ, ਉਹ ਨਿਰਾਸ਼ ਹੋ ਕੇ ਪਿੰਡ ਮੁੜੀ। ਉਸ ਨੇ ਮੰਜਾ ਮੱਲ ਲਿਆ ਸੀ। ਅਜੇ ਜਵਾਨ-ਜਹਾਨ ਨੂੰਹ ਦਾ ਦੁੱਖ ਭੁਲਿਆ ਨਹੀਂ ਸੀ, ਉਪਰੋਂ ਨਵੀਂ ਬਿੱਜ਼ ਆ ਪਈ ਸੀ।

ਦੂਜੇ ਦਿਨ ਸਵੇਰੇ, ਦਲੇਰ ਸਿੰਘ, ਬੇਬੇ ਦੀ ਖ਼ਬਰ ਲੈਣ ਆਇਆ। ਉਹ ਬਿਸਤਰ ਬੋਰੀਆਂ ਬੰਨ੍ਹਕੇ ਪਿੰਡ ਆ ਗਿਆ ਸੀ। ਉਸ ਨੂੰ ਨੌਕਰੀ ਜਾਣ ਦਾ ਬਹੁਤਾ ਫ਼ਿਕਰ ਨਹੀਂ ਸੀ, ਤਿੰਨ ਪੀਹੜੀਆਂ ਜੋਗੀ ਮਾਇਆ ਉਸ ਇਕੱਠੀ ਕਰ ਲਈ ਸੀ। ਸਿਹਤ ਵੀ ਉਸਦੀ ਬਘੇਲ ਸਿੰਘ ਨਾਲੋਂ ਚੰਗੀ ਸੀ, ਉਸ ਨੂੰ ਕੋਈ ਨਸ਼ਾ ਨਹੀਂ ਸੀ, ਅਫ਼ੀਮ ਵੀ ਉਹ ਕਦੇ ਕਦਾਈਂ, ਸਰਦੀ ਜ਼ੁਕਾਮ ਵੇਲੇ ਭੋਰਾ ਲੈਂਦਾ ਸੀ। ਬੇਬੇ ਨੇ ਪਟਿਆਲੇ ਜਾਣ ਦੀ ਸਾਰੀ ਖ਼ਬਰ ਦੱਸੀ।

"ਤੁਸੀਂ ਪਟਿਆਲੇ ਕਾਹਦੇ ਲਈ ਜਾਣਾ ਸੀ? ਥੋਨੂੰ ਪਤਾ ਨਹੀਂ-ਬਖਸ਼ੀ ਦੀ ਹਰਨਾਮ ਸਿੰਘ, ਨਾਲ ਬਣਦੀ ਨਹੀਂ, ਹੁਣ ਰਿਆਸਤ ਵਿਚ ਉਸੇ ਦੀ ਚਲਦੀ ਹੈ, ਪੰਜ ਕਰੇ ਪੰਜਾਹ ਕਰੇ।"

"ਓਹ ਤਾਂ ਕਾਕਾ ਤੇਰੀ ਗਲ ਠੀਕ ਹੈ, ਪੁੱਤ ਕਪੁੱਤ ਹੋ ਸਕਦੇ ਹਨ, ਮਾਂ ਕਦੇ ਕੁਮਾਂ ਨਹੀਂ ਹੋ ਸਕਦੀ? ਮੈਂ ਹੁਣ ਬਹੁਤਾ ਚਿਰ ਨਹੀਂ ਬੱਚਦੀ ਆਵਦੇ ਛੋਟੇ ਭਾਈ ਦਾ ਕਾਕਾ ਧਿਆਨ ਰੱਖੀਂ। ਫੇਰ ਵੀ ਤੇਰੀ ਖ਼ੂਨ ਦੀ ਸਾਂਝ ਹੈ।" ਇਹੀ ਗੱਲ ਉਸ ਨੇ ਤੀਜੇ ਪਹਿਰ ਛੋਟੇ ਨੂੰ ਸਮਝਾਈ।

"ਕਾਕਾ ਇਕ ਤਾਂ ਕਾਕਿਆਂ ਦਾ ਧਿਆਨ ਰੱਖੀਂ। ਇਹਨਾਂ ਨੂੰ ਪੜ੍ਹਣੋਂ ਨਾ ਹਟਾਈਂ। ਭੜਾਈ ਬਿਨਾਂ ਬੰਦੇ ਦੀ ਕੋਈ ਜੂਨ ਨਹੀਂ। ਦੂਜੀ ਗੱਲ ਮੇਰੇ ਮਰੀ, ਮਗਰੋਂ ਵਿਆਹ ਨਾ ਕਰਾਈ, ਤੇਰੇ ਬੱਚੇ ਰੁਲ ਜਾਣਗੇ।" ਉਹ ਚੁਪ ਚਾਪ ਸੁਣਦਾ ਰਿਹਾ, ਪੈਰ ਨਾਲ ਕੱਚੇ ਫਰਸ਼ ਤੇ ਲਕੀਰਾਂ ਕੱਢਦਾ ਰਿਹਾ। ਹਾਂ, ਜਾਂ ਨਾਂਹ ਵਿਚ, ਉਸ ਕੋਈ ਜਵਾਬ ਨਹੀਂ ਦਿੱਤਾ।

ਪੰਦਰਾਂ ਵੀਹ ਦਿਨ ਮਗਰੋਂ ਜੇਠ ਦੀ ਸੰਗਰਾਂਦ, ਨੂੰ ਆਥਣ ਵੇਲੇ, ਬੇਬੇ ਦੇ ਸਵਾਸ ਪੰਖੇਰੂ ਹੋ ਗਏ। ਅਗਲੇ ਦਿਨ ਸੰਸਕਾਰ ਹੋਇਆ, ਫੁੱਲਚੁਗੇ ਗਏ, ਭੋਗ ਪਿਆ। ਸਭ ਰਸਮਾਂ ਪੂਰੀਆਂ ਹੋਣ ਮਗਰੋਂ ਗੱਲ ਆਈ ਗਈ ਹੋਣ ਲੱਗੀ। ਉਸ ਦੇ ਦੋਨਾਂ ਪੋਤਿਆਂ ਬਿਨਾਂ, ਉਸ ਲਈ ਰੋਣ ਵਾਲਾ ਕੋਈ ਨਹੀਂ ਸੀ, ਮਾਂ ਦੇ ਮਰਨ ਤੇ ਛੇ ਮਹੀਨੇ ਦੇ ਅੰਦਰ ਹੀ ਉਹ ਚਲੀ ਗਈ ਸੀ।

(12)

ਬਘੇਲ ਸਿੰਘ ਹੁਣ ਦਿਨੇਂ ਵੀ ਸ਼ਰਾਬ ਪੀਣ ਲੱਗਿਆ। ਲਗਾਤਾਰ ਗੈਰ ਹਾਜ਼ਰ ਰਹਿਣ ਕਰਕੇ, ਉਹ ਨੌਕਰੀ ਤੋਂ ਬਰਖਾਸਤ ਹੋ ਗਿਆ। ਸਿਵਾਏ ਦਾਰੂ ਪੀਣ ਦੇ ਹੋਰ ਕੋਈ ਕੰਮ ਨਹੀਂ ਸੀ। ਠੇਕੇ ਦੀ ਸ਼ਰਾਬ ਦੀ ਥਾਂ, ਹੁਣ ਉਹ ਘਰ ਦੀ ਕੱਢੀ ਪੀਣ ਲੱਗਿਆ। ਤਬੇਲੇ ਵਿਚ ਭੱਠੀ ਚੜ੍ਹਨ ਲੱਗੀ। ਗੁੜ ਘਰਦਾ ਸੀ, ਕਿੱਕਰ ਦਾ ਸੱਕ ਆਮ ਸੀ। ਦਾਰੂ ਪਾਉਣ ਅਤੇ ਕੱਢਣ ਦਾ ਕੰਮ ਪੂਰਨ ਕਰਦਾ।

ਦਲੇਰ ਸਿੰਘ, ਆਥਣ ਉੱਗਣ ਬੈਠਕ ਵਿਚ ਆਉਣ ਲੱਗਿਆ। ਸ਼ੁਕਨੀ ਵਾਂਗ ਉਹ ਬਹੁਤ ਚਾਲਾਂ ਚਲਾਉਣ ਦਾ ਮਾਹਿਰ ਸੀ, ਜੇ ਘਿਉ ਸਿੱਧੀ ਉਂਗਲ ਨਾਲ ਨਾ ਨਿਕਲੇ, ਉਂਗਲ ਟੇਢੀ ਕਰ ਲੈਣੀ ਚਾਹੀਦੀ ਹੈ। ਜੇ ਦੁਸ਼ਮਣ ਬਾਹਰੋਂ ਨਹੀਂ ਮਰਦਾ, ਉਸ ਦੇ ਅੰਦਰ ਵੜਕੇ ਮਾਰੋ। ਮਤਲਬ ਵੇਲੇ ਗਧੇ ਨੂੰ ਵੀ ਪਿਉ ਬਣਾ ਲਵੋ, ਮਤਲਬ ਕੱਢ ਕੇ, ਉਸ ਨੂੰ ਲੱਤ ਮਾਰੋ, ਢਿੱਡੋਂ ਉਹ, ਉਸ ਨਾਲ ਖਾਰ ਖਾਂਦਾ ਸੀ, ਉਸਦੇ ਘਰ ਨੂੰ ਬਰਬਾਦ ਕਰਨ ਦੀਆਂ ਸਕੀਮਾਂ ਸੋਚਦਾ ਰਹਿੰਦਾ। ਇੱਕ ਦਿਨ, ਮੌਕਾ ਤਾੜ ਕੇ ਗੱਲ ਛੇੜੀ,

"ਛੋਟੇ ਭਾਈ, ਤੈਨੂੰ ਸ਼ਰਾਬ ਦੀ ਨਹੀਂ, ਸ਼ਬਾਬ ਦੀ ਲੋੜ ਹੈ।"

"ਮੈਂ ਸਮਝਿਆ ਨਹੀਂ ?"

"ਗੱਲ ਸਿੱਧੀ ਹੈ, ਤੈਨੂੰ ਜ਼ਨਾਨੀ ਦੀ ਲੋੜ ਹੈ, ਜੋ ਘਰ ਵੀ ਸੰਭਾਲੇ, ਤੈਨੂੰ ਵੀ ਸੰਭਾਲੇ। ਨੌਕਰਾਂ ਦੇ ਹੱਥ ਕਾਹਦਾ ਖਾਣਾ ਹੈ ?"

"ਮੇਰੇ ਦੋ ਬੱਚੇ ਹਨ ?"

"ਤਾਂ ਕੀ ਹੋਇਆ, ਬੱਚੇ ਆਪਣੀ ਥਾਂ ਹਨ"

"ਹੁਣ ਏਸ ਉਮਰ ਵਿਚ...ਕੀ ਚੰਗਾ ਲਗਦਾ ਹੈ,"

"ਜ਼ੈਲਦਾਰ ਨੇ, ਸੱਠ ਸਾਲ ਦੀ ਉਮਰ ਵਿਚ ਤੀਜਾ ਵਿਆਹ ਕਰਵਾਇਆ ਸੀ, ਤੇਰੀ ਤਾਂ ਹਾਲੇ ਉਮਰ ਹੀ ਕੀ ਹੈ ? ਮੇਰੇ ਨਾਲੋਂ ਅੱਠ ਸਾਲ ਛੋਟੈ ?" ਬਘੇਲ ਸਿੰਘ ਦੰਦਾਂ ਵਿਚ ਉਂਗਲੀ ਪਾ ਕੇ ਸੋਚਣ ਲੱਗਿਆ, ਬੇਬੇ ਅਤੇ ਪਤਨੀ ਦੀਆਂ ਕਹੀਆਂ ਗੱਲਾਂ ਯਾਦ ਆਈਆਂ।

"ਛੋਟੇ ਭਾਈ, ਇਨ੍ਹਾਂ ਕੰਮਾਂ ਵਿਚ ਬਹੁਤਾ ਸੋਚੀਦਾ ਨਹੀਂ।"

"ਇਸ ਉਮਰ ਵਿਚ, ਮੈਨੂੰ ਸਾਕ ਕੌਣ ਕਰੇਗਾ ?"

"ਕਿਉਂ ਨਹੀਂ ਕਰੇਗਾ ? ਚਾਰ ਸੌ ਵਿੱਘੇ ਦਾ ਮਾਲਕ ਹੈ, ਬਟਾਈ ਅੱਡ ਹੈ। ਤੂੰ ਇਕ ਵਾਰੀ ਹਾਂ ਕਰ, ਬਾਕੀ ਮੈਂ ਜਾਣਾ, ਮੇਰਾ ਕੰਮ ਜਾਣੇ।"

"ਮਰਨ ਵਾਲੀ ਬੇਬੇ ਕਹਿ ਗਈ ਸੀ...।" ਦਲੇਰ ਸਿੰਘ ਨੇ, ਉਸ ਨੂੰ ਵਿਚੋਂ ਟੋਕਿਆ, "ਮਰਨ ਵਾਲਿਆਂ ਨਾਲ ਕਿਹੜਾ ਨਾਲ ਮਰਿਆ ਜਾਂਦਾ ਹੈ ? ਕਿ ਮਰਦਾ ਹੈ ਕੋਈ ?"

"ਮੇਰੀ ਅੱਧੀ ਦਾਹੜੀ ਤਾਂ ਚਿੱਟੀ ਹੋ ਗਈ ਹੈ।"

"ਤਾਂ ਕੀ ਹੋਇਆ ? ਜ਼ੈਲਦਾਰ ਪਜੰਤਰ ਸਾਲ ਦੀ ਉਮਰ ਵਿਚ ਕਲਫ ਕਰਦਾ ਹੈ, ਤੂੰ ਕਿਉਂ ਨਹੀਂ ਕਰ ਸਕਦਾ ? ਮੈਂ ਤਾਂ ਆਪਣਾ ਖ਼ੂਨ ਕਰਕੇ ਕਹਿੰਦਾ ਹਾਂ, ਨਹੀਂ ਮੈਨੂੰ ਕੀ

ਲੋੜ ਹੈ? ਵਾਧੂ ਭਕਾਈ ਕਰਨ ਦੀ।" ਬਘੇਲਸਿੰਘ ਸੋਚੀਂ ਪੈ ਗਿਆ, ਮਨ ਦੁਬਿਧਾ ਵਿਚ ਸੀ, ਕਰੇ ਤਾਂ ਕੀ ਕਰੇ? ਉਂਜ ਔਰਤ ਬਿਨਾਂ, ਬੰਦੇ ਦੀ ਕੀ ਜੂਨ ਹੈ?

"ਚੰਗਾ ਥੋਡੀ ਮਰਜ਼ੀ ਹੈ, ਜਿਵੇਂ ਮਰਜ਼ੀ ਹੈ ਕਰ ਲਵੋ।" ਉਸ ਨੇ ਮਲਵੀਂ ਜੀਭ ਨਾਲ ਕਿਹਾ। ਦਲੇਰ ਸਿੰਘ ਜਾਲ ਵਿਚ ਫਸਦਾ, ਬਟੇਰਾ ਦੇਖ ਅੰਦਰੋਂ ਬਹੁਤ ਖੁਸ਼ ਸੀ।

"ਮੇਰੇ ਕੋਲ ਕੁਠਾਲੇ ਵਾਲਾ ਜ਼ੇਲਦਾਰ ਕੱਲ੍ਹ ਆਇਆ ਸੀ। ਉਸਦੀ ਇਕੋ ਇਕ ਲੜਕੀ ਹੈ, ਪੰਜ ਲੜਕੇ ਹਨ, ਘਰ ਚੰਗੈ, ਖਾਨੀਂ-ਦਾਨੀਂ ਬੰਦੇ ਹਨ, ਸਾਊ ਤੇ ਸ਼ਰੀਫ਼ ਹਨ, ਹੋਰ ਕੀ ਚਾਹੀਦੈ? ਧੀ ਘਰਾਣੇ ਦੀ ਬੌਲਦ ਲਾਣੇ ਦਾ...।"

"ਬੇਬੇ ਤੇ ਹਰਿਕੁਰ ਦੀ ਬਰਸੀ ਦਾ ਭੋਗ ਪਾ ਲਈਏ...।"

"ਭੋਗ ਆਪਣੀ ਥਾਂ, ਚੰਗਾ ਰਿਸ਼ਤਾ ਸਬੱਬ ਨਾਲ ਹੀ ਜੁੜਦਾ ਹੈ। ਸ਼ੁਭ ਕੰਮ ਵਿਚ ਦੇਰ ਨਹੀਂ ਕਰੀਦੀ।"

"ਚੰਗਾ ਭਾਈ ਸਾਹਿਬ, ਥੋਡੀ ਮਰਜ਼ੀ ਹੈ।"

"ਪਰਸੋਂ ਬੁੱਧਵਾਰ ਰੋਕ ਕਰਵਾ ਦਿਆਂਗੇ। ਅਗਲੇ ਮਹੀਨੇ ਵਿਆਹ ਕਰ ਲਮਾਂਗੇ।

"ਆਪਾਂ ਬਹੁਤਾ ਕੱਠ-ਬੱਠ ਨਹੀਂ ਕਰਨਾ।"

"ਕਾਹਦੇ ਲਈ ਕਰਨਾ ਹੈ? ਪੰਜ ਸੱਤ ਬੰਦੇ ਜਾ ਕੇ ਲਾਮਾਂ ਲੈ ਆਵਾਂਗੇ।"

ਚੜ੍ਹਦੇ ਸਾਉਣ, ਬਘੇਲ ਸਿੰਘ ਦਾ ਪ੍ਰੇਮ ਕੌਰ ਨਾਲ ਵਿਆਹ ਹੋ ਗਿਆ। ਆਉਣ ਸਾਰ ਉਸਨੇ ਬਲਜੀਤ ਤੇ ਹਰਜੀਤ ਦੇ ਬਿਸਤਰੇ ਬਾਹਰਲੀ ਬੈਠਕ ਵਿਚ ਭੇਜ ਦਿੱਤੇ। ਸਰਦਾਰ ਚੁਬਾਰੇ ਵਿਚ ਪੈਣ ਲੱਗਿਆ। ਦਿਨਰਾਤ ਠਾਣੇਦਾਰਨੀ ਬਿਸ਼ਨ ਕੌਰ, ਉਨ੍ਹਾਂ ਦੇ ਘਰ ਗੇੜੇ ਮਾਰਨ ਲੱਗੀ, ਰਹਿੰਦੀ ਕਸਰ ਉਸ ਪੂਰੀ ਕਰ ਦੇਣੀ ਸੀ।

"ਮੇਰੀ ਗਲ ਸੁਣ ਪ੍ਰੇਮ ਕੁਰੇ, ਉਰੇ ਹੋ ਜਾ, ਲਾਗਣ ਨਾ ਸੁਣ ਲਵੇ, ਓਹਦਾ ਕੰਨ ਆਪਣੀਆਂ ਗੱਲਾਂ ਵਿਚ ਹੈ।"

"ਦਸੋ ਬੇਬੇ ਜੀ।"

"ਮਤੇਰ ਦੇ ਜਵਾਕ ਤੇਰੇ ਕੀ ਲਗਦੇ ਹਨ? ਤੇਰੀ ਹਰ ਗਲ ਸ਼ਰੀਕੇ ਵਿਚ ਕਰਨਗੇ। ਸੁੱਖ ਨਾਲ ਸਾਲ ਛੇ ਮਹੀਨੇ ਨੂੰ ਤੇਰੇ ਆਵਦੇ ਬੱਚੇ ਹੋ ਜਾਣਗੇ।"

"ਸਰਦਾਰ ਨੂੰ ਕਹਿ, ਇਨ੍ਹਾਂ ਨੂੰ ਸਕੂਲੋਂ ਹਟਾ ਲਵੇ। ਜੇ ਬਘੇਲ ਸਿਉਂ ਨੰਨਾ ਪਾਵੇ, ਕਹੀਂ ਇਹਦੇ ਨਾਨਕੇ ਆਪ ਇਨ੍ਹਾਂ ਦਾ ਖ਼ਰਚਾ ਚੱਕਣ, ਨਾਲੇ ਢੋਡੀ-ਵੱਡਾ ਸਕੂਲ ਹੈ, ਤੀਵੀਆਂ ਕੋਲ ਸੌ ਚਲਿਤਰ ਹੁੰਦੇ ਹਨ, ਬੰਦੇ ਨੂੰ ਟਿਕਾਉਣ ਦੇ। ਬਘੇਲ ਸਿਉਂ ਤੇਰੀ ਮੋੜਦਾ ਨਹੀਂ, ਲਾਈ ਲਗ ਹੈ। ਫੇਰ ਤੂੰ ਸਾਰਾ ਮਾਲ ਮੁੱਦਾ, ਕੁੰਦਗੋਸ਼ੇ ਕਰ ਲਈ। ਵੱਡੀ ਬੇਬੇ ਨੇ ਸੰਗਰੂਰ ਵਾਲੀ ਰਾਣੀ ਨੂੰ ਬਥੇਰਾ ਲੁੱਟਿਆ ਹੈ, ਸਾਨੂੰ ਤਾਂ ਕੁਸ਼ ਦਿਤਾ ਨਹੀਂ।"

"ਪਰ ਬੇਬੇ ਇਹ ਮਾਲ ਮੁੱਦਾ ਹੈ ਕਿੱਥੇ? ਸੰਦੂਕ ਤਾਂ ਮੈਂ ਸਾਰੇ ਫਰੋਲ ਲਏ, ਖਾਲੀ ਪਏ ਨੇ।"

"ਮੈਨੂੰ ਸਾਰਾ ਈ ਪਤੈ, ਹੇਠਲੀ ਕੋਠੜੀ ਵਿਚ ਹੈ, ਜਦ ਕਦੇ ਬਘੇਲ ਸਿਉਂ ਬਾਹਰ ਅੰਦਰ ਗਿਆ ਹੋਇਆ, ਮੈਨੂੰ ਸੱਦ ਲਵੀਂ..।"

"ਕੋਠੜੀ ਦੀ ਕੁੰਜੀ ਤਾਂ ਸਰਦਾਰ ਨਾਲੇ ਨਾਲ ਬੰਨ੍ਹ ਕੇ ਰੱਖਦਾ ਹੈ।"

"ਜਦ ਸ਼ਰਾਬ ਦੇ ਨਸ਼ੇ ਵਿਚ ਧੁੱਤ ਹੋਇਆ, ਸੁੱਤੇ ਪਏ ਦੇ ਨਾਲੇ ਨਾਲੋਂ ਖੋਲ੍ਹ

ਲਈ। ਇਹ ਕਿਹੜਾ ਔਖਾ ਕੰਮ ਹੈ। ਜੇ ਪੁੱਛੇ ਕਹਿ ਦਈਂ, ਮੈਨੂੰ ਕੀ ਪਤਾ? ਤੁਸੀਂ ਕਿਤੇ ਧਰਕੇ ਭੁਲ ਗਏ ਹੋਵੋਗੇ?" ਠਾਣੇਦਾਰਨੀ ਦਾ ਮਾਰਿਆ ਤੀਰ ਨਿਸ਼ਾਨੇ ਤੇ ਲੱਗਿਆ। ਅਗਲੇ ਹਫ਼ਤੇ ਭਾਈ ਇੰਦਰ ਸਿੰਘ, ਬੱਚਿਆਂ ਨੂੰ ਨਾਲ ਲੈ ਗਿਆ, "ਚੰਗਾ ਸਰਦਾਰ ਜੀ, ਹੁਣ ਸਾਡਾ ਕਿਹੜਾ ਕੋਈ ਜ਼ੋਰ ਹੈ, ਭੈਣ ਮਰੀ ਤੋਂ ਮਗਰੋਂ।"

"ਭਾਈ ਸਾਹਬ, ਇੱਥੇ ਛੇ ਜਮਾਤਾਂ ਤੋਂ ਵੱਡਾ ਨੇੜੇ ਕੋਈ ਸਕੂਲ ਨਹੀਂ, ਮੈਂ ਤਾਂ ਇਨ੍ਹਾਂ ਦੀ ਭੜਾਈ ਕਰਕੇ ਕਹਿਨਾਂ, ਨਹੀਂ ਮੈਨੂੰ ਕਿਹੜਾ ਇਹ ਦੁਪਿਆਰੇ ਨੇ...।" ਭਾਈ ਇੰਦਰ ਸਿੰਘ ਦੋਨਾਂ ਨੂੰ ਲੈ ਗਿਆ, ਢੋਡੀਂ ਪੜ੍ਹਨ ਲਾ ਦਿੱਤੇ। ਨਾਨੀ ਉਨ੍ਹਾਂ ਦੀ ਪਹਿਲਾਂ ਮਰ ਗਈ ਸੀ। ਮਾਮੀਆਂ, ਉਨ੍ਹਾਂ ਨੂੰ ਮਾਂ ਨਾਲੋਂ ਵੱਧ ਪਿਆਰ ਕਰਦੀਆਂ।

ਪ੍ਰੇਮ ਕੌਰ, ਕੁਠਾਲੇ ਤੋਂ ਛੋਟੇ ਭਾਈ ਨੂੰ ਲੈ ਆਈ। ਹੁਣ ਬਟਾਈ ਕਰਵਾਉਣ, ਹੋਰ ਬਾਹਰਲੇ ਅੰਦਰ ਕੰਮ ਉਹੀ ਕਰਦਾ। ਗਰੀਬ, ਗੁਰਬੇ ਮੁਜਾਰਿਆਂ ਤੇ ਉਸ ਬੇਦਖਲੀ ਦੇ ਦਾਅਵੇ ਕਰ ਦਿੱਤੇ। ਖੇਤੀ ਦੇ ਕੰਮ ਦੀ ਦੇਖਭਾਲ ਵੀ ਉਹੀ ਕਰਦਾ।

ਹਾੜ੍ਹ ਵਿਚ ਜਦੋਂ ਨਵੇਂ ਸੀਰੀ ਰਲਦੇ ਹਨ, ਉਸਨੇ ਪੂਰਨ ਨੂੰ ਹਟਾ ਦਿੱਤਾ। ਉਹ ਘਰ ਦਾ ਭੇਤੀ ਸੀ, ਅੰਦਰਲੀ ਗਲ, ਬਾਹਰ ਨਿਕਲਦੀ ਸੀ। ਨਿਹਾਲੋ ਦੀ ਥਾਂਹ ਨੈਣ ਰਖ ਲਈ। ਬਘੇਲ ਸਿੰਘ, ਜਦੋਂ ਧੂਰੀ ਪੇਸ਼ੀ ਤੇ ਗਿਆ ਹੁੰਦਾ, ਭੈਣ ਭਾਈ ਹੇਠਲੀ ਕੋਠੜੀ ਦੇ ਖੂੰਜਿਆਂ ਵਿਚ ਦੱਬੀਆਂ ਗਾਗਰਾਂ ਵਿਚੋਂ ਚਾਂਦੀ ਦੇ ਰੁਪਈਏ ਕੱਢਦੇ, ਨਾਲ ਦੀ ਨਾਲ ਕੁਠਾਲੇ ਨੂੰ ਢੋਈ ਜਾਂਦੇ।

ਸਾਲ ਬਾਅਦ, ਪ੍ਰੇਮ ਕੌਰ ਦੇ ਘਰ ਇਕ ਲੜਕੀ ਨੇ ਜਨਮ ਲਿਆ। ਕਾਸ਼ ਉਹ ਮੁੰਡਾ ਬਣ ਜਾਂਦੀ, ਜਾਇਦਾਦ ਵਿਚੋਂ ਬਰਾਬਰ ਦਾ ਹਿੱਸਾ ਮਿਲਦਾ। ਉਸ ਨੇ ਰਹਿੰਦੀਆਂ ਗਾਗਰਾ ਅਤੇ ਕੁੱਜਿਆਂ ਵਿਚੋਂ ਲਗਿਆ ਜੇਵਰ ਵੀ ਕੁੰਦ ਗੋਸ਼ੇ ਕਰ ਲਿਆ। ਲੜਕੀ ਦੇ ਵਿਆਹ ਤੇ ਕੀ ਪਤੈ, ਕਿੰਨਾ ਖ਼ਰਚ ਕਰਨਾ ਪਵੇ? ਠਾਣੇਦਾਰਨੀ ਦੀ ਦਸੀ ਸਕੀਮ ਕਾਮਯਾਬ ਰਹੀ। ਬਘੇਲ ਸਿੰਘ ਦਿਨ ਰਾਤ ਗੁੱਟ ਰਹਿੰਦਾ, ਜਦੋਂ ਨਸ਼ਾ ਟੁੱਟਦਾ, ਉਦੋਂ ਹੀ ਪੈਗ ਲਾ ਲੈਂਦਾ। ਸ਼ਰਾਬ ਨੇ ਘੁਣੇ ਵਾਂਗ ਉਸਨੂੰ ਅੰਦਰੋਂ ਖਾ ਲਿਆ ਸੀ। ਉਸਦੇ ਹੱਥ ਪੈਰ ਕੰਬਣ ਲੱਗੇ, ਖੱਲ੍ਹੀਆਂ ਚੜ੍ਹਣ ਲੱਗੀਆਂ, ਰੰਗ ਵਸਾਰ ਵਰਗਾ ਹੋ ਗਿਆ। ਅੱਖਾਂ ਡੱਡੂ ਵਰਗੀਆਂ ਪੀਲੀਆਂ ਹੋ ਗਈਆਂ। ਪ੍ਰੇਮ ਕੌਰ ਦੇ ਓਹੜ-ਪੋਹੜ ਕਰਨ ਤੇ ਵੀ ਦੂਸਰੇ ਬੱਚੇ ਨੇ ਜਨਮ ਨਹੀਂ ਲਿਆ। ਪ੍ਰੇਮ ਕੌਰ ਨੂੰ ਅੰਦਰੋਂ ਡਰ ਮਾਰੀ ਜਾਂਦਾ ਸੀ। ਜੇ ਸਰਦਾਰ ਨੂੰ ਪਤਾ ਲੱਗ ਗਿਆ, ਫੇਰ ਕੀ ਬਣੇਗਾ? ਜੇਠ ਅਤੇ ਜੇਠਾਣੀ ਦੀ ਸਲਾਹ ਨਾਲ, ਉਸ ਨੇ ਨਵਾਂ ਡਰਾਮਾ ਰਚਿਆ, ਪੋਹ ਮਹੀਨੇ ਦੀ, ਮੱਸਿਆ ਵਾਲੇ ਦਿਨ, ਆਪਣੇ ਭਾਈਆਂ ਨਾਲ ਮਸ਼ਵਰਾ ਕਰਕੇ, ਸਵਾਤ ਅਤੇ ਕੋਠੜੀ ਦੇ ਜਿੰਦੇ, ਤੁੜਵਾ ਦਿੱਤੇ। ਟੋਇਆਂ ਵਿਚੋਂ ਗਾਗਰਾ, ਬਾਹਰ ਕੱਢ ਦਿੱਤੀਆਂ, ਕੁੱਜਿਆਂ ਦੇ ਢੱਕਣ ਚੁੱਕ ਦਿੱਤੇ। ਸਵੇਰ ਸਾਰ ਆਪ ਹੀ ਚੋਰੀ ਦੀ ਇਤਲਾਹ ਸਰਦਾਰ ਨੂੰ ਸੁੱਤੇ ਪਏ ਨੂੰਉਠਾ ਕੇ ਦੇ ਦਿੱਤੀ। ਪਿੱਟ ਸਿਆਪਾ ਕਰਨ ਲੱਗੀ, ਅਸੀਂ ਲੁੱਟੇ ਪੁੱਟੇ ਗਏ, ਵੇ ਲੋਕੋ। ਦਿਨ ਚੜ੍ਹੇ ਦਲੇਰ ਸਿੰਘ ਖ਼ਬਰ ਲੈਣ ਆਇਆ। ਹੋਰ ਭਾਈਚਾਰੇ ਅਤੇ ਪਿੰਡ ਦੇ ਲੋਕ ਇਕੱਠੇ ਹੋ ਗਏ, ਠਾਣੇ ਚੋਰੀ ਦੀ ਰਪਟ ਦਿੱਤੀ ਗਈ। ਕੁਠਾਲੇ ਵਾਲਿਆਂ, ਦਲੇਰ ਸਿੰਘ ਰਾਹੀਂ ਠਾਣੇਦਾਰ ਪਹਿਲਾਂ ਹੀ ਗੰਢ ਲਿਆ, ਉਸ ਨੂੰ ਦਿੱਤੀ ਜਾਣ ਵਾਲੀ ਰਕਮ ਵਿਚੋਂ ਅੱਧੀ ਦਲੇਰ ਸਿੰਘ ਨੇ ਰੱਖ ਲਈ। ਠਾਣੇਦਾਰ ਨੇ ਇਲਾਕੇ ਦੇ ਤਿੰਨ ਚਾਰ

ਬਦਮਾਸ਼ਾਂ ਨੂੰ ਖਾਨਾਪੂਰਤੀ ਕਰਨ ਲਈ, ਠਾਣੇ ਬਹਾਈ ਰੱਖਿਆ, ਅਸਲੀ ਚੋਰਾਂ ਨੂੰ ਉਂਗਲ ਵੀ ਨਹੀਂ ਲਾਈ।

ਬਘੇਲ ਸਿੰਘ ਨੂੰ ਧੜਵਾਈ ਦਾ ਕਰਜ਼ਾ ਸਤਾਉਣ ਲੱਗਿਆ, ਘਰ ਦਾ ਮਾਲ ਲੁੱਟਿਆ ਗਿਆ ਸੀ, ਬਟਾਈ ਫੇਰ ਬੰਦ ਹੋ ਗਈ, ਫਸਲ ਤੇ ਗੜ੍ਹੇ ਪੈ ਗਏ। ਧੂਰੀ ਮੁਕੱਦਮੇ ਅੱਡ ਚਲਦੇ ਸਨ, ਦਿਨੋਂ ਦਿਨ ਕਰਜ਼ੇ ਦੀ ਪੰਡ ਭਾਰੀ ਹੁੰਦੀ ਜਾਂਦੀ ਸੀ। ਇਕ ਦਿਨ ਦੁਪਹਿਰ ਬਾਅਦ ਉਹ ਧੂਰੀ ਤੋਂ ਪੇਸ਼ੀ ਭੁਗਤ ਕੇ ਮੁੜਿਆ। ਘਰ ਪਹੁੰਚਣ ਸਾਰ ਸੀਨੇ ਵਿਚ ਤਿੱਖਾਂ ਦਰਦ ਉੱਠਿਆ। ਠੰਢ ਹੋਣ ਦੇ ਬਾਵਜੂਦ, ਉਸ ਦੇ ਕੱਪੜੇ ਪਸੀਨੇ ਨਾਲ ਗੱਚ ਹੋ ਗਏ। ਸੰਤ ਆਏ, ਓਹੜ-ਪੋਹੜ ਕੀਤਾ, ਪੇਟ ਤੇ ਗਰਮ ਪਾਣੀ ਦੀ ਬੋਤਲ ਫੇਰੀ, ਉਹ ਦਰਦ ਨਾਲ ਕਰਾਹ ਰਿਹਾ ਸੀ। ਇਕ ਘੰਟੇ ਬਾਅਦ, ਉਸ ਦੇ ਸਵਾਸ ਪੂਰੇ ਹੋ ਗਏ। ਹੁਣ ਉਹ ਅਹਿਲ ਪਿਆ ਸੀ। ਪ੍ਰੇਮ ਕੌਰ ਦੀ ਲੜਕੀ ਨਾਉਂ ਪੱਚੀ ਘੁਮਾ ਜ਼ਮੀਨ ਲਵਾਉਣ ਦੀ ਸਕੀਮ ਧਰੀ-ਧਰਾਈ ਰਹਿ ਗਈ। ਉਸੇ ਰਾਤ ਜਾਨੀ ਮਰਾਸੀ ਨੂੰ ਘੋੜੀ ਤੇ ਬੱਚਿਆਂ ਨੂੰ ਲੈਣ ਲਈ ਸਕਰੌਦੀ ਭੇਜਿਆ ਗਿਆ। ਭਾਈ ਇੰਦਰ ਸਿੰਘ ਦੇ ਪੁੱਛਣ ਤੇ ਜਾਨੀ ਨੇ ਦੱਸਿਆ ਹਲਟ ਫੇਲ੍ਹ ਹੋ ਗਿਆ।' ਉਸ ਸਾਲ ਬਲਜੀਤ ਦਸਵੀਂ ਅਤੇ ਹਰਜੀਤ ਅੱਠਵੀਂ ਵਿਚ ਪੜ੍ਹਦਾ ਸੀ, ਦਾਹੜੀ ਮੁੱਛਾਂ ਫੁੱਟਣ ਲੱਗੀਆਂ ਸਨ।

ਅਗਲੇ ਦਿਨ, ਦੁਪਹਿਰ ਨੂੰ ਭਾਈ ਇੰਦਰ ਸਿੰਘ ਨਾਲ ਉਹ ਨਵੇਂ ਪਿੰਡ ਪਹੁੰਚ ਗਏ। ਅੰਦਰਲੇ ਘਰੋਂ, ਵੈਣ ਪਾਉਣ ਦੀਆਂ ਆਵਾਜ਼ਾਂ ਆ ਰਹੀਆਂ ਸਨ। ਪਿੰਡ ਅਤੇ ਪਪੇਹੇ ਦੇ ਲੋਕ, ਬਾਰਹਲੇ ਘਰ ਪੱਟੀਆਂ ਦੋਲਿਆਂ ਤੇ ਬੈਠੇ ਸਨ। ਤੀਜੇ ਪਹਿਰ ਸਸਕਾਰ ਹੋਇਆ, ਬਲਜੀਤ ਅਤੇ ਹਰਜੀਤ ਨੇ ਚਿਤਾ ਨੂੰ ਅੱਗ ਦਿਖਾਈ, ਦੋ ਤਿੰਨ ਘੰਟੇ ਵਿਚ ਜਿਉਂਦਾ ਜਾਗਦਾ ਬੰਦਾ, ਸੁਆਹ ਦੀ ਢੇਰੀ ਬਣ ਗਿਆ। ਭੋਗ ਤੋਂ ਤਿੰਨ ਚਾਰ ਦਿਨ ਬਾਅਦ, ਕੁਠਾਲੇ ਵਾਲੇ, ਮਾਂ ਅਤੇ ਧੀ ਨੂੰ ਲੈਣ ਆ ਗਏ, ਹੁਣ ਉਨ੍ਹਾਂ ਦਾ ਇੱਥੇ ਕੌਣ ਸੀ? ਦਲੇਰ ਸਿੰਘ ਨੇ ਪਹਿਲਾਂ ਹੀ ਸਾਰੀ ਸਕੀਮ ਬਣਾਈ ਹੋਈ ਸੀ, ਪਟਵਾਰੀ ਨਾਲ ਮਿਲਕੇ, ਉਸ ਨੇ ਚੂੰਡੇ-ਵੰਡ ਅਨੁਸਾਰ, ਤੀਜੇ ਹਿੱਸੇ ਦੀ ਜ਼ਮੀਨ, ਪ੍ਰੇਮ ਕੌਰ ਨੂੰ ਮਿਲਣ ਦਾ ਇੰਤਕਾਲ ਦਰਜ ਕਰਵਾ ਦਿੱਤਾ। ਭਾਈ ਇੰਦਰ ਸਿੰਘ ਨੂੰ ਜ਼ੈਲਦਾਰ ਨੇ ਅੰਦਰਲੀ ਗੱਲ ਦੱਸ ਦਿੱਤੀ। ਧੂਰੀ ਦਾ ਤਹਿਸੀਲਦਾਰ, ਬਸੀਰ ਅਹਿਮਦ, ਕਾਕੜੇ ਦਾ ਰਹਿਣ ਵਾਲਾ ਸੀ, ਸਕਰੌਦੀ ਉਸਦੇ ਖ਼ਾਨਦਾਨ ਦੀ ਆਉਣ ਜਾਣ ਸੀ। ਭਾਈ ਇੰਦਰ ਸਿੰਘ ਨੇ ਤਹਿਸੀਲਦਾਰ ਨੂੰ ਸਾਰੀ ਗੱਲ ਦੱਸੀ। ਇਸ ਖ਼ਾਨਦਾਨ ਵਿਚ "ਚੂੰਡੇ ਵੰਡ" ਦਾ ਕੋਈ ਰਿਵਾਜ਼ ਜਾਂ ਰਵਾਇਤ ਨਹੀਂ ਸੀ। ਉਸ ਨੇ ਇੰਤਕਾਲ ਬਲਜੀਤ ਅਤੇ ਹਰਜੀਤ ਨਾਉਂ ਮਨਜ਼ੂਰ ਕਰ ਦਿੱਤਾ।

ਦਲੇਰ ਸਿੰਘ, ਤਰਕਸ਼ ਵਿਚ ਬਹੁਤ ਸਾਰੇ ਤੀਰ ਰਖਦਾ ਸੀ। ਕੁਠਾਲੇ ਵਾਲਿਆਂ ਨਾਲ ਮਿਲ ਕੇ, ਪ੍ਰੇਮ ਕੌਰ ਤੋਂ ਧੂਰੀ ਅਦਾਲਤ ਵਿਚ ਰਜ਼ੀਨੇ ਅਤੇ ਲੜਕੀ ਦੇ ਵਿਆਹ ਦੇ ਖ਼ਰਚੇ ਦਾ ਕੇਸ ਕਰਵਾ ਦਿੱਤਾ। ਉਹ ਗੁਜ਼ਾਰਾ ਕਰੇ ਤਾਂ ਕਿਵੇਂ ਕਰੇ? ਸਭ ਕੁਝ ਲੁੱਟ ਪੁੱਟ ਲੈਣ ਦੇ ਬਾਵਜੂਦ ਵੀ ਉਸ ਦੇ ਵਕੀਲ ਨੇ ਅਰਜ਼ੀ ਵਿਚ, ਉਸ ਪਾਸ ਫੁੱਟੀ ਕੌਡੀ ਨਾ ਹੋਣ ਦਾ ਦਾਅਵਾ ਕਰ ਦਿੱਤਾ। ਦੋਨੋਂ ਲੜਕੇ, ਨੌਂ ਸੌ ਬਿੱਘੇ ਦੇ ਮਾਲਕ ਸਨ। ਭਾਵੇਂ ਉਨ੍ਹਾਂ ਦੇ ਕਬਜ਼ੇ ਵਿਚ ਸਿਰਫ਼ ਚਾਰ ਸੌ ਬਿੱਘੇ ਹੀ ਸੀ,ਬਾਕੀ ਜ਼ਮੀਨ ਮੁਜ਼ਾਰਿਆਂ ਨੇ ਦੱਬੀ ਹੋਈ ਸੀ, ਨਾਂ ਉਹ ਬਟਾਈ ਦਿੰਦੇ ਸਨ, ਨਾ ਕਬਜ਼ਾ। ਘਰ ਪਹਿਲਾਂ ਹੀ ਕੁਲੰਜ਼ ਲਿਆ ਗਿਆ ਸੀ।

(13)

ਇਮਤਿਹਾਨ ਦੇਣ ਮਗਰੋਂ, ਦੋਨੋਂ ਭਾਈ ਪਿੰਡ ਆਏ। ਉਨ੍ਹਾਂ ਦਾ ਮਾਮਾ ਭਾਈ ਇੰਦਰ ਸਿੰਘ ਨਾਲ ਆਇਆ। ਤੀਜੇ ਪਹਿਰ, ਪੂਰਨ ਸਿੰਘ ਮਿਲਣ ਆਇਆ।

"ਸੁਣਾ ਪੂਰਨ ਸਿਆਂ ਕੀ ਹਾਲ ਹੈ ?"

"ਠੀਕ ਹੈ, ਸਰਦਾਰ ਜੀ, ਥੋਡੇ ਜਾਣ ਮਗਰੋਂ, ਮੈਂ ਅੱਜ ਆਇਆਂ ਜਿਉਂ ਕੁਠਾਲੇ ਵਾਲੀ ਸਰਦਾਰਨੀ ਆਈ ਹੈ।"

"ਕੀ ਕਰਦਾ ਹੁੰਨੈ ? ਬਾਲ ਬੱਚਾ ਕੀ ਕਰਦਾ ਹੈ ?"

"ਮੈਂ ਤਾਂ ਜੀ ਦਿਹਾੜੀ ਦੱਪਾ ਕਰਦਾਂ, ਵੱਡਾ ਮੁੰਡਾ ਜ਼ੈਲਦਾਰ ਕਿਆ ਨਾਲ ਸੀਰੀ ਰਲਿਆ ਹੋਇਆ, ਛੋਟਾ ਸਰਦਾਰ ਮਹਿੰਦਰ ਸਿੰਘ ਕਿਆਂ ਨਾਲ ਪਾਲ਼ੀ ਹੈ।"

"ਤੇਰੇ ਘਰਵਾਲੀ ਧੰਨ ਕੁਰ ਕੀ ਕਰਦੀ ਹੈ।"

"ਉਹੀ ਜੋ ਪੁਸ਼ਤਾਂ-ਪੀੜ੍ਹੀਆਂ ਤੋਂ ਕਰਦੇ ਹਾਂ, ਗੋਹਾ ਕੂੜਾ।"

"ਅੱਛਾ ਅੱਜ ਤੋਂ ਤੂੰ ਕੰਮ ਦੀ ਵਾਗਡੋਰ ਸਾਂਭ।"

"ਸਰਦਾਰ ਜੀ, ਮੈਨੂੰ ਕੋਈ ਨਨਕਾਰ ਨਹੀਂ, ਤਿੰਨ ਪੀਹੜੀਆਂ ਤੋਂ ਅਸੀਂ ਥੋਡੇ ਘਰ ਦਾ ਨੂਣ ਪਾਣੀ ਖਾਧੈ, ਹੁਣ ਤੁਸੀਂ ਵੱਡੇ ਕਾਕੇ ਦਾ ਵਿਆਹ ਕਰ ਲਵੋ, ਕੋਈ ਸਿਆਣੀ ਲੜਕੀ ਦੇਖ ਕੇ।"

"ਹਾਂ ਦੇਖਦੇ ਹਾਂ,ਹੁਣ ਤਾਂ ਕਰਨਾਂ ਹੀ ਪਊ, ਘਰਬਾਰ ਸਾਂਭਣ ਵਾਲੀ ਵੀ ਕੋਈ ਚਾਹੀਦੀ ਹੈ।" ਭਾਈ ਇੰਦਰ ਸਿੰਘ ਨੇ ਰੱਬ ਲਗਦੀ ਗੱਲ ਕੀਤੀ।

"ਬੇਬੇ ਜੀ ਦੇ ਮੁਕਣ ਮਗਰੋਂ, ਘਰ ਬਾਰ ਤਾਂ ਲੁੱਟਿਆ ਪੁੱਟਿਆ ਗਿਆ, ਚੰਗੇ ਪਲੰਘ ਤੇ ਪੀਹੜੀਆਂ ਵੀ ਲੈ ਗਏ, ਅੰਦਰੋਂ ਉਂਗਲ ਸਾਰੀ ਠਾਣੇਦਾਰ ਸਰਦਾਰ ਦੀ ਸੀ।"

"ਕੋਈ ਨਾ ਪੂਰ ਨਾ, ਜਿਸ ਕਾ ਪਾਪ ਉਸੀ ਕਾ ਬਾਪ।"

"ਬਾਹਲੀ ਨੀਤ ਦੇ ਮਾੜੇ ਨੇ, ਇਉਂ ਤਾਂ ਕੋਈ ਗਰੀਬ ਤੋਂ ਗਰੀਬ ਵੀ ਨਹੀਂ ਕਰਦਾ, ਨਾਲੇ ਸਭ ਕੁੱਸ ਲੈ ਗਏ, ਨਾਲੇ ਖਰਚੇ ਦਾ ਦਾਵਾ ਕਰ ਤਾ।" ਪੂਰਨ ਨੂੰ ਅੰਦਰਲੀ ਗਲ ਦਾ ਪਤਾ ਸੀ।

"ਕੋਈ ਨਹੀਂ ਪੂਰਨ ਸਿਆਂ ਤੰਦਰੁਸਤੀ ਚਾਹੀਦੀ ਹੈ, ਸਮਾਨ ਸੌਹਰੇ ਦਾ ਕੀ ਹੈ ? ਨਵਾਂ ਬਣ ਜਾਏਗਾ, ਲੜਕਿਆਂਦੀ ਕਿਸਮਤ, ਲੜਕਿਆਂ ਨਾਲ ਹੈ, ਜੋ ਇਨ੍ਹਾਂ ਦੇ ਭਾਗਾਂ ਵਿਚ ਲਿਖਿਆ, ਉਸ ਨੂੰ ਕੋਈ ਮੇਟ ਨਹੀਂ ਸਕਦਾ। ਨਿਹਾਲੋ ਕੀ ਕਰਦੀ ਹੈ ?"

"ਬੇਬੇ ਦੇ ਮਰਨ ਮਗਰੋਂ, ਉਹਨੂੰ ਵੀ ਹਟਾ ਦਿੱਤਾ ਸੀ, ਅਖੇ ਘਰ ਦੀ ਗੱਲ ਬਾਹਰ ਕਰਦੀ ਹੈ।"

ਉਹ ਅੰਦਰਲੇ ਘਰ ਆਏ। ਟੁੱਟੇ ਮੰਜੇ, ਟੁੱਟੀਆਂ ਕੁਰਸੀਆਂ, ਪੀਹੜੀਆਂ ਨੇ ਉਨ੍ਹਾਂ ਦਾ ਸਵਾਗਤ ਕੀਤਾ। ਵੱਡੇ ਚੁਬਾਰੇ ਦੇ ਕੱਚੇ ਫਰਸ਼ ਦੇ ਥਾਂ-ਥਾਂ ਲਿਉੜ, ਉੱਠੇ ਹੋਏ ਸਨ, ਟਰੰਕ, ਸੰਦੂਕ ਖਾਲੀ ਪਏ ਸਨ, ਹਵੇਲੀ ਭਾ-ਭਾਂ ਕਰਦੀ ਸੀ। ਨੈਣ ਚੁੱਲ੍ਹੇ ਤੇ ਚਾਹ ਬਣਾ ਰਹੀ ਸੀ। ਸਵਾਤ ਵਿਚ ਪੁੱਟੇ ਟੋਏ ਉਵੇਂ ਪਏ ਸਨ, ਖਾਲੀ ਗਾਗਰਾਂ ਵੀ ਉਥੇ ਨਹੀਂ ਸੀ। ਮੂਧੇ ਪਏ, ਖਾਲੀ ਤੌੜਿਆਂ, ਟੁੱਟੇ ਟਰੰਕਾਂ ਨਾਲ ਪੜਛੱਤੀ ਭਰੀ ਪਈ ਸੀ।

ਉਹ ਕੁੜੀ ਕਿੱਥੇ ਗਈ - 61

ਚਾਹ ਪੀਣ ਮਗਰੋਂ, ਉਹ ਖੇਤ ਗੇੜਾ ਮਾਰਨ ਆਦੋਆਲ ਗਏ ਜਿੱਥੇ ਦੋ ਢਾਈ ਸੌ ਬਿੱਘੇ ਜ਼ਮੀਨ ਇਕੱਠੀ ਸੀ। ਅੱਧੇ ਖੇਤ ਬੰਜਰ ਪਏ ਸਨ, ਅੱਧਿਆਂ ਵਿਚ ਕਣਕ, ਛੋਲਿਆਂ, ਸਰ੍ਹੋਂ ਦਾ ਟਾਵਾਂ-ਟਾਵਾਂ ਬੂਟਾ ਖੜ੍ਹਾ ਸੀ।

"ਪੂਰਨ ਸਿਆਂ ਫਸਲ ਤਾਂ ਬਹੁਤ ਮਾੜੀ ਹੈ, ਇਹਨੇ ਕੀ ਝਾੜ ਦੇਣੈਂ ?"

"ਫ਼ਸਲ ਦੇ ਕੀ ਸਾਰੇ ਹੈ ਜੀ, ਅੱਧਾ ਬੀਅ ਤਾਂ ਹੱਟੀ-ਭੱਠੀ ਤੇ ਚਲਿਆ ਜਾਂਦੈ, ਖੇਤੀ ਖਸਮਾਂ ਸੇਤੀ ਹੈ ਜੀ।" ਇਹਨਾਂ ਹੀ ਖੇਤਾਂ ਵਿਚ ਝੋਟੇ ਦੇ ਸਿਰ ਵਰਗੀ ਫ਼ਸਲ ਹੁੰਦੀ ਸੀ। ਭੋਇ ਤਾਂ ਉਹੀ ਹੈ, ਕਰਨ ਵਾਲੇ ਜੇ ਬੇਈਮਾਨ ਹੋਣ....।" ਪੂਰਨ ਦੀ ਸੋਚ ਨੇ ਲੰਮਾ ਹੌਕਾ ਲਿਆ। "ਦੇਖੋ ਗਜ਼ਬ ਸਾਈਆਂ ਦਾ, ਚੰਗੇ ਬੌਲਦ, ਘੋੜੇ ਘੋੜੀਆਂ, ਲਵੇਰੀਆਂ ਵੀ ਲੈ ਗਏ, ਤੁਸੀਂ ਦੇਖਿਆ ਨਹੀਂ, ਤਬੇਲੇ ਵਿਚ ਦੋ ਮੌਲੇ ਬੌਲਦ, ਇਕ ਦਾਤੀ, ਸਿੰਗੀ ਬੁੜ੍ਹੀ ਮਹਿ ਖੜ੍ਹੀ ਹੈ।" ਖੇਤਾਂ ਵਿਚ ਫ਼ਸਲ ਬਹੁਤ ਮਾੜੀ ਸੀ, ਬੀਜ ਹੀ ਮਸਾਂ ਮੁੜ੍ਹਨਾ ਸੀ। ਕੀ ਦਾ ਕੀ ਹੋ ਗਿਆ ? ਭਾਈ ਇੰਦਰ ਸਿੰਘ ਸੋਚਦਾ ਰਿਹਾ, ਹਰ ਬੰਦੇ ਦੇ ਆਪਣੇ ਭਾਗ ਹੁੰਦੇ ਹਨ। ਕਿੰਨੀ ਰੌਣਕ ਹੁੰਦੀ ਸੀ, ਹਵੇਲੀ ਵਿਚ। ਬੁਖਾਰੀਆਂ, ਮਿੱਟੀ ਦੇ ਭੜੋਲੇ ਸਭ ਖਾਲੀ ਪਏ ਸਨ। ਸਭ ਕੁਝ ਸਿਫ਼ਰ ਤੋਂ ਸ਼ੁਰੂ ਕਰਨਾ ਸੀ।

ਐਰੋ ਐਰ ਹੋਈ ਤਾਂ ਉਹ ਘਰ ਮੁੜੇ। ਘਰਾਂ ਦੇ ਚੁਲ੍ਹਿਆਂ ਵਿਚੋਂ ਧੂੰਆਂ ਨਿਕਲ ਰਿਹਾ ਸੀ, ਬੀਹੀਆਂ ਵਿਚ ਧੂੜ ਉੱਡ ਰਹੀ ਸੀ। ਕਈ ਕੱਚੇ ਘਰ ਪੱਕੇ ਹੋ ਗਏ ਸਨ। ਉਨ੍ਹਾਂ ਦਾ ਘਰ ਪੱਕਾ ਸੀ, ਹਾਲਤ ਕੱਚਿਆਂ ਨਾਲੋਂ ਵੀ ਭੈੜੀ ਸੀ।

ਪਿਆਰਾ ਮੱਲ ਥੜਵਾਈ ਨੂੰ ਉਨ੍ਹਾਂ ਦੇ ਆਉਣ ਦਾ ਪਤਾ ਲੱਗ ਗਿਆ ਸੀ। ਬੁਕਲ ਵਿਚ ਚੁਪੱਤਾ ਦੇਈ, ਉਹ ਬੈਠਕ ਵਿਚ ਆਇਆ। ਚਿੱਟੀ ਐਨਕ ਵਿਚੋਂ ਉਸਦੀਆਂ ਬਿੱਲੀਆਂ ਅੱਖਾਂ ਝਾਕ ਰਹੀਆਂ ਸਨ। ਰਾਮ ਰਹੀਮ ਕਰਨ ਮਗਰੋਂ ਗੱਲ ਛੇੜੀ, "ਥੋਡੇ ਜਾਣ ਮਗਰੋਂ ਘਰ ਤਾਂ ਭੂੰਜੇ ਲਹਿ ਗਿਆ।" ਉਨ੍ਹਾਂ ਨੂੰ ਸਾਰੀ ਗੱਲ ਦਾ ਪਤਾ ਸੀ।

"ਸੇਠ ਜੀ, ਦੱਸੋ ਕਿਮੇਂ ਆਏ ਸੀ ?" ਭਾਈ ਇੰਦਰ ਸਿੰਘ ਨੇ ਸਿੱਧੀ ਗੱਲ ਕੀਤੀ।

"ਕੇਹੜੇ ਮੂੰਹ ਨਾਲ ਦੱਸਾਂ, ਸੱਪ ਦੇ ਮੂੰਹ ਵਿਚ ਕੋਹੜ ਕਿਰਲੀ ਵਾਲੀ ਗੱਲ ਹੈ।"

"ਫੇਰ ਵੀ।"

"ਸਰਦਾਰ ਨੇ, ਕੁੱਸ਼ ਰਕਮ ਫੜੀ ਸੀ, ਮੂਲ ਤਾਂ ਕੀ ਮੋੜਣਾਂ ਸੀ ? ਵਿਆਜ਼ ਵੀ ਨਹੀਂ ਮੋੜਿਆ, ਮੇਰੇ ਕੋਲ ਕਿਹੜਾ ਆਵਦੀ ਰਕਮ ਸੀ, ਮਸਾਂ ਫੜ-ਫੜਾ ਕੇ ਪੂਰੀ ਕੀਤੀ ਸੀ, ਹੁਣ ਉਹ ਮੇਰੇ ਕੰਨ ਖਾਂਦੇ ਹਨ। ਪੰਜ ਹਜ਼ਾਰ ਮੀਰਾਬ ਤੋਂ ਫੜਿਆ, ਪੰਜ ਹਜ਼ਾਰ ਮਹਿਤੇ ਕੇ ਲਾਣੇਦਾਰ ਤੋਂ, ਰੁਪਏ ਸੈਂਕੜੇ ਦਾ ਵਿਆਜ਼ ਹੈ।" ਉਸ ਨੇ ਚੁਪੱਤਾ ਖੋਲ੍ਹਿਆ।

"ਏਨੀ ਰਕਮ ਸਰਦਾਰ ਨੇ ਕੀ ਕਰਨੀਂ ਸੀ ?"

"ਐਸ.ਪੀ. ਸੈਹਬ ਦੀ ਲੜਕੀ ਦੇ ਵਿਆਹ ਨੂੰ ਛੱਕ ਭਰੀ ਸੀ, ਉਹ ਸਾਬੋ ਕੀ ਵਾਲੇ ਸਰਦਾਰਾਂ ਦੇ ਵਿਆਹੀ ਹੈ, ਥੋਨੂੰ ਪਤਾ ਈ ਹੋਣੈ ?"

"ਸਾਨੂੰ ਤਾਂ ਵਿਆਹ ਤੇ ਸੱਦਿਆ ਨਹੀਂ। ਪਰ ਲਾਲਾ ਜੀ ਛੱਕ ਤਾਂ ਦੋਨੋਂ ਭਾਈਆਂ ਨੇ ਮਿਲ ਕੇ ਭਰੀ ਹੋਊ।"

"ਕਾਹਨੂੰ ਜੀ ਵੱਡੇ ਸਰਦਾਰ ਨੇ ਤਾਂ ਦੁਆਨੀਂ ਨਹੀਂ ਲਾਈ, ਨਾ ਉਨ੍ਹਾਂ ਦਾ ਕੋਈ ਵਿਆਹ ਤੇ ਗਿਆ।"

"ਐਸ.ਪੀ. ਸਾਹਿਬ ਦੇ ਹੁੰਦਿਆਂ ਤਾਂ ਉਹ ਗੇੜੇ ਤੇ ਗੇੜਾ ਮਾਰਦੇ ਸੀ।"

"ਸਰਦਾਰ ਜੀ ਸਭ ਚੜ੍ਹਦੇ ਸੂਰਜ ਨੂੰ ਸਲਾਮਾਂ ਹਨ। ਛਿਪਦੇ ਸੂਰਜ ਨੂੰ ਕੌਣ ਮੱਥਾ ਟੇਕਦਾ ਹੈ ? ਕਿ ਟੇਕਦਾ ਕੋਈ ? ਐਸ.ਪੀ. ਸਾਹਿਬ ਨੇ ਦਲੇਰ ਸਿੰਘ ਨੂੰ ਜਦ ਉਹ ਠਾਣੇਦਾਰ ਹੁੰਦਾ ਸੀ, ਕਿੰਨੇ ਕੇਸਾਂ ਵਿਚੋਂ ਕਢਵਾਇਆ ਸੀ।"

"ਸੱਚੀ ਸੁਣਦੇ ਹੋ, ਗਹਾਂ ਤਾਂ ਗਲ ਨਾ ਕਰਿਓ, ਸਰਦਾਰ ਬਘੇਲ ਸਿੰਘ ਦਾ ਘਰ ਵੀ ਉਹਨੇ ਹੀ ਪੱਟਿਆ, ਆਪੇ ਲਾਉਂਦੇ ਨੇ, ਆਪ ਬੁਝਾਉਂਦੇ ਨੇ, ਉਹਦੇ ਅੱਖਾਂ ਮੀਚਣ ਦੀ ਦੇਰ ਹੈ, ਮੁੰਡੇ ਦੇਖਿਓ ਕੀ ਗੁਲ ਖਿਡਾਉਂਦੇ ਨੇ, ਦੋਨੋਂ ਈ ਸ਼ਰਾਬੀ ਕਬਾਬੀ ਨੇ, ਸਾਰੇ ਮੰਦੇ ਚੰਗੇ ਕੰਮ ਕਰਦੇ ਨੇ।"

"ਜੋ ਕਰੇਗਾ, ਸੋ ਭਰੇਗਾ। ਦੱਸੋ, ਥੋਡੇ ਕਿੰਨੇ ਪੈਸੇ ਬਣਦੇ ਹਨ।"

"ਦੱਸ ਹਜ਼ਾਰ ਅਸਲ ਹੈ,ਚਾਰ ਹਜ਼ਾਰ ਵਿਆਜ਼ ਦਾ ਹੈ।"

"ਐਤਕੀਂ ਤਾਂ ਲਾਲਾ ਜੀ ਹਾੜੀ ਦੀ ਫ਼ਸਲ ਬਹੁਤ ਮਾੜੀ ਹੈ। ਸੌਣੀ ਵਿਚ ਦੇਖਾਂਗੇ। ਤੁਸੀਂ ਫ਼ਿਕਰ ਨਾ ਕਰੋ, ਦੇਣਾ ਲੈਣਾ ਤਾਂ ਚੰਦ ਸੂਰਜ ਨੇ ਵੀ ਹੈ।" ਇਸ ਘਰ ਦੀ ਹਾਲਤ ਦਾ ਥੋਨੂੰ ਪਤਾ ਹੀ ਹੈ, ਬਟਾਈ ਊਂ ਬੰਦ ਹੈ। ਦੋਨੋਂ ਕਾਕੇ ਪੜ੍ਹਣ ਨੂੰ ਬਹੁਤ ਹੁਸ਼ਿਆਰ ਨੇ ਫਸਟ-ਡਵੀਜ਼ਨ ਲੈਂਦੇ ਨੇ, ਹੁਣ ਵੱਡੇ ਨੂੰ ਹਟਾਕੇ ਘਰ ਕੇ ਕੰਮ ਵਿਚ ਲਾਉਣਾ ਪਊ।"

"ਸਰਦਾਰ ਜੀ, ਜੇ ਬੁਰਾ ਨਾ ਮੰਨੋ, ਕਾਕਿਆਂ ਤੋਂ ਨਾਮੇ ਤੇ ਠੁੰਗ ਮਰਵਾ ਦਿਉ। ਮੇਰਾ ਦਿਲ ਖੜ੍ਹ ਜਾਊ...।"

"ਜੇ ਤੈਨੂੰ ਮੇਰੀ ਗੱਲ ਤੇ ਵਿਸ਼ਵਾਸ ਨਹੀਂ, ਮੈਂ ਗੁਰੂ ਦਾ ਸਿੱਖ ਹਾਂ, ਫੇਰ ਕਚਹਿਰੀ ਵਿਚ ਦਾਅਵਾ ਕਰ ਦੇ ਬੱਚੇ ਅਜੇ ਨਾਬਾਲਗ ਹਨ, ਜੋ ਕਚਹਿਰੀ ਫ਼ੈਸਲਾ ਕਰੇਗੀ, ਦੇਖੀ ਜਾਊ...।" ਭਾਈ ਇੰਦਰ ਸਿੰਘ ਦੀਆਂ ਗੁੱਸੇ ਨਾਲ ਭਵਾਂ ਤਣ ਗਈਆਂ, ਅੱਖਾਂ ਲਾਲ ਹੋ ਗਈਆਂ।

"ਚਲੋ ਜਿਵੇਂ ਤੁਸੀਂ ਕਹਿੰਦੇ ਹੋ, ਮੈਨੂੰ ਥੋਡੀ ਜ਼ਬਾਨ ਤੇ ਰੱਬ ਵਰਗਾ ਵਿਸ਼ਵਾਸ ਹੈ। ਮੈਂ ਚੱਲਦਾ...।" ਨਿੰਮੋਝੂਣਾ ਹੋ ਕੇ, ਉਹ ਬੈਠਕ ਵਿਚੋਂ ਬਾਹਰ ਨਿਕਲਿਆ। ਹਨੇਰਾ ਪਸਰ ਗਿਆ ਸੀ, ਕੁੱਤੇ ਭੌਂਕ ਰਹੇ ਸਨ, ਦੱਖਣ ਵੱਲੋਂ ਕਾਲਾ ਸ਼ਾਹ ਬੱਦਲ ਚੜ੍ਹ ਆਇਆ ਸੀ।

ਸਕਰੌਦੀ ਤੋਂ ਢਾਈ ਤਿੰਨ ਕੋਹ ਤੇ ਛਿਪਦੇ ਵੱਲ, ਹਰਕਿਸ਼ਨਪੁਰਾ ਨਾਉਂ ਦਾ ਪਿੰਡ ਹੈ। ਇਸ ਪਿੰਡ ਦੇ ਦੁਆਲੇ ਸੰਘਣਾ ਜੰਗਲ ਸੀ, ਅੱਧੀ ਜ਼ਮੀਨ ਵਹਿਕ ਸੀ, ਅੱਧੀ ਬੰਜਰ। ਪਿੰਡ ਤੋਂ ਕੋਹ ਦੇ ਫਰਕ ਨਾਲ, ਚੋਆ ਵਗਦਾ ਸੀ। ਜਦੋਂ ਸਾਉਣ-ਭਾਦੋਂ ਵਿਚ ਚੋਆਂ ਚੜ੍ਹਦਾ, ਜਲਾਣ ਦਾ ਰਾਹ ਬੰਦ ਹੋ ਜਾਂਦਾ। ਉਥੇ ਹੀ ਵੱਡੀ ਢੱਕੀ ਵਿਚ, ਕਿਸੇ ਫਕੀਰ ਦੀ ਕਬਰ ਬਣੀ ਹੋਈ ਸੀ, ਜਿਥੇ ਸੱਜਰ ਸੂਈਆਂ ਮੱਝਾਂ ਦਾ ਦੁੱਧ ਚੜ੍ਹਦਾ ਸੀ। ਇਸ ਪਿੰਡ ਦਾ ਜਿਉਣ ਸਿੰਘ ਲਾਣੇਦਾਰ, ਤੀਜੇ ਹਿੱਸੇ ਦਾ ਮਾਲਕ ਸੀ, ਨੰਬਰਦਾਰ ਵੀ ਉਹੀ ਸੀ। ਉਸਦੇ ਚਾਰ ਲੜਕੇ ਅਤੇ ਇਕ ਧੀ ਸੀ। ਉਹ ਖੇਤੀ ਦੇ ਨਾਲ, ਹਿਕਮਤ ਦਾ ਕੰਮ ਵੀ ਕਰਦਾ ਸੀ। ਭਾਈ ਇੰਦਰ ਸਿੰਘ ਨਾਲ ਉਸ ਦਾ ਚੰਗਾ ਸਹਿਚਾਰ ਸੀ। ਘਰਦਿਆਂ ਵਾਂਗ ਜਾਣ ਆਉਣ ਸੀ। ਵਿਆਹਾਂ, ਸ਼ਾਦੀਆਂ, ਦੁੱਖ ਸੁੱਖ ਵਿਚ ਮਿਲਦੇ ਵਰਤਦੇ ਸਨ। ਉਸ ਦੀ ਲੜਕੀ, ਬਲਦੇਵ ਕੌਰ, ਬਲਜੀਤ ਦੇ ਹਾਣ ਦੀ ਸੀ। ਭਾਈ ਇੰਦਰ ਸਿੰਘ ਨੇ ਸੋਚਿਆ, ਜੇ ਉਸ ਲੜਕੀ ਦਾ ਰਿਸ਼ਤਾ, ਬਲਜੀਤ ਨਾਲ ਹੋ ਜਾਵੇ, ਤਾਂ ਸੋਨੇ ਤੇ ਸੁਹਾਗੇ ਵਾਲੀ ਗੱਲ ਹੈ। ਉਹ ਖੇਤੀ ਦੇ ਕੰਮ ਅਤੇ ਜ਼ਮੀਨ ਦੀ ਸਾਂਭ ਸੰਭਾਲ ਲਈ ਕੰਮ ਆਉਣ ਵਾਲੇ ਬੰਦੇ ਸਨ। ਮੁੰਡਾ

ਉਹਨਾਂ ਦੇਖਿਆ ਹੋਇਆ ਸੀ, ਲੜਕੀ ਭਾਈ ਇੰਦਰ ਸਿੰਘ ਨੇ ਦੇਖੀ ਹੋਈ ਸੀ, ਸੋਹਣੀ ਸੁਨੱਖੀ ਅਤੇ ਸਚਿਆਰੀ, ਕੱਤਣ-ਤੁੰਬਣ, ਦਰੀਆਂ ਖੇਸ ਬੁਣਨ ਤੋਂ ਲੈ ਕੇ, ਸਾਰੇ ਕੰਮ ਜਾਣਦੀ ਸੀ, ਉਸ ਨੂੰ ਸਾਰਾ ਵੇਰਵਾ ਲਿਖ ਦਿੱਤਾ। ਲੜਕਾ ਉਸਦਾ ਦੇਖਿਆ ਪਰਖਿਆ ਹੋਇਆ ਸੀ, ਸੋਹਣਾ ਸੁਨੱਖਾ ਅਤੇ ਹਾਣ-ਪਰਵਾਣ, ਪੜ੍ਹਿਆ-ਲਿਖਿਆ ਪੁਰਾਣੇ ਬਿਸਵੇਦਾਰ ਸਨ, ਜ਼ਮੀਨ ਵੀ ਚਾਰ ਸਿਆੜ ਸਨ। ਘਰ ਵਿਚ ਹੋਰ ਕਿਸੇ ਦਾ ਲਾਗਾ ਦੇਗਾ ਨਹੀਂ ਸੀ। ਖ਼ਤ ਮਿਲਦਿਆਂ ਹੀ ਜਿਉਣ ਸਿੰਘ ਲਾਣਦੇਾਰ ਘੋੜੇ ਤੇ ਪਿੰਡ ਆਇਆ। ਭਾਈ ਇੰਦਰ ਸਿੰਘ ਬੈਠਕ ਵਿਚ ਆਰਾਮ ਕਰ ਰਿਹਾ ਸੀ, ਲਾਣੇਦਾਰ ਨੂੰ ਦੇਖ ਕੇ, ਉਸਨੂੰ ਚਾਅ ਚੜ੍ਹ ਗਿਆ। ਅੰਦਰਲੇ ਘਰੋਂ ਪਹਿਲਾ ਚਾਹ ਮਗਰੋਂ ਨਿਹਾਲੋ ਰੋਟੀ ਦੇ ਗਈ। ਦੋਨੋਂ ਭਾਈ ਖੇਤੋਂ ਮੁੜ ਆਏ। ਸਤਿ ਸ੍ਰੀ ਅਕਾਲ ਬੁਲਾਉਣ ਮਗਰੋਂ ਉਹ ਉਥੇ ਹੀ ਬੈਠ ਗਏ, ਲਾਣੇਦਾਰ ਨੇ, ਦੋਨਾਂ ਦਾ ਸਿਰ ਪਲੋਸਿਆ।

"ਕਾਕਾ ਥੋਡਾ ਨਤੀਜਾ ਆ ਗਿਆ ?"

"ਨਹੀਂ ਜੇ ਅਜੇ ਆਇਆ ਨਹੀਂ।"

"ਦੋਨੋਂ ਪਹਿਲੇ ਨੰਬਰ ਤੇ ਪਾਸ ਹੋਣਗੇ।" ਭਾਈ ਇੰਦਰ ਸਿੰਘ ਨੇ ਦੱਸਿਆ।

"ਬਹੁਤ ਚੰਗੀ ਗੱਲ ਹੈ।"

"ਅੱਗੇ ਕੀ ਵਿਚਾਰ ਹੈ ?"

"ਵੱਡਾ ਘਰਦਾ ਕੰਮ ਸਾਂਭੂ, ਛੋਟੇ ਨੂੰ ਭੜਾਮਾਂਗੇ।" ਭਾਈ ਇੰਦਰ ਸਿੰਘ ਨੇ ਦੱਸਿਆ।

"ਆਵਦਾ ਕੰਮ ਕਿਹੜਾ ਮਾੜਾ ਹੈ, ਮੇਰੇ ਚਾਰੇ ਲੜਕੇ ਅੱਵਲ ਨੰਬਰ ਦੀ ਖੇਤੀ ਕਰਦੇ ਹਨ।"

"ਕਾਕਿਆਂ ਕੋਲ ਜ਼ਮੀਨ ਕਿੰਨੀ ਕੁ ਹੈ ?"

"ਚਾਰ ਸੌ ਬਿਘੇ ਆਵਦੇ ਕਬਜ਼ੇ ਹੇਠ ਹੈ, ਪੰਜ ਸੌ ਬਿੱਘੇ ਮੁਜਾਰਿਆਂ ਨੇ ਦੱਬੀ ਹੋਈ ਹੈ।"

"ਫੇਰ ਵੀ ਸੌ ਘੁਮਾਂ ਹੋ ਗਈ, ਪੰਜਾਹ ਪੰਜਾਹ ਘੁਮਾ ਬਥੇਰੀ ਹੈ। ਕੱਸੀ ਲਗਦੀ ਹੈ ?"

"ਹਾਂ ਜੀ ਤਿੰਨ ਹਿੱਸੇ ਵਿਚ ਪਾਣੀ ਲਗਦੈ, ਚੌਥਾ ਹਿੱਸਾ ਬਰਾਨੀ ਹੈ।" ਸ਼ਾਮ ਹੋਈ ਤੋਂ ਉਹ ਲੇਹੀ ਵਾਲੇ ਖ਼ੂਹ ਤੇ ਚਲੇ ਗਏ, ਜਿਥੇ ਹਲਟ ਚਲਦਾ ਸੀ। ਖਾਲੀ ਖੇਤਾਂ ਦੀ ਰੌਣੀ ਹੋ ਰਹੀ, ਕਪਾਹ ਬੀਜਣ ਲਈ।

"ਫ਼ਸਲ ਬਹੁਤ ਮਾੜੀ ਹੈ, ਤੀਲਾ ਤੀਲਾ ਕਣਕ ਦਾ, ਕੀ ਨਿਕਲੂ ... ?

"ਭਾਈ ਸਾਅ੍ਹਬ, ਖੇਤੀ ਖਸਮਾਂ ਸੇਤੀ, ਸਰਦਾਰ ਦਿਨ ਰਾਤ ਡੱਕਿਆ ਰਹਿੰਦਾ ਸੀ, ਕਾਕੇ ਪੜ੍ਹਦੇ ਸੀ। ਦੇਖ ਰੇਖ ਕੌਣ ਕਰੇ ?"

"ਕੋਈ ਨਾ ਹੁਣ ਤੁਸੀਂ, ਫ਼ਿਕਰ ਨਾ ਕਰੋ, ਦੇਖ ਰੇਖ ਕਰਨ ਵਾਲੇ ਆ ਗਏ। ਭਾਈ ਇੰਦਰ ਸਿੰਘ ਗਲ ਪੱਕੀ ਹੁੰਦੀ ਦੇਖ, ਅੰਦਰੋਂ ਬਹੁਤ ਖ਼ੁਸ਼ ਸੀ।

ਅਗਲੇ ਦਿਨ, ਸਵੇਰੇ, ਨਰਾਤਾ ਨਾਈ, ਭਾਈਚਾਰੇ ਵਿਚ ਸੱਦਾ ਦੇ ਆਇਆ, ਦਸ ਵਜੇ ਕਾਕੇ ਦੀ ਰੋਕ ਰਕਾਈ ਹੋਣੀ ਸੀ। ਚੁਬਾਰੇ ਵਿਚ ਚੌਕੀ ਰੱਖਕੇ, ਉਪਰ ਚਿੱਟੀ ਚਾਦਰ ਵਿਛਾ ਦਿੱਤੀ। ਵੱਡੇ ਚੁਬਾਰੇ ਵਿਚ ਫਰਸ਼ ਤੇ ਦਰੀਆਂ ਉਪਰ ਚਿੱਟੀਆਂ ਚਾਦਰਾਂ ਵਿੱਛ ਗਈਆਂ। ਇਕ ਥਾਲੀ ਵਿਚ ਗੁੜ ਦੀਆਂ ਰੋੜੀਆਂ ਪਾਈਆਂ ਹੋਈਆਂ ਸਨ, ਨਾਲ

ਕੌਲੀ ਵਿਚ ਟਿੱਕਾ ਕਰਨ ਲਈ ਸੰਧੂਰ ਪਿਆ ਸੀ। ਦਲੇਰ ਸਿੰਘ ਨੂੰ ਛੱਡ ਕੇ, ਸਾਰਾ ਭਾਈਚਾਰਾ ਆ ਗਿਆ ਸੀ। ਲਾਣੇਦਾਰ ਨੇ ਮੱਥੇ ਤੇ ਸੰਧੂਰ ਦਾ ਟਿੱਕਾ ਲਾਉਣ ਮਗਰੋਂ, ਮਲਕਾ ਵਾਲੇ ਪੰਜ ਰੁਪੈਈਆਂ ਨਾਲ ਰੋਕ ਕੀਤੀ, ਗੁੜ ਨਾਲ ਮੂੰਹ ਜੁਠਾਲਿਆ। ਪਿਆਰਾ ਮੱਲ ਨੇ ਘਰ ਦੀ ਵੱਡੀ ਬਹੀ ਤੇ ਸੰਧੂਰ ਦਾ ਟਿੱਕਾ ਲਾਉਣ ਮਗਰੋਂ, ਲੰਡੇ ਅੱਖਰਾਂ ਵਿਚ ਸ਼ਗਨ ਦਾ ਵੇਰਵਾ ਲਿਖ ਦਿੱਤਾ। ਭਾਈਚਾਰੇ ਵਾਲਿਆਂ ਇਕ ਇਕ ਰੁਪਿਆ ਪਾਇਆ ਸੀ। ਚਾਹ ਪੀਣ ਮਗਰੋਂ ਸਾਰੇ ਚਲੇ ਗਏ। ਲਾਗੀ ਦੁੱਭ ਲੈ ਆਏ, ਵਿਤ ਅਨੁਸਾਰ ਉਨ੍ਹਾਂ ਨੂੰ ਲਾਗ ਦਿੱਤਾ ਗਿਆ।

"ਵਿਆਹ ਕਦੋਂ ਲੈਣਾ ਹੈ?" ਤੁਰਨ ਤੋਂ ਪਹਿਲਾਂ ਲਾਣੇਦਾਰ ਨੇ ਪੁੱਛਿਆ।

"ਜਦੋਂ ਤੁਸੀਂ ਕਹੋ ਅਸੀਂ ਤਾਂ ਤਿਆਰ ਹਾਂ।"

"ਹਾੜੀ ਖੇਤਾਂ ਵਿਚ ਖੜ੍ਹੀ ਹੈ, ਅਗਲੇ ਮਹੀਨੇ ਚੜ੍ਹਦੇ ਜੇਠ ਜਦੋਂ ਮਰਜ਼ੀ ਰੱਖ ਲਵੋ। ਬਰਾਤ ਕਿੰਨੀ ਕੁ ਲਿਆਮੋ ਗੇ।"

"ਅਸੀਂ ਬਹੁਤਾ ਕੱਠ ਬੱਠ ਨਹੀਂ ਕਰਨਾ, ਖਾਸ ਰਿਸ਼ਤੇਦਾਰਾਂ ਨੂੰ ਹੀ ਸਦਾਂਗੇ। ਨਾ ਹੀ ਸਾਡੀ ਕੋਈ ਮੰਗ ਹੈ।"

"ਹੁਣ ਦਸ ਦਿਉ, ਫੇਰ ਮੌਕੇ ਤੇ ਨਾਂ ਕਹਿ ਦਿਉ।"

"ਤੁਸੀਂ ਆਵਦੀ ਮਰਜ਼ੀ ਨਾਲ, ਜੋ ਮਰਜ਼ੀ ਆਪਣੀ ਲੜਕੀ ਨੂੰ ਦਿਉ, ਸਾਡੀ ਕੋਈ ਮੰਗ ਨਹੀਂ।"

"ਓਹ ਤਾਂ ਅਸੀਂ ਆਪਣੀ ਵਿਤ ਅਨੁਸਾਰ ਕਰਨਾ ਹੀ ਹੈ।"

ਜੇਠ ਦੀ ਪੂਰਨਮਾਸ਼ੀ ਵਾਲੇ ਦਿਨ ਵਿਆਹ ਹੋ ਗਿਆ, ਨਾਨਕਿਆਂ ਵੱਲੋਂ ਬਲਜੀਤ ਦੀਆਂ ਮਾਮੀਆਂ ਤੇ ਉਨ੍ਹਾਂ ਦੇ ਪਰਿਵਾਰ ਆਏ। ਪਟਿਆਲੇ ਤੋਂ ਵੱਡੀ ਭੂਆ ਜੀ ਅਤੇ ਬੀਰ ਸਿੰਘ ਆ ਗਏ। ਐਸ.ਪੀ. ਸਾਹਿਬ ਅਧਰੰਗ ਹੋਣ ਕਰਕੇ ਨਹੀਂ ਆਏ, ਨਾ ਹੀ ਉਨ੍ਹਾਂ ਦੀ ਤਲਵੰਡੀ ਸਾਬੋ ਵਾਲੀ ਭੂਆ ਹਰਬੰਸ ਕੌਰ ਆਈ। ਦਲੇਰ ਸਿੰਘ, ਜੰਨ ਨਹੀਂ ਚੜ੍ਹਿਆ, ਬਾਕੀ ਸਾਰਾ ਭਾਈਚਾਰਾ ਚਲਾ ਗਿਆ। ਭਾਈ ਦਾ ਉਜੜਿਆਂ ਘਰ ਵਸਦਾ ਦੇਖ, ਉਸਦੇ ਅਤੇ ਉਸਦੀ ਘਰ ਵਾਲੀ ਦੇ ਪਿੱਸੂ ਪੈ ਗਏ, ਸਤੀਂ ਕੱਪੜੀਂ ਅੱਗ ਲੈਂਗ ਗਈ।

(14)

ਬਲਦੇਵ ਕੌਰ ਨੇ ਘਰ ਦੀ ਹਾਲਤ ਦੇਖੀ, ਟੁੱਟੇ ਮੰਜੇ, ਟੁੱਟੀਆਂ ਪੀੜ੍ਹੀਆਂ, ਖਾਲੀ ਟਰੰਕ, ਸੰਦੂਕ ਟੁੱਟੇ ਚਰਖੇ, ਪੜਛੱਤੀ ਤੇ ਪਏ ਦੇਖੇ। ਫਰਸ਼ ਅਤੇ ਛੱਤਾਂ ਤੇ ਕਿਸ ਨੇ ਤਲੀ ਨਹੀਂ ਫੇਰੀ, ਪਰੋਲਾ ਤਾਂ ਫੇਰਨਾ ਹੀ ਕੀ ਸੀ? ਬਾਹਰਲੇ ਘਰ ਟੁੱਟਿਆ ਮੰਜਾ, ਮੌਲੇ ਬੌਲਦ, ਦਾਤੀ, ਸਿੰਗੀ, ਤੋਕੜ ਮਝੂ ਖੜੀ ਸੀ। ਅੱਧਿਉਂ ਬਹੁਤੀ ਜ਼ਮੀਨ ਬੰਜਰ ਹੋ ਗਈ ਸੀ, ਗੋਢੇ ਗੋਢੇ ਘਾਹ ਅਤੇ ਕਾਹੀ, ਅੱਕ ਬੂਟੀਆਂ ਖੜ੍ਹੀਆਂ ਸਨ।

ਤੀਜੇ ਦਿਨ, ਉਹ ਭਾਈ ਨਾਲ ਪੇਕੀ, ਫੇਰੀ ਪਾਉਣ ਨਹੀਂ ਗਈ। ਪੂਰਨ ਨੇ ਸਰਦਾਰ ਮਹਿੰਦਰ ਸਿੰਘ ਦਾ ਗੱਡਾ, ਬੌਲਦ ਮੰਗੇ ਤੀਆ ਵਾਲੇ ਟੋਬੇ ਵਿਚੋਂ ਕਾਲੀ ਮਿੱਟੀ ਲਿਆਂਦੀ, ਪੁਰਾਣੀ ਤੂੜੀ ਪਾ ਕੇ, ਵਿਹੜੇ ਵਿਚ ਘਾਣੀ ਕੀਤੀ। ਮੀਂਹਾਂ ਤੋਂ ਪਹਿਲਾ, ਕੋਠਿਆਂ ਨੂੰ ਲਿਪਣਾ-ਪੋਚਣਾ ਜ਼ਰੂਰੀ ਸੀ, ਨਹੀਂ ਤਾਂ ਛੱਤਾਂ ਚੋਣਗੀਆਂ। ਬਲਦੇਵ ਕੌਰ ਨੇ ਦਾਜ

ਵਿਚ ਲਿਆਂਦੇ ਦੋਨੋਂ ਪਲੰਘ, ਚਾਰ ਕੁਰਸੀਆਂ ਤੇ ਮੇਜ਼ ਚੁਬਾਰੇ ਵਿਚ ਡਾਹ ਦਿੱਤੇ। ਪੇਟੀ ਵਿਚੋਂ ਨਵੇਂ ਨਕੋਰ ਪੰਜ ਬਿਸਤਰੇ, ਘੁੰਗਰੂਆਂ ਵਾਲੀਆਂ ਪੱਖੀਆਂ ਤੇ ਭਾਂਡੇ ਕੱਢ ਲਏ। ਘਰ ਦੇ ਪਿੱਤਲ ਦੇ ਕਿਸੇ ਵੀ ਭਾਂਡੇ ਨੂੰ ਕਲੀ ਨਹੀਂ ਹੋਈ ਸੀ।

ਤੀਜੇ ਦਿਨ ਉਸਨੇ ਚੌਂਕੇ ਚੁਲ੍ਹੇ ਦਾ ਕੰਮ ਸਾਂਭ ਲਿਆ। ਕਿੱਲੇ ਦੀਆਂ ਸਰਦਾਰਨੀ, ਨਵੀਂ ਬਹੂ ਦਾ ਮੂੰਹ ਦੇਖਣ ਆਉਣ ਲੱਗੀਆਂ। ਇੱਕ ਦਿਨ ਉਹ ਜਦੋਂ ਸਵੇਰੇ ਵੇਲੇ ਚੁੱਲ੍ਹੇ ਤੇ ਪਾਣੀ ਹੱਥ ਦੀਆਂ ਵੇਸਣੀਆ ਰੋਟੀਆਂ, ਹਾਜ਼ਰੀ ਲਈ ਲਾਹ ਰਹੀ ਸੀ, ਨਿਹਾਲੋ ਨੇ, ਬੀਹੀ ਵਿਚ ਖੂੰਡੀ ਖੜਕਦੀ ਸੁਣੀ, ਠਾਣੇਦਾਰਨੀ ਆ ਰਹੀ ਸੀ।

"ਬਹੂ ਜੀ, ਕਾਕੇ ਦੀ ਤਾਈ, ਠਾਣੇਦਾਰਨੀ ਆ ਰਹੀ ਹੈ। ਇਹਦੇ ਨਾਲ ਘਰ ਦੀ, ਕੋਈ ਗੱਲ ਨਹੀਂ ਕਰਨੀ, ਅੱਗੇ ਥੋਡਾ ਘਰ ਵੀ ਇਨ੍ਹਾਂ ਹੀ ਪੱਟਿਆ। ਸੱਤਾਂ ਪੱਤਣਾਂ ਦੀ ਤਾਰੂ ਹੈ।"

"ਕੋਈ ਨਾ ਮਾਈ ਜੀ, ਤੂੰ ਫ਼ਿਕਰ ਨਾ ਕਰ।" ਉਸ ਨੇ ਚੁੰਨੀ ਸਿਰ ਉਪਰ ਕਰ ਲਈ। ਨਿੱਕੀਆਂ ਪੌੜੀਆਂ ਚੜ੍ਹਣ ਮਗਰੋਂ ਉਹ ਉਪਰ ਆਈ, ਲੰਬਾ ਕੱਦ, ਤਿੱਖਾ ਨੱਕ, ਬਾਜ਼ ਵਰਗੀਆਂ ਅੱਖਾਂ। ਪਹਿਲਾ ਨਿਹਾਲੋ ਨੇ ਮੱਥਾ ਟੇਕਿਆ।

"ਨੀਂ, ਝਿਉਰੀਏ, ਬਹੂ ਮੁੜ ਆਈ ਪੇਕਿਆਂ ਤੋਂ...।"

"ਨਾ, ਬੇਬੇ ਜੀ, ਉਹ ਤਾਂ ਗਏ ਹੀ ਨਹੀਂ।" ਬਲਦੇਵ ਕੌਰ ਨੇ ਚੁੱਲ੍ਹੇ ਮੂਹਰੋਂ ਉਠਕੇ, ਮੱਥਾ ਟੇਕਿਆ।

"ਬੁੱਢ ਸੁਹਾਗਣ ਹੋਵੇ ਭਾਈ। ਬਹੂ ਕੀ ਕਰਦੀ ਹੈ ?"

"ਤਾਈ ਜੀ, ਹਾਜ਼ਰੀ ਬਣਾਉਂਦੀ ਹਾਂ।"

"ਨੀ ਨਿਹਾਲੋ, ਨਵੀਂ ਨਵੇਲੀ ਨੂੰ ਕੰਮ ਤੇ ਲਾਉਂਦੀ ਨੂੰ ਤੈਨੂੰ ਸ਼ਰਮ ਨਹੀਂ ਆਈ।" ਉਹ ਨਿਹਾਲੋ ਦੇ ਗੱਲ ਪੈ ਗਈ।

"ਨਹੀਂ, ਤਾਈ ਜੀ, ਇਹਨੇ ਕਾਹਨੂੰ ਲਾਇਆ ਬਚਾਰੀ ਨੇ, ਘਰ ਦੇ ਕੰਮ ਕਰਦੀ ਕੋਈ ਗੋਲ਼ੀ ਨਹੀਂ ਕਹਾਉਂਦੀ।" ਉਹ ਉਥੇ ਹੀ ਪੀੜ੍ਹੀ ਤੇ ਬੈਠ ਗਈ।

"ਕੁੜੇ, ਤੂੰ ਪੇਕੀਂ ਨਹੀਂ ਗਈ, ਫੇਰਾ ਪਾਉਣ, ਕੋਈ ਆਇਆ ਨੀ ਲੈਣ... ?"

"ਨਹੀਂ, ਤਾਈ ਜੀ, ਭਾਈ ਲੈਣ ਆਇਆ ਸੀ, ਮੈਂ ਆਪ ਈ ਨਹੀਂ ਗਈ, ਘਰਦੇ ਕਈ ਕੰਮ ਕਰਨ ਵਾਲੇ ਨੇ।"

"ਬਹੂ ਘਰਾਂ ਦੇ ਕੰਮ ਵੀ ਕਦੇ ਮੁੱਕੇ ਨੇ, ਬੰਦੇ ਮੁੱਕ ਜਾਂਦੇ, ਏਥੇ ਤਾਂ ਇਹੀ ਗਾੜਾ-ਬੀੜਾ ਰਹਿੰਦਾ..."। ਸੋਚਣ ਲੱਗੀ, ਬਹੂ ਸਿਆਣੀ ਹੈ, ਘਰਾਣੇ ਦੀ ਧੀ ਲਗਦੀ ਐ, ਇਸ ਨੂੰ ਕਿਵੇਂ ਹੱਥ ਤੇ ਚਾੜ੍ਹਿਆ ਜਾਵੇ। ਮੈਂ ਕਿਹੜਾ ਕੱਚੀਆਂ ਗੋਲੀਆ ਨਾਲ ਖੇਡਿਆ, ਘਾਟ ਘਾਟ ਦਾ ਪਾਣੀ ਪੀਤਾ ਹੋਇਆ।

"ਚੰਗਾ ਭਾਈ ਵਸਦੀ-ਰਸਦੀ ਰਹਿ, ਮੈਂ ਚਲਦੀ ਹਾਂ।" ਉਹ ਪੀਹੜੀ ਤੋਂ ਉੱਠ ਖੜ੍ਹੀ।

"ਬੈਠੋ, ਤੁਸੀਂ ਤਾਈ ਜੀ, ਮੇਰੀਆਂ ਬਸ ਦੋ ਰੋਟੀਆਂ ਰਹਿ ਗਈਆਂ। ਨਿਹਾਲੋ ਨੇ ਚਕਵੇਂ ਚੁਲ੍ਹੇ 'ਤੇ ਚਾਹ ਧਰ ਦਿੱਤੀ।

"ਕੋਈ ਨਾ ਮੈਂ ਫੇਰ ਆਊਂਗੀ, ਸਰਦਾਰ ਢਿੱਲਾ ਜਿਹਾ ਰਹਿੰਦਾ।"

"ਕੀ ਤਖਲੀਫ ਹੈ ਬੇਬੇ ਜੀ ਸਰਦਾਰ ਜੀ ਨੂੰ।"

"ਬਸ ਕਮਜ਼ੋਰੀ ਬਾਹਲੀ ਹੋ ਗਈ, ਆਪੇ ਉੱਠ ਬੈਠ ਨਹੀਂ ਸਕਦੇ। ਖੂੰਡੀ ਖੜਕਾਉਂਦੀ, ਚਾਹ ਪੀਣ ਮਗਰੋਂ, ਉਹ ਪੌੜੀਆਂ ਉਤਰ ਗਈ।

"ਬਹੂ ਜੀ, ਇਨ੍ਹਾਂ ਬਥੇਰੇ ਘਰ ਪੱਟੇ ਨੇ, ਦੋਨੋਂ ਲੜਕੇ ਇਨ੍ਹਾਂ ਤੋਂ ਵੀ ਚਾਰ ਚੰਦ ਉਪਰ ਈ ਨੇ।"

"ਵਿਆਹੇ ਬਰ੍ਹੇ ਨੇ...?"

"ਹਾਂ ਜੀ, ਦੋਨੋਂ ਜਵਾਕਾਂ ਵਾਲੇ ਨੇ, ਸਾਰਾ ਪਿੰਡ ਤਰਾਹ-ਤਰਾਹ ਕਰਦੈ, ਕਿਸੇ ਦੇ ਖੇਤ ਛੱਲੀਆਂ ਨਹੀਂ ਛੱਡਦੇ, ਗੰਨੇ, ਛੋਲੂਆ ਨਹੀਂ ਛੱਡਦੇ, ਚੰਗਾ ਮੁਰਗਾ, ਕਬੂਤਰ ਨਹੀਂ ਛੱਡਦੇ। ਰੋਜ਼ ਦਾਰੂ ਪੀਂਦੇ ਨੇ...।"

"ਇਹਨਾਂ ਦੇ ਆਵਦੇ ਖੇਤਾਂ ਵਿਚ ਨਹੀਂ ਹਨ?"

"ਹੈਗਾ, ਸਭ ਕੁਸ਼ ਹੈਗਾ, ਬੱਸ ਨੀਤ ਦੇ ਮਾੜੇ ਨੇ।" ਹਾਜ਼ਰੀ ਵਰਤਾਉਣ ਅਤੇ ਖਾਣ ਪੀਣ ਮਗਰੋਂ, ਉਸ ਨੇ ਨਿਹਾਲੋ ਤੋਂ ਟੁੱਟੇ ਚਰਖੇ ਅਤੇ ਰੂੰਅ ਵਾਲਾ ਵੇਲਣਾ ਉਤਰਵਾਇਆ। ਸਾਰਾ ਸਮਾਨ ਜਾਲਿਆਂ ਨਾਲ ਭਰਿਆ ਪਿਆ ਸੀ। ਨੱਥੂ ਮਿਸਤਰੀ ਨੂੰ ਬੁਲਾ ਕੇ ਚਰਖੇ ਠੀਕ ਕਰਵਾਏ, ਵੇਲਣੇ ਨੂੰ ਸਾਫ਼ ਕਰਕੇ, ਤੇਲ ਦਿੱਤਾ। ਦਮਕੇ ਵਿਚ ਕਪਾਹ ਪਈ ਸੀ। ਰੂੰਅ ਕੱਢਣ ਮਗਰੋਂ, ਰੂੰਹ ਪਿੰਝਣ ਮਗਰੋਂ, ਪੂਣੀਆਂ ਵੱਟੀਆਂ। ਚੁਬਾਰੇ ਵਿਚੋਂ ਚਰਖਿਆਂ ਦੀ ਘੂਕਰ ਆਉਣ ਲੱਗੀ। ਦੋ ਚਰਖਿਆਂ ਤੇ ਨਿਹਾਲੋ ਤੇ ਧੰਨੋ ਬੈਠਦੀਆਂ, ਤੀਜੇ ਤੇ ਉਹ ਆਪ ਬੈਠਦੀ। ਹੇਠਲੀ ਸਬ੍ਹਾਤ ਵਿਚ ਵੱਡੀ ਬੇਬੇ ਵੇਲੇ ਦਾ ਅੱਡਾ ਲੱਗਿਆ ਹੋਇਆ ਸੀ। ਵਿਹਲੇ ਵੇਲੇ ਉਹ ਫੁੱਲਦਾਰ ਦਰੀਆਂ, ਖੇਸ ਦੋਲੇ ਬੁਣਦੀਆਂ। ਨਿਹਾਲੋ ਨੇ ਪੌੜੀਆਂ ਚੜ੍ਹਕੇ ਵਿਹੜੇ ਵਿਚ ਤੁਰੀ ਆਉਂਦੀ, ਬਾਹਰਲੀ ਸਰਦਾਰਨੀ ਨੂੰ ਦੇਖਿਆ।

"ਥੋਡੀ ਦਾਚੀ ਜੀ ਹੈ।" ਉਹ ਮੱਥਾ ਟੇਕਣ ਲਈ ਔਹਲੀ।

"ਨਾ ਧੀਏ ਨਾ, ਮੇਰੇ ਪੇਕੇ ਢੋਡੀ ਨੇ, ਅੱਜ ਤੋਂ ਮੈਨੂੰ ਮੱਥਾ ਨਾ ਟੇਕੀ, ਮੈਂ ਤਾਂ ਤੇਰੀ ਮਾਸੀ ਹਾਂ, ਬਾਪੂ ਜੀ ਕਈ ਵਾਰ, ਥੋਡੇ ਬਾਪੂ ਜੀ ਕੋਲੋਂ ਦਾਰੂ ਬੂਟੀ ਲੈਣ ਜਾਂਦੇ ਹੁੰਦੇ ਸੀ। ਘਰਵਾਲੀ ਗੱਲ ਹੈ, ਮੈਂ ਨਿੱਕੀ ਹੁੰਦੀ ਨੇ ਥੋਡਾ ਘਰ ਦੇਖਿਆ, ਨਿੱਕੀ ਹੁੰਦੀ ਨੂੰ ਡਬਲ ਨਮੂਨੀਆਂ ਹੋ ਗਿਆ ਸੀ, ਥੋਡੇ ਬਾਪੂ ਜੀ ਦੀਆਂ ਚਾਰ ਪੁੜੀਆਂ ਨਾਲ ਮੈਂ ਨੌ-ਬਰ-ਨੌ ਹੋ ਗਈ ਸੀ।" ਪੂਰਨ ਦੁਪਹਿਰ ਦੀ ਰੋਟੀ ਲੈਣ ਆਇਆ, ਦੋਨੋਂ ਭਾਈ ਅਤੇ ਉਨ੍ਹਾਂ ਦੇ ਮਾਮਾ ਜੀ, ਲੇਹੀ ਵਾਲੇ ਖੂਹ ਤੇ ਗਏ ਹੋਏ ਸਨ। ਕਾਲੀ ਕਪਾਹ ਬੀਜੀ ਜਾ ਰਹੀ ਸੀ। ਪੂਰਨ ਨੇ ਦੋ ਹਲ ਮੰਗ ਲਏ ਸਨ। ਇਕ ਨਾਰੇ ਬੱਲਦਾਂ ਦੀ ਜੋੜੀ ਅਤੇ ਇਕ ਸੱਜਰ ਸੂਈ ਝੋਟੀ ਹਰਕਿਸ਼ਨ ਪੁਰੇ ਵਾਲੇ ਛੱਡ ਗਏ ਸਨ। ਪਿੱਤਲ ਦੀਆਂ ਫੁੱਲੀਆਂ ਵਾਲਾ, ਨਵਾਂ ਨਕੋਰ ਗੱਡਾ ਵੀ ਉਹਨਾਂ ਢੋਡਿਆਂ ਦੇ ਕਾਰੀਗਰਾਂ ਤੋਂ ਬਣਵਾਕੇ ਭੇਜ ਦਿੱਤੀ। ਕਿੱਕਰ ਦੇ ਮੁੱਢ ਵਿਚੋਂ, ਹੱਲਾਂ ਦੇ ਨਵੇਂ ਮੁਨੇ ਨੱਥੂ ਮਿਸਤਰੀ ਨੇ ਬਣਾ ਦਿੱਤਾ। ਫਾਲੇ ਡੰਗਾਉਣ ਮਗਰੋਂ, ਨਵੇਂ ਹੱਲ, ਧਰਤੀ ਦੀ ਹਿੱਕ ਨੂੰ, ਚਾਕੂ ਦੇ ਖਰਬੂਜਾ ਚੀਰਨ ਵਾਂਗ, ਪਾੜ ਪਾ ਰਹੇ ਸਨ। ਸੁਹਾਗਾ ਵੀ ਨਵਾਂ ਬਣ ਗਿਆ ਸੀ। ਨਵੀਆਂ ਕਹੀਆਂ, ਖੁਰਪੇ, ਦਾਤੀਆਂ, ਚੁਹਾਣਕਿਆਂ ਤੋਂ ਆਈਆਂ। ਘਰ ਦੇ ਸਾਰੇ ਸੰਦ ਨਵੇਂ ਸਿਰਿਉਂ ਬਣ ਗਏ। ਕਪਾਹ, ਬੀਜਣ ਮਗਰੋਂ, ਰੇਹ ਕੱਢਿਆ, ਬਾਗ ਵਾਲੇ ਖੂਹ ਤੇਚੜ੍ਹੇ ਸਾਉਣ ਮੱਕੀ ਬੀਜਣ ਸੀ, ਉਥੇ ਪੱਚੀ ਬਿੱਘੇ ਜ਼ਮੀਨ ਸੀ। ਆਦੋਆਲ ਦੇ ਸਾਰੇ ਖੇਤ ਬੰਜਰ ਅਤੇ ਤੱਪੜ ਬਣ ਗਏ ਸਨ। ਨੇੜੇ ਦੇ ਪਿੰਡਾਂ ਦੇ ਡੰਗਰ, ਪਸ਼ੂ ਉਥੇ ਚਰਦੇ। ਏਨੀ ਜ਼ਮੀਨ

ਨੂੰ ਹੱਲਾਂ ਨਾਲ ਵਾਹੁਣਾ ਸੰਭਵ ਨਹੀਂ ਸੀ। ਖੱਬਲ ਅਤੇ ਕਾਹੀ ਨੂੰ ਮਾਰਨਾ ਸੌਖਾ ਕੰਮ ਨਹੀਂ ਸੀ, ਖੱਬਲ ਨੂੰ ਜਿੰਨਾ ਮਰਜ਼ੀ ਪੁੱਟੋ, ਨਾਲ ਦੀ ਨਾਲ ਜੜ੍ਹ ਫੜ ਲੈਂਦਾ ਹੈ, ਇਹੋ ਹਾਲ ਦੱਭ ਅਤੇ ਕਾਹੀ ਦਾ ਹੈ, ਉਥੇ ਸੌਣੀ ਬੀਜੀ ਨਹੀਂ ਗਈ, ਹਾੜੀ ਬੀਜਣ ਦੀ ਕੋਈ ਉਮੀਦ ਨਹੀਂ ਸੀ। ਹਾੜੀ ਵਾਲੀ ਸੰਨਵੀ ਜ਼ਮੀਨ, ਸਿਆਲ ਵਿਚ ਬਾਹੁਉਣੀ ਪੈਂਦੀ ਸੀ।

ਪੂਰਨ ਦੇ ਮਾਮੇ ਦਾ ਪੁੱਤਰ, ਜੋਗਿੰਦਰ ਸਿੰਘ, ਇਕ ਦਿਨ ਫੌਜੇਵਾਲ ਤੋਂ ਮਿਲਣ ਆਇਆ। ਉਸ ਨੇ ਨਵੀਂ ਗਲ ਦੱਸੀ, ਉਥੋਂ ਦੇ ਸਰਦਾਰ ਨਵਾਂ ਟਰੈਕਟਰ ਲੈ ਆਏ ਸਨ, ਘੰਟੇ ਵਿਚ ਚਾਰ ਘੁਮਾ ਜ਼ਮੀਨ ਵਾਹ ਦਿੰਦਾ ਸੀ। ਇਲਾਕੇ ਵਿਚ ਕਿਸੇ ਕੋਲ ਅਜਿਹੀ ਮਸ਼ੀਨ ਨਹੀਂ ਸੀ। ਪੂਰਨ ਨੇ ਇਸ ਮਸ਼ੀਨ ਬਾਰੇ, ਬਲਜੀਤ ਸਿੰਘ ਨੂੰ ਦੱਸਿਆ। ਉਸ ਨੇ ਟਰੈਕਟਰ ਬਾਰੇ ਸੁਣਿਆ ਤਾਂ ਸੀ, ਪਰ ਦੇਖਿਆ ਨਹੀਂ ਸੀ।

ਅਗਲੇ ਦਿਨ, ਉਹ ਫੌਜੇ ਵਾਲ ਗਏ, ਕੁਲ ਤਿੰਨ ਕੋਹ ਵਾਟ ਸੀ। ਪਿੰਡ ਦੇ ਕੋਲ ਹੀ ਜੋਗਿੰਦਰ, ਟਰੈਕਟਰ ਚਲਾ ਰਿਹਾ ਸੀ। ਹੋਰ ਵੀ ਕਈ ਕਿਸਾਨ, ਇਸਨੂੰ ਦੇਖਣ ਆਏ ਹੋਏ ਸਨ। ਉਥੇ ਦਾ ਸਰਦਾਰ ਵਿਦਵਾਨ ਸਿੰਘ, ਬਹੁਤ ਮਿਲਣਸਾਰ ਬੰਦਾ ਸੀ। ਉਹ ਮਿੰਟਗੁਮਰੀ ਤੋਂ ਇੱਥੇ ਆ ਕੇ ਵਸੇ ਸਨ। ਨਵੇਂ ਪਿੰਡ ਦੇ ਸਰਦਾਰਾਂ ਬਾਰੇ, ਉਹ ਜਾਣਦਾ ਸੀ। ਉਹ ਬੜੇ ਤਿਉਹ ਨਾਲ ਮਿਲਿਆ।

"ਅੰਕਲ ਜੀ, ਕਿੱਥੋਂ ਲਿਆਂਦਾ ਇਹ ?" ਬਲਜੀਤ ਨੇ, ਚਾਹ ਪਾਣੀ ਪੀਣ ਸਮੇਂ ਪੁੱਛਿਆ।

"ਲੁਧਿਆਣੇ ਤੋਂ।"

"ਕਿੰਨੇ ਦਾ ਮਿਲਿਆ।"

"ਛੇ ਹਜ਼ਾਰ ਦਾ, ਕਲਟੀਵੇਟਰ ਨਾਲ ਹਨ, ਟਰਾਲੀ ਮੰਡੀ ਬਣਨੀ ਦਿੱਤੀ ਹੋਈ ਹੈ।"

"ਦਿਹਾੜੀ ਵਿਚ ਕਿੰਨੀ ਜ਼ਮੀਨ ਵਾਹ ਦਿੰਦਾ ਹੈ ?"

"ਘੰਟੇ ਵਿਚ ਚਾਰ ਘੁਮਾਂ ਵਾਹ ਦਿੰਦਾ ਹੈ। ਬਾਕੀ ਚਲਾਉਣ ਵਾਲੇ ਦੀ ਹਿੰਮਤ ਹੈ।"

"ਕਿਹੜੀ ਕੰਪਨੀ ਨੇ ਬਣਾਇਆ ?"

"ਇੰਗਲੈਂਡ ਦੀ ਫਰਗੂਸਨ ਕੰਪਨੀ ਦਾ ਬਣਿਆ ਹੋਇਆ, ਪੱਚੀ ਹਾਰਸ ਪਾਵਰ ਹੈ। ਬਾਹਰੋਂ ਆਉਂਦੈ।"

"ਚਲਦਾ ਕਾਹਦੇ ਨਾਲ ਹੈ ?"

"ਪਾਵਰੀਨ ਨਾਲ, ਇਹ ਮਿੱਟੀ ਦੇ ਤੇਲ ਨਾਲੋਂ ਥੋੜਾ ਮਹਿੰਗਾ ਹੈ। ਪੱਚੀ ਰੁਪੈਈਏ ਦਾ ਪੀਪਾ ਮਿਲਦਾ ਹੈ।"

"ਤੇਲ ਕਿੱਥੋਂ ਮਿਲਦਾ ਹੈ ?"

"ਮੰਡੀ ਤੋਂ ਜਿੰਨਾਂ ਮਰਜ਼ੀ ਲੈ ਲਵੋ, ਕੋਈ ਦਿੱਕਤ ਨਹੀਂ।" ਸੋਚ ਸੋਚ ਕੇ, ਉਸ ਨੇ ਸਵਾਲ ਕੀਤਾ।

"ਜੇ ਤੁਸੀਂ ਤਕਲੀਫ਼ ਨਾ ਮੰਨੋ, ਮੇਰੀ ਬਹੁਤ ਸਾਰੀ ਜ਼ਮੀਨ ਤੱਪੜ ਪਈ ਹੈ। ਜੇ ਨਾਂਹ ਵਾਹੀ, ਹਾੜੀ ਤੋਂ ਰਹਿ ਜਾਵਾਂਗੇ। ਜੋੜੀਆਂ ਨਾਲ ਏਨੀ ਜ਼ਮੀਨ ਨਿਕਲਦੀ ਨਹੀਂ। ਤੁਹਾਡਾ ਡਰਾਈਵਰ, ਮੇਰੇ ਸੀਰੀ ਦਾ ਰਿਸ਼ਤੇਦਾਰ ਹੈ।"

"ਬੱਸ, ਸਾਡਾ ਦੋ ਦਿਨ ਦਾ ਕੰਮ ਹੈ, ਪਰਸੋਂ ਨੂੰ ਭੇਜ ਦਿਆਂਗਾ, ਸਵੇਰੇ ਹੀ ਤੁਸੀਂ ਕਾਕਾ, ਭਮਾਂ ਇਕ ਦਿਨ ਰਖਿਉ, ਭਮਾਂ ਦੋ ਦਿਨ। ਕੋਈ ਗੱਲ ਨਹੀਂ, ਘਰ ਦੀ ਗੱਲ ਹੈ।"

"ਤੁਹਾਡੀ ਬਹੁਤ ਮਿਹਰਬਾਨੀ।"

"ਮਿਹਰਬਾਨੀ ਵਾਲੀ ਕੋਈ ਗੱਲ ਨਹੀਂ, ਬੰਦਾ ਹੀ ਬੰਦੇ ਦੇ ਕੰਮ ਆਉਂਦਾ ਹੈ।" ਅਗਲੇ ਦਿਨ ਪੂਰਨ ਮੰਡੀ ਤੋਂ ਪਾਵਰੀਨ ਦੇ ਦੋ ਪੀਪੇ ਲੈ ਆਇਆ। ਤੀਜੇ ਦਿਨ ਸਾਝੂਰੇ ਹੀ, ਜੋਗਿੰਦਰ, ਟਰੈਕਟਰ ਲੈ ਕੇ ਆ ਗਿਆ, ਕਲਟੀਬੇਟਰ ਨਾਲ ਸਨ, ਅੱਠ ਹਲ ਸਨ।

ਹਾਜ਼ਰੀ ਕਰਨ ਮਗਰੋਂ, ਉਹ ਟਰੈਕਟਰ ਤੇ ਬੈਠਕੇ ਆਦੋਆਲ ਦੇ ਰਾਹ ਪੈ ਗਏ, ਟਰੈਕਟਰ ਧੂੜਾਂ ਪੁੱਟਦਾ ਜਾਂਦਾ ਸੀ। ਲੋਕ ਖੜ੍ਹ ਖੜ੍ਹ ਦੇਖਦੇ। ਬਸਾਂ, ਲਾਰੀਆਂ, ਰੇਲ ਗੱਡੀਆਂ ਤਾਂ ਲੋਕਾਂ ਦੇਖੀਆਂ ਸਨ, ਇਹ ਨਵੀਂ ਮਸ਼ੀਨ, ਪਹਿਲੀ ਵਾਰ ਦੇਖੀ ਸੀ, ਇਕੱਠੇ ਅੱਠ ਹੱਲ ਚਲਦੇ ਸਨ। ਪੂਰਨ, ਦੁਪਹਿਰ ਦੀ ਰੋਟੀ ਤੇ ਚਾਹ, ਉੱਥੇ ਹੀ ਲੈ ਆਇਆ। ਨੇੜੇ ਦੇ ਪਿੰਡਾਂ ਦੇ ਲੋਕ ਹੈਰਾਨ ਹੋ ਰਹੇ ਸਨ, ਦੰਦਾਂ ਵਿਚ ਉਂਗਲਾਂ ਦੇ ਰਹੇ ਸਨ। ਸੂਰਜ ਦੇ ਛਿੱਪਣ ਨਾਲ, ਅੱਧੀ ਜ਼ਮੀਨ ਵਾਹੀ ਗਈ ਸੀ। ਮਾਰੂ ਜ਼ਮੀਨ ਨੂੰ ਬਹੁਤੀ ਵਾਹੀ ਦੀ ਲੋੜ ਨਹੀਂ ਸੀ। ਹਲਾਂ ਨਾਲ, ਇਕ ਵਾਰ ਵਾਹਕੇ, ਛੋਲੇ ਸਰ੍ਹੋਂ, ਗੋਜੀ, ਬੇਰੜਾ ਬੀਜੇ ਜਾ ਸਕਦੇ ਸਨ। ਜੇ ਸਮਾਂ ਠੀਕ ਰਿਹਾ, ਇਸ ਨਾਲ ਹੀ ਬੁਖਾਰੀਆਂ ਭਰ ਜਾਣੀਆਂ ਸਨ।

ਬਲਦੇਵ ਕੌਰ ਨੇ, ਘਰ ਦਾ ਸਾਰਾ ਕੰਮ ਚੁੱਕ ਲਿਆ ਸੀ, ਉਹੀ ਘਰ, ਹੁਣ ਕੂਜੇ ਵਾਂਗ ਚਮਕਦਾ ਸੀ। ਦਿਨ ਰਾਤ, ਉਹ ਨੜੇ ਵਾਂਗ ਘੁੰਮਦੀ, ਇਕ ਲੱਤ ਅੰਦਰਲੇ ਘਰ, ਇਕ ਬਾਹਰਲੇ ਘਰ ਹੁੰਦੀ। ਪੇਕਿਆਂ ਨੇ ਇਕ ਪੰਜ ਕਲਿਆਣੀ ਮੱਝ ਹੋਰ ਭੇਜ ਦਿੱਤੀ। ਸੁੰਨੀਆਂ ਖੁਰਲੀਆਂ, ਭਰੀਆਂ ਭਰੀਆਂ ਲਗਦੀਆਂ। ਧਾਰਾਂ ਕੱਢਣ ਦਾ ਕੰਮ, ਉਹ ਆਪ ਕਰਦੀ। ਦੁੱਧ, ਆਪ ਸਾਂਭਦੀ। ਉਪਰਲਾ ਕੰਮ ਨਿਹਾਲੋ ਕਰਦੀ, ਗੋਹਾ-ਕੂੜਾ, ਸੰਭਰਨ-ਸੂਰਨ ਦਾ ਕੰਮ ਧੰਨੋ ਕਰਦੀ। ਭਾਈ ਇੰਦਰ ਸਿੰਘ, ਉਜੜੇ ਘਰ ਨੂੰ ਵਸਿਆ ਦੇਖ, ਖ਼ੁਸ਼ ਸੀ, ਉਹਦੇ ਘਰ ਕਿਸੇ ਚੀਜ਼ ਦੀ ਘਾਟ ਨਹੀਂ ? ਜੇ ਉਹਦੀ ਮਿਹਰ ਹੋਵੇ ਹਰਜੀਤ, ਲੋਹਟਬੱਦੀ ਦੇ ਐਮ.ਡੀ. ਹਾਈ ਸਕੂਲ ਵਿਚ ਦਸਵੀਂ ਵਿਚ ਪੜ੍ਹਦਾ ਸੀ। ਉਸ ਨੂੰ ਵੱਡੇ ਭਾਈ ਨੇ ਨਵਾਂ ਹਿੰਦ ਸਾਈਕਲ ਲੈ ਦਿੱਤਾ ਸੀ, ਪਿਛਲੇ ਸਾਲ, ਸਮਾਂ ਚੰਗਾ ਲੱਗਿਆ ਸੀ। ਕਪਾਹ ਨਾਲ ਸਬਾਤ ਭਰ ਗਈ ਸੀ। ਮੱਕੀ ਦੀ ਭਰਵੀਂ ਫਸਲ ਹੋਈ ਸੀ। ਮੱਕੀ ਨਾਲ ਬਾਹਰਲੀ ਬੈਠਕ ਭਰੀ ਪਈ ਸੀ। ਸਾਰੇ ਖਰਚੇ ਕੱਢ ਕੇ, ਵੀਹਹਜ਼ਾਰ ਬਚ ਰਿਹਾ ਸੀ। ਪਿੰਡ ਵਿਚ, ਉਨ੍ਹਾਂ ਦੀ ਖੇਤੀ ਦੀ ਬੱਲੇ ਬੱਲੇ ਹੋ ਗਈ। ਸਾਰੀ ਫ਼ਸਲ ਮੰਡੀ ਵੇਚੀ ਗਈ, ਪਿੰਡ ਵਿਚ ਬਾਣੀਆਂ ਅੱਧਿਉਂ ਡੂੜ ਕਰ ਦਿੰਦਾ ਸੀ। ਮੰਡੀਉਂ ਪੈਸੇ ਨਾਲ ਦੀ ਨਾਲ ਨਕਦ ਮਿਲ ਜਾਂਦੇ ਸਨ। ਹੁਣ ਉਨ੍ਹਾਂ ਦੇਣ ਲੈਣ ਦਾ ਕੰਮ ਨਬੇੜਨਾ ਸੀ।

ਇਕ ਦਿਨ, ਪਿਆਰਾ ਮੱਲ ਧੜਵਾਈ ਨੂੰ ਬੁਲਾਇਆ, "ਲਾਲਾ ਜੀ ਆਪਣਾਂ ਚੁਪੱਤਾ ਲਿਆਉ, ਹਿਸਾਬ ਕਰੀਏ।" ਭਾਈ ਇੰਦਰ ਸਿੰਘ ਨੇ ਕਿਹਾ।

"ਕੋਈ ਨਾ, ਥੋਡੇ ਪੈਸੇ ਕਿਤੇ ਭੱਜ ਚੱਲੇ ਹਨ। ਆ ਜਾਣਗੇ, ਜਦੋਂ ਹੱਥ ਸੁਖਾਲਾ ਹੋਇਆ ਦੇ ਦਿਉ...।"

"ਜਦ ਦੇਣੇ ਹੀ ਹਨ, ਫੇਰ ਲੇਟ ਕਾਹਨੂੰ ਕਰਨੈਂ।" ਉਹ ਘਰੋਂ, ਚਪੱਤਾ ਲੈ ਆਇਆ। ਹੁਣ ਚੌਦਾ ਦੀ ਥਾਂ ਵਿਆਜ ਲਾ ਕੇ, ਉਸ ਪੰਦਰਾਂ ਹਜ਼ਾਰ ਕਰ ਲਿਆ ਸੀ, ਇਕ ਸਾਲ ਦਾ ਇਕ ਹਜ਼ਾਰ ਵਿਆਜ।

"ਨਾਮੇ ਦੇ ਗਵਾਹ ਕੌਣ ਨੇ ?" ਇਕ ਸਰਦਾਰ ਮਹਿੰਦਰ ਸਿੰਘ ਹੈ, ਦੂਜਾ ਸੁਖਮਿੰਦਰ ਸਿੰਘ। ਪੂਰਨ ਉਦੋਂ ਹੀ ਉਨ੍ਹਾਂ ਨੂੰ ਬੁਲਾਉਣ ਚਲਿਆ ਗਿਆ। ਸੁਖਮਿੰਦਰ ਸਿੰਘ ਘਰੇ

ਨਹੀਂ ਸੀ, ਮਹਿੰਦਰ ਸਿੰਘ, ਉਹਨੀਂ ਪੈਰੀਂ ਆ ਗਿਆ। ਲਾਲਾ, ਬੈਠਾ ਦੇਖ, ਉਸ ਨੂੰ ਸਾਰੀ ਗੱਲ, ਸਮਝਦਿਆਂ ਦੇਰ ਨਹੀਂ ਲੱਗੀ।

"ਹਿਸਾਬ ਕਰਨੈਂ ?"

"ਹਾਂ ਚਾਚਾ ਜੀ, ਬਾਪੂ ਜੀ ਦੇ ਪੈਸੇ ਫੜੇ ਹੋਏ ਨੇ, ਤੁਹਾਡੀ ਗਵਾਹੀ ਹੈ।" ਬਲਜੀਤ ਨੇ ਦੱਸਿਆ।

"ਹਾਂ ਲਾਲਾ, ਦੱਸ, ਅਸਲ ਕਿੰਨੇ ਹਨ ?"

"ਦੱਸ ਹਜ਼ਾਰ।" ਉਸ ਦੀ ਜ਼ਬਾਨ ਥਿੜਕ ਰਹੀ ਸੀ। ਉਹ ਮਹਿੰਦਰ ਸਿੰਘ ਦੇ ਗਰਮ ਸੁਭਾਅ ਤੋਂ ਜਾਣੂੰ ਸੀ।

"ਪਿਆਰਾ ਮੱਲ। ਕਿਉਂ ਝੂਠ ਬੋਲਦੈਂ, ਰੱਬ ਦਾ ਕੁੱਸ਼ ਖੌਫ਼ ਕਰ, ਮੇਰੇ ਸਾਹਮਣੇ, ਸੱਤ ਹਜ਼ਾਰ ਦਿੱਤਾ ਸੀ, ਤਿੰਨ ਹਜ਼ਾਰ ਕਿਵੇਂ ਵੱਧ ਗਿਆ ?"

"ਤਿੰਨ ਹਜ਼ਾਰ ਸਰਦਾਰ ਬਘੇਲ ਸਿਉਂ ਨੇ, ਹੱਥ ਹੁਦਾਰ ਫੜਿਆ ਸੀ।"

"ਓਹਦੀ ਲਿਖਤ ਦਿਖਾ ਤਿੰਨ ਹਜ਼ਾਰ ਦੀ।"

"ਨਾਮਾਂ ਲਿਖਿਆ ਨਹੀਂ ਸੀ।"

"ਲਿਖ-ਲਿਖਾ ਬਿਨਾਂ ਤਾਂ ਤੂੰ ਵੱਢੀ ਉਂਗਲ ਤੇ ਮੂਤਦਾ ਵੀ ਨਹੀਂ...। ਫੇਰ, ਲਿਖਣੋਂ ਕਿਵੇਂ ਰਹਿ ਗਿਆ ?"

"ਮੈਨੂੰ ਦੇਵੀਂ ਦੀ ਸੌਂਹ...।" ਲਾਲੇ ਨੂੰ ਤੌਣੀ ਆ ਗਈ ਸੀ, "ਸਰਦਾਰ ਨੇ ਹੱਥ ਚੰਤੀ ਫੜੇ ਸੀ।

"ਦੇਵੀ ਨੇ, ਕਿਹੜਾ, ਤੇਰੀ ਟੰਗ ਤੋੜ ਦੇਣੀ ਹੈ, ਪੁੱਤਾਂ ਦੀ ਸੌਂਹ ਖਾਕੇ ਕਹਿ, ਅਸਲ ਰਕਮ ਕਿੰਨੀ ਹੈ ? ਨਾਵੇਂ ਨੂੰ ਕਿੰਨੇ ਸਾਲ ਹੋਗੇ ?"

"ਸਾਢੇ ਚਾਰ ਸਾਲ...।" ਮਹਿੰਦਰ ਸਿੰਘ, ਕਚਹਿਰੀਆਂ ਵਿਚ ਆਉਣ ਜਾਣ ਕਰਕੇ, ਸਾਰੇ ਕਾਨੂੰਨ ਤੋਂ ਵਾਕਿਫ਼ ਸੀ।"

"ਤਿੰਨ ਸਾਲ ਬਾਅਦ, ਨਾਮੇਂ ਦੀ ਮਿਆਦ ਖ਼ਤਮ ਹੋ ਜਾਂਦੀ ਹੈ, ਤੂੰ ਜਿੱਥੇ ਮਰਜ਼ੀ ਦਾਵਾ ਕਰ ਲੈ, ਦੇਖੀ ਜਾਊ, ਜੋ ਬਣਦਾ ਹੈ। ਭਾਈ ਸਾਹਿਬ, ਇਹਨੂੰ ਦੁਆਨੀ ਨਹੀਂ ਦੇਣੀ।" ਲਾਲਾ ਕੁੜੱਕੀ ਵਿਚ ਫਸ ਗਿਆ ਸੀ। ਉਸ ਨੇ ਸੋਚਿਆ, ਕਚਹਿਰੀਉਂ ਕੁੱਝ ਪੱਲੇ ਨਹੀਂ ਪੈਣਾ, ਸਾਰਾ ਜਾਂਦਾ ਦੇਖੀਏ, ਅੱਧਾ ਦੇਈਏ ਵੰਡ।

"ਬਸ, ਭਾਈ ਸਾਹਬਿ, ਏਹਨੂੰ ਅਸਲ ਰਕਮ ਦੇਣੀ ਹੈ, ਵਿਆਜ ਦੀ ਦੁਆਨੀ ਨਹੀਂ ਦੇਣੀ।"

"ਮੈਂ ਥੋਤੋਂ ਨਾਬਰ ਨਹੀਂ, ਗਰੀਬ ਮਾਰ ਨਾ ਕਰੋ, ਸਰਦਾਰ ਜੀ। ਮੈਂ ਰਕਮ ਫੜਕੇ ਦਿੱਤੀ ਸੀ।"

"ਕੀਹਤੋਂ ਫੜੀ ਸੀ ? ਕਿਉਂ ਝੂਠ ਬੋਲਦੈਂ, ਭਾਈ ਸਾਹਿਬ, ਸੱਤ ਹਜ਼ਾਰ ਕੱਢੋ। ਹੋਰ ਵਿਆਜ ਬੱਟੂ ਕੁਸ਼ ਨਹੀਂ ਦੇਣਾ, ਤਿੰਨ ਪੀਹੜੀਆਂ ਹੋ ਗਈਆਂ, ਇਹਨਾਂ ਨੂੰ, ਸਰਦਾਰਾਂ ਨੂੰ ਖਾਂਦਿਆਂ।"

ਭਾਈ ਸਾਹਿਬ ਨੇ ਝੋਲੇ ਵਿਚੋਂ, ਸੱਤ ਹਜ਼ਾਰ ਗਿਣ ਦਿੱਤਾ।

"ਸਰਦਾਰ ਜੀ, ਬਹੁਤੀ ਗਰੀਬ ਮਾਰ ਨਾ ਕਰੋ ਜੋ ਸਰਦਾ ਹੈ, ਵਿਆਜ ਦੇ ਦਿਓ, ਦੇਵੀ ਦੀ ਸੌਂਹ ਮੈਨੂੰ ਮਾਰੋ ਨਾ।"

"ਤੂੰ ਸਾਡੀ ਜਿਣਸ ਦੇ ਤਿੰਨ ਤਿੰਨ ਮਹੀਨੇ ਪੈਸੇ ਨਹੀਂ ਦਿੰਦਾ, ਓਹਤੇ ਵਿਆਜ ਦਿੱਤਾ ਕਦੇ ?" ਮਹਿੰਦਰ ਸਿੰਘ ਗਲ ਪੈ ਗਿਆ।

"ਚਲੋ ਛੱਡੋ ਭਾਈ ਸਾਹਿਬ, ਬਾਹਲਾ ਰੂੰ-ਰੂੰ ਕਰਦਾ ਹੈ, ਇਕ ਹਜ਼ਾਰ ਹੋਰ ਦੇ ਦਿਉ।" ਭਾਈ ਇੰਦਰ ਸਿੰਘ ਨੇ ਕਿਹਾ।

"ਮੈਂ ਤਾਂ ਏਹਨੂੰ ਦੁਆਨੀ ਵੀ ਨਹੀਂ ਦੇਣੀ ਸੀ, ਨਾਮਾਂ ਜਾਇਦ-ਉਲ-ਮਿਆਦ ਹੋ ਗਿਆ ਹੈ। ਥੋਡੀ ਮਰਜ਼ੀ।" ਭਾਈ ਇੰਦਰ ਸਿੰਘ ਨੇ, ਇਕ ਹਜ਼ਾਰ ਹੋਰ ਦੇ ਦਿੱਤਾ।

"ਸਾਡੇ ਸਾਹਮਣੇ, ਨਾਮੇ ਤੇ ਕਾਟੀ ਮਾਰ ਨਾਲੇ ਲਈ ਰਕਮ ਦੀ ਰਸ਼ੀਦ, ਦੇਹ ਤੇਰਾ ਕੀ ਪਤਾ ਹੈ ? ਕਦੋਂ ਦੁਬਾਰਾ ਮੰਗ ਲਵੇ।" ਪਸੀਨੇ ਨਾਲ ਗੱਚ ਹੋਇਆ, ਲਾਲਾ ਬਹੁ-ਬੀਟ ਹੋ ਗਿਆ। ਮਹਿੰਦਰ ਸਿੰਘ ਨੇ ਉੱਚੀ-ਉੱਚੀ ਤਾੜੀ ਮਾਰੀ-"ਤੁਸੀਂ ਨਹੀਂ ਜਾਣਦੇ, ਇਹ ਸਭ ਜੁੱਤੀ ਦੇ ਜਾਰ ਨੇਂ....।"

(15)

ਸਰਦਾਰ ਮਹਿੰਦਰ ਸਿੰਘ ਤੇ ਬਘੇਲ ਸਿੰਘ ਦੀ ਮਾਂ, ਚਾਚੇ ਤਾਏ ਦੀਆਂ ਧੀਆਂ ਸਨ। ਉਨ੍ਹਾਂ ਦੇ ਰਿਸ਼ਤੇਦਾਰ ਸਾਂਝੇ ਸਨ। ਉਹ ਇਕੋ ਪੜਦਾਦੇ ਦੀ ਔਲਾਦ ਸਨ। ਬਘੇਲਸਿੰਘ ਤੇ ਉਹ ਚੌਥੀ ਜਮਾਤ ਤੱਕ ਇਕੱਠੇ ਪੜ੍ਹੇ ਸਨ। ਦਿਨ ਰਾਤ ਦਾ ਆਉਣ ਜਾਣ ਸੀ। ਉਨ੍ਹਾਂ ਦੀਆਂ ਪਤਨੀਆਂ ਵੀ ਇਕ ਦੂਜੀ ਨਾਲ ਭੈਣਾਂ ਵਾਂਗ ਵਰਤਦੀਆਂ ਸਨ। ਉਹ ਜਿੱਥੇ, ਜੀਹਦੇ ਨਾਲ ਖੜ੍ਹ ਜਾਂਦਾ, ਜਮ੍ਹਕਦਾ ਨਹੀਂ ਸੀ। ਸੱਚੀ ਗੱਲ ਮੂੰਹ ਤੇ ਕਹਿਣ ਲੱਗਿਆਂ, ਉਹ ਝਿਪਦਾ ਨਹੀਂ ਸੀ। ਮਹੀਨੇ ਵਿਚੋਂ, ਵੀਹ ਦਿਨ, ਉਸਦੇ ਧੂਰੀ ਕਚਹਿਰੀਆਂ ਵਿਚ ਬੀਤਦੇ, ਵਕੀਲਾਂ ਜਿਨ੍ਹਾਂ ਹੀ ਉਹ ਕਾਨੂੰਨ ਦਾ ਵਾਕਫ਼ ਹੋ ਗਿਆ ਸੀ। ਧੂਰੀ ਦੇ ਸਾਰੇ ਵਕੀਲ, ਮੁਣਸ਼ੀ, ਅਹਿਲਮਦ, ਅਫ਼ਸਰਾਂ ਦੇ ਸਰਿਸ਼ਤੇਦਾਰ ਉਸਦੇ ਵਾਕਿਫ਼ ਸਨ।

ਬਘੇਲ ਸਿੰਘ ਦੀ ਮੌਤ ਮਗਰੋਂ ਭਾਈ ਇੰਦਰ ਸਿੰਘ ਨਾਲ, ਪੇਸ਼ੀਆਂ ਤੇ ਉਹ ਜਾਂਦਾ ਸੀ, ਉਨ੍ਹਾਂ ਦੇ ਹੱਕ ਵਿਚ ਝੂਠੀਆਂ ਸੱਚੀਆਂ ਗਵਾਹੀਆਂ ਵੀ ਭੁਗਤਾਉਂਦਾ। ਬੇਦਖਲੀ ਵੇਲੇ ਕਬਜ਼ਿਆਂ ਤੇ ਨਾਲ ਜਾਂਦਾ। ਮੁਜਾਰੇ ਵੀ ਉਸਤੋਂ ਭੈਅ ਖਾਂਦੇ ਸਨ। ਆਪਦਾ ਗੁੱਟ, ਆਪ ਵਢਾਕੇ, ਉਸ ਮੁਜ਼ਾਰਿਆਂ ਨੂੰ 326 ਵਿਚ ਕੈਦ ਕਰਵਾ ਦਿੱਤੀ ਸੀ।

ਕੁਠਾਲੇ ਵਾਲੀ ਪ੍ਰੇਮ ਕੌਰ ਦੇ ਪਾਏ ਦਾਵਿਆਂ ਤੇ, ਭਾਈ ਇੰਦਰ ਸਿੰਘ ਨਾਲ ਉਹੀ ਜਾਂਦਾ ਸੀ, ਉਸ ਨੇ ਲੜਕੀ ਦੇ ਵਿਆਹ ਦੇ ਖਰਚੇ ਦਾ, ਅਤੇ ਆਪਣੇ ਰਜ਼ੀਨੇ ਦਾ ਦਾਅਵਾ ਕੀਤਾ ਸੀ। ਦਸ ਹਜ਼ਾਰ ਰੁਪੈ, ਲੜਕੀ ਦੇ ਵਿਆਹ ਲਈ, ਪੰਜ ਸੌ ਰੁਪੈ ਮਹੀਨਾ ਖਰਚੇ ਲਈ ਦਾਅਵਾ ਪਾਇਆ ਹੋਇਆ ਸੀ। ਮੁਜ਼ਾਰਿਆਂ ਵਾਲੀ 500 ਬਿੱਘੇ ਦੀ ਮਾਲਕੀ ਸਰਦਾਰਾਂ ਦੇ ਨਾਉਂ ਹੋਣ ਕਰਕੇ, ਉਸ ਦੀ ਜਮਾਂਬੰਦੀ ਵੀ ਨਾਲ ਲਾ ਦਿੱਤੀ ਸੀ। ਅਸਲ ਵਿਚ ਉਨ੍ਹਾਂ ਦੇ ਕਬਜ਼ੇ ਵਿਚ ਚਾਰ ਸੌ ਬਿੱਘੇ ਜ਼ਮੀਨ ਸੀ, ਉਸ ਵਿਚੋਂ ਵੀ ਬਹੁਤੀ ਬਰਾਨੀ ਅਤੇ ਬੰਜਰ ਸੀ। ਮਹਿੰਦਰ ਸਿੰਘ ਨੇ ਇਸ ਗੱਲ ਨੂੰ ਸਾਬਤ ਕਰਨ ਲਈ, ਕਈ ਮੁਜ਼ਾਰਿਆਂ ਦੀਆਂ ਸ਼ਹਾਦਤਾਂ, ਗਵਾਹੀਆਂ ਕਰਵਾ ਦਿੱਤੀਆਂ, ਜ਼ਮੀਨ, ਉਨ੍ਹਾਂ ਦੇ ਕਬਜ਼ੇ ਹੇਠ ਸੀ, ਨਾ

ਉਹ ਕੋਈ ਬਟਾਈ ਦਿੰਦੇ ਸਨ। 400 ਬਿੱਘੇ ਵਿਚੋਂ ਬਹੁਤ ਘੱਟ ਆਮਦਨ ਸਾਬਤ ਕਰਨ ਲਈ, ਛੇ ਫਸਲਾਂ ਦੀ ਗਿਰਦਾਵਰੀ ਦਾ ਗੋਸਵਾਰ ਅਤੇ ਨਿਰਖਨਾਮਾਂ ਨਾਲ ਪੇਸ਼ ਕਰ ਦਿੱਤਾ। ਗਿਰਦਾਵਰੀ ਅਨੁਸਾਰ ਬਹੁਤੀ ਬੰਜਰ ਕਦੀਮ ਅਤੇ ਬਜਰ ਜਦੀਦ ਸੀ, ਮਸਾਂ ਸੌ ਬਿੱਘੇ ਵਿਚ, ਖਾਣ ਜੋਗੇ ਦਾਣੇ ਹੁੰਦੇ ਸਨ। ਹਾੜੀ ਸੌਣੀ ਦੀ ਆਮਦਨ, ਪ੍ਰੇਮ ਕੌਰ ਦੇ ਦਾਅਵੇ ਨਾਲੋਂ ਕਿਤੇ ਘੱਟ ਸਾਬਤ ਹੁੰਦੀ ਸੀ। ਇਸ ਦਿਵਾਨੀ ਕੇਸ ਵਿਚ ਗਵਾਹੀਆ, ਸਬੂਤ ਪੇਸ਼ ਹੋਣ ਮਗਰੋਂ, ਬਹਿਸ ਹੋ ਗਈ ਸੀ। ਕੇਸ ਦੇ ਫ਼ੈਸਲੇ ਲਈ ਆਖਰੀ ਤਾਰੀਖ਼ ਸੀ। ਅੰਦਰੋਂ ਅੰਦਰੀਂ ਦਲੇਰ ਸਿੰਘ ਅਤੇ ਕੁਠਲੇ ਵਾਲੇ ਖੁਸ਼ ਸਨ, ਹੁਣ ਪਤਾ ਲਗੂ ਜਦੋਂ ਸਾਰਾ ਕੁਝ ਕੁਰਕ ਹੋ ਗਿਆ, ਵਿਕ ਗਿਆ, ਖਰਚਾ ਕਿੱਥੋਂ ਭਰਨਗੇ?"

ਫ਼ੈਸਲੇ ਵਾਲੇ ਦਿਨ, ਮਹਿੰਦਰ ਸਿੰਘ, ਭਾਈ ਇੰਦਰ ਸਿੰਘ ਦੇ ਨਾਲ ਸੀ। ਜੱਜ ਨੇ ਲੜਕੀ ਦੇ ਵਿਆਹ ਦਾ ਪੰਜ ਹਜ਼ਾਰ ਅਤੇ ਪ੍ਰੇਮ ਕੌਰ ਦਾ ਰਜ਼ੀਨਾਂ, ਸੌ ਰੁਪੈ ਮਹੀਨਾ ਬੰਨ੍ਹ ਦਿੱਤਾ ਸੀ, ਜੋ ਹਾੜੀ, ਸਾਉਣੀ ਦੋ ਕਿਸ਼ਤਾਂ ਵਿਚ ਭਰਿਆ ਜਾਣਾ ਸੀ। ਮਹਿੰਦਰ ਸਿੰਘ ਨੇ ਉਦੋਂ ਹੀ ਝੋਲੇ ਵਿਚੋਂ ਪੰਜ ਹਜ਼ਾਰ ਰੁਪੈਈਆ, ਕਚਹਿਰੀ ਦੇ ਨਾਜ਼ਰ ਕੋਲ ਜਮ੍ਹਾਂ ਕਰਕੇ, ਰਸੀਦ ਲੈ ਲਈ। ਪ੍ਰੇਮ ਕੌਰ ਦਾ ਭਰਾ, ਭਇਮਾਨ ਹੋ ਗਿਆ। ਉਸ ਦਾ ਖ਼ਿਆਲ ਸੀ, ਏਨੀ ਰਕਮ, ਉਨ੍ਹਾਂ ਤੋਂ ਕਿਵੇਂ ਵੀ ਇਕੱਠੀ ਨਹੀਂ ਹੋਣੀ। ਪ੍ਰੇਮ ਕੌਰ ਦਾ ਰਜ਼ੀਨਾ ਸਾਉਣੀ ਆਉਣ ਤੇ ਖ਼ਜ਼ਾਨੇ ਵਿਚ ਜਮ੍ਹਾ ਹੋਣਾ ਸੀ। ਦਲੇਰ ਸਿੰਘ ਨੇ ਕੁਠਾਲੇ ਵਾਲਿਆਂ ਨੂੰ ਉਂਗਲ ਦੇਕੇ, ਸੁਨਾਮ ਜ਼ਿਲ੍ਹਾ ਜੱਜ ਦੇ ਅਪੀਲ ਪਵਾ ਦਿੱਤੀ, ਜੋ ਦੂਜੀ ਪੇਸ਼ੀ ਤੇ ਖਾਰਜ ਹੋ ਗਈ। ਲੜਕੀ ਦੇ ਵਿਆਹ ਤੇ ਠਾਣੇਦਾਰ ਦੇ ਸਿਵਾ, ਭਾਈਚਾਰੇ ਦਾ ਕੋਈ ਬੰਦਾ ਨਹੀਂ ਗਿਆ। ਉਹ ਮਾਈਸਰ ਖਾਨੇ ਵਾਲੇ ਸਰਦਾਰਾਂ ਦੇ ਇਕ, ਐਬੀ ਕਬਾਬੀ ਸ਼ਰਾਬੀ, ਮੁੰਡੇ ਨੂੰ ਵਿਆਹੀ ਸੀ, ਜੋ ਪੈਸੇ ਮੁਕਣ ਤੇ ਉਸਨੂੰ ਕੁਟਦਾ, ਮਾਰਦਾ, ਘਰੋਂ ਕੱਢ ਦਿੰਦਾ, ਜਾਹ ਬੁੜ੍ਹੀ ਤੋਂ ਲਿਆ, ਉਸੇ ਨਵੇਂ ਪਿੰਡੋਂ ਬਥੇਰਾ ਲੁੱਟਿਆ ਹੈ।

ਭਾਈ ਇੰਦਰ ਸਿੰਘ ਨੇ ਝੋਲੇ ਵਿਚੋਂ ਪੰਜ ਹਜ਼ਾਰ ਰੁਪੈ ਕੱਢੇ ਅਤੇ ਮਹਿੰਦਰ ਸਿੰਘ ਅੱਗੇ ਕਰ ਦਿੱਤੇ। ਉਹ ਲੈਂਦਾ ਨਹੀਂ ਸੀ।

"ਏਡੀ ਕੀ ਕਾਹਲ ਹੈ? ਮੇਰੇ ਪੈਸੇ ਕਿਤੇ ਭੱਜੇ ਜਾਂਦੇ ਹਨ ਜਾਂ ਤੁਸੀਂ ਕਿਤੇ ਭੱਜ ਚਲੇ ਹੋ? ਤੁਸੀਂ ਹੋਰ ਕਿਸੇ ਦਾ ਦੇਣਾ ਲੈਣਾ ਹੈ, ਉਹ ਪਹਿਲਾਂ ਮੋੜ ਦਿਉ, ਮੇਰੇ ਪੈਸੇ ਕਿੱਧਰੇ ਨਹੀਂ ਜਾਂਦੇ, ਜਿਹੋ ਜਿਹੇ ਤੁਹਾਡੇ ਘਰ, ਉਹੋ ਜਿਹੇ ਮੇਰੇ ਘਰ।" ਮਹਿੰਦਰ ਸਿੰਘ ਬੋਲਿਆ।

"ਹੋਰ ਕਿਸੇ ਦਾ ਦੇਣਾ ਲੈਣਾ ਨਹੀਂ, ਸਭ ਦਾ ਨਬੇੜ ਦਿੱਤਾ ਹੈ, ਥੋਡੇ ਹੀ ਰਹਿੰਦੇ ਨੇ। ਐਤਕੀਂ ਹਾੜੀ ਸੌਣੀ ਚੰਗੀ ਲੱਗੀ ਹੈ, ਬੱਚਿਆਂ ਦੇ ਭਾਗਾਂ ਨੂੰ।"

"ਅਸਲ ਵਿਚ ਜਦੋਂ ਦੀ ਬਲਜੀਤ ਦੀ ਬਹੂ ਘਰੇ ਆਈ ਹੈ, ਉਦੋਂ ਤੋਂ ਹੀ ਲਹਿਰ, ਬਹਿਰ ਹੋ ਗਈ ਹੈ, ਕੁੜੀ ਚੰਗੇ ਘਰਾਣੇ ਦੀ ਭਾਗਾਂ ਵਾਲੀ ਹੈ।" ਉਦੋਂ ਹੀ ਪੂਰਨ ਅੰਦਰਲੇ ਘਰੋਂ ਚਾਹ ਲੈ ਆਇਆ।

"ਸੁਣਾ ਬਈ ਮਾਲ ਅਫਸਰਾਂ ਕੀ ਹਾਲ ਹੈ ਤੇਰਾ?"

"ਸਾਰ ਜੀ, ਬਹੁਤ ਵਧੀਆ ਹੈ, ਤੁਸੀਂ ਸੁਣਾਉ। ਮੁੰਡਾ ਕੰਮ ਵੱਧੀਆ ਕਰਦੈ?" ਪੂਰਨ ਦਾ ਛੋਟਾ ਮੁੰਡਾ, ਉਹਨਾਂ ਨਾਲ ਪਾਲੀ ਰਲਿਆ ਹੋਇਆ ਸੀ।

"ਮੁੰਡਾ ਚੰਗੈ, ਤੇਰੇ ਵਰਗਾ ਕਾਮਾ ਹੈ, ਕਹਿਣ ਦੀ ਲੋੜ ਨਹੀਂ ਪੈਂਦੀ, ਆਪੇ ਕਰੀ ਜਾਂਦੈ।" ਪੂਰਨ ਖੁਰਲੀਆਂ ਵਿਚ ਹੱਥ ਫੇਰਨ ਚਲਿਆ ਗਿਆ।

"ਚਾਚਾ ਜੀ, ਥੋਡੇ ਨਾਲ ਇਕ ਹੋਰ ਸਲਾਹ ਕਰਨੀ ਸੀ।"

"ਦਸ ਕਾਕਾ ?"

"ਮੇਰੀ ਸਲਾਹ ਹੈ, ਟਰੈਕਟਰ ਲੈਣ ਦੀ। ਫੌਜੇ ਆਲੇ ਸਰਦਾਰ ਲੈ ਕੇ ਆਏ ਨੇ, ਸਾਡੀ ਜ਼ਮੀਨ ਵਾਹ ਕੇ ਗਿਆ, ਆਦੋਆਲ।" ਇਕ ਟਰੈਕਟਰ ਪੰਜ ਸੌ ਬਿੱਘੇ ਤੋਂ ਉਪਰ ਸਾਂਭੀ ਜਾਂਦਾ ਹੈ।"

"ਕਿੰਨੇ ਦਾ ਹੈ ਟਰੈਕਟਰ ?"

"ਉਹ 6500 ਦਾ ਲੈ ਕੇ ਆਏ ਨੇ, ਅੱਠ ਹਲਾਂ ਵਾਲਾ ਕਲਟੀਵੇਟਰ ਨਾਲ ਨੇ। ਬਲਦਾਂ ਨਾਲ ਜ਼ਮੀਨ ਸਾਂਭਣੀ ਔਖੀ ਹੈ।"

"ਕਦੋਂ ਲਿਆਉਣਾ, ਕੀ ਸਲਾਹ ਹੈ ਫੇਰ ?'

"ਜਿਦਨ, ਥੋਨੂੰ ਵਿਹਲ ਹੋਵੇ, ਓਦਨ ਹੀ ਲੈ ਆਮਾਂਗੇ, ਲੁਧਿਆਣੇ ਜਾਣਾਂ ਪਊ। ਨਾਲ ਫੌਜੇ ਵਾਲੀਏ ਸਰਦਾਰ ਵਿਦਵਾਨ ਸਿੰਘ ਨੂੰ ਲੈ ਚਲਾਂਗੇ, ਉਹ ਏਜੰਸੀ ਵਾਲਿਆਂ ਨੂੰ ਜਾਣਦੇ ਹਨ।

"ਸੋਮਵਾਰ ਨੂੰ, ਧੂਰੀ ਮੇਰੀ ਪੇਸ਼ੀ ਹੈ, ਉਸ ਤੋਂ ਮਗਰੋਂ ਮੈਂ ਵਿਹਲਾ ਹੀ ਹਾਂ।"

"ਚਾਚਾ ਜੀ, ਪੇਸ਼ੀਆਂ ਦਾ ਹੁਣ ਖਹਿੜਾ ਛੱਡੋ। ਛੇਤੀ ਹੀ ਮੁਜ਼ਾਰਿਆਂ ਨੂੰ ਮਾਲਕੀ ਦੇ ਹੱਕ ਮਿਲਣ ਵਾਲੇ ਹਨ।"

"ਤੈਨੂੰ ਕੀਹਨੇ ਦਸਿਆ ?" ਉਹ ਭਇਮਾਨ ਹੋ ਗਿਆ। ਛੇਤੀ ਹੀ ਤੀਹ ਏਕੜ ਦਾ ਕਾਨੂੰਨ ਬਣਨ ਵਾਲਾ ਹੈ। ਆਪਣੇ ਕੋਲ ਜ਼ਮੀਨ ਪਹਿਲਾਂ ਹੀ ਵਾਧੂ ਹੈ, ਬਾਕੀ ਦੀ ਸਰਪਲਸ ਹੋ ਜਾਣੀ ਹੈ।"

"ਫੇਰ ਕਿਵੇਂ ਕਰੀਏ, ਮੈਂ ਤਾਂ ਬਹੁਤ ਮੁਸ਼ਕਿਲ ਨਾਲ 350 ਬਿਘੇ ਬਣਾਈ ਹੈ, 100 ਬਿੱਘੇ ਹੀ ਮੁਜਾਰਿਆਂ ਕੋਲ ਰਹਿ ਗਈ।" ਪਤੀ ਵਿਚ, ਉਹ ਅਠਵੇਂ ਹਿੱਸੇ ਵਿਚ ਸੀ। ਕੁਲ ਜ਼ਮੀਨ 450 ਬਿਘੇ ਉਸਦੇ ਨਾਉਂ ਬੋਲਦੀ ਸੀ।

"ਤੁਸੀਂ ਵੀਹ-ਵੀਹ ਏਕੜ, ਦੋਨੋਂ ਭਾਈਆਂ ਨਾਉਂ ਲਵਾ ਦਿਉ। ਦੋਨੋਂ ਬਾਲਗ ਹਨ। ਅਸੀਂ ਵੀ ਤੀਹ ਏਕੜ ਮਾਮਾ ਜੀ ਦੇ ਨਾਉਂ ਕਰਵਾਉਣ ਲੱਗੇ ਹਾਂ। ਹੋਰ ਕੋਈ ਰਾਹ ਨਹੀਂ।"

"ਰਜਿਸਟਰੀ ਤੇ ਖ਼ਰਚ ਕਾਫ਼ੀ ਆਊ।"

"ਰਜਿਸਟਰੀ ਕਾਹਨੂੰ ਕਰਵਾਉਣੀ ਹੈ ਡਿਗਰੀ ਕਰਵਾ ਦਿਉ, ਮੈਂ ਵਕੀਲ ਨੂੰ ਪੁੱਛਿਆ।"

"ਚਲੋ ਸਲਾਹ ਕਰਦੇ ਹਾਂ।"

"ਬਹੁਤਾ ਲੇਟ ਨਹੀਂ ਕਰਨਾ, ਪਟਵਾਰੀ ਤੋਂ ਨੰਬਰ ਲੈ ਲਵੋ, ਦਾਅਵੇ ਪਾ ਦੇਈਏ, ਦੋ ਤਿੰਨ ਪੇਸ਼ੀਆਂ ਤੇ ਡਿਗਰੀ ਹੋ ਜਾਂਦੀ ਹੈ, ਕਰਮਗੜ੍ਹੀਏ ਸਰਦਾਰ ਨੇ ਤਾਂ ਆਪਣੇ ਕਈ ਰਿਸ਼ਤੇਦਾਰਾਂ ਨਾਉਂ ਕਰਵਾ ਵੀ ਦਿੱਤੀ ਹੈ। ਹੋਰ ਵੀ ਕਈਆਂ ਨੇ ਦਾਅਵੇ ਪਾਏ ਹੋਏ ਹਨ।

"ਫੇਰ ਤਾਂ ਇਹ ਕੰਮ ਛੇਤੀ ਕਰਨ ਵਾਲੈ।" ਅਗਲੇ ਹਫ਼ਤੇ ਉਨ੍ਹਾਂ ਡਿਗਰੀ ਲਈ

ਦਾਅਵੇ ਦਾਇਰ ਕਰ ਦਿੱਤੇ। ਦੋ-ਤਿੰਨ ਪੇਸ਼ੀਆਂ ਮਗਰੋਂ, ਕਚਹਿਰੀ ਨੇ, ਮਾਲਕਾਂ ਦੀ ਸਹਿਮਤੀ ਦੇ ਬਿਆਨਾਂ ਮਗਰੋਂ, ਡਿਗਰੀ ਕਰ ਦਿੱਤੀ। ਨਕਲ ਲੈਣ ਮਗਰੋਂ ਜ਼ਮੀਨ ਮੁਨਤਕਿਲ ਹੋ ਗਈ, ਇੰਤਕਾਲ ਮਨਜ਼ੂਰ ਹੋ ਗਿਆ।

ਟਰੈਕਟਰ ਲੈਣ ਦੀ ਰਜ਼ਾਮੰਦੀ, ਬਲਦੇਵ ਕੌਰ ਨੇ ਵੀ ਦੇ ਦਿੱਤੀ। ਉਸ ਕੋਲ ਗਿਆਰਾਂ ਸੌ ਰੁਪੈਈਏ, ਵਿਆਹ ਵੇਲੇ ਦੇ ਜਮ੍ਹਾਂ ਸਨ, ਲੋੜ ਪੈਣ ਤੇ ਉਹ ਵਰਤ ਸਕਦੇ ਸਨ।

ਟਰੈਕਟਰ, ਸਿੱਖਣ ਲਈ ਉਹ ਕਈ ਦਿਨ, ਕੰਮ ਤੋਂ ਵਿਹਲਾ ਹੋਕੇ ਫੌਜੇਵਾਲ ਜਾਂਦਾ ਰਿਹਾ। ਚਾਰਪੰਜ ਦਿਨ, ਵਿਚ ਉਹ ਸਭ ਕੁਝ ਸਮਝ ਗਿਆ ਸੀ। ਹੁਣ ਉਥੇ ਇੱਕ ਹੋਰ ਨਵੀਂ ਮਸ਼ੀਨ ਲੈ ਆਏ ਸਨ, ਖੂਹ ਵਿਚੋਂ ਪਾਣੀ ਕੱਢਣ ਵਾਲਾ ਪੀਟਰ ਇੰਜਣ। ਪਾਣੀ ਦੀ ਮੋਹਲੇ ਵਰਗੀ ਮੋਟੀ ਧਾਰ ਪੈਂਦੀ ਸੀ। ਇਸ ਵਿਚ ਡੀਜ਼ਲ ਤੇਲ ਪੈਂਦਾ ਸੀ।

"ਅੰਕਲ ਜੀ, ਇਹ ਤਾਂ ਬਹੁਤ ਵਧੀਆ ਚੀਜ਼ ਹੈ, ਹਲਟ ਨਾਲ ਤਾਂ ਟੱਕਰਾਂ ਮਾਰਨ ਵਾਲੀ ਗੱਲ ਹੈ। ਕਿੰਨੇ ਬਿੱਘੇ, ਦਿਨ ਵਿਚ ਰਮਾ ਦਿੰਦਾ ਹੈ ? ਬਲਜੀਤ ਨੇ ਹੈਰਾਨ ਹੋ ਕੇ ਪੁੱਛਿਆ।

"ਤੀਹ ਚਾਲੀ ਬਿੱਘੇ ਆਰਾਮ ਨਾਲ ਰੌਣੀ ਕਰ ਦਿੰਦਾ।"

"ਕਿੱਥੋਂ ਮਿਲਦੈ ਇਹ ? ਕਿੰਨੇ ਦਾ ਲਿਆਂਦਾ ?"

"ਲੁਧਿਆਣੇ ਉੱਚੇ ਪੁਲ ਕੋਲ 'ਮੀਰਾ' ਕੰਮਪਣੀ ਤੋਂ, ਲਿਆਂਦਾ, 1500 ਦਾ ਇੰਜਣ ਹੈ, ਸੌ ਡੇਢ ਸੌ ਪਾਈਪ ਤੇ ਲੱਗ ਜਾਂਦਾ ਹੈ।"

"ਫੇਰ ਤਾਂ ਮੈਨੂੰ ਵੀ ਇੱਕ ਲੈ ਦਿਉ।"

"ਜਦੋਂ ਕਹੋਗੇ ਲੈ ਦਿਆਂਗੇ, ਮੈਨੂੰ ਜਾਣਦੇ ਨੇ ਕੰਪਨੀ ਵਾਲੇ।"

"ਜਿੱਦਣ ਟਰੈਕਟਰ ਲੈਣ ਗਏ, ਓਦਨ ਹੀ ਲੈ ਆਮਾਂਗੇ।" ਦੇਣ ਲੈਣ ਮਗਰੋਂ ਵੀ, ਅਜੇ ਕਾਫ਼ੀ ਰਕਮ ਸੰਦੂਕ ਵਿਚ, ਬਲਦੇਵ ਕੌਰ ਨੇ ਸਾਂਭੀ ਹੋਈ ਸੀ।

"ਅੰਕਲ ਜੀ, ਕਦੋਂ ਲੈਣ ਚਲੀਏ, ਫੇਰ ਟਰੈਕਟਰ ? ਤੁਹਾਨੂੰ ਕਦੋਂ ਵਿਹਲ ਹੈ ?"

"ਪਰਸੋਂ ਨੂੰ ਚੌਧਰੀ ਮੁਣਸ਼ੀ ਰਾਮ ਪਰੋਜੈਕਟ ਅਫ਼ਸਰ ਨੇ ਸੜਕ ਦਾ ਮੌਕਾ ਦੇਖਣ ਆਉਣੈਂ, ਫਰਵਾਲੀ ਵਾਲੇ ਸੜਕ, ਆਵਦੇ ਪਿੰਡ ਨੂੰ ਖਿੱਚਦੇ ਨੇ...।"

"ਸੜਕ ਕਿੱਥੋਂ ਆਉਣੀ ਹੈ ?" ਬਲਜੀਤ ਨੇ ਹੈਰਾਨੀ ਨਾਲ ਪੁੱਛਿਆ। ਪਿੰਡ ਦੀ ਤਰੱਕੀ ਲਈ, ਸੜਕ ਅਤੇ ਸਕੂਲ ਬਹੁਤ ਜ਼ਰੂਰੀ ਹੈ।

"ਮਾਲੇਰਕੋਟਲੇ ਤੋਂ ਰਾਏਕੋਟ ਨੂੰ ਜਾਣੀ ਹੈ।"

"ਫੇਰ ਤਾਂ ਮੌਜਾਂ ਹੋ ਜਾਣਗੀਆਂ।"

"ਬਾਹਰ ਅੰਦਰ ਜਾਣਾ ਆਉਣਾ ਸੌਖਾ ਹੈ, ਕੱਚੇ ਰਾਹਾਂ ਵਿਚ, ਕਾਰ ਵੀ ਮੁਸ਼ਕਿਲ ਨਾਲ ਲੰਘਦੀ ਹੈ।" ਉਸ ਕੋਲ ਕਨਵੈਸ ਦੀ ਛੱਤ ਵਾਲੀ, ਆਸਟਿਨ ਕਾਰ ਸੀ।"

"ਕਦੋਂ ਚੱਲੀਏ ਫੇਰ ਲੁਧਿਆਣੇ...? ਰਕਮ ਤਾਂ ਤਿਆਰ ਹੈ, ਅੰਕਲ ਜੀ।"

"ਕੌਣ ਕੌਣ ਚਲੋਗੇ ?"

"ਬਸ, ਮੈਂ ਤੇ ਚਾਚਾ ਜੀ ਮਹਿੰਦਰ ਸਿੰਘ, ਥੋੜਾ ਡਰਾਈਵਰ ਨਾਲ ਲਿਜਾਣਾ ਪਊ।"

"ਮੈਂ ਜਾਣਦੈਂ ਸਰਦਾਰ ਮਹਿੰਦਰ ਸਿੰਘ, ਬਹੁਤ ਨਰ ਬੰਦਾ ਹੈ, ਮੈਨੂੰ ਕਈ ਵਾਰ ਸ਼ਿਕਾਰ ਖੇਡਦੇ ਨੂੰ ਮਿਲਿਆ ਹੈ। ਵਧੀਆ ਸ਼ਿਕਾਰੀ ਹੈ।"

(16)

ਹਾੜ੍ਹ ਦਾ ਮਹੀਨਾ ਚੜ੍ਹ ਗਿਆ ਸੀ। ਸਾਉਣ ਵਿਚ ਮੀਂਹ ਸ਼ੁਰੂ ਹੋ ਜਾਂਦੇ, ਝੜੀ ਲਗ ਜਾਂਦੀ, ਕਈ ਕਈ ਦਿਨ ਮੀਂਹ ਪਈ ਜਾਂਦਾ, ਨੀਵੇਂ ਥਾਂ ਫਸਲਾਂ ਮਰ ਜਾਂਦੀਆਂ। ਹੜ੍ਹ ਦੇ ਪਾਣੀ ਦੀ, ਸੂਏ ਨਾਲ ਟੱਕਰ ਲਗ ਜਾਦੀ। ਪਾਣੀ ਦੇ ਨਿਕਾਸ ਲਈ, ਆਦੋਆਲ ਦੇ ਪੁਲ ਕੋਲ, ਸਾਈਫ਼ਨ ਲੱਗੀ ਹੋਈ ਸੀ ਜੋ ਪਿੰਡ ਤੋਂ ਦੋ ਕੋਹ ਵਾਟ ਤੇ ਉੱਚੀ ਥਾਂ ਹੋਣ ਕਰਕੇ, ਪਾਣੀ ਨਹੀਂ ਖਿੱਚਦੀ ਸੀ। ਪਿੱਛੇ ਪਾਣੀ ਦਾ ਡੱਕ ਲੱਗ ਜਾਂਦਾ। ਪਾਣੀ ਨੂੰ ਕੱਢਣ ਲਈ ਨਵੇਂ ਪਿੰਡ ਦੇ ਲੋਕ ਰਾਤ ਨੂੰ ਸੂਆ ਵੱਢ ਦਿੰਦੇ, ਪਾਣੀ ਛਿੱਪਦੇ ਪਾਸੇ ਪਿੰਡਾਂ ਨੂੰ ਮਾਰ ਕਰਦਾ। ਮੀਂਹ ਦੇ ਦਿਨਾਂ ਵਿਚ, ਅਗਲੇ ਪਿੰਡਾਂ ਵਾਲੇ, ਸੂਏ ਤੇ ਠੀਕਰੀ ਪਹਿਰਾ ਲਾਉਣ ਲੱਗੇ ਸਨ। ਸਾਈਫਨ ਵਿਚਲਾ ਪਾਣੀ ਬਲਜੀਤ ਹੁਰਾਂ ਦੇ ਖੇਤਾਂ ਵਿਚੋਂ ਹੋ ਕੇ ਲੰਘਦਾ ਸੀ, ਉਨ੍ਹਾਂ ਦੀ ਜ਼ਮੀਨ ਸੂਏ ਦੇ ਮੁੱਢ ਵਿਚ ਸੀ, ਜਿੱਥੇ ਕਾਹੀ, ਸਰਕੜਾ ਅਤੇ ਬਟੇਰ ਉੱਗੀ ਹੋਈ ਸੀ। ਕੁਝ ਖੇਤ, ਟਿੱਬਿਆਂ ਵਾਲੇ ਹੋਣ ਕਰਕੇ, ਪਾਣੀ ਨਹੀਂ ਚੜ੍ਹਦਾ ਸੀ, ਜਿੱਥੇ ਸਰ੍ਹੋਂ ਛੋਲੇ, ਤਾਰਾ ਮੀਰਾ ਹੋ ਜਾਂਦਾ।

ਬਲਜੀਤ ਮੀਂਹਾਂ ਤੋਂ ਪਹਿਲਾਂ ਇਸ ਜ਼ਮੀਨ ਨੂੰ ਵਾਹਿਆ ਚਾਹੁੰਦਾ ਸੀ। ਅਗਲੇ ਹਫ਼ਤੇ ਚਾਚਾ ਮਹਿੰਦਰ ਸਿੰਘ ਨੂੰ ਨਾਲ ਲੈ ਕੇ ਉਹ ਫੌਜੇਵਾਲ ਗਏ। ਦਸ ਹਜ਼ਾਰ ਰੁਪੈਈਆਂ, ਪੈਂਟ ਦੀ ਅੰਦਰਲੀ ਜੇਬ ਵਿਚ ਪਾ ਲਿਆ, ਨੋਟਾਂ ਤੇ, ਜਾਰਜ਼ ਪੰਜਾਬ ਦੀ ਥਾਂ, ਤਰੈਮੂਰਤੀ ਛਪਣ ਲੱਗੀ ਸੀ। ਸਰਦਾਰ ਵਿਦਵਾਨ ਸਿੰਘ ਢਾਠੀ ਬੰਨ੍ਹੀ ਤਿਆਰ ਬੈਠਾ ਸੀ। ਮਾਵੇ ਵਾਲੀ ਪੱਗ ਪਹਿਲਾਂ ਹੀ ਬੰਨ੍ਹੀ ਪਈ ਸੀ।

"ਹਾਜ਼ਰੀ ਦਸੋ ਤਿਆਰ ਹੈ।"

"ਕਰਕੇ ਆਏ ਹਾਂ।"

"ਚਾਹ ਲਉਗੇ ਕਿ ਲੱਸੀ।"

"ਚਾਹ ਹੀ ਠੀਕ ਹੈ।" ਮਹਿੰਦਰ ਸਿੰਘ ਦਮੇ ਦਾ ਮਰੀਜ਼ ਅਤੇ ਅਫੀਮ ਖਾਣ ਕਰਕੇ ਲੱਸੀ ਉਸਨੂੰ ਮੁਆਫ਼ਕ ਨਹੀਂ ਸੀ। ਨੀਲੇ ਰੰਗ ਦੀ ਕਾਰ ਵਿਹੜੇ ਵਿਚ ਤਿਆਰ ਖੜ੍ਹੀ ਸੀ। ਚਾਹ ਪੀਣ ਮਗਰੋਂ ਡਰਾਈਵਰ ਨੇ ਕਾਰ ਨੂੰ ਹੈਂਡਲ ਮਾਰਿਆ। ਕਾਰ ਪਹਿਲੇ ਹੈਂਡਲ ਨਾਲ ਸਟਾਰਟ ਹੋ ਗਈ, ਇਸ ਵਿਚ ਦੋ ਬੈਟਰੀਆਂ ਹੁੰਦੀਆਂ ਸਨ। ਨਹਿਰ ਤੇ ਲੱਗਿਆ ਕਲਿਆਣ ਵਾਲਾ ਸੰਗਲ, ਭੜਸਾਲ ਨਵੀਸ ਨੇ, ਹਾਰਨ ਦੀ ਆਵਾਜ਼ ਸੁਣ ਕੇ ਪਹਿਲਾਂ ਹੀ ਖੋਲ੍ਹ ਦਿੱਤਾ ਸੀ। ਇਲਾਕੇ ਵਿਚ, ਉਨ੍ਹਾਂ ਤੋਂ ਬਿਨਾਂ, ਕਿਸੇ ਕੋਲ ਕਾਰ ਨਹੀਂ ਸੀ, ਦੂਸਰਾ ਉਨ੍ਹਾਂ ਦੇ ਪਿਤਾ ਜੀ ਨਹਿਰੀ ਮਹਿਕਮੇ ਵਿਚ ਅਫ਼ਸਰ ਰਹੇ ਹੋਣ ਕਰਕੇ, ਸਾਰੇ ਮੁਲਾਜ਼ਮ ਅਫ਼ਸਰ ਉਨ੍ਹਾਂ ਨੂੰ ਜਾਣਦੇ ਸਨ।

ਕਾਰ ਤੀਹ ਮੀਲ ਦੀ ਸਪੀਡ ਤੇ ਘੂਕਦੀ ਨਹਿਰ ਦੀ ਪਟੜੀ ਤੇ ਮੰਡੀ ਨੂੰ ਜਾ ਰਹੀ ਸੀ। ਕਾਰ ਦੇ ਪਿੱਛੇ ਗਰਦੋ ਗਵਾਰ ਹੋ ਗਈ ਸੀ, ਪਟੜੀ ਤੇ ਰੋੜ ਪਏ ਹੋਣ ਤੇ ਵੀ ਧੂੜ ਉਡ ਰਹੀ ਸੀ। ਜਗੇੜੇ ਵਾਲੀ ਕੋਠੀ ਲੰਘਕੇ, ਉਹ ਡੇਹਲੋਂ ਹੋ ਕੇ, ਲੁਧਿਆਣੇ ਜਾਂਦੀ, ਕਾਲੇ ਰੰਗ ਦੀ ਲੁੱਕ ਵਾਲੀ ਸੜਕ ਤੇ ਪੈ ਗਏ। ਸੜਕ ਚੰਗੀ ਸੀ ਪਰ ਚੌੜਾਈ ਬਹੁਤ ਘੱਟ ਹੋਣ ਕਰਕੇ, ਕਾਰ ਦੇ ਪਹੀਏ, ਇਸ ਤੇ ਮੁਸ਼ਕਿਲ ਨਾਲ ਚੱਲ ਸਕਦੇ ਸਨ। ਰਾਹ ਵਿਚ ਉਨ੍ਹਾਂ ਨੂੰ ਕੁਝ

ਟਾਂਗੇ ਅਤੇ ਸਿਰਫ਼ ਇਕ ਲਾਰੀ ਮਿਲੀ, ਕੋਈ ਕੋਈ ਸਾਈਕਲ ਵੀ ਆ ਜਾ ਰਹੇ ਸੀ। ਗਿੱਲ ਚੌਕ ਲੰਘਣ ਮਗਰੋਂ ਕਾਰ ਮਿਲਰਗੰਜ ਦੇ ਰੇਲਵੇ ਫਾਟਕ ਤੇ ਆਈ। ਫਾਟਕ ਬੰਦ ਹੋਣ ਕਰਕੇ, ਅੱਧਾ ਘੰਟਾ ਰੁਕਣਾ ਪਿਆ। ਅੱਗੇ ਜਾ ਕੇ ਖੱਬੇ ਪਾਸੇ ਉੱਚਾ ਪੁਲ ਸੀ ਜਿਸ ਦੇ ਸਾਹਮਣੇ ਮੀਰਾ ਐਂਡ ਕੰਪਨੀ ਦਾ ਬੋਰਡ ਲੱਗਾ ਹੋਇਆ ਸੀ, ਜਿੱਥੇ ਪੀਟਰ ਇੰਜਣ ਮਿਲਦੇ ਸਨ। ਸਾਹਮਣੇ ਅੱਧੀ ਸਦੀ ਪੁਰਾਣਾ ਘੰਟਾ ਘਰ ਸੀ, ਜਿਸ ਤੇ 10 ਵੱਜਣ ਵਾਲੇ ਸਨ। ਸਟੇਸ਼ਨ ਲੰਘ ਕੇ ਥੋੜ੍ਹਾ ਅੱਗੇ, ਰਿੱਖੀ ਚੌਂਕ ਵਾਲੇ, ਚੌਂਕ ਤੇ ਸੱਜੇ ਹੱਥ ਅੰਗਰੇਜ਼ੀ ਵਿਚ 'ਫਰਗੂਸ਼ਨ ਟਰੈਕਟਰਜ਼' ਦਾ ਵੱਡਾ ਬੋਰਡ ਚਮਕ ਰਿਹਾ ਸੀ। ਅੱਗੇ ਦਫ਼ਤਰ ਸੀ, ਪਿੱਛੇ ਵਰਕਸ਼ਾਪ ਅਤੇ ਸ਼ੈਡ ਹੇਠ ਟਰੈਕਟਰ, ਖੜ੍ਹੇ ਸਨ। ਕੰਮਪਨੀ ਦਾ ਮੈਨੇਜਰ ਖੜ੍ਹਾ ਹੋ ਕੇ, ਵਿਦਵਾਨ ਸਿੰਘ ਨੂੰ ਮਿਲਿਆ।

"ਕਾਫ਼ੀ ਦੇਰ ਮਗਰੋਂ ਆਏ ਹੋ, ਵੈਲਕਮ। ਬੈਠੋ, ਤਸ਼ਰੀਫ਼ ਰੱਖੋ।" ਉਹ ਵੱਡੇ ਮੇਜ਼ ਸਾਹਮਣੇ ਗੱਦੇਦਾਰ ਕੁਰਸੀਆਂ ਤੇ ਬੈਠ ਗਏ।

"ਬਰੇਕ ਫਾਸਟ ਦੱਸੋ, ਮੰਗਾਵਾਂ।"

"ਪਿੰਡੋਂ ਕਰਕੇ ਆਏ ਹਾਂ।"

"ਦੱਸੋ, ਚਾਹ ਲਵੋਗੇ ਕਿ ਕੋਲਡ ਡਰਿੰਕ?"

"ਜੋ ਤੁਹਾਡੀ ਮਰਜ਼ੀ।"

"ਚਲੋ ਪਹਿਲਾ ਕੋਲਡ ਲੈਂਦੇ ਹਾਂ, ਮਗਰੋਂ ਚਾਹ ਪੀਵਾਂਗੇ। ਅੱਜ ਕਿਵੇਂ ਦਰਸ਼ਨ ਦਿੱਤੇ?"

"ਕਾਕੇ ਨੂੰ ਇੱਕ ਟਰੈਕਟਰ ਲੈ ਕੇ ਦੇਣਾ ਹੈ ਕੀ ਰੇਟ ਲੱਗੂ?"

"ਊਂ ਤਾਂ ਕੰਮਪਨੀ ਨੇ ਪਹਿਲੀ ਅਪਰੈਲ ਤੋਂ 500 ਰੁਪੈਈਆ ਵਧਾ ਦਿੱਤਾ ਹੈ, ਪਰ ਤੁਹਾਨੂੰ ਪੁਰਾਣਾ ਰੇਟ ਹੀ ਲੱਗੂ, ਜੋ ਥੋਨੂੰ ਲਾਇਆ ਸੀ, ਛੇ ਹਜ਼ਾਰ ਸਣੇ ਕਲਟੀਵੇਟਰ।" ਆਉ, ਤੁਹਾਨੂੰ ਟਰੈਕਟਰ ਦਿਖਾਵਾਂ, ਨਵਾਂ ਸਟਾਕ ਆਇਆ ਹੈ। ਨਵਾਂ ਮਾਡਲ।"

"ਕੀ ਫ਼ਰਕ ਹੈ, ਨਵੇਂ ਤੇ ਪੁਰਾਣੇ ਮਾਡਲ ਵਿਚ?"

"ਬਾਕੀ ਤਾਂ ਸਭ ਉਹੀ ਹੈ, ਲਿਫ਼ਟ ਬਦਲ ਦਿੱਤੀ ਹੈ, ਪੁਰਾਣੀ ਲਿਫ਼ਟ ਦੀ ਕੁਝ ਸ਼ਿਕਾਇਤ ਆਉਂਦੀ ਸੀ।" ਟਰੈਕਟਰ ਦੇਖਣ ਮਗਰੋਂ ਉਹ ਦਫ਼ਤਰ ਵਿਚ ਆ ਬੈਠੇ। ਕੋਕਾ ਕੋਲਾ ਚਾਰ ਗਲਾਸਾਂ ਵਿਚ ਪਾਇਆ ਗਿਆ, ਉਪਰੋਂ ਬਰਫ਼ ਪਾਈ ਗਈ।

"ਬਾਹਰ ਸਾਡਾ ਡਰਾਇਵਰ ਬੈਠੇ, ਉਹਨੂੰ ਵੀ ਠੰਡਾ ਭੇਜ ਦਿਉ।" ਵਿਦਵਾਨ ਸਿੰਘ ਨੇ ਦੱਸਿਆ।

"ਦੱਸੋ, ਕਿਹੜਾ ਤਿਆਰ ਕਰਵਾ ਦਿਆਂ, ਪੰਜ ਖੜ੍ਹੇ ਹਨ। ਦੋ ਲਾਲ ਰੰਗ ਦੇ ਨੇ, ਤਿੰਨ ਗਰੇਅ ਰੰਗ ਦੇ।"

"ਗਰੇਅ ਠੀਕ ਰਹੂ, ਕਿਉਂ ਬਲਜੀਤ ਸਿਆਂ?"

"ਦੋ ਢਾਈ ਘੰਟੇ ਲਗਣਗੇ, ਤੁਸੀਂ ਕੋਈ ਹੋਰ ਕੰਮ ਕਰਨਾ ਹੈ, ਐਨੇ ਕਰ ਲਵੋ।" ਪੱਖਾ ਪੂਰੀ ਸਪੀਡ ਤੇ ਚਲ ਰਿਹਾ ਸੀ।

"ਐਨੇ ਅਸੀਂ, ਮੀਰਾ ਐਂਡ ਕੰਪਨੀ ਤੇ ਜਾ ਆਈਏ, ਸਾਡੀ ਗੱਡੀ ਏਥੇ ਹੀ ਖੜ੍ਹੀ ਹੈ। ਡਰੈਵਰ ਵੀ ਏਥੇ ਰਹੂ।"

"ਕੋਈ ਨਹੀਂ ਤੁਸੀਂ ਹੋ ਆਉ। ਉਨ੍ਹਾਂ ਦਾ ਮੈਨੇਜਰ ਮੇਰਾ ਵਾਕਿਫ਼ ਹੈ, ਕਹੋ ਤਾਂ ਫੋਨ ਕਰ ਦਿੰਦਾ ਹਾਂ।"

"ਨਹੀਂ, ਉਹ ਮੈਨੂੰ ਜਾਣਦਾ ਹੈ।" ਉਥੋਂ ਉਹ ਪੈਦਲ ਹੀ, ਸਟੇਸ਼ਨ ਅੱਗੇ ਦੀ ਲੰਘ ਕੇ, ਉੱਚੇ ਪੁਲ ਸਾਹਮਣੇ, ਮੀਰਾ ਐਂਡ ਕੰਪਨੀ ਤੇ ਆ ਗਏ। ਮੈਨੇਜਰ ਬੜੇ ਤਪਾਕ ਨਾਲ ਮਿਲਿਆ, ਚਾਹ ਪਾਣੀ ਪੁੱਛਿਆ, ਉਹ ਹੁਣੇ 'ਠੰਡਾ' ਪੀ ਕੇ ਆਏ ਸਨ।

"ਚੰਗਾ ਚਾਹ ਲੈ ਲਵੋ, ਕੁਝ ਤਾਂ ਲੈਣਾ ਹੀ ਪਵੇਗਾ, ਤੁਸੀਂ ਮਸਾਂ ਮਸਾਂ ਆਏ ਹੋ।" ਕੁਝ ਚਿਰ ਮਗਰੋਂ, ਚਾਹ ਨਾਲ ਖਾਣ ਲਈ, ਕਈ ਕਿਸਮ ਦਾ ਸਮਾਨ ਆ ਗਿਆ।

"ਸਰਦਾਰ ਜੀ ਤੁਹਾਡਾ ਇੰਜਣ ਕਿਵੇਂ ਚਲਦਾ ਹੈ, ਕੋਈ ਸ਼ਿਕਾਇਤ ?"

"ਕੋਈ ਸ਼ਿਕਾਇਤ ਨਹੀਂ, ਬਹੁਤ ਵਧੀਆ ਚਲਦਾ ਹੈ।"

"ਤੁਹਾਡਾ ਇੰਜਣ ਦੇਖਕੇ ਕਈ ਹੋਰ ਫਾਰਮਰ ਪੁੱਛਣ ਆਏ ਸੀ। ਅੱਜ ਕਿਵੇਂ ਆਏ ਸੀ ?"

"ਇਕ ਪੇਟੀ ਬੰਦ, ਪੰਜ ਦਾ ਪੀਟਰ ਲੈਣਾ ਹੈ, ਕਾਕੇ ਨੇ...।"

"ਕਿੱਥੇ ਭੇਜਣਾ ਹੈ ?"

"ਨਵੇਂ ਪਿੰਡ। ਮੇਰੇ ਪਿੰਡ ਤੋਂ ਤਿੰਨ ਮੀਲ ਤੇ ਹੈ। ਇਹਨਾਂ ਨੇ ਲੈਣਾ, ਕੀ ਰੇਟ ਲੱਗੂ ?"

"ਉਹੀ ਜੋ, ਤੁਹਾਨੂੰ ਲਾਇਆ ਸੀ। ਵੱਧ ਥੋੜੇ, ਲੈਣਾ ਹੈ ? 1500 ਦਾ ਇੰਜਣ, 250 ਰੁਪੈਈਆ ਉਪਰਲਾ। ਖ਼ਰਚਾ ਹੈ ਜਿਸ ਵਿਚ ਜਿਸਤੀ ਪਾਈਪਾਂ, ਪੱਖਾ, ਕੈਰਿਜ ਅਤੇ ਫਿਟਿੰਗ ਸ਼ਾਮਿਲ ਹੈ, ਸਾਡਾ ਮਕੈਨਿਕ ਚਾਲੂ ਕਰਕੇ ਆਊ। ਦੱਸੋ ਕਿਹੜੇ ਐਡਰੈਸ ਤੇ ਭੇਜਾਂ। ਇਹ ਪਿੰਡ ਰਾਏਕੋਟ ਤੋਂ ਕਿੰਨੀ ਦੂਰ ਹੈ ? ਰਾਏਕੋਟ ਦੇ ਨਾਲ ਸਿਬਿਆਂ ਵਾਲੇ ਜ਼ੈਲਦਾਰ ਦੇ ਇੰਜਣ ਛੱਡਣ ਜਾਣੈ, ਨਾਲ ਹੀ ਭੇਜ ਦਿਆਂਗਾ। ਰਾਏਕੋਟ ਤੱਕ ਪੱਕੀ ਸੜਕ ਹੈ।"

"ਰਾਏਕੋਟ ਤੋਂ ਜੌਹਲਾ-ਲੋਹਗੜ੍ਹ ਤੋਂ ਅੱਗੇ ਨਵਾਂ ਪਿੰਡ ਹੈ, ਬਲਜੀਤ ਸਿੰਘ, ਹਰਜੀਤ ਸਿੰਘ ਦੇ ਐਡਰੈਸ ਤੇ ਭੇਜ ਦਿਉ।" ਮਹਿੰਦਰ ਸਿੰਘ ਨੇ ਸਮਝਾਇਆ।

"ਤੁਸੀਂ ਇੰਜਣ ਤੇ ਪੱਖੇ ਦਾ ਫਾਊਂਡੇਸ਼ਨ ਤਿਆਰ ਕਰਵਾ ਲਵੋ। ਤਿੰਨ ਚਾਰ ਦਿਨ ਨੂੰ ਭੇਜ ਦਿਆਂਗਾ।"

"ਕੋਈ ਗੱਲ ਨਹੀਂ, ਮੇਰਾ ਮਿਸਤਰੀ ਕੱਲ੍ਹ ਨੂੰ ਹੀ ਫਾਊਂਡੇਸ਼ਨ ਤਿਆਰ ਕਰ ਆਊਗਾ, ਦੋ ਤਿੰਨ ਦਿਨ ਪੱਕਣ ਨੂੰ ਲੱਗਣਗੇ। ਤੁਸੀਂ ਸੋਮਵਾਰ ਨੂੰ ਭੇਜ ਦਿਉ।"

"ਬਿਹਤਰ ਜਨਾਬ।" ਬਲਜੀਤ ਨੇ 1750/- ਰੁਪਏ ਦੀ ਅਦਾਇਗੀ ਕਰ ਦਿੱਤੀ। ਉਹ ਵਿਹਲੇ ਹੋ ਕੇ ਟਰੈਕਟਰ ਕੰਮਪਨੀ ਵਿਚ ਆ ਗਏ। ਜੋਗਿੰਦਰ ਸਿੰਘ ਟਰੈਕਟਰ ਕੋਲ ਖੜ੍ਹਾ ਤਿਆਰ ਕਰਵਾ ਰਿਹਾ ਸੀ। ਅਜੇ ਘੰਟਾ ਸਵਾ ਘੰਟਾ ਹੋਰ ਲੱਗਣਾ ਸੀ। ਉਹ ਘੰਟਾ ਘਰ ਵੱਲ ਘੁੰਮਣ ਫਿਰਨ ਚਲੇ ਗਏ। ਅੱਗੇ ਚੌੜਾ ਬਾਜ਼ਾਰ ਸੀ। ਤੁਰਦੇ-ਤੁਰਦੇ, ਉਹ ਖ਼ੁਸ਼ੀ ਰਾਮ ਦੀ ਦੁਕਾਨ ਕੋਲ ਪਹੁੰਚ ਗਏ। ਸਾਹਮਣੇ ਤੰਗ ਗਲੀ ਵਿਚ ਪੰਡਤਾਂ ਦੀ ਹੱਟੀ ਸੀ।

"ਆਉ ਤੁਹਾਨੂੰ ਪੰਡਤਾਂ ਦੀ ਹੱਟੀ ਦੀ ਲੱਸੀ ਪਿਆਈਏ। ਇਨ੍ਹਾਂ ਵਰਗੀ ਲੱਸੀ ਸਾਰੇ ਪੰਜਾਬ ਵਿਚ ਕਿਤੇ ਨਹੀਂ ਬਣਦੀ। ਲਾਹੌਰ ਅਨਾਰਕਲੀ ਬਾਜ਼ਾਰ ਵਿਚ ਇਨ੍ਹਾਂ ਦੀ ਹੱਟੀ ਹੁੰਦੀ ਸੀ।"

"ਕੀ ਹਾਲ ਹੈ, ਸਰਦਾਰ ਜੀ ਜ਼ਮੀਨ ਕਿੱਥੇ ਪਈ ਹੈ ?" ਵੱਡੇ ਪੰਡਤ ਨੇ ਵਿਦਵਾਨ ਸਿੰਘ ਨੂੰ ਪਛਾਣ ਲਿਆ ਸੀ।

"ਤੁਸੀਂ ਜਦ ਲਾਹੌਰ ਕਾਲਜ ਵਿਚ ਪੜ੍ਹਦੇ ਹੁੰਦੇ ਸੀ, ਸਾਡੀ ਹੱਟੀ ਤੇ ਲੱਸੀ ਪੀਣ ਆਉਂਦੇ ਹੁੰਦੇ ਸੀ। ਵੱਢ ਟੁੱਕ ਮਗਰੋਂ ਇੱਥੇ ਆਉਣਾ ਪੈ ਗਿਆ ਪਰ ਲਾਹੌਰ ਭੁਲਦਾ ਨਹੀਂ।"

"ਹੁਣ ਵੀ ਲੱਸੀ ਲਾਹੌਰ ਵਰਗੀ ਬਣਾਉਂਦੇ ਹੋ।"

"ਹਾਂ ਜੀ, ਲੱਸੀ ਦਾ ਸਟੈਂਡਰਡ ਉਹੀ ਹੈ।" ਉਸ ਨੇ ਪਿੱਤਲ ਦੇ ਗੜਵੇ ਵਿਚ ਤਿੰਨ ਪਾ ਦਹੀਂ ਪਾਈ। ਵਿਚ ਤਿੰਨ ਖੋਏ ਦੇ ਪੇੜੇ ਪਾਉਣ ਮਗਰੋਂ ਹੱਥ ਨਾਲ ਰਿੜਕਣ ਲੱਗਿਆ। ਲੱਸੀ ਦਾ ਸਟੈਂਡਰਡ ਅਤੇ ਸਵਾਦ ਲਾਹੌਰ ਵਾਲਾ ਹੀ ਸੀ। ਲੱਸੀ ਪੀਣ ਮਗਰੋਂ ਉਹ ਚੌੜੇ ਬਾਜ਼ਾਰ ਵਿਚ ਆਏ। ਪੀ.ਕੇ. ਬਰਾਦਰਜ਼ ਘੜੀਆਂ ਵਾਲੀ ਦੁਕਾਨ ਦੇ ਨਾਲ ਪੰਡਤਾਂ ਦਾ ਢਾਬਾ ਸੀ। ਮਾਲਕ ਆਪ ਮੀਟ ਨਹੀਂ ਖਾਂਦਾ ਸੀ, ਪਰ ਉਨ੍ਹਾਂ ਵਰਗਾ ਮੀਟ ਸ਼ਾਇਦ ਹੀ ਕੋਈ ਬਣਾ ਸਕੇ। ਉਹ ਦੇਸੀ ਘਿਉ ਵਰਤਦੇ ਸਨ।

"ਭਾਈ ਸਾਹਿਬ ਕੁਸ਼ ਖਾ ਪੀ ਲਵੋ। ਦੁਪਹਿਰ ਹੋ ਗਈ, ਭੁੱਖ ਲੱਗੀ ਹੋਊ ?" ਮਹਿੰਦਰ ਸਿੰਘ ਨੇ ਪੁੱਛਿਆ।

"ਲੱਸੀ ਪੀ ਕੇ, ਆਥਣ ਤੱਕ ਕੁਝ ਖਾਣ ਪੀਣ ਦੀ ਲੋੜ ਨਹੀਂ।" ਵਿਦਵਾਨ ਸਿੰਘ ਨੇ ਕਿਹਾ।

"ਪੈਗ-ਸ਼ੈਗ ਲਾਉਣਾ ਲਾ ਲਵੋ।"

"ਦਿਨੇ ਮੈਂ ਪੀਂਦਾ ਨਹੀਂ, ਆਥਣੇ ਘਰੇ ਚਲਕੇ ਲਾਵਾਂਗੇ। ਟਰੈਕਟਰਦਾ ਬਿਲ ਦੇਣ ਮਗਰੋਂ, ਦੁਪਹਿਰ ਬਾਅਦ, ਉਹ ਮੰਡੀ ਆ ਗਏ, ਜਿੱਥੇ ਟਰਾਲੀ ਦੀ ਸਾਈ ਦੇਣੀ ਸੀ। ਨਵੀਂ ਮੰਡੀ ਤੋਂ ਪੁਰਾਣੀ ਮੰਡੀ ਨੂੰ ਜਾਂਦਿਆਂ, ਅੱਧ ਵਿਚ, ਗੁਰਦਵਾਰੇ ਕੋਲ, ਛਪਾਰ ਵਾਲੇ ਮਿਸਤਰੀ, ਗੱਡੇ ਟਰਾਲੀਆਂ ਬਣਾਉਂਦੇ ਸਨ। ਟਰੈਕਟਰ ਦੇ ਆਉਣ ਨਾਲ, ਗੱਡਿਆਂ ਦੀ ਥਾਂ, ਟਰਾਲੀਆਂ ਦੀ ਮੰਗ ਵੱਧਣ ਲੱਗੀ ਸੀ। ਟਰਾਲੀ ਦੇ ਹਿੱਸੇ ਅਤੇ ਟਾਇਰ, ਉਹ ਲੁਧਿਆਣੇ ਮਿਲਰਗੰਜ ਤੋਂ ਲਿਆਉਂਦੇ ਸਨ। ਗਾਡਰਾਂ ਦੀ ਵੈਲਡਿੰਗ ਤੋਂ ਲੈ ਕੇ, ਟਰਾਲੀ ਦੀ ਲੋਹੇ ਦੀ ਵਾੜ, ਟਾਹਲੀ ਦਾ ਫਰਸ਼, ਉਹ ਆਪ ਤਿਆਰ ਕਰਦੇ। ਵਧੀਆ ਕੰਮ, ਜਾਇਜ਼ ਕੀਮਤ। ਉਨ੍ਹਾਂ ਦੇ ਕੰਮ ਦੀ ਦੂਰ ਦੂਰ ਤੱਕ ਮਸ਼ਹੂਰੀ ਸੀ। ਉਹ ਵਿਦਵਾਨ ਸਿੰਘ ਦੇ ਜਾਣੂੰ ਸਨ। ਵਧੀਆ ਟਰਾਲੀ ਦੀ ਕੀਮਤ 1100/- ਰੁਪੈ ਸੀ। ਸੌ ਰੁਪੈ ਦੀ ਸਾਈ ਦੇਣ ਮਗਰੋਂ, ਸੂਰਜ ਦੇ ਛਿਪਾਅ ਨਾਲ, ਉਹ ਫੌਜੇਵਾਲ ਪਹੁੰਚ ਗਏ। ਰਾਹ ਵਿਚ,ਉਹ ਜਗੇੜੇ ਕੋਠੀ, ਓਵਰਸੀਅਰ ਕੋਲ ਬੈਠ ਗਏ ਸਨ। ਜੋਗਿੰਦਰ ਸਿੰਘ, ਟਰੈਕਟਰ ਲੈ ਕੇ ਪਹੁੰਚ ਗਿਆ। ਉਹ ਬਾਹਰਲੀ ਬੈਠਕ ਵਿਚ ਬੈਂਤ ਦੀਆਂ ਕੁਰਸੀਆਂ ਤੇ ਬੈਠੇ ਸਨ। ਵਿਦਵਾਨ ਸਿੰਘ ਅੰਦਰੋਂ ਸੋਲਨ ਨੰਬਰ ਵਨ ਦੀ ਬੋਤਲ ਲੈ ਆਇਆ। ਨੌਕਰ ਗਲਾਸ ਅਤੇ ਪਾਣੀ ਦਾ ਜੱਗ, ਕੌਲੇ ਵਿਚ ਬਰਫ਼ ਦੇ ਟੁਕੜੇ ਰਖ ਗਿਆ।

"ਕਾਕਾ ਤਾਂ ਪੀਂਦਾ ਨਹੀਂ...।" ਮਹਿੰਦਰ ਸਿੰਘ ਨੇ ਦੱਸਿਆ।

"ਤੁਸੀਂ ਤਾਂ ਪੀ ਲੈਂਦੇ ਹੋ।" ਮਹਿੰਦਰ ਸਿੰਘ ਨੇ ਸਿਰ ਹਿਲਾਇਆ। ਬਰਫ਼ ਦੇ ਟੁਕੜੇ ਗਲਾਸਾਂ ਵਿਚ ਪਾਉਣ ਮਗਰੋਂ ਉਪਰ ਵਿਸਕੀ ਪਾਈ ਗਈ। ਬਰਫ ਦੇ ਟੁਕੜੇ ਵਿਸਕੀ ਵਿਚ ਤੈਰਨ ਲੱਗੇ। ਵਿਦਵਾਨ ਸਿੰਘ ਹੌਲੀ-ਹੌਲੀ ਵਿਸਕੀ 'ਸਿੱਪ' ਕਰ ਰਿਹਾ ਸੀ।

ਮਹਿੰਦਰ ਸਿੰਘ ਨੇ ਪੈਗ, ਉਪਰੋਥਲੀ ਇਕ ਸਾਹ ਵਿਚ ਡੀਕ ਲਿਆ। ਵਿਸਕੀ ਸਿਰ ਵਿਚ ਘੁੰਮਣਘੇਰੀਆਂ ਪਾਉਣ ਲੱਗੀ, ਭਾਵੇਂ ਉਹ ਰੋਜ਼ ਦਾ ਪਿਆਕੜ ਸੀ ਪਰ ਵਿਸਕੀ ਨੇ, ਹਨੇਰੀ ਵਾਂਗ ਉਸ ਦੇ ਸਰੀਰ ਦੀਆਂ ਜੜ੍ਹਾਂ ਹਿਲਾ ਦਿੱਤੀਆਂ ਸਨ। ਵਿਦਵਾਨ ਸਿੰਘ ਨੇ, ਖਾਣੇ ਵਾਰੇ ਪੁੱਛਿਆ।

"ਖਾ...ਣਾ...ਅਸੀਂ, ...ਘਰ....ਜਾ...ਕੇਈ ਖਾਮਾਂ....ਗੇ, ਘ...ਰ...ਦੇ, ਡੀ...ਕੇ...ਦੇ ਹੋਣਗੇ।" ਮਹਿੰਦਰ ਸਿੰਘ ਦੀ ਆਵਾਜ਼ ਥਥਲਾ ਰਹੀ ਸੀ।

"ਏਥੇ ਹੀ ਪੈ ਜਾਉ, ਸਵੇਰੇ ਸਾਝਰੇ ਚਲੇ ਜਾਇਓ, ਇਹ ਵੀ ਤੁਹਾਡਾ ਹੀ ਘਰ ਹੈ।"

"ਉਹ ਤਾਂ ਅੰਕਲ ਜੀ ਠੀਕ ਹੈ, ਘਰੇ ਫ਼ਿਕਰ ਕਰਦੇ ਹੋਣਗੇ। ਅਸੀਂ ਟਰੈਕਟਰ ਤੇ ਚਲੈ ਜਾਵਾਂਗੇ, ਸਾਇਕਲ ਕੱਲ੍ਹ ਨੂੰ ਮੰਗਵਾ ਲਵਾਂਗੇ।" ਬਲਜੀਤ ਨੇ ਚਾਚੇ ਦੀ ਪਤਲੀ ਹਾਲਤ ਦੇਖ ਲਈ ਸੀ, ਹੁਣ ਉਸ ਤੋਂ ਸਾਈਕਲ ਕਿੱਥੇ ਚਲਣਾ ਸੀ? ਨਹਾਉਣ ਧੋਣ, ਮਗਰੋਂ, ਜੋਗਿੰਦਰ ਸਿੰਘ ਬੈਠਕ ਵਿਚ ਆਇਆ, "ਸਰਦਾਰ ਜੀ ਕੀ ਹੁਕਮ ਹੈ?"

"ਟਰੈਕਟਰ ਲੈ ਜਾ, ਨਾਲ ਸਰਦਾਰ ਹੁਰਾਂ ਨੂੰ ਛੱਡ ਆਵੀਂ, ਕੱਲ੍ਹ ਦਾ ਦਿਨ ਉਥੇ ਹੀ ਲਾ ਲਵੀਂ, ਨਵਾਂ ਟਰੈਕਟਰ ਹੈ।"

ਰਾਤ ਦੇ ਅੱਠ ਬਜ ਗਏ ਸਨ। ਬਾਹਰ ਚੰਨ ਦੀ ਰੌਸ਼ਨੀ ਸੀ। ਮਹਿੰਦਰ ਸਿੰਘ, ਬੜੀ ਮੁਸ਼ਕਿਲ ਨਾਲ ਟਰੈਕਟਰ ਦੀ ਉੱਚੀ ਸੀਟ ਤੇ ਚੜ੍ਹਿਆ। ਕੱਚੇ ਥਾਂ ਵਿਚ, ਟਰੈਕਟਰ ਧੂੜਾਂ ਪੁੱਟਦਾ ਜਾ ਰਿਹਾ ਸੀ। ਅੱਧੇ ਘੰਟੇ ਵਿਚ, ਉਹ ਪਿੰਡ ਪਹੁੰਚ ਗਏ। ਨਿਹਾਲੋ ਨੇ, ਨਵੇਂ ਟਰੈਕਟਰ ਦੇ ਟਾਇਰਾਂ ਤੇ ਤੇਲ ਚੋਇਆ। ਸਾਰੇ ਘਰ ਵਿਚ ਖ਼ੁਸ਼ੀ ਦੀ ਲਹਿਰ ਦੌੜ ਗਈ।

(17)

ਟਰੈਕਟਰ ਆਉਣ ਨਾਲ, ਬੰਜਰ ਜ਼ਮੀਨ ਵਿਚ ਖੜ੍ਹੇ ਬੂਟੇ, ਬਟੇਰ, ਪੁੱਟੀ ਗਈ। ਮਾਰੂ ਜ਼ਮੀਨ ਵਿਚ, ਮੱਲ੍ਹੇ ਝਾੜੀਆਂ ਅੱਕ ਅਤੇ ਕਾਹੀ ਪੁੱਟੀ ਗਈ। ਏਖੜ ਅਤੇ ਕਈ ਸਾਲ ਤੋਂ ਖਾਲੀ ਪਈ ਜ਼ਮੀਨ ਵਿਚ, ਫਸਲਾਂ ਲਹਿਰਾਉਣ ਲੱਗੀਆਂ। ਸੇਮ ਦਾ ਨਾਲਾ ਨਿਕਲ ਗਿਆ ਸੀ। ਪਿੰਡਾਂ ਵਿਚ ਟਿਊਬਵੈਲ ਲੱਗਣ ਕਰਕੇ, ਉਪਰਲਾ ਪਾਣੀ ਖਿੱਚਿਆ ਗਿਆ, ਸੇਮ, ਸੇਗਾ ਦੂਰ ਹੋ ਗਿਆ? ਰਹਿੰਦੀ ਕਸਰ ਮੁਰਬਾਬੰਦੀ ਨੇ ਪੂਰੀ ਕਰ ਦਿੱਤੀ। ਬਿੰਗੇ ਟੇਢੇ, ਰਾਹਾਂ, ਪਹੀਆਂ ਦੀ ਥਾਂ, ਸਿੱਧੇ ਰਾਹ ਪਹੀਆਂ ਬਣ ਗਈਆਂ, ਬਿੰਗੇ, ਟੇਢੇ, ਤਿਕੋਨੇ, ਪੰਜ ਕੋਨੇ ਖੇਤਾਂ ਦੀ ਥਾਂ ਚੌਰਸ, ਕੀਲੇ ਬਣ ਗਏ। ਉਨ੍ਹਾਂ ਨੂੰ ਵੀਹ ਕਿੱਲੇ ਲੇਹੀਵਾਲੇ ਖੂਹ ਤੇ ਦਸ ਕੀਲੇ ਨਿਆਈ ਵਿਚ, ਪਿੰਡ ਕੋਲ, ਬਾਗ ਵਾਲੇ ਖੂਹ ਤੇ ਬਾਕੀ ਬਚਦੀ ਕੀਮਤ ਦੀ ਪੰਜਾਹ ਕੀਲੇ ਆਦੋਆਲ ਪੈ ਗਈ। ਨਹਿਰੀ ਧੋਰੀ ਖਾਲ, ਸਿੱਧੇ ਸਕੀਮ ਵਿਚ ਹੀ ਛੱਡ ਦਿੱਤੇ ਗਏ ਸਨ। ਜ਼ਮੀਨ ਇਕੱਠੀ ਅਤੇ ਕਿੱਲੇਬੰਦੀ ਹੋਣ ਕਰਕੇ, ਕਿਸਾਨੀ ਦਾ ਕੰਮ ਸਿੱਧਾ ਅਤੇ ਸੌਖਾ ਹੋ ਗਿਆ ਸੀ। ਹੁਣ ਖੇਤੀ ਦਾ ਕੰਮ ਕਰਮਾਸੇਤੀ ਨਹੀਂ ਰਿਹਾ ਸੀ। ਪਿੰਡ ਵਿਚ, ਕਈ ਟਿਊਬਵੈਲ ਅਤੇ ਟਰੈਕਟਰ ਆ ਗਏ ਸਨ।

ਘਰ ਵਿਚ ਲਹਿਰ ਬਹਿਰ ਹੋ ਗਈ ਸੀ। ਹਵੇਲੀ ਦੀਆਂ ਇੱਟਾਂ ਬਾਲੇ ਦੀਆਂ ਛੱਤਾਂ ਦੀ ਥਾਂ, ਫਤਹਿ ਸਿੰਘ ਮਿਸਤਰੀ ਨੇ ਲੈਂਟਰ ਪਾ ਦਿੱਤੇ। ਬਾਹਰਲੇ ਘਰੇ, ਤਬੇਲਾਂ

ਡਿੱਗੂ-ਡਿੱਗੂ ਕਰਦਾ ਸੀ, ਲਟੈਣਾਂ ਕੜੀਆਂ ਨੂੰ ਸਿਉਂਕ ਖਾਣ ਲੱਗੀ ਸੀ ਕੱਚੇ ਫਰਸ਼ਾਂ ਦੀ ਥਾਂ, ਪੱਕੇ ਫਰਸ਼ ਲੱਗ ਗਏ ਤਬੇਲਾ ਢਾਹ ਕੇ, ਇਕ ਪਾਸੇ, ਦਲੇਰ ਸਿੰਘ ਦੀ ਕੰਧ ਦੇ ਨਾਲ, ਨਵਾਂ ਬਰਾਂਡਾਂ ਅਤੇ ਸਟੋਰ ਪਾਇਆ ਗਿਆ। ਪੁਰਾਣੀ ਬੈਠਕ ਦੀਆਂ ਛੱਤਾਂ ਬਦਲੀਆਂ ਗਈਆਂ ਨਾਲ ਹੀ ਇੱਕ ਹੋਰ ਬੈਠਕ ਪਾਈ ਗਈ, ਜਿਸ ਵਿਚ ਮੇਜ਼, ਕੁਰਸੀਆਂ, ਸੋਫੇ ਆ ਗਏ। ਕੱਚੇ ਫਰਸ਼ਾਂ ਦੀ ਥਾਂ, ਪੱਕੇ ਫਰਸ਼ ਲਗ ਗਏ। ਹੱਥ ਨਾਲ ਚੱਲਣ ਵਾਲੀ, ਕੁਤਰੇ ਦੀ ਮਸ਼ੀਨ, ਇੰਜਣ ਨਾਲ ਚੱਲਣ ਲੱਗੀ ਇਕ ਮੋਟਰ ਸਾਈਕਲ ਅਤੇ ਡਿਸਪੋਜਲ ਦੀ ਜੀਪ ਆ ਗਈ, ਪਿੰਡ ਵਿਚ ਪ੍ਰਾਇਮਰੀ ਸਕੂਲ ਖੁਲ੍ਹ ਗਿਆ ਸੀ। ਇਨ੍ਹਾਂ ਹੀ ਸਾਲਾਂ ਵਿਚ ਬਲਜੀਤ ਦੇ ਘਰ ਇਕ ਲੜਕੇ ਦਾ ਜਨਮ ਹੋਇਆ। ਲੋਹੜੀ ਵੇਲੇ, ਸਾਰੇ ਰਿਸ਼ਤੇਦਾਰ ਆਏ। ਪਿੰਡ ਵਿਚ ਗੁੜ ਵੰਡਿਆ ਗਿਆ। ਘਰ ਵਿਚ ਹਲਵਾਈ ਬੈਠਿਆ। ਗੁਰੂ ਗਰੰਥ ਸਾਹਿਬ ਦਾ ਭੋਗ, ਮਾਮੇ ਇੰਦਰ ਸਿੰਘ ਨੇ ਪਾਇਆ। ਘਰ ਵਿਚ ਦੁੱਧ-ਪੁੱਤ, ਸਭ ਕੁਝ ਦੀ ਲਹਿਰ ਬਹਿਰ ਸੀ। ਸਮਾਗਮ ਤੇ ਸ਼ਰਾਬ ਨਹੀਂ ਵਰਤਾਈ ਗਈ। ਪਟਿਆਲੇ ਵਾਲੀ ਭੂਆ ਜੀ, ਪੇਕਿਆਂ ਦਾ ਉਜੜਿਆ ਘਰ, ਆਬਾਦ ਹੋਇਆ ਦੇਖ ਬਹੁਤ ਖੁਸ਼ ਸੀ, ਵੱਡੇ ਪਿੰਡ ਤੋਂ ਸੁਖਬੰਸ ਕੌਰ, ਉਸ ਦਾ ਲੜਕਾ ਹਰਜਿੰਦਰ ਸਿੰਘ ਆਏ। ਬਲਦੇਵ ਕੌਰ ਨੇ ਦੇਣ ਲੈਣ ਵਾਲੇ ਸੂਟ, ਪਹਿਲਾਂ ਹੀ ਮੰਡੀ ਤੋਂ ਲੈ ਆਂਦੇ ਸਨ। ਮਿਠਾਈ ਦੇ ਨਾਲ ਸਭ ਨੂੰ, ਬਣਦੇ ਸਰਦੇ ਸੂਟ ਦਿੱਤੇ ਗਏ, ਵਿਦਾ-ਵਿਦਾਉਗੀ ਕੀਤੀ ਗਈ। ਦਲੇਰ ਸਿੰਘ ਨੂੰ ਛੱਡ ਕੇ ਬਾਕੀ ਭਾਈਚਾਰਾ ਅਤੇ ਪਿੰਡ ਦੇ ਲੋਕ ਭੋਗ ਸਮੇਂ, ਦਾਣੇ, ਦੁੱਧ ਲੈ ਕੇ ਆਏ। ਸ਼ਰੀਕੇ ਨੂੰ ਛੱਡ ਕੇ, ਪਿੰਡ ਵਾਲਿਆਂ ਨੂੰ ਬਘੇਲ ਸਿੰਘ ਦਾ ਘਰ ਵਸਣ ਦੀ ਖ਼ੁਸ਼ੀ ਸੀ। ਦਲੇਰ ਸਿੰਘ ਠਾਣੇਦਾਰ ਨੇ ਘਰ ਨੂੰ ਉਜਾੜਣ ਦੀ ਕੋਈ ਕਸਰ ਨਹੀਂ ਛੱਡੀ ਸੀ।

ਹਰਜੀਤ, ਗੌਰਮਿੰਟ ਕਾਲਜ ਲੁਧਿਆਣੇ ਪੜ੍ਹਦਾ ਸੀ। ਐਫ.ਏ. ਵਿਚੋਂ ਉਸਦੀ ਫਸਟ ਡਵੀਜ਼ਨ ਆਈ ਸੀ। ਉਸਨੇ ਆਰਟਸ ਲਏ ਹੋਏ ਸਨ। ਬੀ.ਏ. ਵਿਚ ਅੰਗਰੇਜ਼ੀ ਆਨਰਜ ਦੇ ਮਜ਼ਮੂਨ ਲਏ ਸਨ। ਬੀ.ਏ. ਫਾਈਨਲ ਦੇ ਪਰਚੇ, ਮਾਰਚ ਦੇ ਅਖੀਰ ਵਿਚ ਖ਼ਤਮ ਹੋਣ ਮਗਰੋਂ ਉਹ ਪਿੰਡ ਆ ਗਿਆ। ਵਿਹਲੇ ਵੇਲੇ, ਉਹ ਟਰੈਕਟਰ ਚਲਾਉਂਦਾ। ਪੜ੍ਹਾਈ ਲਈ ਤਮੰਜ਼ਲੇ ਚੁਬਾਰੇ ਵਿਚ, ਇਕ ਬੈਡ, ਇਕ ਮੇਜ ਕੁਰਸੀ ਲਾਈ ਗਈ। ਰਾਤ ਨੂੰ, ਉਹ ਲੈਂਪ ਦੇ ਚਾਨਣ ਵਿਚ ਪੜ੍ਹਦਾ, ਬਿਜਲੀ ਅਜੇ ਆਈ ਨਹੀਂ ਸੀ। ਅੰਗਰੇਜ਼ੀ ਦਾ ਟ੍ਰਿਬਿਊਨ, ਰਾਏਕੋਟ ਤੋਂ ਬਿਨਾਂ ਨਾਗਾ ਆਉਣ ਲੱਗਿਆ। ਦੋਨਾਂ ਭਾਈਆਂ ਵਿਚ ਗੂੜ੍ਹਾ ਪਿਆਰ ਸੀ। ਬਚਪਨ ਦੇ ਦੁੱਖ, ਉਨ੍ਹਾਂ ਇਕੱਠੇ ਹੰਢਾਏ ਸਨ। ਕਦੇ ਕਦੇ, ਉਨ੍ਹਾਂ ਦੀ ਸੋਚ ਹਉਕਾ ਲੈਂਦੀ, ਜੇ ਅੱਜ ਬੇਬੇ ਹੁੰਦੀ ਉਹ ਕਿੰਨਾਂ ਖੁਸ਼ ਹੁੰਦੀ।

"ਹੁਣ ਤੇਰਾ ਵਿਆਹ ਦਾ ਕੀ ਪ੍ਰੋਗਰਾਮ ਹੈ? ਰਿਸ਼ਤਿਆਂ ਵਾਲੇ ਤੰਗ ਕਰਦੇ ਹਨ।" ਦੂਰ ਨੇੜੇ ਤੋਂ ਰਿਸ਼ਤੇ ਆਉਣ ਲੱਗੇ ਸਨ, ਪੜ੍ਹਿਆ ਲਿਖਿਆ ਅਤੇ ਸੋਹਣਾ ਸੁਨੱਖਾ ਭਰ ਜਵਾਨ ਸੀ।

"ਅਜੇ ਕੋਈ ਸਲਾਹ ਨਹੀਂ। ਐਮ.ਏ. ਕਰਨ ਮਗਰੋਂ ਦੇਖਾਂਗੇ।" ਉਦੋਂ ਹੀ ਬਲਦੇਵ ਕੌਰ ਚਾਹ ਲੈ ਕੇ ਚੁਬਾਰੇ ਵਿਚ ਆਈ, ਉਸਨੇ ਸਾਰੀ ਗੱਲ ਸੁਣ ਲਈ ਸੀ।

"ਕਾਕਾ ਹੁਣ ਬਥੇਰਾ ਪੜ੍ਹ ਲਿਆ। ਕਿੱਲੇ ਵਿਚ ਤਾਂ ਤੇਰੇ ਜਿੰਨਾ ਕੋਈ ਪੜ੍ਹਿਆ ਵੀ ਨਹੀਂ, ਵਿਆਹ ਕਿਉਂ ਲੇਟ ਕਰਦੈਂ, ਹੈਂ...?"

"ਭਾਬੀ ਜੀ, ਮੇਰੇ ਮੇਚ ਦੀ ਕੁੜੀ ਅਜੇ ਬਣੀ ਨਹੀਂ।"

"ਕੀ ਗੱਲ ਸਾਈ ਦੇ ਕੇ ਬਨਵਾਉਣੀ ਪਊ।" ਕਮਰਾ ਹਾਸੀ ਨਾਲ ਭਰ ਗਿਆ।

"ਨਹੀਂ ਭਾਬੀ ਜੀ, ਇਹ ਗੱਲ ਨਹੀਂ, ਰੁਜ਼ਗਾਰ ਬਿਨਾਂ ਵਿਆਹ ਦਾ ਕੀ ਫਾਇਦਾ?"

"ਨੌਕਰੀ ਨਾਲ, ਬਹੂ ਦਾ ਕੀ ਸੰਬੰਧ ਹੈ?"

"ਹੈ, ਕਿਉਂ ਨਹੀਂ? ਖੇਤੀ ਦਾ ਕੰਮ ਵੀਰੇ ਨੇ ਸਾਂਭਿਆਂ ਹੋਇਆ, ਏਥੇ ਫਿਰਦਾ, ਮੈਂ ਕੀ ਕਰਾਂਗਾਂ?"

"ਊਂ ਤੇਰਾ ਅਗੇ ਪ੍ਰੋਗਰਾਮ ਕੀ ਹੈ?"

"ਐਮ.ਏ. ਕਰਕੇ, ਮੇਰਾ ਪੀ.ਸੀ.ਐਸ. ਦਾ ਇਮਤਿਹਾਨ ਦੇਣ ਦੀ ਸਲਾਹ ਹੈ।"

"ਕਾਕਾ, ਬਹੂ ਨੇ ਕਿਹੜਾ, ਤੈਨੂੰ ਪੜ੍ਹਣੋਂ ਰੋਕਣਾ ਹੈ, ਤੂੰ ਪੜ੍ਹੀ ਚਲੀ, ਉਹ ਮੇਰੇ ਕੋਲ ਰਹੂ, ਸਾਡਾ ਦੋਨਾਂ ਭੈਣਾਂ ਦਾ ਜੀਅ ਲਗਿਆ ਰਹੂ। ਕਿਸੇ ਘਰਾਣੇ ਦੀ ਧੀ ਲੈ ਆ, ਬਹੁਤੀ ਪੜ੍ਹੀ ਲਿਖੀ ਤੋਂ ਤੈਂ ਕੀ ਨੌਕਰੀ ਕਰਵਾਉਣੀ ਹੈ? ਹੈਂ।"

"ਜੇ ਨੌਕਰੀ ਵਾਲੀ ਹੋਵੇ, ਫੇਰ ਨੁਕਸਾਨ ਵੀ ਕੀ ਹੈ?"

"ਕਾਕਾ ਤੇਰੇ ਹਾਣ ਦੇ ਕਿੱਲੇ ਦੇ ਸਾਰੇ ਮੁੰਡੇ ਵਿਆਹ ਗਏ ਸਭ ਦੇ ਇਕ-ਇਕ ਦੋ-ਦੋ ਜਵਾਕ ਨੇ।"

"ਮੈਂ ਕਿਸੇ ਦੀ ਨਕਲ ਨਹੀਂ ਕਰ ਸਕਦਾ।"

"ਵਿਆਹ ਦੀ ਵੀ ਇਕ ਰੁੱਤ ਹੁੰਦੀ ਹੈ, ਮਗਰੋਂ ਕੋਈ ਨਹੀਂ ਪੁੱਛਦਾ, ਬੁੜ੍ਹੇ ਹੋਏ ਨੂੰ। ਜੇ ਤੂੰ ਸਾਡੇ ਹੱਥ ਦਾ ਰਿਸ਼ਤਾ ਨਹੀਂ ਲੈਣਾ, ਤੇਰੇ ਨਿਗਾਹ ਵਿਚ ਕੋਈ ਕੁੜੀ ਹੈ। ਉਸ ਨਾਲ ਕਰਵਾ ਲੈ, ਅਸੀਂ ਨੰਨਾ ਨਹੀਂ ਪਾਉਂਦੇ, ਆਹ ਬੈਠਾ ਤੇਰਾ ਵੀਰ।" ਬਲਦੇਵ ਕੌਰ ਨੇ ਸਮਝਾਇਆ।

"ਭਾਬੀ ਜੀ, ਮੇਰੀ ਨਿਗਾਹ ਵਿਚ ਤਾਂ ਕੋਈ ਕੁੜੀ ਨਹੀਂ।" ਗੱਲਾਂ ਕਰਦਿਆਂ ਤੇ ਬਾਹਰਲੇ ਚੁਬਾਰੇ ਵਾਲੀ ਚਾਚੀ ਬਲਵੰਤ ਕੌਰ ਆ ਗਈ। ਦੋਨਾਂ ਭਾਈਆਂ ਨੇ ਮੱਥਾ ਟੇਕਿਆ, ਬਲਦੇਵ ਕੌਰ ਨੇ ਸਤਿ ਸ੍ਰੀ ਅਕਾਲ ਬੁਲਾਈ।

"ਭਾਈ, ਇਉਂ ਬੈਠੇ ਹੋ, ਕੋਈ ਗੁਪਤ ਗੱਲ ਤਾਂ ਨਹੀਂ ਕਰਦੇ।"

"ਨਹੀਂ ਮਾਸੀ ਜੀ ਥੋਡੇ ਕੋਲੋਂ ਕੀ ਲਕੋਅ ਹੈ, ਕਾਕੇ ਦੇ ਵਿਆਹ ਦੀ ਗੱਲ ਕਰਦੇ ਸੀ।" ਬਲਦੇਵ ਕੌਰ ਨੇ ਦੱਸਿਆ।

"ਫੇਰ ਪੁੱਤ ਕੀ ਸਲਾਹ ਬਣੀ?"

"ਕਹਿੰਦੇ ਅਜੇ ਨਹੀਂ ਕਰਵਾਉਂਦਾ।"

"ਸਾਡੇ ਛੋਟੇ ਨਾਲੋਂ ਇਹ ਦੋ ਮਹੀਨੇ ਈ ਛੋਟੈ, ਉਹਦਾ ਸਾਉਣ ਦਾ ਜਨਮ ਹੈ, ਇਹਦਾ ਅੱਸੂ ਦਾ। ਸੁੱਖ ਨਾਲ ਓਹਦੀ ਬਹੂ ਕੋਲ ਤਾਂ ਸਾਲ ਭਰ ਦਾ ਕਾਕਾ ਹੈ। ਜੇ ਥੋਡੀ ਕਰਨ ਦੀ ਸਲਾਹ ਹੈ, ਮੇਰੀ ਭਤੀਜੀ ਹੈ, ਢੋਡਿਆਂ ਤੋਂ ਇਕ ਮੇਰੀ ਭਾਣਜੀ ਹੈ, ਧਮੋਟ ਤੋਂ, ਦੋਨੋਂ ਕੁੜੀਆਂ ਸੋਹਣੀਆਂ-ਸੁਨੱਖੀਆਂ, ਸਚਿਆਰੀਆਂ ਨੇ।"

"ਚਾਚੀ ਜੀ, ਕੁੜੀਆਂ ਪੜ੍ਹੀਆਂ ਹੋਈਆਂ ਕਿੰਨੀਆਂ ਨੇ?" ਹਰਜੀਤ ਨੇ ਪੁੱਛਿਆ।

"ਪੁੱਤ ਮੈਂ ਝੂਠ ਨਹੀਂ ਬੋਲਦੀ, ਆਪਣੀ ਘਰਵਾਲੀ ਗੱਲ ਹੈ, ਦੋਨੋਂ ਅੱਠ ਜਮਾਤਾਂ

ਪਾਸ ਨੇ। ਅੱਗੇ ਕੁੜੀਆਂ ਦਾ ਸਕੂਲ ਨਹੀਂ ਸੀ, ਮੁੰਡਿਆਂ ਵਾਲੇ ਸਕੂਲ, ਉਨ੍ਹਾਂ ਪੜ੍ਹਾਈਆਂ ਨਹੀਂ। ਤੂੰ ਪੁੱਤ ਬਲਦੇਵ ਦੇਖੀਆਂ ਹੋਣਗੀਆਂ, ਛੋਟੇ ਕਾਕੇ ਦੀ ਛੱਟੀ ਵੇਲੇ ਆਈਆਂ ਸੀ।"

"ਚਾਚੀ ਜੀ ਅਜੇ ਮੈਂ ਹੋਰ ਪੜ੍ਹਣਾ ਹੈ।"

"ਤੂੰ ਪੁੱਤ ਚੌਦਾਂ ਤਾਂ ਕਰ ਲੀਆਂ, ਹੋਰ ਕਿੰਨਾ ਕੁ ਪੜ੍ਹਣਾ ਹੈ? ਆਪਣੇ ਖ਼ਾਨਦਾਨ ਵਿਚ ਕਿਸੇ ਨੇ ਚਾਰ ਤੋਂ ਵੱਧ ਜਮਾਤਾਂ ਨਹੀਂ ਪੜ੍ਹੀਆਂ।"

"ਚਾਚੀ ਜੀ, ਉਦੋਂ ਜਮਾਨਾ ਹੋਰ ਸੀ, ਬਟਾਈਆਂ ਚਲਦੀਆਂ ਸੀ।"

"ਪੁੱਤ ਹੁਣ ਕਿਹੜਾ ਸਰਦਾਰੀ ਨਹੀਂ ਹੈ। ਮੇਰੇ ਦੋਨੋਂ ਖੇਤੀ ਹੀ ਕਰਦੇ ਨੇ, ਸਾਰਾ ਕੰਮ ਚੱਕੀ ਫਿਰਦੇ ਨੇ। ਸਰਦਾਰ ਨੇ ਤਾਂ ਕਦੇ ਡੱਕਾ ਦੂਹਰਾ ਨਹੀਂ ਕੀਤਾ, ਸਾਰੀ ਉਮਰ...।"

"ਕੀ ਹਾਲ ਹੈ, ਚਾਚਾ ਜੀ ਦਾ, ਸਿਹਤ ਠੀਕ ਹੈ? ਮੈਂ ਆਉਣਾ ਸੀ ਮਿਲਣ।"

"ਠੀਕ ਨੇ ਕਾਕਾ, ਉਨ੍ਹਾਂ ਨੂੰ ਸਾਹ ਦੀ ਕਸਰ ਹੈ, ਬੈਠਿਆਂ ਬੈਠਿਆਂ ਦਾ ਸਾਹ ਉਲਟ ਜਾਂਦੈ। ਇਕ ਦਾਰੂ ਨਹੀਂ ਛਡਦੇ, ਮੀਟ ਮਾਸ ਬਿਨਾਂ ਰੋਟੀ ਨਹੀਂ ਖਾਂਦੇ, ਇਹਨਾਂ ਨੇ ਤਾਂ ਮੇਰਾ ਦੀਨ ਵੀ ਭ੍ਰਿਸ਼ਟ ਕਰਤੈ, ਇਨ੍ਹਾਂ ਖਾਤਰ ਬਣਾਉਂਦੀ ਬਣਾਉਂਦੀ, ਮੈਂ ਵੀ ਸੰਖੀਆਂ ਚੂਸਣ ਲਾਗੀ। ਆਪਾਂ ਤਾਂ ਪੁੱਤ ਹੋਰ ਗੱਲਾਂ ਕਰਨ ਲਾਗੇ, ਮੈਂ ਤਾਂ ਵਸਾਖੀ ਬਾਰੇ ਸਲਾਹ ਕਰਨ ਆਈ ਸੀ, ਵੱਡੇ ਪਿੰਡ ਮੱਥਾ ਟੇਕਣ ਦੀ ਸਲਾਹ ਕਰਦੇ ਸੀ।"

"ਸਾਡੀ ਵੀ ਚਾਚੀ ਜੀ, ਉਥੇ ਜਾਣ ਦੀ ਸਲਾਹ ਹੈ, ਭੂਆ ਜੀ ਕਹਿਕੇ ਗਈ ਸੀ। ਕਾਕੇ ਦੇ ਵਿਆਹ ਵੇਲੇ ਸਾਥੋਂ ਜਾ ਨਹੀਂ ਹੋਇਆ, ਕੀਹਨੇਂ ਕੀਹਨੇਂ ਚਲਣਾ ਹੈ? ਜੀਪ ਲੈ ਚਲਾਂਗੇ।"

"ਮੈਂ ਕੱਲੀ ਚਲੂੰਗੀ ਕਾਕਾ, ਹੋਰ ਤਾਂ ਕਿਸੇ ਦੀ ਸਲਾਹ ਨਹੀਂ ਹੈ, ਬਹੂਆਂ ਕਹਿੰਦੀਆਂ ਸਾਤੋਂ ਨੀ ਧੂੜ ਫੱਕ ਹੁੰਦੀ, ਮੇਲੇ ਵਿਚ, ਉਹ ਪਿਛਲੇ ਸਾਲ ਹੋ ਆਈਆਂ ਸੀ।"

"ਤੁਸੀਂ ਤਿਆਰ ਰਿਹੋ, ਆਪਾਂ ਇਕ ਦਿਨ ਪਹਿਲਾਂ ਚਲਾਂਗੇ। ਮੰਗਲਵਾਰ ਨੂੰ, ਬੁੱਧ ਦੀ ਵਸਾਖੀ ਹੈ।"

"ਮੈਂ ਦਸਣਾ ਭੁਲਗੀ, ਪੰਦਰਾਂ ਵੀਹ ਦਿਨ ਪਹਿਲਾਂ ਕੋਟਲੇ ਗਈ ਸੀ, ਕਪੜਾ ਲੀੜਾ ਲੈਣ, ਉਥੇ ਕੁਠਾਲੇ ਵਾਲੀ ਥੋਡੀ ਮਤੇਰ ਮਿਲ ਪਈ...।"

"ਕੀ ਹਾਲ ਹੈ, ਉਨ੍ਹਾਂ ਦਾ?"

"ਕਾਕਾ, ਬੁਰਾ ਹਾਲ ਬੌਂਕੇ ਦਿਹਾੜੇ।"

"ਕਿਉਂ ਕੀ ਹੋ ਗਿਆ? ਉਨ੍ਹਾਂ ਕੋਲ ਤਾਂ ਬਥੇਰਾ ਧੰਨ ਦੌਲਤ ਸੀ।"

"ਉਹ ਤਾਂ ਮੈਂ ਦੱਸਣ ਲੱਗੀ ਹਾਂ, ਪਾਪ ਦਾ ਬੂਟਾ ਕਦੇ ਫਲਦਾ ਨਹੀਂ...। ਉਸ ਦੇ ਚਾਰ ਭਾਈ ਹਨ। ਇਕੋ ਹੀ ਪਹਿਲਾਂ ਵਿਆਹਿਆ ਹੋਇਆ ਸੀ। ਤਿੰਨ ਇਹਦੇ ਗਈ ਤੋਂ ਵਿਆਹੇ, ਕੁਸ਼ ਗਹਿਣਾ-ਗੱਟਾ ਤਾਂ ਭਰਜਾਈਆਂ ਨੂੰ ਢੋਅ ਦਿੱਤਾ, ਉਨ੍ਹਾਂ ਮੋੜਿਆਂ ਨਹੀਂ, ਕੁਸ਼, ਕਾਤਰੋਂ ਵਾਲੀ ਭੈਣ ਮੰਗਕੇ ਲੈ ਗਈ, ਰਹਿੰਦਾ ਧੀ ਦੇ ਵਿਆਹ ਵੇਲੇ ਢੋਅ ਦਿੱਤਾ, ਜਵਾਈ, ਸ਼ਰਾਬੀ ਕਬਾਬੀ ਹੈ, ਜਦੋਂ ਪੈਸੇ ਮੁੱਕ ਜਾਂਦੇ ਹਨ, ਕੁੜੀ ਨੂੰ ਕੁੱਟਕੇ ਕੱਢ ਦਿੰਦਾ ਹੈ, ਕਹਿੰਦਾ ਬੁੜ੍ਹੀ ਨੇ ਨਵੇਂ ਪਿੰਡੋਂ ਬਥੇਰਾ ਲੁੱਟਿਆ ਹੈ। ਜਿਹੜਾ ਥੋੜਾ ਬਹੁਤਾ ਕੋਲ ਸੀ, ਉਹ ਗੱਡੀ ਵਿਚ ਲੁਟਿਆ ਗਿਆ।"

"ਗੱਡੀ ਵਿਚ ਤਾਂ ਚਾਚੀ ਜੀ ਪੁਲਿਸ ਹੁੰਦੀ ਹੈ, ਓਥੇ ਕਿਵੇਂ ਲੁੱਟਿਆ ਗਿਆ?" ਹਰਜੀਤ ਨੇ ਪੁੱਛਿਆ।

"ਉਹ ਵੀ ਸੁਣ ਲੈ ਕਾਕਾ, ਕੁਠਾਲੇ ਵਾਲੇ ਲਹਿਰਾ ਮੁਹੱਬਤ ਹੈ, ਬਠਿੰਡੇ ਕੋਲ, ਉਥੇ ਮਾਮੇ ਦੇ ਪੋਤੇ ਦੇ ਵਿਆਹ ਗਏ ਸੀ। ਧੂਰੀਉਂ ਰਾਤ ਦੀ ਗੱਡੀ ਚੜ੍ਹੇ। ਲਹਿਰੇ ਮੁਹੱਬਤ ਗੱਡੀ ਦੋ ਮਿੰਟ ਹੀ ਮਸਾਂ ਖੜ੍ਹਦੀ ਹੈ, ਬਾਕੀ ਸਾਰੇ ਉਤਰ ਗਏ, ਪ੍ਰੇਮ ਕੁਰ ਗੱਡੀ ਵਿਚ ਕੱਲੀ ਰਹਿ ਗਈ, ਇਹਤੋਂ ਉਤਰਿਆ ਨਾ ਗਿਆ। ਚਲਦੀ ਗੱਡੀ ਵਿਚੋਂ, ਇਹਨੇ ਜੇਵਰਾਂ ਵਾਲਾ ਟਰੰਕ ਸਿੱਟ ਦਿੱਤਾ। ਰਾਤ ਨੂੰ ਕੋਈ ਚੁੱਕ ਕੇ ਲੈ ਗਿਆ। ਹੁਣ ਡੰਡੇ ਬਜਾਉਂਦੀ ਫਿਰਦੀ ਹੈ, ਭਰਜਾਈਆਂ ਦਾ ਗੋਲਪੁਣਾ ਕਰਦੀ। ਬਲਾਈ ਰੋਂਦੀ ਸੀ। ਮੈਨੂੰ ਕਹਿੰਦੀ ਕਾਕਿਆਂ ਨੂੰਕਹਿ, ਮੈਨੂੰ ਨਾਲ ਰਲਾ ਲੈਣ। ਰਜ਼ੀਨਾਂ ਬੇਸ਼ੱਕ ਨਾਂ ਦੇਣ, ਬੀਬੀ ਨਾਲ ਮਿਲਣ ਵਰਤਣ, ਓਹਦੇ ਨਾਲ ਕੋਈ ਨਹੀਂ ਵਰਤਦਾ। ਕਹਿੰਦੀ ਮੈਂ ਠਾਣੇਦਾਰਨੀ ਦੀ ਚੱਕ ਵਿਚ ਆ ਗਈ।"

"ਫੇਰ ਤੁਸੀਂ ਕੀ ਕਿਹਾ ?"

"ਮੈਂ ਕਿਹਾ, ਉਦੋਂ ਤੂੰ ਕਿਹੜੀ ਕਸਰ ਛੱਡੀ ਸੀ, ਮੁਕੱਦਮੇ ਕਰ, ਕੁਰਕੀਆਂ ਡਿਗਰੀਆਂ ਤੈਂ ਕਰਵਾਈਆਂ।" ਫੇਰ ਚੁੱਪ ਕਰ ਗਈ। ਮੰਗਤਿਆਂ ਵਰਗੇ, ਕੀਰਾਂ ਵਰਗੇ ਕੱਪੜੇ ਪਾਏ ਹੋਏ ਸੀ।"

"ਮਾਸੀ ਜੀ, ਜੋ ਕਿਸੇ ਦੇ ਘਰ ਪੱਟਦਾ ਹੈ। ਉਸ ਦਾ ਘਰ ਆਪੇ ਹੀ ਪੱਟਿਆ ਜਾਂਦਾ।" ਬਲਦੇਵ ਕੌਰ ਨੇ ਰੱਬ ਲਗਦੀ ਗੱਲ ਕੀਤੀ।

"ਤੇਰੀ ਗੱਲ ਪੁੱਤ ਸੋਲਾਂ ਆਨੇ ਸੱਚੀ ਹੈ, ਠਾਣੇਦਾਰ ਨੂੰ ਅਧਰੰਗ ਹੋ ਗਿਆ, ਠਾਣੇਦਾਰਨੀ ਮੰਜੇ ਤੇ ਪਈ ਹੈ, ਪੁੱਤ-ਨੋਂਹਾਂ ਪਾਣੀ ਵੀ ਨਹੀਂ ਪੁੱਛਦੇ। ਕੁੱਤੇ ਆਂਗੂ ਬੁਕਰੀਆਂ ਸਿੱਟਦੇ ਨੇ। ਮੈਂ ਇਕ ਦਿਨ ਗਈ ਸੀ ਖ਼ਬਰ ਨੂੰ, ਰੋਣ ਲਗੀ ਕਹਿੰਦੀ ਜਿਹੜੀ ਔਲਾਦ ਖਾਤਰ ਅਸੀਂ ਐਨੇ ਪਾਪ ਕਮਾਏ ਸੀ, ਧੰਨ ਦੌਲਤ ਜੋੜਿਆ ਸੀ, ਵੇਚ ਵੇਚ ਖਾਈ ਜਾਂਦੇ ਨੇ, ਇਉਂ ਤਾਂ ਖ਼ੂਹ ਵੀ ਮੁੱਕ ਜਾਂਦੇ ਹਨ।"

"ਪਟਿਆਲੇ ਵਾਲੇ ਵੱਡੇ ਭੂਆ ਜੀ ਦਸਦੇ ਸੀ, ਇਨ੍ਹਾਂ ਕੋਲ ਅੱਧੇ ਸੇਰ ਦਾ ਸਿਉਨੇ ਦਾ ਮੋਰ ਸੀ, ਉਹ ਕਿੱਧਰ ਗਿਆ ?"

"ਉਹ ਵੀ ਧੀਏ, ਵੱਢ-ਵੱਢ ਖਾ ਗਏ।"

ਬਲਜੀਤ ਤੇ ਹਰਜੀਤ, ਭਇਮਾਨ ਹੋ ਕੇ ਗੱਲਾਂ ਸੁਣਦੇ ਰਹੇ।

ਮੰਗਲਵਾਰ ਸਵੇਰੇ, ਹਾਜ਼ਰੀ ਕਰਨ ਮਗਰੋਂ ਉਹ ਸਾਰੇ ਜੀਪ ਤੇ, ਬਰਨਾਲਾ, ਰਾਮਪੁਰਾ ਮੌੜ ਮੰਡੀ ਹੋ ਕੇ, ਦੁਪਹਿਰ ਨੂੰ ਵੱਡੇ ਪਿੰਡ ਪਹੁੰਚ ਗਏ। ਪਿੰਡ ਦੀਆਂ ਗਲੀਆਂ ਮੁਸਾਫਰਾਂ, ਮਹਿਮਾਨਾਂ ਨਾਲ ਭਰੀਆਂ ਪਈਆਂ ਸਨ। ਹਰਜਿੰਦਰ ਦੇ ਘਰ, ਦਸਵੇਂ ਗੁਰੂ ਜੀ ਦੀਆਂ ਨਿਸ਼ਾਨੀਆਂ ਦੇਖਣ ਵਾਲਿਆਂ ਦੀ ਭੀੜ ਲੱਗੀ ਹੋਈ ਸੀ। ਉੱਚੇ ਵੱਡੇ ਦਰਵਾਜ਼ੇ ਵਿਚ ਦੋ ਤਿੰਨ ਗੱਡੀਆਂ ਪਹਿਲਾਂ ਹੀ ਖੜ੍ਹੀਆਂ ਸਨ। ਉਨ੍ਹਾਂ ਜੀਪ ਮਗਰ ਖੜ੍ਹੀ ਕਰ ਦਿੱਤੀ। ਬੀਰ ਸਿੰਘ, ਉਨ੍ਹਾਂ ਨੂੰ ਹੇਠਲੇ ਪੱਕੇ ਵਿਹੜੇ ਵਿਚ ਮਿਲ ਗਿਆ। ਉਸਨੇ ਬਹੁਤ ਹੀ ਤਿਉਹ ਨਾਲ ਉਨ੍ਹਾਂ ਦਾ ਸਵਾਗਤ ਕੀਤਾ, ਬੈਗ ਫੜ ਲਏ।

"ਆ ਜਾਉ, ਉਪਰ ਹੀ ਆ ਜਾਉ।" ਪੌੜੀਆਂ ਚੜ੍ਹਕੇ ਉਪਰਲੇ ਵਿਹੜੇ ਵਿਚ ਪਹੁੰਚ ਗਏ।

"ਬੀਬੀ ਜੀ ਨਵੇਂ ਪਿੰਡੋਂ ਕਾਕੇ ਹੁਰੀ ਆ ਗਏ।" ਨਾਉਂ ਸੁਣਕੇ, ਭੂਆ, ਵਿਹੜੇ ਵਿਚ ਆ ਗਈ। ਬਹੁਤ ਸੁਨੇਹ, ਪਿਆਰ ਨਾਲ, ਬੁਕਲ ਵਿਚ ਲੈ ਕੇ ਪਿਆਰ ਦਿੱਤਾ।

"ਸ਼ੁਕਰ ਹੈ, ਭਾਈ ਕਾਕਾ, ਤੁਸੀਂ ਤਾਂ ਮੇਰਾ ਆਪਣਾ ਖ਼ੂਨ ਹੋ, ਸ਼ਾਬਾਸ਼ ਥੋਡੇ ਤੁਸੀਂ ਉਜੜਿਆ ਘਰ ਆਬਾਦ ਕਰ ਦਿੱਤਾ।" ਉਸਦੀਆਂ ਅੱਖਾਂ ਵਿਚ ਖ਼ੁਸ਼ੀ ਦੇ ਹੰਝੂ ਆ ਗਏ। ਸ਼ੀਸ਼ਿਆਂ ਵਾਲੀ ਬਾਰਾਂਦਰੀ ਵਿਚ ਪਹਿਲਾਂ ਹੀ ਕਈ ਮਹਿਮਾਨ ਆਏ ਬੈਠੇ ਸਨ। ਇਕ ਵੱਡੇ ਸਾਰੇ ਢਿੱਡ ਵਾਲਾ ਸਰਦਾਰ ਜਿਸਨੇ ਦਾਹੜੀ ਨੂੰ ਕਲਫ ਕੀਤਾ ਹੋਇਆ ਸੀ, ਸੋਫ਼ੇ ਵਿਚ ਧੱਸਿਆ ਬੈਠਾ ਸੀ। ਸੋਫੇ ਦੀਆਂ ਤਿੰਨਾਂ ਸੀਟਾਂ ਵਿਚੋਂ ਦੋ ਉਸਦੇ ਭਾਰੀ ਸਰੀਰ ਨੇ ਮੱਲੀਆਂ ਹੋਈਆਂ ਸਨ। ਹਰਜਿੰਦਰ ਨੇ ਤੁਆਰਫ ਕਰਵਾਇਆ।

"ਅੱਛਾ ਅੱਛਾ ਬਹੁਤ ਅੱਛਾ।" ਉਸਦਾ ਵੱਡਾ ਢਿੱਡ ਛਲਕਿਆ,

"ਕਾਕੇ, ਕੀ ਕਰਦੇ ਹੁੰਦੇ ਹੋ ?"

"ਮੈਂ ਤਾਂ ਫੁਫੜ ਜੀ, ਫਾਰਮਿੰਗ ਕਰਦੈਂ, ਛੋਟਾ ਗੌਰਮਿੰਟ ਕਾਲਜ ਵਿਚ ਲੁਧਿਆਣੇ ਪੜ੍ਹਦੇ, ਬੀ.ਏ. ਦੇ ਪੇਪਰ ਦੇ ਕੇ ਆਇਆ।"

"ਕਾਕਾ ਸਰਦਾਰਾਂ ਦੇ ਮੁੰਡੇ ਤਾਂ ਪੜ੍ਹਦੇ ਨਹੀਂ ਹੁੰਦੇ, ਤੂੰ ਕਿਵੇਂ ਪੜ੍ਹ ਗਿਆ, ਬੀ.ਏ. ਤੱਕ...।"

"ਫੁਫੜ ਜੀ, ਹੁਣ ਸਰਦਾਰੀਆਂ ਕਿਥੇ ਰਹਿ ਗਈਆਂ ? ਕਰਾਂਗੇ ਤਾਂ ਖਾਵਾਂਗੇ। ਬਟਾਈਆਂ ਬੰਦ ਹੋ ਗਈਆਂ।

"ਬਹੁਤ ਸਿਆਣੀ ਗੱਲ ਹੈ ਤੇਰੀ। ਏਨੀ ਥੋੜ੍ਹੀ ਉਮਰ ਵਿਚ ਤੁਸੀਂ ਏਨੇ ਸਿਆਣੇ ਕਿਵੇਂ ਹੋ ਗਏ ?"

"ਫੁਫੜ ਜੀ, ਟਾਈਮ ਇਜ਼ ਏ ਗਰੇਟ ਟੀਚਰ।" ਹਰਜੀਤ ਨੇ ਕਿਹਾ।

"ਵੈਰੀ ਗੁੱਡ....।" ਉਹ ਤਾੜੀ ਮਾਰ ਕੇ, ਉੱਚੀ-ਉੱਚੀ ਹੱਸਿਆ। ਬੀਰ ਸਿੰਘ ਕੱਚ ਦੇ ਗਲਾਸਾਂ ਵਿਚ ਚਾਹ ਦੇ ਗਿਆ, ਡਰਾਈਫਰੂਟ ਦੇ ਨਾਲ ਮਿੱਠੇ-ਨਮਕੀਨ ਬਿਸਕੁਟ ਸਨ।

"ਤੂੰ ਮੈਰਿਡ ਹੈ ਕਿ ਅਨਮੈਰਿਡ।" ਉਹ ਹਰਜੀਤ ਨੂੰ ਮੁਖ਼ਾਤਬ ਹੋਇਆ।

"ਮੇਰੇ ਪੁੱਛੇ ਬਿਨਾਂ ਵਿਆਹ ਨਾ ਕਰਵਾਈ, ਬੀ.ਏ. ਕਰਕੇ ਮੈਨੂੰ ਦੱਸੀਂ, ਮੇਰੇ ਹੱਥ ਵਿਚ ਕਈ ਖ਼ਾਨਦਾਨੀ ਰਿਸ਼ਤੇ ਹਨ, ਕਾਹਲੀ ਨਾ ਕਰੀਂ, ਮੈਰੀ ਇਨ ਹੇਸਟ, ਰੀਪੈਂਟ ਐਟ, ਲਾਇਜ਼ਰ।" ਉਹ ਤਾੜੀ ਮਾਰਕੇ, ਉੱਚੀ ਉੱਚੀ ਹੱਸਿਆ, "ਮੈਂ ਸਮਰਾਲੇ ਬੀ.ਡੀ.ਓ. ਲੱਗਿਆ ਹੋਇਆ ਹਾਂ। ਕਦੇ ਟਾਈਮ ਹੋਇਆ ਆਈ...।"

"ਬੀ.ਡੀ.ਓ. ਦੀ ਪੋਸਟ ਕਿਵੇਂ ਦੀ ਹੈ ?" ਹਰਜੀਤ ਨੇ ਪੁੱਛਿਆ।

"ਵਧੀਆ ਹੈ, ਜੀਪ ਵੀ ਹੈ 'ਕੀਪ' ਵੀ ਹੈ।" ਉਹ ਉੱਚੀ-ਉੱਚੀ ਹੱਸਿਆ, "ਤੇਰਾ ਕੀ ਕਰਨ ਦਾ ਵਿਚਾਰ ਹੈ ?"

"ਪੀ.ਸੀ.ਐਸ. ਕਰਨ ਦੀ ਸਲਾਹ ਹੈ, ਐਮ.ਏ. ਇੰਗਲਿਸ਼ ਕਰਕੇ।"

"ਮੈਂ ਵੀ ਪੀ.ਸੀ.ਐਸ. ਸਾਂ, ਇਨ੍ਹਾਂ "ਜੁੱਤੀ ਚੋਰਾਂ" ਨੇ ਰੀਵਰਟ ਕਰਕੇ, ਬੀ.ਡੀ.ਓ. ਲਾ ਦਿੱਤਾ। ਸੁਪਰੀਮ ਕੋਰਟ ਵਿਚ ਕੇਸ ਚਲਦੈ...।" ਹੁਣ ਉਹ ਗੰਭੀਰ ਹੋ ਗਿਆ ਸੀ।

"ਸਰਦਾਰ ਜੀ, ਤੁਸੀਂ ਗੁਰਦਵਾਰੇ ਤਾਂ ਨਹੀਂ ਜਾਣਾ ਅਸੀਂ ਚਲੀਆਂ ਹਾਂ।" ਦਲੀਪ ਕੌਰ, ਉਨ੍ਹਾਂ ਦੀ ਪਤਨੀ ਸੀ। ਗੋਰਾ ਚਿੱਟਾ ਰੰਗ, ਤਿੱਖੇ ਨੈਣ ਨਖ਼ਸ਼, ਮੋਟੀਆਂ ਮੋਟੀਆਂ ਅੱਖਾਂ, ਮੱਧਰਾ ਕੱਦ। ਦੋਨਾਂ ਨੇ, ਉਸਦੇ ਗੋਡੀ ਹੱਥ ਲਾਏ। ਭੂਆ ਨੇ ਅਸੀਸਾਂ ਦਿੱਤੀਆਂ।

"ਸਰਦਾਰਨੀ ਜੀ, ਇਹ ਮੁੰਡਾ, ਖਮਾਣੋਂ ਵਾਲਿਆਂ ਦੀ ਲੜਕੀ ਲਈ ਕਿਵੇਂ

ਰਹੂ ? ਕਾਕੇ ਦੇ ਮਾਮੇ ਦਾ ਲੜਕਾ ਹੈ, ਨਵੇਂ ਪਿੰਡ ਤੋਂ, ਦੋਨਾਂ ਭਾਈਆਂ ਕੋਲ 70 ਕੀਲੇ ਜ਼ਮੀਨ ਹੈ। ਮੁੰਡਾ ਪੜ੍ਹਣ ਨੂੰ ਬਹੁਤ ਲਾਇਕ ਹੈ। ਮੈਟਰਿਕ ਤੇ ਐਫ.ਏ. ਵਿਚੋਂ ਫਸਟ ਡਵੀਜ਼ਨ ਆਈ ਹੈ, ਅਫ਼ਸਰ ਬਣਨ ਵਾਲਾ ਹੈ।" ਉਨ੍ਹਾਂ ਦੋਨਾਂ ਨੂੰ, ਰਿਸ਼ਤੇ, ਕਰਨ, ਕਰਵਾਉਣ ਦਾ ਬਹੁਤ ਸ਼ੌਂਕ ਸੀ, ਤਕਰੀਬਨ ਡੇਢ ਸੌ, ਰਿਸ਼ਤੇ ਉਹ ਕਰਵਾ ਚੁੱਕੇ ਸਨ। ਵਿਚੋਲੇ ਵਾਲੇ ਸਾਰੇ ਢੰਗ ਤਰੀਕਿਆਂ ਤੋਂ ਜਾਣੂੰ ਸਨ।

"ਸਰਦਾਰ ਜੀ, ਵੀਰ ਜੀ ਖਮਾਣੋਂ ਵਾਲਿਆਂ ਨਾਲ ਗੱਲ ਕਰਨੀ ਪਊ। ਉਹ ਅਫ਼ਸਰ ਮੁੰਡਾ ਭਾਲਦੇ ਹਨ। ਵਿਆਹ ਬਥੇਰਾ ਵਧੀਆ ਕਰਨਗੇ, ਇਕੋ ਇਕ ਧੀ ਹੈ, ਖ਼ਾਨਦਾਨੀ ਜਗੀਰਦਾਰ ਨੇ। ਲੜਕੀ ਸੋਹਣੀ ਸੁਨੱਖੀ ਹੈ।" ਹਰਜੀਤ ਦੇ ਜਿਹਨ ਵਿਚ ਸੋਹਣੀ-ਸੁਨੱਖੀ ਕੁੜੀ ਦੇ ਨਕਸ਼ ਉਭਰਨ ਲੱਗੇ।

"ਤੂੰ ਬੀ.ਏ. ਦਾ ਰਿਜ਼ਲਟ ਆਉਣ ਮਗਰੋਂ ਮੇਰੇ ਕੋਲ ਸਮਰਾਲੇ ਆਵੀ, ਬਾਕੀ ਫੇਰ ਸਲਾਹ ਕਰਾਂਗੇ।" ਖਾਣਾ ਖਾਣ ਮਗਰੋਂ, ਉਹ ਸੌਣ ਕਮਰੇ ਵਿਚ ਚਲੇ ਗਏ। ਬਲਜੀਤ ਤੇ ਹਰਜੀਤ, ਗੁਰਦਵਾਰੇ ਚਲੇ ਗਏ।

(18)

ਗੁਰਦਵਾਰੇ, ਲਾਊਡ ਸਪੀਕਰਾਂ ਦਾ ਸ਼ੋਰ ਅਤੇ ਲੋਕਾਂ ਦੀਆਂ ਹੇੜਾਂ ਤੁਰੀਆਂ ਫਿਰਦੀਆਂ ਸਨ। ਰਾਜਨੀਤਕ ਪਾਰਟੀਆਂ ਦੇ ਪੰਡਾਲਾਂ ਤੋਂ, ਸਿਆਸਤਦਾਨ ਝੂਠੇ ਲਾਰੇ, ਝੂਠੇ ਸੁਪਨੇ, ਜ਼ੋਰ ਸ਼ੋਰ ਨਾਲ ਵੰਡ ਰਹੇ ਸਨ। ਢਾਡੀ ਜੱਥੇ, ਉੱਚੀ ਸੁਰ ਵਿਚ ਢੱਡ ਸਾਰੰਗੀਆਂ ਤੇ ਵਾਰਾਂ ਗਾ ਰਹੇ ਸਨ। ਇਸ ਮੌਕੇ ਸਾਧ ਸੰਤ ਵੀ ਪਿਛੋਂ ਕਿਉਂ ਕਹਿੰਦੇ, ਉਹ ਰਾਜਨੀਤਕ ਲੋਕਾਂ ਵਾਂਗ, ਲੋਕਾਂ ਨੂੰ ਸਵਰਗ ਦੇ ਸੁਫਨੇ ਦਿਖਾ ਰਹੇ ਸਨ। ਪੰਡਾਲ ਭਰੇ ਪਏ ਸਨ, ਕਿਤੇ ਤਿਲ ਸੁੱਟਣ ਜੋਗੀ ਥਾਂ ਨਹੀਂ ਸੀ। ਧੂੜ ਉੱਡ ਰਹੀ ਸੀ। ਹੁੰਮਸ ਅਤੇ ਗਰਮੀ ਸੀ।

ਨੌਕਰਾਂ ਨੇ ਬਾਰਹਲੇ ਵਿਹੜੇ ਵਿਚ ਛਿੜਕਾਅ ਕਰਕੇ, ਮੰਜੇ ਡਾਹ ਦਿੱਤੇ। ਬਿਜਲੀ ਦਾ ਵੱਡਾ ਪੱਖਾ ਲਾ ਦਿੱਤਾ, ਜਿੱਥੇ ਔਰਤਾਂ ਨੇ ਸੌਣਾ ਸੀ। ਮਰਦਾਂ ਨੇ ਹੇਠਲੀਆਂ ਬੈਠਕਾਂ ਵਿਚ ਪੈਣਾ ਸੀ। ਰੋਟੀ-ਟੁੱਕ ਖਾਣ ਮਗਰੋਂ, ਉਹ ਵਿਹੜੇ ਵਿਚ ਆ ਬੈਠੀਆਂ, ਕਮਰੇ ਅੰਦਰ ਭੜਦਾਅ ਸੀ। ਭੂਆ ਨੇ ਗੱਲ ਛੇੜੀ, "ਬਹੂ ਦਲੇਰ ਸਿਉਂ ਦਾ ਕੀ ਹਾਲ ਹੈ ?"

"ਭੂਆ ਜੀ, ਬੁਰੇ ਹਾਲ ਬੌਂਕੇ ਦਿਹਾੜੇ।" ਭੂਆ ਭਇਮਾਨ ਹੋ ਗਈ, ਉਹਨੇ ਤਾਂ ਬਥੇਰੀ ਲੁੱਟਮਾਰ ਕੀਤੀ ਸੀ। ਬਲਵੰਤ ਕੌਰ ਨੇ ਅਲਫ ਤੋਂ ਲੈ ਕੇ, ਯੇ ਤੱਕ ਸਾਰੀ ਕਹਾਣੀ ਸੁਣਾ ਦਿੱਤੀ।

"ਏਹਦੇ ਨਾਲ, ਏਵੇਂ ਹੋਣੀ ਸੀ। ਭਾਈ ਵੰਡ ਵੇਲੇ ਏਸ ਨੇ ਛੋਟੇ ਨਾਲ ਦਗਾਇਤ ਕੀਤੀ, ਚੰਗੀ ਚੰਗੀ ਜ਼ਮੀਨ ਆਪ ਲੈ ਲਈ, ਛੋਟੇ ਨੂੰ ਪਿੰਡ ਤੋਂ ਦੋ ਕੋਹ ਤੇ ਜ਼ਮੀਨ ਦੇ ਦਿੱਤੀ, ਨਾਲੇ ਓਹਦੀ ਬੈਠਕ ਦੱਬ ਲਈ, ਕੰਧ ਕੱਢ ਲਈ, ਲਿਖਤ ਮੁਤਾਬਿਕ ਦੀਵਾਨਖ਼ਾਨੇ ਦਾ ਦਰਵਾਜ਼ਾ ਬੰਦ ਨਹੀਂ ਕੀਤਾ, ਮੈਂ ਉਦੋਂ ਓਥੇ ਹੀ ਸੀ, ਇਹਨੇ ਮਾਂ ਨੂੰ ਧੱਕੇ ਮਾਰੇ, ਕਹਿੰਦਾ ਮੈਨੂੰ ਅੱਧ ਦਾ ਸਿਉਨਾ ਦੇਹ ਮੈਨੂੰ ਅੱਜ ਵੀ ਯਾਦ ਹੈ, ਦੁਖੀ ਹੋਈ ਮਾਂ ਨੇ ਕਿਹਾ ਸੀ ਜਿਵੇਂ ਤੂੰ ਮੈਨੂੰ ਧੱਕੇ ਮਾਰੇ ਹਨ, ਇਕ ਦਿਨ ਤੈਨੂੰ ਵੀ ਇਉਂ ਹੀ ਧੱਕੇ ਪੈਣਗੇ।"

"ਭੂਆ ਜੀ, ਬੇਬੇ ਜੀ ਦੀ ਦਿੱਤੀ ਦੁਰਾ ਸੀਸ ਸੱਚੀ ਹੋ ਗਈ, ਹੁਣ ਓਹਦੀ ਔਲਾਦ, ਉਹਨੂੰ ਏਵੇਂ ਹੀ ਧੱਕੇ ਮਾਰਦੀ ਹੈ।" ਬਲਵੰਤ ਕੌਰ ਨੇ ਦੱਸਿਆ।

"ਮੁੰਡੇ ਕੀ ਕਰਦੇ ਹਨ ?"

"ਕਬੂਤਰ ਉਡਾਉਂਦੇ ਹਨ, ਸ਼ਰਾਬੀ ਕਬਾਬੀ ਹਨ, ਜੂਆ ਖੇਡਦੇ ਹਨ, ਪਿਛਲੇ ਸਾਲ ਚਾਰ ਕੀਲੇ ਬੈਅ ਕਰ ਦਿੱਤੇ।" ਭੂਆ ਭਇਮਾਨ ਹੋ ਗਈ।

"ਪ੍ਰੇਮ ਕੁਰ, ਕੁਠਾਲ ਵਾਲੀ ਨਹੀਂ ਕਦੇ ਮਿਲੀ ?"

"ਓਹਦਾ ਵੀ ਬੁਰਾ ਹਾਲ ਹੈ।" ਉਸ ਦੇ ਹਾਲ ਦੀ ਪੂਰੀ ਕਹਾਣੀ, ਉਸ ਨੇ ਸੁਣਾ ਦਿੱਤੀ।

"ਉਸਨੇ ਕਿਹੜਾ ਬਹੂ ਕਸਰ ਛੱਡੀ ਸੀ। ਦਲੇਰ ਸਿਉਂ ਦੇ ਹੱਥ ਤੇ ਚੜ੍ਹਕੇ, ਉਸ ਨੇ ਬਥੇਰੀਆਂ ਕੀਤੀਆਂ, ਆਵਦੇ ਕਰਨੀ ਦਾ ਫਲ ਭੋਗਦੀ ਹੈ, ਕੋਈ ਏਥੇ ਭਰ ਲਵੇ, ਕੋਈ ਅਗੇ ਭਰ ਲਵੇ।"

"ਥੋੜੇ ਕਾਕੇ ਤੇ ਬੀਬੀ ਦੇ ਵਿਆਹ ਤੇ ਵੀ ਇਹ ਨਹੀਂ ਗਏ, ਕਿ ਗਏ ਸੀ ?"

"ਕਾਹਨੂੰ ਗਏ ਨੇ ਬਹੂ, ਦੋਨੋਂ ਛੱਕਾਂ, ਛੋਟੇ ਨੇ ਭਰੀਆਂ ਸੀ।"

"ਭੂਆ ਜੀ ਹੁਣ ਥੋਡਾ ਕਾਕਾ ਕਿੱਥੇ ਹੈ ?"

"ਉਹ ਤਾਂ ਭਾਈ ਵਿਆਹ ਕਰਵਾਕੇ, ਅਮਰੀਕਾ ਚਲਾ ਗਿਆ।"

"ਤੁਸੀਂ ਫੇਰ ਏਥੇ ਰਹਿੰਨੇ ਓ ਕਿ ਪਟਿਆਲੇ ?"

"ਮੈਂ ਤਾਂ ਬਹੂ ਹੁਣ ਬੀਬੀ ਕੋਲ ਹੀ ਹੁੰਦੀ ਆਂ, ਪਟਿਆਲੇ ਕੱਲੀ ਨੇ ਕੀ ਕਰਨੈ ? ਜਦੋਂ ਦਾ ਦਲੀਪ ਸਿਉਂ ਮੁੱਕਿਆ।" ਦਲੀਪ ਸਿੰਘ ਉਸ ਦਾ ਜਵਾਈ ਸੀ। ਦੋ ਵਿਆਹ ਕਰਵਾਉਣ ਮਗਰੋਂ ਬਹੁਤੀ ਸ਼ਰਾਬ ਪੀਣ ਕਰਕੇ, ਉਸ ਦੀ ਮੌਤ ਹੋ ਗਈ ਸੀ।

ਅੱਧੀ ਰਾਤ ਹੋਣ ਮਗਰੋਂ, ਉਹ ਸੁੱਤੀਆਂ, ਸਵੇਰੇ ਤਿੰਨ ਬਜੇ, ਬੀਰ ਸਿੰਘ, ਚਾਹ ਲੈ ਆਇਆ।

"ਉਠੋ ਬੀਬੀ ਜੀ, ਫੇਰ ਗੁਰਦਵਾਰੇ ਭੀੜ ਹੋ ਜਾਊਗੀ, ਲੰਘਿਆ ਨੀ ਜਾਣਾ, ਸਦੇਹਾਂ ਸਦੇਹਾਂ ਮੱਥਾ ਟੇਕ ਆਈਏ।"

ਬੀ.ਡੀ.ਓ. ਸਾਹਿਬ, ਰਾਤ ਬਹੁਤੀ, ਸ਼ਰਾਬ ਪੀਣ ਕਰਕੇ ਸਵੇਰੇ ਉਠ ਨਹੀਂ ਸਕੇ। ਬਾਕੀ ਸਾਰੇ ਜੀ, ਗੁਰਦਵਾਰੇ ਮੱਥਾ ਟੇਕ ਕੇ, ਇਸ਼ਨਾਨ ਕਰਨ ਮਗਰੋਂ, ਦਿਨ ਚੜ੍ਹਣ ਤੋਂ ਪਹਿਲਾਂ ਮੁੜ ਆਏ। ਸਵੇਰੇ ਅੱਠ ਬਜੇ, ਦਹੀਂ, ਪਰਾਉਂਠੇ ਖਾਣ ਮਗਰੋਂ, ਬਲਜੀਤ, ਹਰਜੀਤ ਤਿਆਰ ਹੋ ਗਏ। ਭੂਆ ਨੇ ਜ਼ੋਰ ਪਾਇਆ, "ਤੁਸੀਂ ਪੁੱਤ, ਮਸਾਂ ਮਿਲੇ ਹੋ, ਇਕ ਦਿਨ ਹੋਰ ਰਹਿੰਦੇ ?"

"ਭੂਆ ਜੀ, ਫਸਲ ਵਾਢੀ ਲਈ ਤਿਆਰ ਹੈ, ਅਸੀਂ ਫੇਰ ਵਿਹਲੇ ਵੇਲੇ ਆਵਾਂਗੇ।" ਭੂਆ ਨੇ ਕਾਕੇ ਨੂੰ ਅਤੇ ਬਹੂ ਨੂੰ 51/- ਰੁਪੈ ਸ਼ਗਨ ਦਿੱਤਾ, ਬੀਬੀ ਸੁਖਬਸੰ ਕੌਰ ਨੇ ਬਹੂ ਲਈ ਰੇਸ਼ਮੀ ਸੂਟ ਅਤੇ ਕਾਕਿਆਂ ਲਈ ਪੱਗਾਂ ਦਿੱਤੀਆਂ। ਹੰਢਾਇਏ ਦੇ ਮਿਸਤਰੀਆਂ ਨੇ, ਦਾਣੇ ਕੱਢਣ ਵਾਲੀ ਨਵੀਂ ਮਸ਼ੀਨ ਤਿਆਰ ਕੀਤੀ ਸੀ, ਜੋ ਦਾਣੇ ਅਤੇ ਤੂੜੀ ਅੱਡ-ਅੱਡ ਕਰ ਦਿੰਦੀ ਸੀ। ਪਹਿਲਾਂ ਇਹ ਕੰਮ ਥਰੈਸ਼ਰਾਂ ਨਾਲ ਕੀਤਾ ਜਾਂਦਾ ਸੀ।

ਰਾਹ ਵਿਚ ਉਨ੍ਹਾਂ ਰਾਮਪੁਰੇ ਕੋਲ, ਇਹ ਮਸ਼ੀਨ ਕਰਾੜ ਵਾਲੇ ਪਿੰਡ ਦੀ ਜ਼ਮੀਨ ਵਿਚ ਚਲਦੀ ਦੇਖੀ। ਜੀਪ ਵਿਚੋਂ ਉਤਰਕੇ, ਦੋਨੋਂ ਭਰਾ ਚਲਦੀ ਮਸ਼ੀਨ ਕੋਲ ਗਏ। ਮਸ਼ੀਨ

ਦੇ ਨਾਲ, ਇਕ ਟਰਾਲੀ ਚਲਦੀ ਜਿਸ ਵਿਚ ਕਣਕ ਆਪਣੇ ਆਪ ਪਈ ਜਾਂਦੀ। ਮਸ਼ੀਨ ਦੇ ਮਗਰ ਜਾਲੀਦਾਰ ਟਰਾਲੀ ਲੱਗੀ ਹੋਈ ਸੀ, ਜਿਸ ਵਿਚ ਤੂੜੀ ਪੈਂਦੀ ਸੀ। ਜ਼ਮੀਨ ਦਾ ਮਾਲਕ, ਢਿੱਲੋਂ ਸਰਦਾਰ, ਸਾਹਮਣੇ ਖੂਹ ਕੋਲ, ਤੂਤਾਂ ਦੀ ਛਾਵੇਂ ਕੁਰਸੀ ਤੇ ਬੈਠਾ ਸੀ। ਮਸ਼ੀਨ ਨਾਲ ਦੋ ਮਜ਼ਦੂਰ ਕੰਮ ਕਰ ਰਹੇ ਸੀ। ਇਕ ਟਰੈਕਟਰ ਚਲਾ ਰਿਹਾ ਸੀ। ਕਣਕ ਦੀ ਜਦੋਂ ਇਕ ਟਰਾਲੀ ਭਰ ਜਾਂਦੀ, ਦੂਜੀ ਟਰਾਲੀ, ਨਾਲ ਚਲਣ ਲੱਗਦੀ। ਉਨ੍ਹਾਂ ਨੇ ਸਰਦਾਰ ਨੂੰ ਸਤਿ ਸ੍ਰੀ ਅਕਾਲ ਬੁਲਾਈ।

"ਇਹ ਮਸ਼ੀਨ ਤੁਸੀਂ ਕਿਥੋਂ ਲਈ ਹੈ?"

"ਹੰਡਿਆਏ ਦੇ ਮਿਸਤਰੀਆਂ ਤੋਂ।"

"ਕਿੰਨਾ ਖਰਚ ਆਇਆ?"

"65,000/- ਖਰਚ ਆਇਆ।"

"ਦਿਹਾੜੀ ਵਿਚ ਕਿੰਨੀ ਕਣਕ ਵੱਢ ਦਿੰਦੀ ਹੈ?"

"ਇਕ ਘੰਟੇ ਵਿਚ ਇਕ ਕੀਲਾ। ਡੀਜ਼ਲ ਨਾਲ ਚਲਦੀ ਹੈ।"

"ਤੁਸੀਂ ਇਸ ਨੂੰ ਕਰਾਏ ਤੇ ਵੀ ਦੇ ਦਿੰਦੇ ਹੋ?"

"ਨਹੀਂ ਮੇਰੀ ਆਪਣੀ ਕਣਕ, ਸੌ ਕੀਲਾ ਹੈ।"

"ਅਸੀਂ ਤਾਂ ਇਹ ਮਸ਼ੀਨ ਪਹਿਲੀ ਵੇਰ ਦੇਖੀ ਹੈ।"

"ਐਤਕੀਂ ਪਹਿਲੀ ਵਾਰ ਆਈ ਹੈ। ਬਾਹਰਲੇ ਦੇਸ਼ਾਂ ਵਿਚ ਤਾਂ ਕਈ ਸਾਲਾਂ ਤੋਂ ਚਲਦੀ ਹੈ, ਅਮਰੀਕਾ ਵਿਚ ਆਮ ਹੈ, ਉਥੇ ਲੇਬਰ ਬਹੁਤ ਮਹਿੰਗੀ ਹੈ।"

ਅੱਧੇ ਘੰਟੇ ਮਗਰੋਂ ਉਹ ਹੰਢਿਆਏ ਵਰਕਸ਼ਾਪ ਵਿਚ ਪਹੁੰਚ ਗਏ। ਦੋ ਮਸ਼ੀਨਾਂ ਉਥੇ ਹੋਰ ਤਿਆਰ ਖੜ੍ਹੀਆਂ ਸਨ, ਦੋਨੋਂ ਮਿਸਤਰੀ ਮਜ਼ਦੂਰਾਂ ਨਾਲ ਸਾਰਾ ਕੰਮ ਆਪਣੇ ਹੱਥਾਂ ਨਾਲ ਕਰ ਰਹੇ ਸਨ।

"ਥੋਡੇ ਨੇੜੇ ਇਕ ਮਸ਼ੀਨ ਸਾਡੀ ਕਰਮਗੜ੍ਹੀਏ ਸਰਦਾਰ ਦੇ ਗਈ ਹੈ, ਇਕ ਮਲੌਦ ਵਾਲੇ ਸਰਦਾਰ ਦੇ ਗਈ ਹੈ। ਦੋ ਮਸ਼ੀਨਾਂ ਮੁਕਤਸਰ ਤੇ ਅਬੋਹਰ ਗਈਆਂ ਹਨ।"

"ਜੇ ਮਸ਼ੀਨ ਵਿਚ ਕੋਈ ਨੁਕਸ ਪੈ ਜਾਵੇ।"

"ਸਾਡਾ ਮਿਸਤਰੀ ਠੀਕ ਕਰਕੇ ਆਉਂਦਾ ਹੈ, ਸਾਲ ਦੀ ਸਾਡੀ ਗਰੰਟੀ ਹੈ।" ਇਸ ਸਾਲ ਉਨ੍ਹਾਂ ਪੁਰਾਣਾ ਟਰੈਕਟਰ ਵੇਚਕੇ, ਨਵਾਂ ਪੰਜਾਹ ਹਾਰਸ ਪਾਵਰ ਦਾ ਟਰੈਕਟਰ ਲੈ ਲਿਆ ਸੀ, ਏਨੀ ਰਕਮ, ਉਨ੍ਹਾਂ ਕੋਲ ਨਹੀਂ ਸੀ। ਕਰਜ਼ਾ ਉਨ੍ਹਾਂ ਕਦੇ ਚੁੱਕਿਆ ਨਹੀਂ ਸੀ। ਅਗਲੇ ਦਿਨ ਸਵੇਰੇ, ਦੋਨੋਂ ਭਾਈ ਮਲੌਦ ਗਏ। ਉਸ ਨੇ ਆਪਣੀ ਕਣਕ ਵੱਢ ਲਈ ਸੀ, ਮਸ਼ੀਨ ਕਿਸੇ ਦੇ ਖੇਤ ਵਿਚ ਕਿਰਾਏ ਤੇ ਚਲਦੀ ਸੀ। ਪੰਜਾਹ ਰੁਪੈ ਕੀਲੇ ਦਾ ਕਰਾਇਆ ਸੀ। ਤੂੜੀ ਵਾਲੀ ਟਰਾਲੀ ਨਾਲ ਜਾਂਦੀ ਸੀ। ਦੋ ਟਰਾਲੀਆਂ ਦਾ ਇੰਤਜ਼ਾਮ ਕਰਨਾ ਪੈਂਦਾ ਸੀ। ਕਣਕ ਵੱਢਣ ਦੀ ਤਰੀਕ ਸੌ ਰੁਪੈਈਆ ਸਾਈ, ਉਹ ਦੇ ਆਏ। ਪੰਜਵੇਂ ਦਿਨ ਮਸ਼ੀਨ ਆ ਗਈ। ਲੋਕ ਦੇਖਣ ਆਏ। ਚਾਰ ਦਿਨਾਂ ਵਿਚ ਸਾਰੀ ਕਣਕ ਵੱਢੀ ਗਈ। ਲੋੜ ਜੋਗੀ ਤੂੜੀ ਘਰੇ ਰੱਖਕੇ, ਬਾਕੀ ਦੀ ਖੇਤ ਵਿਚ ਧੜ ਲਾ ਦਿੱਤੀ। ਕਣਕ ਨਾਲ ਲੋਹੇ ਦੇ ਢੋਲ ਅਤੇ ਭੜੋਲੇ ਭਰ ਗਏ। ਬਾਕੀ ਦੀ ਕਣਕ, ਨਰਾਤਾ ਰਾਮ, ਬੋਧ ਰਾਜ ਦੀ ਆੜ੍ਹਤ ਤੇ ਮਹਿਲ ਕਲਾਂ ਮੰਡੀ ਵਿਚ ਸੁੱਟ ਦਿੱਤੀ। ਮਹੀਨੇ ਵਿਚ ਹੋਣ ਵਾਲਾ ਕੰਮ, ਕੁਝ ਦਿਨਾਂ ਵਿਚ ਹੋ ਗਿਆ ਸੀ।

ਸਰ੍ਹੋਂ ਅਤੇ ਛੋਲੇ ਹੀ ਹੱਥ ਨਾਲ ਵੱਢਣੇ ਪਏ। ਸਾਰੇ ਖਰਚੇ ਕੱਢਕੇ, ਸੀਰੀਆਂ ਦਾ ਲੈ ਦੇ ਕੇ, 80,000/- ਰੁਪਿਆ ਬਚ ਰਿਹਾ ਸੀ। ਘਰ ਵਿਚ ਲਹਿਰ ਬਹਿਰ ਹੋ ਗਈ।

ਮਈ ਦੇ ਦੂਜੇ ਹਫ਼ਤੇ, ਹਰਜੀਤ ਦਾ ਬੀ.ਏ. ਦਾ ਨਤੀਜਾ ਆਇਆ। ਉਸ ਨੇ 68% ਨੰਬਰ ਆਏ। ਜੂਨ ਦੇ ਅਖੀਰਲੇ ਹਫ਼ਤੇ, ਉਸ ਐਮ.ਏ. ਇੰਗਲਿਸ਼ ਦੇ ਪਹਿਲੇ ਸਾਲ ਵਿਚ ਦਾਖ਼ਲਾ ਲੈ ਲਿਆ। ਪਹਿਲੇ ਸਾਲ ਦੇ ਸੌ ਸੌ ਨੰਬਰ ਦੇਚਾਰ ਪੇਪਰ ਸਨ, ਨਾਵਲ, ਨਾਟਕ, ਕਹਾਣੀ ਅਤੇ ਕਵਿਤਾ। ਹੁਣ ਉਹ ਛੁੱਟੀਆਂ ਵਿਚ ਪਿੰਡ ਬਹੁਤ ਘੱਟ ਜਾਂਦਾ। ਸ਼ਾਮ ਨੂੰ ਲਾਇਬ੍ਰੇਰੀ ਜਾ ਬੈਠਦਾ, ਨੋਟ ਤਿਆਰ ਕਰਦਾ। ਪ੍ਰੋਫੈਸਰ ਨਰੂਲਾ ਅੰਗਰੇਜ਼ੀ ਵਿਚ ਕਹਾਣੀ ਪੜ੍ਹਾਉਂਦਾ ਸੀ। ਲਿਖਦਾ ਉਹ ਪੰਜਾਬੀ ਵਿਚ ਸੀ, ਉਸ ਦਾ ਇਕ ਨਾਵਲ 'ਪਿਉ ਪੁੱਤਰ' ਐਮ.ਏ. ਪੰਜਾਬੀ ਦੇ ਕੋਰਸ ਵਿਚ ਲਗਿਆ ਹੋਇਆ ਸੀ। ਉਹ ਵਧੀਆ ਅਧਿਆਪਕ ਅਤੇ ਵਧੀਆ ਗਾਈਡ ਸੀ। ਹਰ ਵਿਦਿਆਰਥੀ ਨੂੰ ਹੌਂਸਲਾ ਦਿੰਦਾ, ਕਿਤਾਬਾਂ ਪੜ੍ਹਣ ਵਿਚ ਗਾਈਡ ਕਰਦਾ। ਲਾਹੌਰ ਦੇ ਐਫ.ਸੀ. ਕਾਲਜ ਵਿਚੋਂ ਉਸ ਐਮ.ਏ. ਇੰਗਲਿਸ਼, ਯੂਨੀਵਰਸਿਟੀ ਵਿਚੋਂ ਪਹਿਲੇ ਨੰਬਰ 'ਤੇ ਪਾਸ ਕੀਤੀ ਸੀ। ਸਿਵਲ ਸਰਵਿਸ ਵਿਚ ਜਾਣ ਨਾਲੋਂ ਉਸ ਪ੍ਰੋਫੈਸਰ ਬਣਨ ਨੂੰ ਪਹਿਲ ਦਿੱਤੀ ਸੀ। ਪ੍ਰੋਫੈਸਰ ਡੀ.ਸੀ. ਸ਼ਰਮਾ ਨਾਵਲ ਪੜ੍ਹਾਉਂਦਾ ਸੀ।

ਪਿੰਡੋਂ ਸੁੱਖ ਸਾਂਦ ਦੀ ਖ਼ਬਰ ਖਤਾਂ ਰਾਹੀਂ ਮਿਲਦੀ ਰਹਿੰਦੀ ਸੀ। ਦਲੇਰ ਸਿੰਘ ਦੀ ਮੌਤ ਹੋ ਗਈ ਸੀ। ਪੂਰਨ ਦਾ ਮੁੰਡਾ ਤੁਲਸੀ ਟਰੈਕਟਰ ਚਲਾਉਂਦਾ ਸੀ। ਦਸੰਬਰ ਦੀਆਂ ਛੁੱਟੀਆਂ ਵਿਚ ਬਲਜੀਤ ਨੇ, ਉਸ ਨੂੰ ਪਿੰਡ ਜ਼ਰੂਰੀ ਕੰਮ ਹੋਣ ਕਰਕੇ ਬੁਲਾਇਆ ਸੀ। ਮੁਜਾਰਿਆਂ ਨਾਲ ਬੈਠਕੇ, ਗੱਲ ਨਿਬੇੜਣੀ ਸੀ। ਬਟਾਈ ਪਹਿਲਾਂ ਹੀ ਬੰਦ ਸੀ, ਹੋਰ ਕੀ ਗੱਲ ਨਿਬੜਣੋਂ ਰਹਿ ਗਈ? ਉਹਦੀ ਸਮਝ ਵਿਚ ਕੁਝ ਨਾ ਆਇਆ। ਵੱਡੇ ਦਿਨ ਤੋਂ ਅਗਲੇ ਦਿਨ ਸ਼ਾਮ ਨੂੰ ਉਹ ਪਿੰਡ ਪਹੁੰਚ ਗਿਆ। ਤੁਲਸੀ, ਰਾਏਕੋਟ ਅੱਡੇ ਵਿਚ ਮੋਟਰਸਾਈਕਲ ਲੈ ਆਇਆ ਸੀ। ਰਾਤ ਦੀ ਰੋਟੀ ਖਾਣ, ਮਗਰੋਂ ਉਹ ਮਾਮਾ ਜੀ ਕੋਲ ਬੈਠਕ ਵਿਚ ਆਏ। ਰਹਿਰਾਸ ਦਾ ਪਾਠ ਕਰਨ ਮਗਰੋਂ ਉਹਨਾਂ ਅਰਦਾਸ ਕਰ ਲਈ ਸੀ, ਕੀਰਤਨ ਸੋਹਿਲਾ ਅਜੇ ਪੜ੍ਹਨਾ ਸੀ।

"ਮਾਮਾ ਜੀ, ਮੈਂ ਸੋਚਦਾ ਮੁਜਾਰਿਆਂ ਨਾਲ ਪਹਿਲਾਂ ਹੀ ਗਲ ਕਿਉਂ ਨਾ ਨਬੇੜ ਲਈਏ, ਮੌਰੂਸ ਤਾਂ ਮਾਲਕ ਬਣ ਗਏ ਹਨ, ਗੈਰ ਮੌਰੂਸ ਵੀ ਇਕ ਨਾ ਇਕ ਦਿਨ ਮਾਲਕ ਬਣ ਜਾਣਗੇ, ਕਿਉਂ ਨਾ ਆਪਾਂ ਪਹਿਲਾਂ ਹੀ ਮਾਲਕੀ ਦੇ ਹੱਕ ਦੇ ਦੇਈਏ, ਨਾਲੇ ਪੁੰਨ, ਨਾਲੇ ਫਲੀਆਂ।"

"ਭਾਈਚਾਰਾ ਨਾ ਤੜਿੰਗ ਹੋ ਜਾਵੇ।" ਭਾਈ ਇੰਦਰ ਸਿੰਘ ਨੇ ਗੱਲ ਕੀਤੀ।

"ਚਾਚੇ ਮਹਿੰਦਰ ਸਿੰਘ ਨੂੰ ਛੱਡ ਕੇ, ਅੱਗੇ ਕਿਹੜਾ ਕੋਈ ਆਪਣੇ ਨਾਲ ਖੜ੍ਹਦਾ ਹੈ। ਉਨ੍ਹਾਂ ਦੇ ਲੜਕੇ ਤਿਆਰ ਹਨ। ਉਨ੍ਹਾਂ ਦੀ ਵੀਹ ਕੀਲੇ ਮੁਜ਼ਾਰਿਆਂ ਕੋਲ ਹੈ, ਆਪਣੇ 80 ਕੀਲੇ ਹਨ। ਬੇਦਖਲੀ ਹੋ ਨਹੀਂ ਸਕਦੀ, ਮੁਜ਼ਾਰਿਆਂ ਦਾ ਸੋਥਾ ਹੈ। ਕਿਸ਼ਨ ਗੜ੍ਹੀਆਂ, ਕੌਲਗੜ੍ਹੀਆਂ ਨੇ ਪਹਿਲਾਂ ਹੀ ਮਾਲਕੀ ਦੇ ਹੱਕ ਦੇ ਦਿੱਤੇ ਹਨ। ਆਪਾਂ ਨੂੰ 70 ਕੀਲੇ ਬਥੇਰੀ ਹੈ, ਹੋਰ ਬਹੁਤੀ ਜ਼ਮੀਨ ਕੀ ਕਰਨੀ ਹੈ?" ਹਰਜੀਤ ਨੂੰ ਉਦੋਂ ਹੀ ਟਾਲਸਟਾਏ ਦੀ ਕਹਾਣੀ, 'ਇਕ ਬੰਦੇ ਨੂੰ ਕਿੰਨੀ ਜ਼ਮੀਨ ਲੜੀਂਦੀ ਹੈ' ਯਾਦ ਆਈ।

"ਠੀਕ ਹੈ, ਵੀਰ ਜੀ, ਸਾਡੀ ਸਲਾਹ ਤੁਹਾਡੇ ਨਾਲ ਹੈ।" ਅਗਲੇ ਦਿਨ ਸਵੇਰੇ, ਕਿਸ਼ਨ ਸਿੰਘ ਮੀਰਾਬ, ਮੱਲ ਸਿੰਘ, ਸੰਤਾ ਸਿੰਘ ਅਤੇ ਗੁਲਜ਼ਾਰ ਸਿੰਘ ਬੈਠਕ ਵਿਚ ਆ ਗਏ, ਚਾਚਾ ਮਹਿੰਦਰ ਸਿੰਘ ਤੇ ਉਨ੍ਹਾਂ ਦੇ ਦੋਨੋਂ ਲੜਕੇ ਨਾਲ ਸਨ।

"ਕਿਸ਼ਨ ਸਿਆਂ ਅਸੀਂ ਤੇ ਕਾਕਿਆਂ ਨੇ ਤੁਹਾਨੂੰ ਮਾਲਕੀ ਦੇ ਹੱਕ ਦੇਣ ਦੀ ਸਲਾਹ ਕੀਤੀ ਹੈ, ਕੀ ਫਾਇਦਾ ਝੱਘੜੇ, ਝੰਬੇਲੇ ਕਰਨ ਦਾ? ਹੈ ਕਿ ਨਹੀਂ।" ਉਹ ਸਾਰੇ ਭੁਮੱਤਰ ਗਏ। ਮਹਿੰਦਰ ਸਿੰਘ ਦੀ ਗੱਲ ਤੇ ਉਨ੍ਹਾਂ ਨੂੰ ਇਤਬਾਰ ਨਹੀਂ ਆਇਆ, ਉਹ ਸ਼ਤੰਰਜ਼ ਦੀਆਂ ਚਾਲਾਂ ਚੱਲਣ ਕਰਕੇ ਮਸ਼ਹੂਰ ਸੀ। ਬਲਜੀਤ ਨੇ, ਸਭ ਕੁਝ ਭਾਂਪ ਲਿਆ।

"ਤਾਇਆ, ਕਿਸ਼ਨ ਸਿੰਘ ਜੀ, ਤੁਹਾਨੂੰ ਸਾਡੀ ਜ਼ਬਾਨ ਤੇ ਇਤਬਾਰ ਨਹੀਂ?"

"ਇਤਬਾਰ ਕਿਉਂ ਨਹੀਂ ਕਾਕਾ ਜੀ।"

"ਮਾਲਕੀ ਦੇ ਹੱਕ ਕਿਵੇਂ ਦਿਉਗੇ? ਰਿਸਟਰੀ ਤੇ ਬਹੁਤਾ ਖਰਚ ਆਊ।" ਮੱਲ ਸਿੰਘ ਨੇ ਗੱਲ ਦੁਹਰਾਈ।

"ਰਜਿਸਟਰੀ ਦੀ ਲੋੜ ਨਹੀਂ, ਡਿਗਰੀ ਕਰਵਾ ਦਿਆਂਗੇ, ਤੁਸੀਂ ਮਾਲਕੀ ਦਾ ਦਾਅਵਾ ਪਾ ਦਿਉ, ਅਸੀਂ ਤੁਹਾਡੇ ਹੱਕ ਵਿਚ ਬਿਆਨ ਦੇ ਦਿਆਂਗੇ।"

"ਬਟਾਈ ਦਾ ਕੀ ਕਰੋਗੇ? ਸੰਤਾਂ ਸਿੰਘ ਨੇ ਪੁੱਛਿਆ। ਜੋ ਦੇ ਲਿਆ ਸੋ ਦੇ ਲਿਆ।" ਹਰਜੀਤ ਨੇ ਸਮਝਾਇਆ।

"ਤੁਸੀਂ ਇਕ ਦੋ ਦਿਨ ਵਿਚ ਦਾਅਵੇ ਪਾ ਦਿਉ, ਸਾਨੂੰ ਸੰਮਣ ਆਉਣਗੇ, ਅਸੀਂ ਤੁਹਾਡੇ ਹੱਕ ਵਿਚ ਬਿਆਨ ਦੇ ਦਿਆਂਗੇ, ਦੋ ਵਕੀਲ ਕਰਨੇ ਪੈਣਗੇ।" ਮਹਿੰਦਰ ਸਿੰਘ ਨੇ ਸਾਰੀ ਗੱਲ ਸਮਝਾਈ।

ਕਿੱਲੇ ਵਿਚ, ਇਸ ਫ਼ੈਸਲੇ ਤੇ ਕਈ ਦਿਨ ਕਚੀਹਰਾ ਹੁੰਦਾ ਰਿਹਾ ਪਰ ਉਹਨਾਂ ਨੂੰ ਪੁੱਛਣ ਦਾ ਕਿਸੇ ਹੀਆ ਨਹੀਂ ਕੀਤਾ। ਮਾਲਕ ਬਣਨ ਮਗਰੋਂ ਉਨ੍ਹਾਂ ਗੁਰਦਵਾਰੇ ਅਖੰਡ ਪਾਠ ਰਖਵਾਇਆ। ਭੋਗ ਮਗਰੋਂ, ਬਲਜੀਤ, ਹਰਜੀਤ, ਮਹਿੰਦਰ ਸਿੰਘ ਦਾ ਸਿਰੋਪਿਆਂ ਨਾਲ ਪਿੰਡ ਵਾਲਿਆਂ ਨੇ ਸਨਮਾਨ ਕੀਤਾ। ਜੈਕਾਰੇ ਬੁਲਾਏ ਗਏ।

(19)

ਹਰਜੀਤ ਦਾ ਪਹਿਲੇ ਸਾਲ ਦਾ ਨਤੀਜਾ ਆ ਗਿਆ ਸੀ, 69% ਨੰਬਰ ਲੈ ਕੇ, ਉਹ ਫਸਟ ਡਵੀਜ਼ਨ ਵਿਚ ਕਾਲਜ ਵਿਚੋਂ ਫਸਟ ਆਇਆ ਸੀ। ਜੁਲਾਈ ਦੇ ਪਹਿਲੇ ਹਫ਼ਤੇ ਦੂਜੇ ਸਾਲ ਦੀਆਂ ਕਲਾਸਾਂ ਸ਼ੁਰੂ ਹੋਣੀਆਂ ਸਨ। ਅਜੇ ਜੂਨ ਚੱਲਦਾ ਸੀ। ਪਿੰਡ ਵਿਚ, ਪਿੜਾਂ ਵਾਲੇ, ਡੇਰੇ ਵਾਲੇ ਸੰਤਾਂ ਦਾ ਕਤਲ ਹੋ ਗਿਆ ਸੀ। ਉਨ੍ਹਾਂ ਦੀ ਕਿਸੇ ਨਾਲ ਕੋਈ ਦੁਸ਼ਮਣੀ ਨਹੀਂ ਸੀ, ਸਾਰਾ ਦਿਨ ਭਜਨ ਪਾਠ ਕਰਦੇ ਨਾਮ ਜਪਦੇ, ਮੁਫ਼ਤ ਦਵਾਈਆਂ ਵੰਡਦੇ। ਸਾਰਾ ਪਿੰਡ ਤਰਾਹ-ਤਰਾਹ ਕਰਦਾ ਸੀ। ਪੁਲਿਸ ਨੇ ਤਫਤੀਸ਼ ਕਰਨ ਲਈ ਪਿੰਡ ਦੇ ਕਈ ਬੰਦੇ, ਫੜ ਲਏ, ਕੁੱਟਮਾਰ ਕੀਤੀ, ਪੁੱਛਗਿੱਛ ਹੁੰਦੀ ਰਹੀ, ਕਿਸੇ ਨੇ ਵੀ ਕਤਲ ਦਾ ਇਕਬਾਲ ਨਹੀਂ ਕੀਤਾ। ਪਿੰਡ ਦੇ ਮੋਹਤਬਰਾਂ ਅਤੇ ਪੰਚਾਇਤ ਦੇ ਜਾਣ ਤੇ ਉਹ ਛੱਡ ਦਿੱਤੇ।

ਇਕ ਦਿਨ ਸਵੇਰੇ ਹੀ ਗਰਾਮ ਸੇਵਕ, ਹਰਦੇਵ ਸਿੰਘ ਘਰੇ ਆਇਆ। ਪਹਿਲਾਂ ਵੀ, ਨਮੂਨੇ ਦਾ ਪਲਾਟ ਬਿਜਵਾਉਣ ਲਈ ਬਲਜੀਤ ਕੋਲ ਆਉਂਦਾ-ਜਾਂਦਾ ਰਹਿੰਦਾ ਸੀ।

"ਅੱਜ ਕਿਵੇਂ ਆਏ?" ਚਾਹ ਪਾਣੀ ਪੀਣ ਮਗਰੋਂ, ਬਲਜੀਤ ਨੇ ਪੁੱਛਿਆ।

"ਤੁਹਾਨੂੰ ਬੀ.ਡੀ.ਓ. ਸਾਹਿਬ ਨੇ ਯਾਦ ਕੀਤਾ ਹੈ।"

"ਮੈਂ ਤਾਂ ਜਾਣਦਾ ਨਹੀਂ।"

"ਉਹ ਤੁਹਾਨੂੰ ਜਾਣਦੇ ਹਨ, ਤੁਹਾਡੇ ਨਾਲ ਕੋਈ ਰਿਸ਼ਤੇਦਾਰੀ ਵੀ ਹੈ।"

"ਕੀ ਨਾਉਂ ਹੈ, ਕਿੱਥੋਂ ਆਏ ਨੇ...?"

"ਹਰਬੰਸ ਸਿੰਘ ਢਿੱਲੋਂ, ਸਮਰਾਲੇ ਤੋਂ ਬਲਦਕੇ ਆਏ ਹਨ।"

"ਅੱਛਾ-ਅੱਛਾ, ਉਹ ਤਾਂ ਸਾਡੇ ਫੁਫੜ ਜੀ ਹਨ, ਅੱਛਾ ਇੱਥੇ ਬਦਲਕੇ ਆ ਗਏ?"

"ਫੇਰ ਕਦੋਂ ਮਿਲਣ ਚਲੋਗੇ?"

"ਕੱਲ੍ਹ ਨੂੰ ਚਲਾਂਗੇ, ਅੱਜ ਮੈਨੂੰ ਜ਼ਰੂਰੀ ਕੰਮ ਹੈ। ਉਹ ਰਹਿੰਦੇ ਕਿੱਥੇ ਹਨ?"

"ਸਕੂਲ ਦੇ ਮਗਰ, ਨਰਾਇਣ ਸਿੰਘ ਦੇ ਹਾਤੇ ਵਿਚ ਨਵੀਂ ਕੋਠੀ ਹੈ, ਸਾਰੇ ਜਾਣਦੇ ਹਨ।"

ਅਗਲੇ ਦਿਨ ਉਹ ਸਾਝਰੇ ਤਿਆਰ ਹੋਇਆ, ਬਲਦੇਵ ਕੌਰ ਨੇ ਦੁੱਧ ਦੀ ਢੋਲੀ ਭਰ ਦਿੱਤੀ। ਨਾਲ ਹੀ ਮੱਖਣ ਦਾ ਛੋਟਾ ਡੋਲੂ ਭਰ ਦਿੱਤਾ। ਖਾਲੀ ਹੱਥ ਜਾਂਦੇ ਚੰਗੇ ਨਹੀਂ ਲੱਗਦੇ, ਘਰ ਦਾ ਦੁੱਧ ਸੀ, ਘਰ ਚਾਰ ਲਵੇਰੀਆਂ ਖੜ੍ਹੀਆਂ ਸਨ। ਸੱਤ ਬਜਦੇ ਨਾਲ ਉਹ ਬਰਨਾਲੇ ਪਹੁੰਚ ਗਿਆ। ਕੋਠੀ ਭਾਲਦਿਆਂ ਦੇਰ ਨਹੀਂ ਲੱਗੀ, ਪਹਿਲਾਂ ਬੀ.ਡੀ.ਓ., ਮੇਜਰ ਗੁਰਦੇਵ ਸਿੰਘ ਵੀ ਉਥੇ ਹੀ ਰਹਿੰਦਾ ਸੀ। ਘੰਟੀ ਮਾਰਨ ਤੇ ਉਪਰੋਂ ਇਕ ਨਿਪਾਲੀ ਨੌਕਰ ਆਇਆ। ਉਸ ਨੇ ਨਵੇਂ ਪਿੰਡੋਂ ਆਉਣ ਬਾਰੇ ਦੱਸਿਆ। ਨੌਕਰ ਨੇ ਉਸਦੇ ਬੈਠਣ ਲਈ ਹੇਠਲਾ ਕਮਰਾ ਖੋਲ੍ਹ ਦਿੱਤਾ। ਆਪ ਉਪਰ ਦੱਸਣ ਚਲਾ ਗਿਆ।

"ਵੇਹ ਫੈਟ, ਉਹ ਤਾਂ ਆਪਣੇ ਰਿਸ਼ਤੇਦਾਰ ਨੇ, ਉਪਰ ਲਿਆ ਕਾਕੇ ਨੂੰ, ਹੇਠਾਂ ਕਿਉਂ ਬਠਾਇਆ ਬਚਾਰੇ ਨੂੰ....ਹੈਂ।" ਭੂਆ ਉਸਦੇ ਗਲ ਪੈ ਗਈ। ਬੁੜ-ਬੁੜਾਉਂਦਾ ਨੌਕਰ, ਉਸ ਨੂੰ ਉਪਰ ਲੈ ਆਇਆ। ਭੂਆ ਨੂੰ ਮੱਥਾ ਟੇਕਿਆ।

"ਆਹ ਵੇਹ ਪੁੱਤ ਸਦਕੇ ਜਾਵਾਂ, ਜਵਾਨੀਆਂ ਮਾਣੇ, ਆਹ ਪੁੱਤ ਕੀ ਚੁੱਕੀ ਆਉਨੈਂ?"

"ਭੂਆ ਜੀ ਘਰ ਦਾ ਦੁੱਧ ਤੇ ਮੱਖਣ ਹੈ। ਹੋਰ ਪਿੰਡਾਂ ਵਾਲਿਆਂ ਕੋਲ ਕੀ ਹੁੰਦਾ ਹੈ?"

"ਹੋਰ ਵੀ ਪੁੱਤ ਰੱਬ ਦਾ ਦਿਤਾ ਸਭ ਕੁੱਸ਼ ਹੈ, ਕੀ ਨਹੀਂ ਥੋਡੇ ਕੋਲ?" ਉਦੋਂ ਹੀ ਇਕ ਸਰਦਾਰ ਕਮਰੇ ਵਿਚ ਆਇਆ, ਲੰਬਾ ਕੱਦ, ਭਰਵਾਂ ਚਿਹਰਾ, ਲਾਲ ਸੂਹਾ ਰੰਗ, ਪੁੱਠੀ ਦਾੜ੍ਹੀ ਚੜ੍ਹੀ ਹੋਈ, ਬਰਫ ਵਰਗੀ ਦਾਹੜੀ, ਅਚਕਣ ਹੇਠ, ਚੂੜੀਦਾਰ, ਰੇਬ ਪਜਾਮਾ ਪਾਇਆ ਹੋਇਆ ਸੀ। ਦੇਖਣ ਨੂੰ ਉਹ ਪੂਰਾ ਰੋਹਬ ਦਾਅਬ ਵਾਲਾ ਬੰਦਾ ਲਗਦਾ ਸੀ।

"ਇਹ ਪੁੱਤ ਸਰਦਾਰ ਜੀ ਦੇ ਮਾਮੇ ਦੇ ਲੜਕੇ ਦੇ ਭਣੋਈਏ ਨੇ, ਖਮਾਣੋਂ ਤੋਂ ਵੀਰ ਜੀ। ਇਹ ਕਾਕਾ ਨਵੇਂ ਪਿੰਡ ਤੋਂ ਮੇਰੇ ਵੱਡੇ ਪਿੰਡ ਵਾਲੀ ਭਾਬੀ ਜੀ ਦਾ ਭਤੀਜਾ ਹੈ, ਜਿੱਥੇ ਥੋਡੀ ਸਾਲੀ ਕਿਰਪਾਲ ਕੌਰ, ਕੌਲਗੜ੍ਹ ਤੋਂ ਵਿਆਹੀ ਹੋਈ ਸੀ।"

ਉਸ ਨੇ ਸਤਿ ਸ੍ਰੀ ਅਕਾਲ ਕਹੀ। ਭੂਆ ਨੇ ਉਸ ਬੰਦੇ ਦੀ ਸਾਰੀ ਹਿਸਟਰੀ ਸ਼ੀਟ, ਇਕੋ ਸਾਹ ਵਿਚ ਖੋਲ੍ਹ ਕੇ ਰੱਖ ਦਿੱਤੀ।

"ਭੈਣ ਜੀ, ਸੰਤਾਲੀ ਤੋਂ ਪਹਿਲਾਂ, ਮੈਂ ਸ਼ੇਰਪੁਰ ਠਾਣੇਦਾਰ ਹੁੰਦਾ ਸੀ, ਮੈਂ ਦੇਖਿਆ, ਇਨ੍ਹਾਂ ਦਾ ਪਿੰਡ। ਕਾਕਾ ਸਰਦਾਰ ਦਲੇਰ ਸਿੰਘ, ਤੁਹਾਡੇ ਕੀ ਲਗਦੇ ਹਨ? ਕੀ ਹਾਲ ਹੈ ਉਨ੍ਹਾਂ ਦਾ?"

"ਉਹ ਜੀ ਮੇਰੇ ਸਕੇ ਤਾਇਆ ਜੀ ਸਨ, ਪਿਛਲੇ ਸਿਆਲ ਵਿਚ ਗੁਜਰ ਗਏ।"

"ਤਾਂ ਤੁਸੀਂ ਉਨ੍ਹਾਂ ਦੇ ਛੋਟੇ ਭਰਾ ਬਘੇਲ ਸਿੰਘ ਦੇ ਸਾਹਿਬਜ਼ਾਦੇ ਹੋ।" ਉਦੋਂ ਨੂੰ ਚਾਹ ਆ ਗਈ।

"ਹਾਂ ਜੀ।"

"ਥੋੜੇ ਮੁਜਾਰਿਆਂ ਦਾ ਕੀ ਹਾਲ ਹੈ ? ਮੱਲ ਸਿੰਘ ਵਗੈਰਾ ਨੂੰ ਛੱਬੀ ਦੇ ਕੇਸ ਵਿਚ ਮੈਂ ਸਜ਼ਾ ਦਵਾਈ ਸੀ, ਉਨ੍ਹਾਂ ਮਹਿੰਦਰ ਸਿੰਘ ਦਾ ਗੁੱਟ ਵੱਢ ਦਿੱਤਾ ਸੀ।" ਬਲਜੀਤ ਨੂੰ ਯਾਦ ਆਇਆ, ਛੱਬੀ ਦੇ ਝੂਠੇ ਕੇਸ ਨੂੰ ਸੱਚਾ ਸਾਬਤ ਕਰਨ ਲਈ, ਉਸ ਨੇ ਹਜ਼ਾਰ ਰੁਪੈਈਆ ਲਿਆ ਸੀ।

"ਮਹਿੰਦਰ ਸਿੰਘ ਮੇਰੇ ਚਾਚਾ ਜੀ ਲਗਦੇ ਹਨ।" ਗੱਲਾਂ ਕਰਦਿਆਂ ਨੂੰ, ਬੀ.ਡੀ.ਓ. ਸਾਹਿਬ ਨਹਾਕੇ, ਕਮਰੇ ਵਿਚ ਆਏ। ਬਲਜੀਤ ਨੇ ਗੋਡੀਂ ਹੱਥ ਲਾਏ।

"ਕੀ ਹਾਲ ਹੈ ਕਾਕਾ, ਸਨੇਹਾ ਮਿਲ ਗਿਆ ਸੀ, ਛੋਟੇ ਦਾ ਕੀ ਹਾਲ ਹੈ ?"

"ਫੁਫੜ ਜੀ ਸਭ ਠੀਕ ਹੈ।"

"ਹੁਣ ਕੇਹੜੀ ਕਲਾਸ ਵਿਚ ਹੋ ਗਿਆ।"

"ਐਮ.ਏ. ਦਾ ਪਹਿਲਾ ਸਾਲ, ਪਾਸ ਕਰ ਲਿਆ ਹੈ, ਫਸਟ ਕਲਾਸ ਫਸਟ ਆਈ ਹੈ।"

"ਬਹੁਤ ਅੱਛਾ, ਵੈਰੀ ਗੁੱਡ," ਤਾੜੀ ਮਾਰ ਕੇ ਹੱਸਣ ਨਾਲ ਹੀ ਉਸਦਾ ਵੱਡਾ ਢਿੱਡ ਛਲਕਿਆ। ਉਹ ਸ਼ੀਸ਼ੇ ਮੂਹਰੇ ਬੈਠਕੇ ਦਾਹੜੀ ਬੰਨ੍ਹਣ ਲੱਗਿਆ।

"ਛੋਟੇ ਦੇ ਨੱਥ ਪਾ ਦਿੱਤੀ ਕਿ ਨਹੀਂ ?"

"ਨਹੀਂ ਜੀ ਅਜੇ ਪਵਾਉਂਦਾ ਨਹੀਂ।" ਹੁਣ ਬਲਜੀਤ ਹੱਸਿਆ।

"ਜੇ ਅਸੀਂ ਪਾ ਦੇਈਏ, ਫੇਰ ਮੰਨੇ। ਅਸੀਂ ਬਥੇਰੇ ਅਲਕ ਬੈੜ੍ਹਕੇ ਨੱਥੇ ਹਨ, ਕਿਉਂ ਸਰਦਾਰਨੀ ਜੀ। ਅਸੀਂ ਕੱਲ੍ਹ ਨੂੰ ਆਵਾਂਗੇ, ਭਾਅ ਜੀ ਵੀ ਨਾਲ ਆਉਣਗੇ, ਛੋਟਾ ਪਿੰਡ ਹੀ ਹੈ।"

"ਹਾਂ ਜੀ, ਛੁੱਟੀਆਂ ਨੇ, ਪਿੰਡ ਹੀ ਹੈ।"

"ਦੁਪਹਿਰ ਦੀ ਰੋਟੀ, ਤੇਰੇ ਕੋਲ ਖਾਵਾਂਗੇ।"

"ਜੀ ਆਇਆਂ ਨੂੰ... ਰਾਹ ਦਾ ਪਤੈ ਥੋਨੂੰ...।"

ਠੀਕਰੀਵਾਲੇ ਤੋਂ ਸੂਏ ਦੀ ਪੱਟੜੀ ਸਿੱਧੀ ਮੇਰੇ ਪਿੰਡ ਜਾਂਦੀ ਹੈ, ਜੌੜੇ ਪੁਲਾਂ ਕੋਲ, ਮੀਲ ਕੁ ਦਾ ਰਸਤਾ ਕੱਚਾ ਹੈ।"

"ਮੇਰਾ ਡਰਾਈਵਰ ਪੁਰਾਣਾ ਹੈ, ਸਾਰੇ ਰਾਹ ਜਾਣਦੈ।"

"ਭੂਆ ਜੀ ਨੂੰ ਨਾਲ ਲਿਆਇਉ।"

"ਹਾ...ਹਾ, ਸਰਦਾਰਨੀ ਬਿਨਾਂ ਨੱਥ ਕਿਵੇਂ ਪਊ ? ਮੈਂ ਸਿੰਗਾਂ ਤੋਂ ਫੜਦਾ ਹਾਂ। ਨੱਥ ਸਰਦਾਰਨੀ ਪਾਉਂਦੀ ਹੈ।" ਸਾਰਾ ਕਮਰਾ ਹਾਸੇ ਨਾਲ ਭਰ ਗਿਆ। ਨੌਕਰ ਨੇ ਬਰੇਕਫਾਸਟ ਰੱਖ ਦਿੱਤਾ ਸੀ। ਬਰਾਂਡੇ ਵਿਚ ਲੱਕੜ ਦੇ ਗੋਲ ਮੇਜ਼ ਦੁਆਲੇ, ਚਾਰ ਕੁਰਸੀਆਂ ਲੱਗੀਆਂ ਹੋਈਆਂ ਸਨ। ਦਹੀਂ, ਵੇਸਣੇ ਪਰੌਂਠੇ, ਮੱਖਣ, ਲੱਸੀ, ਆਮਲੇਟ ਨੌਕਰ ਗਰਮ ਗਰਮ ਪਰੌਂਠੇ ਲੈ ਕੇ ਆ ਰਿਹਾ ਸੀ।

"ਇਹ ਮੱਖਣ ਬੜਾ ਸਵਾਦੀ ਹੈ, ਕਿਥੋਂ ਮੰਗਵਾਇਆ ਹੈ ?"

"ਕਾਕਾ, ਪਿੰਡੋ ਦੁੱਧ ਤੇ ਮੱਖਣ ਲੈ ਕੇ ਆਇਆ।"

"ਅਮੂਲ' ਦੇ ਮੱਖਣ ਵਿਚ ਤਾਂ ਨਿਰਾ ਲੂਣ ਹੁੰਦਾ ਹੈ।" ਬਰੇਕਫਾਸਟ ਕਰਨ ਮਗਰੋਂ ਉਹ ਦੋਨੋਂ ਦਫ਼ਤਰ ਚਲੇ ਗਏ। ਕਿੱਲੇ ਵਿਚ ਬੀ.ਡੀ.ਓ. ਦਾ ਦਫ਼ਤਰ ਸੀ।

"ਭੂਆ ਜੀ, ਲੜਕੀ ਕਿਥੋਂ ਦੀ ਹੈ?" ਹੁਣ, ਕਮਰੇ ਵਿਚ, ਉਹ ਦੋਨੋਂ ਸਨ।

"ਆਹੀ ਵੀਰ ਜੀ, ਖਮਾਣੋਂ ਵਾਲਿਆਂ ਦੀ ਲੜਕੀ ਹੈ, ਦੋ ਵੱਡੇ ਭਾਈ ਨੇ, ਜ਼ਮੀਨ ਬਥੇਰੀ ਹੈ, ਦੋਨੋਂ ਖੇਤੀ ਕਰਵਾਉਂਦੇ ਹਨ, ਪੁਰਾਣੇ ਖਾਨਦਾਨੀ ਜਗੀਰਦਾਰ ਹਨ।"

"ਲੜਕੀ ਕਿੰਨੀ ਪੜ੍ਹੀ ਹੋਈ ਹੈ?"

"ਸਾਡੇ ਕੋਲ ਹੀ ਸਮਰਾਲੇ ਕੌਲਜ ਵਿਚ ਪੜ੍ਹੀ ਸੀ, ਕੰਮ ਦੀ ਬਹੁਤ ਸਚਿਆਰੀ ਹੈ, ਕੱਦ ਮੇਰੇ ਨਾਲੋਂ, ਚਾਰ ਇੰਚ ਉੱਚੀ ਹੋਊ। ਕਾਕੇ ਦਾ ਕੱਦ ਕਿੰਨਾ ਕੁ ਹੈ?"

"ਛੇ ਫੁੱਟ ਦੇ ਕਰੀਬ ਹੈ ਜੀ।"

"ਰਿਸ਼ਤੇਦਾਰ ਬਥੇਰੇ ਤਕੜੇ ਨੇ, ਵੀਰ ਜੀ ਆਪ ਅੰਮ੍ਰਿਤਸਰ ਕੋਲ ਪਹੁ-ਵਿੰਡੀਏ ਸਰਦਾਰਾਂ ਦੇ ਵਿਆਹੇ ਹੋਏ ਹਨ, ਇਨ੍ਹਾਂ ਦਾ ਸਾਲਾ ਐਮ.ਐਲ.ਏ. ਵੀ ਰਿਹੈ। ਪੁੱਤ ਹੀਲੇ ਵਸੀਲੇ ਬਿਨਾਂ, ਨਾਂ ਚੰਗਾ ਰਿਸ਼ਤਾ ਜੁੜਦਾ ਹੈ, ਨਾ ਨੌਕਰੀ। ਇਨ੍ਹਾਂ ਦੀ ਵੱਡੀ ਸਾਲੀ, ਮੇਰੇ ਵੱਡੇ ਭਾਈ ਦਲੀਪ ਸਿਉਂ ਨੂੰ ਵਡੇ ਪਿੰਡ ਵਿਆਹੀ ਹੋਈ ਸੀ, ਉਹ ਲੜਕੀ ਨੂੰ ਜਨਮ ਦੇਣ ਸਮੇਂ, ਜਣੇਪੇ ਵਿਚ ਮਰ ਗਈ ਸੀ। ਥੋਡੀ ਭੂਆ, ਸੁਖਬੰਸ ਤਾਂ ਮਗਰੋਂ ਵਿਆਹੀ ਹੈ। ਦੇਣ ਲੈਣ ਬਥੇਰਾ ਕਰਨਗੇ, ਕਾਰ ਮੰਗੋਗੇ, ਉਹ ਵੀ ਦੇ ਦੇਣਗੇ, ਖ਼ਾਨਦਾਨੀ ਬੰਦੇ ਨੇ, ਤੁਸੀਂ ਮਾਂ-ਪਿਉ ਬਾਹਰੇ ਹੋ, ਥੋਡੀ ਧਿਰ ਬਣ ਜਾਊਗੀ। ਹੋਰ ਕੋਈ ਮੰਗ ਹੋਵੇ, ਉਹ ਵੀ ਪੂਰੀ ਕਰ ਦੇਣਗੇ।"

"ਭੂਆ ਜੀ, ਸਾਡੀ ਕੋਈ ਮੰਗ ਨਹੀਂ। ਨਾ ਮੈਂ ਆਪਣੇ ਵਿਆਹ ਨੂੰ ਕੁਸ਼ ਲਿਆ ਹੈ, ਆਵਦੀ ਮਰਜ਼ੀ ਨਾਲ ਅਗਲਾ ਧੀ ਨੂੰ ਜੋ ਮਰਜ਼ੀ ਦੇ ਦੇਵੇ। ਅੱਛਾ ਇਹ ਦੱਸੋ, ਖਾਣੇ ਨਾਲ ਕੀ ਬਣਾਈਏ, ਫੁਫੜ ਜੀ ਮੀਟ ਮੁਰਗਾ ਤਾਂ ਖਾ ਲੈਂਦੇ ਹਨ। ਵਿਸਕੀ....।"

"ਨਾ ਪੁੱਤ ਵਿਸਕੀ ਦੁਪਹਿਰ ਨੂੰ ਨਹੀਂ ਦੇਣੀ, ਫੇਰ ਇਹਨਾਂ ਨੂੰ ਸਾਂਭਣਾਂ ਬਹੁਤ ਔਖਾ ਹੈ, ਥੋਡੀ ਮਰਜ਼ੀ ਹੋਈ, ਮੀਟ ਮੁਰਗਾ ਬਣਾ ਲਿਉ। ਤੇਰੀ ਬਹੂ ਸੁੱਖ ਨਾਲ ਬਥੇਰੀ ਸਿਆਣੀ ਹੈ, ਮੈਂ ਦੇਖੀ ਹੈ ਵਸਾਖੀ ਵੇਲੇ, ਕੰਮ ਕਰਦੀ।" ਛੱਤੇ ਖੂਹ ਕੋਲੋਂ ਦੋ ਤਿੰਨ ਸਬਜ਼ੀਆਂ ਅਤੇ ਵਿਸਕੀ ਦੀ ਬੋਤਲ ਲੈ ਕੇ ਉਹ ਦੁਪਹਿਰ ਨੂੰ ਪਿੰਡ ਪਹੁੰਚ ਗਿਆ। ਘਰੇ ਸਾਰੀ ਗਲ ਦਸ ਦਿੱਤੀ। ਹਰਜੀਤ ਦੁਚਿਤੀ ਵਿਚ ਸੀ, ਕਰੇ ਜਾਂ ਨਾ ਕਰੇ। ਉਹ ਮਾਮਾ ਜੀ ਕੋਲ ਬੈਠਕ ਵਿਚ ਆਇਆ। ਉਨ੍ਹਾਂ ਬਿਨਾਂ ਹੋਰ ਕੋਈ ਸਲਾਹੀਆ ਨਹੀਂ ਸੀ।

"ਮਾਮਾ ਜੀ, ਤੁਸੀਂ ਖਮਾਣੋਂ ਵਾਲੇ ਹਰਮੇਲ ਸਿੰਘ ਠਾਣੇਦਾਰ ਨੂੰ ਜਾਣਦੇ ਹੋ?"

"ਹਾਂ ਕਾਕਾ, ਜਦੋਂ ਚੋਰੀ ਹੋਈ ਹੈ, ਉਹ ਸ਼ੇਰਪੁਰ ਥਾਣੇਦਾਰ ਹੁੰਦਾ ਸੀ। ਕੁਠਾਲੇ ਵਾਲਿਆਂ ਤੋਂ ਪੈਸੇ ਲੈ ਕੇ, ਉਸ ਨੇ ਚੋਰੀ ਨਹੀਂ ਕੱਢੀ ਸੀ। ਸਾਡੇ ਢੋਡੀਂ ਵੀ ਰਿਹਾ। ਇਹ ਥੋੜੇ ਛੋਟੇ ਮਾਮੇ ਡਾਕਟਰ ਭਗਵੰਤ ਸਿਉਂ ਦਾ ਹਮਜਾਤੀ ਹੈ ਪਟਿਆਲੇ। ਆਪਣੇ ਘਰ ਵੀ ਇਕ ਦੋ ਵੇਰ ਆਇਆ ਸੀ।"

"ਫੇਰ ਤਾਂ ਮਾੜਾ ਬੰਦਾ ਹੈ, ਚੋਰੀ ਵੇਲੇ ਕੁਠਾਲੇ ਵਾਲਿਆਂ ਨਾਲ ਰਲ ਗਿਆ ਸੀ।"

"ਪੁਲਿਸ ਦਾ ਕਾਕਾ ਮਹਿਕਮਾ ਹੀ ਇਹੋ ਜਿਹਾ ਹੈ, ਇਹ ਸਕੇ ਪਿਉ ਨੂੰ ਨਹੀਂ ਬਖਸ਼ਦੇ। ਉਂ ਖ਼ਾਨਦਾਨੀ ਬੰਦੈ, ਪੁਰਾਣੇ ਜਾਗੀਰਦਾਰ ਨੇ, ਇਹ ਪਹੁੰਵਿੰਡੀਏ, ਸਰਦਾਰ ਵਰਿਆਮ ਸਿੰਘ ਦੀ ਭੈਣ ਨੂੰ ਵਿਆਹਿਆ ਹੋਇਆ, ਜਿਹੜਾ ਐਮ.ਐਲ.ਏ. ਹੁੰਦਾ ਸੀ ਕੀ ਗੱਲ ਆਪਾਂ ਨੂੰ ਉਹਦੇ ਤਾਈਂ ਕੀ ਲੋੜ ਪੈ ਗਈ?"

ਉਹ ਕੁੜੀ ਕਿੱਥੇ ਗਈ - 92

"ਉਹ ਕੱਲ ਨੂੰ ਫੁਫੜ ਜੀ ਨਾਲ ਹਰਜੀਤ ਨੂੰ ਦੇਖਣ ਆ ਰਿਹੈ। ਉਨ੍ਹਾਂ ਦਾ ਰਿਸ਼ਤੇਦਾਰ ਹੈ।"

"ਕਾਕਾ ਬੰਦਾ ਤਾਂ ਚੰਗਾ ਹੈ, ਬਾਕੀ ਰਾਹ ਪਿਆ ਜਾਣੀਏ ਜਾਂ ਵਾਹ ਪਿਆ ਜਾਣੀਏ। ਲੜਕੀ ਕਿੰਨੀ ਕੁ ਪੜ੍ਹੀ ਹੈ?"

"ਭੂਆ ਜੀ ਕਹਿੰਦੇ ਬੀ.ਏ ਹੈ।"

"ਬਹੁਤ ਹੈ, ਆਪਾਂ ਕਿਹੜਾ ਨੌਕਰੀ ਕਰਵਾਉਣੀ ਹੈ, ਬਾਕੀ ਹਰਜੀਤ ਦੀ ਮਰਜ਼ੀ ਹੈ।"

"ਮੇਰੀ ਮਰਜ਼ੀ ਮਾਮਾ ਜੀ ਥੋਡੇ ਨਾਲ ਹੀ ਹੈ, ਥੋਡੇ ਬਿਨਾਂ ਹੋਰ ਕੌਣ ਹੈ?" ਹਰਜੀਤ ਨੇ ਅਧੀਨਗੀ ਨਾਲ ਕਿਹਾ।

ਅਗਲੇ ਦਿਨ, ਗਿਆਰਾਂ ਬਜਦੇ ਨੂੰ ਨਵੀਂ ਨਕੋਰ 'ਵਿਲੀਜ' ਜੀਪ ਦਰਵਾਜ਼ੇ ਮੂਹਰੇ ਆ ਖੜ੍ਹੀ। ਦੋਨਾਂ ਭਾਈਆਂ ਨੇ ਉਨ੍ਹਾਂ ਦਾ ਸੁਆਗਤ ਕੀਤਾ। ਹਰਜੀਤ ਭੂਆ ਨੂੰ ਲੈ ਕੇ, ਅੰਦਰ ਚਲਾ ਗਿਆ। ਬਲਦੇਵ ਕੌਰ ਨੇ ਪਹਿਲਾਂ ਮੱਥਾ ਟੇਕਿਆ, ਫੇਰ ਗੋਡੀਂ ਹੱਥ ਲਾਏ। ਚੁਬਾਰੇ ਵਿਚ ਨਵੀਆਂ ਦਰੀਆਂ ਅਤੇ ਚਾਦਰਾਂ ਵਿਛੀਆਂ ਹੋਈਆਂ ਸਨ। ਭਾਈ ਇੰਦਰ ਸਿੰਘ ਵੀ ਉਨ੍ਹਾਂ ਕੋਲ ਨਵੀਂ ਬੈਠਕ ਵਿਚ ਆ ਗਿਆ। ਗੱਲਾਂ ਹੋਣ ਲੱਗੀਆਂ। ਭਾਈ ਇੰਦਰ ਸਿੰਘ ਨੇਆਪਣਾ ਪਿੰਡ ਦੱਸਿਆ। ਡਾਕਟਰ ਭਗਵੰਤ ਸਿੰਘ ਉਨ੍ਹਾਂ ਦਾ ਛੋਟਾ ਭਰਾ ਸੀ।

"ਫੇਰ ਤਾਂ ਸਰਦਾਰ ਜੀ, ਤੁਸੀਂ ਘਰਦੇ ਬੰਦੇ ਨਿਕਲ ਆਏ, ਡਾਕਟਰ ਭਗਵੰਤ ਸਿੰਘ, ਮੇਰਾ ਕਲਾਸ ਫੈਲੋ ਸੀ, ਮਹਿੰਦਰਾ ਕੌਲਜ ਵਿਚ। ਅੱਜ ਕੱਲ੍ਹ ਉਹ ਕਿੱਥੇ ਹੈ?"

"ਨੌਕਰੀ ਤੋਂ ਰਿਟਾਇਰ ਹੋ ਕੇ, ਉਸ ਨੇ ਅੰਮ੍ਰਿਤਸਰ ਆਪਣਾ ਹਸਪਤਾਲ ਖੋਲ੍ਹਿਆ ਹੈ।"

"ਫੇਰ ਤਾਂ ਮੈਂ ਜਿਦਨ ਕਿਤੇ ਪਹੁ ਵਿੰਡ ਗਿਆ ਮਿਲਕੇ ਆਊ।" ਤੁਲਸੀ ਗਲਾਸਾਂ ਵਿਚ, ਕੋਕਾ ਕੋਲਾ ਲੈ ਆਇਆ। ਬਰਫ਼ ਦੀ ਇਕ ਸਿਲ ਉਹ ਸਵੇਰੇ ਰਾਏਕੋਟੋਂ ਚੁੱਕ ਲਿਆਇਆ ਸੀ। ਹਰਜੀਤ ਅੰਦਰਲੇ ਘਰ ਭੂਆ ਕੋਲ ਬੈਠਾ ਸੀ। ਬਲਜੀਤ, ਉਨ੍ਹਾਂ ਦੀ ਹਾਜ਼ਰੀ ਭਰ ਰਿਹਾ ਸੀ।

"ਭਾਈ ਸਾਹਿਬ, ਅਸੀਂ ਤਾਂ ਛੋਟੇ ਨੂੰ ਰਿਸ਼ਤਾ ਕਰਨ ਆਏ ਹਾਂ, ਭਾਅ ਜੀ, ਖਮਾਣੋਂ ਵਾਲਿਆਂ ਦੀ ਲੜਕੀ ਹੈ। ਇਨ੍ਹਾਂ ਦੇ ਖ਼ਾਨਦਾਨ ਦੀ ਜੋ ਪੁੱਛ ਪੜਤਾਲ ਕਰਨੀ ਹੈ, ਕਰ ਲਵੋ।" ਬੀ.ਡੀ.ਓ. ਸਾਹਿਬ ਨੇ ਗੱਲ ਛੇੜੀ।

"ਮੈਂ ਭੁਲਿਆਂ ਬਿਆਂ, ਇਨ੍ਹਾਂ ਦੇ ਖ਼ਾਨਦਾਨ ਨੂੰ...।"

"ਫੇਰ ਤੁਹਾਡੀ ਕੀ ਸਲਾਹ ਹੈ, ਤੁਸੀਂ ਹੀ ਵੱਡੇ ਥਾਂ ਹੈ, ਹੋਰ ਕਿਹੜਾ ਇਨ੍ਹਾਂ ਦਾ ਪਿਉ ਬੈਠਾ? ਹੁਣ ਤੁਸੀਂ ਹੀ ਮਾਂ ਪਿਉ ਹੋ...।"

"ਮੈਨੂੰ ਕੋਈ ਇਤਰਾਜ਼ ਨਹੀਂ, ਬਾਕੀ, ਕਾਕੇ ਹਰਜੀਤ ਦੀ ਮਰਜ਼ੀ ਹੈ।"

"ਉਹ ਕਿਹੜਾ ਥੋਡੇ ਤੋਂ ਨਾਬਰ ਹੈ, ਸੱਦੋ ਕਾਕੇ ਨੂੰ।"

ਤੁਲਸੀ, ਉਸ ਨੂੰ ਅੰਦਰੋਂ ਲੈ ਆਇਆ। ਕਾਫੀ ਚਿਰ ਗੱਲਾਂ ਹੁੰਦੀਆਂ ਰਹੀਆਂ। ਭੂਆ ਨੇ, ਉਸਨੂੰ ਪਹਿਲਾਂ ਹੀ ਲੜਕੀ ਦੀ ਚਿੱਟੀ-ਕਾਲੀ ਫੋਟੋ ਦਿਖਾ ਦਿੱਤੀ ਸੀ, ਤਿੱਖੇ ਨੈਣ ਨਖ਼ਸ਼, ਮੋਟੀਆਂ-ਮੋਟੀਆਂ ਝੀਲ ਵਰਗੀਆਂ ਅੱਖਾਂ। ਫੋਟੋ ਤੋਂ ਰੰਗ ਦਾ ਕੀ ਪਤਾ ਲਗਦਾ ਹੈ? ਰੰਗ ਤੇ ਕੱਦ ਬਾਰੇ ਭੂਆ ਨੇ, ਦੱਸ ਦਿੱਤਾ ਸੀ।

"ਮਾਮਾ ਜੀ ਦੀ ਮਰਜ਼ੀ ਹੈ।" ਉਸ ਨੇ ਮਾਮੇ ਸਿਰ ਗੱਲ ਛੱਡ ਦਿੱਤੀ, ਹੋਰ ਕਈ ਰਾਹ ਹੋਣ ਦੇ ਬਾਵਜੂਦ ਵੀ, ਉਸ ਨੂੰ ਕੋਈ ਰਾਹ ਨਜ਼ਰ ਨਹੀਂ ਆਇਆ।

"ਤੇਰੇ ਮਾਮਾ ਜੀ ਨਾਲ ਸਾਰੀ ਗੱਲ ਹੋ ਗਈ ਹੈ, ਉਹ ਸਾਡੇ ਨਾਲ ਸਹਿਮਤ ਹਨ। ਤੂੰ ਦੱਸ...?"

"ਮੇਰੀ ਪੜ੍ਹਾਈ ਤੇ ਨੌਕਰੀ ਦਾ ਕੀ ਬਣੂੰ?"

"ਲੜਕੀ ਕਿਹੜਾ ਤੈਨੂੰ ਪੜ੍ਹਣੋਂ ਰੋਕਦੀ ਹੈ।"

"ਮੈਂ ਵਿਆਹ ਤੋਂ ਮਗਰੋਂ ਹੀ ਐਫ.ਸੀ. ਕਾਲਜ ਲਾਹੌਰ ਤੋਂ ਬੀ.ਏ. ਕੀਤੀ ਸੀ, ਨੌਕਰੀ ਵੀ ਮਗਰੋਂ ਲੱਗੀ। ਤੇਰੀ ਨੌਕਰੀ ਮੇਰੀ ਜ਼ਿੰਮੇਵਾਰੀ ਹੈ, ਕਮਿਸ਼ਨ ਦੇ ਸਾਰੇ ਮੈਂਬਰ ਮੇਰੇ ਜਾਣੂੰ ਹਨ। ਤੂੰ ਇਮਤਿਹਾਨ ਪਾਸ ਕਰ ਲਵੀਂ, ਬਾਕੀ ਜ਼ਿੰਮੇਵਾਰੀ ਮੇਰੀ ਹੈ।" ਉਸ ਨੇ ਲੰਮਾਂ ਭਾਸ਼ਣ ਦਿੱਤਾ। ਉਨ੍ਹਾਂ ਦੀਆਂ ਗੱਲਾਂ ਦਾ ਉਸ ਤੇ ਜਾਦੂ ਵਰਗਾ ਅਸਰ ਹੋਇਆ। ਹੀਲੇ ਵਸੀਲੇ ਬਿਨਾਂ ਨੌਕਰੀ ਕਿਹੜਾ ਮਿਲਦੀ ਹੈ?

"ਹੋਰ ਜੀਹਦੇ ਦੇ ਨਾਲ ਸਲਾਹ ਕਰਨੀਂ ਹੈ ਕਰ ਲਵੋ।"

"ਹੋਰ ਤਾਂ ਬਸ ਚਾਚਾ ਜੀ ਮਹਿੰਦਰ ਸਿੰਘ ਹਨ।"

"ਸੱਦ ਲਵੋ ਕਾਕਾ, ਉਨ੍ਹਾਂ ਨੂੰ, ਮੈਨੂੰ ਜਾਣਦੇ ਹਨ।"

ਹਰਮੇਲ ਸਿੰਘ ਬੋਲਿਆ। ਹਰਜੀਤ ਆਪ ਹੀ ਉਨ੍ਹਾਂ ਨਾਲ ਰਾਏ ਕਰਨ ਅਤੇ ਬੁਲਾਉਣ ਚਲਿਆ ਗਿਆ। ਸਾਰੀ ਗੱਲ ਦੱਸੀ। ਭਾਬੀ ਜੀ ਵੀ ਸਹਿਮਤ ਸੀ।

"ਊਂ ਤਾਂ ਖ਼ਾਨਦਾਨੀ ਬੰਦੈ, ਬੱਸ ਲਾਲਚੀ ਹੈ।"

"ਆਪਾਂ ਕਿਹੜਾ ਧੀ ਦੇਣੀ ਹੈ, ਲੈਣੀ ਹੈ। ਉਸ ਦੀ ਲੱਧੜੀਂ ਸਰਦਾਰਾਂ ਦੇ ਘਰ ਭੈਣ ਹੈ, ਉਹ ਵੀ ਚੰਗੇ ਬੰਦੇ ਨੇ।" ਚਾਚੀ ਜੀ ਨੇ ਹਾਮੀ ਦੇ ਦਿੱਤੀ। ਉਹ ਬੈਠਕ ਵਿਚ ਆ ਗਏ। ਇਕ ਦੂਜੇ ਨੂੰ ਜਫੀਆਂ ਪਾ ਕੇ ਮਿਲੇ। ਸੁਖ ਸਾਂਦ ਪੁੱਛੀ।

"ਠੀਕ ਹੈ ਸਰਦਾਰ ਜੀ, ਕਰੀਏ ਫੇਰ ਰੋਕ, ਤੁਸੀਂ ਸਾਰੇ ਸਹਿਮਤ ਹੋ?" ਸਭ ਨੇ ਸਿਰ ਹਿਲਾਕੇ ਹਾਮੀ ਭਰ ਦਿੱਤੀ। ਹਰਜੀਤ ਚੁੱਪ ਸੀ।

"ਕੱਢੋ ਭਾਅ ਜੀ, ਮੋਹਰ, ਰੋਕ ਕਰੀਏ, ਨਾਲੇ ਸੰਧੂਰ ਦੀ ਡੱਬੀ ਕੱਢੋ।" ਹਰਮੇਲ ਸਿੰਘ ਨੇ ਅਚਕਨ ਦੀ ਅੰਦਰਲੀ ਜੇਬ ਵਿਚੋਂ ਮਲਕਾ ਦੀ ਮੋਹਰ ਵਾਲੀ ਮੋਹਰ ਕੱਢੀ। ਬੀ.ਡੀ.ਓ. ਸਾਹਿਬ ਨੂੰ ਰੋਕ ਲਈ ਫੜਾ ਦਿੱਤੀ। ਸੰਧੂਰ ਦਾ ਟਿੱਕਾ, ਹਰਮੇਲ ਸਿੰਘ ਨੇ ਲਾ ਦਿੱਤਾ, ਮੋਹਰ ਹਰਜੀਤ ਦੇ ਹੱਥ ਤੇ ਰੱਖ ਕੇ ਭਾਈ ਸਾਹਿਬ ਨੇ ਅਰਦਾਸ ਕਰ ਦਿੱਤੀ। ਮੋਰਚਾ ਫਤਹਿ ਹੋ ਗਿਆ। ਮਠਿਆਈ ਦੇ ਪੰਜ ਡੱਬੇ, ਉਹ ਪਹਿਲਾਂ ਹੀ ਨਾਲ ਲਿਆਏ ਸਨ। ਡੱਬੇ ਅੰਦਰ ਭੇਜ ਦਿੱਤੇ। ਇਕ ਉਥੇ ਵੰਡ ਦਿੱਤਾ।

"ਫੁਫੜ ਜੀ, ਚਾਹ ਪੀਣੀ ਹੈ ਕਿ ਚੂਹ...?" ਬਲਜੀਤ ਨੇ ਪੁੱਛਿਆ।

"ਹੁਣ ਕਾਕਾ ਚਾਹ ਦਾ ਕੀ ਟੈਮ ਹੈ,ਹੁਣ ਤਾਂ ਚੂਹ ਹੀ ਚੱਲੂ।" ਉਹ ਉੱਚੀ ਸਾਰੀ ਹੱਸਿਆ, ਖ਼ੁਸ਼ੀ ਦਾ ਦਿਹਾੜਾ ਹੈ।"

"ਭੂਆ ਜੀ ਕਹਿੰਦੇ ਸੀ, ਦਿਨੇਂ ਨਹੀਂ ਪੀਣੀ।"

"ਜਨਾਨੀਆਂ ਨੂੰ ਕੀ ਪਤੈ? ਖ਼ੁਸ਼ੀ ਦਾ ਮੌਕਾ ਹੈ।"

"ਵਿਸਕੀ ਲਵੋਗੇ ਕਿ ਘਰਦੀ।" ਹਰਜੀਤ ਨੇ ਬਚਨੇ ਜਿਨਾਹ ਦਿਉ ਇਕ

ਬੋਤਲ ਰਾਤ ਹੀ ਮੰਗਵਾ ਲਈ ਸੀ। ਉਸ ਨੇ ਪਹਿਲੇ ਤੋੜ ਦੀ ਬੋਤਲ, ਅਲਮਾਰੀ ਵਿਚੋਂ ਕੱਢ ਕੇ, ਮੇਜ਼ ਤੇ ਰੱਖ ਦਿੱਤੀ। ਮੁਰਗੇ ਦਾ ਡੋਂਗਾ ਅੰਦਰਲੇ ਘਰੋਂ ਆ ਗਿਆ।

"ਸ਼ਰਾਬ ਤਾਂ ਵਧੀਆ ਲਗਦੀ ਹੈ, ਡੋਰਾ ਬੱਝਦਾ ਹੈ, ਅੱਗ ਵੀ ਲਗਦੀ ਹੈ।" ਫੰਬੇ ਨੂੰ ਅੱਗ ਲਾ ਕੇ ਦੇਖੀ। ਉਹ ਤਿੰਨੋਂ ਪੀਣ ਲੱਗੇ। ਹਰਜੀਤ ਅੰਦਰਲੇ ਘਰ ਆਇਆ, ਭੂਆ ਤੇ ਭਾਬੀ ਨੂੰ ਤੁਲਸੀ, ਪਹਿਲਾਂ ਹੀ ਸਾਰੀ ਗੱਲ ਦਸ ਗਿਆ ਸੀ। ਲਾਗਣਾਂ ਵਧਾਈਆਂ ਦੇਣ ਲੱਗੀਆਂ। ਭੂਆ ਨੇ ਮੂੰਹ ਜੁਠਾਲ ਕੇ, ਇਕਵੰਜਾ ਰੁਪੈ ਸ਼ਗਨ ਦਿੱਤਾ।

"ਕਾਕਾ, ਤੇਰੇ ਕਾਲਜ ਮਿਸ ਗੁਰੋਂ ਵੀ ਪੜ੍ਹਾਉਂਦੀ ਹੈ, ਲੱਧੜਾਂ ਵਾਲੀ। ਉਹ ਮੇਰੀ ਭਾਣਜੀ ਹੈ।"

"ਹਾਂ ਜੀ ਮੈਡਮ ਬੀ.ਏ. ਵਿਚ ਪੜ੍ਹਾਉਂਦੀ ਸੀ। ਉਸ ਨੇ ਵਿਆਹ ਕਿਉਂ ਨਹੀਂ ਕਰਵਾਇਆ ?"

"ਕਰਮਾਂ ਦੀ ਖੇਡ ਹੈ ਸਾਰੀ, ਜਿਥੇ ਉਹ ਕਰਨਾਂ ਚਾਹੁੰਦੀ ਸੀ, ਉਥੇ ਸਰਦਾਰ ਜੀ ਨਹੀਂ ਮੰਨੇ, ਜਿਥੇ ਸਰਦਾਰ ਜੀ ਕਰਦੇ ਸੀ, ਉਥੇ ਉਹ ਨਹੀਂ ਮੰਨੀਂ...।"

"ਭਾਈ ਸਾਹਿਬ, ਵਿਆਹ ਕਦੋਂ ਰੱਖੀਏ।"

"ਮੈਂ ਸੈਕਿੰਡ ਈਅਰ ਦੇ ਪੇਪਰ ਦੇ ਲਵਾਂ।"

"ਪੇਪਰ ਕਦੋਂ ਨੇ...?"

"ਮਾਰਚ ਵਿਚ....।"

"ਐਨਾ ਲੇਟ ਨਹੀਂ ਕਰਨਾ, ਭਾਅ ਜੀ ਹੁਰਾਂ ਦੇ ਵੱਡੇ ਕਾਕੇ ਨੇ ਨਵੰਬਰ ਵਿਚ ਕੈਨੇਡਾ ਜਾਣਾ ਹੈ। ਦੁਸਹਿਰੇ ਮਗਰੋਂ ਠੀਕ ਰਹੂ, ਉਦੋਂ ਨੂੰ ਮੌਸਮ ਵੀ ਵਧੀਆ ਹੋ ਜਾਊ-ਅੱਛਾ।"

"ਨਾਲੇ ਉਦੋਂ ਨੂੰ ਥੋਡੀ ਫ਼ਸਲ ਆ ਜਾਊਗੀ।"

"ਅਸੀਂ ਵੀ ਤਿਆਰੀ ਕਰਨੀ ਹੈ।" ਮਾਮੇ ਨੇ ਕਿਹਾ।

"ਭਾਈ ਸਾਹਿਬ, ਤੁਸੀਂ ਕਿਉਂ ਫ਼ਿਕਰ ਕਰਦੇ ਹੋ, ਸਾਡੇ ਹੁੰਦੇ, ਇਕ ਦਿਨ ਵਿਚ, ਸਾਰੀ ਸ਼ਾਪਿੰਗ ਕਰ ਲਵਾਂਗਾ, ਤੁਸੀਂ ਮੇਰੇ ਕੋਲ ਬਰਨਾਲੇ ਆ ਜਾਇਉ। ਸਰਦਾਰਨੀ ਦੇ ਸਾਰੇ ਸਰਾਫ਼, ਕੱਪੜਿਆਂ ਵਾਲੇ ਵਾਕਿਫ਼ ਹਨ, ਪੈਸੇ ਜਦੋਂ ਮਰਜ਼ੀ ਦੇ ਦਿਆਂਗੇ। ਬੱਸ ਅਕਤੂਬਰ ਤੋਂ ਲੇਟ ਨਹੀਂ ਕਰਨਾ।"

ਸਾਰੇ ਚੁੱਪ ਹੋ ਗਏ, ਚੁੱਪ ਦਾ ਮਤਲਬ, ਸਹਿਮਤੀ ਸੀ। ਦੁਪਹਿਰ ਮਗਰੋਂ, ਧੂੜਾਂ ਪੱਟਦੀ ਜੀਪ, ਬਰਨਾਲੇ ਦੇ ਰਾਹ ਪੈ ਗਈ।

(20)

ਦੁਸਹਿਰੇ ਤੋਂ ਪੰਜ ਦਿਨ, ਮਗਰੋਂ ਐਤਵਾਰ ਨੂੰ ਹਨੇਰਾ ਹੋਏ, ਬਰਾਤ ਮੁੜੀ। ਦੋ ਬਸਾਂ ਤੇ ਪੰਜ ਕਾਰਾਂ ਵਿਚ ਬਰਾਤ ਗਈ ਸੀ। ਡੇਢ-ਦੋ ਸੌ ਬੰਦਾ, ਬਰਾਤ ਗਿਆ ਸੀ। ਖਮਾਣੋਂ ਵਾਲਿਆਂ ਦੀ ਸੇਵਾ ਅਤੇ ਸ਼ਰਾਬ ਨੇ ਬਹੁਤੇ ਬਰਾਤੀਆਂ ਨੂੰ ਮੂਧਾ ਕਰ ਦਿੱਤਾ। ਕਈਆਂ ਨੂੰ ਚੁੱਕ ਕੇ ਬਸਾਂ ਵਿੱਚ ਚਾੜ੍ਹਿਆ ਗਿਆ। ਦੇਣ-ਲੈਣ ਦੀ ਕੋਈ ਕਸਰ ਨਹੀਂ ਛੱਡੀ। ਸ਼ਰੀਕੇ ਵਾਲਿਆਂ ਦੇ ਦੰਦ ਜੁੜ ਗਏ। ਏਨਾ ਦੇਣ ਲੈਣ, ਅੱਜ ਤੱਕ ਕਿਸੇ ਮੁੰਡੇ ਨੂੰ ਨਹੀਂ ਆਇਆ ਸੀ।

ਜਦੋਂ ਉਹ ਮੁੜੇ, ਘਰਾਂ ਵਿਚ ਲਾਈਟਾਂ ਜਗ ਰਹੀਆਂ ਸਨ। ਪਿੰਡ ਵਿਚ ਬਿਜਲੀ ਆ ਗਈ ਸੀ, ਮੋਟਰਾਂ ਲਗ ਗਈਆਂ ਸਨ। ਪਾਣੀ ਵਾਰਨ ਤੋਂ ਲੈ ਕੇ, ਸਾਰੇ ਸ਼ਗਨ, ਵੱਡੇ ਪਿੰਡ ਵਾਲੀ ਭੂਆ ਨੇ ਕੀਤੇ। ਬਹੂ ਨੂੰ ਵੱਡੇ ਚੁਬਾਰੇ ਵਿਚ ਸੋਫੇ ਤੇ ਬਠਾਇਆ ਗਿਆ, ਵਾਰਨੇ ਕੀਤੇ ਗਏ, ਮੂੰਹ ਜੁਠਾਲਿਆ ਗਿਆ।

ਬਹੂ ਤਾਂ ਸੋਹਣੀ ਹੈ, ਮੋਟੀ ਮੋਟੀ ਅੱਖ ਹੈ, ਨੈਣ ਨਖਸ਼ ਵੀ ਤਿੱਖੇ ਨੇ, ਕੱਦ ਵੀ ਲੰਮਾ, ਥੋੜਾ ਜਿਹਾ ਮੂੰਹ ਦਾ ਵਾਕ ਵੱਡੈ। ਬੁੜੀਆਂ, ਕੁੜੀਆਂ ਗੱਲਾਂ ਕਰਦੀਆਂ। ਦੋਨੋਂ ਭਾਈ ਬਾਹਰਲੀ ਬੈਠਕ ਵਿਚ, ਮਹਿਮਾਨਾਂ ਦੀ ਖਾਤਰ ਸੇਵਾ ਵਿਚ ਰੁੱਝੇ ਹੋਏ ਸਨ। ਬਚਨੇ ਜਿਨਾਹ ਨੇ ਢੋਲ ਪਹਿਲਾਂ ਹੀ ਕੱਢ ਦਿੱਤਾ ਸੀ। ਮਹਿਮਾਨ ਬਹੁਤੇ ਹੋਣ ਕਰਕੇ, ਉਤਾਰਾ ਆਂਢ-ਗੁਆਂਢ ਦੀਆਂ ਬੈਠਕਾਂ ਅਤੇ ਚੁਬਾਰਿਆਂ ਵਿਚ ਕਰਨਾ ਪਿਆ ਸੀ। ਘਰ ਵਿਚ ਜੱਗਾ ਹਲਵਾਈ ਵਿਆਹ ਤੋਂ ਚਾਰ ਦਿਨ ਪਹਿਲਾਂ ਬੈਠਿਆ ਸੀ। ਕਿਸ਼ਨ ਸਿੰਘ ਮੀਰਾਬ, ਅਤੇ ਮੱਲ ਸਿੰਘ ਪਿੰਡ ਵਿਚੋਂ ਦੁੱਧ ਇਕੱਠਾ ਕਰਕੇ, ਰੋਜ਼ ਦੀ ਰੋਜ਼ ਕੜਾਹਾ ਭਰ ਦਿੰਦੇ। ਹਲਵਾਈ, ਨਮੂਨੇ ਬਣਾਉਂਦਾ ਖੋਇਆ ਮਾਰਦਾ ਥੱਕ ਗਿਆ ਸੀ। ਵਾਧੂ ਦੁੱਧ ਦਾ ਉਹ ਪਨੀਰ ਕੱਢ ਦਿੰਦਾ ਜਾਂ ਜਾਗ ਲਾ ਕੇ, ਦਹੀਂ ਜਮਾ ਦਿੰਦਾ, ਸਵੇਰੇ ਨਿਹਾਲੋ ਤੇ ਧੰਨੋ ਹੁਰੀਂ ਰਿੜਕ ਲੈਂਦੀਆਂ। ਏਨਾ ਦੁੱਧ, ਕਿੱਲੇ ਵਿਚ ਕਿਸੇ ਸਰਦਾਰ ਦੇ ਘਰ, ਪਿੰਡ ਵਿਚੋਂ ਆਉਂਦਾ ਉਸਨੇ ਨਹੀਂ ਦੇਖਿਆ ਸੀ।

ਰਾਤ ਦੇ ਦਸ ਵੱਜ ਗਏ ਸਨ। ਬਹੁਤੇ ਮਹਿਮਾਨ, ਮੇਲਣਾ ਖਾਣਾ ਖਾਕੇ, ਦੁੱਧ ਪੀ ਕੇ ਸੌਂ ਗਈਆਂ। ਬੀ.ਡੀ.ਓ. ਸਾਹਿਬ ਬਹੁਤੀ ਦਾਰੂ ਪੀਣ ਕਰਕੇ, ਸੋਫ਼ੇ ਤੇ ਟੇਢੇ ਹੋਏ ਪਏ ਸਨ। ਮੀਟ ਦੀ ਤਰੀ ਨਾਲ, ਦਾਹੜੀ-ਮੁੱਛਾਂ ਅਤੇ ਸੂਟ ਖ਼ਰਾਬ ਕਰ ਲਿਆ ਸੀ। ਚਾਰ ਜਣਿਆਂ ਨੇ ਬੜੀ ਮੁਸ਼ਕਿਲ ਨਾਲ ਚੁੱਕ ਕੇ, ਉਸ ਨੂੰ ਸਣੇ ਬੂਟੀ, ਪਲੰਘ ਤੇ ਪਾਇਆ। ਹਰਜੀਤ ਅੰਦਰਲੇ ਘਰ ਆਇਆ।

"ਭਾਬੀ ਜੀ ਮੈਂ ਕਿੱਥੇ ਸੌਣਾ ਹੈ?"

"ਤੇਰਾ ਟਿਕਾਣਾ ਉਪਰਲੇ ਚੁਬਾਰੇ ਵਿਚ ਹੈ, ਬੈਡ ਵਿਛਾ ਦਿੱਤੇ ਹਨ, ਤੂੰ ਚਲ ਮੈਂ ਆਈ।" ਉਹ ਉਪਰ ਆਇਆ, ਕਮਰਾ ਲਿਸ਼ਕ ਰਿਹਾ ਸੀ, ਮੇਜ਼ ਤੇ ਦੁੱਧ ਦਾ ਗੜਬਾ ਪਾਣੀ ਦਾ ਜੱਗ ਪਿਆ ਸੀ। ਉਹ ਅੱਜ ਦੀ ਰੰਗੀਨ ਰਾਤ ਬਾਰੇ ਸੋਚਣ ਲੱਗਿਆ। ਉਸ ਨੂੰ ਕਿਸੇ ਦਾ ਗਾਇਆ ਗੀਤ ਯਾਦ ਆਇਆ-ਜਵਾਨੀ ਬੀਤ ਜਾਏਗੀ, ਯੇਹ ਰਾਤ ਫਿਰ ਨਾ ਆਏਗੀ। ਕਿਥੋਂ ਗੱਲ ਸ਼ੁਰੂ ਕਰਾਂ ਕਿਵੇਂ ਮੁਖਾਤਬ ਹੋਵਾਂ?

ਹਿਜ਼ਰ ਦੀ ਰਾਤ ਨੀਂਦ ਕਿਸਨੂੰ ਆਉਂਦਾ ਹੈ?

ਵਸਲ ਦੀ ਰਾਤ ਕੌਣ ਸੌਂਦਾ ਹੈ? ਸਾਹਮਣੀਂ ਕੰਧ ਤੇ ਲੱਗਿਆ ਕਲਾਕ, ਟਿੱਕ-ਟਿੱਕ ਕਰ ਰਿਹਾ ਸੀ। ਉਸ ਨੂੰ ਲੱਗਿਆ ਜਿਵੇਂ ਸਮਾਂ ਖੜ੍ਹ ਗਿਆ ਹੋਵੇ, ਸੂਈਆਂ ਖੜ੍ਹ ਗਈਆਂ ਹੋਣ। ਕਾਸ਼, ਅੱਜ ਦੀ ਰਾਤ ਸਮਾਂ ਖੜ੍ਹ ਜਾਵੇ, ਇਹ ਰਾਤ ਕਦੇ ਨਾਂ ਮੁੱਕੇ। ਖੂੰਜੇ ਵਿਚ ਸ਼ੀਸ਼ੇ ਦਾ ਅਲਮਾਰੀ ਵਿਚ, ਸ਼ੈਲੇ, ਕੀਟਸ, ਬਰਾਊਨਿੰਗ, ਸਾਮਰਸੈਟ ਮਾਮ, ਟਾਲਸਟਾਏ, ਗੋਰਕੀ, ਸ਼ੈਕਸ਼ਪੀਅਰ, ਬਰਨਾਰਡ ਸ਼ਾਅ, ਬਰਟੰਡ ਹਸਲ ਆਦਿ ਦੀਆਂ ਕਿਤਾਬਾਂ ਭਰੀਆਂ ਪਈਆਂ ਸਨ। ਉਦੋਂ ਹੀ ਉਸਨੂੰ ਬਰਾਊਨਿੰਗ ਦੀ ਇਕ ਕਵਿਤਾ, ਦਾ ਲਾਸਟ ਰਾਈਡ, ਟੂਗੈਦਰ ਯਾਦ ਆਈ। ਟੈਸ ਤੋਂ ਲੈ ਕੇ ਹਾਰਡੀ ਦੇ ਕਿੰਨੇ ਹੀਪਾਤਰ ਉਸਦੇ ਜਿਹਨ ਵਿਚ

ਆਏ। ਕਿੰਨੇ ਹੀ ਖ਼ਿਆਲ ਫ਼ਿਲਮੀ ਰੀਲਾਂ ਵਾਂਗ, ਉਸਦੇ ਦਿਮਾਗ ਵਿਚ ਘੁੰਮਦੇ ਰਹੇ। ਅੱਜ ਦੀ ਰਾਤ ਨੂੰ, ਉਸ ਨੇ ਸ਼ਰਾਬ ਦੇ ਨਸ਼ੇ ਵਿਚ ਨਹੀਂ ਡੋਬਿਆ, ਭਾਵੇਂ ਕਦੇ-ਕਦੇ, ਉਹ ਥੋੜ੍ਹੀ ਬਹੁਤ ਪੀ ਲੈਂਦਾ ਸੀ। ਉਦੋਂ ਹੀ ਪੌੜੀਆਂ ਵਿਚੋਂ ਕਿਸੇ ਦੇ ਉਪਰ ਆਉਣ ਦੀ ਸਰਸਰਾਹਟ ਹੋਈ। ਉਹ ਚੁਕੰਨਾ ਹੋ ਗਿਆ, ਬੈਡ ਤੋਂ ਉਠਕੇ, ਕੁਰਸੀ 'ਤੇ ਬੈਠ ਗਿਆ। ਭਾਬੀ ਤੇ ਉਹ, ਚੁਬਾਰੇ ਵਿਚ ਆਈਆਂ। ਨਵੀਂ ਵਿਆਹੁਲੀ ਨੇ ਭੂਆ ਦੇ ਸਮਝਾਉਣ ਅਨੁਸਾਰ ਉਸ ਦੇ ਪੈਰੀਂ ਹੱਥ ਲਾਏ। ਉਸ ਨੇ ਮਹਿੰਦੀ ਰੰਗੇ ਹੱਥ, ਚੂੜੇ, ਕਲੀਰੇ ਨਾਲ ਭਰੀਆਂ ਬਾਹਾਂ ਨੂੰ ਆਪਣੇ ਹੱਥਾਂ ਵਿਚ ਘੁੱਟ ਲਿਆ।

"ਬੱਸ, ਇਉਂ ਨਹੀਂ ਕਰਨਾ....।" ਉਸਦੇ ਮੂੰਹੋਂ ਅਚੇਤ ਹੀ ਨਿਕਲਿਆ।

"ਲੈ ਕਾਕਾ ਸਾਭ ਆਵਦੀ ਅਮਾਨਤ, ਬੂਰ ਦੇ ਲੱਡੂਆਂ ਨੂੰ ਸਹਿਜ ਨਾਲ ਖਾਵੀਂ।" ਭਾਬੀ ਖੱਚਰੀ ਹਾਸੀ ਹੱਸੀ।

"ਆਵਦਾ ਕੁੰਡਾ, ਦਰਵਾਜ਼ਾ ਬੰਦ ਕਰ ਦਿਉ। ਸਵੇਰੇ ਜਦੋਂ ਚਾਹ ਪੀਣੀ ਹੋਈ, ਆਵਾਜ਼ ਮਾਰ ਦਿਉ। ਗੜਬੇ ਵਿਚ ਥੋੜਾ ਦੁੱਧ ਪਿਆ ਹੈ। ਉਹ ਦਗੜ ਦਗੜ ਕਰਦੀ ਪੌੜੀਆਂ ਉਤਰ ਗਈ। ਕੁਰਸੀ ਤੋਂ ਉਠਕੇ, ਉਹ ਬੈੱਡ ਤੇ ਆ ਬੈਠਿਆ, ਨਾਲ ਦੇ ਬੈੱਡ ਤੇ ਉਹ ਸੁੰਗੜ ਕੇ ਬੈਠੀ ਹੋਈ ਸੀ।

"ਡਾਰਲਿੰਗ, ਹੁਣ ਇਹ ਨਕਾਬ ਕਿਉਂ ਪਾਇਆ?" ਚੰਨ ਨੂੰ ਬੱਦਲਾਂ ਵਿਚ ਕਿਉਂ ਲੁਕੋਇਆ ਹੈ।" ਉਸ ਨੂੰ ਉਸ ਦੀ ਗੱਲ ਸਮਝ ਨਹੀਂ ਆਈ। ਨਕਾਬ ਦੇ ਅਰਥ ਉਸਦੀ ਸਮਝ ਵਿਚ ਨਹੀਂ ਆਏ।

"ਮੇਰਾ ਮਤਲਬ, ਤੁਹਾਡੇ ਘੁੰਡ ਤੋਂ ਹੈ, ਹੁਣ ਕੀਹਤੋਂ ਕੱਢਿਆ ਹੈ? ਉਤਾਰ ਦਿਆਂ ਇਜ਼ਾਜਤ ਹੋਵੇ?"

"ਜੀ ਤੁਹਾਡੀ ਮਰਜ਼ੀ ਹੈ।" ਬਰੀਕ ਜਿਹੀ ਆਵਾਜ਼ ਥਿਰਕੀ। ਉਸਦਾ ਸੂਰਜੀ ਚਿਹਰਾ ਬਲਬ ਦੀ ਰੌਸ਼ਨੀ ਨਾਲ ਹੋਰ ਵੀ ਚਮਕ, ਉਠਿਆ। ਉਸ ਨੇ ਉਸ ਦੇ ਹੱਥ ਫੜ ਲਏ। ਬਹਾਂ, ਕਲੀਰਿਆਂ, ਲਾਲ ਚੂੜਿਆਂ ਨਾਲ ਭਰੀਆਂ ਪਈਆਂ ਸਨ। ਛਣਛਣ ਦੀ ਆਵਾਜ਼ ਆਈ।

"ਏਨਾ ਕੁਸ਼ ਕਿਉਂ ਪਾਇਆ ਹੈ?" ਉਹ ਚੁੱਪ ਰਹੀ। "ਤੁਹਾਡਾ ਨਾਉਂ ਬੜਾ ਵੱਡਾ ਹੈ, ਵੀਰਪਾਲ...। ਜੇ ਮੈਂ ਇਕੱਲੀ ਪਾਲੀ ਕਹਿ ਦਿਆਂ,ਕਰਾਂ, ਕੋਈ ਇਤਰਾਜ਼ ਤਾਂ ਨਹੀਂ...?"

"ਥੋਡੀ ਮਰਜ਼ੀ ਹੈ।"

"ਤੁਸੀਂ ਹਾਰਡੀ, ਬਰਨਾਰਡ ਸ਼ਾਹ ਪੜ੍ਹਿਆ ਹੈ? ਬੀ.ਏ. ਦੇ ਕੋਰਸ ਵਿਚ ਲੱਗੇ ਹੁੰਦੇ ਸੀ।"

"ਮੈਂ ਤਾਂ ਇਨ੍ਹਾਂ ਦਾ ਕਦੇ ਨਾਉਂ ਵੀ ਨਹੀਂ ਸੁਣਿਆ। ਤੁਹਾਡੀ ਇਨ੍ਹਾਂ ਨਾਲ ਕੋਈ ਰਿਸ਼ਤੇਦਾਰੀ ਹੋਵੇਗੀ।"

"ਭੂਆ ਜੀ ਕਹਿੰਦੇ ਸੀ, ਬੀ.ਏ. ਵਿਚ ਸਮਰਾਲੇ ਕੌਲਜ ਵਿਚ ਪੜ੍ਹਦੇ ਸੀ।"

"ਕਿਹੜਾ ਕਾਲਜ?" ਉਸਦੀ ਮੋਟੀਆ ਅੱਖਾਂ ਝੀਲ ਵਾਂਗ ਫੈਲ ਗਈਆਂ।

"ਮੈਨੂੰ ਦਸਵੀਂ ਵਿਚ, ਪੇਪਰਾਂ ਦੇ ਦਿਨਾਂ ਵਿਚ ਟਾਈਫਾਈਡ ਹੋ ਗਿਆ ਸੀ।"

"ਇਸਦਾ ਮਤਲਬ ਭੂਆ, ਝੂਠ ਬੋਲਦੀ ਸੀ।"

"ਸਾਨੂੰ ਕਹਿੰਦੇ ਸੀ, ਤੁਸੀਂ ਅਫ਼ਸਰ ਲੱਗੇ ਹੋ। ਕਿਹੜੇ ਮਹਿਕਮੇ ਦੇ ਅਫ਼ਸਰ ਹੋ ਤੁਸੀਂ...?" ਹੁਣ ਉਸਦੀ ਜ਼ੁਬਾਨ ਕੈਂਚੀ ਵਾਂਗ ਚੱਲਣ ਲੱਗੀ ਸੀ। ਉਸਨੂੰ ਲੱਗਿਆ ਜਿਵੇਂ ਉਸ ਨੂੰ ਕਰੰਟ ਲੱਗ ਗਿਆ ਹੋਵੇ। ਉਸ ਦੇ ਸੁਫ਼ਨੇ ਚਕਨਾਚੂਰ ਹੋ ਗਏ। ਬੜੀ ਮੁਸ਼ਕਿਲ ਨਾਲ ਉਸ ਨੇ ਆਪਣੇ ਆਪਨੂੰ ਸੰਭਾਲਿਆ।

"ਜੇ ਮੈਂ ਅਫ਼ਸਰ ਬਣ ਜਾਵਾਂ, ਫੇਰ ਤੁਸੀਂ ਪੜ੍ਹੋਂਗੇ?"

"ਪੜ੍ਹਕੇ ਮੈਂ ਕੀ ਡੀ.ਸੀ. ਲੱਗਣਾ ਹੈ? ਕਿਉਂ ਭਕਾਈ ਮਾਰਦੇ ਹੋ।"

ਭਕਾਈ ਮਾਰਨ ਵਾਲੀ ਗੱਲ ਉਸ ਨੇ ਜ਼ਹਿਰ ਦੇ ਪਿਆਲੇ ਵਾਂਗ ਪੀ ਲਈ।

"ਹੁਣ ਤਾਂ ਕੁੜੀਆਂ ਵੀ ਡੀ.ਸੀ. ਲੱਗਣ ਲੱਗੀਆਂ ਹਨ।"

"ਲਗਦੀਆਂ ਹੋਣਗੀਆਂ, ਗਰੀਬ ਗੁਰਬੇ ਦੀਆਂ, ਮੈਂ ਕਿਹੜਾ ਕਿਸੇ ਨਾਲੋਂ ਘੱਟ ਹਾਂ। ਬਾਪੂ ਜੀ ਨੇ ਦੇਣ ਲੈਣ ਨਾਲ ਥੋੜਾ ਘਰ ਭਰ ਦਿੱਤਾ, ਹੋਰ ਤੁਸੀਂ ਕੀ ਚਾਹੁੰਦੇ ਹੋ?"

"ਅਸੀਂ ਤਾਂ ਕੁਝ ਮੰਗਿਆ ਨਹੀਂ ਸੀ।"

"ਭੂਆ ਨੇ ਸਾਰਾ ਕੁਸ਼ ਕਹਿਕੇ ਕਰਵਾਇਆ ਹੈ।"

"ਤੁਹਾਡੇ ਭਾਈ ਨੇ ਅਗਲੇ ਮਹੀਨੇ, ਕੈਨੇਡਾ ਜਾਣਾ ਹੈ?"

"ਨਹੀਂ ਤਾਂ ਤੁਹਾਨੂੰ ਕੀਹਨੇ ਕਿਹਾ?"

"ਮੈਂ ਸੁਣਿਆ ਸੀ, ਕਿਸੇ ਤੋਂ।" ਉਹ ਗੱਲ ਨੂੰ ਟਾਲ ਗਿਆ।

"ਐਵੇਂ ਕਿਸੇ ਨੇ ਭਕਾਈ ਮਾਰਤੀ।"

ਉਸ ਨੂੰ ਯਾਦ ਆਇਆ, ਵਿਚੋਲੇ ਦਾ ਨਾਉਂ ਹੀ ਓਹਲਾ ਹੈ। ਉਸਦੇ ਕੱਪੜਿਆਂ ਵਿਚੋਂ ਸੈਂਟ ਅਤੇ ਪਾਊਡਰ ਦੀ ਖੁਸ਼ਬੋ ਆ ਰਹੀ ਸੀ। ਹੁਣ ਉਸ ਨੂੰ ਕੋਈ ਗੱਲ ਯਾਦ ਨਹੀਂ ਆ ਰਹੀ ਸੀ। ਉਸ ਨੂੰ ਲੱਗਿਆ ਜਿਵੇਂ, ਸਰੀਰ ਬਰਫ਼ ਦੀ ਸਿਲ੍ਹ ਬਣ ਗਿਆ ਹੈ। ਇਕ ਲੰਮੀ ਚੁੱਪ ਤਣ ਗਈ।

"ਕੀ ਗੱਲ੍ਹ, ਮੈਂ ਤੁਹਾਨੂੰ ਪਸੰਦ ਨਹੀਂ? ਚੁੱਪ ਕਿਉਂ ਹੋ ਗਏ? ਨੀਂਦ ਆਉਂਦੀ ਹੈ?"

"ਨਹੀਂ ਤਾਂ...ਨਹੀਂ...।"

"ਫੇਰ ਕੀ ਗੱਲ ਹੈ, ਚੁੱਪ ਕਿਉਂ ਹੋ ਗਏ? ਨਾਰਾਜ਼ ਹੋ ਗਏ, ਮੈਂ ਸੋਹਣੀ ਨਹੀਂ, ਹੋਰ ਕਿਸੇ ਚੀਜ਼ ਦੀ ਲੋੜ ਹੈ, ਬਾਪੂ ਜੀ ਉਹ ਵੀ ਲੈ ਦੇਣਗੇ?"

"ਕੁਸ਼ ਨਹੀਂ ਚਾਹੀਦਾ ਹੋਰ...।" ਬਾਹਰ ਹਨੇਰਾ ਫੈਲ ਗਿਆ ਸੀ। ਬੀਹੀਆਂ ਵਿਚ ਲੰਡਰ ਕੁੱਤੇ ਭੌਂਕ ਰਹੇ ਸਨ। ਇਕਦਮ ਉਸਦੇ ਸਰੀਰ ਵਿਚ ਜਿਵੇਂ ਕਰੰਟ ਆ ਗਿਆ ਹੋਵੇ। ਉਸਨੇ ਉਸਦੇ ਦੋਨੋਂ ਹੱਥ ਚੁੰਮ ਲਏ, ਮੱਥਾ ਚੁੰਮਿਆਂ।

ਸੂਈਆਂ ਦੇ ਬਾਰਾਂ ਵਜੇ ਇਕੱਠੇ ਹੋਣ ਵਾਂਗ ਹੀ, ਦੋ ਸਰੀਰ ਇਕ ਹੋ ਗਏ। ਪਰ ਉਸਦੀ ਜ਼ਖ਼ਮੀ ਰੂਹ ਕਿਤੇ ਦੀ ਕਿਤੇ ਔਝੜਾ ਵਿਚ ਭਟਕਦੀ ਰਹੀ। ਨੀਂਦ ਦੀ ਗੋਲੀ ਲੈਣ ਮਗਰੋਂ ਉਹ ਸੌਂ ਗਿਆ। ਸੱਤ ਵਜਦੇ ਨਾਲ, ਭਾਬੀ ਚਾਹ ਲੈ ਆਈ। ਵੀਰਪਾਲ ਉਥੇ ਨਹੀਂ ਸੀ।

"ਕੀ ਗੱਲ ਕਾਕਾ, ਬੜੀ ਗੂੜ੍ਹੀ ਨੀਂਦ ਸੁਤੈਂ, ਖੁਸ਼ ਹੈ?"

" ਹਾਂ ਜੀ ਖੁਸ਼ ਹੀ ਸਮਝੋ?"

ਅਗਲੇ ਦਿਨ ਸਵੇਰੇ, ਸਮਾਨ ਦਾ ਭਰਿਆ ਟਰੱਕ ਪਹੁੰਚ ਗਿਆ। ਸੋਫੇ, ਕੁਰਸੀਆਂ, ਦੂਅਦਾਰ ਬੈਡ, ਡਾਈਨੈਂਗਸੈਟ, ਡਰੈਸਿੰਗ ਟੇਬਲ, ਵੱਡੀ ਪੇਟੀ, ਗਾਡਰੇਜ ਦੀ ਅਲਮਾਰੀ,

ਫਰਿੱਜ਼ ਵਗੈਰਾ। ਲਾਗੀਆਂ ਤੋਂ ਲੈ ਕੇ, ਸਭ ਨੂੰ ਸਿਲਕ ਦੀ ਕਢਾਈ ਵਾਲੇ ਸੂਟ ਦਿੱਤੇ ਸਨ। ਮਗੀ ਬੇਬੇ ਨੂੰ ਸੂਟ ਅਤੇ ਸੈਟ ਪਾਇਆ ਗਿਆ। ਵਿਖਾਲਾ ਦੇਖਣ ਆਈ, ਠਾਣੇਦਾਰ ਦੀ ਨੂੰਹ ਨੇ ਤਾਹਨਾ ਮਾਰਿਆ,

"ਕੁੜੇ ਬਲਦੇਵ ਕੁਰੇ ਏਨਾਂ ਸਾਮਾਨ ਤਾਂ ਲੈ ਲਿਆ, ਏਹਨੂੰ ਧਰੋਂਗੇ ਕਿੱਥੇ...?"

"ਕੋਈ ਨਾ ਭੈਣ ਜੀ, ਤੁਸੀਂ ਫ਼ਿਕਰ ਨਾ ਕਰੋ, ਥੋਡੇ ਘਰੇ ਨਹੀਂ ਧਰਦੇ, ਬੈਠਕਾਂ ਤੇ ਚੁਬਾਰੇ ਬਣਾ ਲਵਾਂਗੇ।"

ਅਗਲੀ ਰਾਤ ਨੂੰ ਉਹ ਦਾਰੂ ਨਾਲ ਧੁੱਤ ਹੋਕੇ, ਚੁਬਾਰੇ ਵਿਚ ਬੈੱਡ ਤੇ ਆ ਡਿਗਿਆ। ਹਲੂਨਣ ਤੇ ਵੀ ਹਿੱਲਿਆ ਨਹੀਂ। ਨਸ਼ਾ ਉਪਰੋਂ ਦੀ ਸੀ। ਤੀਜੇ ਦਿਨ, ਡੋਲਾ ਮੁੜਿਆ। ਉਹ ਨਾਲ ਜਾਣ ਦੀ ਬਜਾਏ, ਮੋਟਰ ਸਾਈਕਲ ਲੈਕੇ, ਲੁਧਿਆਣੇ ਨੂੰ ਚਲਾ ਗਿਆ। ਕੁਝ ਹੀ ਦਿਨਾਂ ਦੇ ਫਰਕ ਨਾਲ, ਉਸ ਦੇ ਸੁਪਨੇ ਦਫਨ ਹੋ ਗਏ। ਉਸ ਨੂੰ ਟਾਲਸਟਾਏ ਦੀ ਲਿਖੀ ਗੱਲ ਯਾਦ ਆਈ–"ਮੈਰਿਜ਼ ਇਜ਼ ਏ ਲੀਗਲ ਪਰਾਸੀਟੀਚਿਊਸ਼ਨ।"

(21)

ਹੁਣ ਉਸ ਦਾ ਪੜ੍ਹਾਈ ਵਿਚ ਪਹਿਲਾਂ ਵਾਂਗ ਮਨ ਖੁੱਭਦਾ ਨਹੀਂ ਸੀ। ਸੋਚਾਂ ਘੁੰਮਣ ਘੇਰੀਆਂ ਖਾਂਦੀਆਂ, ਮਨ ਵਿਚ ਟਿਕਾਅ ਨਹੀਂ ਸੀ। ਬੇਚੈਨੀ ਜਿਹੀ ਬਣੀ ਰਹਿੰਦੀ। ਕੀ ਦਾ ਕੀ ਹੋ ਗਿਆ ਸੀ?" ਉਹ ਕਰਮ, ਕਿਸਮਤ, ਸੰਜੋਗਾਂ ਦੀ ਥਾਂ ਤਰਕ ਨੂੰ ਮੰਨਦਾ ਸੀ। ਜੇ ਉਹ ਭਾਣੇ ਨੂੰ, ਸੰਜੋਗਾਂ ਨੂੰਮੰਨਦਾ ਹੁੰਦਾ, ਫੇਰ ਕੋਈ ਮੁਸ਼ਕਿਲ ਨਹੀਂ ਸੀ, ਹਾਲਾਤ ਨਾਲ ਸਮਝੌਤਾ ਹੋ ਜਾਣਾ ਸੀ। ਸ਼ਾਮ ਦੇ ਖਾਣੇ ਲਈ ਉਹ ਇਕ ਦਿਨਪੜ੍ਹਦਾ ਪੜ੍ਹਦਾ ਲੇਟ ਹੋ ਗਿਆ। ਨਿਊ ਹੋਸਟਲ ਨੰਬਰ ਇਕ ਵਿਚ ਮੈਸ ਸੀ। ਜਦੋਂ ਉਹ ਮੈਸ ਵਿਚ ਗਿਆ, ਉੱਥੇ ਕੋਈ ਮੁੰਡਾ ਨਹੀਂ ਸੀ। ਸਾਹਮਣੇ ਸਟਾਫ਼ ਵਾਲੇ ਮੇਜ਼ 'ਤੇ, ਮਿਸ 'ਗੁਰੋਂ' ਖਾਣਾ ਖਾ ਰਹੀ ਸੀ।

"ਆ ਜਾ ਏਥੇ ਹੀ ਆ ਜਾ, ਪਲੇਟ ਲੈ ਕੇ।"

ਮਿਸ ਗੁਰੋਂ ਨੇ ਆਵਾਜ਼ ਮਾਰੀ। ਉਹ ਆਮ ਕਰਕੇ ਬਹੁਤ ਘੱਟ ਕਿਸੇ ਨਾਲ ਗੱਲ ਕਰਦੀ ਸੀ। ਹਮੇਸ਼ਾ ਸੰਜੀਦਾ ਰਹਿੰਦੀ ਸੀ, ਸਟਾਫ਼ ਰੂਮ ਵਿਚ ਕਿਸੇ ਪ੍ਰੋਫ਼ੈਸਰ ਨਾਲ ਗੱਲ ਨਹੀਂ ਕਰਦੀ ਸੀ। ਸਹਿਯੋਗੀ, ਉਸ ਨੂੰ ਪਿੱਠ ਪਿੱਛੇ 'ਸਨਕੀ' ਆਖਦੇ ਸੀ।

"ਸੁਣਿਆ ਤੇਰੀ, ਮੈਰਿਜ ਹੋ ਗਈ, ਕਨਗਰੈਚੂਲੇਸ਼ਨਜ਼।"

"ਥੈਂਕ ਯੂ ਮੈਮ।"

"ਖਮਾਣੋਂ ਵਿਆਹਿਆ ਤੂੰ, ਸਰਦਾਰਾਂ ਦੇ।"

"ਤੁਹਾਨੂੰ ਮੈਮ ਕੀਹਨੇ ਦੱਸਿਆ?"

"ਮੈਨੂੰ ਸਭ ਪਤੈ, ਤੇਰੀ ਵਾਈਫ ਦਾ ਨਾਉਂ ਵੀਰਪਾਲ ਕੌਰ ਹੈ ਨਾਂ।" ਹਰਜੀਤ ਨੂੰ ਸੌਹਰਾ ਸਾਹਿਬ ਦੀ ਕਹੀ ਗੱਲ ਯਾਦ ਆਈ, ਜੋ ਰੋਕ ਵੇਲੇ ਉਨ੍ਹਾਂ ਦੱਸੀ ਸੀ।

"ਤੁਹਾਡੇ ਤਾਂ ਉੱਥੇ, ਮੈਮ, ਨਾਨਕੇ ਹਨ, ਤੁਸੀਂ ਵਿਆਹ ਤੇ ਕਿਉਂ ਨਹੀਂ ਗਏ?"

"ਦਰਅਸਲ, ਮੇਰੀ ਉਨ੍ਹਾਂ ਨਾਲ ਬਣਦੀ ਨਹੀਂ, ਆਉਣਾ ਜਾਣਾ ਬੰਦ ਹੈ।" ਉਹ ਗੰਭੀਰ ਹੋ ਗਈ।

"ਕੀ ਗੱਲ ਹੋ ਗਈ ?"

"ਅਸਲ ਵਿਚ, ਘਨੌਲੀ ਦੇ ਜਗੀਰਦਾਰਾਂ ਦੇ ਅੰਡਰ ਮੈਂ ਮੈਟਰਿਕ ਮੁੰਡੇ ਨਾਲ ਮੇਰਾ ਗਲ-ਨਰੜ ਕਰਨਾ ਚਾਹੁੰਦੇ ਸੀ। ਮੈਂ ਮੰਨੀ ਨਹੀਂ, ਉਦੋਂ ਦੇ ਬਾਪੂ ਜੀ ਅਤੇ ਮਾਮਾ ਜੀ ਤੜਿੰਗ ਹਨ, ਕਹਿੰਦੇ ਜੇ ਤੂੰ, ਸਾਡੇ ਆਖੇ ਵਿਆਹ ਨਹੀਂ ਕਰਵਾਉਂਦੀ, ਫੇਰ ਹੋਰ ਵੀ ਕਿਤੇ ਨਾ ਕਰਵਾਈ, ਮੈਂ ਕਿਹਾ ਚੰਗਾ ਨਹੀਂ ਕਰਵਾਉਂਦੀ।"

"ਤਾਂ ਹੀ ਤੁਸੀਂ ਮੈਰਿਜ ਨਹੀਂ ਕਰਵਾਈ।"

"ਅਸਲ ਵਿਚ, ਮੈਨੂੰ ਆਪਣੀ ਇੰਟਰਲੈਕਚੂਅਲ ਪੱਧਰ ਦਾ ਕੋਈ ਮੁੰਡਾ ਨਹੀਂ ਮਿਲਿਆ, ਜੇ ਇਕ ਦੋ ਮਿਲੇ ਵੀ ਉਹ ਪਹਿਲਾਂ ਹੀ ਮੈਰਿਡ ਸਨ।" ਉਸ ਨੇ ਸਾਰੀ ਕਹਾਣੀ ਫਰੋਲ ਦਿੱਤੀ।

"ਚੰਗਾ ਕੀਤਾ, ਤੁਸੀਂ ਬੂਰ ਦੇ ਲੱਡੂ ਨਹੀਂ ਖਾਧੇ, ਖਾ ਕੇ ਪਛਤਾ ਰਿਹਾ ਹਾਂ।"

"ਅਸਲ ਵਿਚ, ਸਰਦਾਰਾਂ ਜਗੀਰਦਾਰਾਂ ਦੇ ਮੁੰਡੇ ਇਉਂ ਹੀ ਵਿਕਦੇ ਹਨ, ਖ਼ਰੀਦੇ ਜਾਂਦੇ ਹਨ, ਤੇਰੇ ਵਾਂਗੂੰ।"

"ਤੁਹਾਡੀ ਗੱਲ ਸੌ ਫ਼ੀਸਦੀ ਸੱਚ ਹੈ, ਮੇਰੇ ਨਾਲ ਵੀ ਇਵੇਂ ਹੋਈ ਹੈ। ਉਹ ਅੰਡਰ ਮੈਟਰਿਕ ਹੈ।"

"ਮੈਨੂੰ ਪਤੈ, ਉਹ ਸਿਰਫ਼ ਅੰਡਰ ਮੈਟਰਿਕ ਹੀ ਨਹੀਂ ਆਪਹੁੱਦਰੀ ਵੀ ਬਹੁਤ ਹੈ। ਤੂੰ ਸਾਊ ਤੇ ਸ਼ਰੀਫ਼ ਮੁੰਡੈ...। ਤੇਰੇ ਤੇ ਉਸਦੇ ਇੰਟਰਲੈਕਚੂਅਲ ਪੱਧਰ ਦਾ ਜ਼ਮੀਨ ਅਸਮਾਨ ਦਾ ਫ਼ਰਕ ਹੈ।" ਉਸ ਨਾਲ ਦਿਲ ਦੀ ਗੱਲ ਕਰਕੇ ਉਸਨੂੰ ਆਪਣਾ ਆਪ ਪਹਿਲਾਂ ਨਾਲੋਂ ਹੌਲਾ ਹੌਲਾ ਲੱਗਿਆ।

"ਅੱਗੇ ਕੀ ਕਰੇਂਗਾ ?"

"ਪੀ.ਸੀ.ਐਸ. ਕਰਨ ਦਾ ਵਿਚਾਰ ਹੈ।"

"ਅੰਗਰੇਜ਼ਾਂ ਵੇਲੇ ਤਾਂ E.A.C. (ਐਕਸਟਰਾ ਅਸਿਸਟੈਂਟ ਕਮਿਸ਼ਨਰ) ਨਾਮੀਨੇਟ ਹੁੰਦੇ ਸਨ। ਸਿਰਫ਼ ਆਈ.ਸੀ.ਐਸ. ਦਾ ਇਮਤਿਹਾਨ ਹੁੰਦਾ ਸੀ। ਮੇਰੇ ਬਾਪੂ ਜੀ ਆਨਰੇਰੀ ਮੈਜਿਸਟ੍ਰੇਟ ਹੁੰਦੇ ਸਨ। ਮੈਨੂੰ ਪਤੈ ਥਿਊਰੀ ਤੂੰ ਕਰ ਲਵੇਂਗਾ, ਵਾਈਵਾ ਵਿਚੋਂ ਸਿਫਾਰਸ਼ ਬਿਨਾਂ ਨਹੀਂ ਨਿਕਲਿਆ ਜਾਣਾਂ।"

"ਸੁਣਿਆ ਚੇਅਰਮੈਨ ਬਹੁਤ ਇਮਾਨਦਾਰ ਹੈ, ਕਹਿੰਦੇ ਕੈਰੋਂ ਦੀ ਵੀ ਨਹੀਂ ਮੰਨਦਾ।"

"ਚੰਗਾ, ਵਿਸ ਯੂ ਗੁੱਡ ਲੱਕ।" ਹਰਜੀਤ ਨੇ ਸੋਚਿਆ, ਜਿੰਨੀਆਂ ਗੱਲਾਂ ਅੱਜ ਉਸ ਨੇ ਕੀਤੀਆਂ ਸਨ, ਏਨੀਆਂ ਗੱਲਾਂ ਤਾਂ ਉਹ ਸਾਲ ਭਰ ਵਿਚ ਵੀ ਨਹੀਂ ਕਰਦੀ ਸੀ। ਹਰਜੀਤ, ਨਿਊ ਹੋਸਟਲ ਦੇ ਕਮਰਾ ਨੰਬਰ 120 ਵਿਚ ਆ ਬੈਠਾ, ਉਹ ਆਪਣੇ ਕੁਆਰਟਰ ਵਿਚ ਚਲੀ ਗਈ।

ਪੀ.ਸੀ.ਐਸ. ਦੀਆਂ ਪੋਸਟਾਂ ਆਉਣ ਤੋਂ ਪਹਿਲਾਂ ਨਵੰਬਰ ਦੇ ਦੂਜੇ ਹਫ਼ਤੇ ਬੀ.ਡੀ.ਓ. ਦੀਆਂ 25 ਪੋਸਟਾਂ ਆ ਗਈਆਂ। ਕੁੱਲ ਦੋ ਹੀ ਪੇਪਰ ਸਨ, ਇਕ ਕਮਿਊਨਿਟੀ ਡਿਵੈਲਪਮੈਂਟ ਦਾ, ਦੂਜਾ ਅੰਗਰਜ਼ੀ ਅਤੇ ਜਨਰਲ ਨਾਲਜ਼ ਦਾ। ਪਰਚੇ ਬੀ.ਏ. ਪੱਧਰ ਦੇ ਹੋਣੇ ਸਨ। ਸਾਰੀਆਂ ਸ਼ਰਤਾਂ ਉਹ ਪੂਰੀਆਂ ਕਰਦਾ ਸੀ। ਬਿਨਾਂ ਕਿਸੇ ਨਾਲ ਗੱਲ ਕੀਤੇ, ਉਸਨੇ ਫਾਰਮ ਭਰ ਦਿੱਤਾ। ਦਸੰਬਰ ਦੀਆਂ ਛੁੱਟੀਆਂ ਵਿਚ ਪੇਪਰ ਹੋਣੇ ਸਨ। ਐਸ.ਕੇ.

ਡੇਅ ਦੀ ਕਿਤਾਬ, ਉਸ ਨੂੰ ਲਾਇਲ ਬੁਕ ਡਿੱਪੂ ਤੋਂ ਮਿਲ ਗਈ। ਡਿਵੈਲਪਮੈਂਟ ਕੋਡ, ਉਹ ਲੱਕੜ ਦੇ ਪੁਲ ਕੋਲ, ਜ਼ਿਲ੍ਹਾ ਪ੍ਰੀਸ਼ਦ ਦੀ ਲਾਇਬ੍ਰੇਰੀ ਵਿਚ ਲੈ ਆਇਆ। ਹੁਣ ਉਹ ਨਾਂ ਪਿੰਡ ਜਾਂਦਾ ਸੀ, ਨਾ ਸੌਹਰੀਂ। ਇਕ ਦਿਨ, ਇਕ ਲਫਾਫਾ ਉਸਨੂੰ ਡਾਕ ਵਿਚ ਮਿਲਿਆ, ਪਿਛਲੇ ਪਾਸੇ ਲਫਾਫਾਬੰਦ ਕਰਨ ਵਾਲੀ ਥਾਂ ਤੇ ਲਕੀਰਾਂ ਮਾਰੀਆਂ ਹੋਈਆਂ ਸਨ। ਲਿਖਤ ਓਪਰੀ ਹੋਣ ਕਰਕੇ, ਉਸ ਨੇ ਕਾਹਲੀ ਨਾਲ ਲਫਾਫਾ ਇਕ ਖੂੰਜੇ ਤੋਂ ਪਾੜਿਆ ਅੰਦਰ ਨੀਲੇ ਕਾਗਜ਼ ਤੇ ਪੰਜਾਬੀ ਦੇ ਬਿੰਗੇ ਟੇਢੇ ਅੱਖਰਾਂ ਵਿਚ ਚਿੱਠੀ ਲਿਖੀ ਹੋਈ ਸੀ।

ਸਤਿਕਾਰਯੋਗ.......

ਸਤਿ ਸ੍ਰੀ ਅਕਾਲ। ਏਥੇ ਸਭ ਰਾਜੀ ਖੁਸ਼ੀ ਹਨ। ਤੁਹਾਡੀ ਰਾਜੀ ਖੁਸ਼ੀ ਦੀ ਵਾਹਿਗੁਰੂ ਪਾਸੋਂ ਖੈਰ ਮੰਗਦੀ ਹਾਂ। ਤੁਸੀਂ ਆਉਂਦੇ ਕਿਉਂ ਨਹੀਂ ? ਕਿਸ ਗੱਲ ਤੋਂ ਨਾਰਾਜ਼ ਹੋ ? ਮੇਰਾ ਦਿਲ ਨਹੀਂ ਲੱਗਦਾ ਤੁਹਾਡੇ ਬਿਨਾਂ। ਐਤਵਾਰ ਤਾਂ ਤੁਹਾਨੂੰ ਛੁੱਟੀ ਹੁੰਦੀ ਹੈ। ਵਾਰ ਨੂੰ ਆ ਜਾਇਉ ਕਰੋ, ਸੋਮਵਾਰ ਸਾਝਰੇ ਚਲੇ ਜਾਇਆ ਕਰੋ, ਅਸੀਂ ਰੋਕਦੇ ਨਹੀਂ। ਲੁਧਿਆਣੇ ਤੋਂ ਸਿੱਧੀਆਂ ਬੱਸਾਂ ਚਲਦੀਆਂ ਹਨ। ਬੱਸ ਤੇ ਨਹੀਂ ਆਉਣਾ ਵੀਰ ਨੂੰ ਗੱਡੀ ਦੇ ਕੇ ਭੇਜ ਦਿਆਂਗੇ। ਪਿੰਡੋਂ ਵੀ ਭੈਣ ਜੀ ਦਾ ਕੋਈ ਖ਼ਤ-ਪੱਤਰ ਨਹੀਂ ਆਇਆ। ਖ਼ਤ ਨੂੰ ਤਾਰ ਸਮਝਕੇ ਜਵਾਬ ਦੇਣਾ ਜੀ ਕੋਈ ਗਲ਼ਤੀ ਹੋ ਗਈ ਹੋਵੇ, ਮਾਫ਼ ਕਰ ਦੇਣਾ। ਬੇਜੀ ਵੱਲੋਂ ਪਿਆਰ।

ਤੁਹਾਡੀ ਵੀਰਪਾਲ ਕੌਰ।

ਏਨੇ ਬਿੰਗੇ ਟੇਢੇ ਅੱਖਰ, ਪਹਿਲੀ ਵੇਰ ਦੇਖਕੇ, ਉਸਨੂੰ ਹੈਰਾਨੀ ਹੋਈ। ਨਹੀਂ ਕੁੜੀਆਂ ਤਾਂ ਅੱਖਰਾਂ ਨੂੰ ਮੋਤੀਆਂ ਵਾਂਗ ਪ੍ਰੋ ਦਿੰਦੀਆਂ ਹਨ, ਖੁਸ਼ਕਤ ਬਹੁਤ ਵਧੀਆ ਹੁੰਦਾ ਹੈ। ਜੇਬ ਵਿਚ ਚਿੱਠੀ ਪਾ ਕੇ ਸੋਚਣ ਲੱਗਿਆ, ਕੀ ਜਵਾਬ ਦੇਵੇ ? ਜਵਾਬ ਦੇਵੇ ਜਾਂ ਨਾਂਹ ? ਉਸਦਾ ਕੀ ਕਸੂਰ ਹੈ ? ਉਹ ਨਿਰਦੋਸ਼ ਹੈ। ਦੋਸ਼ ਤਾਂ ਸਾਰਾ ਮੇਰਾ ਹੈ, ਜੋ ਗੱਲਾਂ ਵਿਚ ਆ ਕੇ, ਡੰਗਰ-ਪਸ਼ੂ ਵਾਂਗ ਵਿਕ ਗਿਆ। ਪਹਿਲਾਂ ਸਾਰੀ ਪੜਤਾਲ ਕਿਉਂ ਨਹੀਂ ਕੀਤੀ ? ਇਹ ਭਾਣਾ ਨਹੀਂ, ਧੋਖਾ ਹੈ। ਜਵਾਬ ਦੇਣਾਂ, ਉਸ ਦੀ ਨੈਤਿਕ ਜ਼ਿੰਮੇਵਾਰੀ ਹੈ। ਉਸਨੇ ਨੋਟ ਬੁੱਕ ਵਿਚੋਂ ਇਕ ਵਰਕਾ ਪਾੜਿਆ, ਲਿਖਿਆ, ਮੈਂ ਇਮਤਿਹਾਨ ਨੇੜੇ ਹੋਣ ਕਰਕੇ ਬਹੁਤ ਬਿਜ਼ੀ ਹਾਂ, ਵਿਹਲਾ ਹੋ ਕੇ ਆਵਾਂਗਾ, ਜ਼ਰੂਰ ਫ਼ਿਕਰ ਨਹੀਂ ਕਰਨਾ। ਨਾਂ ਉਪਰ ਕੋਈ ਸੰਬੋਧਨ ਸੀ, ਨਾ ਹੇਠ, ਨਾਉਂ ਤੋਂ ਬਿਨਾਂ ਹੋਰ ਕੁਝ ਲਿਖਿਆ ਸੀ। ਅਗਲੇ ਦਿਨ, ਚਿੱਠੀ ਲੈਟਰ ਬਾਕਸ ਵਿਚ ਪਾ ਕੇ, ਉਹ ਸੁਰਖ਼ਰੂ ਹੋ ਗਿਆ।

ਦਸੰਬਰ ਦੇ ਅਖੀਰ ਵਿਚ ਬੀ.ਡੀ.ਉ. ਦੇ ਮੁਕਾਬਲੇ ਦਾ ਇਮਤਿਹਾਨ ਹੋਇਆ। ਸਟੇਟ ਕਾਲਜ ਵਿਚ ਪਰਚੇ ਹੋਏ, ਕੁਲ ਪੰਜ ਸੌ ਦੇ ਕਰੀਬ ਮੁੰਡੇ ਹਾਜ਼ਰ ਹੋਏ। ਕੁੜੀ ਕੋਈ ਨਹੀਂ ਸੀ, ਪਰਚੇ ਬਹੁਤ ਆਸਾਨ ਸਨ। ਤਿੰਨ ਘੰਟੇ ਦੇ ਪਰਚੇ, ਉਸ ਇਕ ਡੇਢ ਘੰਟੇ ਵਿਚ ਕਰ ਲਏ। ਪਰਚੇ ਬੀ.ਏ. ਦੇ ਪੱਧਰ ਨਾਲੋਂ ਵੀ ਹੇਠਾਂ ਦੇ ਸਨ। ਕੋਈ ਨਕੱੜਮਾਂ ਹੀ ਇਸ ਵਿਚੋਂ ਫੇਲ੍ਹ ਹੋਵੇਗਾ। ਜਨਵਰੀ ਵਿਚੋਂ, ਜਦੋਂ ਨਤੀਜਾ ਆਇਆ, ਉਸ ਨੂੰ ਇਹ ਜਾਣਕੇ ਹੈਰਾਨੀ ਹੋਈ, ਸਿਰਫ਼ 40 ਮੁੰਡਿਆਂ ਨੇ ਹੀ 50% ਨੰਬਰ ਲਏ ਸਨ। ਫਰਵਰੀ ਦੇ ਪਹਿਲੇ ਹਫ਼ਤੇ ਇੰਟਰਵਿਊ ਹੋਈ। ਚੇਅਰਮੈਨ ਨੇ ਮੈਟਰਿਕ, ਐਫ.ਏ., ਬੀ.ਏ. ਅਤੇ ਐਮ.ਏ. ਵਿਚੋਂ ਉਸਦੇ ਨੰਬਰ ਦੇਖ ਕੇ ਕਿਹਾ, 'ਹੀ ਇਜ਼ ਏ 'ਬਰਾਈਟ' ਸਟੂਡੈਂਟ।

ਉਹ ਕੁੜੀ ਕਿੱਥੇ ਗਈ - 101

"ਤੂੰ ਪੀ.ਸੀ.ਐਸ. ਜਾਂ ਆਈ.ਏ.ਐਸ. ਵਿਚ ਕਿਉਂ ਨਹੀਂ ਜਾਂਦਾ, ਬੀ.ਡੀ.ਓ. ਕਿਉਂ ਬਣਨਾ ਚਾਹੁੰਦਾ ਹੈ?"

"ਸਰ ਮੈਂ ਇਕ ਪਿਛੜੇ ਹੋਏ, ਪਿੰਡ ਦਾ ਰਹਿਣ ਵਾਲਾ ਹਾਂ, ਪਿੰਡਾਂ ਦੀ ਬਹੁਤ ਬੁਰੀ ਹਾਲਤ ਹੈ, ਬੀ.ਡੀ.ਓ. ਬਣਕੇ, ਵਿਕਾਸ ਕਰਨ ਦਾ ਮੈਨੂੰ ਹੋਰ ਮੌਕਾ ਮਿਲੇਗਾ।"

"ਪੀ.ਸੀ.ਐਸ. ਜਾਂ ਆਈ.ਏ.ਐਸ. ਬਣਕੇ ਵਿਕਾਸਦਾ ਮੌਕਾ ਕਿਉਂ ਨਹੀਂ ਮਿਲੇਗਾ?"

"ਜ਼ਰੂਰ ਮਿਲੇਗਾ, ਪਰ ਅਸਿੱਧੇ ਢੰਗ ਨਾਲ, ਸਿੱਧਾ ਨਹੀਂ। ਇਕੱਠੇ ਹੋਏ ਦੁੱਧ ਨੂੰ 'ਜਾਗ' ਤਾਂ ਕੋਈ ਵੀ ਲਾ ਸਕਦਾ ਹੈ, ਮੈਂ ਦੁੱਧ ਨੂੰ ਇਕੱਠਾ ਕਰਨ ਵਿਚ ਵਿਸ਼ਵਾਸ਼ ਰੱਖਦਾ ਹਾਂ। ਲੋਕਾਂ ਦੇ ਕੰਮ, ਲੋਕਾਂ ਦੇ ਹੱਥੀ ਕਰਨ ਕਰਵਾਉਣ ਵਿਚ ਮੇਰਾ ਅਕੀਦਾ ਹੈ।"

"ਵੈਰੀ ਗੁੱਡ, ਯੂ ਕੈਨ ਗੋ...।" ਚੇਅਰਮੈਨ ਨੇ ਕਿਹਾ, ਉਹ ਆਪਣੇ ਸਰਟੀਫ਼ਿਕੇਟ, ਲੈ ਕੇ, ਸ਼ਾਮ ਨੂੰ ਲੁਧਿਆਣੇ ਪਹੁੰਚ ਗਿਆ। ਮਾਰਚ ਦੇ ਪਹਿਲੇ ਹਫ਼ਤੇ, ਨਤੀਜਾ ਆਇਆ, ਪੰਜਾਬ ਵਿਚੋਂ ਉਸਦਾ ਪਹਿਲਾ ਸਥਾਨ ਸੀ। ਮਾਰਚ ਦੇ ਅਖੀਰ ਵਿਚ ਇਕ ਰਜਿਸਟਰੀ ਕਾਲਜ ਦੇ ਪਤੇ ਤੇ ਆਈ। ਉਪਰ ਪੰਜਾਬ ਸਰਕਾਰ ਲਿਖਿਆ ਹੋਇਆ ਸੀ। ਕਮਰੇ ਵਿਚ ਆ ਕੇ, ਉਸ ਨੇ ਲਫਾਫਾ ਖੋਲ੍ਹਿਆ। ਬੀ.ਡੀ.ਓ. ਦੀ ਪੋਸਟਿੰਗ ਦਾ ਹੁਕਮ ਸੀ। ਬਠਿੰਡੇ ਜ਼ਿਲ੍ਹੇ ਦੇ ਬਲਾਕ, ਵੱਡੇ ਪਿੰਡ ਵਿਚ ਉਸਦੀ ਨਿਯੁਕਤੀ ਹੋ ਗਈ ਸੀ। 250-25-500 ਦਾ ਗਰੇਡ, ਗਜ਼ਟਿਡ ਦਰਜਾ ਦੋ ਦੀ ਪੋਸਟ ਸੀ। ਕਈ ਸ਼ਰਤਾਂ ਲਿਖੀਆਂ ਹੋਈਆਂ ਸਨ, ਹੇਠਾਂ ਵਿਕਾਸ ਕਮਿਸ਼ਨਰ ਦੇ ਦਸਤਖ਼ਤ ਸਨ। ਹੁਣ ਉਹ ਦੁਬਿਧਾ ਵਿਚ ਸੀ, ਹਾਜ਼ਰ ਹੋਵੇ ਕਿ ਨਾਂ? ਤਿੰਨ ਪਰਚੇ ਹੋ ਗਏ ਸਨ, ਇਕ ਅਪ੍ਰੈਲ ਦੇ ਅੱਧ ਵਿਚ ਹੋਣਾ ਸੀ। ਉਹ ਕੀਹਦੇ ਨਾਲ ਸਲਾਹ ਕਰੇ? ਉਦੋਂ ਹੀ ਉਸਦੇ ਦਿਮਾਗ ਵਿਚ ਪ੍ਰੋਫ਼ੈਸਰ ਨਰੂਲਾ ਦਾ ਖ਼ਿਆਲ ਆਇਆ। ਸ਼ਾਮ ਨੂੰ ਮੋਟਰ ਸਾਈਕਲ ਤੇ ਉਹ ਉਸਦੀ ਕੋਠੀ ਗੁਰਦੇਵ ਨਗਰ ਗਿਆ। ਕਾਲ ਬੈਲ ਦਿੱਤੀ। ਪ੍ਰੋਫ਼ੈਸਰ ਸਾਹਿਬ ਨੇ ਕੁੰਡਾ ਖੋਲ੍ਹਿਆ,

"ਆ ਜਾ ਹਰਜੀਤ ਸਿਆਂ, ਵੈਲਕੰਮ, ਕਿਵੇਂ ਆਉਣਾ ਹੋਇਆ, ਤੇਰੇ ਪਰਚੇ ਕਿਹੋ ਜਿਹੇ ਹੋਏ ਹਨ?"

"ਸਰ ਪਰਚੇ ਤਾਂ ਚੰਗੇ ਹੋ ਗਏ...ਪਰ...।"

"ਪਰ ਕੀ? ਨੰਬਰ ਘੱਟ ਆਏ, 'ਇਪਰੂਵ' ਕਰ ਲਵੀਂ।"

"ਨਹੀਂ ਸਰ ਇਹ ਗੱਲ ਨਹੀਂ, ਮੇਰੀ ਚੋਣ ਬਤੌਰ ਬੀ.ਡੀ.ਓ. ਹੋ ਗਈ ਹੈ, ਦਸੋ ਜਾਇਨ ਕਰਾਂ ਕਿ ਨਾ?"

"ਬਹੁਤ ਬਹੁਤ ਮੁਬਾਰਕਾਂ ਬਹੁਤ ਖੁਸ਼ੀ ਦੀ ਗੱਲ ਹੈ।" ਉਹ ਅੰਦਰ ਜਾ ਕੇ, ਇਕ ਪਲੇਟ ਵਿਚ ਬਰਫੀ ਲੈ ਆਏ, "ਲੈ ਮੂੰਹ ਮਿੱਠਾ ਕਰ।"

"ਸਰ ਫੇਰ ਮੈਂ, ਹੋਰ ਕਮਪੀਟੀਸ਼ਨਾਂ ਦੀ ਤਿਆਰੀ ਕਿਵੇਂ ਕਰਾਂਗਾ?"

"ਕੀ ਪਤਾ, ਉਦੋਂ ਨੂੰ ਕੀ ਬਣੂੰ? ਕਈ ਆਈ.ਏ.ਐਸ. ਪੀ.ਸੀ.ਐਸ. ਬਣਦੇ, ਸਕੂਲ ਟੀਚਰ ਜਾਂ ਕਲਰਕ ਬਣ ਗਏ ਹਨ। ਬੀ.ਡੀ.ਓ. ਦੀ ਪੋਸਟ ਵੀ 'ਕਾਵਟਿਡ' ਹੈ, ਨਾਲੇ ਜੀਪ ਵਾਲਾ ਅਫ਼ਸਰ ਬਣ ਜਾਵੇਗਾ, ਅਸੀਂ ਕਦੇ ਝੂਟਾ ਲੈ ਲਿਆ ਕਰਾਂਗੇ। ਹੱਥ ਆਇਆ ਮੌਕਾ ਕਦੇ ਨਹੀਂ ਗਵਾਈਦਾ ਸਮਝਿਆ।"

"ਜੀ ਸਰ। ਮੇਰਾ ਇਕ ਚੌਥਾ ਪੇਪਰ ਰਹਿੰਦਾ ਹੈ।"

"ਕੋਈ ਗੱਲ ਨਹੀਂ, ਇਕ ਦਿਨ ਦੀ ਛੁੱਟੀ ਲੈ, ਪੇਪਰ ਦੇ ਜਾਵੀਂ। ਪਾਧਾ ਨਾ ਪੁੱਛ, ਛੇਤੀ ਜਾਇਨ ਕਰ।" ਮੈਡੀਕਲ ਕਰਵਾਉਣ ਮਗਰੋਂ ਅਪ੍ਰੈਲ ਦੇ ਪਹਿਲੇ ਹਫ਼ਤੇ ਦੁਪਹਿਰ ਬਾਅਦ, ਉਹ ਨਵੀਂ ਥਾਂ ਤੇ ਹਾਜ਼ਰ ਹੋ ਗਿਆ ਪਿੰਡ ਦੇ ਛਿਪਦੇ ਪਾਸੇ ਬਲਾਕ ਦਾ ਦਫ਼ਤਰ ਸੀ। ਘਰਾਂ ਦਾ ਪਾਣੀ, ਬੀਹੀਆ ਵਿਚ ਖੁੱਲ੍ਹਾ ਫਿਰਦਾ ਸੀ, ਕਈ ਥਾਈਂ ਚਾਲ੍ਹੇ ਬਣੇ ਹੋਏ ਸਨ, ਬੀਹੀਆਂ, ਨਾਲੀਆਂ ਕੱਚੀਆਂ। ਕਮਰੇ ਵਿਚ, ਘੁੰਮਣ ਵਾਲੀ ਗੱਦੇਦਾਰ ਕੁਰਸੀ ਲੱਗੀ ਹੋਈ ਸੀ। ਵੱਡੇ ਮੇਜ਼ ਉਪਰ ਨੀਲੇ ਰੰਗ ਦਾ ਕੱਪੜਾ ਵਿਛਿਆ ਹੋਇਆ ਸੀ। ਸ਼ੀਸ਼ੇ ਉਪਰ ਕਾਗਜ਼ ਅਤੇ ਕਲਮਦਾਨ ਪਿਆ ਸੀ। ਉਦੋਂ ਹੀ ਸਟਾਫ਼ ਦੇ ਬਹੁਤ ਸਾਰੇ, ਮੈਂਬਰ ਉਸ ਨੂੰ ਮਿਲਣ ਆਏ। ਉਹ ਬਹੁਤ ਅਦਬ ਅਤੇ ਸਲੀਕੇ ਨਾਲ ਮਿਲਿਆ। ਈਸ਼ਵਰ ਸਰੂਪ ਬਾਂਸਲ ਲੇਖਾਕਾਰ ਨੇ ਹਾਜ਼ਰੀ ਰਿਪੋਰਟ, ਅੰਗਰੇਜ਼ੀ ਦੇ ਫਾਰਮ ਵਿਚ ਭਰ ਦਿੱਤੀ। ਹੇਠਾਂ ਲੱਗੀ ਮੋਹਰ ਉਪਰ ਉਸ ਦਸਤਖ਼ਤ ਕਰ ਦਿੱਤੇ।

"ਪਹਿਲੇ ਬੀ.ਡੀ.ਓ. ਸਾਹਿਬ ਕਿੱਥੇ ਰਹਿੰਦੇ ਸੀ ?"

"ਜਨਾਬ, ਉਹ ਸਰਦਾਰਾਂ ਦੀ ਲਾਲ ਹਵੇਲੀ ਵਿਚ ਰਹਿੰਦੇ ਸਨ, ਆਪਣੇ ਦਫ਼ਤਰੋਂ ਨੇੜੇ ਹੀ ਹੈ।"

"ਪਤਾ ਕਰਕੇ, ਉਸਦੀ ਚਾਬੀ ਲੈ ਲਵੋ।"

"ਉਹਦੀ ਚਾਬੀ ਤਾਂ ਆਪਣੇ ਸੇਵਾ ਰਾਮ ਕੋਲ ਈ ਹੈ।" ਉਦੋਂ ਹੀ ਉਹ ਕਮਰੇ ਵਿਚ ਆਇਆ, ਉਸ ਨੇ ਪੈਰੀਂ ਹੱਥ ਲਾਉਣੋਂ, ਉਸ ਨੂੰ ਰੋਕ ਦਿੱਤਾ।

"ਇਉਂ ਕਰ ਬਈ, ਮੇਰਾ ਅਟੈਚੀ ਤੇ ਬਿਸਤਰਾ ਉਥੇ ਰੱਖ ਆ, ਨਾਲੇ ਵੱਡੇ ਘਰ ਵਾਲੇ ਸਰਦਾਰ ਹਰਜਿੰਦਰ ਸਿੰਘ ਦਾ ਪਤਾ ਕਰਕੇ ਆ, ਘਰੇ ਈ ਹਨ, ਮੈਂ ਮਿਲਣਾ ਹੈ।"

"ਮੇਲੇ ਕਰਕੇ ਜਨਾਬ ਉਹ ਇੱਥੇ ਹੀ ਹਨ, ਕੱਲ੍ਹ ਮੈਂ ਗਿਆ ਸੀ, ਘਰੇ ਈ ਸਨ।" ਸਮਾਨ ਲੈ ਕੇ ਉਹ ਚਲਾ ਗਿਆ, ਲੇਖਾਕਾਰ, ਡਾਕ ਲੈ ਆਇਆ, ਕਈ ਦਿਨਾਂ ਦੀ ਪੈਂਡਿੰਗ ਪਈ ਸੀ।

"ਜਨਾਬ, ਕੱਲ੍ਹ ਨੂੰ ਡੀ.ਸੀ. ਸਾਹਿਬ ਨਾਲ ਮੀਟਿੰਗ ਵੀ ਹੈ, ਮੇਲੇ ਵਾਰੇ ਸਵੇਰੇ ਦਸ ਵਜੇ ਮੈਂ ਫਾਈਲ ਤਿਆਰ ਕਰ ਦਿੰਦਾ ਹਾਂ।" ਬਾਂਸਲ ਨੇ ਦੱਸਿਆ।

"ਆਪਣੀ ਕੀ ਡਿਊਟੀ ਹੁੰਦੀ ਹੈ, ਮੇਲੇ ਵਿਚ ?"

"ਤੁਸੀਂ ਮੇਲਾ ਅਫ਼ਸਰ ਹੋ, ਸਾਰੀਆਂ ਜ਼ਿੰਮੇਵਾਰੀਆਂ ਪ੍ਰਬੰਧ, ਸਫ਼ਾਈ ਵਗੈਰਾ, ਆਪਣੇ ਜ਼ਿੰਮੇ ਹੀ ਹੁੰਦਾ ਹੈ। ਬਹੁਤ ਸਾਰੇ ਅਫ਼ਸਰ ਅਤੇ ਮਨਿਸਟਰ ਆਉਂਦੇ ਹਨ। ਆਪਣੇ ਪੰਚਾਇਤ ਅਫ਼ਸਰ ਨੂੰ ਸਾਰਾ ਪਤੈ।" ਉਦੋਂ ਹੀ ਪੰਚਾਇਤ ਅਫ਼ਸਰ ਲਛਮਣ ਸਿੰਘ ਟੂਰ ਤੋਂ ਮੁੜ ਆਇਆ, ਬੜੇ ਤਿਉਹ ਅਤੇ ਸਨੇਹ ਨਾਲ ਮਿਲਿਆ, ਮੇਲੇ ਦੇ ਪ੍ਰਬੰਧ ਦੀ ਗੱਲ ਹੋਈ।

"ਤੁਸੀਂ ਸਰ ਕੋਈ ਫ਼ਿਕਰ ਨਾ ਕਰੋ, ਪਿਛਲੇ ਸਾਲ ਮੈਂ ਏਥੇ ਈ ਸੀ। ਅਕਾਊਂਟੈਂਟ ਸਾਹਿਬ ਚਾਹ ਪਾਣੀ ਪਿਲਾਇਆ ਸਾਹਿਬ ਨੂੰ...।" ਉਸਨੇ ਹਾਂ ਵਿਚ ਸਿਰ ਹਿਲਾਇਆ।

"ਤੁਸੀਂ ਏਧਰੋਂ ਵਿਹਲੇ ਹੋ ਲਵੋ, ਆਪਾਂ ਗੁਰਦਵਾਰਾ ਸਾਹਿਬ ਨਾਲੇ ਮੱਥਾ ਟੇਕ ਆਵਾਂਗੇ, ਨਾਲੇ ਮੈਨੇਜਰ ਨੂੰ ਮਿਲ ਆਵਾਂਗੇ ਜੇ ਸੰਤ ਆ ਗਏ ਹੋਏ, ਉਨ੍ਹਾਂ ਕੋਲ ਵੀ ਹਾਜ਼ਰੀ ਭਰ ਆਵਾਂਗੇ। ਲੀਡਰ ਲੋਕ ਆਮਨਾਂ ਦੇ ਭੁੱਖੇ ਹੁੰਦੇ ਹਨ।"

ਵਿਹਲੇ ਹੋ ਕੇ, ਉਹ ਪੋਰਚ ਵਿਚ ਆਏ। ਚਿੱਟੇ ਰੰਗ ਦੀ ਨਵੀਂ ਨਕੋਰ ਜੀਪ ਖੜ੍ਹੀ ਸੀ। ਉਜਾਗਰ ਸਿੰਘ ਨੇ ਸਲੂਟ ਮਾਰਿਆ, ਉਹ ਐਕਸ-ਆਰਮੀ ਸੀ। ਬਾਹਰਲੀ ਫਿਰਨੀ ਪੈਕੇ, ਉਹ ਗੁਰਦਵਾਰਾ ਸਾਹਿਬ ਆਏ, ਜਿੱਥੇ ਰੰਗ-ਰੋਗਨ ਹੋ ਰਿਹਾ ਸੀ। ਮੁੱਖ ਦਰਵਾਜ਼ੇ ਅੱਗੇ, ਰੂੜੀਆਂ ਦੇ ਵੱਡੇ-ਵੱਡੇ ਢੇਰ ਲੱਗੇ ਹੋਏ ਸਨ। ਦੇਗ ਕਰਵਾਉਣ, ਮੱਥਾ ਟੇਕਣ ਮਗਰੋਂ ਗਰੰਥੀ ਨੇ ਉਸ ਨੂੰ ਸਿਰੋਪਾ ਦੇ ਦਿੱਤਾ।

"ਬਸ ਤੁਸੀਂ ਰੂੜੀਆਂ ਚੁਕਵਾ ਦਿਉ ਤੇ ਛਿੜਕਾਅ ਦਾ ਪ੍ਰਬੰਧ ਕਰ ਦਿਉ ਬਾਕੀ ਸਟੇਜਾਂ ਵਗੈਰਾਂ ਅਸੀਂ ਲਵਾ ਦਿਆਂਗੇ।" ਮੈਨੇਜਰ ਬਹੁਤ ਹੀ ਮਿਲਣਸਾਰ ਬੰਦਾ ਸੀ। ਉਥੋਂ ਵਿਹਲਾ ਹੋ ਕੇ, ਉਹ ਲਾਲ ਹਵੇਲੀ ਆ ਗਏ। ਸੇਵਾ ਰਾਮ ਪਹਿਲਾਂ ਹੀ ਉਥੇ ਸੀ। ਪੌੜੀਆਂ ਚੜ੍ਹਣ ਮਗਰੋਂ, ਉਹ ਉਪਰ ਆਏ, ਵੱਡੇ ਚੁਬਾਰੇ ਵਿਚ ਦੋ ਮੰਜੇ ਤੇ ਛੱਤ ਵਾਲਾ ਪੱਖਾ ਲੱਗਾ ਹੋਇਆ ਸੀ। ਛੋਟੇ ਚੁਬਾਰੇ ਵਿਚ ਚਾਰ ਕੁਰਸੀਆਂ ਅਤੇ ਤਪਾਈ ਪਈ ਸੀ। ਪੌੜੀਆਂ ਦੇ ਨਾਲ ਕਿਚਨ, ਸਾਹਮਣੇ ਖੂੰਜੇ ਵਿਚ ਗੁਸਲਖਾਨਾ ਸੀ। ਪਾਣੀ ਦੀ ਟੂਟੀ ਅਤੇ ਲੈਟਰਿਨ ਹੇਠਾਂ ਸੀ।

"ਸਰ ਤੁਸੀਂ ਮੈਰਿਡ ਹੋ ਕੇ ਅਨਮੈਰਿਡ ?" ਪੰਚਾਇਤ ਅਫ਼ਸਰ ਨੇ ਝਿਜਕਦੇ ਹੋਏ ਸਵਾਲ ਪੁੱਛਿਆ।

"ਮੈਰਿਡ ਵੀ ਹਾਂ, ਨਹੀਂ ਵੀ।" ਪੰਚਾਇਤ ਅਫ਼ਸਰ ਭਮਤਰ ਗਿਆ। ਇਸ ਜਵਾਬ ਦਾ ਅਰਥ ਉਸਨੂੰ ਸਮਝ ਨਹੀਂ ਆਇਆ। ਉਸ ਨੇ ਹੋਰ ਸਵਾਲ ਕਰਨ ਦੀ ਜ਼ੁਅਰਤ ਨਹੀਂ ਕੀਤੀ।

"ਜਨਾਬ। ਸਰਦਾਰ ਹਰਜਿੰਦਰ ਸਿੰਘ ਜੀ ਘਰੇ ਈ ਹਨ, ਪੁੱਛਦੇ ਸੀ, ਬੀ.ਡੀ.ਓ. ਸਾਹਿਬ ਕੌਣ ਹਨ ? ਕਿਥੋਂ ਆਏ ਹਨ ? ਮੈਂ ਕਿਹਾ ਜੀ ਮੈਨੂੰ ਪਤਾ ਨਹੀਂ।"

"ਚੰਗਾ ਪੀ.ਓ. ਸਾਹਿਬ, ਹੁਣ ਤੁਸੀਂ ਆਰਾਮ ਕਰੋ, ਸਵੇਰੇ ਨੌਂ ਵਜੇ ਆਪਾਂ ਮੀਟਿੰਗ ਤੇ ਬਠਿੰਡੇ ਚੱਲਣਾ ਹੈ।"

"ਬਿਹਤਰ ਜਨਾਬ, ਤੁਹਾਡਾ ਸ਼ਾਮ ਦਾ ਖਾਣਾ ?"

"ਤੁਸੀਂ ਮੇਰੇ ਖਾਣੇ ਦਾ ਫ਼ਿਕਰ ਨਾ ਕਰੋ। ਡਰਾਈਵਰ ਨੂੰ ਕਹਿ ਦਿਉ, ਗੱਡੀ ਲੈ ਕੇ, ਸਵੇਰੇ 9 ਵਜੇ ਆ ਜਾਵੇ।"

ਗਰਮੀ ਬਹੁਤ ਸੀ, ਧੂੜ ਉਡ ਰਹੀ ਸੀ। ਉਹ ਨਹਾ ਧੋਕੇ, ਦੋਬਾਰਾ ਤਿਆਰ ਹੋਇਆ। ਸੇਵਾ ਰਾਮ ਨੂੰ ਨਾਲ ਲੈ ਕੇ ਉਹ ਵੱਡੇ ਦਰਵਾਜ਼ੇ ਵਿਚ ਆਇਆ। ਹੇਠਲੀ ਬੈਠਕ ਵਿਚ ਬੈਠ ਗਿਆ। ਉਨ੍ਹਾਂ ਦੀ ਰਿਹਾਇਸ਼ ਉਪਰਲਿਆਂ ਚੁਬਾਰਿਆਂ ਵਿਚ ਸੀ, ਜਿੱਥੇ ਉਹ ਦੋ ਸਾਲ ਪਹਿਲਾਂ ਆਇਆ ਸੀ। ਦਸ ਪੰਦਰਾਂ ਮਿੰਟ ਮਗਰੋਂ ਚਿਟਾ ਕੁੜਤਾ ਪਜ਼ਾਮਾ, ਸਿਰ ਤੇ ਪੀਲੀ ਪੱਗ ਰੱਖੀ ਹਰਜਿੰਦਰ ਸਿੰਘ ਹੇਠਾਂ ਆਇਆ।

"ਉਹ ਭਾਈ ਸਾਹਿਬ, ਤੁਸੀਂ ਕਿੱਧਰ ਫਿਰਦੇ ਹੋ ? ਮੇਲਾ ਦੇਖਣ ਆਏ ਹੋ ? ਤੂੰ ਤਾਂ ਕਹਿੰਦਾ ਸੀ, ਬੀ.ਡੀ.ਓ. ਸਾਹਿਬ ਨੇ ਆਊਣੈਂ ?"

"ਹਾਂ ਜਨਾਬ, ਇਹੀ ਨਵੇਂ ਸਾਹਿਬ ਨੇ... ?"

"ਓਹ ਭਾਈ ਸਾਹਿਬ, ਬੀ.ਡੀ.ਓ. ਕਦੋਂ ਬਣ ਗਏ ? ਕਿਸੇ ਨੇ ਦਸਿਆ ਤਾਂ ਹੈ ਨਹੀਂ...।" ਉਹ ਬਗਲਗੀਰ ਹੋ ਗਿਆ।

"ਉਹ ਬਈ। ਇਨ੍ਹਾਂ ਨੂੰ ਏਥੇ ਕਿਉਂ ਬਿਠਾਇਆ... ? ਆਉ ਉਪਰ ਚਲੀਏ...।"

ਪੌੜੀਆਂ ਚੜ੍ਹਕੇ ਉਹਬਾਰਾਂਦਰੀ ਵਿਚ ਆ ਗਏ। ਉਦੋਂ ਨੂੰ ਹਰਜਿੰਦਰ ਸਿੰਘ ਦੀ ਪਤਨੀ, ਹਰਬੰਤ ਵੀ ਉਥੇ ਆ ਗਈ।

"ਅੱਛਾ, ਕਾਕਾ ਤੁਸੀਂ ਲੱਗ ਗਏ, ਨਵੇਂ ਬੀ.ਡੀ.ਓ., ਬਹੁਤ ਬਹੁਤ ਮੁਬਾਰਕਾਂ।" ਬੀਰ ਸਿੰਘ, ਕੱਚ ਦੇ ਗਲਾਸਾਂ ਵਿਚ ਰੂਹ ਅਫਜਾ ਲੈ ਆਇਆ।

"ਕਾਕਾ ਇਕੱਲਾ ਹੀ ਆਇਆ ? ਬੀਬਾ ਜੀ ਨਹੀਂ ਆਏ ? ਕਿੱਥੇ ਨੇ ਉਹ ਸੌਹਰੀਂ ਕਿ ਪੇਕੀਂ।" ਉਪਰੋਥਲੀ ਉਸਨੇ ਕਈ ਸਵਾਲ ਕਰ ਦਿੱਤੇ। ਹਰਜਿੰਦਰ ਦੀ ਮਤੇਰ ਮਾਂ ਦੀ ਭਾਣਜੀ ਹੋਣ ਕਰਕੇ, ਵੀ ਉਹ ਉਸਨੂੰ ਬੀਬਾ ਜੀ ਕਹਿੰਦੇ ਸੀ।

"ਜਾਇਨ ਕਰਨ ਦੀ ਕਾਹਲੀ ਸੀ, ਮੈਂ ਪਿੰਡ ਗਿਆ ਨਹੀਂ, ਨਾਂ ਸੌਹਰੀਂ ਗਿਆ ਹਾਂ।"

"ਅੱਛਾ ਬਈ, ਜਦ ਤੱਕ ਬੀਬਾ ਜੀ ਨਹੀਂ ਆਉਂਦੀ, ਖਾਣਾ, ਬਰੇਕਫਾਸਟ, ਤੂੰ ਇਧਰੋਂ ਲੈ ਕੇ ਜਾਣਾ ਹੈ, ਚੁਲ੍ਹਾ ਨਹੀਂ ਤਪਾਉਣਾ।

ਗਈ ਰਾਤ ਮਗਰੋਂ, ਖਾਣਾ ਖਾਣ ਮਗਰੋਂ ਉਹ ਲਾਲ ਹਵੇਲੀ ਵਿਚ ਆ ਕੇ ਸੌਂ ਗਿਆ, ਨਾਲ ਦਾ ਬੈਡ ਖਾਲੀ ਪਿਆ ਸੀ।

(22)

ਵਿਸਾਖੀ ਤੋਂ ਇਕ ਦਿਨ ਪਹਿਲਾਂ ਬੱਸਾਂ ਹੇਠੋਂ, ਉਪਰੋਂ ਭਰੀਆਂ ਆਉਂਦੀਆਂ। ਦੂਰ ਨੇੜਿਉਂ ਲੋਕ, ਟਰੈਕਟਰ-ਟਰਾਲੀਆਂ ਅਤੇ ਜੀਪਾਂ ਤੇ ਆ ਰਹੇ ਸਨ। ਸ਼ਾਮ ਤੱਕ, ਮੇਲਾ ਪੂਰਾ ਭਰ ਗਿਆ ਸੀ। ਗੁਰਦਵਾਰੇ ਦੇ ਚੜ੍ਹਦੇ ਪਾਸੇ ਸੂਏ ਅਤੇ ਸੜਕ ਵਿਚਕਾਰ ਲੋਕਾਂ ਨੇ ਫ਼ਸਲ ਪਹਿਲਾਂ ਹੀ ਵੱਢ ਲਈ ਸੀ। ਲੰਗਰ ਚਲ ਰਹੇ ਸਨ। ਨਹਿੰਗਾ ਦੇ ਡੇਰੇ ਸੁਖ ਨਿਧਾਨ ਵਰਤ ਰਿਹਾ ਸੀ। ਲਗਾਤਾਰ ਕੀਰਤਨ ਹੋ ਰਿਹਾ ਸੀ। ਢਾਡੀ, ਰਾਗੀ ਵਾਰਾਂ ਗਾ ਰਹੇ ਸਨ। ਸ਼ਾਮ ਤੱਕ ਸਾਰੇ ਕੁਰਬੁਲ-ਕੁਰਬੁਲ ਹੋਣ ਲੱਗੀ ਸੀ।"

ਹਰਜੀਤ ਸਿੰਘ, ਸਵੇਰੇ ਹੀ ਨਾਸ਼ਤਾ ਕਰਕੇ, ਸਕੂਲ ਵਿਚ ਚਲਿਆ ਜਾਂਦਾ, ਜਿੱਥੇ ਪੁਲਿਸ ਦਾ ਕੈਂਪ ਆਫ਼ਿਸ ਸੀ, ਨਾਲ ਹੀ ਉਨ੍ਹਾਂ ਦੀ ਕੰਨਟੀਨ ਸੀ। ਬਹੁਤੇ ਅਫ਼ਸਰ ਉਥੇ ਹੀ ਆਉਂਦੇ ਸਨ। ਨਵਾਂ ਹੋਣ ਕਰਕੇ, ਉਸ ਦੀ ਸਹਾਇਤਾ ਲਈ ਨਾਇਬ ਤਹਿਸੀਲਦਾਰ, ਕਾਮਰੇਡ ਮਹਿੰਦਰ ਸਿੰਘ ਦੀ ਡਿਊਟੀ ਲੱਗੀ ਹੋਈ ਸੀ। ਉਹ ਇਮਾਨਦਾਰ ਅਤੇ ਬੇਪਰਵਾਹ ਬੰਦਾ ਸੀ, ਕਿਸੇ ਦੀ ਈਨ-ਮੇਖ ਨਹੀਂ ਮੰਨਦਾ ਸੀ, ਉੱਚ ਅਧਿਕਾਰੀ, ਉਸਦੇ ਸੁਭਾਅ ਤੋਂ ਵਾਕਿਫ਼ ਸਨ।

ਰਾਤ ਨੂੰ ਦਸ ਬਜੇ ਤੋਂ ਮਗਰੋਂ ਉਹ ਲਾਲ ਹਵੇਲੀ ਆਇਆ। ਮਾਮਾ ਜੀ ਇੰਦਰ ਸਿੰਘ, ਕੀਰਤਨ ਸੋਹਲੇ ਦਾ ਪਾਠ ਕਰਕੇ ਹਟੇ ਸਨ।

"ਤੁਸੀਂ ਮਾਮਾ ਜੀ ਕਦੋਂ ਆ ਗਏ ?" ਪੈਰੀਂ ਹੱਥ ਲਾਉਣ ਮਗਰੋਂ, ਉਸ ਨੇ ਪੁੱਛਿਆ।

"ਅਸੀਂ ਤਾਂ ਕਾਕਾ ਤੀਜੇ ਪਹਿਰ ਦੇ ਆਏ ਹੋਏ ਹਾਂ ਬਲਜੀਤ ਤੇ ਉਸ ਦਾ ਪਰਿਵਾਰ ਵੀ ਆਇਆ ਹੈ, ਉਹ ਉਧਰ ਹਰਜਿੰਦਰ ਦੇ ਘਰੇ ਹਨ। ਤੇਰੇ ਫੁਫੜ ਜੀ ਅਤੇ ਹਰਮੇਲ ਸਿਉਂ ਵੀ ਆਏ ਹੋਏ ਹਨ। ਸਾਨੂੰ ਤਾਂ ਕਾਕਾ, ਤੇਰੇ ਅਫ਼ਸਰ ਬਣਨ ਦਾ, ਤੇਰੇ ਖੱਤ ਤੋਂ ਹੀ ਪਤਾ ਲੱਗਿਆ, ਤੂੰ ਪਿੰਡ ਵੀ ਨਹੀਂ ਆਇਆ।" ਉਸ ਨੇ ਸਮਾਂ ਘੱਟ ਹੋਣ ਅਤੇ ਪੇਪਰਾਂ ਵਿਚ ਰੁੱਝੇ ਹੋਣ ਦੀ ਗੱਲ ਦੱਸੀ।

"ਸਾਹਿਬ, ਥੋੜਾ ਖਾਣਾ ਲਾ ਦਿਆਂ ?" ਸੇਵਾ ਰਾਮ ਨੇ ਪੁੱਛਿਆ।

"ਹਾਂ ਰੱਖ ਦੇ ਦੋ ਫੁਲਕੇ, ਚਾਹ ਪੀ ਪੀ ਕੇ ਭੁੱਖ ਮਰ ਗਈ ਹੈ।" ਮਾਮਾ ਜੀ ਓਧਰ ਖਾਣਾ ਖਾ ਆਏ ਸਨ।

"ਮਾਮਾ ਜੀ ਪਿੰਡ ਦਾ ਕੀ ਹਾਲ ਹੈ ?" ਖਾਣਾ ਖਾਣ ਮਗਰੋਂ ਉਹ ਮਾਮੇ ਕੋਲ ਆਇਆ।

"ਇਕ ਮਹਿੰਦਰ ਸਿੰਘ ਨੂੰ ਛੱਡ ਕੇ, ਥੋੜੇ ਭਾਈਚਾਰੇ ਦੇ ਪਿੱਸੂ ਪੈ ਗਏ ਹਨ, ਪਿੰਡ ਵਾਲਿਆਂ ਨੇ ਬਹੁਤ ਖੁਸ਼ੀ ਮਨਾਈ ਹੈ।

"ਕਾਕਾ ਬੀ.ਡੀ.ਓ. ਸਾਹਿਬ, ਉਲਾਂਭਾ ਦਿੰਦੇ ਹਨ, ਬਈ ਤੂੰ ਲੜਕੀ ਨੂੰ ਲੈ ਕੇ ਨਹੀਂ ਆਉਂਦਾ।"

"ਮਾਮਾ ਜੀ, ਮੇਰੀ ਹਾਲਤ, ਸੱਪ ਦੇ ਮੂੰਹ ਵਿਚ ਕੋਹੜ ਕਿਰਲੀ ਆਉਣ ਵਾਲੀ ਹੈ, ਖਾਵੇ ਕੋਹੜੀ, ਛੱਡੇ ਕਲੰਕੀ। ਉਲਾਂਭਾ ਤਾਂ ਮਾਮਾ ਜੀ ਮੈਨੂੰ ਦੇਣਾ ਚਾਹੀਦੈ, ਜਿਨ੍ਹਾਂ ਉੱਠਦੇ ਗਲ ਟੱਲੀ ਬੰਨ੍ਹ ਦਿੱਤੀ।" ਉਸ ਨੇ ਸਾਰਾ ਦੁੱਖ ਉਨ੍ਹਾਂ ਅੱਗੇ ਫਰੋਲ ਦਿੱਤਾ।

"ਕਾਕਾ ਅੱਗੇ ਤੂੰ ਸਿਆਣੈ ਹੁਣ ਲੜਕੀ ਨੂੰ ਲਿਆਏ ਬਿਨਾਂ ਕੋਈ ਹੋਰ ਰਾਹ ਵੀ ਤਾਂ ਨਹੀਂ ਹੈ। ਏਹਨਾਂ ਕੇਸਾਂ ਵਿਚ, ਕਾਨੂੰਨ ਵੀ ਔਰਤਾਂ ਦੀ ਮਦਦ ਕਰਦਾ ਹੈ। ਬਾਕੀ ਰਹੀ ਓਹਦੇ ਵਿਹਾਰ ਵਰਤਾਉ ਦੀ ਗੱਲ, ਵਕਤ ਨਾਲ ਆਪ ਸਮਝ ਜਾਊਗੀ। ਲੜਕੀ ਦੀ ਮਾਂ ਵੀ ਨਾਲ ਆਈ ਹੈ, ਕੱਲ੍ਹ ਨੂੰ ਗੱਲ ਛੇੜਨਗੇ ?

"ਕੱਲ੍ਹ ਨੂੰ ਤਾਂ ਮੈਂ ਬਹੁਤ ਬਿਜ਼ੀ ਹਾਂ, ਇਕ ਮਿੰਟ ਦੀ ਵਿਹਲ ਨਹੀਂ, ਸ਼ਾਮ ਨੂੰ ਵਿਹਲਾ ਹੋਵਾਂਗਾ, ਪਰਸੋਂ ਨੂੰ ਮਹੱਲਾ ਹੈ।"

"ਮੈਂ ਹਰਜਿੰਦਰ ਦੇ ਘਰ ਜਾ ਕੇ ਕੋਈ ਗੱਲ ਨਹੀਂ ਕਰਨੀ, ਉਹ ਇੱਥੇ, ਕੱਲ੍ਹ ਦੁਪਹਿਰ ਤੋਂ ਮਗਰੋਂ ਜਦੋਂ ਮਰਜ਼ੀ ਆ ਜਾਣ।" ਅੱਧੀ ਰਾਤ ਤੋਂ ਮਗਰੋਂ ਉਸ ਨੂੰ ਗਰਮੀ, ਹੁੰਸਮ ਅਤੇ ਲਾਊਡ ਸਪੀਕਰਾਂ ਦੇ ਸ਼ੋਰ ਕਰਕੇ, ਮਸਾਂ ਨੀਂਦ ਆਈ।

ਅਗਲੇ ਦਿਨ, ਭੋਗ ਤੋਂ ਬਾਅਦ, ਮੇਲਾ ਬਿਛੜਨ ਲੱਗਿਆ। ਭਰੀਆਂ ਭਰਾਈਆਂ ਬੱਸਾਂ ਸਵਾਰੀਆਂ ਨੂੰ ਵਾਪਸ ਢੋਅ ਰਹੀਆਂ ਸਨ। ਅਫ਼ਸਰਾਂ ਨੂੰ ਤੋਰਕੇ, ਸ਼ਾਮ ਚਾਰ ਵਜੇ, ਉਹ ਘਰੇ ਆਇਆ, ਨਹਾਉਣ ਧੋਣ ਮਗਰੋਂ, ਆਰਾਮ ਕਰਨ ਲੱਗਿਆ। ਦੋ ਰਾਤਾਂ ਉਨੀਂਦਾ ਰਹਿਣ ਕਰਕੇ ਉਸ ਨੂੰ ਗੂਹੜੀ ਨੀਂਦ ਆ ਗਈ। ਸ਼ਾਮ ਛੇ ਵਜੇ ਤੋਂ ਮਗਰੋਂ ਉਸਨੂੰ ਪੌੜੀਆਂ ਵਿਚ ਕਿਸੇ ਦੇ ਆਉਣ ਦੀ ਆਹਟ ਹੋਈ।

"ਸਾਹਿਬ, ਤੁਹਾਨੂੰ ਮਿਲਣ ਲਈ ਮਹਿਮਾਨ ਆ ਰਹੇ ਹਨ, ਸਰਦਾਰ ਹਰਜਿੰਦਰ ਸਿੰਘ ਨਾਲ ਹਨ।"

"ਕੋਈ ਨਹੀਂ, ਤੂੰ ਉਨ੍ਹਾਂ ਨੂੰ ਬਿਠਾ ਪਾਣੀ ਪਿਲਾ, ਮੈਂ ਪੱਗ ਬੰਨ੍ਹ ਕੇ ਹੁਣੇ ਆਉਂਦਾ ਹਾਂ।"

"ਕੀ ਗੱਲ ਬਈ ਅਫਸਰ ਸਾਹਿਬ ਕਿੱਥੇ ਲੁਕਿਆ ਬੈਠਾ ਹੈਂ, ਕਿ...?"

"ਫੁਫੜ ਜੀ ਮੈਂ ਹੁਣੇ ਆਇਆ, ਤੁਸੀਂ ਤਸ਼ਰੀਫ ਰੱਖੋ। ਇਕ ਮਿੰਟ, ...ਬੱਸ...।"

ਉਸ ਨੇ ਚਿੱਟੀ ਪੈਂਟ ਨਾਲ ਚਿੱਟੀ ਸ਼ਰਟ ਪਾ ਕੇ, ਸੰਤਰੀ ਰੰਗ ਦੀ ਪੱਗ ਬੰਨ੍ਹ ਲਈ ਸੀ। ਆਉਣ ਸਾਰ ਉਸ ਨੇ ਸਾਰਿਆਂ ਨੂੰ ਸਤਿ ਸ੍ਰੀ ਅਕਾਲ ਬੁਲਾਈ। ਭੂਆ ਅਤੇ ਸੱਸ ਦੇ ਪੈਰੀਂ ਹੱਥ ਲਾਏ, ਉਨ੍ਹਾਂ ਅਸੀਸਾਂ ਦੀ ਝੜੀ ਲਾ ਦਿੱਤੀ।

"ਵੇ, ਫੋਟ ਕਾਕਾ ਤੂੰ ਦੱਸਿਆ ਹੀ ਨਹੀਂ, ਕਦੋਂ ਬੀ.ਡੀ.ਓ. ਬਣ ਗਿਆ, ਤੇਰੇ ਫੁਫੜ ਜੀ ਦਸ ਸਾਲ ਬੀ.ਡੀ.ਓ. ਰਹੇ ਹਨ, ਇਹਨਾਂ ਤੋਂ ਗੁਰ ਸਿੱਖ ਲਵੀਂ, ਤੇਰੇ ਕੰਮ ਆਉਣਗੇ।" ਉਹ ਤਾੜੀ ਮਾਰਕੇ ਹੱਸੀ। ਨੌਕਰ, ਰੂਹ ਅਫਜਾ ਲੈ ਆਇਆ।

"ਕਾਕਾ, ਇਹ ਤਾਂ ਲਾਲ ਪਰੀ ਦਾ ਮੌਕਾ ਹੈ।" ਉਹ ਤਾੜੀ ਮਾਰ ਕੇ ਹੱਸਿਆ।

"ਇਥੋਂ ਮਿਲਦੀ ਨਹੀਂ, ਬਠਿੰਡਿਉਂ ਕਹੋ ਤਾਂ ਮੰਗਵਾ ਦਿੰਦਾ ਹਾਂ।"

"ਨਹੀਂ..ਕਾਕੇ ਕੋਲ ਡੱਬਾ ਪਿਆ ਹੈ, ਮੈਂ ਤਾਂ ਹੱਸਦਾ ਸੀ। ਕੱਲ੍ਹ ਨੂੰ ਬੰਦੋਬਸਤ ਕਰ ਲਵੀਂ, ਪਾਰਟੀ ਲੈਣੀ ਹੈ।" ਪੀਣ ਲਈ, ਉਹ ਦਿਨ ਰਾਤ ਨਹੀਂ ਦੇਖਦਾ ਸੀ।

"ਤੇਰਾ ਡੀ.ਸੀ. ਕੌਣ ਹੈ?"

"ਕੁਲਦੀਪ ਸਿੰਘ ਬੇਦੀ ਹਨ।"

"ਗੁਰਦਾਸਪੁਰ ਵਾਲਾ, ਜਦ ਮੈਂ ਆਰ.ਏ. ਹੁੰਦਾ ਸੀ, ਜਲੰਧਰ, ਇਹ ਮੇਰੇ ਕੋਲ ਤਹਿਸੀਲਦਾਰ ਹੁੰਦਾ ਸੀ।" ਹੋਰ ਹੋਰ ਗੱਲਾਂ ਕਰਨ ਮਗਰੋਂ ਉਹ ਅਸਲ ਗੱਲ ਤੇ ਆਏ।

"ਕਾਕਾ ਤੇਰੀ ਸੌਹਰਿਆਂ ਨਾਲ ਕੀ ਨਰਾਜ਼ਗੀ ਹੈ?"

"ਕੋਈ ਨਾਰਾਜ਼ਗੀ ਨਹੀਂ।"

"ਤੂੰ, ਨਾ ਉਥੇ ਗਿਆਂ, ਵਿਆਹ ਮਗਰੋਂ, ਨਾ ਲੜਕੀ ਨੂੰ ਲੈ ਕੇ ਆਇਆ, ਲੜਕੀ ਵਿਚ, ਕੋਈ ਨੁਕਸ ਹੈ, ਤਾਂ ਦੱਸ, ਦੇਣ ਲੈਣ ਦੀ ਕੋਈ ਕਸਰ ਰਹਿ ਗਈ ਹੈ, ਉਹ ਪੂਰੀ ਕਰਵਾ ਦਿੰਦੇ ਹਾਂ।"

"ਅਸਲ ਵਿਚ ਨੁਕਸ ਮੇਰੇ ਵਿਚ ਹੈ, ਉਸਦਾ ਕੋਈ ਕਸੂਰ ਨਹੀਂ...?"

"ਵੇਹ ਫੋਟ ਪੁੱਤ, ਇਹ ਕੀ ਗੱਲ ਹੋਈ?" ਭੂਆ ਨੇ ਗੱਲ ਛੇੜੀਂ, ਤੇਰੇ ਵਿਚ ਕੋਈ ਨੁਕਸ ਨਹੀਂ, ਜੇ ਨੁਕਸ ਹੁੰਦਾ, ਅਸੀਂ ਵੀਰ ਜੀ ਦੀ ਲੜਕੀ ਦਾ ਰਿਸ਼ਤਾ ਕਿਉਂ ਕਰਵਾਉਂਦੇ?"

"ਭੂਆ ਜੀ ਤੁਸੀਂ ਤਾਂ ਕਹਿੰਦੇ ਸੀ, ਲੜਕੀ ਬੀ.ਏ. ਹੈ, ਉਹ ਤਾਂ ਮੈਟ੍ਰਿਕ ਵੀ ਨਹੀਂ।"

"ਵੇਹ ਫੋਟ ਪੁੱਤ, ਤੈਂ ਕੀ ਉਹਨੂੰ ਨੌਕਰੀ ਕਰਵਾਉਣੀ ਹੈ? ਖਾਨਦਾਨ ਦੀ ਧੀ ਹੈ, ਕੋਈ ਦਾਗ ਨਹੀਂ, ਇੱਜ਼ਤ ਮਾਣ ਸਭ ਕੁਸ਼ ਹੈ, ਹੋਰ ਕੀ ਚਾਹੀਦੈ?" ਭੂਆ ਭਾਸ਼ਣ ਦੇਣ ਲੱਗੀ।

"ਮੈਂ ਕੁਝ ਹੋਰ ਸੋਚਦਾ ਸੀ, ਜੇ ਮੈਟਰਿਕ ਵੀ ਹੁੰਦੀ, ਅੱਗੇ ਪੜ੍ਹ ਸਕਦੀ ਸੀ।"

"ਹੁਣ ਕੀ ਹੋ ਗਿਆ ਕਾਕਾ, ਤੂੰ ਘਰੇ ਪੜ੍ਹਾ ਲਿਆ ਕਰ, ਆਪ ਪੜ੍ਹਿਆ ਲਿਖਿਆਂ।"

"ਫੁਫੜ ਜੀ, ਤੁਸੀਂ ਤਾਂ ਏਨੇ ਸਾਲ ਬੀ.ਡੀ.ਓ. ਰਹੇ ਹੋ, ਇਸ ਨੌਕਰੀ ਵਿਚ ਤਾਂ ਸਿਰ ਖੁਰਕਣ ਦੀ ਵਿਹਲ ਨਹੀਂ, ਅਜੇ ਮੈਂ ਪ੍ਰੋਬੇਸ਼ਨ ਕਲੀਅਰ ਕਰਨਾ ਹੈ, ਵਿਭਾਗੀ ਇਮਤਿਹਾਨ ਪਾਸ ਕਰਨਾ ਹੈ, ਮੈਂ ਪੜ੍ਹੂੰ ਕਿ ਉਸਨੂੰ ਪੜ੍ਹਾਊਂ।"

"ਕਾਕਾ ਜੀ, ਕੋਈ ਹੋਰ ਨੁਕਸ ਹੈ, ਬੀਬੀ ਵਿਚ, ਸਾਡੀ ਝੋਲੀ ਪਾ ਦਿਉ, ਇਕ ਪੜ੍ਹਾਈ ਦੀ ਹੀ ਗੱਲ ਹੈ, ਹੋਰ ਕੋਈ ਕਮੀ ਹੈ, ਉਹ ਦਸ ਦਿਉ।" ਬੇਜੀ ਬੋਲੀ।

"ਮੇਰੀ ਗੱਲ ਦਾ ਗੁੱਸਾ, ਤਾਂ ਨਹੀਂ ਕਰਦੇ, ਜੇ ਦਸਾਂ?"

"ਵੇਹ ਫੋਟ ਪੁੱਤ, ਗੁੱਸਾ ਕਾਹਦਾ? ਤੂੰ ਖੁੱਲ੍ਹਕੇ ਦਸ, ਜੇ ਡਾਕਟਰ ਨੂੰ ਬਿਮਾਰੀ ਨਾਂ ਦੱਸੀਏ, ਇਲਾਜ ਕਿਵੇਂ ਕਰੂਗਾ?"

"ਭੂਆ ਜੀ, ਸਿਆਣਾ ਡਾਕਟਰ ਤਾਂ ਨਬਜ਼ ਫੜਕੇ ਹੀ ਬਿਮਾਰੀ ਦਸ ਦਿੰਦਾ ਹੈ।"

'ਮੈਨੂੰ ਨਾਂ ਪੁੱਛਿਉ, ਉਸ ਨੂੰ ਹੀ ਪੁੱਛ ਲਵੋ, ਵਿਆਹ ਵਾਲੇ ਦਿਨ, ਉਸ ਨੇ ਮੈਨੂੰ ਕੀ ਕਿਹਾ ਸੀ?"

"ਕੀ ਕਿਹਾ ਸੀ, ਕਾਕਾ ਉਹ ਵੀ ਦੱਸਦੇ?"

"ਆਵਦਾ ਝੱਗਾ ਚੁਕਦਿਆਂ, ਆਪਣਾਂ ਹੀ ਢਿੱਡ ਨੰਗਾ ਹੁੰਦੈ, ਵੱਡੇ ਛੋਟੇ ਦੀ ਘਰ੍ਹੋ ਹੈ, ਮੈਂ ਉਸਦੇ ਬੋਲੇ ਸ਼ਬਦ, ਦਸ ਨਹੀਂ ਸਕਦਾ, ਜਖ਼ਮਾਂ ਦੇ ਫੱਟ ਭਰ ਜਾਂਦੇ ਹਨ, ਸ਼ਬਦਾਂ ਦੇ ਤੀਰ ਨਾਲ ਰੂਹ ਤੇ ਹੋਏ ਜ਼ਖ਼ਮ ਨਹੀਂ ਭਰਦੇ...।"

"ਕੋਈ ਗੱਲ ਨਹੀਂ, ਕਾਕਾ ਜੀ, ਨਿਆਣੀ ਮੱਤ ਹੈ, ਉਹਨੇ ਜੇ ਕੋਈ ਗਲਤ ਗੱਲ, ਤੁਹਾਨੂੰ ਕਹਿ ਦਿੱਤੀ ਹੈ, ਮੈਂ ਤੁਹਾਡੇ ਤੋਂ ਮੁਆਫ਼ੀ ਮੰਗਦੀ ਹਾਂ।" ਬੇਜੀ ਬੋਲੇ।

"ਤੁਸੀਂ ਮੇਰੀ ਮਾਂ ਦੇ ਥਾਂ ਹੋ, ਤੁਸੀਂ ਕਿਉਂ ਮਾਫ਼ੀ ਮੰਗੋ?"

"ਵੇਹ ਫੋਟ ਪੁੱਤ, ਐਨੀ ਗੱਲ ਤੇ ਹੀ ਗੁੱਸਾ ਖਾ ਗਿਆ ਕੋਈ ਨਹੀਂ, ਸਮਝਾਂ ਦਿਆਂਗੇ, ਬਾਕੀ ਵਕਤ ਨਾਲ ਆਪੇ ਸਮਝ ਜਾਏਗੀ, ਸਮਝਦਾਰ ਕੁੜੀ ਹੈ। ਜਦ ਕਾਕਾ ਮੇਰਾ ਵਿਆਹ ਹੋਇਆ, ਮੈਨੂੰ ਬੱਸ ਗੁਰਮੁਖੀ ਵਿਚ ਆਪਣੇ ਦਸਖ਼ਤ ਹੀ ਕਰਨੇ ਆਉਂਦੇ ਸੀ, ਇਹ ਤਹਿਸੀਲਦਾਰ ਲੱਗੇ ਹੋਏ ਸੀ, ਇਨ੍ਹਾਂ ਦੀਆਂ ਤਿੰਨੋਂ-ਭੈਣਾਂ ਲਾਹੌਰ ਦੀਆਂ ਪੜ੍ਹੀਆਂ ਹੋਈਆਂ ਸਨ, ਉਹ ਮੈਨੂੰ ਅਨਪੜ੍ਹ ਗਵਾਰ ਸਮਝਦੀਆਂ ਸੀ, ਪਰ ਮੈਂ ਕੁਝ ਹੀ ਦੇਰ ਵਿਚ ਉਨ੍ਹਾਂ ਦੇ ਕੰਨ ਕੁਤਰਨ ਲੱਗੀ। ਪੁੱਤ ਸਿਰ ਵਿਚ ਅਕਲ ਚਾਹੀਦੀ ਹੈ, ਬਾਕੀ ਬੰਦਾ ਆਪੇ ਸਿੱਖ ਜਾਂਦਾ ਹੈ।"

"ਕਾਕਾ, ਤੂੰ ਤਾਂ ਹਿਸਟਰੀ ਪੜ੍ਹੀ ਹੋਵੇਗੀ, ਮਹਾਰਾਜਾ ਰਣਜੀਤ ਸਿੰਘ ਕਿਹੜੇ ਕੌਲਜ਼ ਵਿਚ ਪੜ੍ਹਿਆ ਸੀ।"

"ਫੁਫੜ ਜੀ, ਉਹ ਜਮਾਨਾਂ ਹੋਰ ਸੀ, ਅੱਜ ਦਾ ਯੁਗ ਹੋਰ ਹੈ, ਹੁਣ ਪੜ੍ਹਾਈ ਬਿਨਾਂ ਕੌਣ ਪੁੱਛਦਾ ਹੈ, ਜੇ ਮੈਂ ਅਨਪੜ੍ਹ ਹੁੰਦਾ, ਮੈਨੂੰ ਬੀ.ਡੀ.ਓ. ਕੀਹਨੇ ਰੱਖਣਾ ਸੀ?" ਕਾਫ਼ੀ ਚਿਰ ਬਹਿਸ ਹੁੰਦੀ ਰਹੀ, ਗੱਲਾਂ ਹੁੰਦੀਆਂ ਰਹੀਆਂ। ਕੋਈ ਹੱਲ ਨਹੀਂ ਸੀ ਲੱਭ ਰਿਹਾ। ਭਾਈ ਸਾਹਿਬ ਚੁੱਪ ਚਾਪ ਬੈਠੇ ਗੱਲਾਂ ਸੁਣਦੇ ਰਹੇ।

"ਤੁਸੀਂ ਦਸੋ, ਭਾਈ ਸਾਹਿਬ ਕਿਵੇਂ ਕਰਨਾਂ ਹੈ? ਤੁਸੀਂ ਵੱਡੇ ਹੋ, ਗੱਲ ਨੂੰ ਨਿਬੇੜੋ, ਕਿਸੇ ਰਾਹ ਪਾਉ, ਅੱਗਾ ਤੁਹਾਡਾ, ਪਿੱਛਾ ਸਾਡਾ।"

"ਕੋਈ ਗੱਲ ਨਹੀਂ, ਤੁਸੀਂ ਫਿਕਰ ਨਾਂ ਕਰੋ, ਅਸੀਂ ਤੁਹਾਡੇ ਨਾਲ ਹਾਂ, ਤੁਸੀਂ ਲੜਕੀ ਨੂੰ ਸਮਝਾਇਉ, ਅਸੀਂ ਕਾਕੇ ਨੂੰ ਸਮਝਾਵਾਂਗੇ, ਜਦ ਲੜਕਾ ਲੜਕੀ ਕੱਠੇ ਰਹਿਣਗੇ, ਆਪੇ ਰਚ-ਮਿਚ ਜਾਣਗੇ। ਵਕਤ ਵੱਡੇ ਵੱਡੇ ਦੁੱਖਾਂ ਦੀ ਦਾਰੂ ਹੈ। ਕੋਈ ਨਹੀਂ ਕਾਕਾ ਜਾ ਕੇ, ਲੜਕੀ ਨੂੰ ਲੈ ਆਵੇਗਾ।" ਇਹ ਦਾ ਘਰ ਬਸ ਜਾਵੇ, ਵੱਡੇ ਆਂਗੂ, ਮੈਂ ਫੇਰ ਜ਼ਿਮੇਵਾਰੀ ਤੋਂ ਸੁਰਖੁਰੂ।"

"ਮਾਮਾ ਜੀ, ਮੇਰੇ ਕੋਲ ਏਸ ਮਹੀਨੇ ਇੱਕ ਮਿੰਟ ਦੀ ਵਿਹਲ ਨਹੀਂ, ਸਤਾਰਾਂ ਨੂੰ ਲੁਧਿਆਣੇ ਮੇਰਾ ਪੇਪਰ ਹੈ, ਉਨੀਂ ਨੂੰ 'ਮੰਥਲੀ' ਮੀਟਿੰਗ ਹੈ, ਇੱਕੀ ਨੂੰ ਡੀ.ਸੀ. ਸਾਹਿਬ ਤੇ ਡਾਇਰੈਕਟਰ ਕਾਲੋਨਾਈਜੇਸ਼ਨ ਨੇ ਨਵੀਂ ਦਾਣਾ ਮੰਡੀ ਦੀ ਥਾਂ ਦੀ ਚੋਣ ਕਰਨ ਆਉਣਾ ਹੈ। ਪੱਚੀ ਨੂੰ ਵਿਕਾਸ ਕਮਿਸ਼ਨਰ ਬਠਿੰਡੇ ਆ ਰਹੇ ਹਨ। ਸਤਾਈ ਨੂੰ ਏਥੇ ਫੈਮਲੀ ਪਲੈਨਿੰਗ ਦਾ ਕੈਂਪ ਹੈ, ਤੀਹ ਨੂੰ ਮਨਿਸਟਰ ਨੇ ਚੰਡੀਗੜ੍ਹ ਮੀਟਿੰਗ ਸੱਦੀ ਹੈ। ਪਿੰਡਾਂ ਵਿਚ ਹੋਰ ਕਈ ਕੰਮ ਕਰਨ ਵਾਲੇ ਹਨ।"

"ਕੋਈ ਨਹੀਂ ਕਾਕਾ ਜੀ, ਤੁਹਾਨੂੰ ਵਕਤ ਨਹੀਂ, ਅਗਲੇ ਹਫ਼ਤੇ ਲਾਲੀ ਆਵਦੀ ਭੈਣ ਨੂੰ ਛੱਡ ਜਾਵੇਗਾ, ਏਸ ਵਿਚ ਸਾਡੀ ਕੋਈ ਹੇਠੀ ਨਹੀਂ, ਅਸੀਂ ਧੀ ਵਸਾਉਣੀ ਹੈ, ਸਾਡੀ ਇਕੋ ਇਕ ਧੀ ਹੈ।"

"ਠੀਕ ਹੈ ਕਾਕਾ ਜਿਵੇਂ ਭੈਣ ਜੀ ਕਹਿੰਦੇ ਹਨ।" ਭਾਈਇੰਦਰ ਸਿੰਘ ਬੋਲੇ।

"ਜਿਵੇਂ ਮਾਮਾ ਜੀ, ਤੁਹਾਡੀ ਮਰਜ਼ੀ..., ਮੈਂ ਕੀ ਕਹਿ ਸਕਦਾ ਹਾਂ?"

"ਬਸ ਏਨੀਂ ਹੀ ਗਲ ਸੀ, ਸਭ ਨੂੰ ਮੁਬਾਰਕਾਂ, ਬਹੁਤ-ਬਹੁਤ, ਸ਼ਾਮ ਨੂੰ ਜਲਦੀ, ਓਧਰ ਆ ਜਾਣਾ, ਇਕੱਠੇ ਬੈਠਾਂਗੇ, ਕੱਲ੍ਹ ਨੂੰ ਇਨ੍ਹਾਂ ਦਾ ਜਾਣਦਾ ਪ੍ਰੋਗਰਾਮ ਹੈ।" ਹਰਜਿੰਦਰ ਸਿੰਘ ਬੋਲਿਆ।

"ਕੱਲ੍ਹ ਨੂੰ ਰੁਕਦੇ, ਤੁਹਾਨੂੰ ਮਹੱਲਾ ਦਿਖਾਉਂਦੇ।"

"ਨਹੀਂ ਕਾਕਾ ਪਰਸੋਂ ਨੂੰ ਮੈਂ ਫਲੌਰ, ਬਤੌਰ ਐਸ.ਡੀ.ਐਮ. ਜਾਇਨ ਕਰਨਾਂ ਹੈ। ਕੇਸ ਸੁਪਰੀਮ ਕੋਰਟ ਤੋਂ ਮੈਂ ਜਿੱਤ ਲਿਆ ਹੈ, ਜੁੱਤੀ ਚੋਰ ਹਾਰ ਗਏ ਹਨ। ਤਾੜੀ ਮਾਰਕੇ, ਉੱਚੀ ਉੱਚੀ ਹੱਸਣ ਨਾਲ ਉਸ ਦਾ ਵੱਡਾ ਢਿੱਡ ਬੱਠਲ ਵਿਚ ਪਾਏ ਪਾਣੀ ਵਾਂਗ ਛਲਕਿਆ।

"ਰੱਬ ਦੇ ਘਰ ਦੇਰ ਹੈ, ਅੰਧੇਰ ਨਹੀਂ, ਦਸ ਸਾਲ ਮਗਰੋਂ ਇਨਸਾਫ਼ ਮਿਲਿਆ ਹੈ।"

"ਅੱਛਾ ਕਾਕਾ ਜੀ, ਇਕ ਗੱਲ ਹੋਰ ਦੱਸੋ, ਗੱਡੀ ਕਿਹੜੀ ਲੈਣੀ ਹੈ? ਕਿਹੜੇ ਰੰਗ ਦੀ ਲੈਣੀ ਹੈ, ਅਸੀਂ ਪਹਿਲਾਂ ਹੀ 'ਫ਼ੀਏਟ' ਬੁੱਕ ਕਰਵਾਈ ਹੋਈ ਹੈ, ਵਿਆਹ ਵੇਲੇ ਨੰਬਰ ਨਹੀਂ ਆਇਆ, ਹੁਣ ਕੰਪਨੀ ਵਾਲਿਆਂ ਦੀ ਚਿੱਠੀ ਆ ਗਈ ਹੈ, ਤੁਸੀਂ ਆਪਣੇ ਰੰਗ ਦੀ ਚਾਇਸ ਦਸ ਦਿਉ?" ਹਰਮੇਲ ਸਿੰਘ ਨੇ ਨਵੀਂ ਗੱਲ ਛੇੜੀ।

"ਮੇਰੇ ਕੋਲ ਨਵੀਂ ਜੀਪ ਹੈ, ਗੱਡੀ ਮੈਂ ਕੀ ਕਰਨੀਂ ਹੈ?"

"ਵੇਹ ਫੋਟ ਪੁੱਤਾ। ਆਹ ਕੀ ਕਿਹਾ, ਸਰਕਾਰੀ ਜੀਪ ਦਾ ਤਾਂ ਪੁੱਤ ਸੌ ਜੱਭ ਹਨ, ਇਨ੍ਹਾਂ ਦੀ ਸ਼ਿਕਾਇਤ ਹੋ ਗਈ ਸੀ, ਪੰਜ ਸਾਲ ਮਗਰੋਂ ਖਹਿੜਾ ਛੁੱਟਿਆ, ਉਹ ਵੀ ਕੌਟਫੱਤੇ ਵਾਲਾ ਸ਼ੈਲਿੰਦਰ ਸਿੰਘ, ਡਾਇਰੈਕਟਰ ਲੱਗਿਆ ਹੋਇਆ ਸੀ।"

"ਕਾਕਾ ਇਕ ਗੱਲ ਪੱਲੇ ਬੰਨ੍ਹ ਲੈ, ਲਾਗਬੁਕ, ਹਮੇਸ਼ਾ ਆਪਣੇ ਹੱਥ ਨਾਲ ਭਰੀਂ, ਡਰਾਈਵਰ ਤੇ ਨਾਂ ਛੱਡੀ। ਮੇਰੇ ਡਰਾਈਵਰ ਨੇ ਮੇਰੇ ਹੱਕ ਵਿਚ ਗਵਾਹੀ ਦੇਣ ਦਾ 200/- ਰੁਪੈਈਆ ਲਿਆ ਸੀ। ਬਲਾਕ ਤੋਂ ਬਾਹਰ ਨਾ ਲੈ ਕੇ ਜਾਈਂ। ਕਦੇ ਟੀ.ਏ. ਗਲਤ ਕਲੇਮ ਨਹੀਂ ਕਰਨਾਂ। ਗਲਤ ਟੀ.ਏ. ਦਾ ਤੇ ਗੱਡੀ ਦੀ 'ਮਿਸਯੂਜ਼' ਦਾ ਮਾਰਿਆ ਅਫ਼ਸਰ ਬਹੁਤ ਔਖਾ ਬੱਚਦਾ ਹੈ। ਇਕ ਕੈਸ਼ ਬੁੱਕ ਤੇ ਕਦੇ, ਅੱਖਾਂ ਮੀਚ ਕੇ, ਦਸਤਖ਼ਤ ਨਹੀਂ ਕਰਨੇ, ਸੇਫ ਦੀ ਇਕ ਚਾਬੀ ਹਮੇਸ਼ਾ ਆਵਦੇ ਕੋਲ ਰੱਖਣੀ ਹੈ, ਕਿਸੇ ਨੂੰ ਨਹੀਂ ਦੇਣੀ। ਉਪਰ ਨੂੰ ਜਾਣ ਵਾਲੀ ਹਰੇਕ ਚਿੱਠੀ ਦਾ ਮਜ਼ਮੂਨ ਪੜ੍ਹੇ ਬਿਨਾਂ ਕਦੇ ਸਾਈਨ ਨਹੀਂ ਕਰਨਾ।"

"ਫੁਫੜ ਜੀ, ਤੁਹਾਡੀ ਨਸੀਹਤ ਦਾ ਬਹੁਤ ਬਹੁਤ ਸ਼ੁਕਰੀਆ।"

"ਇਕ ਗੱਲ ਹੋਰ, ਬਲਾਕ ਵਿਚੋਂ, ਬਾਹਰ ਜਾ ਕੇ, ਕਦੇ ਸ਼ਰਾਬ ਨਹੀਂ ਪੀਣੀ।"

"ਤੁਸੀਂ ਆਪ ਤਾਂ ਕਦੇ, ਇਨ੍ਹਾਂ ਗੱਲਾਂ 'ਤੇ ਅਮਲ ਕੀਤਾ ਨਹੀਂ।" ਭੂਆ ਨੇ ਪੁੱਛਿਆ।

"ਜੇ ਨਹੀਂ ਕੀਤਾ, ਤਾਹੀਉਂ ਕਚਹਿਰੀਆਂ ਦੇ ਧੱਕੇ ਖਾਧੇ ਹਨ, ਮੇਰੇ ਮਾਤੈਹਤ, ਡੀ.ਸੀ. ਲੱਗੇ ਹੋਏ ਹਨ, ਕੁਲੀਗ, ਕਮਿਸ਼ਨਰ ਲੱਗੇ ਹੋਏ ਹਨ।" ਸਾਰੇ ਵਿਹੜੇ ਵਿਚ ਆਏ। ਪੌੜੀਆਂ ਸਾਹਮਣੇ ਪੀਲੀ ਕੋਠੀ ਦੇਖਕੇ ਦਲੇਰ ਸਿੰਘ ਨੇ ਪੁੱਛਿਆ, "ਔਹ ਕੋਠੀ ਕੀਹਦੀ ਹੈ?"

"ਵੀਰ ਜੀ, ਇਹ ਮੇਰੇ ਛੋਟੇ ਭਰਾ ਬਲਦੀਪ ਸਿੰਘ ਦੀ ਹੈ। ਥੋਡੇ ਸਾਢੂ ਦਲੀਪ ਸਿਉਂ ਦਾ ਛੋਟਾ ਭਾਈ ਹੈ।"

"ਅੱਛਾ ਮੈਂ ਸਮਝਿਆ, ਇਕ ਦੋ ਵਿਆਹਾਂ ਤੇ ਦਲੀਪ ਸਿੰਘ ਨਾਲ ਮਿਲਿਆ ਸੀ। ਉਦੋਂ ਤਾਂ ਇਹ ਸ਼ਰਾਬ ਬਹੁਤ ਪੀਂਦਾ ਸੀ। ਹੁਣ ਕੀ ਹਾਲ ਹੈ?"

"ਵੀਰ ਜੀ ਹੁਣ ਵੀ, ਉਹੀ ਹਾਲ ਹੈ, ਵੱਡੇ ਨੂੰ ਸ਼ਰਾਬ ਖਾ ਗਈ, ਫੇਰ ਨਹੀਂ ਇਹ ਸਮਝਿਆ।"

"ਭੈਣ ਜੀ, ਜੇ ਬੰਦਾ, ਸ਼ਰਾਬ ਨੂੰ ਪੀਵੇ ਕੋਈ ਗਲ ਨਹੀਂ, ਜਦੋਂ ਸ਼ਰਾਬ ਬੰਦੇ ਨੂੰ ਪੀਣ ਲੱਗਦੀ ਹੈ, ਫੇਰ ਔਖਾ ਹੋ ਜਾਂਦਾ।"

"ਛੁੱਟਤੀ ਨਹੀਂ, ਗਾਲਬ, ਮੂੰਹ ਸੇ ਲਗੀ ਹੂਈ।" ਉਹ ਤਾੜੀ ਮਾਰਕੇ ਹੱਸਿਆ।

"ਭਾਅ ਜੀ ਤੁਸੀਂ ਗਾਲਿਬ ਦਾ ਜੋ ਹਸ਼ਰ ਹੋਇਆ, ਪੜ੍ਹਿਆ ਹੋਵੇਗਾ।" ਉਹ ਕਦੇ ਵੀ ਦੋ ਪੈਗਾਂ ਤੋਂ ਵੱਧ ਨਹੀਂ ਪੀਂਦਾ ਸੀ।

"ਤੁਸੀਂ ਭੂਆ ਜੀ ਰਹਿੰਦੇ ਦੋ ਚਾਰ ਦਿਨ ਹੋਰ।"

"ਅਸੀਂ ਕਾਕਾ ਅਗਲੇ ਮਹੀਨੇ ਅਖੰਡ ਪਾਠ ਕਰਵਾਉਣੈ, ਮੈਂ ਸੁੱਖਿਆ ਹੋਇਆ ਸੀ। ਉਦੋਂ ਨੂੰ ਆਵਦਾ ਘਰ ਆਬਾਦ ਕਰ ਲਵੀਂ, ਤੇਰੇ ਕੋਲ ਈ ਰਹਾਂਗੇ।"

"ਮੋਸਟ ਵੈਲਕਮ...ਜੀ...।" ਹੇਠਲੇ ਦਰਵਾਜ਼ੇ ਵਿਚੋਂ ਉਨ੍ਹਾਂ ਨੂੰ ਤੋਰਕੇ, ਉਹ ਚੁਬਾਰੇ ਵਿਚ ਆ ਗਿਆ। ਉਸ ਨੂੰ ਕਿਸੇ ਦੀ ਲਿਖੀ ਗੱਲ ਯਾਦ ਆਈ।

ਨਵੀਂ ਜੁੱਤੀ ਪਹਿਲਾਂ ਪਹਿਲਾਂ ਪੈਰ ਨੂੰ ਲੱਗਦੀ ਹੈ, ਵਕਤ ਨਾਲ ਕੁਝ ਜੁੱਤੀ ਨਰਮ ਹੋ ਜਾਂਦੀ ਹੈ।

ਕੁਝ ਅੱਡੀ ਸਖ਼ਤ ਹੋ ਜਾਂਦੀ ਹੈ।

ਜ਼ਿੰਦਗੀ ਅਡਜਸਟਮੈਂਟ ਹੀ ਤਾਂ ਹੈ।

(23)

ਮੁੜਣ ਤੋਂ ਪਹਿਲਾ ਬਲਜੀਤ ਮਿਲਣ ਆਇਆ।

"ਹਰਜੀਤ ਜੀਪ ਵਿਚ ਸਾਮਾਨ ਪਿਆ ਹੈ, ਨੌਕਰ ਨੂੰ ਕਹਿ ਕੇ ਲੁਹਾ ਲੈ।"

"ਐਹੋ ਜਿਹਾ ਕੀ ਸਾਮਾਨ ਹੈ?"

"ਕਾਕਾ, ਆਟਾ ਦਾਲ, ਘਿਉ ਅਤੇ ਘਰਦੇ ਚੌਲ ਹਨ, ਦੋ ਨਵੇਂ ਬਿਸਤਰੇ ਹਨ, ਹੁਣ ਤੂੰ ਆਪਣਾ ਘਰ ਵਸਾ। ਹੋਰ ਫਰਨੀਚਰ ਦੀ ਲੋੜ ਹੋਵੇ, ਦਸ ਦਈਂ, ਤੁਲਸੀ ਟਰਾਲੀ ਤੇ ਛੱਡ ਜਾਊਗਾ।" ਉਵੇਂ ਹੀ ਬੰਨ੍ਹਿਆ ਪਿਆ ਹੈ, ਅਸੀਂ ਖੋਲ੍ਹਿਆ ਨਹੀਂ। ਬਲਦੇਵ ਕੌਰ ਨੇ ਦੱਸਿਆ।

"ਐਨਾ ਸਮਾਨ ਕੀ ਕਰਨਾ ਸੀ?"

"ਐਥੋਂ ਮੁਲ ਲਮੇਂਗਾ, ਆਪਣੇ ਘਰ ਦਾ ਹੈ। ਹੋਰ ਪੈਸਿਆਂ ਦੀ ਲੋੜ ਹੈ, ਦੱਸ ਦੇ, ਕਿਸੇ ਅੱਗੇ ਹੱਥ ਨਹੀਂ ਅੱਡਣਾ। ਬੰਦਾ ਹੌਲਾ ਹੋ ਜਾਂਦੈ, ਰੱਬ ਦਾ ਦਿੱਤਾ ਆਪਣੇ ਕੋਲ ਸਭ ਕੁਝ ਹੈ।" ਬਲਜੀਤ ਨੇ ਦੱਸਿਆ।

"ਨਹੀਂ, ਮੇਰੇ ਕੋਲ ਵਿਆਹ ਦੇ ਸ਼ਗਨ ਦੇ ਪੈਸੇ ਪਹਿਲਾਂ ਹੀ ਪਏ ਹਨ, ਹੋਰ ਕੀ ਕਰਨੇ ਨੇ? ਬਾਕੀ ਅਗਲੇ ਮਹੀਨੇ ਤਨਖ਼ਾਹ ਮਿਲ ਜਾਇਗੀ।"

"ਕਾਕਾ ਇਕ ਤੂੰ ਆਪਣਾ ਲੰਗਰ ਸ਼ੁਰੂ ਕਰ, ਰਿਸ਼ਤੇਦਾਰਾਂ ਦੇ ਰੋਟੀ ਖਾਂਦਾ ਬੰਦਾ ਚੰਗਾ ਨਹੀਂ ਲੱਗਦਾ, ਬਹੁਤਾ ਚਿਰ, ਦੋ ਚਾਰ ਦਿਨ ਤਾਂ ਚਲੋ ਠੀਕ ਹੈ।"

"ਭਾਬੀ ਨਹੀਂ ਮੰਨੀ, ਮੈਂ ਤਾਂ ਪਹਿਲੇ ਦਿਨ ਹੀ ਕਿਹਾ ਸੀ। ਕਿਚਨ ਵਿਚ, ਸਾਰਾ ਸਾਮਾਨ ਮੌਜੂਦ ਹੈ।"

"ਅਗਲਾ ਤਾਂ ਕਹਿੰਦਾ ਹੀ ਹੁੰਦੈ, ਬਹੁਤਾ ਆਉਣ ਜਾਣ ਨਾਲ, ਬੰਦੇ ਦੀ ਆਭਾ ਫਿੱਕੀ ਪੈ ਜਾਂਦੀ ਹੈ।" ਬਲਦੇਵ ਕੌਰ ਨੇ ਕੋਰੀ ਗੱਲ ਕੀਤੀ।

"ਸੇਵਾ ਰਾਮ ਅੱਜ ਤੋਂ ਆਪਦਾ ਕਿਚਨ ਸ਼ੁਰੂ ਕਰ ਲੈ, ਉਧਰ ਜਵਾਬ ਦੇ ਆਈਂ, ਕਿਸੇ ਚੀਜ਼ ਦੀ ਲੋੜ ਹੈ, ਬਾਜ਼ਾਰੋਂ ਲੈ ਆ, ਅੱਛਾ।"

"ਜੀ ਸਾਹਿਬ, ਕਿਚਨ ਦਾ ਸਾਰਾ ਸਮਾਨ ਪਿਆ ਹੈ, ਪਹਿਲੇ ਸਾਹਿਬ ਛੱਡ ਗਏ ਸੀ।" ਤਿਆਰ ਹੋ ਕੇ, ਉਹ ਨੌਂ ਬਜਦੇ ਨੂੰ ਦਫ਼ਤਰ ਪਹੁੰਚ ਗਿਆ, ਉਥੇ ਲੋਕਾਂ ਦਾ ਮੇਲਾ ਲੱਗਿਆ ਦੇਖਿਆ, "ਏਨੇ ਲੋਕ ਕੀ ਕਰਨ ਆਏ ਹਨ ?"

"ਜਨਾਬ ਇਹ ਸੀਮਿੰਟ ਲੈਣ ਆਏ ਹਨ, ਅੱਜ ਬੁੱਧਵਾਰ ਹੈ ਨਾ, ਪਹਿਲੇ ਬੀ.ਡੀ.ਓ., ਸਾਹਿਬ ਬੁੱਧਵਾਰ ਨੂੰ ਹੀ ਪਰਮਿਟ ਕੱਟਦੇ ਸੀ।" ਪੰਚਾਇਤ ਅਫ਼ਸਰ ਨੇ ਵਿਸਥਾਰ ਨਾਲ ਦੱਸਿਆ।

"ਜੇ ਬੁੱਧਵਾਰ ਨੂੰ ਸੀਮਿੰਟ ਨਾਂ ਆਵੇ ਫੇਰ ?"

"ਫੇਰ ਖਾਲੀ ਹੱਥ ਮੁੜ ਜਾਂਦੇ ਹਨ।"

"ਇਹ ਤਾਂ ਗਲਤ ਗੱਲ ਹੈ, ਹਾੜ੍ਹੀ ਸਿਰ ਤੇ ਹੈ, ਸੀਮਿੰਟ ਆਇਆ ਨਹੀਂ, ਇਹ ਵਿਚਾਰੇ ਦਿਹਾੜੀ ਭੰਨ ਕੇ ਆਏ ਹਨ ?"

"ਫੇਰ ਜਨਾਬ ਇਸ ਦਾ ਕੀ ਹੱਲ ਹੈ ?"

"ਹਰ ਮੁਸ਼ਕਿਲ ਦਾ ਕੋਈ ਨਾ ਕੋਈ ਹੱਲ ਹੁੰਦਾ ਹੈ, ਚਲੋ ਮੈਂ ਗੱਲ ਕਰਦਾ ਹਾਂ, ਉਨ੍ਹਾਂ ਨੂੰ ਹਾਲ ਵਿਚ ਬਿਠਾਓ।" ਉਸ ਨੇ ਗੱਲ ਸ਼ੁਰੂ ਕੀਤੀ, "ਤੁਹਾਨੂੰ ਹਰ ਬੁੱਧਵਾਰ ਕੰਮ ਛੱਡ ਕੇ ਆਉਣ ਦੀ ਲੋੜ ਨਹੀਂ, ਜਦ ਵੀ ਵਿਹਲ ਹੋਵੇ, ਅਰਜ਼ੀ ਦਫ਼ਤਰ ਵਿਚ ਦੇ ਕੇ, ਆਪਣਾ ਨੰਬਰ ਲੈ ਲਵੋ, ਅਰਜ਼ੀ ਨਾਲ ਪਤੇ ਵਾਲਾ ਪੋਸਟ ਕਾਰਡ ਲਾਉ, ਜਦ ਵੀ ਸੀਮਿੰਟ ਆਏਗਾ, ਦਫ਼ਤਰ ਤੁਹਾਨੂੰ ਕਾਰਡ ਭੇਜੇਗਾ, ਆ ਕੇ, ਆਪਣਾ ਪਰਮਿਟ ਲੈ ਜਾਉ। ਮੈਂ ਨਵਾਂ ਆਇਆ ਹਾਂ, ਮੈਨੂੰ ਸਮਾਂ ਦਿਉ।" ਦਫ਼ਤਰ ਵਾਲੇ ਅਤੇ ਲੋਕ, ਉਸ ਦੀ ਨਵੀਂ ਕਾਢ ਤੇ ਹੈਰਾਨ ਸਨ। ਲੋਕ ਛੇਤੀ ਵਿਹਲੇ ਹੋ ਕੇ ਘਰਾਂ ਨੂੰ ਮੁੜ ਆਏ।

"ਅੱਗੇ ਤੋਂ ਪੀ.ਓ. ਸਾਹਿਬ, ਸੀਮਿੰਟ ਦੇ ਪਰਮਿਟ ਤੁਸੀਂ ਕੱਟਿਆ ਕਰੋਗੇ। ਮੈਂ ਹੁਕਮ ਲਿਖਵਾ ਦਿੰਦਾ ਹਾਂ, ਤੁਸੀਂ ਸਿਆਣੇ ਅਤੇ ਪੁਰਾਣੇ ਅਫ਼ਸਰ ਹੋ।"

"ਬਿਹਤਰ ਜਨਾਬ, ਜੋ ਤੁਹਾਡਾ ਹੁਕਮ ਹੈ।"

"ਸਤਾਰਾਂ ਨੂੰ, ਮੈਂ ਲੁਧਿਆਣੇ ਪੇਪਰ ਦੇਣ ਜਾਣਾ ਹੇ, ਮੈਂ ਡੀ.ਸੀ. ਸਾਹਿਬ ਤੋਂ ਛੁੱਟੀ ਲੈ ਲਈ ਹੈ, ਮਗਰੋਂ ਸਾਰਾ ਕੰਮ ਤੁਸੀਂ ਸਾਂਭਣਾ ਹੈ। ਇਕ ਗੱਲ ਹੋਰ ਹੈ, ਗੌਰਸਰੀ ਦਾ ਸਮਾਨ ਜਿਹੜੀ ਦੁਕਾਨ ਤੋਂ ਮਿਲਦਾ ਹੈ, ਨੌਕਰ ਨੂੰ ਦਸ ਦਿਉ, ਅੱਜ ਤੋਂ ਮੈਂ ਆਪਣਾ ਕਿਚਨ ਸ਼ੁਰੂ ਕਰਨਾ ਹੈ। ਚੜ੍ਹੇ ਮਹੀਨੇ ਪੈਸੇ ਦੇ ਦਿਆ ਕਰਾਂਗੇ, ਨਾਲੇ ਕਿਤੋਂ ਦੁੱਧ ਲਵਾ ਦਿਉ।"

"ਜਨਾਬ ਜਿਥੋਂ ਪਹਿਲੇ ਬੀ.ਡੀ.ਓ.ਸਾਹਿਬ ਲੈਂਦੇ ਸੀ, ਉਥੋਂ ਹੀ ਲਵਾ ਦਿਆਂਗੇ, ਸੇਵਾ ਰਾਮ ਸਾਰਿਆਂ ਨੂੰ ਜਾਣਦਾ ਹੈ। ਮੈਂ ਤਾਂ ਜਨਾਬ ਨੂੰ ਪਹਿਲਾਂ ਹੀ ਕਹਿਣ ਲੱਗਿਆ ਸੀ, ਇਹ ਸਰਦਾਰ ਦੋ ਦਿਨ ਰੋਟੀ ਖਵਾਕੇ, ਤੀਜੇ ਦਿਨ ਸੀਮਿੰਟ ਦਾ ਪਰਮਿਟ ਲੈਣ ਆ ਜਾਂਦੇ ਹਨ। ਇਨ੍ਹਾਂ ਸਾਰਿਆਂ ਵਿਚੋਂ ਸਰਦਾਰ ਬਲਦੀਪ ਸਿੰਘ, ਪੀਲੀ ਕੋਠੀ ਵਾਲਾ ਖਰਾ ਬੰਦਾ ਹੈ। ਉਸਦੇ ਬਾਗ ਵਿਚ ਕੋਈ ਫਲ ਪੱਕੇ ਅਫ਼ਸਰਾਂ ਨੂੰ ਟੋਕਰੀ ਭੇਜਦਾ ਹੈ, ਕਦੇ ਵਗਾਰ ਨਹੀਂ ਪਾਉਂਦਾ।" ਪੰਚਾਇਤ ਅਫ਼ਸਰ ਨੇ ਵਿਸਥਾਰ ਨਾਲ ਦੱਸਿਆ।

"ਕਾਹਦਾ ਬਾਗ ਹੈ ਉਨ੍ਹਾਂ ਦਾ?"

"ਅੰਬ ਤੇ ਬਗੂਗੋਸ਼ਿਆਂ ਦਾ।"

"ਫੇਰ ਤਾਂ ਇਹੋ ਜਿਹੇ ਬੰਦੇ ਨੂੰ ਮਿਲਣਾ ਚਾਹੀਦਾ ਹੈ।"

" ਜਦ ਤੁਹਾਨੂੰ ਟੈਮ ਹੋਇਆ, ਚਲੇ ਚਲਾਂਗੇ।"

"ਇਥੇ ਟੈਲੀਫ਼ੂਨ ਕਿੱਥੇ ਹੈ?"

"ਡਾਕਖਾਨੇ ਵਿਚ ਹੈ, ਡੀ.ਸੀ. ਸਾਹਿਬ ਦਾ ਫ਼ੋਨ ਵੀ ਉਥੇ ਹੀ ਆਉਂਦਾ ਹੈ, ਘੰਟਾ ਘੰਟਾ ਉਥੇ ਬੈਠਣਾ ਪੈਂਦਾ, ਜੇ ਇਥੇ ਲੱਗ ਜਾਵੇ ਬਹੁਤ ਸੁਖ ਹੈ।" ਉਸ ਨੇ ਉਦੋਂ ਹੀ ਘੰਟੀ ਮਾਰਕੇ, ਸਟੈਨੋ ਨੂੰ ਸੱਦਿਆ। ਇਕ ਡੀ.ਓ., ਡੀ.ਈ.ਟੀ., ਫਿਰੋਜ਼ਪੁਰ ਦੇ ਨਾਉਂ ਲਿਖਵਾ ਦਿੱਤਾ। ਦਸ ਦਿਨਾਂ ਬਾਅਦ, ਉਸਦਾ ਉਤਰ ਆ ਗਿਆ। ਦੱਸ ਅਰਜ਼ੀਆਂ ਦੀ 800/- ਪ੍ਰਤੀ ਅਰਜ਼ੀ, ਡਾਕਖਾਨੇ ਵਿਚ ਜਮ੍ਹਾਂ ਕਰਵਾਉਣ ਦੀ ਸ਼ਰਤ ਸੀ। ਬਾਕੀ ਕੰਮ ਉਹ ਆਪੇ ਕਰ ਲੈਣਗੇ। ਇਹ ਕੋਈ ਔਖਾ ਕੰਮ ਨਹੀਂ ਸੀ। ਦੋ ਮਹੀਨੇ ਬਾਅਦ ਟੈਲੀਫੋਨ ਲੱਗ ਗਏ। ਇਸ ਕੰਮ ਨਾਲ ਉਸ ਦੀ ਬੱਲੇ ਬੱਲੇ ਹੋ ਗਈ।

ਸੋਮਵਾਰ ਸਵੇਰੇ ਗਿਆਰਾਂ ਵਜੇ, ਉਹ ਦਫ਼ਤਰੀ ਡਾਕ ਕੱਢ ਰਿਹਾ ਸੀ। ਘਰੋਂ ਚੌਂਕੀਦਾਰ ਆਇਆ। ਹੇਠਲੀ ਬੈਠਕ ਵਿਚ ਪਟਵਾਰੀ ਰਹਿੰਦਾ ਸੀ।

"ਜਨਾਬ! ਬੀ.ਡੀ.ਓ. ਸਾਹਿਬ ਜੀ, ਤੁਹਾਡੇ ਕੋਈ ਮਹਿਮਾਨ ਆਏ ਬੈਠੇ ਹਨ, ਮੈਨੂੰ ਪਟਵਾਰੀ ਸਾਹਿਬ ਨੇ ਸੁਨੇਹਾ ਦੇਣ ਭੇਜਿਆ ਹੈ।"

"ਕਿੱਥੋਂ ਆਏ ਹਨ?"

"ਜਨਾਬ, ਇਹ ਮੈਨੂੰ ਪਤਾ ਨਹੀਂ, ਇਕ ਬੀਬੀ ਹੈ, ਇਕ ਕਾਕਾ ਹੈ, ਕਾਰ ਤੇ ਆਏ ਨੇ ਜੀ।"

"ਠੀਕ ਹੈ ਤੂੰ ਚਲ, ਮੈਂ ਸੇਵਾਦਾਰ ਨੂੰ ਭੇਜਦਾ ਹਾਂ...।"

ਸੇਵਾ ਰਾਮ ਘਰ ਆਇਆ, ਚੁਬਾਰਾ ਖੋਲ੍ਹ ਦਿੱਤਾ।

"ਬੀਬਾ ਜੀ ਤੁਸੀਂ ਕੀ ਪੀਓਗੇ?"

"ਸਾਨੂੰ ਪਟਵਾਰੀ ਸਾਹਿਬ ਨੇ ਠੰਡਾ ਪਿਲਾ ਦਿੱਤਾ ਹੈ।"

"ਬੀਬਾ ਜੀ ਚਾਹ ਬਣਾ ਦਿੰਦਾ ਹਾਂ।"

"ਨਹੀਂ ਅਜੇ ਲੋੜ ਨਹੀਂ, ਇਉਂ ਕਰ ਗੱਡੀ ਵਿਚੋਂ ਸਾਮਾਨ ਕਢਵਾ ਲਿਆ।" ਦੋ ਵੱਡੇ ਅਟੈਚੀਆ ਫਲਾਂ ਦੀ ਇਕ ਟੋਕਰੀ, ਉਹ ਉਪਰ ਲੈ ਆਇਆ।

"ਤੇਰੇ ਸਾਹਿਬ, ਖਾਣਾ ਕਿੰਨੇ ਬਜੇ ਖਾਂਦੇ ਹਨ?"

"ਜੇ ਸਾਹਿਬ, ਟੂਰ ਤੇ ਨਾਂ ਹੋਣ, ਡੇੜ ਬਜੇ ਆ ਜਾਂਦੇ ਹਨ।"

"ਤੇਰੇ ਕੋਲ ਦਾਲ ਸਬਜ਼ੀ ਕੀ ਹੈ?" ਉਹ ਕਿਚਨ ਵਿਚ ਆਈ।

"ਬੀਬਾ ਜੀ, ਘੀਆ ਕੱਦੂ ਹੈ, ਭਰਿੰਡੀ ਹੈ, ਜੇਹੜੀ ਕਹੋ, ਬਣਾ ਦਿੰਦਾ ਹਾਂ।"

"ਤੂੰ ਘੀਆ ਕੱਟ ਦੇ, ਸਬਜ਼ੀ ਮੈਂ ਬਣਾਊਂਗੀ।"

"ਬੀਬਾ ਜੀ, ਏਥੇ ਗਰਮੀ ਬਹੁਤ ਹੈ, ਤੁਸੀਂ ਪੱਖੇ ਹੇਠਾਂ ਆਰਾਮ ਕਰ ਲਵੋ, ਮੈਂ ਆਪੇ ਬਣਾ ਲਊਂਗਾ।"

"ਨਹੀਂ ਦਾਲ ਸਬਜ਼ੀ, ਮੈਂ ਬਣਾਇਆ ਕਰੂੰ, ਲੂਣ ਮਿਰਚ, ਕਿੰਨਾ ਕੁ ਖਾਂਦੇ ਹਨ ?"

"ਬਹੁਤ ਨੀਮ ਖਾਂਦੇ ਹਨ, ਘਿਉ ਵੀ ਘੱਟ ਹੀ ਖਾਂਦੇ ਹਨ।"

" ਮੇਰੇ ਮਾਸੀ ਜੀ, ਹਰ ਜਿੰਦਰ ਦੀ ਮਤੇਰ ਮਾਂ ਸਨ।

"ਮੈਂ ਨਹੀਂ ਦੇਖੇ ਬੀਬਾ ਜੀ।"

"ਤੂੰ ਕਿੱਥੋਂ ਦੇਖਣੇ ਸੀ, ਉਨ੍ਹਾਂ ਨੂੰ ਗੁਜ਼ਰਿਆ ਬਹੁਤ ਸਾਲ ਹੋ ਗਏ ਹਨ। ਉਹ ਹਰਜਿੰਦਰ ਦੇ ਵੱਡੇ ਮਾਂ ਜੀ ਸਨ।"

"ਜਿਨ੍ਹਾਂ ਦੀ ਧੀ, ਮਾਨਸੇ ਬਿਆਹੀ ਹੋਈ ਹੈ।"

"ਉਹ ਮੇਰੀ ਮਾਸੀ ਜੀ ਦੀ ਲੜਕੀ ਹੈ।"

"ਮੈਂ ਉਨ੍ਹਾਂ ਨੂੰ ਪੀਲੀ ਕੋਠੀ ਵਿਚ ਸਰਦਾਰ ਬਲਦੀਪ ਸਿੰਘ ਦੇ ਘਰ ਦੇਖਿਆ, ਉਧਰ ਹੀ ਬਹੁਤਾ ਆਉਂਦੇ ਜਾਂਦੇ ਹਨ।"

"ਬੀਬਾ ਜੀ, ਸਾਹਿਬ ਨੇ ਕਿਹਾ ਸੀ, ਦਸਕੇ ਜਾਈਂ, ਕੌਣ ਆਇਆ ਹੈ ? ਮੈਂ ਗੱਲਾਂ ਵਿਚ ਭੁੱਲ ਗਿਆ।"

"ਕੋਈ ਨਹੀਂ, ਹੁਣ ਤਾਂ ਉਹ ਆਉਣ ਵਾਲੇ ਈ ਹਨ।"

ਉਸਨੇ ਗੁਟਘੜੀ ਤੇ ਟਾਇਮ ਦੇਖਿਆ, ਡੇਢ ਵੱਜਣ ਵਿਚ 10 ਮਿੰਟ ਬਾਕੀ ਸਨ। ਗਰਮੀ ਨਾਲ ਉਸਦਾ ਸੁਰਮਈ ਸੂਟ, ਪਸੀਨੋਂ ਪਸੀਨਾ ਹੋ ਗਿਆ ਸੀ। ਬਾਥਰੂਮ ਵਿਚ ਜਾ ਕੇ ਉਸ ਹੱਥ ਮੂੰਹ ਧੋਤਾ, ਦੁੱਧ ਵਰਗਾ, ਰੰਗ, ਤਾਂਬੇ ਰੰਗੀ ਭਾਅ ਮਾਰਨ ਲੱਗਿਆ ਸੀ। ਡੇੜ ਬਜੇ ਜੀਪ ਦਾ ਹਾਰਨ ਹੋਇਆ, ਸੇਵਾ ਰਾਮ ਔਹਲ ਕੇ ਹੇਠਾਂ ਗਿਆ, ਹੱਥ ਵਿਚ ਫੜੀ ਫਾਈਲ ਫੜ ਲਈ।

"ਕੌਣ ਆਇਆ ਹੈ ?" ਦਰਵਾਜ਼ੇ ਵਿਚ ਨਵੀਂ ਨਕੋਰ, ਆਸਮਾਨੀ ਰੰਗ ਦੀ ਫੀਏਟ ਖੜ੍ਹੀ ਸੀ।

"ਬੀਬਾ ਜੀ, ਤੇ ਕਾਕਾ ਜੀ ਹਨ, ਸਾਹਿਬ ਜੀ।"

"ਕਿੱਥੋਂ ਆਏ ਹਨ ?"

"ਸਰ ਮੈਂ ਝੱਕਦੇ ਨੇ ਪੁੱਛਿਆ ਨਹੀਂ। ਚੰਗੇ ਖ਼ਾਨਦਾਨ ਦੇ ਲੱਗਦੇ ਹਨ।" ਗੱਲਾਂ ਕਰਦੇ ਉਹ ਉਪਰ ਆਏ। ਕਮਰੇ ਵਿਚ, ਵੀਰਪਾਲ ਅਤੇ ਲਾਲੀ ਨੂੰ ਬੈਠੇ ਦੇਖਕੇ ਉਹ ਹੈਰਾਨ ਹੋ ਗਿਆ। ਵੀਰਪਾਲ ਨੇ ਉਸ ਦੇ ਪੈਰੀਂ ਹੱਥ ਲਾਏ। ਲਾਲੀ ਨੇ ਹੱਥ ਮਿਲਾਇਆ ਸਤਿ ਸ੍ਰੀ ਅਕਾਲ, ਬੁਲਾਈ।

"ਤੁਸੀਂ ਕਦੋਂ ਆਏ ? ਬੜੀ ਸਰਪਰਾਈਜ਼ ਦਿਤੀ ਹੈ, ਥੋਡੇ ਆਉਣ ਦੀ ਕੋਈ ਖ਼ਬਰ ਨਹੀਂ ਆਈ। ਸੇਵਾ.ਰਾਮ ਇਨ੍ਹਾਂ ਨੂੰ ਕੁਸ਼ ਖਵਾਇਆ ਪਿਲਾਇਆ ਕਿ ਨਹੀਂ ?"

"ਸਾਹਿਬ ਜੀ, ਠੰਡਾ ਪਟਵਾਰੀ ਸਾਹਿਬ ਨੇ ਪਿਲਾ ਦਿੱਤਾ ਸੀ। ਚਾਹ ਪਿਆ ਦਿੱਤੀ ਹੈ।"

"ਜੇ ਮੈਂ ਟੂਰ ਤੇ ਗਿਆ ਹੁੰਦਾ, ਤੁਸੀਂ ਹੈਰਾਨ ਹੁੰਦੇ।"

"ਅਸੀਂ ਵੀਰ ਜੀ ਹਰਜਿੰਦਰ ਕੇ ਚਲੇ ਜਾਂਦੇ।

"ਆਹ ਟੋਕਰੀ ਵਿਚ ਕੀ ਲਿਆਂਦਾ ?"

"ਕੁਝ ਨਹੀਂ ਭਾਅ ਜੀ, ਫਲ-ਫਰੂਟ ਹੈ, ਮਖਿਆ, ਏਥੇ ਤਾਂ ਕੁਝ ਮਿਲਦਾ ਨਹੀਂ ਹੋਣਾ, ਮੈਂ ਤੁਹਾਡੀ ਗੱਡੀ ਲੈਣ ਚੰਡੀਗੜ੍ਹ ਗਿਆ ਸੀ, ਉਥੋਂ ਲੈ ਆਇਆ।"

"ਮੇਰੀ ਗੱਡੀ...?" ਉਸ ਨੇ ਹੈਰਾਨੀ ਨਾਲ ਪੁੱਛਿਆ।

"ਤੁਹਾਡੇ ਵਿਆਹ ਵੇਲੇ ਨੰਬਰ ਨਹੀਂ ਆਇਆ, ਹੁਣ ਪਿਛਲੇ ਹਫ਼ਤੇ ਮਿਲੀ ਹੈ। ਸਕਾਈ ਬਲੂ ਰੰਗ, ਤੁਹਾਨੂੰ ਪਸੰਦ ਹੈ, ਹਰੇ ਲਾਲ, ਗੂੜ੍ਹੇ ਰੰਗ ਅੱਖਾਂ ਨੂੰ ਚੁਭਦੇ ਨੇ, ਭੈਣ ਨੂੰ ਵੀ ਇਹੀ ਰੰਗ ਚੰਗਾ ਲੱਗਿਆ।" ਹਰਜੀਤ, ਉਸ ਦੇ ਸੁਰਮਈ ਸੂਟ ਵੱਲ ਝਾਕਿਆ, ਅੱਖਾਂ ਵਿਚ ਅੱਖਾਂ ਪਾਈਆਂ, ਉਥੇ ਖੁਸ਼ੀ ਦਾ ਅਹਿਸਾਸ ਸੀ।

"ਤੁਹਾਡੇ ਪੇਪਰ ਕਿਹੋ ਜਿਹੇ ਹੋਏ ?"

"ਚੌਥਾ ਪੇਪਰ, ਲੇਖ ਦਾ ਹੁੰਦਾ ਹੈ, ਉਹ ਬਹੁਤ ਔਖਾ ਸੀ। ਅੱਗੇ ਰਿਜ਼ਲਟ ਆਏ ਤੋਂ ਪਤਾ ਲੱਗੂ। ਇੱਥੇ ਪੜ੍ਹਨ ਦੀ ਵਿਹਲ ਨਹੀਂ ਮਿਲਦੀ, ਕੰਮ ਬਹੁਤ ਹੈ।"

"ਕੰਮ ਤਾਂ ਬੰਦੇ ਦਾ ਕਰਮ ਹੁੰਦਾ ਜੀ, ਵਿਹਲਾ ਬੰਦਾ ਕਿਸ ਕੰਮ ਦਾ ? ਨਿਕੰਮਾਂ ਹੋ ਜਾਂਦਾ ਹੈ।" ਵੱਡੇ ਚੁਬਾਰੇ ਵਿਚੋਂ, ਉਹ ਬਰਾਂਡੇ ਵਿਚ ਆ ਗਏ, ਜਿੱਥੇ ਸੇਵਾਦਾਰ ਨੇ ਖਾਣਾ ਰੱਖ ਦਿੱਤਾ ਸੀ। ਅੱਖਾਂ ਹੀ ਅੱਖਾਂ ਵਿਚ, ਗੂੰਗੀ ਜ਼ਬਾਨ ਵਿਚ, ਉਹ ਗੱਲਾਂ ਕਰਦੇ ਰਹੇ।

"ਸਬਜ਼ੀ ਬੜੀ ਸਵਾਦ ਹੈ, ਕੀਹਨੇ ਬਣਾਈ ਹੈ ?"

"ਸਾਹਿਬ ਜੀ, ਬੀਬਾ ਜੀ ਨੇ ਬਣਾਈ ਹੈ, ਸਲਾਦ ਵੀ ਇਨ੍ਹਾਂ ਨੇ ਹੀ ਕੱਟਿਆ ਹੈ, ਫੁਲਕੇ ਮੈਂ ਲਾਹੇ ਨੇ।"

"ਕਮਾਲ ਕਰਤੀ ਤੂੰ, ਆਉਂਦਿਆਂ ਨੂੰ ਕੰਮ ਲਾ ਦਿੱਤਾ।"

"ਮੈਂ ਤਾਂ ਸਾਹਿਬ ਜੀ, ਬਹੁਤ ਕਿਹਾ ਸੀ, ਮੰਨੇ ਨਹੀਂ। ਕਹਿੰਦੇ ਤੂੰ ਉਪਰਲਾ ਕੰਮ ਕਰਿਆ ਕਰ, ਖਾਣਾ ਮੈਂ ਬਣਾਊਂ।"

"ਜਾਹ ਆਈਸ ਬੌਕਸ ਵਿਚੋਂ ਅੰਬ ਕੱਢ ਲਿਆ, ਇਕ ਪਲੇਟ ਤੇ ਕਰਦ ਲੈ ਆਈ।" ਉਸ ਨੇ ਸੰਧੂਰੀ ਅੰਬ ਦੀਆਂ ਫਾੜੀਆਂ ਕੱਟ ਦਿੱਤੀਆਂ।

"ਦੇਖੋ ਜੀ, ਭਲਾ ਮਿੱਠੇ ਨੇ...?"

"ਤੁਹਾਡੇ ਲਿਆਂਦੇ ਖੱਟੇ ਕਿਵੇਂ ਹੋ ਸਕਦੇ ਹਨ ?"

"ਸ਼ੁਕਰੀਆ।" ਅੱਧਾ ਘੰਟਾ ਆਰਾਮ ਕਰਨ ਮਗਰੋਂ ਉਹ ਦਫ਼ਤਰ ਚਲਾ ਗਿਆ।

"ਭਾਜੀ ਸਵਖਤੇ, ਮੁੜ ਆਇਓ, ਗੁਰਦਵਾਰਾ ਸਾਹਿਬ ਚਲਣਾ ਹੈ, ਮੱਥਾ ਟੇਕਣ।" ਸਾਢੇ ਪੰਜ ਬਜੇ ਦੇ ਕਰੀਬ ਉਹ ਘਰ ਆਇਆ।

"ਆਹ ਫੜੋ ਚਾਬੀ ਗੱਡੀ ਤੁਸੀਂ ਚਲਾਓ, ਨਾਲੇ ਹੱਥ ਖੁਲ੍ਹ ਜਾਏਗਾ।" ਕਾਲਜ ਵਿਚ ਉਸਦੇ ਇਕ ਦੋਸਤ ਕੋਲ ਕਾਰ ਹੁੰਦੀ ਸੀ, ਉਸਤੇ ਉਹ ਕਈ ਵੇਰ ਚੌੜਾ ਬਾਜ਼ਾਰ ਗਿਆ ਸੀ। ਗੱਡੀ ਉਹੀ ਚਲਾਉਂਦਾ। ਜੀਪ ਚਲਾਉਣ ਉਹ ਪਹਿਲਾਂ ਹੀ ਜਾਣਦਾ ਸੀ। ਗੁਰਦਵਾਰੇ ਕੀਰਤਨ ਹੋ ਰਿਹਾ ਸੀ। ਦੇਗ ਕਰਵਾਉਣ, ਮੱਥਾ ਟੇਕਣ ਮਗਰੋਂ, ਉਹ ਬਾਹਰ ਆਏ ਅੱਗੇ ਬੀਰ ਸਿੰਘ ਮਿਲ ਗਿਆ। ਉਸ ਨੂੰ ਸਮਝਦਿਆਂ ਦੇਰ ਨਹੀਂ ਲੱਗੀ। "ਬੀਬਾ ਜੀ ਕਦੋਂ ਆਏ ਹਨ ?"

"ਅੱਜ ਹੀ ਆਏ ਹਨ।"

"ਫੇਰ ਤੁਸੀਂ ਸ਼ਾਮ ਦਾ ਖਾਣਾ ਓਧਰ ਹੀ ਖਾ ਲਿਓ, ਸਰਦਾਰ ਜੀ, ਤੁਹਾਨੂੰ ਕਈ ਦਿਨ ਦੇ ਉਡੀਕਦੇ ਹਨ, ਤੁਸੀਂ ਆਏ ਨਹੀਂ।"

"ਕੋਈ ਨਹੀਂ ਦੇਖ ਲਵਾਂਗੇ।"

"ਦੇਖਣਾ ਕੀ ਹੈ, ਬੱਸ ਤੁਸੀਂ ਆ ਜਾਇਉ, ਨਹੀਂ ਫੇਰ ਸਰਦਾਰ ਜੀ ਆਪ ਆਉਣਗੇ।"

"ਉਨ੍ਹਾਂ ਨੂੰ ਕਿਉਂ ਤਕਲੀਫ਼ ਦੇਣੀ ਹੈ, ਅਸੀਂ ਆਪੇ ਆ ਜਾਵਾਂਗੇ।" ਘਰੇ ਡਾਕ ਦਾ ਗੱਤਾ ਪਿਆ ਸੀ। ਡਾਕ ਲੇਟ ਆਉਣ ਕਰਕੇ, ਲੇਖਾਕਾਰ ਨੇ ਡਾਕ ਘਰੇ ਭੇਜ ਦਿੱਤੀ ਸੀ।

"ਮੈਂ ਡਾਕ ਦੇਖ ਲਵਾਂ, ਤੁਸੀਂ ਏਨੇ ਨਹਾ ਲਵੋ। ਗਰਮੀ ਬਹੁਤ ਹੈ। ਫੇਰ ਚਲਦੇ ਹਾਂ, ਉਧਰ, ਸੇਵਾ ਰਾਮ ਤੂੰ ਆਪਣਾ ਖਾਣਾ ਖਾ ਕੇ ਘਰ ਚਲਿਆ ਜਾਵੀਂ।"

"ਨਹੀਂ ਸਾਹਿਬ ਜੀ, ਮੈਂ ਤੁਹਾਡੇ ਆਇਆ ਤੋਂ ਈ ਜਾਊਂ।" ਵੀਰਪਾਲ ਨੇ ਨਹਾ ਧੋਕੇ, ਕੌਫੀ ਰੰਗ ਦਾ ਸੂਟ ਪਾ ਲਿਆ ਸੀ। ਨਾਲ ਮੈਚਿੰਗ ਦੁਪੱਟਾ ਅਤੇ ਸੈਂਡਲ ਪਾ ਲਏ। ਵੱਡਾ ਦਰਵਾਜ਼ਾ ਲੰਘਕੇ ਸਜੇ ਪਾਸੇ ਬੈਠਕਾਂ ਵਿਚਕਾਰ ਇਕ ਵੱਡਾ ਕਮਰਾ ਸੀ, ਜਿਸ ਨੂੰ ਸੁਫ਼ਾ ਕਹਿੰਦੇ ਸਨ। ਇਹ ਕਮਰਾ ਤਿੰਨ ਪਾਸਿਉਂ ਬੰਦ ਹੋਣ ਕਰਕੇ ਅਤੇ ਨਿੱਕੀ ਇੱਟ ਦੀਆਂ ਮੋਟੀਆਂ ਕੰਧਾਂ ਹੋਣ ਕਰਕੇ, ਠੰਡਾ ਰਹਿੰਦਾ ਸੀ, ਇਸਦੀ ਛੱਤ ਵੀਹ ਫੁੱਟ ਉੱਚੀ ਸੀ। ਵਿਚਕਾਰ ਛੱਤ ਵਾਲਾ ਪੱਖਾ ਸੀ।

"ਆ ਜਾਉ, ਭਾਈ ਸਾਹਿਬ ਹੇਠਾਂ ਹੀ ਬੈਠਦੇ ਹਾਂ, ਉਪਰ ਤਾਂ ਗਰਮੀ ਹੈ।" ਵੱਡੀ ਭੂਆ ਅਤੇ ਛੋਟੀ ਭੂਆ ਉਥੇ ਹੀ ਸਨ। ਹਰਬੰਤ ਕਮਰੇ ਵਿਚੋਂ ਬਾਹਰ ਆਈ। ਵੀਰਪਾਲ ਨੂੰ ਮੱਥਾ ਟੇਕਿਆ।

"ਨਹੀਂ ਬੀਬਾ ਤੁਸੀਂ ਸਰਦਾਰ ਜੀ ਦੀ ਭੈਣ ਲੱਗਦੇ ਹੋ, ਵੱਡੀ ਮਾਂ ਜੀ ਦੀ ਭਾਣਜੀ ਹੋਣ ਕਰਕੇ, ਮੈਂ ਤਾਂ ਉਹੀ ਸਕੀਰੀ ਰੱਖੂੰ...।"

"ਉਹ ਸਕੀਰੀ ਤਾਂ ਬਹੁਤ ਪੁਰਾਣੀ ਹੈ।" ਵੀਰਪਾਲ ਬੋਲੀ।

"ਨਹੀਂ ਬੀਬਾ ਜੀ, ਸਕੀਰੀ ਕੋਈ ਪੁਰਾਣੀ ਨਹੀਂ ਹੁੰਦੀ, ਗਲ ਮਿਲਣ ਵਰਤਣ ਅਤੇ ਸਮਝਣ ਦੀ ਹੈ।" ਸੁਫੇ ਵਿਚ ਉਹ ਸੋਫਿਆਂ ਤੇ ਬੈਠ ਗਏ। ਹਰਜਿੰਦਰ ਨੇ ਖੂੰਜੇ ਵਿਚ ਪਿਆ 'ਮਰਫੀ' ਦਾ ਵੱਡਾ ਰੇਡੀਉ, ਔਨ ਕਰ ਦਿੱਤਾ, ਜਿੱਥੇ ਰੇਡੀਓ ਸੀ ਲੋਨ ਤੋਂ ਪੁਰਾਣੇ ਗਾਣੇ ਚਲ ਰਹੇ ਸਨ। ਬੀਰ ਸਿੰਘ, ਤੱਤਾ ਠੰਡਾ ਪੀਣ ਬਾਰੇ ਪੁੱਛਣ ਆਇਆ।

"ਬੀਬੀ ਨੂੰ ਪੁਛ ਲੈ, ਅਸੀਂ ਤਾਂ ਵਿਸਕੀ ਲਵਾਂਗੇ, ਉਪਰੋਂ ਠੰਡਾ ਪਾਣੀ ਤੇ ਬਰਫ ਲੈ ਆ।"

ਤਪਾਈ ਤੇ ਬਲੈਕ ਨਾਈਟ ਦੀ ਕਾਲੇ ਰੰਗ ਦੀ ਬੋਤਲ ਪਈ ਸੀ। ਨਾਲ ਖਾਣ ਪੀਣ ਦਾ ਸਮਾਨ ਸੀ।

"ਭਾਈ ਸਾਹਿਬ ਪੈਗ ਛੋਟਾ ਪਾਇਉ, ਕੱਲ੍ਹ ਨੂੰ ਡੀ.ਸੀ. ਸਾਹਿਬ ਨੇ ਟੂਰ ਤੇ ਆਉਣਾ ਹੈ।"

"ਤੁਸੀਂ ਕੱਲ ਦਾ ਫਿਕਰ ਕਰਕੇ, ਅੱਜ ਦਾ ਸਵਾਦ ਕਿਉਂ ਖਰਾਬ ਕਰਦੇ ਹੋ। ਕੱਲ ਦਾ ਕੰਮ ਕੱਲ ਨੂੰ ਸਹੀ।" ਉਹ ਉੱਚੀ-ਉੱਚੀ ਹੱਸਿਆ।

"ਨਾਲੇ ਥੋਡਾ ਡੀ.ਸੀ. ਤਾਂ ਫੁਫੜ ਜੀ ਦਾ ਚੇਲਾ ਹੈ।"

"ਉਹ ਤਾਂ ਠੀਕ ਹੈ ਪਰ ਡਿਊਟੀ ਤਾਂ ਡਿਊਟੀ ਹੈ।" ਹਰਜੀਤ ਕੰਮ ਪ੍ਰਤੀ ਗੰਭੀਰ ਸੀ। ਰਾਤ ਦੇ ਗਿਆਰਾਂ ਬਜੇ, ਉਹ ਘਰ ਮੁੜੇ। ਸੇਵਾ ਰਾਮ ਊਂਘ ਰਿਹਾ ਸੀ। ਉਸ ਲਾਲੀ ਦਾ ਮੰਜਾ ਬਾਹਰ ਡਾਹ ਕੇ ਟੇਬਲ ਫੈਨ ਲਾ ਦਿੱਤਾ ਸੀ। ਦੋ ਮੰਜੇ, ਬਿਸਤਰੇ ਪਹਿਲਾਂ ਹੀ ਚੁਬਾਰੇ ਵਿਚ ਲੱਗੇ ਹੋਏ ਸਨ।

"ਅੱਜ ਆਪਣੇ ਵਿਆਹ ਦੀ ਤੀਸਰੀ ਰਾਤ ਹੈ ਜੀ।"

"ਤੀਸਰੀ ਕਿ ਦੂਜੀ...?" ਉਸ ਨੇ, ਉਸ ਨੂੰ ਬੁਕਲ ਵਿਚ ਲੈ ਕੇ ਚੁੰਮ ਲਿਆ।

"ਥੋੜ੍ਹਾ ਸਬਰ ਕਰੋ,ਵੀਰ ਸੌਂ ਜਾਵੇ।"

"ਇੰਤਜ਼ਾਰ ਹੀ ਤਾਂ ਸਭ ਨਾਲੋਂ ਔਖਾ ਕੰਮ ਹੈ।"

"ਕੋਈ ਨਹੀਂ, ਮੈਂ ਕੱਪੜੇ ਬਦਲ ਲਵਾਂ, ਸਿਲਕ ਦੇ ਸੂਟ ਵਿਚ ਵਲ ਪੈ ਜਾਣਗੇ।" ਉਸ ਨੇ ਬਰੀਕ ਸੂਤੀ ਕੱਪੜੇ ਪਾ ਲਏ। ਬੱਤੀ ਬੁਝਾਉਣ ਮਗਰੋਂ, ਮੁੰਜ ਦਾ ਮੰਜਾ ਜਰਕ ਰਿਹਾ ਸੀ।

"ਪਹਿਲਾਂ ਮੇਰੀ ਸੌਂਹ ਖਾ ਕੇ ਇਕ ਗੱਲ ਦਸੋ ?'

"ਹੁਣ ਤੁਸੀਂ ਮੈਨੂੰ ਮੁਆਫ਼ ਕਰ ਦਿੱਤਾ ਹੈ ਨਾ...?"

"ਇਸ ਵਿਚ ਮੁਆਫ਼ੀ ਦੀ ਕਿਹੜੀ ਗੱਲ ਦੀ...?"

"ਪਹਿਲੀ ਰਾਤ, ਮੈਥੋਂ ਕੁਝ ਉਲਟਾ ਪੁਲਟਾ ਕਹਿ ਹੋ ਗਿਆ ਸੀ। ਪਲੀਜ ਮੈਨੂੰ ਮੁਆਫ਼ ਕਰ ਦਿਉ।"

"ਮੈਨੂੰ ਤਾਂ ਯਾਦ ਨਹੀਂ ਕੀ ਕਿਹਾ ਸੀ?"

"ਕੋਈ ਗੱਲ ਨਹੀਂ..., ਫਾਰਗੈਟ ਇੱਟ ਮਾਈ ਡੀਅਰ।"

ਗਈ ਰਾਤ ਮਗਰੋਂ ਉਹ ਸੁੱਤੇ। ਰਾਤ ਹੌਲੀ ਹੌਲੀ ਸਰਕ ਰਹੀ ਸੀ। ਕਿਤੇ ਕੁੱਤਿਆਂ ਦੇ ਭੌਂਕਣ ਦੀ ਆਵਾਜ਼ ਆ ਰਹੀ ਸੀ। ਅੱਧੀ ਰਾਤ ਮਗਰੋਂ, ਪੱਖੇ ਦੀ ਹਵਾ ਕੁਝ ਠੰਡੀ ਲੱਗਣ ਲੱਗੀ ਸੀ।

(24)

ਇਕ ਮਹੀਨਾ, ਉਸ ਦਾ ਵਰਤਾਓ ਠੀਕ ਰਿਹਾ। ਫੇਰ ਉਹ ਨੌਕਰਾਂ ਨੂੰ ਓਏ ਤੋਏ ਕਰਕੇ ਬੁਲਾਉਣ ਲੱਗੀ, ਨਿੱਕੀ ਨਿੱਕੀ ਗੱਲ ਤੇ ਖਹਿਬੜਣ ਲੱਗਦੀ। ਪਹਿਲਾਂ ਵਾਂਗ ਹੀ ਉਸਦੀ ਜ਼ਬਾਨ ਕੈਂਚੀ ਵਾਂਗ ਚੱਲਣ ਲੱਗੀ। ਹਰ ਗੱਲ ਤੇ ਜਿਰਾਹ ਕਰਦੀ, ਬਹਿਸ ਕਰਦੀ। ਗਲ ਪਿੰਡ ਤੋਂ ਸਮਾਨ ਚੁੱਕਣ ਦੀ ਸੀ, ਜਿਸ ਲਈ, ਹਰਜੀਤ ਤਿਆਰ ਨਹੀਂ ਸੀ। ਹਰਜੀਤ ਨੇ ਸਮਝਾਇਆ।

"ਇੱਥੇ ਸਮਾਨ ਰੱਖਾਂਗੇ ਕਿੱਥੇ ? ਫਰਿਜ਼ ਪਿੰਡੋਂ ਨਹੀਂ ਚੁੱਕਣਾ, ਨਵਾਂ ਲੈ ਲੈਂਦੇ ਹਾਂ, ਦੋ ਕਮਰਿਆਂ ਵਿਚ ਏਨਾ ਸਮਾਨ ਕਿਵੇਂ ਟਿਕੂ ?"

"ਇਕ ਸੋਫਾ ਆਏ ਗਏ ਲਈ, ਹੇਠਲੀ ਬੈਠਕ ਵਿਚ ਲਾ ਦਿਆਂਗੇ, ਬੈਡ ਕਮਰੇ ਵਿਚ ਲਗ ਜਾਣਗੇ। ਫਰਿਜ਼ ਕਿਚਨ ਵਿਚ। ਬਹਾਨੇ ਨਾ ਬਣਾਉ। ਦੱਸੋ, ਪਿੰਡ ਕਦੋਂ ਚੱਲਦੇ ਹੋ ? ਪਿੰਡ ਬੱਚੇ ਖ਼ਰਾਬ ਕਰ ਦੇਣਗੇ।"

"ਤੁਹਾਡਾ ਸਮਾਨ ਉਵੇਂ ਜਿਵੇਂ ਬੰਨ੍ਹਿਆ ਪਿਆ ਹੈ ਕਿਸੇ ਨਹੀਂ ਖੋਲ੍ਹਿਆ।"

"ਸਮਾਨ ਬੰਨ੍ਹਿਆ ਚੰਗਾ ਹੁੰਦਾ ਹੈ, ਕਿ ਵਰਤਿਆ, ਮੈਨੂੰ ਸਮਝਾਉ।"

"ਇਉਂ ਕਰਦੇ ਹਾਂ ਬੈਡ, ਸੋਫਾ ਤੇ ਡਾਈਨਿੰਗ ਟੇਬਲ ਮੰਗਵਾ ਲੈਂਦੇ। ਫਰਿਜ਼ ਉਥੇ ਰਹਿਣ ਦਿੰਦੇ ਹਾਂ, ਗਰਮੀਆਂ ਦਾ ਮਹੀਨਾ ਹੈ, ਉਥੇ ਆਇਆ ਗਿਆ ਰਹਿੰਦਾ ਹੈ।"

"ਮੈਂ ਆਏ ਗਏ ਦਾ ਠੇਕਾ ਲਿਆ ਹੋਇਆ ? ਨਾਂ ਤੁਸੀਂ ਜ਼ਮੀਨ ਦਾ ਠੇਕਾ ਲੈਂਦੇ ਹੋ। ਤੁਸੀਂ ਅੱਧ ਦੇ ਮਾਲਕ ਹੋ, ਮੈਂ ਚੰਡੀਗੜ੍ਹ ਕੋਠੀ ਬਨਾਉਣੀ ਹੈ, ਤੁਹਾਡੀ ਤਨਖ਼ਾਹ ਨਾਲ ਕਿਵੇਂ ਬਣੂੰ ... ? ਮੈਨੂੰ ਸਮਝਾਉ ਤਾਂ ਸਹੀ ?" ਹਰਜੀਤ ਲਈ ਸਾਰੇ ਰਾਹ ਬੰਦ ਹੋ ਗਏ, ਕਰੇ ਤਾਂ ਕੀ ਕਰੇ ? ਉਹ ਲੋਕਾਂ ਨੂੰ ਦਲੀਲਾਂ ਨਾਲ ਸਮਝਾ ਸਕਦਾ ਸੀ, ਪਰ ਬੀਵੀ ਨੂੰ ਤਰਕ ਨਾਲ ਸਮਝਾਉਣਾ ਉਸ ਨੂੰ ਐਵਰੈਸਟ 'ਤੇ ਚੜ੍ਹਣ ਵਾਂਗ ਹੀ ਲੱਗਦਾ ਸੀ।

"ਤੁਹਾਡੀ ਤਨਖ਼ਾਹ ਕਿੰਨੀ ਹੈ ?"

"ਸਾਢੇ ਤਿੰਨ ਸੌ।"

"ਏਨੇ ਪੈਸਿਆਂ ਨਾਲ ਤਾਂ ਘਰਦਾ ਲੂਣ ਮਿਰਚ ਹੀ ਮਸਾਂ ਚਲੇਗਾ। ਬਾਪੂ ਜੀ ਦੇ ਕਮਾਏ ਪੈਸੇ ਅਜੇ ਤੱਕ ਨਹੀਂ ਮੁੱਕੇ। ਤਿੰਨ ਵਿਆਹ ਕੀਤੇ। ਦੇਣ ਲੈਣ ਵੀ ਵਧੀਆ ਕੀਤਾ।"

"ਪੁਲਿਸ ਦੀ ਨੌਕਰੀ ਤੇ ਮੇਰੀ ਨੌਕਰੀ ਵਿਚ ਫਰਕ ਹੈ। ਉਥੇ ਡੰਡਾ ਮਾਰਨ ਲਈ ਕਿਸੇ ਮਨਜ਼ੂਰੀ ਦੀ ਲੋੜ ਨਹੀਂ ? ਏਥੇ ਹਰ ਕੰਮ ਕਰਨ ਵੇਲੇ ਕਾਇਦਾ ਕਾਨੂੰਨ ਦੇਖਣਾ ਪੈਂਦਾ ਹੈ।"

"ਫੇਰ ਤੁਸੀਂ ਠਾਣੇਦਾਰ ਕਿਉਂ ਨਾ ਭਰਤੀ ਹੋਏ ?"

"ਮੇਰੇ ਵਿਚ ਠਾਣੇਦਾਰੀ ਕਰਨ ਦੀ ਯੋਗਤਾ ਨਹੀਂ ਸੀ।"

"ਕਿਉਂ ਝੂਠ ਬੋਲਦੇ ਹੋ ? ਤੁਸੀਂ ਐਮ.ਏ. ਪਾਸ ਹੋ, ਬਾਪੂ ਜੀ ਤਾਂ ਸਿਰਫ਼ ਬਾਰਾਂ ਈ ਸਨ।"

"ਪੁਰਾਣੀ ਬਾਰਵੀਂ ਹੁਣ ਦੀ ਐਮ.ਏ. ਦੇ ਬਰਾਬਰ ਹੈ।" ਉਸ ਨੇ ਹੱਸ ਕੇ ਗੱਲ ਨੂੰ ਟਾਲਣ ਦਾ ਜਤਨ ਕੀਤਾ।

"ਤੁਹਾਡੇ ਮਹਿਕਮੇ ਵਿਚ ਉਪਰੋਂ ਕਿੰਨੀ ਕੁ ਕਮਾਈ ਹੈ ?"

"ਇਹ ਤਾਂ ਸੇਵਾ ਭਾਵਨਾ ਕਰਨ ਵਾਲਾ ਮਹਿਕਮਾ ਹੈ, ਇਥੇ ਓਪਰੀ ਆਮਦਨ ਦਾ ਕੋਈ ਮਤਲਬ ਨਹੀਂ, ਜੇ ਹੋਵੇ ਵੀ ਮੈਂ ਕਰਨੀ ਨਹੀਂ।"

"ਨਾਂ ਉਪਰਲੀ ਕਮਾਈ ਹੈ, ਨਾਂ ਤੁਸੀਂ ਪਿੰਡੋਂ ਠੇਕਾ ਲੈਂਦੇ ਹੋ, ਇਉਂ ਗੁਜ਼ਾਰਾ ਕਿਵੇਂ ਹੋਵੇਗਾ ?"

"ਚਪੜਾਸੀ ਅੱਸੀ ਰੁਪੈ ਮਹੀਨੇ ਵਿਚ ਹੀ ਗੁਜ਼ਾਰਾ ਕਰਦੇ ਹਨ। ਉਹ ਵੀ ਦੋ ਰੋਟੀਆਂ ਖਾਂਦੇ ਹਨ, ਆਪਾਂ ਵੀ ਦੋ ਰੋਟੀਆਂ ਖਾਂਦੇ ਹਾਂ।"

"ਤੁਸੀਂ ਆਪਣਾ ਮੁਕਾਬਲਾ ਹੇਠਲਿਆਂ ਨਾਲ ਕਿਉਂ ਕਰਦੇ ਹੋ ? ਫੁਫੜ ਜੀ ਨੇ ਕਮਾਈ ਨਾਲ ਹੀ ਲੁਧਿਆਣੇ ਕੋਠੀ ਬਣਾਈ ਹੈ, ਇਕ ਪਲਾਟ ਚੰਡੀਗੜ੍ਹ ਹੈ। ਉਨ੍ਹਾਂ ਕੋਲ ਜ਼ਮੀਨ ਤਾਂ ਮਸਾਂ ਦਸ ਕੀਲੇ ਹੀ ਹੈ।"

"ਮੈਂ ਉਨ੍ਹਾਂ ਦਾ ਮੁਕ ਬਲਾ ਨਹੀਂ ਕਰ ਸਕਦਾ ਸੁਪਰੀਮ ਕੋਰਟ ਤੱਕ, ਪੇਸ਼ੀਆਂ ਵੀ ਉਨ੍ਹਾਂ ਹੀ ਭੁਗਤੀਆਂ ਹਨ।"

"ਫੇਰ ਕਰੋ ਚਪੜਾਸੀਆਂ ਨਾਲ ਮੁਕਾਬਲਾ, ਭੋਗੋ, ਗ਼ਰੀਬਾਂ, ਕੀਰਾਂ ਵਰਗੀ ਜ਼ਿੰਦਗੀ। ਕੱਲ੍ਹ ਨੂੰ ਬੱਚੇ ਹੋਣਗੇ, ਉਨ੍ਹਾਂ ਨੂੰ ਪੜ੍ਹਾਵਾਂਗੇ ਕਿਸੇਂ ? ਮੈਂ ਤਾਂ 'ਸਨਾਵਰ' ਪੜ੍ਹਾਊਂਗੀ।"

"ਤੇਰੀ ਤਾਂ ਉਹ ਗੱਲ ਹੈ, ਅਖੇ ਪਿੰਡ ਬੱਝਿਆ ਨਹੀਂ ਮੰਗਤੇ ਪਹਿਲਾਂ ਹੀ ਆ ਗਏ।"

"ਮਕਾਨ ਹਮੇਸ਼ਾ ਨੀਂਹਾਂ ਤੋਂ ਉਸਰਦਾ ਹੈ, ਨਾਂ ਕਿ ਉਪਰੋਂ, ਸੋਚਣਾ ਤਾਂ ਪਹਿਲਾਂ ਹੀ ਪੈਂਦਾ ਹੈ।"

"ਤੂੰ ਭਵਿੱਖ ਦੀ ਸੋਚ ਨਾਲ ਵਰਤਮਾਨ ਨੂੰ ਕਿਉਂ ਖ਼ਰਾਬ ਕਰਦੀ ਹੈਂ? ਜਦੋਂ ਬੱਚੇਹੋਣਗੇ ਵੇਖੀ ਜਾਊ।"

"ਮੈਂ ਖਰਾਬ ਕਰਦੀ ਹਾਂ?" ਤੁਸੀਂ ਮੇਰੀ ਕੋਈ ਗੱਲ ਕਿਉਂ ਨਹੀਂ ਮੰਨਦੇ? ਨਾਂ ਪਿੰਡੋਂ ਸਮਾਨ ਲਿਆਉਂਦੇ ਹੋ, ਨਾ ਠੇਕਾ ਲੈਂਦੇ ਹੋ, ਪੈਂਤੀ ਕਿੱਲੇ ਦੀ ਆਮਦਨ, ਵੱਡਾ ਖਾਈ ਜਾਂਦਾ ਹੈ।"

"ਤੈਨੂੰ ਕੀ ਪਤੈ, ਵੱਡੇ ਭਾਈ ਨੇ, ਕਿੰਨੀਆਂ ਮੁਸ਼ਕਲਾਂ ਨਾਲ ਘਰ ਬੰਨ੍ਹਿਆ ਹੈ, ਬੰਜਰ ਜ਼ਮੀਨ ਨੂੰ ਕਿਵੇਂ ਆਬਾਦ ਕੀਤਾ ਹੈ? ਮੇਰੀ ਪੜ੍ਹਾਈ ਖਾਤਰ ਉਹ ਆਪ ਨਹੀਂ ਪੜ੍ਹੇ। ਮਾਂ ਪਿਉ ਛੋਟੇ ਹੁੰਦਿਆਂ ਦੇ ਮਰ ਗਏ ਸੀ। ਮਤਰੇਈ ਦੇ ਕਿੰਨੇ ਤਸੀਹੇ ਉਸ ਨੇ ਝੱਲੇ ਸਨ। ਫੇਰ ਭਾਬੀ ਨੇ ਆ ਕੇ, ਬੌਲਦ ਵਾਂਗ ਦਿਨ ਰਾਤ ਕਮਾਈ ਕਰਕੇ ਘਰ ਬੰਨ੍ਹਿਆ। ਤੂੰ ਕੱਲ੍ਹ ਆ ਕੇ, ਅੱਧ ਮੰਗਣ ਲੱਗੀ ਹੈ।" ਗੁੱਸੇ ਨਾਲ ਉਸ ਦਾ ਚਿਹਰਾ ਅਤੇ ਅੱਖਾਂ ਲਾਲ ਹੋ ਗਈਆਂ। ਕੋਈ ਹਥਿਆਰ ਚਲਦਾ ਨਾ ਦੇਖ, ਉਸ ਨੇ ਆਖਰੀ ਹਥਿਆਰ ਵਰਤਿਆ। ਹੁੱਭਕੀ ਹੁੱਭਕੀਂ ਰੋਣ ਲੱਗੀ।

"ਚੁੱਪ ਕਰ, ਕਿਚਨ ਵਿਚ ਨੌਕਰ ਨੂੰ ਸਭ ਕੁਝ ਸੁਣਦਾ ਹੈ, ਕਿਉਂ ਜਲੂਸ ਕੱਢਦੀ ਹੈ?"

"ਜਲੂਸ ਤੁਸੀਂ ਕਢਵਾਉਂਦੇ ਹੋ ਕਿ ਮੈਂ ਕੱਢਦੀ ਹਾਂ? ਚੰਗਾ ਸਗਮਾ ਸਾਰਿਆਂ ਨੂੰ ਪਤਾ ਲੱਗੇ?"

"ਹੁਣ ਬੱਸ ਕਰ, ਪੌੜੀਆਂ ਵਿਚ ਕੋਈ ਆ ਰਿਹੈ। ਬਹੁਤ ਹੋ ਗਈ। ਅੱਗਾ ਤੇਰਾ ਪਿੱਛਾ ਮੇਰਾ...?"

"ਸਾਹਿਬ ਜੀ, ਪੀਲੀ ਕੋਠੀ ਵਾਲੇ ਸਰਦਾਰ ਜੀ ਤੇ ਬੀਬੀ ਜੀ ਆ ਰਹੇ ਹਨ।" ਨੌਕਰ ਨੇ ਵਰਾਂਡੇ ਵਿਚ ਆ ਕੇ ਦੱਸਿਆ।

"ਸੇਵਾ ਰਾਮ ਤੇਰੇ ਸਾਹਿਬ ਘਰੇ ਈ ਨੇ।"

"ਹਾਂ ਜੀ ਸਰਦਾਰ ਸੈਹਬ ਘਰੇ ਹੀ ਨੇ, ਸਾਹਿਬ।"

"ਬੀਬਾ ਜੀ ਕਿੱਥੇ ਹਨ?"

"ਉਹ ਵੀ ਜੀ ਘਰੇ ਈ ਹਨ, ਲੰਘ ਆਉ।" ਨੌਕਰ ਨੇ ਉਨ੍ਹਾਂ ਨੂੰ ਛੋਟੇ ਕਮਰੇ ਵਿਚ ਬਿਠਾ ਕੇ ਪੱਖੇ ਦਾ ਬਟਨ ਦੱਬ ਦਿੱਤਾ। ਉਦੋਂ ਹੀ ਉਹ ਗਲਾਸਾਂ ਵਿਚ ਠੰਡਾ ਪਾਣੀ ਲੈ ਆਇਆ। ਹਰਜੀਤ ਕਮਰੇ ਵਿਚ ਆ ਗਿਆ, ਵੀਰਪਾਲ ਸੁਰਖੀ ਪਾਊਡਰ ਲਾਉਣ ਲੱਗੀ।

"ਮਖਾਂ ਕਾਕਾ ਭਾਬੀ ਤੋਂ ਡਰਦੇ, ਨਹੀਂ ਆਉਂਦੇ, ਮਖਿਆ ਬੀਬੀ ਆਪਾਂ ਹੀ ਚਲਕੇ ਆਉਂਦੇ ਹਾਂ।"

"ਮੈਂ ਕਈ ਦਿਨ ਤੋਂ, ਸਲਾਹ ਕਰਦਾ ਸੀ, ਆਉਣ ਦਾ ਟਾਈਮ ਨਹੀਂ ਲੱਗਿਆ। ਕੰਮ ਬਹੁਤ ਹੈ।"

"ਹੈ ਤੁਸੀਂ ਵਿਕਾਸ ਅਫ਼ਸਰ, ਇਸ ਪਿੰਡ ਦਾ ਵਿਕਾਸ ਕਿਉਂ ਨਹੀਂ ਕਰਦੇ? ਤੁਹਾਡੇ ਦਫ਼ਤਰ ਦੇ ਰਾਹ ਵਿਚ ਕਿੰਨਾ ਚਿੱਕੜ ਚਾਹਲਾ ਹੈ, ਪਰ ਤੁਸੀਂ ਤਾਂ ਜੀਪ ਤੇ ਲੰਘ

ਜਾਂਦੇ ਹੋ, ਸਾਡੇ ਵਰਗੇ ਕੀ ਕਰਨ ?" ਕੁੜੀ ਦੇ ਉਲਾਂਭੇ ਨਾਲ ਇਕ ਵੇਰ, ਉਸ ਦੇ ਪੈਰ ਥਿੜਕ ਗਏ। ਉਸ ਕੁੜੀ ਦੀਆਂ ਅੱਖਾਂ ਵਿਚ ਨੀਝ ਨਾਲ ਝਾਕਿਆ, ਜਿਥੇ ਸ਼ਰਾਰਤ, ਸਾਫ਼ ਝਲਕ ਰਹੀ ਸੀ।

"ਕੋਈ ਨਹੀਂ, ਤੁਹਾਡਾ ਇਹ ਉਲਾਂਭਾ ਵੀ ਛੇਤੀ ਲਾਹ ਦਿਆਂਗਾ। ਟੈਲੀਫ਼ੋਨ ਤਾਂ ਲੱਗ ਗਏ ਹਨ ਕਿ ਨਹੀਂ ?"

"ਮੈਨੀ ਮੈਨੀ ਥੈਂਕਸ, ਇਸ ਨਾਲ ਬਹੁਤ ਸੁਖ ਹੋ ਗਿਆ ਹੈ, ਬਾਹਰਲੀ ਕਾਲ ਬੜੀ ਮੁਸ਼ਕਿਲ ਨਾਲ ਲੱਗਦੀ ਹੈ।" ਕੁੜੀ ਨੇ ਇਕ ਹੋਰ ਗਿਲਾ ਕੀਤਾ।

"ਕੋਈ ਨਹੀਂ, ਤੁਸੀਂ ਮੈਨੂੰ ਦਸ ਦਿਆ ਕਰੋ, ਰਾਮਾਂ ਐਕਸਚੇਂਜ ਦੇ ਉਪਰੇਟਰ ਸਾਡੇ ਕੋਲ ਸੀਮਿੰਟ ਲੈਣ ਆਉਂਦੇ ਰਹਿੰਦੇ ਹਨ।" ਵੀਰਪਾਲ ਮੂੰਹ ਮੱਥਾ ਸੰਵਾਰ ਕੇ, ਕਮਰੇ ਵਿਚ ਆ ਗਈ। ਸਤਿ ਸ੍ਰੀ ਅਕਾਲ ਹੋਈ।

"ਬੀਬਾ, ਤੁਸੀਂ ਤਾਂ ਨਹੀਂ, ਮੈਨੂੰ ਜਾਣਦੇ ?"

"ਨਾਂਹ ਜੀ...।"

"ਥੋਡੇ ਨਾਨੀ ਜੀ ਮੇਰੇ ਭੂਆ ਜੀ ਸਨ, ਭਦੌੜ ਤੋਂ। ਜਦੋਂ ਉਹ ਪੂਰੇ ਹੋਏ ਹਨ, ਤੂੰ ਭੈਣ ਜੀ ਦੀ ਗੋਦੀ ਸੀ, ਭੋਗ ਤੇ ਮੈਂ ਤੇ ਸਰਦਾਰ ਜੀ ਪਹੁਵਿੰਡ ਗਏ ਸੀ। ਜਦੋਂ ਥੋਡੇ ਬਾਪੂ ਜੀ, ਰਾਮੇ ਥਾਣੇਦਾਰ ਹੁੰਦੇ ਸੀ, ਉਦੋਂ ਉਹ ਕਈ ਵਾਰ ਮਿਲਣ ਆਏ ਸੀ। ਥੋਡੇ ਵੱਡੇ ਮਾਸੀ ਜੀ, ਮੇਰੀ ਭੈਣ ਵੀ ਸਨ, ਜੇਠਾਣੀ ਵੀ, ਉਹ ਸਰਦਾਰ ਜੀ ਦੇ ਵੱਡੇ ਭਰਾ ਦਲੀਪ ਸਿਉਂ ਨੂੰ ਵਿਆਹੇ ਹੋਏ ਸੀ। ਆਪਣੀ ਸਕੀਰੀ ਤਾਂ ਬਹੁਤ ਪੁਰਾਣੀ ਹੈ, ਥੋਡੀ ਭਾਬੀ ਤਾਂ ਅਜੇ 'ਕੱਲ' ਆਈ ਹੈ, ਕੱਲ ਦੀ ਭੂਤਨੀ ਵਿਸਿਆਂ ਵਿਚ ਅੱਧ।"

"ਮਾਸੀ ਜੀ ਤੁਸੀਂ ਕੀ ਪੀਓਗੇ ?" ਵੀਰਪਾਲ ਨੇ ਪੁੱਛਿਆ।

"ਅਸੀਂ ਤਾਂ ਪੁੱਤ ਹੁਣੇ ਚਾਹ ਪੀ ਕੇ ਆਏ ਹਾਂ।" ਉਹ ਕਿਚਨ ਵਿਚ ਚਲੀ ਗਈ।

"ਇਹ ਬੀਬੀ ਕੀ ਕਰਦੀ ਹੈ ?"

"ਬੀ.ਏ. ਫਾਈਨਲ ਦਾ ਰਿਜ਼ਲਟ ਆਉਣ ਵਾਲਾ ਹੈ।" ਕੁੜੀ ਨੇ ਗੱਲ ਦੀ ਤੰਦ ਆਪਣੇ ਹੱਥ ਫੜ ਲਈ।

"ਅੱਗੇ ਕੀ ਕਰੋਗੇ ?"

"ਜੇ ਨੰਬਰ ਬਣ ਗਏ, ਇੰਗਲਿਸ਼ ਦੀ ਐਮ.ਏ. ਕਰਨ ਦਾ ਵਿਚਾਰ ਹੈ।"

"ਮੈਂ ਵੀ ਕੀਤੀ ਹੈ, ਫਾਈਨਲ ਦਾ ਰਿਜ਼ਲਟ ਆਉਣ ਵਾਲੈ...।"

"ਫਸਟ ਈਅਰ ਵਿਚ ਕਿੰਨੇ ਨੰਬਰ ਆਏ ਸੀ ?"

"268 ਯੂਨੀਵਰਸਿਟੀ ਵਿਚੋਂ ਮੇਰਾ ਤੀਜਾ ਸਥਾਨ ਸੀ।"

"ਫੇਰ ਤੁਸੀਂ ਤਾਂ ਬਹੁਤ ਲਾਇਕ ਹੋ ਬੀ.ਡੀ.ਓ. ਕਿਉਂ ਬਣ ਗਏ ? ਪੀ.ਸੀ.ਐਸ. ਜਾਂ ਆਈ.ਏ.ਐਸ. ਕਰਨੀ ਸੀ।" ਕੁੜੀ ਬੇਵਾਕ ਹੋ ਕੇ ਘਰਦਿਆਂ ਵਾਂਗ ਗੱਲਾਂ ਕਰ ਰਹੀ ਸੀ। ਉਸ ਦੇ ਚਿਹਰੇ ਤੇ ਡਰ-ਭਉ ਦੀ ਕੋਈ ਸ਼ਿਕਨ ਨਹੀਂ ਸੀ।

"ਲਉ ਮਾਸੀ ਜੀ ਠੰਡਾ ਲਵੋ।"

"ਤੂੰ ਬਹਿ ਜਾ ਪੁੱਤ ਅਸੀਂ ਕਿਹੜਾ ਓਪਰੇ ਹਾਂ। ਹੋਰ ਪੁੱਤ ਖਮਾਣੋਂ ਸੁੱਖ ਸਾਂਦ ਹੈ, ਮੈਂ ਸੁਣਿਆ ਭੈਣ ਜੀ, ਬਸਾਖੀ ਨੂੰ ਆਏ ਸੀ, ਕਾਕਾ ਤੁਹਾਨੂੰ ਛੱਡਣ ਆਇਆ ਸੀ, ਉਧਰ ਕਿਉਂ ਨਹੀਂ ਆਏ ?"

"ਮਾਸੀ ਜੀ, ਉਨ੍ਹਾਂ ਨੇ ਜਲਦੀ ਮੁੜਣਾਂ ਸੀ, ਮੈਨੂੰ ਬੇਜੀ ਕਹਿੰਦੇ ਸੀ, ਤੂੰ ਮਿਲ ਆਈਂ।"

"ਚੰਗਾ ਪੁੱਤ, ਕਿਸੇ ਚੀਜ਼ ਦੀ ਲੋੜ ਹੋਵੇ ਸੰਗੀ ਨਾ, ਕਾਕਾ ਜੀ ਤਾਂ ਦਿਨੇ ਬਾਹਰ ਅੰਦਰ ਰਹਿੰਦੇ ਨੇ, ਤੁਸੀਂ ਸਾਡੇ ਵਲ ਆ ਜਾਇਆ ਕਰੋ। ਪਹਾੜ ਜਿੱਡਾ ਦਿਨ ਕਿਵੇਂ ਲੰਘਦਾ ਹੈ?"

"ਹੁਣ ਤਾਂ ਮਾਸੀ ਜੀ ਦਫ਼ਤਰ ਦਾ ਟੈਮ ਸੱਤ ਤੋਂ ਡੇਢ ਹੋ ਗਿਆ ਹੈ, ਦੁਪਹਿਰ ਨੂੰ ਆ ਜਾਂਦੇ ਹਨ।"

"ਕੋਈ ਨਾ ਪੁੱਤ, ਕਾਕਾ ਜੀ ਵੀ ਨਾਲ ਆ ਜਾਣਗੇ, ਥੋੜਾ ਆਪਣਾ ਘਰ ਹੈ, ਸੰਗਣਾ ਨਹੀਂ?" ਕਿੰਨਾ ਚਿਰ ਹੋਰ ਹੋਰ ਗੱਲਾਂ ਹੁੰਦੀਆਂ ਰਹੀਆਂ। ਬਾਹਰ ਹਨੇਰਾ ਪਸਰ ਗਿਆ ਸੀ। ਗਲੀਆਂ ਵਿਚ ਕੋਈ ਸਟਰੀਟ ਲਾਈਟ ਨਹੀਂ ਸੀ।

"ਚੰਗਾ ਦੀਦੀ ਤੁਸੀਂ ਆਇਉ, ਅਸੀਂ ਉਡੀਕ ਕਰਾਂਗੇ।" ਕੁੜੀ ਦੀ ਸੁਨਿਹਰੀ ਆਵਾਜ਼ ਥਿਰਕੀ। ਉਹ ਇੱਕ ਇੱਕ ਲਫ਼ਜ਼ ਚੁਣ ਚੁਣ ਕੇ ਬੋਲ ਰਹੀ ਸੀ। ਉਸਦੇ ਬੋਲਣ ਵਿਚ, ਕਿੰਨਾ ਸਲੀਕਾ ਅਤੇ ਸੀਰਤ ਸੀ। ਉਸ ਰਾਤ ਉਹ ਹਰਜੀਤ ਦੇ ਸੁਪਨਿਆਂ ਵਿਚ ਘੁੰਮਣ ਘੇਰੀਆਂ ਪਾਉਂਦੀ ਰਹੀ।

(25)

ਪੌੜੀਆਂ ਵਿਚ ਬਿੜਕ ਚਾਲ ਹੋਈ। ਇਸ ਵੇਲੇ ਤਿੱਖੜ ਦੁਪਹਿਰੇ ਕੌਣ ਹੋਇਆ? ਬਾਹਰ ਕਾਂ ਅੱਖ ਨਿਕਲਦੀ ਸੀ। ਪੰਛੀ, ਦਰੱਖਤਾਂ ਦੀ ਸੰਘਣੀ ਛਾਂ ਵਿਚ ਆਰਾਮ ਕਰ ਰਹੇ ਸਨ। ਖਾਣਾ ਖਾਣ ਮਗਰੋਂ ਉਹ ਛੋਟੇ ਚੁਬਾਰੇ ਵਿਚ ਆਰਾਮ ਕਰ ਰਿਹਾ ਸੀ। ਨੌਕਰ ਘਰ ਚਲਾ ਗਿਆ ਸੀ। ਪਤਨੀ ਗੁਆਂਢੀ ਰਿਸ਼ਤੇਦਾਰਾਂ ਦੇ ਘਰ ਗਈ ਹੋਈ ਸੀ। ਆਮ ਕਰਕੇ ਉਹ ਦੁਪਹਿਰਾ ਉਥੇ ਹੀ ਢਾਲਦੀ ਸੀ। ਮੋਟੀਆਂ ਕੰਧਾਂ ਕਰਕੇ, ਹੇਠਲੀਆਂ ਬੈਠਕਾਂ ਵਿਚ ਠੰਡ ਹੁੰਦੀ ਸੀ।

ਕੁਝ ਦੇਰ ਬਾਅਦ ਕੁੰਡਾ ਖੜਕਿਆ। ਉਹ ਔਹਲਕੇ ਉਠਿਆ, ਆਇਆ ਜੀ, ਕਹਿ ਕੇ ਕੱਪੜੇ ਪਾਉਣ ਲੱਗਿਆ, ਸਿਰ ਤੇ ਮਾਵਾ ਲੱਗੀ ਪੱਗ ਧਰ ਲਈ, ਨੰਗੇ ਸਿਰ ਕਿਸੇ ਨੂੰ ਮਿਲਣਾ ਚੰਗਾ ਨਹੀਂ ਲੱਗਦਾ। ਬਾਹਰ ਅੱਗ ਵਰਗੀ ਤੱਤੀ ਲੋਅ ਵਗਦੀ ਸੀ। ਆਕਾਸ਼ ਵਿਚ ਚਿੱਟੇ ਬੱਦਲ ਰੂੰਅ ਦੇ ਮੋਹੜਿਆਂ ਵਾਂਗ ਉੱਡੇ ਫਿਰਦੇ ਸਨ। ਕਾਲੇ ਬੱਦਲ ਪਤਾ ਨਹੀਂ ਕਿੱਧਰ ਚਲੇ ਗਏ ਸਨ। ਮਾਰੂ ਫ਼ਸਲਾਂ ਸੁਕ ਸੜ ਗਈਆਂ ਸਨ। ਮੌਨਸੂਨ ਪਤਾ ਨਹੀਂ ਕਿੱਥੇ ਚਲੀ ਗਈ ਸੀ?

ਉਹ ਪੌੜੀਆਂ ਦਾ ਕੁੰਡਾ ਖੋਲ੍ਹਦਾ ਹੈ। ਉਸਦੇ ਮੂੰਹੋਂ ਅਚਾਨਕ ਹੀ ਨਿਕਲਦਾ ਹੈ, "ਓਹ ਤੁਸੀਂ ਇਸ ਵੇਲੇ...।" ਉਹ ਭਮੱਤਰ ਗਿਆ।

"ਸੌਰੀ ਟੂ ਡਿਸਟਰਬ ਯੂ...।" ਪਰੀਆਂ ਵਰਗੀ ਕੁੜੀ ਦੇ ਮੂੰਹੋਂ ਸ਼ਬਦ ਨਿਕਲੇ।

"ਆਉ ਅੰਦਰ ਆ ਜਾਉ।" ਉਹ ਛੋਟੇ ਚੁਬਾਰੇ ਵਿਚ ਕੁਰਸੀਆਂ ਤੇ ਆ ਬੈਠੇ। ਉਸਨੂੰ ਆਪਦਾ ਆਪ, ਪਾਣੀ ਵਿਚ ਖਿੰਡੀ ਤੂੜੀ ਵਾਂਗ ਖਿਲਰਦਾ ਲੱਗਿਆ। ਕਿੰਨੇ ਹੀ ਖ਼ਿਆਲ, ਉਸਦੇ ਦਿਮਾਗ ਵਿਚ ਵਾ-ਵਰੋਲਿਆਂ ਵਾਂਗ ਘੁੰਮਣ ਲੱਗੇ।

"ਭੈਣ ਜੀ ਕਿੱਥੇ ਹਨ?"

"ਉਹ ਤੁਹਾਡੀ ਭਾਬੀ ਦੇ ਘਰ ਬਾਦਸ਼ਾਹ ਕੁੱਟਣ ਗਏ ਹਨ।"

"ਸੇਵਾ ਰਾਮ ਨਹੀਂ ਦੀਂਹਦਾ?"

"ਉਹ ਘਰੇ, ਘਰਵਾਲੀ ਦੀ ਸੇਵਾ ਕਰਨ ਗਿਆ ਹੈ।"

"ਤੁਸੀਂ ਤਿੱਖੜ ਦੁਪਹਿਰੇ ਕਿਵੇਂ ਤਕਲੀਫ਼ ਕੀਤੀ?" ਉਸਦੇ ਹੱਥ ਵਿਚ ਕੁਝ ਕਾਗਜ਼ ਦੇਖਕੇ, ਉਸ ਪੁੱਛਿਆ।

"ਮੇਰਾ ਫਾਈਨਲ ਦਾ ਰਿਜ਼ਲਟ ਆਇਆ ਹੈ, ਅੱਗੇ ਯੂਨੀਵਰਸਿਟੀ ਵਿਚ ਐਡਮਿਸ਼ਨ ਲਈ ਸਰਟੀਫ਼ਿਕੇਟ ਅਟੈਸਟ ਕਰਵਾਉਣੇ ਹਨ।"

"ਬੀ.ਏ. ਵਿਚ ਕਿੰਨੇ ਪਰਸੈਂਟ ਨੰਬਰ ਆਏ ਹਨ?"

"ਓਵਰ ਆਲ 55% ਹਨ, ਇੰਗਲਿਸ਼ ਵਿਚ 65% ਹਨ।"

"ਫੇਰ ਤਾਂ ਤੁਹਾਡਾ ਦਾਖਲਾ ਪੱਕਾ ਹੈ। ਤੁਸੀਂ ਕਾਗਜ਼ ਨੌਕਰ ਹੱਥ ਭੇਜ ਦਿੰਦੇ, ਤੁਸੀਂ ਕੜਕਦੀ ਧੁੱਪ ਵਿਚ ਆਏ ਹੋ।"

"ਕੀ ਗੱਲ, ਤੁਹਾਨੂੰ ਮੇਰਾ ਆਉਣਾ ਚੰਗਾ ਨਹੀਂ ਲੱਗਿਆ।"

"ਨਹੀਂ ਇਹ ਗੱਲ ਨਹੀਂ ਹੈ।"

"ਹੋਰ ਕੀ ਗੱਲ ਹੈ?" ਕੁੜੀ ਦੇ ਜਵਾਬ ਨੇ, ਉਸ ਨੂੰ ਲਾਜਵਾਬ ਕਰ ਦਿੱਤਾ। ਉਸਦਾ ਹਰ ਰੋਜ਼ ਕਿੰਨੇ ਹੀ ਪੰਚਾਂ, ਸਰਪੰਚਾਂ ਲੋਕਾਂ ਨਾਲ ਵਾਹ ਪੈਂਦਾ ਸੀ, ਪਰ ਕੁੜੀ ਦੀ ਹਾਜ਼ਰੀ ਵਿਚ, ਉਸ ਨੂੰ ਆਪਣਾ ਆਪ, ਬੌਣਾ ਹੋ ਗਿਆ ਲੱਗਿਆ।"

"ਤੁਸੀਂ ਕੀ ਪੀਓਗੇ?"

"ਮੈਂ ਹੁਣੇ ਖਾਣਾ ਖਾ ਕੇ ਆਈ ਹਾਂ।"

"ਕੀ ਗੱਲ ਖਾਣਾ ਲੇਟ ਖਾਂਦੇ ਹੋ?"

"ਅੱਜ ਕੌਲਜ ਵਿਚ ਫੰਕਸ਼ਨ ਸੀ।"

"ਹਾਂ, ਮੈਨੂੰ ਵੀ ਪ੍ਰਿੰਸੀਪਲ ਸਾਹਿਬ ਦਾ ਇਨਵੀਟੇਸ਼ਨ ਆਇਆ ਸੀ, ਮੈਥੋਂ ਹੋਰ ਰੁਝੇਵਿਆਂ ਕਰਕੇ ਆ ਨਹੀਂ ਹੋਇਆ।"

"ਮੈਂ ਸੁਣਿਆ, ਤੁਸੀਂ ਵੀ ਲਿਖਦੇ ਹੋ।"

"ਕਦੇ ਕਦੇ, ਕਾਲਜ ਦੇ ਮੈਗਜ਼ੀਨ 'ਸਤਲੁਜ' ਦਾ ਮੈਂ ਐਡੀਟਰ ਹੁੰਦਾ ਸੀ। ਤੁਹਾਨੂੰ ਕੀਹਨੇਂ ਦੱਸਿਆ?"

"ਲੇਖਕ ਵੀ ਕਦੇ ਛੁਪੇ ਰਹੇ ਨੇ।" ਕੁੜੀ ਨਾਲ ਗੱਲਾਂ ਕਰਕੇ, ਉਸਨੂੰ ਸਕੂਨ ਮਿਲਦਾ ਲੱਗਿਆ ਜਿਵੇਂ ਮਾਰੂਥਲ ਵਿਚ ਅਚਾਨਕ ਮੀਂਹ ਵਰ੍ਹ ਪਿਆ ਹੋਵੇ। ਉਹ ਬਿਨਾਂ ਕਿਸੇ ਡਰ ਭੈਅ ਦੇ ਗੱਲਾਂ ਕਰਦੇ ਰਹੇ। ਉਸਦੀ ਹਾਜ਼ਰੀ ਨਾਲ, ਉਸਨੂੰ ਕਮਰਾ ਭਰਿਆ ਭਰਿਆ ਲੱਗਿਆ। ਉਹ ਨਿਸ਼ਚੰਤ ਹੋ ਕੇ ਗੱਲਾਂ ਕਰਦੇ ਰਹੇ। ਉਸ ਨੂੰ ਪਤਾ ਸੀ, ਅਜੇ ਦੋ ਘੰਟੇ ਕਿਸੇ ਨੇ ਨਹੀਂ ਆਉਣਾ।

"ਤੁਹਾਡੇ ਪਾਪਾ ਦਿਨੇਂ ਕੀ ਕਰਦੇ ਹਨ?"

"ਦਿਨੇਂ ਸ਼ਿਕਾਰ, ਰਾਤ ਨੂੰ ਸ਼ਰਾਬ।"

"ਖੇਤੀ ਕੌਣ ਕਰਦਾ ਹੈ?"

"ਸੀਰੀ ਹਨ, ਮਾਮਾ ਜੀ ਨੇ, ਭਦੌੜੋਂ, ਮੁਖਤਿਆਰ ਭੇਜਿਆ ਹੈ, ਉਹੀ ਟਰੈਕਟਰ ਚਲਾਉਂਦਾ ਹੈ।"

"ਬਾਕੀ ਭੈਣ ਭਾਈ ਕੀ ਕਰਦੇ ਹਨ ?"

"ਵੀਰਾ ਲੁਧਿਆਣੇ, ਗੁਰੂ ਨਾਨਕ ਵਿਚ ਇੰਜੀਨੀਅਰਿੰਗ ਕਰਦਾ ਹੈ, ਛੋਟੀ ਏਸ ਸਾਲ ਦਸਵੀਂ ਵਿਚ ਹੋ ਗਈ ਹੈ, ਚੰਗਾ ਮੈਂ ਚਲਦੀ ਹਾਂ।"

"ਤੁਹਾਡੇ ਸਰਟੀਫ਼ਿਕੇਟ ?"

"ਹਾਂ ਸੱਚ, ਮੈਂ ਤਾਂ ਭੁੱਲ ਹੀ ਗਈ ਸੀ।" ਉਸ ਨੇ ਗੋਲ ਕੀਤੇ ਕਾਗਜ਼ ਅਗੇ ਵਧਾਏ। ਉਸ ਨੇ ਅਲਮਾਰੀ ਵਿਚੋਂ ਮੋਹਰ ਕੱਢੀ, ਸਰਟੀਫਿਕੇਟ ਅਟੈਸਟ ਕਰ ਦਿੱਤੇ। ਉਸਨੂੰ ਉਹ ਦਿਨ ਯਾਦ ਆਇਆ, ਜਦੋਂ ਬਰਨਾਲੇ ਬੁੜ-ਬੁੜ ਕਰਦੇ ਤਹਿਸੀਲਦਾਰ ਨੇ ਉਸ ਦੇ ਸਰਟੀਫਿਕੇਟ ਵਗਾਹ ਕੇ ਮਾਰੇ ਸਨ।

"ਆਪਾਂ ਤਾਂ ਹੋਰ ਹੋਰ ਗੱਲਾਂ ਕਰਦੇ ਰਹੇ, ਤੁਸੀਂ ਕੀ ਪੀਉਗੇ, ਰੂਹਅਫਜ਼ਾ ਕਿ ਸ਼ਕੰਜਵੀ ?"

"ਮੈਨੂੰ ਤਾਂ ਲੋੜ ਨਹੀਂ, ਤੁਸੀਂ ਜੋ ਪੀਣਾ ਹੈ, ਬਣਾ ਦਿੰਦੀ ਹਾਂ।"

"ਤੁਸੀਂ ਘਰ ਗਿਆਂ ਦੀ ਐਨੀ ਸੇਵਾ ਕਰਦੇ ਹੋ, ਮਾਸੀ ਜੀ ਕੀ ਕਹਿਣਗੇ ?"

"ਮੇਰੇ ਪੈਰੇਂਟਸ ਬਹੁਤ ਖੁੱਲ੍ਹੇ ਸੁਭਾਅ ਦੇ ਹਨ, ਉਹ ਨਿੱਕੀਆਂ ਨਿੱਕੀਆਂ ਗੱਲਾਂ ਮਾਈਂਡ ਨਹੀਂ ਕਰਦੇ ?"

"ਚਲੋ ਰੂਹ ਅਫਜਾ ਪੀਂਦੇ ਹਾਂ।" ਉਸ ਨੇ ਰੂਹ ਅਫਜਾ ਦੀ ਬੋਤਲ ਕੱਢੀ ਤੇ ਉਹ ਕਿਚਨ ਵਿਚ, ਆਈਸ ਬੌਕਸ ਵਿਚ ਬਰਫ ਪਈ ਸੀ।

"ਤੁਹਾਡੇ ਕੋਲ ਫਰਿਜ਼ ਨਹੀਂ ? ਬਰਫ ਕਿੱਥੋਂ ਮੰਗਵਾਉਂਦੇ ਹੋ ? ਸਾਡੇ ਕਿੰਨੀਓਂ ਮੰਗਵਾ ਲਿਆ ਕਰੋ।" ਉਸ ਨੇ ਗਲਾਸਾਂ ਵਿਚ ਰੂਹਅਫਜ਼ਾਹ ਪਾ ਕੇ, ਉਪਰ ਪਾਣੀ ਪਾ ਕੇ ਬਰਫ ਪਾ ਦਿੱਤੀ। ਉਸਦਾ ਦਿਲ ਗਲਾਸ ਵਿਚ ਪਾਏ ਬਰਫ਼ ਦੇ ਪਏ ਟੁਕੜਿਆਂ ਵਾਂਗ, ਡੁਬਕੂੰ-ਡੁਬਕੂੰ ਕਰਨ ਲੱਗਿਆ ਉਸ ਨੇ ਉਦੋਂ ਹੀ ਉਸ ਨੂੰ ਬੁੱਕਲ ਵਿਚ ਲੈ ਕੇ, ਪਪੀਸੀਆਂ ਵਰਗੇ ਬੁਲ੍ਹ ਚੂਸ ਲਏ।

"ਪਲੀਜ਼, ਇਹ ਕੀ ਕਰ ਰਹੇ ਹੋ ? ਜੇ ਕਿਸੇ ਦੇਖ ਲਿਆ ਕੀ ਕਹੇਗਾ ? ਸਰੀਕਾਂ ਫੰਘਾਂ ਦੀਆਂ ਡਾਰਾਂ ਬਣ ਦੇਣੀਆਂ ਹਨ।"

"ਤੁਸੀਂ ਫਿਕਰ ਨਾ ਕਰੋ, ਏਥੇ ਦੇਖਣ ਵਾਲਾ ਕੋਈ ਨਹੀਂ ? ਕਾਸ਼ ਤੁਸੀਂ ਛੇ ਮਹੀਨੇ ਪਹਿਲਾਂ ਮਿਲ ਗਏ ਹੁੰਦੇ ? ਜ਼ਿੰਦਗੀ ਕੀ ਦੀ ਕੀ ਹੋ ਜਾਣੀ ਸੀ ? ਕੀ ਆਪਾਂ ਦੋਸਤਾਂ ਵਾਂਗ ਨਹੀਂ ਮਿਲ ਸਕਦੇ ?" ਉਸ ਦੀ ਸੋਚ ਨੇ ਹਉਕਾ ਲਿਆ।

"ਥੋਡੀ ਬੀਵੀ ਕਿੰਨੀ ਸੋਹਣੀ ਹੈ ਫੇਰ ਤੁਸੀਂ ... ?"

"ਹਾਂ ਸ਼ਕਲ ਹੈ, ਅਕਲ ਦੀ ਕਮੀ ਹੈ।"

"ਤੁਹਾਡੇ ਕੋਲ ਕਿੰਨੀ ਅਕਲ ਹੈ, ਅੱਧੀ ਦੇ ਦਿਉ।"

"ਅਜੇ ਤੱਕ ਅਜਿਹਾ ਕੋਈ ਟੀਕਾ ਨਹੀਂ ਬਣਿਆ।"

"ਚੰਗਾ ਮੈਂ ਚਲਦੀ ਹਾਂ, ਭੈਣ ਜੀ ਨਾਲ ਮੇਰੇ ਆਉਣ ਦੀ ਗੱਲ ਨਾ ਕਰਿਉ ? ਔਰਤਾਂ ਵਹਿਮੀ ਹੁੰਦੀਆਂ ਹਨ।

"ਤੁਸੀਂ ਬੇਫ਼ਿਕਰ ਰਹੋ।" ਉਸ ਨੇ ਤਸੱਲੀ ਦਿੱਤੀ ਤੇ ਉਹ ਮਿੰਟਾਂ ਵਿਚ ਪੌੜੀਆਂ ਉਤਰ ਗਈ। ਉਹ ਕਿੰਨਾ ਚਿਰ ਉਸਦੀ ਸੱਪ ਵਾਂਗ ਮੇਲ੍ਹਦੀ ਕਾਲੀ ਗੁੱਤ ਨੂੰ ਦੇਖਦਾ ਰਿਹਾ।

ਕਿੱਥੇ, ਇਹ ਕੁੜੀ, ਕਿੱਥੇ ਉਸਦੀ ਪਤਨੀ...? ਕੁੜੀ ਸੂਰਤ ਅਤੇ ਸੀਰਤ ਦਾ ਸੁਮੇਲ ਸੀ। ਉਸਦੀ ਪਤਨੀ ਦੀ ਸੂਰਤ ਤਾਂ ਸੀ, ਸੀਰਤ ਨਹੀਂ ਸੀ। ਉਹ ਆਪਣੇ ਠਾਣੇਦਾਰ ਪਿਉ ਵਾਂਗ ਹੀ ਮੂੰਹ ਜ਼ੋਰ ਸੀ। ਬੋਲਣ ਲੱਗਿਆ, ਅੱਗਾ ਪਿੱਛਾ ਨਹੀਂ ਦੇਖਦੀ ਸੀ। ਉਨ੍ਹਾਂ ਦੇ ਸੰਬੰਧ ਸਿਰਫ਼ ਜਿਸਮਾਨੀ ਸਨ, ਰੂਹਾਂ ਮੇਲ ਨਹੀਂ ਖਾਂਦੀਆਂ ਸੀ। ਇਹ ਸੋਚ ਸੋਚ, ਉਸਦੇ ਜ਼ਜਬੇ, ਲਹੂ ਲੁਹਾਣ ਹੋ ਜਾਂਦੇ। ਦੁਖਾਂਤ ਨੂੰ ਭੁੱਲਣ ਲਈ, ਉਹ ਜਾ ਤਾਂ ਕਵਿਤਾ ਝਰੀਟ ਲੈਂਦਾ, ਜਾਂ ਗਮ ਨੂੰ ਵਿਸਕੀ ਦੇ ਗਲਾਸ ਵਿਚ ਡੋਬਣ ਦਾ ਵਿਅਰਥ ਜਤਨ ਕਰਦਾ। ਗਮ ਦੇ ਦਰਿਆ ਵਿਚ ਉਹ ਗੱਲ ਤਾਈਂ ਡੁੱਬਿਆ ਪਿਆ ਸੀ। ਇਸ ਕੁੜੀ ਦੇ ਆਉਣ ਨਾਂਲ ਜਿਵੇਂ ਡੁਬਦੇ ਨੂੰ ਤਿਣਕੇ ਦਾ ਸਹਾਰਾ ਮਿਲ ਗਿਆ ਹੋਵੇ। ਉਸਦੇ ਦਿਮਾਗ ਵਿਚ, ਉਹੀ ਕੁੜੀ ਘੁੰਮ ਰਹੀ ਸੀ, ਸਰੂ ਵਰਗਾ ਕੱਦ, ਤਿੱਖੇ ਨੈਣ ਨਕਸ਼, ਝੀਲ ਵਰਗੀਆਂ ਕਾਲੀਆਂ ਬਾਦਾਮੀ ਅੱਖਾਂ, ਕਿਤਾਬੀ ਚਿਹਰਾ, ਗਜ਼ ਗਜ਼ ਲੰਬੇ ਵਾਲ, ਮੋਤੀਆਂ ਵਰਗੇ ਦੰਦ। ਉਸ ਦੇ ਜਾਣ ਬਾਅਦ ਵੀ ਉਸਨੂੰ ਕਮਰਾ ਖਾਲੀ ਹੋਣ ਤੇ ਵੀ ਭਰਿਆ ਭਰਿਆ ਲਗਿਆ। ਜਿਵੇਂ ਮਹਿਕ ਨਾਲ ਭਰ ਗਿਆ ਹੋਵੇ। ਉਹ ਡੂੰਘੀਆਂ ਸੋਚਾਂ ਵਿਚ ਡੁਬਿਆ ਹੋਇਆਸੀ। ਜਦੋਂ ਵੀਰਪਾਲ ਕੌਰ ਆਈ।

"ਮਗਰੋਂ ਕੋਈ ਆਇਆ ਤਾਂ ਨਹੀਂ?" ਉਸ ਨੇ ਠਾਣੇਦਾਰ ਵਾਂਗ ਤਫਤੀਸ਼ ਕੀਤੀ। "ਏਥੇ ਕੀਹਨੇ ਆਉਣਾ ਸੀ?"

"ਤੁਸੀਂ ਚਾਹ ਦੱਸੋ, ਮੈਂ ਤਾਂ ਪੀ ਲਈ ਹੈ।"

"ਭਾਬੀ ਜੀ ਨੇ ਖਿਲਾ ਕੇ ਖਿਲਾ ਕੇ ਢਿੱਡ ਭਰ ਦਿੱਤਾ ਹੈ।"

"ਇਹੋ ਜਿਹਾ ਕੀ ਖੁਆ ਦਿੱਤਾ, ਭਾਬੀ ਨੇ?"

"ਇਹ ਪੁੱਛੋ ਕੀ ਨਹੀਂ ਖਵਾਇਆ? ਪਹਿਲਾਂ ਸ਼ਰਬਤ ਨਾਲ ਠੰਡੇ ਰਸਗੁੱਲੇ, ਫਰੂਟ ਆਈਸ ਕਰੀਮ। ਚਾਹ ਨਾਲ ਗਰਮ ਗੁਲਾਬ ਜਾਮਣਾ, ਪਨੀਰ ਦੇ ਪਕੌੜੇ ਤੇ ਕਿੰਨਾ ਕੁਝ। ਉਹ ਤਾਂ ਕਹਿੰਦੇ ਸੀ, ਖਾਣਾ ਖਾਕੇ ਜਾਇਉ। ਮੈਂ ਨਹੀਂ ਮੰਨੀਂ, ਮਖਿਆ ਤੁਸੀਂ ਉਡੀਕਦੇ ਹੋਵੋਗੇ।"

ਐਰੋ ਐਰ ਹੋ ਗਈ ਸੀ। ਗੁਰਦਵਾਰੇ ਰਹਿਰਾਸ ਦਾ ਪਾਠ ਹੋ ਰਿਹਾ ਸੀ। ਉਹ ਕਿਸੇ ਗਲੋਂ ਨੌਕਰ ਨਾਲ, ਬਿਨਾਂ ਕਾਰਨ ਗੁੱਸੇ ਹੋ ਗਈ ਸੀ। ਦਿਨੇਂ ਹੀ ਕੀਰਤਨ ਸੋਹਿਲਾ ਪੜ੍ਹਣ ਲੱਗੀ ਸੀ।

"ਆਪਣਾ ਸਮਾਨ ਕਦੋਂ ਆਵੇਗਾ?"

"ਪੰਜ ਚਾਰ ਦਿਨ ਵਿਚ ਆ ਜਾਏਗਾ, ਮੈਂ ਵੀਰ ਨੂੰ ਲਿਖ ਦਿੱਤਾ ਹੈ।"

"ਟਰਾਲੀ ਤੇ ਨਾ ਲਿਆਉਣ, ਅੱਧਾ ਰਾਹ ਵਿਚ ਟੁੱਟ ਜਾਵੇਗਾ।"

"ਨਹੀਂ ਮੈਂ ਟਰੱਕ ਤੇ ਲਿਆਉਣ ਨੂੰ ਕਿਹਾ ਹੈ, ਆਪਣੇ ਪਿੰਡ ਟਰੱਕ ਹੈਗਾ।" ਤੂਫ਼ਾਨ ਤੋਂ ਮਗਰੋਂ ਹੁਣ ਉਹ ਸ਼ਾਂਤ ਹੋ ਗਈ ਸੀ, ਜਿਵੇਂ ਸਮੁੰਦਰ ਵਿਚ ਜਵਾਰਭਾਟੇ ਮਗਰੋਂ, ਲਹਿਰਾਂ ਰੁਕ ਜਾਂਦੀਆਂ ਹਨ।

"ਤੁਹਾਡੇ ਦਫ਼ਤਰ ਵਿਚ ਲੇਡੀ ਐਸ.ਓ. ਕੌਣ ਹੈ?" ਭੂਆ ਉਸਨੂੰ ਦੱਸ ਗਈ ਸੀ।

"ਲੇਡੀ ਐਸ ਤਾਂ ਕੋਈ ਨਹੀਂ...? ਐਲ.ਐ.ਐਸ.ਈ.ਉ. ਹੈ?"

"ਕੁਝ ਵੀ ਹੋਵੇ, ਉਸ ਨੂੰ ਬਹੁਤਾ ਮੂੰਹ ਨਹੀਂ ਲਾਉਣਾ।"

ਓਹ ਫੇਰ ਹੈਰਾਨ ਪ੍ਰੇਸ਼ਾਨ ਹੋ ਗਿਆ ਸੀ।

(26)

ਦੁਪਹਿਰ ਮਗਰੋਂ, ਜਦੋਂ ਉਹ ਦੋਨੋਂ ਖਾਣਾ ਖਾ ਕੇ ਆਰਾਮ ਕਰ ਰਹੇ ਸਨ, ਹੇਠੋਂ ਟਰੱਕ ਦੇ ਆਉਣ ਦੀ ਆਵਾਜ਼ ਆਈ। ਵੀਰਪਾਲ ਨੇ ਤਾਕੀ ਵਿਚੋਂ ਦਰਵਾਜ਼ੇ ਮੂਹਰੇ ਟਰੱਕ ਖੜ੍ਹਾ ਦੇਖਿਆ।

"ਉੱਠੋ, ਵੀਰ ਜੀ, ਸਮਾਨ ਲੈ ਕੇ ਆ ਗਏ। ਸੇਵਾ ਰਾਮ ਨੂੰ ਸੱਦ ਲਵੋ। ਸਮਾਨ ਲਾਹੁਣ ਲਈ ਬੰਦਿਆਂ ਦੀ ਲੋੜ ਪਵੇਗੀ।"

"ਕੋਈ ਨਾ ਮੈਂ ਚੌਕੀਦਾਰ ਨੂੰ ਭੇਜ ਦਿੰਦਾ ਹਾਂ।" ਉਦੋਂ ਹੀ ਬਲਜੀਤ ਸਿੰਘ ਉਪਰ ਆਇਆ, ਵੀਰਪਾਲ ਨੇ ਪੈਰੀਂ ਹੱਥ ਲਾਏ।

"ਨਹੀਂ ਬਸ ਏਨੀ ਖੇਚਲਾ ਨਾ ਕਰੋ।" ਦੋਨੋਂ ਭਾਈ ਗਲਵਕੜੀ ਪਾ ਕੇ ਮਿਲੇ। ਸੁਖ ਸਾਂਦ ਪੁੱਛੀ।

"ਸਿਖਰ ਦੁਪਹਿਰੇ ਆਏ ਹੋ, ਕੀ ਗੱਲ ਹੋ ਗਈ?"

"ਚੱਲੇ ਤਾਂ ਨੌ ਬਜੇ ਦੇ ਹੋਏ ਹਾਂ, ਸੜਕਾਂ ਕੱਚੇ ਰਸਤੇ ਨਾਲੋਂ ਵੀ ਮਾੜੀਆਂ ਹਨ।"

"ਵੀਰ ਜੀ ਨਾਲ ਕੌਣ ਕੌਣ ਹੈ? ਮੈਂ ਫੁਲਕਾ ਬਣਾਉਂਦੀ ਹਾਂ।" ਵੀਰਪਾਲ ਕੌਰ ਬੋਲੀ।

"ਰੋਟੀ ਤਾਂ ਅਸੀਂ ਖਾ ਕੇਚੱਲੇ ਸੀ, ਬਸ, ਚਾਹ ਪੀ ਲਵਾਂਗੇ, ਇਕ ਤੁਲਸੀ ਹੈ, ਇਕ ਡਰਾਇਵਰ ਹੈ।"

"ਵੀਰ ਜੀ, ਸਵੇਰ ਦੀ ਰੋਟੀ ਹੁਣ ਤੱਕ ਪਈ ਹੈ? ਤੁਸੀਂ ਤਾਂ ਖੈਰ ਘਰਦੇ ਹੋ, ਨਾਲ ਆਏ ਬੰਦੇ ਕੀ ਕਹਿਣਗੇ?" ਵੀਰਪਾਲ ਨੇ ਦਲੀਲ ਦਿੱਤੀ। ਉਨ੍ਹਾਂ ਨੂੰ ਜੀ ਹੇਠਲੀ ਬੈਠਕ ਵਿਚ ਬਿਠਾ ਦਿਉ, ਨਾਲੇ ਠੰਡੇ ਪਾਣੀ ਲੈ ਜਾਉ, ਮੈਂ ਜੱਗ ਭਰ ਦਿੱਤਾ ਹੈ। ਲੋਹੜੇ ਦੀ ਗਰਮੀ ਹੈ।" ਉਦੋਂ ਹੀ, ਉਹ ਕਿਚਨ ਵਿਚ ਆ ਕੇ, ਆਟਾ ਗੁੰਨ੍ਹਣ ਲੱਗੀ, ਦਾਲ ਸਬਜ਼ੀ ਪਹਿਲਾਂ ਹੀ ਪਈ ਸੀ। ਉਹ ਕੜਾਹੀ ਵਿਚ ਤਿੰਨ ਮੇਲ ਦਾ ਪ੍ਰਸ਼ਾਦ ਬਨਾਉਣ ਲੱਗੀ। ਪਿੰਡ ਦੇ ਬੰਦੇ ਕੀ ਕਹਿਣਗੇ? ਸੁੱਕੀ ਰੋਟੀ ਖੁਆ ਦਿੱਤੀ।

"ਸੇਵਾ ਰਾਮ ਦੋ ਤਿੰਨ ਬੰਦੇ ਚਾਹੀਦੇ ਹਨ, ਸਾਮਾਨ ਲਾਹੁਣ ਲਈ।"

"ਮੈਂ ਪੀਲੀ ਕੋਠੀ ਵਾਲੇ ਸਰਦਾਰ ਜੀ ਦਿਉਂ ਸੱਦ ਲਿਆਉਂਦਾ ਹਾਂ। ਪਹਿਲਾਂ ਮੈਂ ਰੋਟੀ ਬਣਾ ਦਿੰਦਾ ਹਾਂ, ਤੁਸੀਂ ਬੀਬਾ ਜੀ ਬੈਠੋ, ਗਰਮੀ ਬਹੁਤ ਹੈ।"

"ਨਹੀਂ ਖਾਣਾ ਮੈਂ ਬਣਾਊਗੀ, ਤੂੰ ਮਾਸੜ ਜੀ ਦੇ ਘਰੋਂ ਬੰਦੇ ਸੱਦ ਲਿਆ। ਉਨ੍ਹਾਂ ਦੇ ਸੀਰੀ ਐਸ ਵੇਲੇ ਘਰੇ ਹੀ ਹੁੰਦੇ ਹਨ।" ਕੁਝ ਚਿਰ ਮਗਰੋਂ, ਦੋ ਬੰਦੇ ਆ ਗਏ।"

"ਬੀਬਾ ਜੀ, ਸਮਾਨ ਕਿੱਥੇ ਰੱਖਣਾ ਹੈ?" ਸੇਵਾ ਰਾਮ ਨੇ ਪੁੱਛਿਆ।

"ਇਕ ਸੋਫਾ, ਬੈਡ, ਫਰਿਜ਼,ਖਾਣੇ ਦਾ ਟੇਬਲ, ਡਰੈਸਿੰਗ ਟੇਬਲ, ਉਪਰ ਲੈ ਆਉ। ਇਕ ਸੋਫਾ, ਆਏ ਗਏ ਲਈ, ਹੇਠਲੀ ਬੈਠਕ ਵਿਚ ਲਾ ਦਿਉ।"

"ਵੀਰਪਾਲ ਪੇਟੀ ਕਿੱਥੇ ਰੱਖਣੀ ਹੈ? ਉਪਰ ਤਾਂ ਚੜ੍ਹਣੀ ਨਹੀਂ" ਬਲਜੀਤ ਸਿੰਘ ਨੇ ਪੁੱਛਿਆ।

"ਵੀਰ ਜੀ, ਪੇਟੀ ਕਾਹਨੂੰ ਲਿਆਉਣੀ ਸੀ? ਉਥੇ ਹੀ ਰਹਿਣ ਦਿੰਦੇ।"

"ਉਸ ਵਿਚ ਤੁਹਾਡੇ ਬਿਸਤਰੇ ਹੋਣਗੇ, ਆਏ ਗਏ ਤੋਂ ਕੀਹਦੇ ਮੰਗਦੇ ਫਿਰੋਗੇ? ਨਾਲੇ ਕਣਕ ਦੀਆਂ ਦੋ ਬੋਰੀਆਂ ਹਨ, ਕਿੱਥੇ ਰੱਖਣੀਆਂ ਹਨ?"

"ਵੀਰ ਜੀ ਕਣਕ ਕੀ ਕਰਨੀ ਸੀ?" ਹਰਜੀਤ ਸਿੰਘ ਬੋਲਿਆ।

"ਏਥੇ ਕਿਸੇ ਤੋਂ ਮੰਗਦੇ ਮੰਗਵਾਉਂਦੇ ਫਿਰੋਗੇ, ਆਪਣੇ ਘਰ ਦੀ ਚੀਜ਼ ਹੈ। ਕਿਸੇ ਤੋਂ ਮੰਗਵਾਉਣ ਨਾਲ ਅਫ਼ਸਰ ਦੀ ਬੇਰੋਹਬੀ ਹੁੰਦੀ ਹੈ।" ਬਲਜੀਤ ਨੇ ਵਿਸਥਾਰ ਨਾਲ ਦੱਸਿਆ।

"ਵੀਰਪਾਲ ਪੇਟੀ ਕਿੱਥੇ ਰੱਖਣੀ ਹੈ?"

"ਹੇਠਲੀ ਬੈਠਕ ਵਿਚ ਹੀ ਰਖਵਾ ਦਿਉ, ਉਪਰ ਤਾਂ ਥਾਂ ਨਹੀਂ, ਪਹਿਲਾਂ ਵੀਰ ਜੀ, ਖਾਣਾ ਖਾ ਲਵੋ, ਮਗਰੋਂ ਸਮਾਨ ਲੁਹਾ ਦਿਉ।" ਸੇਵਾ ਰਾਮ ਦੋ ਜਣਿਆਂ ਦੀ ਰੋਟੀ ਹੇਠਾਂ ਲੈ ਗਿਆ। ਬਲਜੀਤ ਸਿੰਘ ਉਪਰ ਖਾਣ ਲੱਗਿਆ। ਵੀਰਪਾਲ ਕੌਰ, ਉਨ੍ਹਾਂ ਨੂੰ ਗਰਮ ਗਰਮ ਫੁਲਕਾ ਲਾਹ ਕੇ ਦੇ ਰਹੀ ਸੀ।

"ਤੁਸੀਂ ਏਨੀ ਖੇਚਲਾ ਕਿਉਂ ਕੀਤੀ?"

"ਵੀਰ ਜੀ ਖੇਚਲਾ ਕਾਹਦੀ ਹੈ? ਤੁਸੀਂ ਕੋਈ ਓਪਰੇ ਹੋ।" ਵਿਉਂਤ ਅਨੁਸਾਰ ਸਮਾਨ ਲਾ ਦਿੱਤਾ ਗਿਆ, ਢੂਹ ਵਾਲੇ ਬੈਡ, ਵੱਡੇ ਚੁਬਾਰੇ ਵਿਚ ਲੱਗ ਗਏ, ਸੋਫ਼ਾ, ਛੋਟੇ ਕਮਰੇ ਵਿਚ, ਡਰੈਸਿੰਗ ਟੇਬਲ ਤੇ ਡਾਈਨਿੰਗ ਸੈਟ ਬਰਾਂਡੇ ਵਿਚ ਰੱਖਿਆ ਗਿਆ, ਫਰਿਜ਼ ਕਿਚਨ ਵਿਚ ਲਾ ਦਿੱਤਾ। ਲੋਹੇ ਦੀਆਂ ਸਰਕਾਰੀ ਕੁਰਸੀਆਂ ਬਾਹਰ ਕੱਢ ਦਿੱਤੀਆਂ।

"ਸੇਵਾ ਰਾਮ, ਦਫ਼ਤਰ ਦਾ ਸਾਰਾ ਸਮਾਨ ਕੱਲ੍ਹ ਨੂੰ ਦਫ਼ਤਰ ਪਹੁੰਚਾ ਦੇ।"

"ਠੀਕ ਹੈ, ਬੀਬਾ ਜੀ।"

"ਇਹ ਮੁੰਜ ਦੇ ਮੰਜੇ ਕੀਹਦੇ ਹਨ?"

"ਕੋਠੀ ਵਾਲੇ ਸਰਦਾਰ ਜੀ ਦੇ ਹਨ।"

"ਇਹਨਾਂ ਨੂੰ ਵਿਹੜੇ ਵਿਚ ਕੱਢ ਦੇ, ਜੇ ਰਾਤ ਨੂੰ ਬਾਹਰ ਪੈਣਾ ਹੋਇਆ। ਨਾਲੇ ਚਾਹ ਧਰਦੇ।"

ਉਹ ਤਿੰਨੋਂ ਛੋਟੇ ਚੁਬਾਰੇ ਵਿਚ ਗੱਦੇਦਾਰ ਸੋਫਿਆਂ ਤੇ ਬੈਠੇ ਗੱਲਾਂ ਕਰਨ ਲੱਗੇ।

"ਵੀਰ ਜੀ, ਭੈਣ ਜੀ ਤੇ ਕਾਕਾ ਠੀਕ ਹਨ?

"ਕਾਕਾ ਸੁੱਖ ਨਾਲ ਚਾਰ ਸਾਲ ਦਾ ਹੋ ਗਿਆ, ਉਹਨੂੰ ਕਿਤੇ ਪੜ੍ਹਨ ਲਾਤਾ, ਕਿ ਨਹੀਂ?

"ਆਪਣੇ ਪਿੰਡ ਦੇ ਨੇੜੇ, ਜਲਵਾਣੇ ਅੰਗਰੇਜ਼ੀ ਸਕੂਲ ਹੈ, ਹਰ ਰੋਜ਼ ਉਨ੍ਹਾਂ ਦੀ ਬਸ ਆਉਂਦੀ ਹੈ।"

"ਉਹਨੂੰ ਸ਼ਿਮਲੇ ਜਾਂ ਸਨਾਵਰ ਲਾਉਂਦੇ, ਪਿੰਡਾਂ ਦੇ ਸਕੂਲਾਂ ਵਿਚ ਕਾਹਦੀ ਪੜ੍ਹਾਈ ਹੈ?" ਉਸਨੇ ਤਿੱਖਾ ਨੱਕ ਚਾੜ੍ਹਿਆ।" ਮੇਰੇ ਦੋਨੋਂ ਵੀਰ ਸਨਾਵਰ ਪੜ੍ਹੇ ਸੀ।"

"ਅਸੀਂ ਥੋਡੀ ਰੀਸ ਨਹੀਂ ਕਰ ਸਕਦੇ, ਪੁਰਾਣੇ ਜਗੀਰਦਾਰ ਹੋ, ਸਾਡੀ ਤਾਂ ਸਾਰੀ ਕਮਾਈ, ਮਜਾਰਿਆਂ ਨਾਲ ਮੁਕੱਦਮੇ ਲੜਦਿਆਂ ਲੰਗ ਗਈ ਹੈ। ਨਾਲੇ ਹਰਜੀਤ ਕਿਹੜੇ ਅੰਗਰੇਜ਼ੀਸਕੂਲ ਵਿਚ ਪੜ੍ਹਿਆ, ਇਹ ਦੇਸੀ ਸਕੂਲਾਂ ਵਿਚ ਪੜ੍ਹਕੇ ਹੀ, ਏਸ ਅਹੁਦੇ 'ਤੇ ਪਹੁੰਚਿਆ ਹੈ।"

"ਆਪਾਂ ਪਿੰਡ ਕਦੋਂ ਚਲਣਾ ਹੈ ਜੀ, ਭੈਣ ਜੀ ਨੂੰ ਮਿਲ ਆਵਾਂਗੇ, ਨਾਲ ਖਮਾਣੋਂ ਜਾ ਆਵਾਂਗੇ, ਤੁਸੀਂ ਤਾਂ ਵਿਆਹ ਮਗਰੋਂ ਉੱਥੇ ਗਏ ਨਹੀਂ, ਸ਼ਰੀਕਾਂ ਤੋਏ ਤੋਏ ਕਰਦੈ ਨੇ, ਅਖੇ ਪ੍ਰਾਹੁਣਾ ਕਿਉਂ ਨਹੀਂ ਆਉਂਦਾ ?"

"ਜਦੋਂ ਥੋਡੀ ਸਲਾਹ ਹੈ, ਜਾ ਆਉਂਦੇ ਹਾਂ, ਏਸ ਸ਼ਨੀਵਾਰ ਵੀ ਛੁੱਟੀ ਹੈ। ਮੈਂ ਛੁੱਟੀ ਲੈ ਲੈਂਦਾ ਹਾਂ।"

"ਚੰਗਾ ਹੈ, ਤੁਸੀਂ ਏਸ਼ ਸ਼ਨੀਵਾਰ ਹੀ ਆ ਜਾਉ, ਨਾਲੇ, ਖੇਤ ਗੇੜਾ ਮਾਰ ਆਵਾਂਗੇ।"

"ਠੀਕ ਹੈ, ਦੁਪਹਿਰ ਦੀ ਰੋਟੀ ਪਿੰਡ ਖਾਕੇ, ਸ਼ਾਮ ਨੂੰ ਖਮਾਣੋਂ ਚਲ ਜਾਵਾਂਗੇ। ਰਾਤ ਉਥੇ ਰਹਿਕੇ, ਦੂਜੇ ਦਿਨ ਮੁੜ ਆਵਾਂਗੇ, ਸੋਮਵਾਰ ਨੂੰ ਬਠਿੰਡੇ ਮੀਟਿੰਗ ਹੈ।"

ਤੁਰਨ ਤੋਂ ਪਹਿਲਾਂ ਵੀਰਪਾਲ ਨੇ ਤੁਲਸੀ ਅਤੇ ਡਰਾਈਵਰ ਨੂੰ ਇੱਕੀ-ਇੱਕੀ ਰੁਪੈ ਦਿੱਤੇ।

"ਵੀਰ ਜੀ, ਟਰੱਕ ਵਾਲੇ ਨੂੰ ਪੈਸੇ ਕਿੰਨੇ ਦੇਣੇ ਹਨ ?"

ਇਹਨੂੰ ਤਾਂ ਆਪਾਂ ਡੀਜ਼ਲ ਹੀ ਦੇਣਾ ਹੈ, ਆਪਣੇ ਘਰਦਾ ਬੰਦੈ।"

"ਆਪਣੇ ਘਰੇ ਫਰਿਜ਼ ਤਾਂ ਹੈ ਨਹੀਂ ਗਰਮੀਆਂ ਵਿਚ....।"

"ਨਹੀਂ ਅੱਜ ਮੁੜਦੇ ਹੋਏ ਬਨਾਲਿਉ ਲੈ ਕੇ ਜਾਣ ਦੀ ਸਲਾਹ ਹੈ। ਕਿਹੜਾ ਲਈਏ ? ਕੈਲਵੀਨੇਟਰ ਠੀਕ ਹੈ।"

"ਤੁਸੀਂ ਵੀਰ ਜੀ, ਇਹੀ ਰੱਖ ਲੈਂਦੇ, ਅਸੀਂ ਨਵਾਂ ਲੈ ਆਉਂਦੇ।" ਵੀਰਪਾਲ ਨੇ ਪੋਚਾ ਫੇਰਿਆ।

"ਉਹ ਤਾਂ ਇਕੋ ਹੀ ਗੱਲ ਹੈ, ਤੁਸੀਂ ਲੈ ਲਿਆ ਕਿ ਅਸੀਂ ਲੈ ਲਿਆ।" ਬਲਜੀਤ ਬੋਲਿਆ।

"ਠੀਕ ਹੈ, ਅਸੀਂ ਚਲਦੇ ਹਾਂ, ਸ਼ਨੀਵਾਰ ਦਾ ਪ੍ਰੋਗਰਾਮ ਪੱਕਾ ਰੱਖਿਉ।"

"ਹਾਂ ਜੀ ਬਰਜਰੂਰ ਜੇ ਕੋਈ ਨਾ ਟਾਲਣ ਵਾਲਾ ਅੜਿਕਾ ਨਾ ਪਿਆ।" ਉਨ੍ਹਾਂ ਦੇ ਜਾਣ ਮਗਰੋਂ ਵੀਰਪਾਲ ਪੇਟੀ ਦੀਆਂ ਚਾਬੀਆਂ ਲੈ ਕੇ ਹੇਠਾਂ ਆਈ। ਸੇਵਾ ਰਾਮ ਨਾਲ ਸੀ। ਪੇਟੀ ਵਿਚੋਂ ਕੁੱਕਰ, ਕਰਾਕਰੀ ਅਤੇ ਹੋਰ ਭਾਂਡੇਕੱਢੇ, ਆਏ ਗਏ ਲਈ ਚਾਂਦੀ ਦਾ ਟੀ ਸੈੱਟ ਕੱਢ ਲਿਆ ਸੀ।

"ਸੇਵਾ ਰਾਮ ਇਨ੍ਹਾਂ ਨੂੰ ਕਿਚਨ ਵਿਚ ਰੱਖ ਆ, ਜਿਹੜੇ ਉਪਰ ਭਾਂਡੇ ਪਏ ਹਨ, ਉਹ ਕੀਹਦੇ ਹਨ ?"

"ਉਹਤਾਂ ਬੀਬਾ ਜੀ ਦਫ਼ਤਰ ਦੇ ਹਨ।"

"ਦਫ਼ਤਰ ਦਾ ਕੋਈ ਸਾਮਾਨ ਮੈਂ ਘਰੇ ਨਈਂ ਰੱਖਣਾ, ਕੱਲ੍ਹ ਨੂੰ ਲੈ ਜਾਵੀਂ, ਅੱਜ ਤੋਂ ਆਪਣੇ ਭਾਂਡੇ ਵਰਤਿਆ ਕਰ।" ਚਾਂਦੀ ਦਾ ਟੀ ਸੈੱਟ, ਉਸਨੇ ਸਟੋਰ ਵਿਚ ਰੱਖ ਦਿੱਤਾ। ਸਾਰਾ ਸਮਾਨ ਸੈੱਟ ਹੋ ਗਿਆ ਸੀ।

"ਤੁਸੀਂ ਜੀ, ਸ਼ਾਮ ਨੂੰ ਕਿਤੇ ਜਾਣਾ ਤਾਂ ਨਹੀਂ..?"

"ਦੱਸੋ ਕੀ ਗੱਲ ਹੈ ?"

"ਸ਼ਾਮ ਨੂੰ ਆਪਾਂ ਮਾਸੀ ਜੀ ਦੇ ਚਲਣਾ ਹੈ ਮੈਥੋਂ ਜਾ ਨਹੀਂ ਹੋਇਆ, ਤੁਸੀਂ ਕੱਲੇ ਕੱਲੇ ਜਾ ਆਉਂਦੇ ਹੋ। ਮੈਨੂੰ ਬੇਜੀ ਨੇ ਵੀ ਕਿਹਾ ਸੀ।"

"ਮੈਂ ਤਾਂ ਇਕ ਦਿਨ ਗਿਆ ਸੀ, ਉਹ ਵੀ ਡੀ.ਸੀ. ਸਾਹਿਬ ਦਾ ਕੋਈ ਸੁਨੇਹਾ ਦੇਣਾ ਸੀ।" ਦਿਆਲੋ ਝਿਊਰੀ ਦਾ ਦੋਨਾਂ ਘਰਾਂ ਵਿਚ ਜਾਣ ਆਉਣ ਕਰਕੇ, ਉਹ ਸੀ.ਆਈ.ਡੀ. ਵਾਲਿਆਂ ਵਾਂਗ ਸੂਹ ਰੱਖਦੀ ਸੀ।

"ਮੈਂ ਨਹਾ ਕੇ ਤਿਆਰ ਹੁੰਦੀ ਆਂ, ਤੁਸੀਂ ਵੀ ਤਿਆਰ ਹੋ ਜਾਉ, ਗਰਮੀ ਬਹੁਤ ਹੈ।"

"ਮੈਂ ਤਾਂ ਤਿਆਰ ਹਾਂ, ਪੱਗ ਹੀ ਰੱਖਣੀ ਹੈ।" ਓਧਰ ਜਾਣ ਨਾਲ ਤੇਰੀ ਭਾਬੀ ਗੁੱਸੇ ਹੋ ਜਾਏਗੀ।"

"ਸ਼ਰੀਕੇ ਵਾਲੇ ਤਾਂ ਬੀਹ ਵਾਰੀ ਲੜਦੇ ਭਿੜਦੇ ਹਨ, ਪਤਾ ਨਹੀਂ ਕਦੋਂ ਇਕ ਹੋ ਜਾਣਾ ਆਪਾਂ ਸਾਂਝੇ ਬੰਦੇ ਹਾਂ, ਮਾਸੀ ਜੀ ਤਾਂ ਬੇਜੀ ਦੇ ਮਾਮੇ ਦੀ ਧੀ ਹੈ। ਭਾਬੀ ਤਾਂ ਭੂਆ ਜੀ ਦੀ ਨੂੰਹ ਹੈ, ਉਹਵੀ ਮੇਤਰ ਮਾਂ ਦੀ। ਵੱਡੇ ਮਾਸੀ ਜੀ ਨੂੰ ਮਰਿਆ ਮੁਕਿਆਂ ਨੂੰ ਪਤਾ ਨਹੀਂ ਕਿੰਨੇ ਸਾਲ ਹੋ ਗਏ ਹਨ, ਉਨ੍ਹ ਦੀ ਧੀ ਨਾਲ ਤਾਂ ਇਹ ਮਿਲਦੇ ਵਰਤਦੇ ਨਹੀਂ।" ਉਸਨੇ ਸਾਰੀ ਹਿਸਟਰੀ ਫਰੋਲ ਦਿੱਤੀ।

"ਸੇਵਾ ਰਾਮ, ਤੂੰ ਆਵਦੀ ਰੋਟੀ ਖਾ ਲਵੀਂ, ਅਸੀਂ ਸ਼ਾਇਦ ਲੇਟ ਆਈਏ।"

"ਚੰਗਾ ਬੀਬਾ ਜੀ।" ਉਨ੍ਹਾਂ ਦੇ ਬਾਹਰਲੇ ਦਰਵਾਜ਼ੇ ਨੂੰ ਹਮੇਸ਼ਾ ਜਿੰਦਰਾ ਲੱਗਿਆ ਰਹਿੰਦਾ ਸੀ। ਲੰਘਣ ਲਈ ਇਕ ਛੋਟੀ ਤਾਕੀ ਸੀ। ਜਦੋਂ ਉਹ ਦਰਵਾਜ਼ਾ ਲੰਘ ਕੇ ਵਿਹੜੇ ਵਿਚ ਆਏ, ਕੁੱਤੇ ਭੌਂਕਣ ਲੱਗੇ। "ਦੇਖ ਪੁੱਤ ਕੌਣ ਆਇਆ ਹੈ?" ਸੁਖਜੀਤ ਵਿਹੜੇ ਵਿਚ ਆਈ।

"ਮੰਮੀ ਸਾਹਮਣੇ ਚੁਬਾਰੇ ਵਾਲੀ ਦੀਦੀ ਤੇ ਉਹਦਾ ਹੈਸਬੈਂਡ ਆ ਰਹੇ ਹਨ।"

"ਤੂੰ ਪੁੱਤ ਕੁੱਤਿਆਂ ਨੂੰ ਚੁੱਪ ਕਰਵਾ, ਮੈਂ ਹੁਣੇ ਆਈ।" ਦਰਵਾਜ਼ੇ ਵਿਚ ਆ ਕੇ, ਸੁਖਜੀਤ ਨੇ ਕੁੱਤਿਆਂ ਨੂੰ ਚੁੱਪ ਕਰਵਾਇਆ।

"ਦੀਦੀ ਤੁਸੀਂ ਇਕ ਮਿੰਟ ਰੁਕੋ, ਮੈਂ ਤੇਲ ਲੈ ਆਵਾਂ।"

"ਉਹਦੇ ਕਾਹਦੇ ਲਈ?"

"ਤੁਸੀਂ, ਮਸਾਂ ਮਸਾਂ ਆਏ ਹੋ, ਮੈਂ ਤੇਲ ਚੋਣਾਂ ਹੈ।"

"ਬਸ ਬੀਬਾ ਐਵੇਂ ਘੌਲ ਹੁੰਦੀ ਰਹੀ, ਹੋਰ ਕੋਈ ਗੱਲ ਨਹੀਂ।"

"ਭਾਬੀ ਦੇ ਤਾਂ ਤੁਸੀਂ ਜਾ ਆਉਂਦੇ ਹੋ, ਸਾਡੇ ਨਾਲ ਕੀ ਨਰਾਜ਼ਗੀ ਹੈ? ਆਉ ਅੰਦਰ ਪੱਖੇ ਹੇਠ ਬੈਠਦੇ ਹਾਂ, ਵਿਹੜੇ ਵਿਚ ਗਰਮੀ ਹੈ।" ਉਹ ਇਕ ਹੋਰ ਦਰਵਾਜ਼ੇ ਵਿਚੋਂ ਲੰਘ ਕੇ ਵੱਡੇ ਕਮਰੇ ਵਿਚ ਆਏ, ਜਿੱਥੇ ਗੱਦੇਦਾਰ ਸੋਫਿਆਂ ਦੇ ਨਾਲ ਕੁਰਸੀਆਂ ਵੀ ਲੱਗੀਆਂ ਹੋਈਆਂ ਸਨ।

"ਬੀਬਾ, ਕੀ ਪੀਉਗੇ? ਦੱਸੋ ਕਾਕਾ ਜੀ।"

"ਮਾਸੀ ਜੀ ਅਸੀਂ ਹੁਣੇ ਚਾਹ ਪੀ ਕੇ ਆਏ ਹਾਂ।"

"ਜਾਹ ਬੇਟਾ, ਸ਼ਕੰਜਵੀ ਬਣਾ ਲਿਆ, ਫਰਿਜ਼ ਵਿਚੋਂ ਠੰਡਾ ਪਾਣੀ ਕੱਢ ਲਵੀਂ।"

"ਮਾਸੀ ਜੀ, ਤੁਸੀਂ ਨਿੰਬੂ ਕਿੱਥੋਂ ਮੰਗਵਾਉਂਦੇ ਹੋ? ਏਥੇ ਤਾਂ ਮਿਲਦੇ ਨਹੀਂ।"

"ਪੁੱਤ ਆਪਣੇ ਬਾਗ ਵਿਚ ਕਈ ਬਾਰਾਂ ਮਾਸੀਏ ਬੂਟੇ ਹਨ, ਤੁਸੀਂ ਦਸਿਆ ਨਹੀਂ, ਅੱਗੇ ਤੋਂ ਮੈਂ ਭੇਜ ਦਿਆਂ ਕਰੂੰਗੀ।" ਮਾਸੀ ਖਿੜ-ਖਿੜਾਕੇ ਹੱਸੀ।

"ਮਾਸੜ ਜੀ ਨਹੀਂ ਦੀਂਹਦੇ ?"

"ਉਹ ਪੁੱਤ ਬਠਿੰਡੇ, ਪੇਸ਼ੀ ਤੇ ਗਏ ਹਨ, ਬੀਬੀ ਦਲੀਪ ਕੁਰ ਨੇ ਵਸੀਅਤ, ਤੁੜਵਾਉਣ ਦਾ ਦਾਅਵਾ ਕੀਤਾ ਹੋਇਆ ਹੈ।

ਬਾਪੂ ਜੀ, ਹਰਜਿੰਦਰ ਤੇ ਥੋਡੇ ਮਾਸੜ ਜੀ ਨਾਉਂ ਪੱਕੀ ਵਸੀਅਤ ਕਰ ਗਏ ਸੀ,ਹੁਣ ਬੀਬੀ ਹਿੱਸਾ ਮੰਗਦੀ ਹੈ।"

"ਮਾਸੀ ਜੀ ਉਨ੍ਹਾਂ ਦੇ ਬਾਲ ਨਹੀਂ, ਬੱਚਾ ਨਹੀਂ, ਉਨ੍ਹਾਂ ਨੇ ਜਮੀਨ ਕੀ ਕਰਨੀ ਹੈ ?"

"ਕਹਿੰਦੀ ਮੈਂ ਰਿਟਾਇਰ ਹੋਣ ਮਗਰੋਂ ਏਥੇ ਕੋਠੀ ਪਾਉਣੀ ਹੈ, ਨਾਲੇ ਖੇਤੀ ਕਰਿਆ ਕਰੂੰ।"

"ਸਾਡੇ ਤਾਂ ਮਾਸੀ ਜੀ ਕਿਸ ਲੜਕੀ ਨੇ ਜ਼ਮੀਨ ਨਹੀਂ ਲਈ।"

"ਅਸੀਂ ਆਪ ਕਿਹੜਾ ਆਪਣੀਆਂ ਧੀਆਂ ਨੂੰ ਦੇਣੀ ਹੈ, ਇਹ ਤਾਂ ਊਈਂ ਹਲਕੇ ਫਿਰਦੇ ਹਨ। ਨੌਕਰੀ ਵਿਚ ਬਥੇਰੀ ਲੁੱਟ ਮਾਰ ਕੀਤੀ ਹੈ। ਇਨ੍ਹਾਂ ਨੂੰ ਮਰਨਾਂ ਯਾਦ ਨਹੀਂ, ਜ਼ਮੀਨ ਜਾਇਦਾਦ ਨੇ ਕਿਹੜਾ ਨਾਲ ਜਾਣਾ ਹੈ ? ਅੱਗੇ ਵੱਡੇ ਵਡੇਰੇ ਕੀ ਨਾਲ ਲੈ ਗਏ ? ਜ਼ਮੀਨ ਨੇ ਏਥੇ ਹੀ ਪਈ ਰਹਿਣਾ ਹੈ। ਪੁੱਤ, ਮੇਰੀ ਗੱਲ ਦਾ ਗੁੱਸਾ ਨਾਂ ਕਰੀਂ।" ਮਾਸੀ ਫਿਸ ਪਈ ਸੀ, "ਮੈਂ ਸੁਣਿਆ ਥੋਡੇ ਵਿਚੋਲੇ ਵੀ ਇਹੀ ਹਨ।"

"ਹਾਂ ਜੀ, ਇਹ ਉਦੋਂ ਬਰਨਾਲੇ ਬੀ.ਡੀ.ਓ. ਲੱਗੇ ਹੁੰਦੇ ਸੀ।"

"ਇਹ ਦੋਵੇਂ ਜੀਅ, ਫੰਗਾਂ ਦੀਆਂ ਡਾਰਾਂ ਬਣਾ ਦਿੰਦੇ ਹਨ। ਲੋਕ ਤਾਂ ਆਟੇ ਨੂੰ ਪਲੇਥਣ ਲਾਉਂਦੇ ਹਨ, ਇਹ ਤਾਂ ਨਿਰੇ ਪਲੇਥ ਦੀਆਂ ਪਕਾ ਦਿੰਦੇ ਹਨ।" ਹਰਜੀਤ ਨੂੰ ਉਨ੍ਹਾਂ ਦੀਆਂ ਕਹੀਆਂ ਗੱਲਾਂ ਯਾਦ ਆਈਆਂ, ਉਸ ਨਾਲ ਵੀ ਇਵੇਂ ਹੋਈ ਸੀ। ਉਸਦਾ ਮਨ ਬੋਲਣ ਨੂੰ ਕੀਤਾ ਪਰ ਉਸ ਨੇ ਚੁੱਪ ਰਹਿਣਾ ਹੀ ਬਿਹਤਰ ਸਮਝਿਆ। ਥਾਂ-ਥਾਂ ਦੁੱਖ ਫਰੋਲਣ ਦਾ ਕੀ ਫਾਇਦਾ ? ਇੱਕ ਚੁੱਪ ਸੌ ਸੁਖ।

ਸੁਖਜੀਤ ਚਾਹ ਲੈ ਆਈ, ਨਾਲ ਖਾਣ ਲਈ ਕਿੰਨਾ ਕੁਝ ਸੀ। ਚਾਹ ਪੀਣ ਮਗਰੋਂ ਉਸ ਪੁੱਛਿਆ, "ਮਾਸੀ ਜੀ ਥੋਡਾ ਫੋਨ ਕਿੱਥੇ ਹੈ, ਚਲਦਾ ਹੈ ? ਮੈਂ ਚੇਅਰਮੈਨ ਨਾਲ ਗੱਲ ਕਰਨੀ ਹੈ।"

"ਹਾਂ ਚਲਦਾ ਹੈ, ਪਿਛਲੇ ਬੈਡਰੂਮ ਵਿਚ ਪਿਆ, ਜਾ ਪੁੱਤ, ਇਨ੍ਹਾਂ ਨੂੰ ਫੋਨ ਦਸ ਆ।" ਕੌਫ਼ੀ ਸੂਟ ਗੋਰੇ ਰੰਗ ਤੇ ਬੜਾ ਫੱਬਦਾ ਸੀ।

"ਆ ਜਾਉ ਮੈਂ ਦੱਸਦੀ ਹਾਂ।" ਸੁਖਜੀਤ ਪਿੱਛੇ ਉਹ ਤੁਰ ਪਿਆ। ਪਿਛਲੇ ਕਮਰੇ ਵਿਚ ਤਪਾਈ ਤੇ ਫੋਨ ਪਿਆ ਸੀ।

"ਹਾਂ ਡਾਇਲਟੋਨ ਹੈਗੀ, ਤੁਸੀਂ ਕਰ ਲਵੋ।" ਜਿਉਂ ਹੀ ਉਹ ਮੁੜਣ ਲੱਗੀ, ਉਸ ਨੇ ਉਸ ਨੂੰ ਬੁਕਲ ਵਿਚ ਲੈ ਕੇ, ਮੱਥਾ ਚੁੰਮ ਲਿਆ। "ਪਲੀਜ਼ ਕੀ ਕਰਦੇ ਹੋ, ਜੇ ਕਿਸੇ ਦੇਖ ਲਿਆ, ਯੂ ਆਰ ਵੈਰੀ ਪੈਸ਼ਨੇਟ।" ਵੀਰ ਵਹੁਟੀ ਵਾਂਗ ਉਸਦਾ ਚਿਹਰਾ ਲਾਲ ਹੋ ਗਿਆ। ਪਾਇਲਾਂ ਪਾਉਂਦੀ ਉਹ ਕਮਰੇ ਵਿਚੋਂ ਬਾਹਰ ਚਲੀ ਗਈ। ਉਹ ਰਸੀਵਰ ਹੱਥ ਵਿਚ ਫੜੀ, ਮੰਤਰ ਮੁਗਧ ਹੋ ਗਿਆ ਸੀ। ਕਿੰਨਾ ਫਰਕ ਹੈ, ਏਸ ਕੁੜੀ ਤੇ ਉਸਦੀ ਬੀਵੀ ਵਿਚ ? ਕਿੰਨੇ

ਸਲੀਕੇ ਨਾਲ ਬੋਲਦੀ ਹੈ। ਕੁਝ ਹੀ ਪਲਾਂ ਵਿਚ ਸੁੱਤੇ ਸਮੁੰਦਰ ਵਿਚ ਜਵਾਰਭਾਟਾ ਆ ਗਿਆ ਸੀ। ਉਹ ਕਰੇ ਤਾਂ ਕੀ ਕਰੇ ? ਮਨ ਵਿਚ ਉਠਦੀਆਂ ਲਹਿਰਾਂ ਨੂੰ ਕਿਵੇਂ ਕਾਬੂ ਕਰੇ ? ਸੁਖਜੀਤ ਨੂੰ ਦੇਖਕੇ ਪਤਾ ਨਹੀਂ, ਉਸ ਨੂੰ ਕੀ ਹੋ ਜਾਂਦਾ ਸੀ, ਜਿਵੇਂ ਮਨਵਿਚ ਜਜ਼ਬਿਆਂ ਦਾ ਹੜ੍ਹ ਆ ਗਿਆ ਹੋਵੇ। ਜਦੋਂ ਉਹ ਵੱਡੇ ਕਮਰੇ ਵਿਚ ਆਇਆ, ਸੁਖਜੀਤ ਦੇ ਚਿਹਰੇ ਤੇ ਕੋਈ ਸ਼ਿਕਨ ਨਾ ਦੇਖਕੇ, ਉਸ ਨੂੰ ਸਕੂਨ ਮਿਲਿਆ। ਉਦੋਂ ਬਾਹਰ ਜੀਪ ਦਾ ਹਾਰਨ ਹੋਇਆ।

"ਦੇਖ ਪੁੱਤ ਤੇਰੇ ਪਾਪਾ ਆ ਗਏ ਹਨ। ਕੋਈ ਸਮਾਨ ਹੋਇਆ ਫੜ ਲਈਂ।" ਕੁਝ ਪਲਾਂ ਮਗਰੋਂ ਉਹ ਕਮਰੇ ਵਿਚ ਆ ਗਏ, ਮੱਧਰਾ ਕੱਦ, ਵਧਿਆ ਹੋਇਆ ਪੇਟ, ਪੁੱਠੀ ਬੰਨ੍ਹੀ ਹੋਈ ਦਾਹੜੀ, ਖੜ੍ਹੀਆਂ ਮੁੱਛਾਂ, ਸਿਰ ਤੇ ਹਵਾ ਪਿਆਜੀ ਪੱਗ, ਉਸਦਾ ਵਿਅਕਤੀਤਵ ਚੰਗੇ ਸਰਦਾਰਾਂ ਵਾਂਗ ਲਗਦਾ ਸੀ।

"ਬੀਬਾ ਤਾਂ ਅੱਜ ਪਹਿਲੀ ਵੇਰ ਆਏ ਹਨ ?"

"ਬਸ ਮਾਸੜ ਜੀ ਊਈਂ ਘੌਲ ਹੁੰਦੀ ਰਹੀ, ਮੈਂ ਕਈ ਦਿਨ ਦੀ ਆਉਣ ਨੂੰ ਫਿਰਦੀ ਸੀ, ਇਹਨਾਂ ਨੂੰ ਟੈਮ ਨਹੀਂ ਲੱਗਿਆ, ਦਫ਼ਤਰੀ ਕੰਮ, ਟੂਰ ਤੇ ਮੀਟਿੰਗਾਂ ਹੀ ਇਨ੍ਹਾਂ ਦਾ ਖਹਿੜਾ ਨਹੀਂ ਛੱਡਦੀਆਂ।

"ਪਾਪਾ ਜੀ, ਤੁਸੀਂ ਕੀ ਪੀਉਗੇ, ਚਾਹ ਬਣੀ ਪਈ ਹੈ, ਅਸੀਂ ਹੁਣੇ ਪੀ ਕੇ ਹਟੇ ਆਂ।"

"ਨਹੀਂ ਪੁੱਤ ਮੇਰਾ ਤਾਂ ਹੁਣ ਚਾਹ ਨਹੀਂ 'ਚੂਹ' ਦਾ ਟਾਈਮ ਹੈ।" ਚੂਹ ਤੋਂ ਉਸਦਾ ਮਤਲਬ ਸ਼ਰਾਬ ਤੋਂ ਸੀ।

"ਸਰਦਾਰ ਜੀ ਪੇਸ਼ੀ ਦਾ ਕੀ ਬਣਿਆ ?"

"ਅਗਲੇ ਮਹੀਨੇ 15 ਦੀ ਤਾਰੀਖ਼ ਪੈ ਗਈ ਦਲੀਪੋ ਦੇ ਬਿਆਨ ਹੋ ਗਏ। ਬਹਿਸ ਹੋ ਗਈ, ਫੈਸਲੇ ਤੇ ਹੈ।"

"ਨਾਲ ਕੌਣ ਕੌਣ ਸੀ ?"

"ਮਧਰੀ ਗੋਡੀ ਵਾਲਾ ਨਾਲ ਸੀ।"

"ਕੀਕਹਿੰਦੀ ਬਿਆਨਾਂ ਵਿਚ ?"

"ਕਹਿੰਦੀ ਜਾਇਦਾਦ ਮੇਰੇ ਪਿਉ ਦੀ ਜੱਦੀ ਹੈ, ਜਰਖਰੀਦ ਨਹੀਂ, ਇਸ ਲਈ ਵਸੀਅਤ ਤੋੜੀ ਜਾਵੇ, ਮੈਨੂੰ ਤੀਜੇ ਹਿੱਸੇ ਦੀ ਜ਼ਮੀਨ ਦਿੱਤੀ ਜਾਵੇ। ਆਪਣੇ ਵਕੀਲ ਨੇ 15 ਕੀਲੇ ਦੇਣ ਦੀ ਤਜਵੀਜ਼ ਰੱਖੀ ਸੀ, ਕਹਿੰਦੀ ਹੈ ਮੈਂ ਤਾਂ ਤੀਜੇ ਹਿੱਸੇ ਦੇ ਤੀਹ ਕਿੱਲੇ ਤੋਂ ਘੱਟ ਨਹੀਂ ਲੈਣੇ, ਕੁਲ 90 ਕਿਲਿਆਂ ਦੀ ਵਸੀਅਤ ਹੈ।"

"ਹਾਇ ਇਹਦੇ ਬਾਲ ਨੀਂ ਬੱਚਾ ਨਹੀਂ, ਏਸ ਕਲਮੂਹਣੀਂ ਨੇ ਤੀਹ ਕਿੱਲੇ ਕੀਹਨੂੰ ਦੇਣੇ ਹਨ ? ਭਤੀਜੇ ਨਾਲ ਨਹੀਂ ਬਣਦੀ, ਭਾਈ ਨਾਲ ਨਹੀਂ ਬਣਦੀ, ਨਾਲੇ ਕਾਕੇ ਦੇ ਘਰੇ ਰੋਟੀਆਂ ਖਾਂਦੀ ਹੈ, ਕਾਕਾ ਬਾਹਲਾ ਨਰਮ ਹੈ, ਜੇ ਸਾਡੇ ਵੱਲ ਆਵੇ ਮੈਂ ਤਾਂ ਲੱਤਾਂ ਵੱਢ ਦਿਆਂ।" ਏਨੇ ਨੂੰ ਉਹ ਫਰਿਜ਼ ਵਿਚੋਂ ਚਿੱਟੇ ਰੰਗ ਦੀ ਘਰਦੀ ਕੱਢੀ ਬੋਤਲ ਲੈ ਆਇਆ, "ਬੀ.ਡੀ.ਓ. ਸਾਹਿਬ, ਤੁਸੀਂ ਲਾ ਲੈਂਦੇ ਹੋ।"

"ਨਹੀਂ ਜੀ, ਮੈਂ ਨਹੀਂ ਪੀਂਦਾ।"

"ਪੱਕੀ ਗੱਲ ਹੈ, ਸੰਗਿਓ ਨਾ।"

"ਮੈਂ ਤਾਂ ਜੀ, ਆਪਣੇ ਵਿਆਹ ਨੂੰ ਵੀ ਨਹੀਂ ਪੀਤੀ।" ਵੀਰਪਾਲ ਉਸਦੇ ਚਿਹਰੇ ਵਲ ਝਾਕੀ ਵਿਆਹ ਦੀ ਦੂਜੀ ਰਾਤ ਨੂੰ ਉਹ ਡੱਕ ਕੇ ਪਿਆ ਸੀ, ਹੁਣ ਵੀ ਉਹ ਦੂਜੇ ਤੀਜੇ ਦਿਨ, ਵਿਸਕੀ ਦੇ ਦੋ ਪੈਗ ਲਾ ਲੈਂਦਾ ਸੀ।

"ਅੱਜ ਇਹਨਾਂ ਨੂੰ ਖਾਣਾ ਖਾਧੇ ਬਿਨਾਂ ਨਹੀਂ ਜਾਣ ਦੇਣਾ। ਤੂੰ ਪੁੱਤਰ ਤਿੱਤਰ ਬਣਾ ਲਏ ਸੀ?"

"ਹਾਂ ਪਾਪਾ ਜੀ ਸਭ ਕੁਝ ਬਣਿਆ ਪਿਆ ਹੈ, ਤੁਸੀਂ 'ਨਾਨ ਵੈਜ਼' ਲੈ ਲੈਂਦੇ ਹੋ ਨਾ।" ਵੀਰਪਾਲ ਨੇ ਸਿਰ ਹਿਲਾਕੇ ਹਾਮੀ ਭਰੀ, ਨਾਲ ਹੀ ਕਿਹਾ, "ਮਾਸੜ ਜੀ ਸਾਡਾ ਖਾਣਾ ਤਾਂ ਸੇਵਾ ਰਾਮ ਤਿਆਰ ਕਰੀ ਬੈਠਾ?"

"ਕੋਈ ਨਾ ਪੁੱਤ ਇਹ ਵੀ ਥੋਡਾ ਹੀ ਘਰ ਹੈ, ਬਣਿਆ ਖਾਣਾ ਫਰਿਜ਼ ਵਿਚ ਲਾ ਦਿਉ, ਸੀਰੀ ਦਸਦਾ ਸੀ, ਬਈ ਅੱਜ ਥੋਡਾ ਸਮਾਨ ਟਰੱਕ ਵਿਚ ਆਇਆ ਹੈ।"

"ਹਾਂ ਜੀ ਵਿਆਹ ਵੇਲੇ ਦਾ ਪਿੰਡ ਪਿਆ ਸੀ, ਵੱਡੇ ਵੀਰ ਜੀ, ਅੱਜ ਛੱਡ ਕੇ ਗਏ ਹਨ।"

"ਚੰਗਾ ਕੀਤਾ ਪੁੱਤ, ਘਰਦੇ ਸਮਾਨ ਬਿਨਾਂ ਸਰਦਾ ਨਹੀਂ...?" ਹੋਰ ਹੋਰ ਗੱਲਾਂ ਕਰਨ ਮਗਰੋਂ, ਹਰਜੀਤ ਨੇ ਗੱਲ ਦਾ ਰੁਖ ਬਦਲਿਆ, "ਸੁਖਜੀਤ, ਤੁਸੀਂ ਦਾਖ਼ਲਾ ਫਾਰਮ ਭਰ ਦਿੱਤਾ ਹੈ?

"ਹਾਂ ਜੀ ਪਿਛਲੇ ਹਫ਼ਤੇ ਰਜਿਸਟਰੀ ਕਰਵਾ ਦਿੱਤੀ ਸੀ। ਰਸੀਦ ਆ ਗਈ ਹੈ, ਅਗਲੇ ਹਫ਼ਤੇ ਇੰਟਰਵਿਊ ਹੈ।"

"ਇੰਟਰਵਿਊ ਤਾਂ ਐਵੇਂ ਫਾਰਮੈਲਟੀ ਹੈ, ਸਲੈਕਸ਼ਨ ਤਾਂ ਮੈਰਿਟ ਤੇ ਹੁੰਦੀ ਹੈ, ਯੂਨੀਵਰਸਿਟੀ ਵਿਚ, ਪ੍ਰੋ: ਡੀ.ਸੀ. ਸ਼ਰਮਾ, ਇੰਗਲਿਸ਼ ਦਾ ਹੈਡ ਹੈ, ਲੁਧਿਆਣੇ ਮੇਰਾ ਟੀਚਰ ਰਿਹਾ, ਜੇ ਕੋਈ ਲੋੜ ਪਵੇ, ਮੇਰਾ ਨਾਉਂ ਲੈ ਦਿਉ, ਬਹੁਤਾ ਚੰਗਾ ਇਨਸਾਨ ਹੈ, ਜੇ ਕਹੋ ਮੈਂ ਫੋਨ ਕਰ ਦਿਆਂਗਾ।"

"ਬੇਟਾ ਤੁਸੀਂ ਚਿੱਠੀ ਦੇ ਦਿਉ, ਫੋਨ ਦੀ ਗੱਲ ਹੋਰ ਹੈ।"

"ਕੋਈ ਨਾ ਮੈਂ ਕੱਲ ਸੇਵਾ ਰਾਮ ਕੋਲ ਭੇਜ ਦਿਆਂਗਾ।"

"ਪਾਪਾ ਜੀ, ਤੁਸੀਂ ਚਾਰ ਪੈਗ ਲਾ ਲਏ ਹਨ, ਹੋਰ ਨਾ ਪੀਉ, ਖਾਣਾ ਵੀ ਖਾਣਾ ਹੈ, ਖਾਣਾ ਲਾ ਦਿਆ?"

"ਬੱਸ ਪੁੱਤ, 15 ਮਿੰਟ ਰੁਕ ਜਾ, ਮੈਂ ਇਕ ਪੈਗ ਹੋਰ ਲਾ ਲਵਾਂ।" ਹੁਣ ਉਸਦੀ ਜਬਾਨ ਥਥਲਾਉਣ ਲੱਗੀ ਸੀ। ਨਸ਼ਾ ਉਪਰੋਂ ਦੀ ਹੋ ਗਿਆ ਸੀ, ਸਿਰ ਝੂਟੇ ਖਾਣ ਲੱਗਿਆ ਸੀ।

"ਤੂੰ....ਪੁੱ...ਤ ਆ ਜਾ...ਇਅ...ਆ ਕਰ, ਤੂੰ ਤਾਂ ਮੇ...ਰੀ ਸਾ...ਲੀ ਦੀ ਧੀ....ਹੈਂ, ਪੁੱ...ਤ....।" ਸੁਖਜੀਤ ਨੇ, ਉਸਨੂੰ ਖਾਣਾ ਉਥੇ ਹੀ ਲਾ ਦਿੱਤਾ, ਉਹ ਖਾਣ ਮੇਜ਼ 'ਤੇ ਆਉਣ ਦੀ ਹਾਲਤ ਵਿਚ ਨਹੀਂ ਸੀ।

"ਮਾਸੀ ਜੀ, ਖਾਣਾ ਬਹੁਤ ਸਵਾਦ ਹੈ, ਕੀਹਨੇਂ ਬਣਾਇਆ?" ਹਰਜੀਤ ਨੇ ਤਿੱਤਰ ਦੀ ਟੰਗ ਖਾਣ ਮਗਰੋਂ ਕਿਹਾ। ਐਗ-ਪੁਡਿੰਗ ਉਸ ਪਹਿਲੀ ਵਾਰ ਖਾਧੀ ਸੀ।

"ਬੇਟਾ ਦਾਲ ਸਬਜ਼ੀਆਂ ਤਾਂ ਸੁਖਜੀਤ ਹੀ ਬਣਾਉਂਦੀ ਹੈ।" ਖਾਣਾ ਖਾਣ ਮਗਰੋਂ ਸਾਰੇ ਉਨ੍ਹਾਂ ਨੂੰ ਬਾਹਰਲੇ ਦਰਵਾਜ਼ੇ ਤੱਕ ਛੱਡਣ ਆਏ। ਬਾਹਰ ਅੱਧ ਚਾਨਣੀਂ ਰਾਤ ਖਿੜੀ ਹੋਈ ਸੀ।

(27)

ਅਗਲੇ ਦਿਨ ਸਵੇਰੇ ਦਸ ਵਜੇ ਉਸ ਨੇ ਬਠਿੰਡੇ ਦੀ ਕਾਲ ਬੁਕ ਕਰਨ ਲਈ, ਟੈਲੀਫੂਨ ਐਕਸਚੇਂਜ ਰਾਮਾ ਮੰਡੀ ਦਾ ਨੰਬਰ ਘੁਮਾਇਆ।

"22 ਨੰਬਰ ਤੋਂ ਬਠਿੰਡੇ ਦੀ ਇਕ ਕਾਲ ਬੁੱਕ ਕਰਨਾ, ਡੀ.ਸੀ. ਸਾਹਿਬ ਨਾਲ ਗੱਲ ਕਰਨੀ ਹੈ।"

"ਬੀ.ਡੀ.ਓ. ਸਾਹਿਬ ਬੋਲਦੇ ਨੇ।"

"ਹਾਂ ਜੀ...।"

"ਸਰ ਮੈਂ ਜੀਂਦਲ ਬੋਲ ਰਿਹਾਂ, ਤੁਸੀਂ ਹੋਲਡ ਕਰੋ, ਮੈਂ ਹੁਣੇ ਗੱਲ ਕਰਵਾਉਂਦਾ ਹਾਂ, ਹੈਲੋ ਬਠਿੰਡਾ, ਡੀ.ਸੀ. ਸਾਹਿਬ ਨਾਲ ਗੱਲ ਕਰਵਾ ਦਿਉ ਹੁਣੇ।"

"ਡੀ.ਸੀ. ਸਾਹਿਬ ਅਜੇ ਦਫ਼ਤਰ ਨਹੀਂ ਆਏ, ਕੋਠੀ ਹਨ।"

"ਕੋਈ ਗੱਲ ਨਹੀਂ ਉਥੇ ਹੀ ਗੱਲ ਕਰਵਾ ਦਿਉ, ਬੀ.ਡੀ.ਓ. ਸਾਹਿਬ ਨੇ ਗੱਲ ਕਰਨੀ ਹੈ।" ਡੀ.ਸੀ. ਸਾਹਿਬ ਅਜੇ ਕੈਮਪ ਆਫਿਸ ਵਿਚ ਹੀ ਸਨ।

"ਲਉ ਜੀ ਗੱਲ ਕਰੋ, ਡੀ.ਸੀ. ਸਾਹਿਬ ਦਾ ਸਟੈਨੋ ਹੋਲਡ ਕਰ ਰਿਹਾ।"

"ਹਾਂ ਜੀ ਸਟੈਨੋ ਸਾਹਿਬ, ਮੈਂ ਹਰਜੀਤ ਸਿੰਘ ਬੀ.ਡੀ.ਓ. ਵੱਡਾ ਪਿੰਡ ਗੱਲ ਕਰ ਰਿਹਾਂ। ਡੀ.ਸੀ. ਸਾਹਿਬ ਨਾਲ ਗੱਲ ਕਰਵਾ ਦਿਉ।"

"ਲੋ ਜੀ, ਮੈਂ ਡੀ.ਸੀ. ਸਾਹਿਬ ਨੂੰ ਫੋਨ ਦਿੰਦਾ ਹਾਂ।"

"ਗੁੱਡ ਮਾਰਨਿੰਗ ਸਰ...।"

"ਗੁੱਡ ਮਾਰਨਿੰਗ, ਹਾਂ ਹਰਜੀਤ ਦੱਸੋ?" ਭਰੀ ਭਰਕਮ ਆਵਾਜ਼ ਤਾਰਾਂ ਵਿਚੋਂ ਗੂੰਜੀ।

"ਸਰ ਮੈਨੂੰ ਸੈਟਰਡੇ, ਸੰਡੇ ਦੀ ਛੁੱਟੀ ਚਾਹੀਦੀ ਹੈ, ਪਿੰਡ ਜਾਣਾ ਹੈ।"

"ਓ.ਕੇ., ਯੂ ਕੈਨ ਗੋ, ਤੈਨੂੰ ਮੰਡੇ ਦੀ ਮੀਟਿੰਗ ਦਾ ਪਤਾ ਹੈ ਨਾ।"

"ਹਾਂ ਜੀ, ਸਰ ਮੈਂ ਸੰਡੇ ਸ਼ਾਮ ਨੂੰ ਹੀ ਮੁੜ ਆਉਣਾ ਹੈ।"

"ਓ.ਕੇ. ਬਈ ਉਹ ਚਾਚਾ ਢਿੱਲੋਂ ਐਸ.ਡੀ.ਐਮ. ਫਲੌਰ ਦਾ ਫੋਨ, ਤੇਰੇ ਵਾਰੇ ਆਇਆ ਸੀ, ਉਹ ਤੇਰਾ ਕੀ ਲੱਗਦਾ ਹੈ?"

"ਸਰ ਉਹ ਮੇਰੇ ਫੁਫੜ ਜੀ ਹਨ।"

"ਓ.ਕੇ. ਕੋਈ ਤਕਲੀਫ ਹੋਈ ਦਸੀਂ...।"

"ਥੈਂਕ ਯੂ ਸਰ...।"

ਉਸ ਨੇ ਸਟੈਨੋ ਨੂੰ ਬੁਲਾ ਕੇ, ਛੁੱਟੀ ਦੀ ਅਰਜ਼ੀ ਅਤੇ ਪ੍ਰੋ: ਡੀ.ਸੀ. ਸ਼ਰਮਾ ਦੇ ਨਾਉਂ ਚਿੱਠੀ ਲਿਖਵਾ ਦਿੱਤੀ, ਲਿਖਿਆ ਸੀ, ਸੁਖਜੀਤ, ਮੇਰੀ ਨਜ਼ਦੀਕੀ ਰਿਸ਼ਤੇਦਾਰ ਹੈ, ਇਸ ਦਾ ਧਿਆਨ ਰੱਖਣਾ। ਉਹ ਸੋਚਣ ਲੱਗਿਆ, ਸੁਖਜੀਤ ਨਾਲਮੇਰੀ ਕੀ ਰਿਸ਼ਤੇਦਾਰੀ ਹੈ? ਉਹ ਉਸਦੀ ਸੱਸ ਦੀ ਭਾਣਜੀ ਲੱਗਦੀ ਸੀ, ਉਸਦੀ ਕੀ ਲੱਗੀ? ਬੀਵੀ ਦੀ ਕਜ਼ਨ, ਸਾਲੀ ਹੀ ਤਾਂ ਲੱਗਦੀ ਹੈ। ਸਾਲੀ ਅੱਧੀ ਘਰਵਾਲੀ ਹੁੰਦੀ ਹੈ। ਉਸਨੇ ਉਦੋਂ ਹੀ ਘੰਟੀਮਾਰਕੇ, ਪੰਚਾਇਤ ਅਫ਼ਸਰ ਨੂੰ ਸੱਦਿਆ।

"ਕੀ ਹੁਕਮ ਹੈ ? ਬੀ.ਡੀ.ਓ. ਸਾਹਿਬ।"

"ਮੈਂ ਸ਼ਨੀਵਾਰ, ਐਤਵਾਰ ਦੀ ਛੁੱਟੀ ਲਈ ਹੈ, ਮਗਰੋਂ ਤੁਸੀਂ ਇੰਚਾਰਜ ਹੋਵੋਗੇ।"

"ਬਹੁਤ ਬਿਹਤਰ ਜਨਾਬ। ਸਰ ਮੈਨੂੰ ਸੇਵਾ ਰਾਮ ਨੇ ਦੱਸਿਆ, ਕਣਕ ਤੁਸੀਂ ਪਿੰਡੋਂ ਮੰਗਵਾਈ ਹੈ ?"

"ਹਾਂ ਜੀ ਵੱਡੇ ਵੀਰ ਜੀ ਲੈ ਆਏ ਸਨ, ਆਪਣੇ ਘਰ ਦੀ ਹੈ।"

"ਓਹ ਤਾਂ ਥੋਡੀ ਗੱਲ ਠੀਕ ਹੈ, ਮੈਨੂੰ ਦੱਸਦੇ, ਮੈਂ ਕਿਸੇ ਸਰਪੰਚ ਨੂੰ ਕਹਿ ਦਿੰਦਾ।"

"ਪੀ.ਓ. ਸਾਹਿਬ, ਮੈਨੂੰ ਚੰਗਾ ਨਹੀਂ ਲਗਦਾ ਮੰਗਦਿਆਂ।"

"ਤੁਸੀਂ ਜਨਾਬ ਕਾਹਨੂੰ ਕਹਿਣਾ ਹੈ, ਕਿਸੇ ਨੂੰ ? ਊਂ ਵੀ ਸਰਪੰਚ, ਸੈਕਟਰੀ ਖਾਈ ਜਾਂਦੇ ਹਨ।"

"ਫੇਰ ਫੜਦੇ ਕਿਉਂ ਨਹੀਂ ?"

"ਫੜੀਏ, ਕਿਵੇਂ ਜਨਾਬ ? ਸਭ ਦੀ ਐਮ.ਐਲ.ਏ., ਵਜ਼ੀਰਾਂ ਤੱਕ ਪਹੁੰਚ ਹੈ, ਜਦੋਂ ਸਰਕਾਰ ਬਦਲਦੀ ਹੈ, ਇਹ ਕੱਪੜਿਆਂ ਪੱਗਾਂ ਦਾ ਰੰਗ ਬਦਲ ਲੈਂਦੇ ਹਨ, ਆਪਾਂ ਕੀ ਕਰ ਸਕਦੇ ਹਾਂ ? ਜੇ ਆਪਾਂ ਫੜਦੇ ਹਾਂ, ਉਪਰ ਰਿਪੋਰਟ ਭੇਜਦੇ ਹਾਂ, ਇਹ ਉਥੇ ਗੰਢ-ਤੁਪ ਕਰ ਲੈਂਦੇ ਹਨ। ਉਪਰ ਵੀ ਬਾਬੂ ਰਾਜ਼ ਹੈ।" ਉਹ ਮੂੰਹ ਵਿਚ ਕਲਮ ਪਾ ਕੇ ਸੋਚਣ ਲੱਗਿਆ, ਇਸ ਮੁਸ਼ਕਿਲ ਦਾ ਹੱਲ ਕਿਵੇਂ ਕੀਤਾ ਜਾਵੇ ?

"ਹਰ ਸ਼ਾਖ ਪੇ ਉੱਲੂ ਬੈਠਾ ਹੈ,
ਅੰਜਾਮੇ ਗੁਲਸਤਾ ਕਿਯਾ ਹੋਗਾ ?"

"ਹੁਣ ਤਾਂ ਜਨਾਬ, ਸ਼ਾਖ ਤੇ ਨਹੀਂ, ਪੱਤੇ ਪੱਤੇ ਤੇ ਉੱਲੂ ਬੈਠਾ ਹੈ।"

"ਕੋਈ ਨਾ ਇਹਦਾ ਵੀ ਕੋਈ ਹੱਲ ਸੋਚਦੇ ਹਾਂ।"

"ਜਨਾਬ ਸਾਰੇ ਬੇਈਮਾਨ ਨਹੀਂ ਹਨ, ਸਾਡੇ ਸੈਕਟਰੀ ਹੀ ਗਲਤ ਰਸਤੇ ਪਾਉਂਦੇ ਹਨ।"

"ਚਲੋ ਡੀ.ਸੀ. ਸਾਹਿਬ ਨਾਲ ਗੱਲ ਕਰਕੇ ਦੇਖਦੇ ਹਾਂ, ਸੋਮਵਾਰ ਮੀਟਿੰਗ ਹੈ।"

"ਡੀ.ਸੀ. ਸਾਹਿਬ ਵੀ ਜਨਾਬ ਕੀ ਕਰਨਗੇ ? ਉਨ੍ਹਾਂ ਦੀ ਪੋਸਟਿੰਗ ਜ਼ਿਲ੍ਹੇ ਦੇ ਐਮ.ਐਲ.ਏਜ਼ ਨੂੰ ਪੁੱਛਕੇ ਹੁੰਦੀ ਹੈ। ਪਹਿਲੇ ਡੀ.ਸੀ. ਸਾਹਿਬ, ਕਪਿਲਾ ਸਾਹਿਬ ਨੇ ਸਟੈਂਡ ਲਿਆਸੀ। ਉਨ੍ਹਾਂ ਨੂੰ ਸਰਕਾਰ ਨੇ ਚੰਡੀਗੜ੍ਹ ਖੁੱਡੇ ਲਾਈਨ ਲਾ ਦਿੱਤਾ।"

ਸ਼ਨਿਚਰਵਾਰ, ਸਵੇਰੇ ਨਾਸ਼ਤਾ ਕਰਨ ਮਗਰੋਂ, ਉਹ ਸਾਝਰੇ ਬਰਨਾਲੇ ਜਾਣ ਲਈ, ਬਠਿੰਡੇ ਹੋ ਕੇ ਜਾਣਾ ਪੈਂਦਾ ਸੀ। ਉਹ ਨੌਂ ਬਜਦੇ ਨੂੰ ਬਰਨਾਲੇ ਬਾਜ਼ਾਰ ਵਿਚ ਪਹੁੰਚ ਗਏ।

"ਜੀ ਗੱਲ ਸੁਣਿਉ, ਏਥੇ ਕਿਸੇ ਚੰਗੇ ਹਲਵਾਈ ਦੀ ਦੁਕਾਨ ਹੈ ? ਕੁਝ ਮਿਠਾਈ ਲੈਣੀ ਹੈ, ਪਿੰਡ ਖਾਤਿਰ।"

"ਹਾਂ ਸਾਧੂ ਰਾਮ ਸੂਦ, ਮੁੱਛਾਂ ਵਾਲੇ ਦੀ ਮਸ਼ਹੂਰ ਹੱਟੀ ਹੈ, ਦੱਸੋ ਕੀ ਲੈਣਾ ਹੈ ?" ਉਸਨੇ ਗੱਡੀ ਹਲਵਾਈਦੀ ਦੁਕਾਨ ਅੱਗੇ ਰੋਕ ਲਈ।

"ਇਉਂ ਕਰੋ, ਦੋ ਡੱਬੇ ਤਾਂ ਖੋਏ ਦੀ ਮਠਿਆਈ ਦੇ ਲੈ ਲਵੋ। ਪੰਜ ਪੰਜ ਕਿੱਲੋ ਮੋਤੀ ਚੂਰ ਦੇ ਲੱਡੂ ਦੋ ਥਾਂ ਪਵਾ ਲਵੋ।"

"ਕੋਈ ਨਹੀਂ ਮੈਂ ਲੈ ਆਉਂਦਾ ਹਾਂ।" ਉਹ ਗੱਡੀ ਵਿਚੋਂ ਉਤਰਕੇ, ਦੁਕਾਨ ਵਿਚ

ਗਿਆ। ਸੱਜੇ ਪਾਸੇ ਕਾਊਂਟਰ ਤੇ ਸਾਧੂ ਰਾਮ ਹਲਵਾਈ ਖੜ੍ਹਾ ਸੀ, ਖੱਬੇ ਪਾਸੇ ਪੂਰੀਆਂ ਤਲੀਆਂ ਜਾ ਰਹੀਆਂ ਸਨ।

"ਆਉ ਜੀ ਸਰਦਾਰ ਸੈਹਬ, ਮੈਂ ਤੁਹਾਨੂੰ ਕਿਤੇ ਦੇਖਿਆ ਹੈ। ਹੁਣ ਯਾਦ ਨਹੀਂ ਆ ਰਿਹਾ।

"ਮੈਂ ਤਾਂ ਬਾਪੂ ਜੀ ਨਾਲ, ਤੁਹਾਡੀ ਦੁਕਾਨ 'ਤੇ ਆਉਂਦਾ ਰਿਹਾਂ, ਪੇਠੇ ਦੀ ਸਬਜ਼ੀ ਨਾਲ ਪੂਰੀਆਂ ਖਾਂਦੇ ਹੁੰਦੇ, ਤੁਹਾਡੇ ਵਰਗੀ ਪੇਠੇ ਦੀ ਸਬਜ਼ੀ ਕਿਤੇ ਨਹੀਂ ਬਣਦੀ।"

"ਤੁਸੀਂ ਨਵੇਂ ਪਿੰਡ ਤੋਂ ਸਰਦਾਰ ਬਘੇਲ ਸਿੰਘ ਦੇ ਸਾਹਿਬਜ਼ਾਦੇ ਹੋ ਨਾਂ, ਢਿੱਲੋਂ ਸਾਹਿਬ ਬੀ.ਡੀ.ਓ. ਸਾਹਿਬ ਦੇ ਰਿਸ਼ਤੇਦਾਰ, ਹੁਣ ਯਾਦ ਆਇਆ।"

"ਦੱਸੋ ਕੀ ਖਾਉ ਪੀਓਗੇ?"

"ਕਾਸੇ ਦੀ ਲੋੜ ਨਹੀਂ, ਨਾਸ਼ਤਾ ਕਰਕੇ ਚੱਲੇ ਹਾਂ।"

"ਅੱਜ ਕੱਲ ਕੀ ਕਰਦੇ ਹੋ?"

"ਮੈਂ ਬਠਿੰਡੇ ਜ਼ਿਲ੍ਹੇ ਵਿਚ ਬੀ.ਡੀ.ਓ. ਲੱਗਿਆ ਹਾਂ।"

"ਬਹੁਤ ਖੁਸ਼ੀ ਦੀ ਗੱਲ ਹੈ, ਵੇਫਵੀਂ ਲੈ ਲਵੋ, ਚਾਹ ਦੱਸੋ ਗਰੀਨ ਪੀਉਗੇ ਕਿ ਰੈਡ ਲੇਬਲ? ਮੇਰੀ ਚਾਹ ਤਾਂ ਤੁਹਾਨੂੰ ਜ਼ਰੂਰ ਪੀਣੀ ਪਏਗੀ। ਮੈਂ ਸਾਮਾਨ ਤੋਲਦਾ ਹਾਂ, ਓਨਾ ਚਿਰ ਤੁਸੀਂ ਚਾਹ ਪੀ ਲਵੋ। ਅੰਦਰ ਨਹੀਂ ਬੈਠਣਾ, ਗੱਡੀ ਵਿਚ ਭੇਜ ਦਿੰਦਾ ਹਾਂ।" ਸਮਾਨ ਲਿਖਾਉਣ ਮਗਰੋਂ, ਉਹ ਗੱਡੀ ਕੋਲ ਆ ਗਿਆ। ਉਦੋਂ ਹੀ ਇਕ ਮੁੰਡਾ ਗਰੀਨ ਚਾਹ ਦੇ ਦੋ ਕੱਪ ਦੇ ਗਿਆ। ਸਾਰਾ ਸਮਾਨ ਡੱਬਿਆਂ ਵਿਚ ਪਾਉਣ ਮਗਰੋਂ, ਪਿਛਲੀ ਸੀਟ ਤੇ ਰੱਖ ਦਿੱਤਾ।"

'ਕਿੰਨੇ ਪੈਸੇ ਬਣੇ?"

"ਰਹਿਣ ਦਿਉ, ਪੈਸਿਆਂਦਾ ਕੀ ਹੈ? ਫੇਰ ਆ ਜਾਣਗੇ।"

"ਇਹ ਗੱਲ ਗਲਤ ਹੈ, ਪੈਸੇ ਦੱਸੋ।" ਪੈਸੇ ਦੇਣ ਮਗਰੋਂ ਉਸਨੇ ਗੱਡੀ ਸਟਾਰਟ ਕਰ ਲਈ। ਠੀਕਰੇਵਾਲ ਤੋਂ ਸੂਏ ਪੈ ਕੇ, ਇਕ ਘੰਟੇ ਵਿਚ ਉਹ ਪਿੰਡ ਪਹੁੰਚ ਗਏ। ਘਰੇ ਪਹਿਲਾਂ ਹੀ ਉਨ੍ਹਾਂ ਦੀ ਉਡੀਕ ਹੋ ਰਹੀ ਸੀ। ਪੌੜੀਆਂ ਚੜ੍ਹਕੇ, ਉਹ ਵੱਡੇ ਚੁਬਾਰੇ ਵਿਚ ਆਏ। "ਨਾ ਨਾ, ਮੱਥਾ ਨਹੀਂ ਟੇਕਣਾ, ਤੂੰ ਤਾਂ ਮੇਰੀ ਛੋਟੀ ਭੈਣ ਹੈ, ਚਾਹ ਪੀਉਗੇ ਕਿ ਠੰਡਾ ਬਣਾਵਾਂ?"

"ਚਾਹ ਅਸੀਂ ਬਰਨਾਲਿਉਂ ਪੀ ਆਏ ਹਾਂ, ਠੰਡਾ ਬਣਾ ਦਿਉ।"

"ਦੱਸੋ ਸ਼ਰਬਤ ਪੀਣਾ ਕਿ ਕੋਕਾ ਕੋਲਾ।" ਬਰਾਂਡੇ ਵਿਚ, ਕਿਚਨ ਕੋਲ, ਕੈਲਵੀਨੇਟਰ ਦਾ ਫਰਿਜ਼ ਖੜ੍ਹਾ ਸੀ।

"ਹਰਜੀਤ, ਚਲੋ ਆਪਾਂ ਖੇਤ ਗੇੜਾ ਮਾਰ ਆਈਏ, ਉੱਥੇ ਕੱਦੂ ਕਰਦੇ ਹਨ। ਆਉਂਦਿਆਂ ਨੂੰ ਖਾਣਾ ਬਣ ਜਾਏਗਾ।" ਦੋਨੋਂ ਭਾਈ ਕਾਰ ਵਿਚ ਬੈਠਕੇ ਆਦੋਆਲ ਚਲੇ ਗਏ। ਮਾਰੂ ਜ਼ਮੀਨ ਨੂੰ ਕਰਾਹ ਲਾਕੇ, ਸੰਜੂ ਬਣਾ ਲਿਆ ਸੀ।

"ਏਥੇ ਤਾਂ ਕਪਾਹ ਨਰਮਾਂ ਹੁੰਦਾ ਸੀ।"

"ਹੁਣ ਨਰਮਾਂ ਕਪਾਹ ਹੁੰਦਾ ਨਹੀਂ, ਸੁੰਡੀ ਪੈ ਜਾਂਦੀ ਏ, ਸਾਰੇ ਜੀਰੀ ਲਾਉਣ, ਲੱਗੇ ਹਨ। ਮੀਂਹ ਪਿਆ ਨਹੀਂ ਮੋਟਰਾਂ ਨਾਲ ਕੱਦੂ ਕਰਨਾ ਹੈ, ਜਾਂ ਕੁਝ ਰਕਬਾ ਨਹਿਰੀ ਪਾਣੀ ਨਾਲ ਹੋ ਜਾਂਦਾ ਹੈ। ਮੱਕੀ ਕਪਾਹ, ਪੱਠੇ ਤਾਂ ਬਾਗ ਵਾਲੇ ਖੂਹ ਤੇ ਲਾਈਦੇ ਹਨ।"

"ਲੇਹੀ ਕੀ ਲਾਉਂਦੇ ਹੋ?"

"ਪਿਛਲੇ ਸਾਲ ਦੀ ਉਥੇ ਵੀ ਜ਼ੀਰੀ ਹੀ ਲੱਗਦੀ ਹੈ।"

ਖੇਤੋਂ ਮੁੜਣ ਵੇਲੇ ਤੱਕ ਖਾਣੇ ਦਾ ਟਾਈਮ ਹੋ ਗਿਆ ਸੀ। ਥਾਲ ਵਿਚ ਕਈ ਕੌਲੀਆਂ ਦੇਖਕੇ, ਹਰਜੀਤ ਬੋਲਿਆ,

"ਭਾਬੀ ਜੀ, ਏਨਾ ਕੁਸ਼ ਕਿਉਂ ਬਣਾਇਆ ਹੈ, ਅਸੀਂ ਕਿਹੜਾ ਓਪਰੇ ਹਾਂ।"

"ਕਾਕਾ, ਓਪਰਿਆਂ ਨੂੰ ਕੌਣ ਖਵਾਉਂਦਾ ਹੈ ? ਘਰਦਿਆਂ ਕਰਕੇ ਹੀ ਬਣਾਇਆ ਹੈ, ਕੋਈ ਬਹੁਤਾ ਨਹੀਂ।"

"ਮਾਈ ਨਿਹਾਲੋ ਨਹੀਂ ਦੀਂਹਦੀ ?"

"ਓਹਦਾ ਤਾਂ ਕਾਕਾ ਚੂਲਾ ਟੁੱਟ ਗਿਆ ਬਚਾਰੀ ਦਾ, ਮੰਜੇ ਤੇ ਬੈਠੀ ਹੈ।"

"ਨਾਈਆਂ ਦੀ ਬਹੂ ਨੂੰ ਸੱਦ ਲੈਂਦੇ, ਤੁਸੀਂ ਇਕੱਲੇ ਔਖੇ ਹੁੰਦੇ ਹੋ।"

"ਹੁਣ ਕਾਕਾ ਲਾਗੀਆਂ ਦੀ ਵੀ ਉਹ ਗੱਲ ਨਹੀਂ ਰਹੀ, ਸਭ ਹੋਰ ਕੰਮੀਂ ਧੰਦੀ ਲੱਗ ਗਏ ਹਨ।" ਵੀਰਪਾਲ ਚੁੱਲ੍ਹੇ ਕੋਲ ਪੀਹੜੀ ਤੇ ਬੈਠੀ, ਕੌਲੀਆਂ ਵਿਚ ਸਬਜ਼ੀਆਂ ਪਾ ਰਹੀ ਸੀ, ਰੋਟੀ ਵਰਤਾ ਰਹੀ ਸੀ। ਬਲਦੇਵ ਕੌਰ ਦੇ ਰੋਕਣ ਤੇ ਵੀ ਉਹ ਨਹੀਂ ਮੰਨੀ।

"ਤੁਸੀਂ ਦੋਨੋਂ ਭਾਈ ਖਾ ਲਵੋ, ਅਸੀਂ ਮਗਰੋਂ ਖਾ ਲਵਾਂਗੀਆਂ।" ਖਾਣ ਖਾਣ ਮਗਰੋਂ, ਉਹ ਬਾਹਰਲੀ ਬੈਠਕ ਵਿਚ ਆ ਗਏ। ਅਗਲੀਆਂ ਪਿਛਲੀਆਂ ਗੱਲਾਂ ਕਰਨ ਲੱਗੇ। ਉਦੋਂ ਨੂੰ ਦੁਪਹਿਰਾ ਢਲ ਜਾਣਾ ਸੀ। ਬਾਹਰ ਤਮਾੜ ਵਰਗੀ ਧੁੱਪ ਸੀ।

"ਵੀਰ ਜੀ, ਇਕ ਗੱਲ ਤੁਹਾਡੇ ਨਾਲ ਹੋਰ ਕਰਨੀ ਹੈ।"

"ਦੱਸ ਛੋਟੇ ਝਿਜਕਦਾ ਕਿਉਂ ਹੈ ?"

"ਇਹ ਜਨਾਨੀ ਬਹੁਤ ਮਾੜੀ ਹੈ...ਆਪਾਂ ਤਾਂ ਵਿਚੋਲਿਆਂ ਦੀਆਂ ਚਿਕਨੀਆਂ ਚੋਪੜੀਆਂ ਵਿਚ ਫੱਸ ਗਏ।"

ਬਲਜੀਤ, ਕੂਹਣੀ ਭਾਰ ਹੋ ਕੇ ਮੰਜੇ ਤੇ ਬੈਠ ਗਿਆ।

"ਦੇਖਣ ਨੂੰ ਤਾਂ ਚੰਗੀ ਲਗਦੀ ਹੈ।"

"ਬੱਸ ਦੇਖਣ ਨੂੰ ਹੀ ਹੈ। ਹਾਥੀ ਦੇ ਦੰਦ ਖਾਣ ਦੇ ਹੋਰ ਹੁੰਦੇ ਹਨ। ਰੋਜ਼ ਕੋਈ ਨਾ ਕੋਈ ਸਿੜੀ ਸਿਆਪਾ, ਸੂਹਣ ਖੜ੍ਹੀ ਰਖਦੀ ਹੈ।"

"ਪਹਿਲਾਂ ਪਿੰਡੋਂ ਸਮਾਨ ਚੱਕਣ ਦਾ ਸਿਆਪਾ ਪਾਈ ਰੱਖਿਆ...।"

"ਫੇਰ ਕੀ ਗੱਲ ਹੋ ਗਈ, ਉਹਦੇ ਮਾਪਿਆਂ ਦੀ ਚੀਜ਼ ਹੈ ਆਪਾਂ ਏਥੇ ਕੀ ਕਰਨੀਂ ਸੀ। ਇਹ ਤਾਂ ਕੋਈ ਖਾਸ ਗੱਲ ਨਹੀਂ।"

"ਹੁਣ ਕਹਿੰਦੀ ਮੈਂ ਚੰਡੀਗੜ੍ਹ ਕੋਠੀ ਬਨਾਉਣੀ ਹੈ, ਮੈਨੂੰ ਓਪਰੀ ਆਮਦਨ ਕਰਨ ਨੂੰ ਆਰਾਂ ਲਾਉਂਦੀ ਰਹਿੰਦੀ ਹੈ।"

"ਇਹ ਗੱਲ ਓਹਦੀ ਗ਼ਲਤ ਹੈ, ਰਿਸ਼ਵਤ ਲੈਣ ਵਾਲੇ ਅਫ਼ਸਰ ਦੀ ਲੋਕਾਂ ਵਿਚ ਇੱਜ਼ਤ ਨਹੀਂ ਹੁੰਦੀ।"

"ਬਥੇਰਾ ਕੁੱਝ ਕਹਿੰਦੀ ਹੈ, ਮੈਨੂੰ ਦੱਸਦਿਆਂ ਸ਼ਰਮ ਆਉਂਦੀ ਹੈ।" ਉਹ ਮੰਜੇ ਤੇ ਬੈਠ ਗਿਆ।

"ਕੀ ਕਹਿੰਦੀ ਹੈ, ਹਰ ਮਰਜ਼ ਦਾ ਕੋਈ ਨਾ ਕੋਈ ਇਲਾਜ ਹੁੰਦਾ ਹੈ।"

"ਇਹ ਤਾਂ ਕੈਂਸਰ ਬਣ ਕੇ, ਮੈਨੂੰ ਚਿੰਬੜ ਗਈ ਹੈ। ਕਹਿੰਦੀ ਹੈ...ਕੀ ਦੱਸਾਂ ? ਕਹਿੰਦੀ ਪਿੰਡੋਂ ਅੱਧ ਦਾ ਠੇਕਾ ਲਿਆ ਕਰੋ। ਤੁਸੀਂ ਮੇਰੀ ਪੜ੍ਹਾਈ ਖਾਤਰ ਆਪ ਨਹੀਂ ਪੜ੍ਹੇ।"

"ਮੈਂ ਕਿਹਾ ਪਤਾ ਨਹੀਂ ਕੀ ਗੱਲ ਹੈ ? ਬਾਪੂ ਜੀ ਦੋ ਭਾਈ ਸਨ, ਉਹ ਨਹੀਂ ਅੱਡੇ

ਹੋਏ ? ਜ਼ਮੀਨ ਨਹੀਂ ਵੰਡੀ। ਹਾੜੀ-ਸੌਣੀ, ਜਿਹੜਾ ਠੇਕਾ ਚੱਲਦੈ, ਅੱਧ ਦੇ ਪੈਸੇ ਮੈਂ ਭੇਜ ਦਿਆਂ ਕਰਾਂਗਾ, ਜਾਂ ਤੁਸੀਂ ਆ ਕੇ ਲੈ ਜਾਇਉ ਕਰੋ। ਇਹ ਤਾਂ ਰਾਹ ਸਿਰ ਦੀ ਗੱਲ ਹੈ, ਏਹਦਾ ਫਿਕਰ ਕਿਉਂ ਕਰਦੈ ?"

"ਵੀਰ ਜੀ ਮੇਰੇ ਮਨ ਨਹੀਂ ਮੰਨਦਾ, ਤੁਸੀਂ ਹੀ ਮੇਰੇ ਮਾਂ ਪਿਉ ਥਾਂ ਹੋ, ਤੁਹਾਥੋਂ ਠੇਕਾ ਲੈਂਣਾ ਮੈਨੂੰ ਚੰਗਾ ਨਹੀਂ ਲੱਗਦਾ।"

"ਦੇਖ ਮੈਂ ਆਪਣਾ ਫਰਜ਼ ਨਿਭਾਇਆ ਹੈ, ਤੂੰ ਆਪਣਾ ਘਰ ਵਸਾਉਣ ਲਈ ਕਿਉਂ ਘਬਰਾਉਂਦਾ ਹੈ, ਘਰ ਤਾਂ ਜ਼ਨਾਨੀਆਂ ਹੀ ਆਬਾਦ ਕਰਦੀਆਂ ਹਨ। ਥੋੜ੍ਹਾ ਬਹੁਤ ਸਮਝੌਤਾ ਤਾਂ ਕਰਨਾ ਹੀ ਪੈਂਦਾ ਹੈ, ਜ਼ਿੰਦਗੀ ਨਿਭਾਉਣ ਲਈ। ਮੈਨੂੰ ਕੋਈ ਨਾਰਾਜ਼ਗੀ ਨਹੀਂ, ਤੇਰਾ ਘਰ ਵਸਦਾ ਦੇਖ ਮੈਨੂੰ ਖੁਸ਼ੀ ਹੁੰਦੀ ਹੈ, ਹੋਰ ਦਸ..? ਕਿਸੇ ਚੀਜ਼ ਦੀ ਲੋੜ ਹੈ, ਲੈ ਜਾਹ।"

"ਵੀਰ ਜੀ, ਤੁਹਾਡਾ ਦਿਲ ਕਿੰਨਾ ਵੱਡਾ ਹੈ, ਤੁਸੀਂ ਡੁਬਦੇ ਨੂੰ ਬਚਾ ਲਿਆ ਹੈ।" ਹਰਜੀਤ ਦੀਆਂ ਅੱਖਾਂ ਭਰ ਆਈਆ।

"ਤੂੰ ਮਨ ਹੌਲਾ ਕਿਉਂ ਕਰਦੈ ? ਦਰੇਗ ਨਾ ਕਰ, ਮੈਂ ਤੇਰੇ ਦੁੱਖ ਨੂੰ ਸਮਝਦਾ ਹਾਂ, ਮੈਂ ਤੈਨੂੰ ਦੁਖੀ ਨਹੀਂ ਦੇਖ ਸਕਦਾ, ਤੇਰੀ ਖੁਸ਼ੀ ਵਿਚ ਮੇਰੀ ਖੁਸ਼ੀ ਹੈ।"

ਹਰਜੀਤ ਦੇ ਦਿਲ ਤੇ ਪਿਆ ਪੱਥਰ ਉਸਦੀਆਂ ਗੱਲਾਂ ਨਾਲ, ਹਟ ਗਿਆ ਸੀ। ਮਨ ਫੁੱਲ ਵਾਂਗ ਖਿੜ ਗਿਆ ਸੀ।

ਦੁਪਹਿਰ ਢਲੇ, ਚਾਹ ਪੀਣ ਮਗਰੋਂ, ਉਹ ਸੂਆ ਪੈ ਕੇ, ਨਹਿਰ ਪੈ ਕੇ, ਨੀਲੋਂ ਦੀ ਪੁੱਲ ਤੋਂ ਸੜਕ ਮੁੜ ਗਏ। ਦਿਨ ਖੜ੍ਹੇ ਉਹ ਖਮਾਣੋਂ ਪਹੁੰਚ ਗਏ। ਘਰ ਵਿਚ ਖ਼ੁਸ਼ੀ ਦੀ ਲਹਿਰ ਦੌੜ ਗਈ, ਸ਼ੁਕਰ ਹੈ, ਪਰੌਹਣਾ ਆ ਗਿਆ ਹੈ। ਮਾਵਾਂ ਨੂੰ ਧੀਆਂ ਦਾ ਘਰ ਵਸਦਿਆਂ ਹੀ ਚੰਗਾ ਲੱਗਦਾ ਹੈ। ਮਾਂ ਧੀ ਗਈ ਰਾਤ ਤੱਕ ਗੱਲਾਂ ਕਰਦੀਆਂ ਰਹੀਆਂ।

"ਤੇਰਾ ਬੰਦਾ ਕਿਵੇਂ ਹੈ ?"

"ਚੰਗੈ, ਦਿਲ ਵਿਚ ਖੋਟ ਨਹੀਂ ਮਨ ਦਾ ਸਾਫ਼ ਹੈ, ਬੱਸ ਟੀਕਾ ਲਾਉਣਾ ਪੈਂਦਾ।"

"ਉਸਦੇ ਗੁਰ ਤੂੰ ਬਥੇਰੇ ਜਾਣਦੀ ਹੈ।"

"ਮਾਂ ਸਭ ਕੁਝ ਤੁਹਾਡੇ ਕੋਲੋਂ ਹੀ ਸਿੱਖਿਆ ਹੈ।" ਦੋਨੋਂ ਖਿੜ ਖਿੜਾ ਕੇ ਹੱਸ ਪਈਆਂ।

(28)

ਅਗਲੇ ਦਿਨ, ਨਾਸ਼ਤਾ ਕਰਨ ਮਗਰੋਂ ਉਹ ਨੀਲੋਂਪੁਲ ਹੋ ਕੇ ਰਾੜ੍ਹਾ ਸਾਹਿਬ ਆ ਕੇ ਰੁਕੇ। ਰਾਹ ਵਿਚ ਗੁਰਦਵਾਰਾ ਸਾਹਿਬ ਮੱਥਾ ਟੇਕਣ ਦਾ ਵਿਚਾਰ ਉਹਨਾਂ ਦੇ ਮਨ ਵਿਚ ਆਇਆ ਸੱਜੇ ਪਾਸੇ ਲੰਗਰ ਹਾਲ ਅਤੇ ਖੱਬੇ ਹੱਥ ਗੁਰਦਵਾਰਾ ਸਾਹਿਬ ਦੀ ਖ਼ੂਬਸੂਰਤ ਬਿਲਡਿੰਗ ਸੀ। ਉਹਨਾਂ ਦੇਗ ਕਰਵਾਉਣੀ ਚਾਹੀ, ਪਰ ਇਥੇ ਦੀ ਮਰਿਆਦਾ ਅਨੁਸਾਰ ਦੇਗ ਨਹੀਂ ਹੁੰਦੀ ਸੀ। ਇਸ ਲਈ ਇਹ ਉਨ੍ਹਾਂ ਨੂੰ ਪਹਿਲੀ ਵਾਰ ਪਤਾ ਲਗਿਆ। ਅੱਧੇ ਘੰਟੇ ਮਗਰੋਂ ਉਹ ਮੁੜ ਗੱਡੀ ਵਿਚ ਆ ਬੈਠੇ। ਬਠਿੰਡਾ ਬਰਾਚ ਸਿੱਧੀ ਬਠਿੰਡੇ ਜਾਂਦੀ ਸੀ। ਦੱਧਾਹੂਰ ਤਕ ਪਟੜੀ ਸਾਫ ਸੀ। ਅਗੇ ਨਹਿਰ ਦੀ ਰਿਮਾਡਲਿੰਗ ਦਾ ਕੰਮ ਚਲਦਾ ਸੀ।

"ਕੀ ਗੱਲ ਉਬਾਸੀਆਂ ਲੈਂਦੇ ਹੋ ? ਥੱਕ ਗਏ।"

"ਰਾਤ ਨੂੰ ਨਾ ਸੁੱਤੇ, ਨਾ ਮੈਨੂੰ ਸੌਣ ਦਿੱਤਾ।" ਵੀਰਪਾਲ ਦੀ ਮੋਟੀਆਂ ਮੋਟੀਆਂ ਅੱਖਾਂ ਉਸ ਵੱਲ ਝਾਕੀਆਂ।

"ਰਾਤ ਡਰਿੰਕ ਥੋੜ੍ਹੀ ਵੱਧ ਲਈ ਗਈ, ਸਿਰ ਦੁਖਦਾ ਹੈ।"

"ਐਨਾਸਿਨ' ਦੀ ਗੋਲੀ ਦੇਵਾਂ ? ਮੇਰੇ ਪਰਸ ਵਿਚ ਹੈ।"

'ਪਾਣੀ...।"

"ਹੈਗਾ ਮੇਰੇ ਕੋਲ, ਗੱਡੀ ਰੋਕੋ, ਡਿੱਗੀ ਖੋਹਲੋ।" ਖੱਬੇ ਪਾਸੇ ਟਾਹਲੀ ਦੀ ਛਾਵੇਂ ਉਸ ਗੱਡੀ ਰੋਕ ਲਈ। ਡਿੱਗੀ ਵਿਚੋਂ ਦੋ ਲੀਟਰ ਦੀ ਥਰਮੋਸ ਕੱਢੀ। ਡਿੱਗੀ ਸਮਾਨ ਨਾਲ ਭਰੀ ਦੇਖਕੇ, ਉਸ ਨੇ ਪੁੱਛਿਆ,"ਇਹ ਸਾਮਾਨ ਨਾਲ ਭਰੀ ਪਈ ਹੈ, ਐਨਾ ਕੁਸ਼ ਕਿਉਂ ਲੈ ਆਂਦਾ ?

"ਤੁਸੀਂ ਪਹਿਲੀ ਵੇਰ ਸੌਹਰੀ ਗਏ ਹੋ, ਮਾਪੇ ਧੀਆਂ ਨੂੰ ਖਾਲੀ ਹੱਥ ਨਹੀਂ ਤੋਰਦੇ।"

"ਪਹਿਲਾਂ ਹੀ ਬਥੇਰਾ ਕੁਝ ਦੇ ਦਿੱਤਾ ਹੈ, ਹੋਰ ਕੀ ਕਸਰ ਰਹਿ ਗਈ ਸੀ।"

"ਤੁਹਾਨੂੰ ਪਹਿਲੀ ਵੇਰ ਵਿਚ ਹੀ ਸੌਹਰਿਆਂ ਦਾ ਫਿਕਰ ਕਿਉਂ ਲੱਗ ਗਿਆ ਹੈ ?, ਜੇ ਤੁਸੀਂ ਥੱਕ ਗਏ ਹੋ, ਗੱਡੀ ਮੈਨੂੰ ਫੜਾਉ।" ਉਹ ਹੈਰਾਨੀ ਨਾਲ, ਉਸ ਦੇ ਗੁਲਾਬੀ ਚਿਹਰੇ ਵਲ ਝਾਕਿਆ।

"ਤੁਸੀਂ ਗੱਡੀ ਜਾਣਦੇ ਹੋ ? ਚੰਗਾ ਸੜਕ ਤੇ ਤੁਹਾਡੀ ਟਰਾਈ ਲੈ ਲਵਾਂਗੇ, ਨਵੀਂ ਗੱਡੀ ਕਿਤੇ ਟੱਚ ਨਾ ਹੋ ਜਾਵੇ।"

"ਪੱਕੀ ਸੜਕ ਕਿੱਥੇ ਮਿਲੇਗੀ ? ਨਹਿਰ ਤੇ ਕਪੜੇ ਧੂੜ ਨਾਲ ਭਰ ਗਏ।"

"ਦੱਧਾ ਹੂਰ ਦੇ ਪੁਲ ਤੋਂ ਪੱਕੀ ਸੜਕ ਸਿੱਧੀ ਬਰਨਾਲੇ ਨੂੰ ਜਾਂਦੀ ਹੈ। ਲੋਹਗੜ ਤੋਂ ਪਹਿਲਾਂ ਜਲਵਾਣੇ ਦਾ ਪੁਲ ਆਉਣ ਤੇ ਉਸ ਨੇ ਗੱਡੀ ਰੋਕ ਲਈ।

"ਏਥੇ ਨਲਕੇ ਦਾ ਪਾਣੀ, ਤੁਹਾਨੂੰ ਪਿਲਾਉਣਾ ਹੈ, ਬਰਫ ਵਰਗਾ ਠੰਡਾ ਹੈ।"

"ਮੈਂ ਛੇ ਸਾਲ ਇਸ ਨਲਕੇ ਦਾ ਪਾਣੀ ਪੀਤਾ ਹੈ।" ਸਾਹਮਣੇ ਸੱਜੇ ਪਾਸੇ, ਲੋਹਟ ਬੱਦੀ ਮੇਰਾ ਸਕੂਲ ਹੈ।

"ਕਾਹਤੇ ਆਉਂਦੇ ਸੀ ?"

"ਸਾਈਕਲ ਤੇ ਹੋਰ ਕਿਹੜੀ ਸਵਾਰੀ ਸੀ ? ਦੁਪਹਿਰ ਨੂੰ ਅਸੀਂ ਏਸ ਪੁਲ ਤੇ ਹੀ ਨਹਾਉਂਦੇ ਸੀ। ਮੈਂ ਏਥੇ ਤੈਰਨਾ ਸਿਖਿਆ ਸੀ, ਏਥੋਂ ਆਪਣਾ ਪਿੰਡ ਤਿੰਨ ਮੀਲ ਹੈ। ਕੱਚਾ, ਰੇਤਲਾ ਰਸਤਾ ਹੈ। ਕਦੇ ਉਤਰ ਗਏ, ਕਦੇ ਚੜ੍ਹ ਗਏ।"

"ਬਹੁਤ ਔਖੇ ਹੁੰਦੇ ਹੋਵੋਗੇ।"

"ਮੈਂ ਕਿਹੜਾ ਇਕਲਾ ਹੁੰਦਾ ਸੀ ਸਾਰੇ ਮੁੰਡਿਆਂ ਨਾਲ ਇਉਂ ਹੀ ਹੁੰਦੀ ਸੀ ਮੈਂ ਤੇ ਵੀਰ ਜੀ ਨੇ ਬਹੁਤ ਦੁੱਖ ਤਕਲੀਫਾਂ ਝੱਲੀਆਂ ਹਨ, ਬੱਸ ਹੌਸਲਾ ਨਹੀਂ ਹਾਰਿਆ।"

"ਕਮਾਲ ਦੀ ਜਿੰਦਗੀ ਹੈ ਤੁਹਾਡੀ। ਘੋੜੀ ਤੇ ਵੀ ਆ ਸਕਦੇ ਸੀ, ਸਕੂਲ ਵਿਚ ਬੋਰਡਿੰਗ ਨਹੀਂ ਸੀ ।"

"ਪਿੰਡਾਂ ਦੇ ਸਕੂਲਾਂ ਵਿਚ ਬੋਰਡਿੰਗ ਕਿੱਥੇ ਹੁੰਦੇ ਹਨ, ਘੋੜੀ ਨੂੰ ਸਕੂਲ ਵਿਚ ਬੰਨ੍ਹਦੇ ਕਿੱਥੇ ?" ਗਲਾਂ ਕਰਦਿਆਂ ਨੂੰ, ਦੱਧਾਹੂਰ ਦਾ ਪੁਲ ਆਗਿਆ। ਪੱਕੀ ਸੜਕ ਆ ਗਈ।

"ਲਿਆਉ, ਗੱਡੀ ਮੈਨੂੰ ਫੜਾਉ, ਤੁਸੀਂ ਦੰਮ ਲੈ ਲਵੋ।"

"ਪਹਿਲਾ ਕਦੇ ਚਲਾਈ ਹੈ ?"

"ਮੈਂ ਕਈ ਵੇਰ ਚੰਡੀਗੜ੍ਹ ਗੱਡੀ ਲੈ ਕੇ ਗਈ ਹਾਂ, ਉਥੇ ਕਿੰਨੀ ਟਰੈਫਿਕ ਹੈ।"

"ਲਾਈਸੈਂਸ ਹੈਗਾ ?"

"ਹਾਂ ਕਾਈ ਸਾਲ ਦਾ ਲਿਆ ਹੋਇਆ।" ਪੱਕੀ ਸੜਕ ਤੇ ਉਹ ਗੱਡੀ ਚਲਾਉਣ ਲਗੀ, ਉਹ ਨਾਲ ਦੀ ਸੀਟ ਤੇ ਬੈਠ ਗਿਆ। ਪਹਿਲਾਂ, ਪਹਿਲਾਂ ਉਸ ਨੂੰ ਡਰ ਲਗਦਾ ਸੀ, ਕਿਤੇ ਹੋਰ ਨਾ ਐਕਸੀਡੈਂਟ ਕਰ ਦੇਵੇ, ਬਰਨਾਲੇ ਪਹੁੰਚ ਕੇ ਉਸ ਨੂੰ ਕੁਝ ਤਸੱਲੀ ਹੋ ਗਈ।

"ਸ਼ਹਿਰ ਵਿਚੋਂ ਕੱਢ ਲਵੋਗੇ ?"

"ਜੀਹਨੇ ਚੰਡੀਗੜ੍ਹ ਲੁਧਿਆਣੇ ਗੱਡੀ ਚਲਾ ਲਈ ਉਸ ਲਈ ਇਹ ਸ਼ਹਿਰ ਤਾਂ ਬਹੁਤ ਛੋਟਾ ਹੈ। ਤੁਸੀਂ ਬੇਫਿਕਰ ਹੋ ਕੇ ਬੈਠੇ ਰਹੋ।" ਉਸ ਦੀ ਡਰਾਈਵਿੰਗ ਦੇਖਕੇ, ਉਹ ਹੈਰਾਨ ਪ੍ਰੇਸ਼ਾਨ ਹੋ ਗਿਆ, ਬਹੁਤ ਸਾਫ ਸੁੱਥਰੀ ਗੱਡੀ ਚਲਾ ਰਹੀ ਸੀ। ਬਠਿੰਡੇ ਪਹੁੰਚਦਿਆਂ ਨੂੰ ਦੁਪਿਹਰ ਹੋ ਗਈ।

"ਏਥੇ ਜੀ, ਸੜਕ ਤੇ ਕੋਈ ਹੋਟਲ ਹੈ ?"

"ਹਾਂ ਕਚਹਿਰੀਆਂ ਸਾਹਮਣੇ ਡੀਲਕਸ ਹੋਟਲ ਹੈ, ਕੁਝ ਖਾਣਾ ਪੀਣਾ ਹੈ ?"

"ਲੰਚ ਕਰ ਲਈਏ, ਆਪਣਾ ਲੰਚ ਭਾਬੀ ਜੀ, ਨੇ ਟਿਫਨ ਵਿਚ ਪਾ ਦਿੱਤਾ ਸੀ। ਗਰਮ ਕਰਵਾ ਲਵਾਂਗੇ।"

ਛੁੱਟੀ ਦਾ ਦਿਨ ਹੋਣ ਕਰਕੇ, ਹੋਟਲ ਵਿਚ ਕੋਈ ਭੀੜ ਨਹੀਂ ਸੀ।

"ਬੀ.ਡੀ.ਓ. ਸਾਹਿਬ ਸਤਿ ਸ੍ਰੀ ਅਕਾਲ, ਅੱਜ ਛੁੱਟੀ ਵਾਲੇ ਦਿਨ ਕਿੱਧਰੋਂ ?, ਦੱਸੋ ਕੀ ਭੇਜਾਂ ? ਕੈਬਿਨ ਵੀ ਖਾਲੀ ਨੇ, ਜਿੱਥੇ ਮਰਜ਼ੀ ਬੈਠ ਜਾਉ।" ਹੋਟਲ ਦਾ ਮਾਲਕ ਭਰਪੂਰ ਸਿੰਘ ਉਸ ਦਾ ਜਾਣੂੰ ਸੀ।

"ਇਹ ਬੀਬੀ ਜੀ ?"

"ਮੇਰੀ ਮਿਸੱਜ ਹਨ।"

"ਨਵੀਂ ਨਵੀਂ ਮੈਰਿਜ ਹੋਈ ਲਗਦੀ ਹੈ। ਅੱਗੇ ਨਹੀਂ ਕਦੇ ਦੇਖੇ।"

"ਹਾਂ ਜੀ।" ਖਾਣਾ ਖਾਣ ਮਗਰੋਂ ਉਹ ਤੀਜੇ ਪਹਿਰ ਲਾਲ ਕੋਠੀ ਪਹੁੰਚ ਗਏ। ਸੇਵਾ ਰਾਮ, ਉਹਨਾਂ ਦੀ ਉਡੀਕ ਵਿਚ ਹੇਠਲੀ ਬੈਠਕ ਵਿਚ ਠੌਂਕਾ ਲਾ ਰਿਹਾ ਸੀ। ਹਾਰਨ ਦੀ ਆਵਾਜ ਸੁਣਕੇ ਉਸ ਵੱਡਾ ਗੇਟ ਖੋਲ੍ਹ ਦਿੱਤਾ।

"ਸੇਵਾ ਰਾਮ, ਕੋਈ ਮਗਰੋਂ ਆਇਆ ਗਿਆ ਤਾਂ ਨਹੀਂ ?"

"ਨਹੀਂ ਸਰ, ਪੰਚਾਇਤ ਅਫਸਰ ਸਾਹਿਬ ਮੀਟਿੰਗ ਦੀ ਫਾਈਲ ਦੇ ਗਏ ਸੀ, ਕੱਲ ਦੀ ਡਾਕ ਪਈ ਹੈ।"

"ਸੇਵਾ ਰਾਮ ਤੂੰ ਕਾਰ ਵਿਚੋਂ ਸਾਮਾਨ ਕੱਢਕੇ, ਉਪਰ ਲੈ ਆ, ਮੈਂ ਜਿੰਦੇ ਖੋਲ੍ਹਦੀ ਹਾਂ।" ਹਰਜੀਤ ਨੇ ਡਿੱਗੀ ਖੋਹਲੀ। ਦੋ ਪੀਪਿਆਂ ਵਿਚ ਚੀਨੀ ਤੇ ਚਾਵਲ ਸਨ। ਇਕ ਘਿਉ ਦੀ ਪੀਪੀ, ਪੰਜ ਮਿਠਾਈ ਦੇ ਡੱਬੇ ਇਕ ਟੋਕਰੀ ਮੋਤੀ ਚੂਰ ਦੇ ਲਡੂਆਂ ਦੀ ਸੀ।

"ਗਰਮੀ ਬਹੁਤ ਹੈ, ਮਿਠਾਈ ਤਾਂ ਖਰਾਬ ਹੋ ਜਾਇਗੀ।"

"ਆਪਾ ਖਰਾਬ ਨਹੀਂ ਹੋਣ ਦਿੰਦੇ, ਅਜ ਹੀ ਵੰਡ ਦਿੰਦੇ ਹਾਂ, ਇਕ ਇਕ ਡੱਬਾ, ਮਾਸੀ ਜੀ ਅਤੇ ਭਾਬੀ ਜੀ ਦੇ ਭੇਜ ਦਿੰਦੇ ਹਾਂ, ਲੱਡੂਆਂ ਦਾ ਇਕ ਇਕ ਡੱਬਾ, ਸਰਦਾਰਾਂ ਦੇ

ਭੇਜ ਦਿੰਦੇ ਹਾਂ, ਬਾਕੀ ਪਿੰਡ ਵਿਚ ਜਿਹੜੇ ਤੁਹਾਡੇ ਖਾਸ ਬੰਦੇ ਹਨ, ਉਹਨਾਂ ਦੇ ਭੇਜ ਦਿਉ। ਥੋੜ੍ਹੇ ਦਫਤਰ ਦੇ ਸਟਾਫ ਨੂੰ ਮਿਠਾਈ ਨਾਲ ਚਾਹ ਪਿਲਾ ਦਿਉ।" ਸੇਵਾ ਰਾਮ, ਇਕ ਇਕ ਡੱਬਾ ਤਾਂ ਹੁਣੇ ਮਾਸੀ ਜੀ ਤੇ ਭਾਬੀ ਜੀ ਦੇ ਆ, ਅਸੀਂ ਦੋ ਘੰਟੇ ਆਰਾਮ ਕਰ ਲਈਏ, ਚਾਹ ਪੰਜ ਬਜੇ ਬਣਾਈ।" ਉਹ ਡੱਬੇ ਲੈ ਕੇ ਚਲਾ ਗਿਆ।

"ਥਕੇਂਵਾ ਹੋ ਗਿਆ।"

"ਹਾਂ ਵਾਟ ਬਹੁਤ ਲੰਮੀ ਹੈ।"

"ਤੁਹਾਡਾ ਸਿਰ ਹਟ ਗਿਆ, ਲਿਆਉ ਮੈਂ ਪੁੜਪੁੜੀਆਂ ਨੂੰ ਬਾਮ ਝੱਸ ਦਿਆਂ।"

"ਨਹੀਂ ਹੁਣ ਠੀਕ ਹੈ।" ਉਹ ਨਾਲ ਦੇ ਬੈਡ ਤੇ ਨਿੱਸਲ ਹੋਈ ਪਈ ਸੀ, ਪੱਖਾ ਪੂਰੀ ਸਪੀਡ ਤੇ ਚਲ ਰਿਹਾ ਸੀ। ਥਕੇਵਾਂ ਕਰਕੇ, ਗਰਮੀ ਵਿਚ ਵੀ, ਉਹਨਾਂ ਨੂੰ ਨੀਂਦ ਆ ਗਈ ਸੀ। ਸੇਵਾ ਰਾਮ, ਹਲਵਾਈ ਦਿਉ, ਖਾਲੀ ਡੱਬੇ ਲੈ ਆਇਆ। ਪੰਜ ਵਜੇ ਤੋਂ ਮਗਰੋਂ ਸੇਵਾ ਰਾਮ ਉਪਰ ਆਇਆ।

"ਕੁਸ਼ ਬੋਲੇ ਤਾਂ ਨਹੀਂ ?"

"ਨਹੀਂ ਜੀ ਪੁਛਦੇ ਸੀ, ਕਾਹਦੀ ਮਿਠਾਈ ਵੰਡ ਰਿਹਾਂ। ਮੈਂ ਕਿਹਾ ਜੀ, ਬੀਬੀ ਜੀ ਪੇਕੀਂ ਗਏ ਸੀ। ਵੱਡੇ ਘਰ ਵਾਲੀ ਬੀਬੀ ਜੀ ਕਹਿੰਦੇ ਸੀ, ਅਸੀਂ ਸ਼ਾਮ ਨੂੰ ਆਵਾਂਗੇ। ਬੀਬਾ ਜੀ ਚਾਹ ਬਣਾ ਦਿਆਂ ?"

"ਹਾਂ ਵਿਚ ਗਰੀਨ ਪਾ ਲਵੀਂ।" ਕੁਝ ਚਿਰ ਮਗਰੋਂ ਉਹ ਚੀਨੀ ਦੇ ਸੈਟ ਵਿਚ ਚਾਹ ਲੈ ਆਇਆ। ਵੀਰਪਾਲ ਨੇ ਮਿਠਾਈ ਦਾ ਇਕ ਡੱਬਾ ਖੋਲ੍ਹਿਆ, ਬਰਫੀ ਪਲੇਟ ਵਿਚ ਰਖ ਦਿੱਤੀ, ਦੂਜੀ ਪਲੇਟ ਵਿਚ ਬਰਫੀ ਤੇ ਲੱਡੂ ਸੇਵਾ ਰਾਮ ਨੂੰ ਪਾ ਦਿੱਤੇ। ਚਾਹ ਪੀਣ ਮਗਰੋਂ ਉਸ ਨੇ ਅੰਦਰੋਂ ਚਾਂਦੀ ਦਾ ਟੀ ਸੈਟ ਕੱਢ ਕੇ, ਸੇਵਾ ਰਾਮ ਨੂੰ ਫੜਾਇਆ,"ਭਾਬੀ ਜੀ ਨੂੰ ਚਾਹ ਏਸ ਸੈਟ ਵਿਚ ਦੇਣੀ ਹੈ, ਇਹਨੂੰ ਪਾਣੀ ਨਾਲ ਸਾਫ ਕਰ ਲਵੀਂ, ਰਗੜੀ ਨਾ।" ਜਦੋਂ ਉਹ ਆਏ, ਗੁਰਦਵਾਰੇ ਰਹਿਰਾਸ ਦਾ ਪਾਠ ਹੋ ਰਿਹਾ ਸੀ। ਉਹ ਇਕ ਦੂਜੇ ਨੂੰ ਗਲ ਲਗਕੇ ਮਿਲਿਆ।

"ਬੀਬਾ ਜੀ ਖਮਾਣੋਂ ਸਭ ਠੀਕ ਠਾਕ ਹੈ। ਕੱਲ੍ਹ ਗਏ ਸੀ ਅਜ ਮੁੜ ਵੀ ਆਏ।"

"ਕੱਲ ਨੂੰ ਭਾਬੀ ਜੀ, ਬਠਿੰਡੇ ਇਹਨਾਂ ਦੀ ਮੀਟਿੰਗ ਹੈ, ਫੇਰ ਟਾਇਮ ਨਹੀਂ ਸੀ। ਸੇਵਾ ਰਾਮ ਚਾਂਦੀ ਦੇ ਸੈਟ ਵਿਚ ਚਾਹ ਲੈ ਆਇਆ, ਪਲੇਟ ਵਿਚ, ਬਰਫੀ ਅਤੇ ਲੱਡੂ ਸਨ। ਇਕ ਵਿਚ ਨਮਕੀਨ ਸੀ, ਉਹ ਚਾਹ ਪੀਣ ਲੱਗੇ।

"ਬੀਬਾ ਜੀ, ਇਹ ਫਰਨੀਚਰ ਕਿੱਥੋਂ ਲਿਆ ਹੈ ?"

ਟੀਕ ਦਾ ਲਗਦਾ ਹੈ।" ਪਟਿਆਲੇ ਤਾਂ ਇਹੋ ਜਿਹਾ ਮਿਲਦਾ ਨਹੀਂ, ਬਹੁਤ ਵਧੀਆ ਹੈ।"

"ਭਾਬੀ ਜੀ, ਇਹ ਰਾਜਪੁਰੇ ਤੋਂ ਮੰਗਵਾਇਆ, ਉਥੇ ਆਹੂਜੇ ਦੀ ਦੁਕਾਨ ਹੈ, ਉਹ ਬਾਪੂ ਜੀ ਨੂੰ ਪੁਰਾਣਾ ਜਾਣਦੈ, ਜਦ ਉਹ ਉਥੇ ਲਗੇ ਹੁੰਦੇ ਸੀ। ਉਸ ਦਾ ਫਰਨੀਚਰ ਰਾਸ਼ਟਰਪਤੀ ਭਵਨ, ਹੋਰ ਅਮੀਰਾਂ ਵਜ਼ੀਰਾਂ ਦੇ ਜਾਂਦੈ। ਉਹ ਸਿਰਫ ਟੀਕ ਦਾ ਹੀ ਕੰਮ ਕਰਦੈ।"

"ਦੇਖੋ ਜੀ, ਏਹਦੀ ਫਨਿਸ਼ ਤੇ ਪਾਲਸ਼ ਕਿਵੇਂ ਚਮਕਦੈ ?"

"ਬੀਬਾ ਜੀ, ਟੀ-ਸੈਟ ਕਿਥੋਂ ਬਣਵਾਇਆ, ਕੱਪ ਪਲੇਟ ਕਿੰਨੇ ਮਜਬੂਤ ਤੇ

ਨਿੱਗਰ ਹਨ, ਅਜ ਕੱਲ ਤਾਂ ਨਿਰੇ ਕਾਗਜ਼ ਵਰਗੇ ਬਣਦੇ ਹਨ, ਮੈਂ ਪਟਿਆਲਿਓਂ ਜੋਤੀ ਸਰਾਫ ਤੋਂ ਬਣਵਾਇਆ ਹੈ।"

"ਇਹ ਭਾਬੀ ਜੀ, ਨਾਨੀ ਜੀ ਨੇ ਬੇਜੀ ਨੂੰ ਵਿਆਹ ਵੇਲੇ ਦਿੱਤਾ ਸੀ। ਉਹਨਾਂ ਨੇ ਲਾਹੌਰੋਂ ਬਣਵਾਇਆ ਸੀ।" ਸੇਵਾ ਰਾਮ ਭਾਂਡੇ ਲੈਣ ਆਇਆ।

"ਸੇਵਾ ਰਾਮ ਡਰਾਇਵਰ ਨੂੰ ਕੱਲ ਦੀ ਮੀਟਿੰਗ ਬਾਰੇ ਦਸ ਦਿੱਤਾ ਸੀ।"

"ਹਾਂ ਸਰ, ਉਹ ਸਵੇਰੇ, ਅੱਠ ਵਜੇ ਗੱਡੀ ਲੈ ਕੇ ਆਊਗਾ, ਪੀ.ਓ. ਸਾਹਿਬ ਨੇ ਵੀ ਦੱਸ ਦਿੱਤਾ ਸੀ।"

"ਨਹੀਂ, ਗੱਡੀ ਨਹੀਂ ਲੈ ਕੇ ਜਾਣੀ।" ਸੇਵਾ ਰਾਮ ਭਮੱਤਰ ਗਿਆ, ਪਹਿਲਾਂ ਸਾਰੇ ਬੀ. ਡੀ. ਓ. ਜੀਪ ਤੇ ਹੀ ਜਾਂਦੇ ਸਨ।

"ਭਾਈ ਸਾਹਿਬ, ਜੀਪ ਤੋਂ ਬਿਨਾਂ ਕਿਵੇਂ ਜਾਉਗੇ ?" ਹਰਜਿੰਦਰ ਨੇ ਪੁੱਛਿਆ।

"ਸਰਕਾਰ ਦੇ ਹੁਕਮ ਅਨੁਸਾਰ ਬਲਾਕ ਦੀ ਜੀਪ ਬਲਾਕ ਤੋਂ ਬਾਹਰ ਨਹੀਂ ਜਾ ਸਕਦੀ। ਮੈਂ ਆਪਣੀ ਗੱਡੀ ਤੇ ਜਾਊਗਾ ?"

"ਫੁਫੜ ਜੀ ਤਾਂ ਬਰਨਾਲਿਓਂ ਜੀਪ ਤੇ ਹੀ ਆਉਂਦੇ ਹੁੰਦੇ ਸੀ, ਉਹਨਾਂ ਤੇ ਇਹ ਹੁਕਮ ਲਾਗੂ ਨਹੀਂ ਹੁੰਦਾ" ਹਰਜਿੰਦਰ ਨੇ ਹੈਰਾਨੀ ਨਾਲ ਪੁੱਛਿਆ।

"ਤਾਹੀਓਂ, ਉਹ ਸੁਪਰੀਮ ਕੋਰਟ ਤੱਕ ਪੇਸ਼ੀਆਂ ਭੁਗਤਦੇ ਰਹੇਹ ਨ, ਵਿਜੀਲੈਂਸ ਦੇ ਕੇਸ ਭੁਗਤਦੇ ਰਹੇ ਹਨ। ਮੈਂ ਕਮਜ਼ੋਰ ਦਿਲ ਅਫਸਰ ਹਾਂ।" ਹਰਜੀਤ ਨੇ ਸਫਾਈ ਦਿਤੀ।

"ਵੀਰ ਜੀ, ਇਹਨਾਂ ਨੇ ਤਾਂ ਕਣਕ ਵੀ ਦੋ ਬੋਰੀਆਂ ਪਿੰਡੋਂ ਮੰਗਵਾਈਆਂ ਹਨ।"

"ਵਾਹ ਭਾਈ ਸਾਹਿਬ, ਆਪਣੇ ਕਿੰਨੀਉਂ ਮੰਗਵਾ ਲੈਂਦੇ" ਬੁਖਾਰੀਆਂ ਭਰੀਆਂ ਪਈਆਂ ਹਨ। ਅਗੇ ਤੋਂ ਅਜਿਹੀ ਗਲਤੀ ਨਹੀਂ ਕਰਨੀ।

"ਉਹ ਵੀ ਤੁਹਾਡੀ ਈ ਹੈ" ਕਾਫੀ ਚਿਰ ਗੱਲਾਂ ਕਰਨ ਮਗਰੋਂ ਉਹ ਰੋਟੀ ਖਾਧੇ ਬਿਨਾਂ ਹੀ ਚਲੇ ਗਏ, ਪਟਿਆਲਿਉਂ ਬੱਚੇ ਆਏ ਹੋਏ ਸਨ। ਹਰਜੀਤ ਮੀਟਿੰਗ ਦੀ ਫਾਈਲ ਦੇਖਣ ਲਗਿਆ, ਪਹਿਲੀ ਤਿਮਾਹੀ ਦੀ ਉਸਦੀ, ਇਕ ਇੰਡਸਟਰੀ ਨੂੰ ਛੱਡ ਕੇ ਬਾਕੀ ਮਹਿਕਮਿਆਂ ਦੀ ਪ੍ਰਾਪਤਪੀ 50% ਤੋਂ ਉਪਰ ਸੀ।

ਸਵੇਰ ਨੌਂ ਬਜਦੇ ਨਾਲ, ਉਹ ਚੌਧਰੀ ਚਰਨ ਦਾਸ ਡੀ.ਡੀ.ਪੀ.ਓ. ਦੇ ਦਫ਼ਤਰ ਪਹੁੰਚ ਗਿਆ, ਉਹ ਮੀਟਿੰਗ ਦਾ ਸੈਕਟਰੀ ਅਤੇ ਕਨਵੀਨਰ ਸੀ, ਕਾਲਜ ਵਿਚ ਉਹ ਉਸ ਤੋਂ ਇਕ ਸਾਲ ਅੱਗੇ ਹੁੰਦਾ ਸੀ। ਥਰਡ ਡਵੀਜ਼ਨ ਵਿਚ ਐਮ. ਏ. ਕਰਨ ਮਗਰੋਂ, ਰਿਜ਼ਰਵ ਕੋਟੇ ਕਰਕੇ, ਉਹ ਪਹਿਲੀ ਵੇਰ ਹੀ ਪੀ. ਸੀ. ਐਸ ਲਈ ਚੁਣਿਆ ਗਿਆ ਸੀ। ਹਾਲ ਚਾਲ ਪੁੱਛਣ ਮਗਰੋਂ ਉਸ ਚੌਧਰੀ ਨੂੰ ਪੁਛਿਆ, ਮੇਰੇ ਬਲਾਕ ਦੀ ਪ੍ਰੋਗਰੈਸ ਕਿਵੇਂ ਹੈ ?

"ਦਸਾਂ ਬਲਾਕਾਂ ਵਿਚੋਂ ਟੌਪ ਤੇ ਹੈ।" ਉਸ ਨੇ ਫਾਈਲ ਦੇਖੀ। ਹੋਰ ਸੁਣਾ ਨਵੀਂ ਨਵੀਂ ਸ਼ਾਦੀ ਕਰਵਾਈ ਹੈ।"

"ਸ਼ਾਦੀ ਨੂੰ ਤਾਂ ਛੇ ਮਹੀਨੇ ਹੋ ਗਏ, ਆਬਾਦੀ ਹੁਣੇ ਹੋਈ ਹੈ।"

"ਬਹੁਤ ਖੂਬ। ਭਾਈਚਾਰੇ ਨੂੰ ਪਾਰਟੀ ਕਰਤੀ ਕਿ ਨਹੀਂ ?"

"ਤੁਹਾਡੇ ਬਿਨਾਂ ਪਾਰਟੀ ਕਿਵੇਂ ਹੋਊ, ਕਹੋ ਤਾਂ ਅੱਜ ਹੀ ਮੀਟਿੰਗ ਮਗਰੋਂ ਕਰ ਦਿੰਦੇ ਹਾਂ, ਤੁਸੀਂ ਵਿਹਲ ਕੱਢੋ।"

"ਇਕ ਬਜੇ ਤੋਂ ਬਾਅਦ ਮੈਂ ਵਿਹਲਾ ਹੀ ਹਾਂ। ਮੀਟਿੰਗ ਵਿਚ ਉਸ ਨੇ ਸਾਰੇ ਅਫਸਰਾਂ ਸਾਹਮਣੇ, ਉਸ ਦੇ ਕੰਮ ਦੀ ਤਾਰੀਫ ਕੀਤੀ ਸੀ।"

"ਜਨਾਬ ਅਜੇ ਨਵਾਂ ਹੱਡ ਹੈ, ਜਦ ਪੁਰਾਣਾ ਹੋ ਗਿਆ। ਆਪੇ ਮੱਠਾ ਹੋ ਜਾਵੇਗਾ।" ਇਕ ਚਿੱਟੀ ਦਾਹੜੀ ਵਾਲਾ ਬੀ. ਡੀ. ਓ. ਬੋਲਿਆ।

"ਕੋਈ ਜ਼ਰੂਰੀ ਨਹੀਂ, ਇਹ ਧਾਰਨਾ ਗਲਤ ਹੈ, ਮੈਂ ਵੀ ਢਲਦੀ ਉਮਰ ਵਿਚ ਹਾਂ, ਮੇਰਾ ਕੰਮ ਕਈ ਜ਼ਿਲ੍ਹਿਆਂ ਨਾਲੋਂ ਚੰਗਾ ਹੈ। ਆਹ ਤਾਂ ਕੰਮ ਕਰਨ ਦੇ ਉਤਸ਼ਾਹ ਅਤੇ ਸ਼ੌਂਕ ਦੀ ਹੈ?" ਡੀ.ਸੀ. ਸਾਹਿਬ ਬੋਲੇ।

"ਜਨਾਬ ਤੁਹਾਡੀ ਗਲ ਹੋਰ ਹੈ?" ਇਕ ਹੋਰ ਅਫਸਰ ਬੋਲਿਆ।

"ਮੈਂ ਕੀ ਲੋਹੇ ਦਾ ਬਣਿਆ ਹੋਇਆ ਹਾਂ।"

ਤੁਹਾਡੇ ਵਰਗਾ ਇਨਸਾਨ ਮੈਂ ਹਾਂ, ਇਕ ਬਜੇ ਸਾਰੇ ਡੀ. ਡੀ. ਪੀ. ਓ ਦਫ਼ਤਰ ਵਿਚ ਇਕੱਠੇ ਹੋ ਗਏ। ਦੋ ਪੰਚਾਇਤ ਅਫਸਰਾਂ ਨੂੰ ਚੌਧਰੀ ਸਾਹਿਬ ਨੇ ਚਲੇ ਜਾਣ ਨੂੰ ਕਹਿ ਦਿੱਤਾ ਸੀ।

"ਜਨਾਬ ਵਡੇ ਪਿੰਡ ਵਾਲੇ ਬੀ.ਡੀ.ਓ. ਸਾਹਿਬ ਨੂੰ ਐਸ. ਡੀ. ਐਮ. ਸਾਹਿਬ ਯਾਦ ਕਰਦੇ ਨੇ।" ਇਕ ਸੇਵਾਦਾਰ ਨੇ ਸੁਨੇਹਾ ਦਿੱਤਾ।

"ਤੁਸੀਂ ਸਲਾਹ ਕਰ ਲਵੋ, ਕਿੱਥੇ ਬੈਠਣਾ? ਮੈਂ ਐਸ. ਡੀ. ਐਮ. ਨੂੰ ਮਿਲ ਆਵਾਂ।" ਉਸ ਦਾ ਦਫਤਰ ਸਾਹਮਣੇ ਨੇੜੇ ਹੀ ਸੀ। ਉਹ ਬੜੇ ਤਪਾਕ ਨਾਲ ਮਿਲਿਆ।

"ਤੁਹਾਡਾ ਪਿੰਡ ਕਿਹੜਾ?"

"ਸੰਗਰੂਰ ਜ਼ਿਲ੍ਹੇ ਦੀ ਬਰਨਾਲਾ ਤਹਿਸੀਲ ਵਿਚ ਨਵਾਂ ਪਿੰਡ ਹੈ।"

"ਕਸਬਾ ਭਰਾਲ ਦੇ ਨਾਲ ਹੈ।"

"ਤੁਸੀਂ ਕਦੇ ਗਏ ਹੋ ਓਧਰ?"

"ਹਾਂ ਮੇਰੇ, ਇਨ ਲਾਜ ਕਸਬਾ ਭਰਾਲ ਰਹਿੰਦੇ ਹਨ, ਕਾਹਲਾ ਸਿੰਘ ਮੇਰਾ ਰਿਸ਼ਤੇਦਾਰ ਹੈ।"

"ਕਾਹਲਾ ਸਿੰਘ ਬੱਦੋਵਾਲੀਆ?"

"ਹਾਂ ਉਹੀ।"

"ਉਹਨਾਂ ਨਾਲ ਤਾਂ ਸਾਡਾ ਘਰ ਵਾਂਗ ਆਉਣ ਜਾਣ ਹੈ, ਉਹਨਾਂ ਦੇ ਬਾਪੂ ਜੀ ਦੇ ਭੋਗ ਵੇਲੇ ਵੱਡੇ ਵੀਰ ਜੀ ਗਏ ਸੀ। ਤੁਸੀਂ ਯਾਦ ਕੀਤੇ।"

"ਇਕ ਦਿਨ ਗੱਡੀ ਭੇਜ ਦਿਉ, ਬਚਿਆਂ ਨੇ ਦਰਸ਼ਨ ਕਰਨ ਜਾਣੈ।"

"ਕੀ ਗਲ ਤੁਹਾਡੇ ਕੋਲ ਗੱਡੀ ਨਹੀਂ?"

"ਐਸ. ਡੀ. ਐਮ. ਜੀ ਕੋਲ ਗੱਡੀ ਕਿੱਥੇ ਹੈ? ਗੱਡੀ ਵਾਲੇ ਤਾਂ ਜ਼ਿਲ੍ਹੇ ਵਿਚ ਤੁਸੀਂ ਤਿੰਨ ਹੀ ਅਫ਼ਸਰ ਹੋ, ਇਕ ਬੀ.ਡੀ.ਓ., ਇਕ ਐਸ. ਪੀ. ਇਕ ਡੀ. ਸੀ. ਸਾਹਿਬ।"

"ਸਰਕਾਰੀ ਜੀਪ ਤਾਂ ਮੈਂ ਬਲਾਕ ਤੋਂ ਬਾਹਰ ਲੈ ਕੇ ਨਹੀਂ ਜਾਂਦਾ, ਮੇਰੇ ਕੋਲ ਆਪਣੀ ਗੱਡੀ ਹੈ, ਜਦੋਂ ਕਹੋਗੇ ਭੇਜ ਦਿਆਂਗਾ, ਤੁਸੀਂ ਤਾਂ ਘਰਦੇ ਬੰਦੇ ਹੋ। ਦੱਸੋ ਕਦੋਂ ਕਿੰਨੇ ਬਜੇ ਭੇਜਾਂ? ਮੇਰੇ ਕੋਲ ਨਵੀਂ ਫੀਅਟ ਹੈ।"

"ਚੰਗਾ ਸੰਡੇ ਨੂੰ ਸਵੇਰੇ ਭੇਜ ਦਿਉ।"

"ਫੇਰ ਦੁਪਿਹਰ ਦਾ ਖਾਣਾ ਮੇਰੇ ਕੋਲ ਖਾਇਓ।"

"ਨਹੀਂ ਮੇਰੀ ਸਿਸਟਰ ਨੇ ਆਉਣਾ ਹੈ, ਫੇਰ ਕਦੇ ਸਹੀ।"

"ਮੈਂ ਭਾਈਚਾਰੇ ਨੂੰ ਸੱਦ ਦਿੱਤਾ ਹੈ, ਜੇ ਟਾਇਮ ਹੈ, ਤੁਸੀਂ ਵੀ ਆ ਜਾਉ।"

"ਜ਼ਰੂਰ ਚਲਦਾ, ਅੱਜ ਮੇਰੇ ਮਹਿਮਾਨ ਆਏ ਹੋਏ ਹਨ।" ਉਹ ਵਾਪਸ ਡੀ.ਡੀ. ਪੀ.ਓ. ਦਫਤਰ ਆ ਗਿਆ। ਡੇਢ ਬਜੇ ਦਫਤਰ ਬੰਦ ਹੋ ਗਿਆ।

"ਦਸੋ ਕਿੱਥੇ ਬੈਠਣਾ ਹੈ?"

"ਰੋਜ਼ੀਲਾ ਚੱਲੀਏ?"

"ਉਹਨਾਂ ਦੇ ਖਾਣ ਦੀ ਕੁਐਲਟੀ ਬਹੁਤ ਮਾੜੀ ਹੈ। ਬਾਰ ਕਰਕੇ ਲੋਕ ਫਸਦੇ ਹਨ। ਜਿੰਨੇ ਮੂੰਹ ਉਨੀਆਂ ਗੱਲਾਂ।"

"ਡੀਲਕਸ ਵਿਚ ਚਲਦੇ ਹਾਂ, ਬੈਠਣ ਨੂੰ ਉਪਰ ਚੁਬਾਰਾ ਹੈ ਅਤੇ ਖਾਣਾ ਵੀ ਵੱਧੀਆ ਹੈ।" ਚੌਧਰੀ ਸਾਹਿਬ ਨੇ ਆਖਰੀ ਫੈਸਲਾ ਕੀਤਾ।

"ਠੀਕ ਹੈ ਜਨਾਬ ਜਿਵੇਂ ਤੁਸੀਂ ਕਹਿੰਦੇ ਹੋ।" ਉਹ ਡੀਲਕਸ ਹੋਟਲ ਆ ਗਏ। ਉਪਰਲੇ ਚੁਬਾਰੇ ਵਿਚ ਇਕ ਵੱਡੇ ਮੇਜ਼ ਦੁਆਲੇ ਅੱਠ ਦਸ ਕੁਰਸੀਆਂ ਲੱਗੀਆਂ ਹੋਈਆਂ ਸਨ, ਉਪਰ ਪੱਖੇ ਚਲ ਰਹੇ ਸਨ।

"ਦੱਸੋ ਕਿਹੜੀ ਡਰਿੰਕ ਲੈਣੀ ਹੈ?" ਅੱਠਾਂ ਵਿਚੋਂ ਇਕ ਸੋਫੀ ਸੀ, ਦੋ ਬੀਅਰ ਵਾਲੇ ਸਨ।

"ਮੈਂ ਵੀ ਦਿਨੇ ਹਾਰਡ ਡਰਿੰਕ ਨਹੀਂ ਲੈਂਦਾ, ਬੀਅਰ ਠੀਕ ਹੈ।" ਚੌਧਰੀ ਸਾਹਿਬ ਬੋਲੇ। ਹਰਜੀਤ ਵੀ ਦਿਨੇ ਬੀਅਰ ਹੀ ਲੈਂਦਾ ਸੀ।

"ਦੱਸੋ ਕਿਹੜੀ ਮੰਗਾਵਾਂ?"

"ਛੋਟੇ ਭਾਈ ਸਿਰ ਹੀ ਘੁਮਾਉਣਾ ਹੈ, ਜੇਹੜੀ ਮਰਜੀ ਹੋਈ, ਸੋਲਨ ਹੀ ਠੀਕ ਹੈ।" ਬੀ.ਡੀ.ਓ ਰਾਮਪੁਰਾ ਨੇ ਫੈਸਲਾ ਸੁਣਾਇਆ। ਉਦੋਂ ਨੂੰ ਹੋਟਲਾਂ ਦਾ ਮਾਲਕ ਭਰਪੂਰ ਸਿੰਘ ਇਕ ਨੋਟ ਬੁੱਕ ਲੈ ਕੇ ਉਪਰ ਆਇਆ।

"ਦੱਸੋ ਸਰ ਕੀ ਭੇਜਾਂ?"

"ਤਿੰਨ ਬੀਅਰ ਇਕ ਵਿਸਕੀ ਸੋਲਨ।"

"ਸਨੈਕਸ ਕੀ ਭੇਜਾਂ।"

"ਚਿਕਨ ਚਾਂਪ ਦੋ ਪਲੇਟ, ਦੋ ਸਲਾਦ।"

"ਬਿਹਤਰ ਜਨਾਬ, ਖਾਣੇ ਲਈ ਕੀਤਿਆਰ ਕਰਵਾਵਾਂ।"

"ਦੋ ਬਟਰਨਿਕਲ, ਦੋ ਸ਼ਾਹੀ ਪਨੀਰ, ਰੈਤਾ, ਕੋਈ ਸੀਜਨਲ ਸ਼ਬਜੀ। ਆਈਸ ਕਰੀਮ ਅਖੀਰ ਵਿਚ ਕੁਝ ਮਿੰਟਾਂ ਵਿਚ ਸਾਰਾ ਸਾਮਾਨ ਵੱਡੇ ਮੇਜ਼ ਤੇ ਟਿਕ ਗਿਆ ਸੀ। ਚੌਧਰੀ ਸਾਹਿਬ ਤੇ ਹਰਜੀਤ ਹੋਸਟ ਵਾਲੀ ਕੁਰਸੀ ਤੇ ਬੈਠ ਗਏ। ਵਿਸਕੀ ਵਾਲੇ ਵਿਸਕੀ, ਬੀਅਰ ਵਾਲੇ ਬੀਅਰ ਪੀਣ ਲਗੇ।

"ਛੋਟੇ ਭਾਈ ਮੈਰਿਜ਼ ਹੁਣੇ ਹੋਈ ਹੈ?"

"ਨਹੀਂ ਮੈਰਿਜ਼ ਨੂੰ ਤਾਂ ਛੇ ਮਹੀਨੇ ਤੋਂ ਉਪਰ ਹੋ ਗਏ। ਦਰਅਸਲ ਮੇਰੇ ਐਮ. ਏ. ਫਾਈਨਲ ਦੇ ਪੇਪਰ ਰਹਿੰਦੇ ਸੀ।"

"ਇਹ ਸਾਡੇ ਕਾਲਜ ਦਾ ਬਹੁਤ ਬਰਾਈਟ 'ਸਟੂਡੈਂਟ ਸੀ, ਮੈਗਜ਼ੀਨ ਦਾ ਐਡੀਟਰ ਸੀ। ਇਹ ਲਿਖਦਾ ਵੀ ਹੈ। ਮੈਂ ਇਸ ਤੋਂ ਇਕ ਸਾਲ ਅਗੇ ਸੀ। ਚੌਧਰੀ ਸਾਹਿਬ ਨੇ ਵਿਸਥਾਰ ਨਾਲ, ਦਸਿਆ।

"ਛੋਟੇ ਭਾਈ ਅੱਜ ਗੱਡੀ ਨਹੀਂ ਲੈ ਕੇ ਆਇਆ ? ਮੇਰਾ ਡਰਾਈਵਰ ਦਸਦਾ ਸੀ।"

"ਸਰਕਾਰੀ ਜੀਪ, ਬਲਾਕ ਤੋਂ ਬਾਹਰ ਨਾ ਲਿਜਾਣ ਦੀਆਂ ਹਦਾਇਤਾਂ ਹਨ।"

"ਛੋਟੇ ਭਾਈ ਹਦਾਇਤਾਂ ਮਗਰ ਚਲਕੇ ਤਾਂ ਕੋਈ ਕੰਮ ਵੀ ਨਹੀਂ ਕਰ ਸਕਦੇ ? ਪਟਰੋਲ ਦੀ ਲਿਮਟ ਹੈ।"

"ਇਫ ਰੂਲ ਕੈਨ ਰੂਲ, ਐਵਰੀ ਫੂਲ ਕੈਨ ਰੂਲ।" ਇਕ ਹੋਰ ਬੋਲਿਆ, ਸਾਰੇ ਤਾੜੀਆਂ ਮਾਰਕੇ ਹੱਸਣ ਲਗੇ।

"ਕੋਈ ਨਹੀਂ ਹਰਜੀਤ, ਬਾਹਰ ਜਾਣ ਦੀ ਮੇਰੇ ਕੋਲੋਂ ਮਨਜ਼ੂਰੀ ਲੈ ਲਿਆ ਕਰ, ਸਾਰੇ ਬੀ. ਡੀ. ਓਜ਼ ਜੀਪਾਂ ਤੇ ਹੀ ਆਉਂਦੇ ਹਨ। ਚੌਧਰੀ ਸਾਹਿਬ ਨੇ ਆਖਰੀ ਫੈਸਲਾ ਸੁਣਾਇਆ।

"ਤੇ ਪਟਰੋਲ ਦੀ ਲਿਮਟ ?"

"ਉਹਦੀ ਵੀ ਛੋਟ ਹੋ ਜਾਂਦੀ ਹੈ।"

"ਸਾਰੇ, ਉਸਨੂੰ, ਵਿਸ਼ ਯੂ. ਹੈਪੀ ਮੈਰਿਜ਼ ਕਹਿਣ ਮਗਰੋਂ, ਆਪੋ ਆਪਣੇ ਰਾਹ ਪੈ ਗਏ। ਉਹ ਕੜਕਦੀ ਧੁੱਪ ਵਿਚ ਦੁਪਿਹਰ ਬਾਅਦ ਵਾਪਸ ਮੁੜਿਆ।

"ਸੇਵਾ ਰਾਮ ਤੇਰੇ ਬੀਬੀ ਜੀ ?"

"ਸਾਹਿਬ ਜੀਓ, ਉਹਨਾਂ ਤੁਹਾਨੂੰ ਉਡੀਕ ਉਡੀਕ ਕੇ ਖਾਣਾ ਖਾਕੇ ਉਧਰ ਸਰਦਾਰ ਜੀ ਦੇ ਗਏ ਹਨ, ਤੁਸੀਂ ਖਾਣਾ ਦੱਸੋ ?"

"ਮੇਰੇ ਸਰਹਾਣੇ, ਠੰਡੇ ਪਾਣੀ ਦੀ ਬੋਤਲ ਰੱਖ ਦੇ, ਤੂੰ ਚਾਹ ਵੇਲੇ ਆ ਜਾਵੀਂ।" ਖਾਣਾਂ ਮੈਂ ਖਾ ਆਇਆਂ।"

"ਠੀਕ ਹੈ... ਸਰ...। ਬਾਹਰਲੀਆਂ ਪੌੜੀਆਂ ਦਾ ਕੁੰਡਾ ਲਾਉਣ ਮਗਰੋਂ ਉਹ ਕਪੜੇ ਬਦਲਕੇ ਬੈਡ ਤੇ ਪੈ ਗਿਆ, ਗਰਮੀ ਅਤੇ ਬੀਅਰ ਕਰਕੇ, ਉਸ ਦਾ ਸਿਰ ਟੱਸ ਟੱਸ ਕਰ ਰਿਹਾ ਸੀ।

(29)

ਕਾਲੀਆਂ ਘਟਾਵਾਂ ਆਉਣ ਲਗੀਆਂ। ਪਹਿਲਾਂ ਮੀਂਹ ਭਰਵਾਂ ਪਿਆ। ਰੁੱਖਾਂ ਦੇ ਲਿੱਬੜੇ ਮੂੰਹ ਧੋਤੇ ਗਏ। ਮਾਰੂ ਜ਼ਮੀਨਾਂ ਵਿਚ ਲੋਕ ਗੁਆਰਾ, ਬਾਜਰਾ, ਮੂੰਗੀ, ਮੋਠ ਬੀਜਣ ਲਗੇ। ਸਵੇਰੇ ਸਵੇਰੇ ਟੈਲੀਫੋਨ ਦੀ ਘੰਟੀ ਖੜਕੀ।

"ਹੈਲੋ, ਡਬਲ ਟੂ ਤੋਂ।"

"ਹਾਂ ਜੀ ਬੋਲ ਰਿਹਾਂ, ਤੁਸੀਂ ਕੌਣ ?"

"ਵਾਹ ਜੀ, ਐਡੀ ਛੇਤੀ ਭੁੱਲ ਵੀ ਗਏ ?" ਉਸ ਦੀ ਸ਼ੁਰੀਲੀ ਆਵਾਜ਼ ਨੇ ਉਲਾਂਭਾ ਦਿੱਤਾ।

"ਸੌਰੀ, ਮੈਂ ਪਹਿਚਾਣਿਆ ਨਹੀਂ ਸੀ, ਤੁਹਾਡਾ ਦਾਖਲਾ ਹੋ ਗਿਆ?"

"ਹਾਂ ਜੀ, ਮੈਂ ਪਰਸੋਂ ਚਲੇ ਜਾਣਾ ਹੈ, ਕਲ ਜੇ ਵਕਤ ਹੋਵੇ, ਸਵੇਰੇ ਪੰਜ ਵਜੇ ਗੁਰਦਵਾਰੇ ਦੇ ਬਾਹਰ ਵਾਰ ਪਾਰਕ ਵਿਚ, ਤੁਹਾਡਾ ਇੰਤਜ਼ਾਰ ਕਰਾਂਗੀ। ਘਰੇ ਗਲ ਨਹੀਂ ਹੁੰਦੀ।"

"ਮੈਂ ਜ਼ਰੂਰ ਆਵਾਂਗਾ, ਮੈਂ ਹਰ ਰੋਜ਼ ਹੀ ਉਧਰ ਸੈਰ ਕਰਨ ਜਾਂਦਾ ਹਾਂ।" ਉਹ ਕਿੰਨਾ ਚਿਰ ਸੋਚਦਾ ਰਿਹਾ ਕਰੇ ਤਾਂ ਕਿ ਕਰੇ? ਵੀਰਪਾਲ ਰੋਜ਼ ਘਰ ਵਿਚ ਸੂਹਣ ਖੜ੍ਹੀ ਰੱਖਦੀ ਸੀ, ਜ਼ਮੀਨ ਦਾ ਠੇਕਾ ਲੈਣ ਲਈ, ਮਜਬੂਰ ਕਰ ਰਹੀ ਸੀ, ਫਸਲ ਅਜੇ ਆਈ ਨਹੀਂ। ਉਸ ਤੋਂ ਖਹਿੜਾ ਛੁਡਵਾਉਣ ਦੀਆਂ ਸਕੀਮਾਂ ਸੋਚਦਾ ਰਿਹਾ। ਇਸ ਭਵ ਸਾਗਰ ਵਿਚੋਂ ਕਿਵੇਂ ਨਿਕਲੇ? ਚੁਫੇਰੇ ਸੰਘਣੀ ਹਨੇਰੀ ਰਾਤ ਸੀ, ਕੋਈ ਚਾਨਣ ਦੀ ਕਾਤਰ ਨਹੀਂ ਦਿਸਦੀ ਸੀ।

ਕੋਈ ਵੱਡਾ ਸਟੇਪ ਲੈਣ ਲਈ, ਉਹ ਆਪਣੇ ਆਪ ਨੂੰ ਤਿਆਰ ਕਰਨ ਲਗਿਆ। ਉਸ ਦਾ ਮਨ ਉਚਾਟ ਹੋ ਗਿਆ, ਆਪਣੇ ਘਰ ਤੋਂ ਉਸਨੂੰ ਭੈਅ ਆਉਣ ਲਗਿਆ। ਉਹ ਸ਼ਾਮ ਨੂੰ ਕਿਸੇ ਰੈਸਟ ਹਾਊਸ ਬੈਠਕੇ, ਜਾਂ ਕਿਸੇ ਦੋਸਤ ਕੋਲ ਬੈਠਣ ਮਗਰੋਂ ਘਰ ਲੇਟ ਆਉਣ ਲਗਿਆ। ਪੰਚਾਇਤ ਅਫਸਰ ਪੀਂਦਾ ਨਹੀਂ ਸੀ, ਆਪਣੇ ਅਫਸਰ ਦੀ ਸੇਵਾ ਲਈ ਉਹ ਇੰਤਜ਼ਾਮ ਕਰ ਲੈਂਦਾ। ਬਲਾਕ ਦੇ ਦੋ ਤਿੰਨ ਪਤਵੰਤੇ ਸਰਪੰਚਾਂ ਨਾਲ ਵੀ ਉਸ ਦਾ ਬੈਠਣ ਉਠਣ ਹੋ ਗਿਆ ਸੀ। ਕਈ ਵੇਰ ਉਹ ਖਾਣਾ ਉਥੋਂ ਹੀ ਖਾ ਆਉਂਦਾ। ਮੌੜ ਮੰਡੀ, ਰਾਮਾ ਮੰਡੀ ਦੇ ਦੋ ਤਿੰਨ ਸੇਠਾਂ ਨਾਲ ਵੀ ਉਸ ਦਾ ਬੈਠਣ ਉਠਣ ਹੋ ਗਿਆ ਸੀ। ਜਿਸ ਦਿਨ ਟੂਰ ਤੇ ਨਾ ਜਾਂਦਾ। ਨਹਿਰੀ ਐਸ. ਡੀ. ਓ., ਐਸ. ਐਮ. ਓ. ਪਰੋਫੈਸਰ ਗਰੇਵਾਲ ਉਸ ਦੇ ਦੋਸਤ ਸਨ, ਉਥੇ ਹੀ ਮਹਿਫਲ ਲਗ ਜਾਂਦੀ। ਹਫਤੇ ਵਿਚ ਇਕ ਅੱਧਾ ਦਿਨ ਹੀ ਨਾਗਾ ਪੈਂਦਾ। ਉਸ ਦੇ ਬਲਾਕ ਵਿਚ ਤਿੰਨ ਚਾਰ ਨਹਿਰੀ ਰੈਸਟ ਹਾਊਸ ਸਨ। ਜਿੱਥੇ ਆਰਾਮ ਕਰਨ ਲਈ ਗੱਦੇਦਾਰ ਬੈਡ ਸਨ। ਉਥੇ ਠਹਿਰਨ ਦਾ ਕੋਈ ਖਰਚ ਵੀ ਨਹੀਂ ਆਉਂਦਾ ਸੀ। ਆਪਣੇ ਗੰਮ ਨੂੰ, ਉਹ ਸ਼ਰਾਬ ਦੇ ਗਲਾਸ ਵਿਚ ਡੋਬਣ ਦਾ ਵਿਅਰਥ ਯਤਨ ਕਰਦਾ। ਉਸਨੇ, ਪਤਨੀ ਨੂੰ ਵੀਰ ਜੀ ਨਾਲ ਹੋਈ ਸਾਰੀ ਗਲ ਦੱਸੀ ਸੀ। ਉਹ ਸਵਾਲ ਕਰਦੀ, ਪਿਛਲੇ ਸਾਲਾਂ ਦਾ ਠੇਕਾ ਕਿੱਧਰ ਗਿਆ? ਦਿਨੋਂ ਦਿਨ ਉਹ ਆਪਣੇ ਠਾਣੇਦਾਰ ਪਿਉ ਵਾਂਗ, ਲਾਲਚੀ ਹੁੰਦੀ ਗਈ ਸੀ। ਪੁਰਾਣੇ ਲੋਕ ਦਸਦੇ ਸਨ, ਸੰਤਾਲੀ ਵੇਲੇ, ਉਸ ਦੇ ਪਿਉ ਨੇ ਕਿੰਨੇ ਬੰਦੇ ਮਾਰੇ ਸਨ। ਪਹਿਲਾਂ ਉਹ ਮੁਸਲਮਾਨਾਂ ਨੂੰ ਕੈਂਪ ਵਿਚ ਸੁਰੱਖਿਅਤ ਭੇਜਣ ਦਾ ਵਾਅਦਾ ਕਰਦਾ, ਮਗਰੋਂ ਆਪਣੇ ਰੱਖੇ ਗੁੰਡਿਆਂ, ਬਦਮਾਸ਼ਾਂ ਤੋਂ ਹਮਲਾ ਕਰਵਾ ਕੇ ਵੱਢ-ਟੁੱਕ ਕਰਵਾ ਦਿੰਦਾ। ਲੁਟ ਦੇ ਮਾਲ ਵਿਚੋਂ ਤਿੰਨ ਹਿੱਸੇ ਆਪ ਰੱਖਦਾ, ਚੌਥਾ ਉਹਨਾਂ ਨੂੰ ਦਿੰਦਾ। ਉਸ ਦਿਨ ਦਫ਼ਤਰ ਬੰਦ ਹੋਣ ਮਗਰੋਂ ਵੀ ਉਹ ਦਫ਼ਤਰ ਬੈਠਾ ਰਿਹਾ, ਸੋਚਦਾ ਰਿਹਾ, ਕਰੇ ਤਾਂ ਕੀ ਕਰੇ ? ਤਲਾਕ ਲੈਣਾ, ਸੱਪ ਦੇ ਸਿਰ ਵਿਚੋਂ ਮਣੀ ਕੱਢਣ ਜਿੰਨਾ ਹੀ ਔਖਾ ਸੀ। ਘਰੋਂ, ਵੀਰਪਾਲ ਨੇ ਪਤਾ ਕਰਨ ਲਈ, ਸੇਵਾ ਰਾਮ ਨੂੰ ਭੇਜਿਆ। ਉਹ ਆਮ ਕਰਕੇ ਪੀਲੀ ਕੋਠੀ ਵਾਲਿਆਂ ਦੇ ਬਾਗ ਵਿਚੋਂ ਦੀ ਹੋਕੇ ਲੰਘਦਾ ਸੀ, ਬਾਗ ਦਾ ਪਿਛਲਾ ਦਰਵਾਜਾ, ਦਫਤਰ ਦੇ ਨੇੜੇ, ਰਾਹ ਤੇ ਖੁਲ੍ਹਦਾ ਸੀ।

"ਸੇਵਾ ਰਾਮ ਏਸ ਵੇਲੇ ਕਿੱਧਰ ਚਲਿਆਂ?"

"ਬੀਬਾ ਜੀ, ਸਾਹਿਬ ਦਫਤਰ ਬੈਠੇ ਹਨ, ਉਹਨਾਂ ਨੂੰ ਲੈਣ ਚਲਿਆ ਹਾਂ।"

"ਇਸ ਵੇਲੇ ਦਫਤਰ ਕੀ ਕਰਦੇ ਹਨ ? ਦਫਤਰ ਤਾਂ ਪੰਜ ਬਜੇ ਬੰਦ ਹੋ ਜਾਂਦਾ ਹੈ। ਚਲੋ ਮੰਮੀ, ਚੈਕ ਕਰੀਏ ਅਫਸਰ ਸਾਹਿਬ ਨੂੰ, ਕੀ ਕਰਦੇ ਹਨ ? ਆਪਣਾ ਬਾਗ ਵੀ ਦੇਖ ਆਵਾਂਗੇ, ਸੈਰ ਵੀ ਹੋ ਜਾਊ।" ਮਾਂ, ਧੀ ਦੋਨੋਂ ਸੇਵਾ ਰਾਮ ਦੇ ਨਾਲ ਹੀ ਚਲ ਪਈਆਂ। ਉਹਨਾਂ ਦਾ ਬਾਗ, ਬਲਾਕ ਦੇ ਦਫਤਰ ਦੀ ਕੰਧ ਨਾਲ ਲਗਦਾ ਸੀ।

"ਮੇਂ ਆਈ ਕੰਮ ਇਨ ਸਰ ?" ਸੁਖਜੀਤ ਨੂੰ ਦੇਖ ਕੇ ਉਹ ਭਮਤਰ ਗਿਆ, ਇਸ ਵੇਲੇ, ਮਾਂ ਧੀ ਅੰਦਰ ਆਈਆਂ। ਕੁਰਸੀਆਂ ਤੇ ਬੈਠ ਗਈਆਂ।

"ਤੁਸੀਂ ਇਸ ਵੇਲੇ ਦਫਤਰ ਕੀ ਕਰਦੇ ਹੋ ? ਅਸੀਂ ਚੈਕ ਕਰਨ ਆਈਆਂ।"

"ਮੋਸਟ ਵੈਲਕਮ, ਦਸੋ ਕੋਲਡ ਡਰਿੰਕ ਲਵੋਗੇ ?"

"ਇਸ ਵੇਲੇ ਕੋਲਡ ਡਰਿੰਕ ਕਿੱਥੋਂ ਆਵੇਗੀ।" ਤੁਹਾਡੀ ਮਹਿਮਾਨ ਨਿਵਾਜੀ ਲਈ ਸ਼ੁਕਰੀਆ।

"ਸੇਵਾ ਰਾਮ, ਫਰਿਜ, ਵਿਚੋਂ ਤਿੰਨ ਕੋਕਾ ਕੋਲਾ ਲੈ ਆ।" ਚੇਅਰਮੈਨ ਦੇ ਕਮਰੇ ਵਿਚ ਫਰਿਜ ਸੀ।

"ਤੁਸੀਂ ਕਿਸੇ ਉਲਝਣ ਵਿਚ ਫਸੇ ਲਗਦੇ ਹੋ ?" ਸੁਖਜੀਤ ਨੇ ਉਸ ਦਾ ਉਦਾਸ ਚਿਹਰਾ ਦੇਖਕੇ, ਸਵਾਲ ਕੀਤਾ।

"ਤੁਹਾਨੂੰ ਕਿਵੇਂ ਪਤੈ, ਮੇਰੀ ਉਲਝਣ ਦਾ ?"

"ਮੈਂ ਫੇਸ ਰੀਡਿੰਗ ਦਾ ਕੋਰਸ ਵੀ ਕੀਤਾ ਹੋਇਆ ਹੈ।" ਉਹ ਤਾੜੀ ਮਾਰਕੇ ਹੱਸੀ।

"ਜੋਤਸ਼ੀ ਤਾਂ ਹਸਤਰੇਖਾ ਦੀ ਰੀਡਿੰਗ ਕਰਦੇ ਹਨ। ਤੁਸੀਂ ਫੇਸ ਰੀਡਿੰਗ ਕਿੱਥੋਂ ਸਿੱਖ ਲਈ ?" ਗਲਾਂ ਦੇ ਨਾਲ ਨਾਲ ਹੀ ਉਹ ਕੋਲਡ ਡਰਿੰਕ ਦੀਆਂ ਘੁੱਟਾਂ ਭਰਦੇ ਰਹੇ।

"ਮੈਂ ਬੀ. ਏ. ਵਿਚ ਸਾਈਕੋਲਜੀ ਪੜ੍ਹੀ ਹੈ।"

"ਬਹੁਤ ਖ਼ੂਬ।" ਹੁਣ ਉਸ ਦੇ ਚਿਹਰੇ ਤੇ ਮੁਸਕਰਾਹਟ ਆਈ।

"ਮੈਂ ਆਪਣੀ ਮੁਸ਼ਕਿਲ, ਫੇਰ ਦਸਦਾ ਹਾਂ, ਪਹਿਲਾਂ ਇਹ ਦੱਸੋ, ਪਰੋਫੈਸਰ ਸ਼ਰਮਾ ਜੀ, ਚੰਗੀ ਤਰ੍ਹਾਂ ਮਿਲੇ ?"

"ਉਹ ਬਹੁਤ ਚੰਗੇ, ਨਿੱਘੇ ਇਨਸਾਨ ਹਨ, ਤੁਹਾਡਾ ਹਾਲ ਚਾਲ ਪੁੱਛਿਆ, ਕਹਿੰਦੇ ਤੇਰਾ ਕੀ ਲਗਦਾ ਹੈ ? ਮੈਂ ਕਿਹਾ ਜੀ, ਮੇਰੀ ਕਜ਼ਨ ਦੇ ਹਸਬੈਂਡ ਹਨ। ਉੱਚੀ ਉੱਚੀ ਹੱਸਣ ਲਗੇ, ਕਹਿੰਦੇ, ਏਨੇ ਵਲਵਿੰਗ ਕਿਉਂ ਪਾਉਂਦੀ ਹੈ ? ਸਿੱਧਾ ਕਿਉਂ ਨਹੀਂ ਕਹਿੰਦੀ, ਮੇਰਾ ਜੀਜਾ ਲਗਦੈ।" ਕਮਰਾ ਹਾਸੇ ਨਾਲ ਭਰ ਗਿਆ।

"ਹੁਣ ਆਪਣੀ ਉਲਝਣ ਦੱਸੋ ?"

"ਤੁਸੀ ਫੇਸ ਰੀਡਰ ਹੋ, ਦਸੋ ਮੇਰੀ ਸਮੱਸਿਆ ਬੁੱਝੋ ?" ਉਸ ਨੇ ਉਲਟਾ ਜਵਾਬ ਦਿੱਤਾ।

"ਮੈਂ ਦਸ ਦਿਆਂ ਗੁੱਸਾ ਤਾਂ ਨਹੀਂ ਕਰਦੇ ?"

"ਨਹੀਂ ਗੁੱਸਾ ਕਾਹਦਾ ? ਤੁਸੀਂ ਦਸੋ।"

"ਰਾਤ ਮੀਆਂ ਬੀਵੀ ਦੀ ਲੜਾਈ ਹੋ ਗਈ। ਤੁਸੀਂ ਬਹੁਤੀ ਸ਼ਰਾਬ ਪੀ ਲਈ ਬੀਵੀ ਨੇ ਕਲੇਸ਼ ਕੀਤਾ।"

"ਗਲਤ ਹੈ, ਤੁੱਕਾ ਹੈ, ਲੜਾਈ ਕੋਈ ਨਵੀਂ ਗੱਲ ਨਹੀਂ।"

"ਮਾਸੜ ਜੀ ਰੋਜ਼ ਪੀਂਦੇ ਹਨ, ਮਾਸੀ ਜੀ ਤਾਂ ਲੜਦੇ ਨਹੀਂ।"

"ਨਹੀਂ, ਕਾਕਾ ਜੀ, ਪਹਿਲਾਂ ਪਹਿਲਾਂ ਨਵੀਂ ਨਵੀਂ, ਮੈਂ ਬਥੇਰਾ ਲੜਦੀ ਸੀ, ਆਪੇ ਹੀ ਹੰਭਕੇ ਸਮਝੌਤਾ ਕਰ ਲਿਆ। ਹੋਰ ਕੀ ਕਰਦੀ ? ਇਹ ਸੱਚ ਹੈ, ਕੋਈ ਵੀ ਔਰਤ, ਮਰਦ ਦੀ ਸ਼ਰਾਬ ਨੂੰ ਪਸੰਦ ਨਹੀਂ ਕਰਦੀ ਜੇ ਇਹ ਕਾਲਜਾ ਫੂਕਣੀ ਮਰਦਾਂ ਲਈ ਅੰਮ੍ਰਿਤ ਹੈ, ਔਰਤਾਂ ਲਈ ਜ਼ਹਿਰ ਕਿਉਂ ਹੈ ?" ਤੇ ਮਾਸੀ ਦੀ ਦਲੀਲ ਅਗੇ ਉਹ ਲਾਜਵਾਬ ਹੋ ਗਿਆ।

"ਹੋਰ ਦਸਾਂ, ਡੀ ਸੀ ਨੇ ਘੂਰ-ਘੱਪ ਕੀਤੀ ਹੋਵੇਗੀ।"

"ਇਹ ਵੀ ਗਲਤ ਹੈ, ਮੇਰਾ ਡੀ. ਸੀ. ਤਾਂ ਮੇਰੇ ਕੰਮ ਨਾਲ ਬਹੁਤ ਖੁਸ਼ ਹੈ।"

"ਅੱਛਾ ਤੁਸੀਂ ਦਸੋ ਫੇਰ ਕੀ ਪਰਾਬਲਮ ਹੈ, ਪਲੀਜ਼ ?" ਉਸ ਦੀਆਂ ਅੱਖਾਂ ਵਿਚ ਬਿਜਲੀ ਵਰਗੀ ਚਮਕ ਸੀ।

"ਦਰ ਅਸਲ ਗੱਲ ਇਹ ਹੈ, ਪ੍ਰੋਫੈਸਰ ਸ਼ਰਮਾਂ ਦੀ ਚਿੱਠੀ ਆਈ ਹੈ, ਉਹਨਾਂ ਮੈਨੂੰ ਲੈਕਚਰਾਰ ਦੀ ਔਫਰ ਦਿੱਤੀ ਹੈ, ਪੀ ਐਚ ਡੀ ਕਰਵਾਉਣ ਦਾ ਜਿੰਮਾ ਲਿਆ ਹੈ।

ਯੂਨੀਵਰਸਿਟੀ ਵਿਚੋਂ ਮੇਰਾ ਤੀਜਾ ਸਥਾਨ ਹੈ। ਪਹਿਲੇ ਦੋ ਜਵਾਬ ਦੇ ਗਏ, ਇਸ ਲਈ ਉਹਨਾਂ ਮੈਨੂੰ ਔਫਰ ਭੇਜੀ ਹੈ, ਯੂਨੀਵਰਸਿਟੀ ਵਿਚ ਬਦਲੀਆਂ ਦਾ ਕੋਈ ਚੱਕਰ ਨਹੀਂ, ਦੋ ਪੀਰੀਅਡ ਲਾਉ ਵਿਹਲੇ।" ਉਹ ਚੁੱਪ ਹੋ ਕੇ ਗੰਭੀਰ ਹੋ ਗਿਆ।

"ਤੁਸੀਂ ਆਪਣੀ ਪੋਜੀਸ਼ਨ ਬਾਰੇ ਦਸਿਆ ਤਾਂ ਹੈ ਨਹੀਂ। ਕਦੇ ?"

"ਦਰ ਅਸਲ ਦੋ ਨੰਬਰਾਂ ਦੇ ਫਰਕ ਨਾਲ ਮੇਰੀ ਫਸਟ ਡਵੀਜ਼ਨ ਮਾਰੀ ਗਈ, ਮੇਰੇ 470 ਹਨ, ਜੇ ਦੋ ਹੋਰ ਹੁੰਦੇ ਅੱਠ ਨੰਬਰ ਗਰੇਸ ਦੇ ਪਾਕੇ ਫਸਟ ਡਵੀਜ਼ਨ ਬਣ ਜਾਣੀ ਸੀ। ਸਾਰੇ ਪੰਜਾਬ ਵਿਚੋਂ ਇਕ ਹੀ ਫਸਟ ਡਵੀਜ਼ਨ ਹੈ। ਇਕ ਮੁੰਡੇ ਦਾ ਮੇਰੇ ਨਾਲੋਂ ਇਕ ਨੰਬਰ ਵੱਧ ਹੈ। ਅਸਲ ਵਿਚ ਮੈਨੂੰ ਲੇਖ ਵਾਲਾ ਚੌਥਾ ਪੇਪਰ ਮਾਰ ਗਿਆ, ਉਸ ਵਿਚੋਂ ਪਾਸ ਮਾਰਿਕਸ ਹੀ ਆਏ ਹਨ।"

"ਏਨੇਂ ਨੰਬਰ ਕੀ ਥੋੜ੍ਹੇ ਹਨ ? ਏਨੇ ਤਾਂ ਸਾਡੇ ਵਰਗਿਆਂ ਦੇ ਆਉਣੇ ਵੀ ਨਹੀਂ ? ਜੇ ਏਨਾ ਹੀ ਅਫਸੋਸ ਹੈ, ਇਪਰੂਵ ਕਰ ਲਵੋ।"

"ਹੁਣ ਪੜ੍ਹਨ ਦਾ ਵਕਤ ਕਿੱਥੇ ਹੈ ? ਅਜੇ ਦੋ ਸਾਲ ਦੇ ਅੰਦਰ ਵਿਭਾਗੀ ਇਮਤਿਹਾਨ ਪਾਸ ਕਰਨਾ ਹੈ, ਪ੍ਰੋਬੇਸ਼ਨ ਕਲੀਅਰ ਕਰਨਾ ਹੈ। ਹੁਣ ਮੈਨੂੰ ਸਮਝ ਨਹੀਂ ਆਉਂਦੀ, ਲੈਕਚਰਾਰ ਜਾਇਨ ਕਰਾਂ ਕਿ ਏਥੇ ਹੀ ਧੂੜ ਫਕਦਾ ਰਹਾਂ।"

"ਕਾਕਾ ਜੀ, ਮੈਂ ਸਲਾਹ ਦਿਆਂ ?"

"ਹਾਂ ਜੀ.....?" ਉਹ ਮਾਸੀ ਦੇ ਹਸੂੰ ਹਸੂੰ ਕਰਦੇ ਚਿਹਰੇ ਵਲ ਝਾਕਿਆ। "ਅਫਸਰੀ ਵਿਚ ਜੋ ਸਤਿਕਾਰ ਅਤੇ ਇੱਜ਼ਤ ਹੈ, ਤੁਸੀਂ ਇਥੋਂ ਦੇ ਕਾਲਜ ਦੇ ਪਰੋਫੈਸਰਾਂ ਵਲ ਦੇਖੋਂ, ਸਾਈਕਲਾਂ ਤੇ ਤੁਰੇ ਫਿਰਦੇ ਹਨ, ਆਵਦਾ ਆਟਾ ਵੀ ਸਾਈਕਲ ਤੇ ਪਿਹਾਉਣਾ ਪੈਂਦਾ ਹੈ, ਕੋਈ ਨੌਕਰ ਨਹੀਂ, ਚਾਕਰ ਨਹੀਂ। ਤੁਹਾਡੀ ਇਕ ਘੰਟੀ ਨਾਲ, ਚਾਰ ਚਾਰ ਚਪੜਾਸੀ ਭੱਜੇ ਆਉਂਦੇ ਹਨ, ਸੋ ਇਹ ਨੌਕਰੀ ਛੱਡਕੇ, ਪਰੋਫੈਸਰ ਬਨਣ ਦੀ ਗਲਤੀ ਕਦੇ ਨਹੀਂ ਕਰਨੀ, ਭੁੱਲ ਕੇ ਵੀ। ਹਰਬੰਸ ਸਿਉਂ ਨੇ ਅਫਸਰੀ ਦੇ ਰਸੂਖ ਕਰਕੇ ਹੀ ਜ਼ਮੀਨ ਵਾਲਾ ਕੇਸ ਜਿੱਤ ਲਿਆ ਹੈ।" ਉਹਨਾਂ ਦੀਆਂ ਗਲਾਂ ਨਾਲ, ਉਸ ਨੂੰ ਲਗਿਆ ਜਿਵੇਂ ਚਾਲ੍ਹੇ ਵਿਚ ਫਸਿਆ ਗੱਡਾ ਨਿਕਲ ਗਿਆ ਹੋਵੇ।

ਜਦੋਂ ਉਹ ਘਰ ਪਹੁੰਚਿਆ, ਪਤਨੀ ਪਹਿਲਾਂ ਹੀ ਤਪੀ ਬੈਠੀ ਸੀ।

"ਦੁਨੀਆਂ ਤਾਂ ਦਿਨੇ ਦਫਤਰ ਕਰਦੀ ਹੈ, ਤੁਸੀਂ ਰਾਤਾਂ ਨੂੰ ਦਫਤਰ ਲਾਉਂਦੇ ਹੋ।"

"ਬਹੁਤ ਸਾਰਾ ਕੰਮ ਪੈਂਡਿੰਗ ਪਿਆ ਸੀ, ਉਹ ਕਰਕੇ ਆਇਆਂ। ਉਸ ਤੇ ਤੀਰਾਂ ਤੋਂ ਬਚਣ ਲਈ ਉਹ ਨਹਾਉਣ ਲਈ ਗੁਸਲਖਾਨੇ ਵਿਚ ਜਾ ਵੜਿਆ।

"ਸੇਵਾ ਰਾਮ ਤੂੰ ਵੀ ਉਥੇ, ਹੀ ਜਾ ਕੇ ਬੈਠ ਗਿਆ, ਪਿਛਲਾ ਵੀ ਫਿਕਰ ਰਖਿਆ ਕਰ, ਜੇ ਇਹ ਕੰਮ ਕਰਦੇ ਸੀ, ਤੂੰ ਤਾਂ ਮੁੜ ਆਉਂਦਾ।"

"ਬੀਬਾ ਜੀ, ਰਾਹ ਵਿਚ ਸੌ ਕੁੱਤੇ ਬਿੱਲੇ ਹਨ, ਮੈਂ ਸਾਹਿਬ ਨੂੰ ਕੱਲਾ ਛੱਡ ਕੇ ਕਿਵੇਂ ਆਉਂਦਾ ? ਗੱਡੀ ਬਾਹਰ ਗਈ ਹੋਈ ਹੈ।"

"ਸਾਰਾ ਦਿਨ ਸਾਹਿਬ ਦੀ ਸ਼ਾਨੀ ਭਰਨ ਤੇ ਰਹਿੰਦੇ ਹੋ, ਮੇਰਾ ਵੀ ਕੋਈ ਕੰਮ ਕਰ ਦਿਆ ਕਰੋ, ਦਰਜੀ ਦਿਉ ਕਪੜੇ ਲਿਆਉਣੇ ਹਨ, ਪ੍ਰੈਸ ਵਾਲੇ ਕਪੜੇ ਪਏ ਹਨ।

ਉਥੇ ਹੋਰ ਕੌਣ ਕੌਣ ਸੀ ?" ਉਸ ਨੇ ਸੀ. ਆਈ. ਡੀ. ਕੀਤੀ।

"ਪੀਓ ਸਾਹਿਬ, ਅਕਾਊਂਟੈਂਟ, ਓਵਰਸੀਜ਼ ਕੱਲ ਨੂੰ ਆਡਿਟ ਪਾਰਟੀ ਨੇ ਆਉਣਾ ਹੈ।" ਸੇਵਾ ਰਾਮ ਨੇ ਕਾਲੀ ਰਾਤ ਵਿੱਚ, ਚਿੱਟੇ ਦਿਨ ਵਰਗਾ ਝੂਠ ਬੋਲਿਆ। ਉਹ ਸਾਹਿਬ ਦੀ ਜਾਨ ਛੁਡਵਾਉਣਾ ਚਾਹੁੰਦਾ ਸੀ।

"ਐਨੇ ਲੇਟ ਨਾ ਹੋਇਆ ਕਰੋ, ਮੈਨੂੰ ਕੱਲੀ ਨੂੰ ਡਰ ਲਗਦਾ ਹੈ।" ਉਹ ਨਹਾਕੇ ਬਾਹਰ ਆਇਆ।

"ਏਥੇ ਡਰ ਵਾਲੀ ਕਿਹੜੀ ਗਲ ਹੈ। ਦਰਅਸਲ ਕੱਲ ਨੂੰ ਆਡਿਟ ਪਾਰਟੀ ਨੇ ਆਉਣਾ ਹੈ, ਮੈਂ ਉਸ ਦੀ ਤਿਆਰੀ ਕਰ ਰਿਹਾ ਸੀ।" ਉਸਨੇ ਸੇਵਾ ਰਾਮ ਦੀ ਕਹੀ ਗੱਲ ਦੀ ਤਾਈਦ ਕੀਤੀ। ਸੇਵਾ ਰਾਮ ਕਿਚਨ ਵਿਚ ਮੁਸਕੜੀਏ ਹੱਸ ਰਿਹਾ ਸੀ। ਅਜ ਉਸ ਨੇ ਡਰਿੰਕ ਨਹੀਂ ਲਈ, ਸਵੇਰੇ ਉੱਠਣ ਦਾ ਫਿਕਰ ਸੀ। ਇਕਰਾਰ ਅਨੁਸਾਰ ਉਸਨੇ ਪੰਜ ਵਜੇ ਪਾਰਕ ਵਿਚ ਪਹੁੰਚਣਾ ਸੀ। ਇਕਰਾਰ ਵਫ਼ਦਾ ਮੰਗਦਾ ਹੈ।"

"ਅਜ ਤੁਸੀਂ ਡਰਿੰਕ ਨਹੀ ਲਈ।"

"ਦਿਲ ਨਹੀਂ ਕਰਦਾ, ਗਰਮੀ ਬਹੁਤ ਹੈ।"

"ਤੁਸੀਂ ਤਾਂ ਕਹਿੰਦੇ ਹੁੰਦੇ ਹੋ, ਗਰਮੀ ਨੂੰ ਗਰਮੀ ਮਾਰਦੀ ਹੈ।"

"ਇਹ ਗਲ ਗਲਤ ਹੈ, ਐਵੇਂ ਪੀਣ ਦਾ ਬਹਾਨਾ ਹੈ।" ਦੁੱਧ ਪੀਣ ਮਗਰੋਂ, ਉਹ ਜਲਦੀ ਸੌਂ ਗਏੈ। ਉਸਨੇ ਚਾਰ ਵਜੇ ਦਾ ਅਲਾਰਮ ਲਾ ਦਿੱਤਾ। ਕਿਤੇ ਲੇਟ ਨਾ ਹੋ ਜਾਵੇ। ਸਵੇਰੇ ਅਲਾਰਮ ਖੜ੍ਹਕਦੇ ਹੀ ਉਠ ਬੈਠਾ।

"ਅਜੇ ਤਾਂ ਬਾਹਰ ਨੇਰ੍ਹਾ ਪਿਆ। ਏਨੇਂ ਸਦੇਹਾਂ ਨਾਂ ਜਾਇਆ ਕਰੋ, ਸੌ ਕੁੱਤਾ ਬਿੱਲਾ....।"

"ਕੁੱਤੇ ਬਿੱਲਿਆਂ ਨਾਲੋਂ, ਬੰਦੇ ਵੱਧ ਖਤਰਨਾਕ ਹਨ। ਅਜ ਮੈਂ ਜਲਦੀ ਮੁੜ ਆਉਣਾ ਹੈ, ਦਫ਼ਤਰ ਜਲਦੀ ਜਾਣੈ।"

"ਬਠਿੰਡੇ ਕਦੋਂ ਚੱਲਣਾ ਹੈ, ਭਾਬੀ ਜੀ ਦਸਦੇ ਸੀ, ਉਥੇ ਨਵੀਂ ਪੱਥਰ ਕੇ ਸਨਮ ਫਿਲਮ ਲਗੀ ਹੈ।"

"ਅੱਛਾ ਜਦੋਂ ਕਹੋ, ਦੇਖ ਆਵਾਂਗੇ।" ਸਪੋਰਟਸ ਬੂਟ ਪਾਕੇ, ਉਸ ਚਿੱਟਾਂ ਪਟਕਾ ਬੰਨ੍ਹਿਆ, ਹੱਥ ਵਿਚ ਗੋਲ ਮੁੱਠੇ ਵਾਲੀ ਬੈਂਤ ਦੀ ਸੈਰ ਕਰਨ ਵਾਲੀ ਸੋਟੀ ਸੀ।

"ਮੈਂ ਚਲਿਆ।" ਘੜੀ ਦੇਖੀ, ਪੌਣੇ ਪੰਜ ਹੋਣ ਵਿਚ ਦਸ ਮਿੰਟ ਬਾਕੀ ਸਨ। ਪੰਦਰਾਂ ਮਿੰਟਾਂ ਦਾ ਰਾਹ ਸੀ। ਪੰਜ ਬੱਜਣ ਤੋਂ ਦਸ ਮਿੰਟ ਪਹਿਲਾਂ ਉਹ ਪਾਰਕ ਵਿਚ ਜਾ ਪਹੁੰਚਿਆ, ਪਾਰਕ, ਸੁੰਨਾ ਸੀ, ਆਲੇ ਦੁਆਲੇ ਪਾਮ ਦੇ ਰੁੱਖ ਲੱਗੇ ਹੋਏ ਸਨ, ਦੁਆਲੇ ਅਲੀਅਰ ਦੀ ਵਾੜ ਸੀ। ਬੈਠਣ ਲਈ, ਸੀਮਿੰਟ ਦੇ ਕਈ ਬੈਂਚ ਲਗੇ ਹੋਏ ਸਨ, ਮੀਂਹ ਕਣੀ ਤੋਂ ਬਚਣ ਲਈ ਪਾਰਕ ਵਿਚਕਾਰ ਇਕ ਛੱਤਰੀ ਨੁਮਾ ਸੈੱਡ ਸੀ, ਜਿਸ ਵਿਚ ਬੈਠਣ ਲਈ ਗੋਲ ਦਾਇਰੇ ਵਿਚ ਪੱਥਰ ਦੇ ਗੋਲ ਬੈਂਚ ਲੱਗੇ ਹੋਏ ਸਨ। ਸੀਮਿੰਟ ਦੀਆਂ ਚਾਦਰਾਂ ਦੀ ਛੱਤ ਪਾਈ ਹੋਈ ਸੀ। ਕਿਆਰੀਆਂ ਵਿਚ ਕੋਈ ਕੋਈ ਫੁੱਲ ਟਹਿਕ ਰਿਹਾ ਸੀ, ਰਾਤ ਦੀ ਰਾਣੀ ਦੀ ਖੁਸ਼ਬੋ ਨਾਲ, ਸਾਰਾ ਪਾਰਕ ਭਰਿਆ ਪਿਆ ਸੀ। ਉਹ ਸੋਚ ਰਿਹਾ ਸੀ, ਗੱਲ ਕਿੱਥੋਂ ਤੇ ਕਿਵੇਂ ਸ਼ੁਰੂ ਕਰੇ।"

"ਤੁਸੀਂ ਕਦੋਂ ਆਏ।" ਫਿਰੋਜੀ ਸੂਟ ਵਿਚ, ਸਾਬਤ ਸਬੂਤ ਗੋਰੀ ਚਿੱਟੀ ਕੁੜੀ, ਉਸ ਦੇ ਸਾਹਮਣੇ ਖੜ੍ਹੀ ਸੀ। ਇਕ ਹੱਥ ਵਿਚ, ਉਸ ਨੇ ਛੱਤਰੀ ਫੜੀ ਹੋਈ ਸੀ। ਅਕਾਸ਼ ਵਿਚ ਕਾਲੀ ਘਟਾ ਚੜ੍ਹੀ ਹੋਈ ਸੀ, ਕੋਈ ਕੋਈ ਕਣੀ ਡਿੱਗ ਰਹੀ ਸੀ। ਉਹ ਨੇੜੇ ਦੇ ਬੈਂਚ ਤੇ ਬੈਠ ਗਈ।"

"ਹੋ ਗਏ, ਪੰਦਰਾਂ ਮਿੰਟ, ਮੈਂ ਤਾਂ ਤੁਹਾਨੂੰ ਮਿਲਣ ਦੀ ਖੁਸ਼ੀ ਵਿਚ ਸਾਰੀ ਰਾਤ ਸੁੱਤਾ ਨਹੀਂ।" ਉਹ ਉੱਠਕੇ ਉਸਦੇ ਨਾਲ ਬੈਂਚ ਤੇ ਜਾ ਬੈਠਾ।

"ਲਉ, ਪਹਿਲਾਂ ਦੇਗ ਲਵੋ।" ਉਸ ਦੇ ਹੱਥ ਵਿਚ ਦੇਗ ਵਾਲਾ ਡੂੰਨਾ ਫੜਿਆ ਹੋਇਆ ਸੀ।

"ਕੀ ਸੁੱਖ ਮੰਗੀ ਹੈ।"

"ਤੁਹਾਡਾ ਸਾਥ ਮੰਗਿਆ ਹੈ।"

"ਸੱਚੀ....।" ਮੇਰਾ ਜਿਸਮ ਭਾਵੇਂ ਕਿਤੇ ਵੀ ਹੋਵੇ, ਮੇਰੀ ਰੂਹ, ਤੁਹਾਡੇ ਨਾਲ ਹੈ।" ਉਸਨੇ ਉਸ ਦਾ ਸੱਜਾ ਹੱਥ ਫੜ੍ਹਕੇ ਚੁੰਮ ਲਿਆ।

"ਤੁਸੀਂ ਪਰਦੇ ਵਿਚ ਕਰਨ ਵਾਲੇ ਕੰਮ ਬਿਨਾਂ ਪਰਦੇ ਦੇ ਕਿਉਂ ਕਰਦੇ ਹੋ।" ਉਸ ਨੇ ਨਹੋਰੇ ਨਾਲ ਉਲਾਂਭਾ ਦਿੱਤਾ।

"ਅਸਲ ਵਿਚ ਮੇਰੀ ਰਾਤ ਕਿਸੇ ਹੋਰ ਦੀ ਹੈ, ਦਿਨ ਅਤੇ ਦਿਲ ਤੁਹਾਡਾ ਹੈ।" ਉਸਨੇ ਉਸਦੇ ਸੱਜੇ ਹੱਥ ਵਿਚ ਪਿਆ ਸਟੀਲ ਦਾ ਕੜਾ ਲਾਹਕੇ, ਆਪਣੇ ਹੱਥ ਵਿਚ ਪਾ ਲਿਆ, ਆਪਣਾ ਸਟੀਲ ਦਾ ਕੜਾ, ਉਸਦੇ ਹੱਥ ਵਿਚ ਪਾ ਦਿੱਤਾ।

"ਇਹ ਸਟੀਲ ਆਪਣੀ ਮੁਹੱਬਤ ਦਾ ਗਵਾਹ ਹੈ, ਹਮੇਸ਼ਾ ਯਾਦ ਦਿਵਾਉਂਦਾ ਰਹੇਗਾ।" ਉਸਨੇ ਜੇਬ ਵਿਚੋਂ ਪਸੌਗੀ ਚਾਕੂ ਕੱਢਿਆ। ਜੋ ਦਾਤਣ ਤੋੜਨ ਲਈ ਸੈਰ ਸਮੇਂ ਉਹ ਗੀਝੇ ਵਿਚ ਰਖਦਾ ਸੀ।

"ਚਾਕੂ ਨਾਲ ਕੀਹਦਾ ਕਤਲ ਕਰਨੈ।"

"ਜਿਹੜਾ ਅਪਾ ਪਹਿਲਾਂ ਕਤਲ ਹੋ ਚੁੱਕਾ ਹੋਵੇ, ਉਹ ਕਿਸੇ ਦਾ ਕਤਲ ਕੀ ਕਰੇਗਾ।"

"ਤੁਹਾਡਾ ਕਤਲ ਕੀਹਨੇ ਕਰ ਦਿੱਤਾ ਹੈ।"

"ਤੁਹਾਡੀਆਂ ਨਜ਼ਰਾਂ ਨੇ।" ਕਿਣ ਮਿਣ ਹੋਣ ਲਗੀ ਸੀ, ਉਹ ਉਠਿਆ, ਇਕ ਪਾਮ ਦੇ ਰੁੱਖ ਕੋਲ ਜਾ ਖੜ੍ਹਿਆ, ਚਾਕੂ ਦੀ ਨੋਕ, ਨਾਲ ਉਸ ਤੇ ਕੁਝ ਤਰਾਸ਼ਣ ਲਗਿਆ।

"ਕੀ ਕਰਦੇ ਹੋ ?"

"ਇਕ ਮਿੰਟ ਠਹਿਰੋ...। ਹੁਣੇ ਦੇਖ ਲੈਣਾ।" ਦੋ ਤਿੰਨ ਮਿੰਟ ਵਿਚ ਰੁੱਖ ਦੀ ਹਿੱਕ ਵਿੱਚ, ਅੱਖਰ ਤਰਾਸ਼ੇ ਗਏ। ਲਿਖਿਆ ਸੀ,

HARJIT
LOVES,
SUKHJEET

ਜਦੋਂ ਉਸਨੇ, ਇਹ ਅੱਖਰ ਪੜ੍ਹੇ, ਹੈਰਾਨ ਪਰੇਸ਼ਾਨ ਹੋ ਗਈ।

"ਜੇ ਕਿਸੇ ਪੜ੍ਹ ਲਿਆ ਪਲੀਜ਼... ਫੇਰ...।"

" ਫਿਕਰ ਨਾ ਕਰੋ, ਰੁੱਖ ਇਨਸਾਨਾਂ ਵਾਂਗ ਬੇਵਫਾ ਨਹੀਂ ਹੁੰਦੇ। ਤੁਸੀਂ ਫਿਕਰ ਨਾ ਕਰੋ।"

"ਅੱਛਾ ਮੈਂ ਚਲਦੀ ਹਾਂ, ਮੀਂਹ ਆਉਣ ਵਾਲਾ ਹੈ। ਜਾਣ ਤੋਂ ਪਹਿਲਾਂ ਇਕ ਆਖਰੀ 'ਕਿਸ' ਪਲੀਜ।" ਉਸ ਦੇ ਹਾਂ ਜਾਂ ਨਾਂਹ ਕਹਿਣ ਤੋਂ ਪਹਿਲਾਂ ਹੀ, ਉਸਨੇ ਪਪੀਸੀਆਂ ਵਰਗੇ ਬੁੱਲ ਚੂਸ ਲਏ। ਘੁੱਟਕੇ ਜੱਫੀ ਪਾ ਲਈ।

"ਅੱਛਾ ਜਾ ਕੇ ਖੱਤ ਲਿਖਣਾ, ਮੈਂ ਆਵਾਂਗਾ।"

"ਜ਼ਰੂਰ... ਬਾਈ...।" ਉਸਨੇ ਛੱਤਰੀ ਤਾਣ ਲਈ ਤੇ ਉਹ ਮੱਥਾ ਟੇਕਣ ਲਈ ਗੁਰਦਵਾਰਾ ਸਾਹਿਬ ਅੰਦਰ ਚਲਾ ਗਿਆ। ਜੋਰ ਦਾ ਮੀਂਹ ਉਤਰ ਆਇਆ। ਉਹ ਰਸਤੇ ਵਿਚ ਹੀ ਭਿੱਜ ਗਈ ਹੋਵੇਗੀ। ਵਿਚਾਰੀ, ਉਥੇ ਹੀ ਸੰਤ ਲੱਖਾ ਸਿੰਘ ਮਿਲ ਗਏ।

"ਆਉ, ਪਹਿਲਾਂ ਲੰਗਰ ਵਿਚ ਚਾਹ ਛੱਕ ਲਵੋ।" ਉਹ ਲੰਗਰ ਵਿਚ ਪਿੱਤਲ ਦੇ ਗਲਾਸ ਵਿਚ ਚਾਹ ਪੀਣ ਲਗਿਆ। ਸੰਤ ਕੋਲ ਹੀ ਬੈਠ ਗਏ।

"ਬੀ.ਡੀ.ਓ. ਸਾਹਿਬ, ਆਪਣੀ ਆਹ ਸੜਕ ਬਣਵਾ ਦਿਉ, ਮੀਂਹ ਕਣੀ ਵਿਚ ਸੰਗਤ ਬਹੁਤ ਔਖੀ ਹੁੰਦੀ ਹੈ। ਰਾਹ ਵਿਚ ਚਾਲ੍ਹੇ ਨੇ.....।"

"ਇਸ ਸੜਕ ਕੀ ਤਜਵੀਜ਼ ਮੈਂ ਪਹਿਲਾਂ ਹੀ ਡੀ. ਸੀ. ਸਾਹਿਬ ਨੂੰ ਬਣਾਕੇ ਭੇਜੀ ਹੋਈ ਹੈ, ਛੇਤੀ ਹੀ ਬਣ ਜਾਇਗੀ, ਤੁਸੀਂ ਮੀਂਹਾਂ ਤੋਂ ਮਗਰੋਂ ਮਿੱਟੀ ਪਵਾ ਦਿਉ।"

"ਮਿੱਟੀ ਤਾਂ ਕਹੋ, ਕੱਲ੍ਹ ਨੂੰ ਪਵਾ ਦਿੰਦੇ ਹਾਂ। ਸੰਗਤ ਨੂੰ ਸੁਨੇਹਾ ਦੇਣ ਦੀ ਲੋੜ ਹੈ। ਤੁਸੀਂ ਆਏ ਕਾਹਤੇ ਹੋ।"

"ਮੈਂ ਪੈਦਲ ਹੀ ਆਇਆ ਹਾਂ, ਮੀਂਹ ਮਗਰੋਂ ਆਇਆ।"

"ਕੋਈ ਨਾ ਮੈਂ ਜੀਪ ਭੇਜਦਾ ਹਾਂ, ਛੱਡ ਆਊ।" ਪਰਨਾਲੇ ਚਲ ਪਏ ਸਨ, ਬੀਹੀਆਂ ਵਿਚ ਪਾਣੀ ਦਾ ਹੜ੍ਹ ਆਇਆ ਹੋਇਆ ਸੀ। ਟੋਭੇ ਵਿਚ ਡੱਡੂ ਟਰਾ ਰਹੇ ਸਨ।

(30)

ਕਈ ਦਿਨਾਂ ਮਗਰੋਂ ਲੋਕਲ ਫੰਡ ਆਡਿਟ ਦੀ ਆਡਿਟ ਦੀ ਚਿੱਠੀ ਆ ਗਈ। ਅਗਲੇ ਸੋਮਵਾਰ ਨੂੰ ਆਉਣਾ ਸੀ। ਉਹਨਾਂ ਦਾ ਬੋਲਿਆ ਝੂਠ ਸੱਚ ਸਾਬਤ ਹੋ ਗਿਆ ਸੀ। ਉਸਨੇ ਲੇਖਾਕਾਰ ਨਾਲ, ਪੁਰਾਣੇ ਆਡਿਟ ਨੋਟਾਂ ਦੇ ਇਤਰਾਜ਼ ਪੜ੍ਹੇ। ਕਈ ਤਰ੍ਹਾਂ ਦੇ ਇਤਰਾਜ਼ ਲਗੇ ਹੋਏ ਸਨ। ਜਿਵੇਂ ਕਈ ਮੱਦਾਂ ਵਿਚ ਖਰਚ ਬਜਟ ਨਾਲੋਂ ਵੱਧ ਕਿਉਂ ਕੀਤਾ ਸੀ? ਗਰਾਂਟਾਂ ਦਾ ਰਜਿਸਟਰ ਨਾਮੁਕੰਮਲ ਸੀ, ਸੰਮਤੀ ਕੈਸ਼ਬੁਕ ਦਾ ਖਜ਼ਾਨੇ ਦੀ ਪਾਸ ਬੁੱਕ ਨਾਲ

ਮਿਲਾਨ ਕਿਉਂ ਨਹੀਂ ਕੀਤਾ ? ਆਡਿਟ ਕੋਟ ਦਾ ਜਵਾਬ ਸਮੇਂ ਸਿਰ ਕਿਉਂ ਨਹੀਂ ਭੇਜਿਆ ? ਜੀਪ ਹਰ ਚੌਥੇ ਦਿਨ ਪਟਰੋਲ ਲੈਣ ਲਈ ਬਠਿੰਡੇ ਕਿਉਂ ਜਾਂਦੀ ਹੈ ? ਨਾਗ ਬੁੱਕ ਵਿਚ ਮਹੀਨੇਵਾਰ ਗੋਸਵਾਰਾ ਕਿਉਂ ਨਹੀਂ ਕੱਢਿਆ ?

"ਬਾਂਸਲ ਜੀ, ਕਈ ਇਤਰਾਜ ਤਾਂ ਫਜ਼ੂਲ ਦੇ ਹਨ ਜਿਵੇਂ ਜੀਪ ਦੇ, ਪਟਰੋਲ ਲੈਣ ਦਾ ਇਤਰਾਜ ਹੈ, ਨਾ ਏਥੇ ਪੰਪ ਹੈ, ਨਾ ਰਾਮੇ, ਸਰਕਾਰ ਦੇ ਹੁਕਮ ਅਨੁਸਾਰ ਕੈਨ ਵਿਚ ਪਟਰੋਲ ਰੱਖਣਾ ਮਨ੍ਹਾ ਹੈ, ਹੋਰ ਜੀਪ ਪਟਰੌਲ ਲੈਣ ਕਿੱਥੇ ਜਾਵੇ ?"

"ਜਨਾਬ, ਤੁਸੀਂ ਜਿੰਨੇ ਇਤਰਾਜ ਕਹੋ ਕਟਵਾ ਦਿਆਂਗਾ ਤੁਹਾਡੀ ਸਹਿਮਤੀ ਚਾਹੀਦੀ ਹੈ।" ਲੇਖਾਕਾਰ ਚਿੱਟੀਆਂ ਐਨਕਾਂ ਵਿਚੋਂ ਉਸ ਵਲ ਝਾਕਿਆ।

"ਮੈਨੂੰ ਕੀ ਇਤਰਾਜ਼ ਹੋ ਸਕਦਾ ਹੈ ? ਕਿਵੇਂ ਕਟਵਾਉਗੇ ?"

"ਸਰ, ਵਿਟਾਮਿਨ ਐਮ" ਦਾ ਟੀਕਾ ਲਾਉਣਾ ਪੈਂਦਾ ਹੈ।"

"ਮੈਂ ਤੁਹਾਡਾ ਮਤਲਬ ਸਮਝਿਆ ਨਹੀਂ। ਵਿਟਾਮਿਨ ਐਮ ਕੀ ਹੁੰਦਾ ਹੈ ?"

"ਸਰ, ਸੰਸਾਰ ਵਿਚ ਹਰ ਬੰਦੇ ਦੀ ਆਪਣੀ ਕੀਮਤ ਹੁੰਦੀ ਹੈ। ਕੀਮਤ ਅਦਾ ਕਰ ਦਿਉ, ਉਹ ਤੁਹਾਡਾ ਹੋ ਜਾਂਦਾ ਹੈ।"

"ਤੁਹਾਡਾ ਮਤਲਬ ਪੈਸਿਆਂ ਤੋਂ ਹੈ ?"

"ਜੀ ਜਨਾਂਬ, ਬਠਿੰਡੇ ਵਾਲਾ ਸ਼ਰਮਾ ਮੈਨੂੰ ਮਿਲਿਆ ਸੀ। ਉਹਨਾਂ ਨੇ ਇਉਂ ਹੀ ਕੀਤਾ ਹੈ।"

"ਤੁਸੀਂ ਕਿਸੇ ਨੂੰ ਨਹੀਂ ਕਹਿਣਾ, ਮੈਂ ਆਪੇ ਸੈਕਟਰੀਆਂ ਨਾਲ ਗਲ ਕਰ ਲਵਾਂਗਾ। ਪੀ.ਓ. ਸਾਹਿਬ ਨਾਲ ਮੇਰੀ ਗਲ ਹੋ ਗਈ ਹੈ।" ਉਹਨਾਂ ਦੇ ਐਲ. ਪੀ. ਸੀ. ਦਾ ਅਸੀਂ ਆਪੇ ਇੰਤਜਾਮ ਕਰ ਲਵਾਂਗੇ।"

"ਪਰ ਐਲ. ਸੀ. ਤਾਂ ਕਿਸੇ ਦੀ ਬਦਲੀ ਹੋਣ ਤੇ ਕੱਟਿਆ ਜਾਂਦਾਂ ਹੈ ?" ਉਸਨੈ ਹੈਰਾਨੀ ਨਾਲ ਪੁਛਿਆ।

"ਨਹੀਂ, ਜਨਾਬ, ਉਹ ਐਲ. ਪੀ. ਸੀ. ਨਹੀਂ, ਇਸ ਦਾ ਮਤਲਬ ਹੈ, ਲੱਸੀ, ਪਾਣੀ, ਚਾਹ ?"

"ਸੈਕਟਰੀ ਏਹ ਖਰਚਾ ਪਾਉਣਗੇ ਕਿੱਥੇ ?"

"ਉਹਨਾਂ ਕੋਲ ਸੌ ਖੂਹ ਖਾਤੇ ਹਨ, ਆਪੇ ਅਡਜਸਟ ਕਰ ਲੈਂਦੇ ਹਨ, ਤੁਸੀਂ ਫਿਕਰ ਨਾ ਕਰੋ। ਇਹ ਤਾਂ ਬਹੁਤ ਥੋੜ੍ਹਾ ਖਰਚ ਹੈ, ਬਠਿੰਡੇ ਜਦੋਂ

ਕੋਈ ਅਫਸਰ ਜਾਂ ਮੰਤਰੀ ਟੂਰ ਤੇ ਆਉਂਦਾ ਹੈ, ਉਹ ਕਿਹੜਾ ਰੋਟੀ ਨਾਲ ਲੈ ਕੇ ਆਉਂਦੇ ਹਨ, ਬਹੁਤਾ ਖਰਚਾ, ਪਟਵਾਰੀ, ਕਾਨੂੰਨਗੋ ਝੱਲਦੇ ਹਨ। ਬਹੁਤ ਵੱਡੀਆਂ ਵਗਾਰਾ, ਰੈਵਨਿਊ, ਟਰਾਂਸਪੋਰਟ, ਐਕਸਾਈਜ਼, ਇੰਡਸਟਰੀ ਵਾਲੇ ਹੀ ਝੱਲਦੇ ਹਨ, ਡੀ. ਸੀ. ਸਾਹਿਬ ਆਉਂਦੇ ਹਨ ਟੂਰ ਤੇ, ਉਹਨਾਂ ਦਾ ਰੋਟੀ ਪਾਣੀ, ਕਾਨੂੰਗੋ ਪਟਵਾਰੀ ਕਰਦੇ ਹਨ। ਜੇ ਡੀ. ਸੀ. ਸਾਹਿਬ, ਮੁਰਗੇ ਦੀ ਇਕ ਟੰਗ ਖਾਦੇ ਹਨ, ਪਟਵਾਰੀ ਕਾਨੂੰਗੋ ਚਾਰ ਟੰਗਾਂ ਖਾ ਜਾਂਦੇ ਹਨ।"

"ਫੇਰ ਤਾਂ ਸਾਰੇ ਸਿਸਟਮ ਦਾ ਹੀ ਬੇੜਾ ਗਰਕ ਹੋ ਗਿਆ ਹੈ, ਜੇ ਰਿਸ਼ਵਤ ਉਪਰੋਂ ਬੰਦ ਹੋ ਜਾਵੇ, ਹੇਠਾਂ ਆਪਣੇ ਆਪ ਬੰਦ ਹੋ ਜਾਏਗੀ, ਜੇ ਤਹਿਸੀਲਦਾਰ ਇਮਾਨਦਾਰ ਹੋਵੇ, ਪਟਵਾਰੀ ਕਾਨੂੰਗੋ, ਪੈਸੇ ਲੈਣ ਦੀ ਜੁਅਰਤ ਨਹੀਂ ਕਰ ਸਕਦੇ।"

"ਜਨਾਬ ਆਪਾ ਵੀ, ਇਸ ਸਿਸਟਮ ਦਾ ਇੱਕ ਹਿੱਸਾ ਹਾਂ, ਛੱਪੜ ਵਿਚ ਰਹਿਣ ਲਈ, ਮਗਰਮੱਛ ਨਾਲ ਵੈਰ ਨਹੀਂ ਪਾਇਆ ਜਾ ਸਕਦਾ। ਹੁਣ ਖਿਮਾ ਕਰਨਾ, ਤੁਸੀਂ ਬਠਿੰਡੇ ਗੱਡੀ ਨਹੀਂ ਲੈ ਕੇ ਜਾਂਦੇ, ਟੀ. ਏ. ਕਲੇਮ ਨਹੀਂ ਕਰਦੇ, ਤੁਹਾਨੂੰ ਕਿਸੇ ਨੇ ਇਸ ਦਾ ਇਨਾਮ ਨਹੀਂ ਦੇਣਾ, ਜਿਹੜੇ ਗੱਡੀਆਂ ਤੇ ਆਉਂਦੇ ਹਨ, ਉਹਨਾਂ ਦੀ ਕਿਸੇ ਟੰਗ ਨਹੀਂ ਤੋੜ ਦੇਣੀ।" ਉਸਨੂੰ ਅੰਗਰੇਜ਼ੀ ਦੀ ਇਕ ਕਹਾਵਤ ਯਾਦ ਆਈ। ਜੈਸਾ ਦੇਸ ਤੈਸਾ ਵੇਸ। ਉਸਨੂੰ ਇਕ ਹੋਰ ਗਲ ਯਾਦ ਆਈ, ਕੰਵਲ ਦੇ ਫੁੱਲ ਦੀਆਂ ਜੜ੍ਹਾਂ ਚਿੱਕੜ ਵਿਚ ਹੋਣ ਤੇ ਵੀ, ਉਸਦਾ ਫੁੱਲ ਪਾਣੀ ਵਿਚ ਡੁੱਬਦਾ ਨਹੀਂ।

"ਠੀਕ ਹੈ, ਬਾਂਸਲ ਸਾਹਿਬ, ਮੈਂ ਆਪਣੇ ਦਾਮਨ ਤੇ ਦਾਗ ਨਹੀਂ ਲਗਣ ਦੇਣਾਂ, ਮੇਰੀ ਚਿੱਟੀ ਕਮੀਜ਼ ਤੇ ਚਿੱਕੜ ਦਾ ਦਾਗ ਨਹੀਂ ਪੈਣਾ ਚਾਹੀਦਾ।"

"ਤੁਸੀਂ ਜਨਾਬ ਬੇਫਿਕਰ ਰਹੋ, ਤੁਹਾਡੇ ਦਾਮਨ ਨੂੰ ਮੇਰੇ ਹੁੰਦਿਆਂ ਕੋਈ ਆਂਚ ਨਹੀਂ ਆਵੇਗੀ।" "ਤੁਹਾਡੇ, ਕੋਲ ਸੀ ਐਸ ਆਰ ਤੇ ਪੀ. ਐਫ. ਆਰ ਹੈਗੇ, ਅਗਲੇ ਮਹੀਨੇ ਮੇਰਾ ਵਿਭਾਗੀ ਇਮਤਿਹਾਨ ਹੈ, ਜੇ ਪਿਛਲੇ ਪਰਚੇ ਹੋਣ ਉਹ ਵੀ ਮੈਨੂੰ ਕੱਢ ਦਿਉ।"

"ਸੀ ਐਸ. ਆਰ. ਹੈਗਾ ਪੀ ਐਫ ਆਰ ਨਵਾਂ ਛਪਿਆ ਜੈਨ ਵਾਲਿਆਂ ਦਿਉਂ ਬਾਈ ਸੈਕਟਰ ਤੋਂ ਲਿਆਉਣਾ ਪਊ।"

"ਸ਼ਾਇਦ ਅਗਲੇ ਹਫਤੇ ਮੈਂ ਚੰਡੀਗੜ੍ਹ ਜਾਵਾਂ, ਲੈ ਆਵਾਂਗਾ।" ਉਸਨੂੰ ਸੁਖਜੀਤ ਦੇ ਖ਼ਤ ਦੀ ਉਡੀਕ ਸੀ। ਹਰ ਰੋਜ਼ ਉਹ ਕਾਹਲੀ ਤੇ ਬੇਸਬਰੀ ਨਾਲ ਡਾਕ ਦੀ ਉਡੀਕ ਕਰਦਾ, ਬਾਰਾਂ ਵਜੇ ਡਾਕ ਆਉਂਦੀਸੀ, ਉਸਨੇ ਸੇਵਾ ਰਾਮ ਨੂੰ ਪਹਿਲਾਂ ਹੀ ਹਦਾਇਤ ਕੀਤੀ ਹੋਈ ਸੀ ਕਿ ਜੇ ਉਸਦੀ ਕੋਈ ਪ੍ਰਾਈਵੇਟ ਚਿੱਠੀ ਹੋਵੇ, ਸਿਰਫ ਉਸਨੂੰ ਹੀ ਦੇਣੀ ਹੈ। ਘਰ ਭੇਜਣ ਵਾਲੀ ਡਾਕ ਵਿਚ ਨਹੀਂ ਪਾਉਣੀ, ਇਸ ਤਰ੍ਹਾਂ ਖ਼ਤ ਵੀਰਪਾਲ ਕੌਰ ਦੇ ਹੱਥ ਲਗ ਸਕਦਾ ਸੀ, ਉਹ ਪਹਿਲਾਂ ਹੀ ਮਾਣ ਨਹੀਂ ਸੀ, ਖਤ ਨੇ ਅੱਗ ਤੇ ਪਟਰੋਲ ਪਾਉਣ ਦਾ ਕੰਮ ਕਰਨਾ ਸੀ। ਚੰਡੀਗੜ੍ਹ ਤੋਂ ਡਾਕ ਅੰਬਾਲੇ ਹੋਕੇ ਸਿੱਧੀ ਬਠਿੰਡੇ ਆਉਂਦੀ ਸੀ, ਉਥੇ ਛਾਂਟ ਛਟਾਈ ਹੋਣ ਮਗਰੋਂ, ਬਸ ਰਾਹੀਂ ਥੈਲਾ ਇੱਥੇ ਆਉਂਦਾ ਸੀ, ਵੱਧ ਤੋਂ ਵੱਧ ਤਿੰਨ ਚਾਰ ਦਿਨ ਦਾ ਸਫਰ ਸੀ। ਸਰਕਾਰੀ ਡਾਕ ਤੀਜੇ ਚੌਥੇ ਦਿਨ ਪਹੁੰਚ ਜਾਂਦੀ ਸੀ।

ਸੋਮਵਾਰ ਦਾ ਦਿਨ ਸੀ। ਸਵੇਰੇ ਹੀ ਮੀਂਹ ਪੈਣ ਲਗਿਆ, ਚੜ੍ਹਦੇ ਵਲੋਂ ਪੁਰੇ ਦੀ ਹਵਾ ਨਾਲ ਬੱਦਲ ਆ ਗਏ, ਬਿਲਕੁਲ ਉਸ ਦਿਨ ਵਰਗਾ ਮੌਸਮ ਸੀ, ਜਿਸ ਦਿਨ ਉਹ ਪਾਰਕ ਵਿਚ ਮਿਲੇ ਸਨ। ਉਹ ਹਰ ਰੋਜ਼ ਸਵੇਰੇ, ਸੈਰ ਕਰਨ ਗਿਆ, ਪਾਰਕ ਵਿਚੋਂ ਹੋ ਕੇ ਲੰਘਦਾ, ਉਸ ਬੈਂਚ ਤੇ ਬੈਠਦਾ, ਜਿੱਥੇ ਉਹ ਬੈਠੇ ਸਨ, ਜਿਵੇਂ ਉਹ ਏਥੇ ਹੀ ਕਿਤੇ ਹੋਵੇਗੀ। ਪਾਮ ਦਾ ਰੁੱਖ ਤੇ ਉਕਰੇ ਅੱਖਰ ਪੜ੍ਹਦਾ। ਉਸ ਦਿਨ ਉਹਨਾਂ ਅੱਖਰਾਂ ਹੇਠਾਂ ਤਰੀਕ ਨਹੀਂ ਪਾਈ ਸੀ। ਇਕ ਦਿਨ ਚਾਕੂ ਨਾਲ, ਉਸਨੇ ਉਥੇ ਸਾਲ ਅਤੇ ਮਹੀਨਾਂ ਪਾ ਦਿੱਤਾ।

ਬਾਰਾਂ ਵਜੇ ਸੇਵਾ ਰਾਮ ਡਾਕ ਲੈ ਆਇਆ, ਉਸ ਨੇ ਧੜਕਦੇ ਦਿਲ ਨਾਲ, ਡਾਕ ਦਾ ਬੰਡਲ ਫੜ ਲਿਆ। ਅਜ ਉਸ ਨੂੰ ਸੁਖਜੀਤ ਦਾ ਖ਼ਤ ਆਉਣ ਦੀ ਪੂਰੀ ਉਮੀਦ ਸੀ। ਉਸਨੇ ਕਾਹਲੀ ਨਾਲ, ਡਾਕ ਹੇਠ ਉਪਰ ਕੀਤੀ, ਵਿਚਕਾਰ ਇਕ ਕਰੀਮ ਰੰਗ ਦਾ ਲਿਫਾਫਾ ਸੀ, ਜਿਸ ਉਪਰ ਅੰਗਰੇਜ਼ੀ ਵਿਚ ਪਰਸਨਲ ਲਿਖਿਆ ਹੋਇਆ ਸੀ। ਅੰਗਰੇਜ਼ੀ ਦੇ ਖ਼ੂਬਸੂਰਤ

ਟੇਢੇ ਅੱਖਰਾਂ ਵਿਚ ਸਿਰਨਾਵਾਂ ਲਿਖਿਆ ਹੋਇਆ ਸੀ। ਉਸ ਨੂੰ ਖਤ ਵਿਚੋਂ ਖੁਸ਼ਬੋ ਆਉਣ ਲਗੀ ਜਿਵੇਂ ਇਕੱਲਾ ਖ਼ਤ ਨਹੀਂ, ਉਹ ਵੀ ਨਾਲ ਆ ਗਈ ਹੋਵੇ। ਲਿਫਾਫੇ ਦੇ ਪਿਛਲੇ ਪਾਸੇ ਟੇਢੀਆਂ ਲਕੀਰਾਂ ਲਾਈਆਂ ਹੋਈਆਂ ਸਨ। ਉਸ ਨੇ ਖਤ ਨੂੰ ਧੜਕਦੇ ਦਿਲ ਉਪਰਲੀ ਜੇਬ ਵਿਚ ਪਾ ਲਿਆ, ਅਤੇ ਸਰਕਾਰੀ ਡਾਕ ਨੂੰ ਖੋਲ੍ਹਣ ਲਗਿਆ, ਕੁਝ ਹੀ, ਮਿੰਟਾਂ ਵਿਚ ਉਸਨੇ ਡਾਕ ਮਾਰਕ ਕਰਕੇ, ਰਸੀਦ ਕਲਰਕ ਕੋਲ ਭੇਜ ਦਿੱਤੀ। ਹੁਣ ਉਸਨੇ ਬਹੁਤ ਪਿਆਰ ਨਾਲ, ਖ਼ਤ ਨੂੰ, ਹੌਲੀ ਹੌਲੀ ਇਕ ਖੂੰਜੇ ਤੋਂ ਖੋਲ੍ਹਿਆ, ਅੰਦਰਲੇ ਕਾਗਜ਼ ਨੂੰ ਜ਼ਰਬ ਨਾ ਆਵੇ। ਇਕੋ ਸਾਹ ਉਸਨੇ ਸਾਰਾ ਖਤ ਪੜ੍ਹਣਾ ਸ਼ੁਰੂ ਕੀਤਾ, ਪੂਰਾ ਇਕ ਸਫਾ ਦੋਨੋਂ ਪਾਸੇ ਖੂਬਸੂਰਤ ਅੱਖਰਾਂ ਨਾਲ ਭਰਿਆ ਪਿਆ ਸੀ। ਮੋਤੀਆਂ ਵਰਗੇ ਅੱਖਰ। ਇਕ ਪਾਸੇ ਹਾਸ਼ੀਏ ਵਿਚ ਵੀ ਕੁਝ ਲਿਖਿਆ ਹੋਇਆ ਸੀ। ਕਿਤੇ ਕਿਤੇ ਵਿਚ ਵਿਚ ਅੰਗਰੇਜ਼ੀ ਦੇ ਸ਼ਬਦ ਵੀ ਲਿਖੇ ਹੋਏ ਸਨ।

ਮਾਈ ਡੀਅਰ.....।

ਸਤ ਸ੍ਰੀ ਅਕਾਲ। ਤੁਹਾਡੇ ਕੋਲੋਂ ਵਿਛੜਿਆਂ ਕਈ ਦਿਨ ਹੋ ਗਏ ਹਨ, ਮੇਰਾ ਦਿਲ ਤੁਹਾਡੇ ਪਰਛਾਵੇਂ ਨੂੰ ਫੜਨ ਦਾ ਵਿਅਰਥ ਜਤਨ ਕਰਦਾ ਰਹਿੰਦਾ ਹੈ। ਪੜ੍ਹਨ ਸਮੇਂ ਵੀ ਕਿਤਾਬ ਦੇ ਸਫਿਆਂ ਤੇ ਤੁਹਾਡੀ ਤਸਵੀਰ, ਦਿਲ ਵਿਚ ਆਉਣ ਲਗਦੀ ਹੈ, ਪਤਾ ਨਹੀਂ ਤੁਸੀਂ ਕੀ ਜਾਦੂ ਕਰ ਦਿੱਤਾ ਹੈ। ਤੁਸੀਂ ਖੜ੍ਹੇ ਪਾਣੀ ਵਿਚ ਪੱਥਰ ਸੁੱਟਕੇ ਤੂਫ਼ਾਨੀ ਲਹਿਰਾਂ, ਦਿਲ ਵਿਚ ਪੈਦਾ ਕਰ ਦਿੱਤੀਆਂ ਹਨ, ਕਦੇ ਲਗਦਾ ਹੈ ਕਿ ਜ਼ਿੰਦਗੀ ਦੀ ਕਿਸ਼ਤੀ, ਇਹਨਾਂ ਲਹਿਰਾਂ ਵਿਚ ਡੁੱਬ ਜਾਵੇਗੀ ? ਕਦੇ ਖਿਆਲ ਆਉਂਦਾ, ਮੇਰੀ ਜ਼ਿੰਦਗੀ ਦੀ ਬੇੜੀ ਦਾ ਮਲਾਹ ਹਰ ਸਮੇਂ ਮੇਰੇ ਅੰਗ ਸੰਗ ਹੈ, ਆਪੇ ਭੰਵਰ ਵਿਚੋਂ ਤੂਫਾਨ ਵਿਚੋਂ ਕੱਢ ਲਾਵੇਗਾ। ਕੁੜੀਆਂ ਪੁੱਛਦੀਆਂ ਹਨ, ਨੀ ਤੈਨੂੰ ਕੀ ਹੋ ਗਿਆ ਹੈ ? ਹਰ ਵਕਤ, ਗੁੰਮ ਸੁੰਮ ਅਤੇ ਗੁਆਚੀ ਗੁਆਚੀ ਰਹਿੰਦੀ ਹੈਂ ? ਕਿਤੇ ਕਿਸੇ ਨੂੰ ਦਿਲ ਤਾਂ ਨਹੀਂ ਦੇ ਬੈਠੀ ? ਕਦੇ ਲਗਦਾ ਹੈ, ਮੇਰੀ ਜ਼ਿੰਦਗੀ ਦੇ ਮਲਾਹ, ਪਹਿਲਾਂ ਹੀ ਕਿਸੇ ਦੂਸਰੀ ਬੇੜੀ ਦੇ ਸਵਾਰ ਹਨ, ਦੋ ਕਿਸ਼ਤੀਆਂ ਦੀ ਸਵਾਰੀ ਕਿਵੇਂ ਵੀ ਸੰਭਵ ਨਹੀਂ, ਇਕ ਨਾ ਇਕ ਦਿਨ, ਇਕ ਕਿਸ਼ਤੀ ਨੇ ਤੂਫ਼ਾਨੀ ਲਹਿਰਾਂ ਵਿਚ ਜ਼ਰੂਰ ਡੁੱਬ ਜਾਣਾ ਹੈ। ਤਾਂ ਵੀ ਮੈਨੂੰ ਪੂਰਾ ਯਕੀਨ ਹੈ, ਕਿ ਤੁਸੀਂ ਮੇਰੀ ਡੁਬਦੀ ਬੇੜੀ ਨੂੰ ਬਚਾ ਲਵੋਂਗੇ। ਮੇਰਾ ਮਲਾਹ ਸਿਦਕਵਾਨ ਅਤੇ ਕੌਲ ਕਰਾਰਾਂ ਵਾਲਾ ਹੈ।

ਇਸ ਬੇਵਕੂਫ ਦਿਲ ਨੂੰ ਮੈਂ ਕਿਵੇਂ ਸਮਝਾਵਾਂ ? ਜਿਹੜਾ ਹਰ ਵਕਤ ਤੁਹਾਡੀ ਯਾਦ ਵਿਚ ਧੜਕਦਾ ਹੈ, ਇਸ ਨੂੰ ਨਚੋੜਨਾ ਡੋਬਣਾਂ ਜਾਂ ਤਾਰਨਾ ਤੁਹਾਡੇ ਹੱਥ ਵਿਚ ਹੈ। ਦਿਲ ਬੇਵਕੂਫ ਸਮਝਾਇਆਂ ਵੀ ਸਮਝਦਾ ਨਹੀਂ। ਦਿਲ ਵਿਚਲੀ ਅੱਗ ਨੂੰ ਜਿੰਨੀਆਂ ਫੂਕਾਂ ਮਾਰਦੀ ਹਾਂ ਉਹ ਬੁਝਣ ਦੀ ਥਾਂ ਹੋਰ ਮਘਣ ਲਗਦੀ ਹੈ। ਤੁਸੀਂ ਹੀ ਦਸੋ ? ਮੈਂ ਕੀ ਕਰਾਂ ? ਕਦੇ ਮੈਨੂੰ ਆਪਣੀ ਜ਼ਿੰਦਗੀ, 'ਟੈਸ' ਵਰਗੀ ਲਗਦੀ ਹੈ। ਹਾਰਡੀ ਦੇ ਨਾਵਲਾਂ ਵਿਚ ਮੈਂ ਕਿੱਥੋਂ, ਅਤੇ ਕਿਵੇਂ ਆ ਗਈ ? ਕਦੇ ਮੈਨੂੰ ਆਪਣੀ ਜ਼ਿੰਦਗੀ ਟੁੱਟਦੇ ਸਿਤਾਰਿਆਂ ਵਰਗੀ ਲਗਦੀ, ਜੋ 'ਆਰਬਿਟ' ਵਿਚੋਂ ਬਾਹਰ ਨਿਕਲ ਤੇ ਚਕਨਾਚੂਰ ਹੋ ਕੇ ਸੁਆਹ ਬਣ ਜਾਂਦੇ ਹਨ। ਅਜੀਬ ਖਿਆਲ ਦਿਲ ਵਿਚ ਆਉਂਦੇ ਹਨ, ਦਿਲ ਸਮਝਾਇਆਂ ਨਹੀਂ ਸਮਝਦਾ, ਮੋੜਿਆਂ ਨਹੀਂ ਮੁੜਦਾ, ਦੱਸੋ ਮੈਂ ਕੀ ਕਰਾਂ ?

ਮੇਰਾ ਰੂਮ ਨੰਬਰ 102 ਹੈ, ਮਾਈਆਂ ਮੈਨੂੰ ਬਠਿੰਡੇ ਵਾਲੀ ਕਰਕੇ ਜਾਣਦੀਆਂ ਹਨ। ਸ਼ਾਮ ਨੂੰ ਪੰਜ ਤੋਂ ਸੱਤ ਤੱਕ ਮਿਲਣ ਦਾ ਸਮਾਂ ਹੈ, ਐਤਵਾਰ ਨੂੰ ਸਵੇਰੇ ਅੱਠ ਵਜੇ ਤੋਂ

ਸ਼ਾਮ ਸੱਤ ਵਜੇ ਤੱਕ ਛੁੱਟੀ ਹੁੰਦੀ ਹੈ, ਹੋ ਸਕੇ, ਤੁਸੀਂ ਸਨਿਚਰਵਾਰ ਨੂੰ ਆਉਣਾ, ਐਤਵਾਰ ਵਿਹਲਾ ਹੁੰਦਾ ਹੈ। ਖ਼ਤ ਪੜ੍ਹਕੇ ਪਾੜ ਦੇਣਾ। ਜਵਾਬੀ ਖਤ ਲਿਖਣਾ, ਮੈਂ ਇੰਤਜਾਰ ਕਰਾਂਗੀ।

ਨੋਟ : ਮੇਰਾ ਹੋਸਟਲ ਨੰਬਰ 1 ਹੈ, ਇਸੇ ਪਤੇ ਤੇ ਖ਼ਤ ਲਿਖਣਾ। 'ਐਵਰ ਯੂਅਰਜ਼'

ਉਸਨੇ, ਉਦੋਂ ਹੀ ਦਰਾਜ ਵਿਚੋਂ, ਰੰਗਦਾਰ ਪੈਡ ਕੱਢੀ, ਜਿਸਦੇ ਉਪਰ ਵਿਚਕਾਰ, ਗੁਲਾਬ ਦਾ ਫੁੱਲ ਬਣਿਆ ਹੋਇਆ ਸੀ। ਉਸਨੇ ਲਿਖਿਆ:-ਉਹ ਸ਼ਨੀਵਾਰ ਦੁਪਹਿਰ ਤੱਕ ਯੂਨੀਵਰਸਿਟੀ ਪਹੁੰਚ ਜਾਵੇਗਾ, ਪ੍ਰੋਫੈਸਰ ਡੀ. ਸੀ. ਸ਼ਰਮਾ ਜੀ ਨੂੰ ਮਿਲਣਾ ਹੈ, ਸ਼ਾਮ ਨੂੰ ਪੰਜ ਵਜੇ ਉਹ ਹੋਸਟਲ ਪਹੁੰਚ ਜਾਵੇਗਾ। ਐਤਵਾਰ, ਦੁਪਹਿਰ ਬਾਅਦ, ਉਸਨੇ ਵਾਪਸ ਮੁੜਨਾ ਹੈ। ਬਾਕੀ ਮਿਲਣ ਤੇ ਮੋਹ ਅਤੇ ਪਿਆਰ ਨਾਲ.............।

ਸੇਵਾ ਰਾਮ ਖ਼ਤ ਡਾਕਖਾਨੇ ਪਾ ਆਇਆ। ਉਹ ਜਦੋਂ ਦੁਪਹਿਰ ਦਾ ਖਾਣਾ ਖਾਣ ਘਰੇ ਆਇਆ, ਉਸਦਾ ਹਸੂੰ-ਹਸੂੰ ਕਰਦਾ ਟਹਿਕਦਾ ਚਿਹਰਾ ਦੇਖਕੇ ਵੀਰਪਾਲ ਨੇ ਪੁੱਛਿਆ।

"ਅੱਜ ਬੜੇ ਖੁਸ਼ ਨਜ਼ਰ ਆ ਰਹੇ ਹੋ। ਕੀ ਖਾਸ ਗਲ ਹੋ ਗਈ ਹੈ।

"ਗਲ ਤਾਂ ਕੋਈ ਖ਼ਾਸ ਨਹੀਂ, ਮੈਂ ਮਾਊਂਟ ਐਵਰੈਸਟ ਸਰ ਕਰ ਲਈ ਹੈ।"

"ਉਹ ਕੀ ਹੁੰਦਾ ਹੈ ?"

"ਨਹੀਂ ਪੜ੍ਹਿਆ, ਮਾਊਂਟ ਐਵਰੈਸਟ ਵਾਰੇ।"

"ਉਹ ਕਿਸ ਬਲਾਸ ਦਾ ਨਾਉਂ ਹੈ। ਮੈਨੂੰ ਤਾਂ ਪਤਾ ਨਹੀਂ।"

"ਕੋਈ ਗਲ ਨਹੀਂ, ਅਜ ਸ਼ਾਮ ਨੂੰ ਜਲਦੀ ਤਿਆਰ ਹੋ ਜਾਇਉ। ਬਠਿੰਡੇ ਪਿਕਚਰ ਦੇਖਣ ਚਲਣਾ ਹੈ, ਛੇ ਤੋਂ ਨੌਂ ਵਾਲਾ ਸ਼ੋਅ, ਓ.ਕੇ. ਮੈਂ ਦਫ਼ਤਰੋਂ ਜਲਦੀ ਆ ਜਾਵਾਂਗਾ।"

ਮੈਂ ਤਾਂ ਸਮਝਿਆ ਤੁਸੀਂ ਭੁੱਲ ਗਏ ਹੋਵੋਗੇ ?"

"ਤੁਹਾਡੀ ਫੁਰਮਾਇਸ਼ ਮੈਂ ਕਿਵੇਂ ਭੁੱਲ ਸਕਦਾ ਹਾਂ।" ਉਸਨੇ ਡਰਾਈਵਰ ਨੂੰ ਗੱਡੀ ਤਿਆਰ ਰੱਖਣ ਨੂੰ ਕਹਿ ਦਿੱਤਾ ਸੀ, ਗੱਡੀ ਨੇ ਤੇਲ ਲੈਣ ਵੀ ਬਠਿੰਡੇ ਜਾਣਾ ਸੀ, ਇਕ ਪੰਥ ਦੋ ਕਾਜ। ਗਈ ਰਾਤ ਮਗਰੋਂ, ਉਥੇ ਹੀ ਖਾਣਾ ਖਾਣ ਮਗਰੋਂ ਉਹ ਮੁੜ ਆਏ। ਸੋਮਵਾਰ ਆਡਿਟ ਪਾਰਟੀ ਆ ਗਈ।

ਸ਼ੁਕਰਵਾਰ ਆਡਿਟ ਦਾ ਕੰਮ ਖ਼ਤਮ ਹੋਇਆ, ਆਡਿਟ ਨੋਟ ਵਿਚਾਰ ਕਰਨ ਲਈ ਉਹ ਉਸਦੇ ਕਮਰੇ ਵਿਚ ਆ ਗਏ, ਬਾਂਸਲ ਨਾਲ ਸੀ।

"ਜਨਾਬ ਪੜ੍ਹ ਲਵੋ, ਸਾਰੇ ਇਤਰਾਜ ਕਟਵਾ ਦਿਤੇ ਹਨ, ਸਿਰਫ ਸੰਮਤੀ ਬਣਨ ਤੋਂ ਪਹਿਲਾਂ ਦੇ ਇਤਰਾਜ ਰਹਿ ਗਏ ਹਨ, ਉਹਨਾਂ ਦੀ ਮਨਜ਼ੂਰੀ ਸਰਕਾਰ ਤੋਂ ਲੈਣੀ ਪਵੇਗੀ।"

"ਤੁਹਾਨੂੰ ਠਹਿਰਣ ਦੌਰਾਨ ਕੋਈ ਮੁਸ਼ਕਿਲ ਤਾਂ ਨਹੀਂ ਆਈ।"

"ਨਹੀਂ ਜੀ, ਬਾਂਸਲ ਸਾਹਿਬ ਦੇ ਹੁੰਦਿਆਂ, ਕੋਈ ਤਕਲੀਫ ਨਹੀਂ ਹੋਈ, ਇਹ ਬਹੁਤ ਮਿਹਨਤੀ ਹਨ, ਤੁਸੀਂ ਚੰਗੇ ਕਰਮਾਂ ਵਾਲੇ ਹੋ, ਤੁਹਾਨੂੰ ਇਹੋ ਜਿਹਾ ਅਕਾਊਟੈਂਟ ਮਿਲਿਆ ਹੈ।" ਚਾਹ ਨਾਲ ਬਿਸਕੁਟ ਆ ਗਏ।

"ਸਰ ਇਹਨਾਂ ਨੂੰ ਮੌੜ ਮੰਡੀ ਛੱਡਕੇ ਆਉਣਾ ਹੈ, ਕੱਲ ਨੂੰ ਕਮੇਟੀ ਦਾ ਆਡਿਟ ਸ਼ੁਰੂ ਕਰਨਾ ਹੈ।"

"ਕੋਈ ਗਲ ਨਹੀਂ, ਪੀ.ਓ. ਸਾਹਿਬ ਨੂੰ ਨਾਲ ਭੇਜ ਦਿਉ, ਰਾਜਗੜ੍ਹ ਕੁੱਬੇ ਪੰਚਾਇਤ ਦਾ ਮੁਆਇਨਾ ਵੀ ਕਰ ਆਉਣਗੇ।"

"ਤੁਹਾਡਾ ਸਟਾਫ ਵੀ ਬਹੁਤ ਕੋਆਪਰੇਟਿਵ ਹੈ ਇਸੇ ਕਰਕੇ, ਦੇਖੋ ਆਡਿਟ ਨੋਟ ਦੇ ਪੰਦਰਾਂ ਸਫਿਆਂ ਦੀ ਥਾਂ ਸਿਰਫ ਚਾਰ ਸਫੇ ਰਹਿ ਗਏ ਹਨ।"

"ਸਾਨੂੰ ਬਾਂਸਲ ਸਾਹਿਬ ਨੇ ਦਸਿਆ ਹੈ।" ਦੂਜਾ ਆਡੀਟਰ ਬੋਲਿਆ,"ਤੁਸੀਂ ਟੀ. ਏ. ਕਲੇਮ ਨਹੀਂ ਕਰਦੇ।

"ਤੁਹਾਡੀ ਲਾਲ ਪੈਨਸਿਲ ਤੋਂ ਡਰ ਲਗਦਾ ਹੈ।" ਉਹ ਮੁਸਕੜੀਏ ਹੱਸਿਆ।

"ਤੁਸੀਂ ਸਾਡੀ ਲਾਲ ਪੈਂਸਿਲ ਤੋਂ ਬਿਲਕੁਲ ਨਾਂ ਡਰੋ। ਆਪਣਾ ਹੱਕ ਛੱਡਣਾ ਵੀ ਗੁਨਾਹ ਹੈ। ਗਲ਼ਤ ਟੀ. ਏ. ਕਲੇਮ ਕਰਨਾ ਵੀ ਗੁਨਾਹ ਹੈ। ਬਾਂਸਲ ਸਾਹਿਬ, ਸਾਹਿਬ ਦਾ ਜਿੰਨੇ ਮਹੀਨੇ ਦਾ ਬਕਾਇਆ ਹੈ, ਉਸ ਦੇ ਟੀ. ਏ. ਬਿਲ ਬਣਾ ਦਿਉ, ਤੁਹਾਡੇ ਕੋਲ ਐਲੋਕੇਸ਼ਨ ਤਾਂ ਹੈ।"

"ਹਾਂ ਜੀ।" ਬਾਂਸਲ ਨੇ ਹਾਮੀ ਭਰੀ।"

"ਠੀਕ ਹੈ, ਜਿਵੇਂ ਤੁਹਾਡੀ ਮਰਜ਼ੀ।" ਉਸਨੇ ਸਹਿਮਤੀ ਦੇ ਦਿੱਤੀ। ਚਾਹ ਪੀਣ ਮਗਰੋਂ, ਪਾਰਟੀ ਨੂੰ ਗੱਡੀ ਲੈ ਕੇ ਚਲੀ ਗਈ। ਉਸਨੂੰ ਲੇਖਾਕਾਰ ਦੀ ਮਿਹਨਤ ਤੇ ਬਹੁਤ ਮਾਣ ਹੋਇਆ। ਉਸਨੂੰ ਯਾਦ ਆਇਆ, ਫੁੱਫੜ ਜੀ ਜਦ ਬਰਨਾਲੇ ਹੁੰਦੇ ਸਨ, ਅਕਾਊਂਟੈਂਟ ਨੇ ਉਹਨਾਂ ਨੂੰ ਇਕ ਗ਼ਬਨ ਦੇ ਕੇਸ ਵਿਚ ਝੂਠਾ ਹੀ ਫਸਾ ਦਿੱਤਾ ਸੀ। ਖ਼ਜ਼ਾਨੇ ਜਮ੍ਹਾਂ ਹੋਣ ਵਾਲੀ ਰਕਮ ਦਾ ਉਸਨੇ ਨਕਲੀ ਚਲਾਨ ਬਣਾਕੇ, ਕੈਸ਼ ਬੁੱਕ ਵਿਚ 1500/- ਰੁਪੈ ਦੀ ਐਂਟਰੀ ਕਰ ਦਿੱਤੀ ਸੀ ਅਤੇ ਕੈਸ਼ ਬੁੱਕ ਵਿਚ ਉਹਨਾਂ ਦੇ ਹਸਤਾਖ਼ਰ ਕਰਵਾ ਦਿੱਤੇ ਸਨ। ਆਡਿਟ ਪਾਰਟੀ ਨੇ ਇਹ ਗਲ਼ਤੀ ਫੜ ਲਈ ਸੀ। ਕਈ ਸਾਲ ਕੇਸ ਚਲਿਆ, ਉਹਨਾਂ ਦਾ ਬੇਕਸੂਰ ਹੋਣ ਤੇ ਵੀ ਮਸਾਂ ਖਹਿੜਾ ਛੁਟਿਆ ਸੀ। ਡੀ. ਡੀ. ਓ. ਨੇ ਚਲਾਨ ਦਾ ਖ਼ਜ਼ਾਨੇ ਦੀ ਪਾਸ ਬੁੱਕ ਨਾਲ ਮਿਲਾਨ ਕਿਉਂ ਨਹੀਂ ਕੀਤਾ ? ਤਾੜਨਾ ਪੱਤਰ ਜਾਰੀ ਹੋ ਗਿਆ ਸੀ। ਇਸੇ ਗਲ ਤੋਂ ਡਰਦਾ, ਉਹ ਹਰ ਚਲਾਨ ਦਾ, ਪਾਸ ਬੁੱਕ ਨਾਲ ਮਿਲਾਨ ਕਰਦਾ ਸੀ। ਖ਼ਜ਼ਾਨੇ ਤੋਂ ਹਰ ਮਹੀਨੇ, ਜਮਾਂ ਹੋਈਆਂ ਰਕਮਾਂ ਦਾ ਵੇਰਵਾ ਭੇਜਿਆ ਜਾਂਦਾ ਸੀ।

ਦੁਪਹਿਰ ਬਾਅਦ ਉਸਨੇ ਸਾਰੇ ਸਟਾਫ ਨੂੰ ਬਰਫੀ ਅਤੇ ਸਮੋਸਿਆਂ ਨਾਲ ਚਾਹ ਪਿਆ ਦਿੱਤੀ।

"ਤੁਹਾਡੇ ਸਹਿਯੋਗ ਲਈ, ਮੈਂ ਬਹੁਤ ਧੰਨਵਾਦੀ ਹਾਂ। ਤੁਸੀਂ ਮੇਰੀਆਂ ਬਾਹਾਂ ਹੋ, ਤੁਹਾਡੇ ਸਹਿਯੋਗ ਬਿਨਾਂ ਮੈਂ ਇਕੱਲਾ ਕੀ ਕਰ ਸਕਦਾ ਹਾਂ।" ਇਹਨਾਂ ਸ਼ਬਦਾਂ ਨੇ ਸਟਾਫ ਦੇ ਦਿਲਾਂ ਤੇ ਜਿਵੇਂ ਜਾਦੂ ਛਿੜਕ ਦਿੱਤਾ ਸੀ।

(31)

"ਪਾਲੀ ਮੇਰੇ ਕਪੜੇ ਤਿਆਰ ਕਰਦੇ, ਕੱਲ ਸਵੇਰੇ ਮੈਂ ਚੰਡੀਗੜ੍ਹ ਜਾਣਾ ਹੈ।"

"ਕੀ ਕੰਮ ਪੈ ਗਿਆ ਚੰਡੀਗੜ੍ਹ ਦਾ।"

"ਅਗਲੇ ਮਹੀਨੇ ਮੇਰਾ ਇਮਤਿਹਾਨ ਹੈ, ਕਿਤਾਬਾਂ ਲੈ ਕੇ ਆਉਣੀਆਂ, ਯੂਨੀਵਰਸਿਟੀ ਪ੍ਰੋਫੈਸਰ ਸ਼ਰਮਾ ਨੂੰ ਮਿਲਣਾ ਹੈ। ਇਕ ਪੇਪਰ ਰੀ-ਵੈਲੂਬਟ ਕਰਵਾਉਣਾ ਹੈ, ਸੈਕਟਰੀਏਟ ਡਿਪਟੀ ਡਾਇਰੈਕਟਰ ਨੂੰ ਮਿਲਣਾ ਹੈ।" ਉਸਨੇ ਕਈ ਕੰਮ ਗਿਣਵਾ ਦਿੱਤੇ।

"ਜੂਨੀਵਰਸਿਟੀ ਵਿਚ ਕੀ ਕਰਨ ਜਾਣਾ ਹੈ ?"

"ਮੇਰੇ ਚੌਥੇ ਪੇਪਰ ਵਿਚ ਨੰਬਰ ਘੱਟ ਆਏ ਹਨ, ਇਸ ਦੀ ਦੁਬਾਰਾ ਚੈਕਿੰਗ ਕਰਵਾਉਣੀ ਹੈ।"

"ਫੇਰ ਕੀ ਫਰਕ ਪਏਗਾ ? ਅਫਸਰ ਤਾਂ ਤੁਸੀਂ ਬਣ ਹੀ ਗਏ ਹੋ।"

"ਮੇਰੇ ਲਈ ਬਹੁਤ ਫਰਕ ਪੈਂਦਾ ਹੈ, ਮੇਰੇ ਮਾਨ ਸਨਮਾਨ ਦਾ ਸਵਾਲ ਹੈ, ਜਿਹੜੀ ਕੁੜੀ ਦੇ ਮੇਰੇ ਨਾਲੋਂ ਹਮੇਸ਼ਾ ਘੱਟ ਨੰਬਰ ਹੁੰਦੇ ਸਨ, ਉਹ ਯੂਨੀਵਰਸਿਟੀ ਵਿਚੋਂ ਫਸਟ ਹੈ, ਅਤੇ ਮੈਂ ਤੀਜੇ ਸਥਾਨ ਤੇ ਹਾਂ। ਮੈਨੂੰ ਜਿੰਦਗੀ ਵਿਚ ਤੀਜਾ ਸਥਾਨ ਪਸੰਦ ਨਹੀਂ।"

"ਜਾਉਗੇ ਕਾਹਤੇ...?"

"ਮੋਟਰ ਸਾਈਕਲ ਤੇ, ਹੋਰ ਕਾਹਤੇ ?"

"ਗੱਡੀ ਲੈ ਜਾਓ....।"

"ਇਕ ਸਵਾਰੀ ਲਈ ਗੱਡੀ ਕੀ ਖਿਚਣੀ ਹੈ, ਵਾਧੂ ਦਾ ਪਟਰੋਲ ਕਿਉਂ ਫੂਕਣਾ ਹੈ।"

"ਜੇ ਟੈਮ ਹੈ, ਆਪਾਂ ਖਮਾਣੋਂ ਹੋ ਆਉਂਦੇ।"

"ਹੁਣ ਨਹੀਂ ਕਦੇ ਫੇਰ ਸਹੀ, ਜਦੋਂ ਪਿੰਡ ਗਏ, ਉਦੋਂ ਹੋ ਆਵਾਂਗੇ।"

"ਕੀ ਕੀ ਕਪੜੇ ਪਾਉਣੇ ਹਨ ?"

"ਇਕ ਨਾਈਟ ਸੂਟ ਚੱਪਲਾਂ, ਤੌਲੀਆ, ਬੁਰਸ਼ ਪੇਸਟ, ਸਾਬਣ ਇਕ ਸ਼ਰਟ ਬਸ। ਛੋਟੇ ਅਟੈਚੀ ਵਿਚ ਪਾ ਦਿਉ। ਉਹ ਟੋਕਰੀ ਵਿਚ ਪੈ ਜਾਂਦਾ ਹੈ।" ਉਸਨੇ ਪੁਰਾਣਾ ਰਾਇਲ ਐਂਡ ਫੀਲਡ ਵੇਚਕੇ, ਨਵਾਂ ਜਾਮਾਂ ਸਰਸੇ ਤੋਂ ਪਿਛਲੇ ਮਹੀਨੇ ਲੈ ਆਂਦਾ ਸੀ, ਇਸ ਨੂੰ ਖ੍ਰੀਦਣ ਲਈ, ਉਨੇ ਪੀ. ਐਨ. ਬੀ. ਤੋਂ 2000/- ਰੁਪਈਆ ਕਰਜਾ ਲੈ ਲਿਆ ਸੀ। ਹੌਲੀ ਹੌਲੀ ਕਿਸ਼ਤਾ ਮੋੜ ਦੇਵੇਗਾ।

"ਰਾਤ ਨੂੰ ਮੇਰੇ ਕੋਲ ਕੌਣ ਪਵੇਗਾ ?"

"ਸੇਵਾ ਰਾਮ ਦੀ ਪਤਨੀ ਨੂੰ ਜਾਂ ਦਿਆਲੋ ਨੂੰ ਸੱਦ ਲਿਉ, ਨਹੀਂ ਭਾਬੀ ਕੇ ਚਲੇ ਜਾਇਓ ਇਕ ਰਾਤ ਦੀ ਗੱਲ ਹੈ, ਦੂਜੇ ਦਿਨ ਮੈਂ ਸ਼ਾਮ ਤੱਕ ਮੁੜ ਆਉਣਾ ਹੈ।" ਉਸਨੇ ਤਸੱਲੀ ਦਿੱਤੀ।

"ਪੈਸੇ ਕਿੰਨੇ ਚਾਹੀਦੇ ਹਨ ? ਤੁਰਨ ਲਗੇ ਨੂੰ ਉਸ ਪੁਛਿਆ।

"ਮੇਰੇ ਕੋਲ ਤਿੰਨ ਚਾਰ ਸੌ ਰੁਪਈਆ ਹੈਗਾ, ਮੈਂ ਕਿਹੜਾ ਕੋਈ ਸਪਿੰਗ ਕਰਨੀ ਹੈ, ਪੰਦਰਾਂ ਰੁਪੇ ਨਾਲ ਤੇਲ ਦੀ ਟੈਂਕੀ ਭਰ ਜਾਣੀ ਹੈ।"

"ਵਾਧੂ ਪੈਸਿਆਂ ਦਾ ਕੀ ਹਰਜ ਹੈ ? ਮੁੜ ਆਉਣਗੇ, ਰਾਹ ਵਿਚ ਸੌ ਲੋੜ ਪੈ ਜਾਂਦੀ ਹੈ।" ਉਸਨੇ ਨੀਲੇ ਰੰਗ ਦੇ ਸੌ ਸੌ ਦੇ ਪੰਜ ਨੋਟ, ਉਲਦੇ ਹੱਥ ਵਿਚ ਫੜਾ ਦਿੱਤੇ।

ਸਵੇਰੇ ਸੱਤ ਵਜੇ, ਉਹ ਤਿਆਰ ਬਰ ਤਿਆਰ ਹੋ ਕੇ ਚਲਿਆ। ਮੌੜ ਮੰਡੀ ਤੋਂ ਤੇਲ ਦੀ ਟੈਂਕੀ ਭਰਵਾ ਲਈ। ਸਵਾ ਰੁਪੈ ਲੀਟਰ ਤੇਲ ਦਾ ਭਾਅ ਸੀ। ਮੱਛਰ ਮੱਖੀ ਤੋਂ ਬਚਣ ਲਈ, ਉਸ ਗੌਗਲਜ਼ ਲਾ ਲਏ। ਪੱਗ ਨੂੰ ਹਵਾ ਤੋਂ ਬਚਾਉਣ ਲਈ, ਢਾਠੀ ਬੰਨ੍ਹ ਲਈ। ਢਾਈ ਤਿੰਨ ਘੰਟੇ ਵਿਚ, ਉਹ ਪਟਿਆਲੇ ਬਸ ਸਟੈਂਡ ਕੋਲ ਪਹੁੰਚ ਗਿਆ। ਥਕੇਵਾਂ ਦੂਰ ਕਰਨ ਲਈ, 'ਕਾਰਨਰ' ਤੋਂ ਉਸਨੇ ਚਾਹ ਦਾ ਕੱਪ ਪੀਤਾ। ਉਸਨੂੰ ਛੇਤੀ ਮਿਲਣ ਲਈ,

ਮਨ ਵਿਚ ਕਾਹਲਾਪਣ ਅਤੇ ਉਤੇਜਨਾਂ ਸੀ। ਉਹ ਚਾਹੁੰਦਾ ਸੀ, ਉਹ ਉੱਡਕੇ, ਉਸ ਕੋਲ ਪਹੁੰਚ ਜਾਵੇ। ਉਸਨੂੰ ਮਿਲਣ ਦਾ ਵਕਤ ਤਾਂ ਪੰਜ ਵਜੇ ਦਾ ਸੀ। ਚੰਡੀਗੜ੍ਹ ਦੇ ਕਈ ਸੈਕਟਰਾਂ ਵਿਚੋਂ ਲੰਘਣ ਮਗਰੋਂ, ਉਹ ਬਾਈ ਸੈਕਟਰ, ਅਰੋਮਾਂ ਕੋਲ ਪਹੁੰਚ ਗਿਆ। ਇਕ ਕਮਰਾ ਬੁੱਕ ਕੀਤਾ, ਅਟੈਚੀ ਕਮਰੇ ਵਿਚ ਰੱਖ ਦਿੱਤਾ। ਮੂੰਹ ਹੱਥ ਧੋਣ ਮਗਰੋਂ, ਉਹ ਚੌਂਦਾ ਸੈਕਟਰ, ਯੂਨੀਵਰਸਿਟੀ ਦੇ ਅੰਗਰੇਜ਼ੀ ਵਿਭਾਗ ਪਹੁੰਚ ਗਿਆ। ਪਹਿਲੀ ਮੰਜਲ ਤੇ ਪ੍ਰੋਫੈਸਰ ਡੀ. ਸੀ. ਸ਼ਰਮਾ ਦਾ ਦਫ਼ਤਰ ਸੀ, ਬਾਹਰ ਅੰਗਰੇਜ਼ੀ ਵਿਚ ਨਾਉਂ ਦੀ ਪਲੇਟ ਲਗੀ ਹੋਈ ਸੀ। ਦਰਵਾਜੇ ਮੂਹਰੇ ਚਿੱਕ ਲਟਕ ਰਹੀ ਸੀ, ਬਹੁਤ ਸਕੂਨ ਅਤੇ ਸ਼ਾਂਤੀ ਭਰਿਆ ਮਾਹੌਲ ਸੀ। ਬਹੁਤੇ ਮੁੰਡੇ ਕੁੜੀਆਂ ਕਲਾਸ ਰੂਮਾਂ ਵਿਚ ਬੈਠੇ ਸਨ।

ਉਸਨੇ ਚਿੱਕ ਚੁੱਕ ਕੇ ਦੇਖਿਆ, ਸਾਹਮਣੇ ਕੁਰਸੀ ਤੇ ਸ਼ਰਮਾ ਜੀ ਬੈਠੇ ਸਨ, ਮੋਟੀਆਂ ਮੋਟੀਆਂ ਅੱਖਾਂ ਉਪਰ ਐਨਕ ਲਗੀ ਹੋਈ ਸੀ।

"ਮੇ ਆਈ ਕੰਮ ਇਨ ਸਰ" ?

ਮੋਟੀਆਂ ਮੋਟੀਟਾਂ ਅੱਖਾਂ, ਮੋਟੇ ਸ਼ੀਸਿਆਂ ਵਿਚੋਂ ਝਾਕੀਆਂ, ਇਕ ਵਾਰ ਉਹ ਹੈਰਾਨ ਹੋ ਗਿਆ,

"ਉਹ ਹਰਜੀਤ ਯੂ ਵੈਲਕਮ ਮਾਈ ਡੀਅਰ।" ਉਸਨੇ ਉਸਦੇ ਗੋਡੀ ਹੱਥ ਲਾਉਣ ਦਾ ਜਤਨ ਕੀਤਾ।

"ਓਹ ਨਾ ਬਈ.....ਨਾ....।" ਉਸਨੇ ਉਸਦੇ ਦੋਨੋਂ ਹੱਥ ਫੜ ਲਏ।

"ਹੋਰ ਸੁਣਾ ਕੀ ਹਾਲ ਹੈ ? ਯੂਨੀਵਰਸਿਟੀ ਵਿਚੋਂ ਤੇਰਾ ਤੀਜਾ ਸਥਾਨ ਹੈ, ਤੇਰੇ ਕਾਲਜ ਦੀ, ਕੁੜੀ ਸੀਮਾ ਦੀ ਫਸਟ ਡਵੀਜ਼ਨ ਹੈ। ਆਪਾਂ ਕੌਫੀ ਪੀਂਦੇ ਹਾਂ।"

"ਮੈਂ ਸਰ ਇਸੇ ਲਈ ਆਇਆ ਹਾਂ। ਪਹਿਲੇ ਸਾਲ ਤੁਸੀਂ ਪੜ੍ਹਾਉਂਦੇ ਸੀ, ਮੇਰੇ 268 ਨੰਬਰ ਆਏ, ਦੂਜੇ ਸਾਲ ਤੁਸੀਂ ਚਲੇ ਗਏ, ਮੇਰੇ ਸਿਰਫ 202 ਨੰਬਰ ਆਏ। ਚੌਥੇ ਪੇਪਰ ਵਿਚੋਂ ਸਿਰਫ 35 ਨੰਬਰ ਹੀ ਆਏ ਹਨ।"

"ਚਲ ਹੁਣ ਤੂੰ ਅਫਸਰ ਬਣ ਗਿਆ, ਕੀ ਫਰਕ ਪੈਂਦਾ ਹੈ, ਕਿ ਪੈਂਦਾ ਹੈ ?"

"ਸਰ ਮੈਨੂੰ ਜ਼ਿੰਦਗੀ ਵਿਚ ਤੀਜਾ ਸਥਾਨ ਪਸੰਦ ਨਹੀਂ।" ਉਹ ਤਾੜੀ ਮਾਰਕੇ ਉੱਚੀ ਉੱਚੀ ਹੱਸਿਆ।

"ਫੇਰ ਪੇਪਰ ਰੀਵੈਲੀਯੂਏਟ ਕਰਵਾਉਣਾ ਹੈ। ਇਪਰੂਵ ਕਿਉਂ ਨਹੀਂ ਕਰਦਾ ?"

"ਸਰ ਮੇਰੀ ਨੌਕਰੀ ਇਹੋ ਜਿਹੀ ਹੈ, ਕੰਨ ਖੁਰਕਣ ਦੀ ਵਿਹਲ ਨਹੀਂ।"

"ਕੀ ਕੰਮ ਕਰਦਾ ਹੈ, ਬੀ.ਡੀ.ਓ. ?"

"ਸਰ ਇਹ ਪੁੱਛੋ ਕੀ ਕੰਮ ਨਹੀਂ ਕਰਦਾ ਬੀ.ਡੀ.ਓ. ਪਿੰਡਾਂ ਦਾ ਵਿਕਾਸ, ਸੜਕਾਂ ਬਣਵਾਉਣੀਆਂ, ਸਕੂਲਾਂ ਦੀਆਂ ਨਵੀਂ ਬਿਲਡਿੰਗਾਂ ਤਿਆਰ ਕਰਵਾਉਣੀਆਂ, ਸਾਫ ਪਾਣੀ-ਪੀਣ ਲਈ ਵਾਟਰ ਵਰਕਸ ਲਵਾਉਣੇ, ਪੰਚਾਇਤਾਂ ਦੇ ਕੰਮਾਂ ਦੀ ਸੁਪਰਵੀਜ਼ਨ, ਸ਼ਾਮਲਾਤ ਜ਼ਮੀਨ ਦੀ ਸੰਭਾਲ ਵਗੈਰਾ ਵਗੈਰਾ...।"

"ਕਿੰਨੇ ਪਿੰਡ ਹਨ ਤੇਰੇ ਬਲਾਕ ਵਿਚ... ?"

"ਸਰ 45 ਪਿੰਡ ਹਨ।"

"ਏਨੇ ਪਿੰਡਾਂ ਵਿਚ ਜਾਣ ਦਾ ਕੀ ਜਰੀਆ ਹੈ ?"

"ਸਰ, ਸਰਕਾਰ ਨੇ ਜੀਪ ਤੇ ਡਰਾਇਵਰ ਦਿੱਤਾ ਹੋਇਆ।"

"ਮੈਂ ਸਮਝਿਆ, ਤਾਹੀ ਤੂੰ ਲੈਕਚਰਾਰ ਦੀ ਪੋਸਟ ਜਾਇਨ ਨਹੀਂ ਕਰਦਾ? ਏਥੇ ਤਾਂ ਭਾਈ, ਬੂਟ ਪਾਲਿਸ਼ ਤੋਂ ਲੈ ਕੇ ਸਕੂਟਰ ਤੱਕ ਆਪ ਹੀ ਸਾਫ ਕਰਨਾ ਪੈਂਦਾ ਹੈ।"

"ਸਰ ਹਰ ਥਾਂ ਦੇ ਆਪਣੇ ਗੁਣ ਔਗੁਣ ਹਨ। ਤੁਹਾਡੇ ਕੋਲ ਸਕੂਨ ਹੈ, ਮਾਹੌਲ ਕਿੰਨਾ ਸ਼ਾਂਤ ਹੈ ਜਿਵੇਂ ਸ਼ਾਂਤੀ ਨਿਕੇਤਨ ਹੋਵੇ, ਮੇਰੇ ਦਫ਼ਤਰ ਤਾਂ ਸਵੇਰ ਤੋਂ ਲੈ ਕੇ ਸ਼ਾਮ ਤੱਕ ਲੋਕਾਂ ਦਾ ਹੜ੍ਹ ਆਇਆ ਰਹਿੰਦਾ ਹੈ? ਸੀਮਿੰਟ, ਇੱਟਾਂ, ਘਿਉ, ਖੰਡ ਦੇ ਪਰਮਿਟ ਲੈਣ ਵਾਲੇ ਖਹਿੜਾ ਨਹੀਂ ਛੱਡਦੇ। ਅੱਧਾ ਦਿਨ ਦਫ਼ਤਰ ਲਾਈਦਾ ਹੈ, ਅੱਧਾ ਦਿਨ ਟੂਰ ਤੇ ਕਈ ਵੇਰ ਬਾਹਰੋਂ ਮੁੜਦਿਆਂ ਨੂੰ ਰਾਤ ਪੈ ਜਾਂਦੀ ਹੈ, ਅਗਲੇ ਦਿਨ ਫੇਰ ਚਲ ਸੋ ਚਲ, ਰੋਜ਼ ਦਾ ਰੁਟੀਨ ਹੈ। ਮੀਟਿੰਗਾਂ ਤੋਂ ਵੱਡੇ ਅਫਸਰਾਂ ਦੇ ਦੌਰੇ ਇਸ ਤੋਂ ਅੱਡ ਹਨ।"

"ਏਨਾ ਬੋਝ ਤਾਂ ਨੌਜਵਾਨ ਮੋਢੇ ਹੀ ਚੁੱਕ ਸਕਦੇ ਹਨ ਕਿ ਨਹੀਂ?"

"ਸਰ ਇਹੀ ਤਾਂ ਬੰਦੇ ਦੀ ਸਿਫਤ ਅਤੇ ਕਰਾਮਾਤ ਹੈ। ਮਨੁੱਖ ਆਪਣੀ ਮਿਹਨਤ ਨਾਲ ਹੀ, ਜੰਗਲੀ ਸਭਿਅਤਾ ਤੋਂ ਨਿਕਲਕੇ, ਮਾਡਰਨ ਯੁੱਗ ਤੱਕ ਪਹੁੰਚਿਆ ਹੈ।

"ਤੂੰ ਚੌਥੇ ਪੇਪਰ ਵਿਚ ਐਸ. ਏ. ਕਿਹੜਾ ਅਟੈਮਟ ਕੀਤਾ ਹੈ।" "ਇਫੈਕਟ ਆਫ ਆਗਰੇਰੀਅਨ ਰਿਫਾਰਮਜ਼ ਔਨ ਐਗਰੀਕਲਚਰ, ਇਨ ਇਨਡੀਪੈਂਡੈਂਟ ਇੰਡੀਆ।"

"ਇਹ ਸਬਜੈਕਟ ਹੀ ਬਹੁਤ ਟੱਫ ਹੈ, ਤੂੰ ਇਹ ਕਿਉਂ ਚੁਣਿਆ?"

"ਸਰ ਮੈਂ ਬੀ.ਏ. ਤੱਕ ਇਕਨਾਮਿਕਸ ਪੜ੍ਹੀ ਹੈ।"

"ਠੀਕ ਤੂੰ ਰੀਈਵੈਲੂਏਸ਼ਨ ਲਈ ਅਪਲਾਈ ਕਰਦੇ, ਮੈਂ ਦੇਖਾਂਗਾ, ਤੇਰੀ ਕੀ ਮੱਦਦ ਹੋ ਸਕਦੀ ਹੈ।"

"ਥੈਂਕ ਯੂ ਸਰ ਵੈਰੀ ਮੱਚ, ਸਰ ਉਹ ਲੜਕੀ ਸੁਖਜੀਤ ਕਿਵੇਂ ਹੈ, ਕਲਾਸ ਵਿਚ...।"

"ਮੈਂ ਪਰੀਵੀਅਸ ਨੂੰ ਨਾਵਲ ਪੜ੍ਹਾਉਂਦਾ ਹਾਂ, ਹਾਰਡੀ, ਉਸਨੇ ਪਹਿਲਾਂ ਹੀ ਪੜ੍ਹਿਆ ਹੋਇਆ ਹੈ, ਕੁੜੀਆਂ ਵੈਸੇ ਵੀ ਮਿਹਨਤੀ ਹੁੰਦੀਆਂ ਹਨ।"

"ਚੰਗਾ ਸਰ, ਮੈਨੂੰ ਆਗਿਆ ਦਿਉ, ਮੈਂ ਰੀਵੈਲੂਏਸ਼ਨ ਦੀ ਅਰਜੀ ਦੇ ਦਿੰਦਾ ਹਾਂ, ਤੁਸੀਂ ਧਿਆਨ ਦਿਉ।"

"ਓ.ਕੇ. ਥੈਂਕ ਯੂ ਫਾਰ ਵਿਜ਼ਟ।" ਅਰਜੀ ਦੇਣ ਮਗਰੋਂ, ਉਹ ਸੈਕਟਰੀਏਟ ਗਿਆ, ਜਿੱਥੇ ਤੀਜੀ ਮੰਜਲ ਤੇ ਵਿਕਾਸ ਕਮਿਸ਼ਨਰ ਦਾ ਦਫ਼ਤਰ ਸੀ। ਰਿਸੈਪਸ਼ਨ ਤੋਂ ਪਾਸ ਲੈਣ ਮਗਰੋਂ ਉਹ ਤੀਜੇ ਫਲੋਰ ਤੇ ਚਲਾ ਗਿਆ। ਖੱਬੇ ਪਾਸੇ ਵਿਕਾਸ ਕਮਿਸ਼ਨਰ ਅਤੇ ਹੋਰ ਅਫਸਰਾਂ ਦੇ ਨਾਉਆਂ ਦੀਆਂ ਪਿੱਤਲ ਦੀਆਂ ਪਲੇਟਾਂ ਅੰਗਰੇਜ਼ੀ ਵਿਚ ਲਗੀਆਂ ਹੋਈਆਂ ਸਨ। ਸਾਹਮਣੇ ਵੱਡੇ ਹਾਲ ਵਿਚ ਸੱਜੇ ਖੱਬੇ ਅਲਮਾਰੀਆਂ ਪਿੱਛੇ ਅੱਡ-ਅੱਡ ਬਰਾਚਾਂ ਵਿਚ ਬਾਬੂ, ਅਸਿਸਟੈਂਟ, ਸੁਪਰਡੈਂਟ ਵਗੈਰਾ ਬੈਠਦੇ ਸਨ। ਇਕ ਬਰਾਂਚ ਨੂੰ ਦੂਜੀ ਨਾਲੋਂ ਅੱਡ ਕਰਨ ਲਈ, ਅਲਮਾਰੀਆਂ ਦੀ ਵਾੜ ਸੀ। ਪੁੱਛ ਪੁੱਛਾਕੇ ਉਹ ਆਰ ਡੀ-1 ਵਿਚ ਚਲਿਆ ਗਿਆ, ਜਿਥੇ ਖੁਲੀ ਦਾਹੜੀ ਵਾਲਾ ਬਲਦੇਵ ਸਿੰਘ ਰੰਧਾਵਾ ਅਸਿਸਟੈਂਟ ਬੀ.ਡੀ.ਓ.ਜ਼ ਨੂੰ ਡੀਲ ਕਰਦਾ ਸੀ। ਉਸਨੇ ਸਤਿ ਸ੍ਰੀ ਅਕਾਲ ਬੁਲਾਈ ਤੇ ਆਪਣੇ ਆਉਣ ਵਾਰੇ ਦੱਸਿਆ। ਉਹ ਬੜੇ ਹੀ ਸੁਨੇਹ ਨਾਲ ਮਿਲਿਆ।"

"ਕਿਵੇਂ ਆਏ ਸੀ, ਸੇਵਾ ਦਸੋ?"

"ਮੈਂ ਤਾਂ ਵੈਸੇ ਹੀ 'ਕਰਟਸੀ' ਕਾਲ ਤੇ ਆਇਆ ਸੀ।"

ਉਥੋਂ ਆਗਿਆ ਲੈ ਕੇ, ਉਹ ਡਿਪਟੀ ਡਾਇਰੈਕਟਰ ਐਲ.ਡੀ. ਦੇ ਦਫ਼ਤਰ ਵਿਚ ਆਇਆ, ਜੋ ਏ. ਐਨ. ਪੀ. ਦੇ ਪਰੋਗਰਾਮ ਦਾ ਇੰਚਾਰਜ ਸੀ। ਉਹ ਖਾਣਾ ਖਾ ਰਿਹਾ ਸੀ। ਉਹ ਸਟੈਨੋਂ ਦੇ ਕਮਰੇ ਵਿਚ ਬੈਠ ਗਿਆ।

"ਤੁਸੀਂ ਖਾਣਾ ਵਗੈਰਾ ਖਾਣਾ ਹੈ, ਖਾ ਆਉ, ਸਾਹਿਬ ਤਿੰਨ ਵਜੇ ਮਿਲਣਗੇ। ਉਪਰ 10 ਫਲੋਰ ਤੇ ਕੰਟੀਨ ਹੈ।" ਉਥੇ ਖਾਣਾ ਖਾਂਦਿਆਂ, ਚਾਹ ਪੀਂਦਿਆਂ ਉਸਨੂੰ ਤਿੰਨ ਬੱਜ ਗਏ, ਉਥੇ ਬਾਬੂਆਂ ਦਾ ਜਮ-ਘਟਾ ਲਗਿਆ ਹੋਇਆ ਸੀ। ਉਸਨੇ ਆਪਣੇ ਨਾਉਂ ਦੀ ਚਿੱਟ ਅੰਦਰ ਭੇਜ ਦਿੱਤੀ।

"ਆ ਨੌਜਵਾਨ ਕਿੱਧਰ ਆਇਆ ਸੀ।"

"ਸਰ ਮੈਂ ਤਾਂ ਤੁਹਾਨੂੰ ਮਿਲਣ ਆਇਆ ਸੀ। ਤੁਹਾਡੇ ਕੋਲੋਂ ਗਾਈਡੈਂਸ ਵੀ ਲੈਣੀ ਸੀ।" ਉਸਨੇ ਚਿੱਟੀ ਦਾਹੜੀ ਨੂੰ ਪਲੋਸਿਆ, ਅਤੇ ਚਿੱਟੇ ਸ਼ੀਸ਼ਿਆਂ ਵਿਚੋਂ ਗਹੁ ਨਾਲ ਵਾਚਿਆ।

"ਹਾਂ ਬਈ ਤੇਰੇ ਪੋਲਟਰੀ ਫਾਰਮ ਦਾ ਕੀ ਹਾਲ ਹੈ?"

"ਸਰ ਪਹਿਲਾਂ ਘਾਟੇ ਵਿਚ ਸੀ, ਜਦੋਂ ਦਾ ਮੈਂ ਆਇਆ ਹਾਂ, ਹੁਣ ਪਰੌਫਟ ਵਿਚ ਹੈ, ਮੈਂ ਕਈ ਵੇਰ ਚੈਕ ਕੀਤਾ ਹੈ, ਪਹਿਲਾਂ ਚੋਰੀ ਬਹੁਤ ਹੁੰਦੀ ਸੀ।"

"ਵੈਰੀ ਗੁਡ, ਹੋਰ ਦਸ ਮੇਰੇ ਲਾਇਕ ਕੋਈ ਸੇਵਾ?"

"ਸਰ ਅਗਲੇ ਮਹੀਨੇ, ਮੈਂ ਪੇਪਰ ਦੇਣੇ ਹਨ, ਮੈਨੂੰ ਗਾਈਡ ਕਰੋ।"

"ਕਮਿਯੂਨਿਟੀ ਡਿਵੈਲਪਮੈਂਟ ਤੇ ਡੇਅ ਦੀ ਕਿਤਾਬ ਹੈ, ਇਕ ਡਿਵੈਲਪਮੈਂਟ ਕੋਡ ਪੜ੍ਹ ਲਵੀਂ। ਤੂੰ ਪਹਿਲਾਂ ਮੁੰਡੇ, ਜਿਹੜਾ ਕਰਸਟੀ ਕਾਲ ਤੇ ਆਇਆ ਹੈ, ਕਿਸੇ ਨਾਲ ਗਲ ਨਾ ਕਰੀਂ, ਤੀਜਾ ਪੇਪਰ ਦਾ ਐਗਜਾਮੀਨਰ ਮੈਂ ਹੀ ਹਾਂ, ਪੇਪਰ ਦੇ ਕੇ, ਮੈਨੂੰ ਯਾਦ ਕਰਵਾ ਦੇਈਂ, ਬੱਸ। ਚੌਥਾ ਪੇਪਰ ਅਕਾਊਂਟਸ ਦਾ ਹੈ, ਉਸ ਦਾ ਐਗਜਾਮੀਨਰ ਸੀ. ਪੀ. ਐਫ ਹੈ, ਉਹਦੀ ਤਿਆਰੀ ਕਰ ਲਵੀਂ, ਉਸਨੂੰ ਮੈਂ ਕਹਿ ਦਿਆਂਗਾ।"

"ਸਰ ਤੁਸੀਂ ਆਇਓ ਕਦੇ, ਨਾਲੇ ਗੁਰਧਾਮਾਂ ਦੇ ਦਰਸ਼ਨ ਕਰ ਆਇਓ। ਮੇਰੇ ਕੋਲ ਠਹਿਰਿਓ..।"

"ਮੈਂ ਸਿਆਲ ਵਿਚ ਜ਼ਰੂਰ ਆਊਂਗਾ।" ਉਸਦਾ ਧੰਨਵਾਦ ਕਰਕੇ, ਉਹ ਹੇਠਾਂ ਆ ਗਿਆ, ਚਾਰ ਬਜ ਗਏ ਸਨ। ਅਜੇ ਇਕ ਘੰਟਾ ਬਾਕੀ ਸੀ। ਉਸਨੂੰ ਲਗਦਾ ਸੀ, ਵਕਤ ਜਿਵੇਂ ਖੜ੍ਹ ਗਿਆ ਹੋਵੇ। ਉਥੋਂ ਉਹ ਹਾਈਕੋਰਟ ਆਪਣੇ ਵਾਕਫ ਵਕੀਲ ਕੋਲ ਚਲਿਆ ਗਿਆ, ਉਸਦਾ ਪਿੰਡ ਉਸ ਦੇ ਬਲਾਕ ਵਿਚ ਸੀ, ਇਕ ਦੋ ਦਫਾ ਉਹ ਸੀਮਿੰਟ ਲੈਣ ਆਇਆ ਸੀ। ਕੁਦਰਤੀ ਉਹ ਵੱਡੇ ਹਾਲ ਵਿਚ ਮਿਲ ਗਿਆ। ਚਾਹ ਪਾਣੀ ਪੀਂਦਿਆਂ ਅੱਧਾ ਘੰਟਾ ਹੋਰ ਲੰਘ ਗਿਆ।

"ਕਿੱਥੇ ਠਹਿਰੇ ਹੋ? ਮੈਂ ਉਨੀ ਵਿਚ ਰਹਿੰਦਾ ਹਾਂ, ਆਹ ਲੋ ਕਾਰਡ, ਮੇਰੇ ਕੋਲ ਠਹਿਰੋ ਅੱਜ।"

"ਨਹੀਂ, ਸ਼ੁਕਰੀਆ, ਮੈਂ ਆਪਣੇ ਇਕ ਦੋਸਤ ਕੋਲ ਠਹਿਰਿਆ ਹੋਇਆ ਹਾਂ।" ਉਸਨੇ ਝੂਠ ਬੋਲਿਆ। ਪੰਜ ਬਜੇ ਉਹ ਹੋਸਟਲ ਨੰਬਰ ਇਕ ਦੇ ਕੈਂਚੀਗੇਟ ਕੋਲ ਪਹੁੰਚ ਗਿਆ। ਅੰਦਰ ਕੁੜੀਆਂ ਦੀ ਚਹਿਲ ਪਹਿਲ ਸੀ।

"ਮਾਈ ਜੀ, ਬਠਿੰਡੇ ਵਾਲੀ ਸੁਖਜੀਤ ਨੂੰ ਮਿਲਣੈਂ।"

"ਭਾਈ, ਉਹ ਹੁਣੇ ਉਪਰ ਨੂੰ ਗਈ ਹੈ, ਸੈਤ ਤੈਨੂੰ ਹੀ ਡੀਕਦੀ ਸੀ, ਤੂੰ ਵੇਟਿੰਗ ਰੂਮ ਵਿਚ ਬਹਿ ਜਾ...।" ਸਜੇ ਪਾਸੇ ਵੇਟਿੰਗ ਰੂਮ ਵਿਚ ਉਹ ਬੈਠ ਗਿਆ, ਬਹੁਤੀਆਂ ਬੈਤ ਦੀਆਂ ਕੁਰਸੀਆਂ ਖਾਲੀ ਪਈਆਂ ਸਨ। ਸਾਹਮਣੀ ਕੰਧ ਤੇ ਕੁਝ ਪੇਟਿੰਗਜ਼ ਲਗੀਆਂ ਹੋਈਆਂ ਸਨ।

"ਨੀ ਬਠਿੰਡੇ ਵਾਲੀ ਸੁਖਜੀਤ ਨੂੰ ਭੇਜੀਂ, ਉਹਨੂੰ ਕੋਈ ਭਾਈ ਮਿਲਣ ਆਇਆ ਹੈ।" ਸਾਹਮਣੇ ਕੰਧ ਘੜੀ ਉਸਦੇ ਦਿਲ ਵਾਂਗ ਟਿੱਕ-ਟਿੱਕ ਕਰ ਰਹੀ ਸੀ। ਇਕ ਇਕ ਪਲ, ਉਸਨੂੰ ਘੰਟਿਆਂ ਵਰਗਾ ਲਗ ਰਿਹਾ ਸੀ। ਜਦੋਂ ਵੀ ਕੋਈ ਆਹਟ ਜਾਂ ਪੈੜਚਾਪ ਹੁੰਦੀ, ਉਸਦੇ ਕੰਨ ਖੜ੍ਹੇ ਹੋ ਜਾਂਦੇ, ਉਸਦੀਆਂ ਅੱਖਾਂ ਸਾਹਮਣੇ ਗੇਟ ਤੇ ਗੱਡੀਆਂ ਹੋਈਆਂ ਸਨ। ਉਥੋਂ ਵਿਹੜੇ ਦਾ ਕੁਝ ਹਿੰਸਾ ਵੀ ਨਜ਼ਰ ਆਉਂਦਾ ਸੀ।

"ਉਹ ਆ ਗਏ ਤੁਸੀਂ, ਮੈਂ ਸਵੇਰ ਦੀ ਤੁਹਾਨੂੰ ਉਡੀਕੀ ਜਾਂਦੀ ਹਾਂ।"

"ਆ ਤਾਂ ਮੈਂ ਬਾਰਾਂ ਵਜੇ ਗਿਆ ਸੀ, ਪਰ ਤੁਹਾਨੂੰ ਮਿਲਣ ਦਾ ਸਮਾਂ ਪੰਜ ਬਜੇ ਹੈ।

"ਮੈਂ ਡਿਪਾਰਟਮੈਂਟ ਤੋਂ ਇਕ ਬਜੇ ਆ ਗਈ ਸੀ। ਮਿਲ ਤਾਂ ਜਦੋਂ ਮਰਜੀ ਲਵੋ, ਪੰਜ ਬਜੇ ਤੋਂ ਪਹਿਲਾਂ ਬਾਹਰ ਨਹੀਂ ਜਾ ਸਕਦੇ।"

"ਮੇਰਾ ਖਤ ਮਿਲ ਗਿਆ ਸੀ।"

"ਹਾਂ ਕੱਲ ਹੀ ਮਿਲਿਆ ਹੈ। ਫੇਰ ਏਨਾ ਸਮਾਂ ਕਿਥੇ ਗੁਜਾਰਿਆ ?"

"ਪਹਿਲਾਂ ਸ਼ਰਮਾ ਜੀ ਨੂੰ ਮਿਲਣ ਚਲਿਆ ਗਿਆ, ਇਕ ਘੰਟਾ ਉਹਨਾਂ ਕੋਲ ਲਗ ਗਿਆ, ਫੇਰ ਸੈਕਟਰੀਏਟ ਮਿਲਣਾ ਸੀ, ਉਥੋਂ ਹਾਈਕੋਰਟ, ਆਪਣੇ ਰਾਜਗੜ੍ਹ ਕੱਬੇ, ਦਾ ਵਕੀਲ ਹੈ। ਉਹਦੇ ਕੋਲ ਚਲਿਆ ਗਿਆ। ਬਸ ਏਨੇਂ ਨੂੰ ਪੰਜ ਬਜ ਗਏ।"

"ਬੀਵੀ ਨੂੰ ਕੀ ਦਸ ਕੇ ਆਏ ਹੋ ?"

"ਮਖਿਆ ਸੁਖਜੀਤ ਨੂੰ ਮਿਲਣ ਚੱਲਿਆ।" ਉਹ ਮੁਸਕੜੀਏ ਹੱਸਿਆ।

"ਝੂਠੇ ਕਿਤੋਂ ਦੇ ?"

"ਤੁਹਾਨੂੰ ਕਾਲਾ ਸੂਟ ਬੜਾ ਫੱਬਦਾ ਹੈ।"

"ਅੱਛਾ ਇਹ ਦਸੋ ਕੀ ਪੀਣਾ ਹੈ ? ਕੀ ਮੰਗਾਵਾਂ ?"

"ਜੋ ਚੀਜ਼ ਮੰਗਣੀ ਸੀ, ਉਹ ਮੇਰੇ ਕੋਲ ਹੈ। ਹੁਣ ਕਾਸੇ ਦੀ ਲੋੜ ਸੀ, ਸਤਾਰਾਂ ਚਲਦੇ ਹਾਂ, ਉਥੇ ਖਾ ਪੀ ਲਵਾਂਗੇ।"

"ਤੁਸੀਂ ਆਏ ਕਾਹਤੇ ਹੋ ?"

"ਮੋਟਰ ਸਾਇਕਲ ਤੇ।"

"ਏਡੀ ਦੂਰੋਂ.....?"

"ਜਦੋਂ ਤੁਹਾਡੇ ਵਰਗੀ ਕੁੜੀ ਨੂੰ ਮਿਲਣ ਦਾ ਚਾਅ ਹੋਵੇ, ਸਭ ਫਾਸਲੇ ਸਿਮਟ ਜਾਂਦੇ ਹਨ।"

"ਅੱਛਾ ਤੁਸੀਂ ਮੋਟਰ ਸਾਇਕਲ ਲੈ ਕੇ, ਪੰਦਰਾਂ ਦੇ ਸਾਹਮਣੇ ਬਸ ਸਟਾਪ ਤੇ ਚਲੋ, ਮੈਂ ਦੋ ਮਿੰਟ ਵਿਚ ਆਈ। ਏਥੇ ਕੁੜੀਆਂ ਬੜੀਆਂ ਖੱਚਰੀਆਂ ਹਨ, ਨਿਗਾਹ ਰੱਖਦੀਆਂ ਹਨ।"

ਉਹ ਬਸ ਸਟਾਪ ਤੇ ਆ ਗਈ।

"ਕਿੱਥੇ ਚਲੀਏ ?"

"ਜਿੱਥੇ ਮਰਜੀ ਲੈ ਚਲੋ, ਭਾਵੇਂ ਆਪਣੇ ਘਰ ਲੈ ਚਲੋ, ਮੈਂ ਤਿਆਰ ਹਾਂ।" ਉਹ ਖੱਚਰੀ ਹਾਸੀ ਹੱਸੀ।

"ਅਜੇ ਮੈਂ ਘਰ ਲਿਜਾਣ ਜੋਗਾ ਨਹੀਂ, ਜੇ ਮੌਕਾ ਬਣਿਆ, ਹਾਲਾਤ ਨੇ ਸਾਥ ਦਿੱਤਾ, ਇਕ ਦਿਨ ਘਰ ਵੀ ਲੈ ਚਲਾਂਗਾ। ਸਤਾਰਾਂ ਚਲਦੇ ਹਾਂ, ਕਾਫੀ ਹਾਊਸ ਬੈਠਾਂਗੇ, ਠੀਕ ਹੈ ?"

"ਜਿਵੇਂ ਤੁਹਾਡੀ ਮਰਜ਼ੀ...।" ਸੋਲਾਂ ਸੈਕਟਰ ਵਿਚੋਂ ਲੰਘਕੇ, ਉਹ ਸਤਾਰਾਂ ਦੇ ਕੌਫੀ ਹਾਊਸ ਵਿਚ ਇਕ ਨੁਕਰ ਵਿਚ ਬੈਠ ਗਏ, ਜਿਥੋਂ ਆਉਣ ਜਾਣ ਵਾਲੇ ਦਿਸਦੇ ਸਨ ਪਰ ਨੁਕਰ ਵਿਚ ਬੈਠੇ ਹੋਣ ਕਰਕੇ, ਉਹਨਾਂ ਤੇ ਕਿਸੇ ਦੀ ਨਜ਼ਰ ਘਟ ਪੈਂਦੀ ਸੀ। ਮਿੱਠਾ ਮਿੱਠਾ ਸੰਗੀਤ ਚਲ ਰਿਹਾ ਸੀ।

"ਗੋਰੇ ਰੰਗ ਤੇ ਕਾਲਾ ਸੂਟ ਬੜਾ ਫੱਬਦਾ ਹੈ।" ਉਸਨੇ ਗੋਰਾ ਹੱਥ, ਦੋਨਾਂ ਹੱਥਾਂ ਵਿਚ ਘੁੱਟ ਲਿਆ, ਉਸਨੇ ਹੱਥ ਛੁਡਵਾਇਆ ਨਹੀਂ।

"ਅਸਲ ਵਿਚ, ਇਹ ਸੂਟ ਪਾਉਣਾ ਮੇਰੀ ਮਜਬੂਰੀ ਹੈ।"

"ਇਹੋ ਜਿਹੀ ਕੀ ਮਜਬੂਰੀ ਹੈ ?"

"ਦਰਅਸਲ ਕੱਲ ਰੈਡ ਫਲੈਗ ਹੋ ਗਿਆ ਸੀ। ਕਾਲੇ ਕਪੜਿਆਂ ਤੇ ਨਿਸ਼ਾਨ ਨਹੀਂ ਪੈਂਦਾ। ਔਰਤਾਂ ਲਈ ਇਹ ਚਾਰ ਦਨਿ ਬੜੇ ਗੰਦੇ, ਗਲੀਜ ਹੁੰਦੇ ਹਨ।"

"ਸੰਸਾਰ ਦੀ ਉਤਪਤੀ ਅਤੇ ਵਿਕਾਸ ਲਈ, ਇਹ ਦਿਨ ਵੀ ਜਿੰਦਗੀ ਦਾ ਹਿੱਸਾ ਹਨ, ਜਦੋਂ ਜਮੀਨ 'ਕੱਲਰ' ਜਾਂਦੀ ਹੈ, ਉਦੋਂ ਘਾਹ ਦਾ ਤਿਣਕਾਵੀ ਨਹੀਂ ਉਗਦਾ।" ਬਹਿਰਾ ਕਰੀਮ ਵਾਲੀ ਕੌਫੀ ਦੇ ਦੋ ਕੱਪ ਦੇ ਗਿਆ।

"ਅੱਜ ਦੀ ਰਾਤ ਕਿੱਥੇ ਠਹਿਰੋਗੇ ?"

"ਮਹਿਬੂਬ ਦੇ ਦਿਲ ਵਿਚ, ਹੋਰ ਕਿੱਥੇ ?"

"ਜੇ ਮੇਰੇ ਕੋਲ ਜਾਦੂਗਰ ਵਾਲਾ ਸੁਰਮਾ ਹੋਵੇ, ਤੁਹਾਨੂੰ ਨਾਲ ਹੀ ਲੈ ਚਲਾਂ। ਡੱਬੀ ਵਿਚ ਪਾ ਕੇ।"

"ਸਾਡੇ ਘਰ ਤਾਂ ਨਹੀਂ ਗਏ ?"

"ਕਈ ਦਿਨ ਹੋ ਗਏ, ਮੇਰੇ ਦਫਤਰ ਵਿਚ ਆਡਿਟ ਪਾਰਟੀ ਆਈ ਹੋਈ ਸੀ, ਇਸ ਲਈ ਕਿਤੇ ਨਹੀਂ ਗਿਆ।"

"ਤੁਸੀਂ ਹੁਣ ਕਵਿਤਾ ਨਹੀਂ ਲਿਖਦੇ ?"

"ਜਦੋਂ ਦੇ ਤੁਸੀਂ ਮਿਲੇ ਹੋ, ਸੁੱਧ-ਬੁੱਧ ਮਾਰੀ ਗਈ ਹੈ, ਲਿਖਣਾ ਪੜ੍ਹਣਾ ਭੁਲ ਗਿਆ ਹੈ, ਅਗਲੇ ਮਹੀਨੇ ਮੇਰੇ ਪੇਪਰ ਹਨ। ਸਾਰੇ ਪੇਪਰਾਂ ਵਿਚ 60% ਨੰਬਰ ਲੈਣੇ ਜਰੂਰੀ ਹਨ। ਹਾਇਰ ਸਟੈਂਡਰਡ ਵਿਚ ਪਾਸ ਹੋਣਾ ਜਰੂਰੀ ਹੈ। ਦਿਨੇ ਦਫਤਰ ਦਾ ਕੰਮ ਨਹੀਂ ਮੁਕਦਾ, ਘਰੇ ਉਹ ਸੂਹਣ ਖੜ੍ਹੀ ਰਖਦੀ ਹੈ।"

"ਕਿਤੇ ਤੁਹਾਡੇ ਘਰ ਦੇ ਕਲੇਸ ਦਾ ਕਾਰਨ ਮੈਂ ਤਾਂ ਨਹੀਂ ?"

"ਨਹੀਂ, ਹੋਰ ਹੀ ਮਸਲੇ ਹਨ, ਘਰੇਲੂ....।" ਕਿੰਨਾ ਚਿਰ ਉਹ ਕੌਫੀ ਦੇ ਕੱਪ, ਚੂਸਦੇ ਰਹੇ, "ਜੇ ਇਜ਼ਾਜਤ ਹੋਵੇ, ਤੁਹਾਡੇ ਬੁੱਲ ਚੂਸ ਲਵਾਂ, ਇਕ ਕਿਸ ਪਲੀਜ਼।"

"ਇਹ ਪਬਲਿਕ ਪਲੇਸ ਹੈ, ਜੇ ਕਿਸੇ ਦੇਖ ਲਿਆ...।"

"ਸਭ ਆਪੋ ਆਪਣੀਆਂ ਗੱਲਾਂ ਵਿਚ ਮਸਰੂਫ ਹਨ, ਕਿਸੇ ਕੋਲ ਆਪਾਂ ਨੂੰ ਦੇਖਣ ਦਾ ਵਕਤ ਨਹੀਂ।" ਉਸਨੇ ਉਦੋਂ ਹੀ ਉਸ ਦੇ ਪਪੀਸਿਆਂ ਵਰਗੇ ਬੁਲ੍ਹ ਚੂਸ ਲਏ। ਕਿੰਨਾ ਚਿਰ ਉਸ ਦੀ ਬੂਟ ਦੀ ਟੋਅ, ਉਸ ਦੀ ਕਾਲੀ ਗੁਰਗਾਬੀ ਨਾਲ ਖਹਿੰਦੀ ਰਹੀ। ਘੜੀ ਦੀਆਂ ਸੂਈਆਂ, ਪੂਰੀ ਸਪੀਡ ਤੇ ਦੌੜ ਰਹੀਆਂ ਸਨ। ਵਕਤ ਪਤਾ ਨਹੀਂ, ਕਦੋਂ ਅਤੇ ਕਿਵੇਂ ਮੁੱਠੀ ਵਿਚੋਂ ਕਿਰਦੀ ਰੇਤ ਵਾਂਗ ਗੁਜ਼ਰ ਗਿਆ ਸੀ। ਪੌਣੇ ਸੱਤ ਹੋ ਗਏ ਸਨ। ਠੀਕ ਸੱਤ ਬਜੇ ਹੋਸਟਲ ਦੀ ਘੰਟੀ ਖੜਕ ਜਾਂਦੀ ਸੀ। ਉਹ ਕਾਹਲੀ ਨਾਲ ਬਿਲ ਦੇ ਕੇ, ਬਾਹਰ ਆਏ, ਸਾਹਮਣੇ ਪਹਾੜੀਆਂ ਤੇ ਕਸੌਲੀ ਦੀਆਂ ਲਾਈਟਾਂ ਟਿਮ-ਟਿਮਾ ਰਹੀਆਂ ਸਨ।"

"ਕੱਲ੍ਹ ਦਾ ਕੀ ਪ੍ਰੋਗਰਾਮ ਹੈ?"

"ਤੁਸੀਂ ਸਾਢੇ ਅੱਠ, ਇਸੇ ਸਟਾਪ ਤੇ ਆ ਜਾਣਾ, ਚੰਗਾ ਬਾਈ ਬਾਈ।" ਉਹ ਕਿੰਨਾ ਚਿਰ ਸੱਪ ਵਾਂਗ ਮੇਲਦੀ ਗੁੱਤ ਨੂੰ ਦੇਖਦਾ ਰਿਹਾ, ਜਦੋਂ ਤਾਈਂ, ਉਹ ਅੱਖਾਂ ਤੋਂ ਓਝਲ ਨਹੀਂ ਹੋ ਗਈ।

(32)

ਵਸਲ ਦੀ ਰਾਤ ਕੌਣ ਸੌਂਦਾ ਹੈ, ਹਿਜਰ ਦੀ ਰਾਤ ਨੀਂਦ ਕਿਸ ਨੂੰ ਆਉਂਦੀ ਹੈ। ਖਾਣਾਂ ਖਾਣ ਮਗਰੋਂ ਉਹ ਕਮਰੇ ਵਿਚ ਆਇਆ, ਕਪੜੇ ਬਦਲੇ ਤੇ ਬੈੱਡ ਤੇ ਲੇਟ ਗਿਆ। ਅੱਜ ਦੀ ਰਾਤ, ਉਸਨੂੰ ਪਹਾੜ ਜਿੱਡੀ ਲਗਦੀ ਸੀ। ਉਸ ਨਾਲ ਬਿਤਾਏ ਪਲ ਉਸਦੇ ਦਿਮਾਗ ਵਿਚ ਫਿਲਮ ਵਾਂਗ ਘੁੰਮਦੇ ਰਹੇ, ਕਿੰਨੀ ਸਮਝਦਾਰ ਅਤੇ ਸਿਆਣੀ ਕੁੜੀ ਹੈ। ਜਾਲ ਵਿਚ ਫਸੇ ਪੰਛੀ ਵਾਂਗ ਉਸਦੇ ਖਿਆਲ ਉਲਝੇ ਪਏ ਸਨ, ਕਰੇ ਤਾਂ ਕੀ ਕਰੇ? ਇਸ ਕੁੜੀ ਨੂੰ ਪਾਉਣ ਲਈ, ਉਹ ਹਰ ਕੁਰਬਾਨੀ ਕਰਨ ਲਈ ਤਿਆਰ ਸੀ। ਮੁਸਲਮਾਨ ਬਣਨ ਲਈ ਵੀ ਤਿਆਰ ਸੀ, ਨੌਕਰੀ ਦੀ ਤਲਵਾਰ ਉਸ ਦੇ ਸਿਰ ਤੇ ਲਟਕ ਰਹੀ ਸੀ। ਕਾਨੂੰਨ ਵੀ ਔਰਤਾਂ ਦੀ ਹੀ ਮਦਦ ਕਰਦਾ ਸੀ, ਮਰਦਾਂ ਦੇ ਖਿਲਾਫ ਸੀ। ਇਸੇ ਦੋਚਿਤੀ ਕਰਕੇ ਉਹ, ਕੋਈ ਬੱਚਾ ਪੈਦਾ ਨਹੀਂ ਕਰਦਾ ਸੀ, ਸੰਭੋਗ ਸਮੇਂ ਨਿਰੋਧ ਦੀ ਵਰਤੋਂ ਕਰਦਾ ਸੀ। ਇਸ ਦੇ ਡੱਬੇ, ਹਸਪਤਾਲੋਂ ਮੁਫ਼ਤ ਮਿਲਦੇ ਸਨ। ਜਦੋਂ ਪਤਨੀ ਪੁੱਛਦੀ,

"ਤੁਸੀਂ ਮੇਰੇ ਕੋਲੋਂ ਬੱਚਾ ਕਿਉਂ ਨਹੀਂ ਚਾਹੁੰਦੇ।"

"ਐਨੀ ਕੀ ਕਾਹਲੀ ਹੈ, ਅਜੇ ਸਾਰੀ ਉਮਰ ਪਈ ਹੈ।"

"ਚੜ੍ਹਦੀ ਉਮਰ ਦੇ ਬੱਚੇ, ਤੁਹਾਡੀ ਨੌਕਰੀ ਦੌਰਾਨ ਹੀ ਅਡਜਸਟ ਹੋ ਜਾਣਗੇ। ਰਿਟਾਇਰਮੈਂਟ ਮਗਰੋਂ ਕੋਈ ਨਹੀਂ ਪੁੱਛਦਾ?"

"ਭੂਆ ਦਲੀਪ ਕੌਰ ਦੇ ਕੋਈ ਬੱਚਾ ਨਹੀਂ, ਉਹ ਕੀ ਜਿਉਂਦੀ ਨਹੀਂ?"

"ਮੈਨੂੰ ਪਤੈ, ਓਹਦੇ ਜਿਉਣ ਦਾ? ਕਿਵੇਂ ਦਿਨ ਕੱਟੀ ਕਰਦੀ ਹੈ, ਫੁਫੜ ਜੀ ਅੱਧੀ ਅੱਧੀ ਰਾਤ ਨੂੰ ਘਰੋਂ ਬਾਹਰ ਕੱਢ ਦਿੰਦੇ ਹਨ-ਨਿਕਲ ਜਾ ਮੇਰੇ ਘਰੋਂ, ਮਨਹੂਸ ਔਰਤ ਤੂੰ ਮੇਰੇ ਲਈ, ਇਕ ਬੱਚਾ ਵੀ ਨਹੀਂ ਜਣ ਸਕੀ। ਮੈਨੂੰ ਪਤੈ, ਉਹਨੇ ਕਿੰਨੇ ਪਾਪੜ ਵੇਲੇ ਹਨ, ਕਿਵੇਂ ਨੱਕ ਰਗੜੇ ਹਨ, ਸੁੱਖਾਂ ਸੁਖੀਆਂ, ਡਾਕਟਰਾਂ ਦੀਆਂ ਦਵਾਈਆਂ ਖਾ ਖਾ ਅੰਦਰ ਫੂਕ ਲਿਆ।"

"ਠੀਕ ਹੈ, ਥੋੜਾ ਚਿਰ ਹੋਰ ਠਹਿਰ ਜਾ, ਅਗਲੇ ਸਾਲ ਦੇਖਾਂਗੇ....।" ਉਹ ਉਸਨੂੰ ਹਮੇਸ਼ਾ ਟਰਕਾਅ ਦਿੰਦਾ ਸੀ। ਕਿੰਨੀਆਂ ਸੋਚਾਂ ਦਿਮਾਗ ਵਿਚੋਂ ਲੰਘਣ ਮਗਰੋਂ ਉਸ ਦੀ ਸੂਰਤ ਫੇਰ ਠਹਿਰ ਗਈ ਰਾਤ ਵਾਰੇ ਸੋਚਣ ਲਗੀ, ਜਦੋਂ ਦਿਨ ਚੜ੍ਹੂ, ਕਦੋਂ ਉਹ ਉਸ ਨਾਲ ਮਿਲਾਪ ਹੋਵੇ। ਜਜ਼ਬਿਆਂ ਦੇ ਹੜ੍ਹ ਵਿਚ ਉਸ ਦਾ ਆਪਣਾ ਆਪ ਰੁੜ੍ਹਿਆ ਜਾਂਦਾ ਸੀ। ਰਾਤ ਜੂੰਅ ਦੀ ਤੋਰ ਸਰਕ ਰਹੀ ਸੀ। ਉਸ ਨੇ ਅਟੈਚੀ ਵਿਚੋਂ ਪਾਕਟ ਰੇਡੀਓ ਕੱਢਿਆ, ਪੁਰਾਣੇ ਗੀਤ ਚਲ ਰਹੇ ਸਨ।

"ਯਿਹ ਰਾਤ ਫਿਰ ਨਾ ਆਏਗੀ,
ਜਵਾਨੀ ਬੀਤ ਜਾਏਗੀ।"

ਗੀਤ ਖਤਮ ਹੋਣ ਤੋਂ ਬਾਅਦ, ਸ਼ਾਸਤਰੀ ਸੰਗੀਤ ਦੀ ਟੁਣਕ-ਟੁਣਕ ਹੋਣ ਲਗੀ। ਉਸਨੇ ਰੇਡੀਓ ਬੰਦ ਕਰਕੇ, ਕਾਪੀ ਕੱਢੀ, ਉਸ ਦੇ ਨਾਉਂ ਖਤ ਲਿਖਣ ਲਗਿਆ, ਦੋ ਸਫੇ ਲਿਖਣ ਮਗਰੋਂ, ਉਸ ਦਾ ਮਨ ਕੁਝ ਹੌਲਾ ਹੋ ਗਿਆ। ਖ਼ਤ ਨੂੰ ਲਿਫਾਫੇ ਵਿਚ ਬੰਦ ਕਰ ਦਿੱਤਾ। ਅੱਧੀ ਰਾਤ ਮਗਰੋਂ ਕਿਤੇ ਜਾ ਕੇ ਨੀਂਦ ਆਈ, ਸੁਫਨੇ ਵਿਚ ਵੀ ਉਸ ਦੇ ਖਿਆਲ ਆਉਂਦੇ ਰਹੇ, ਜਾਂਦੇ ਰਹੇ, ਕਦੇ ਉਹ ਬਹੁਤ ਨੇੜੇ ਲਗਦੀ, ਕਦੇ ਬਹੁਤ ਦੂਰ ਹੋ ਗਈ ਲਗਦੀ, ਜਿਵੇਂ ਦੋਨਾਂ ਵਿਚਕਾਰ ਅੱਗ ਦਾ ਦਰਿਆ ਵਗ ਰਿਹਾ ਹੋਵੇ। ਸਵੇਰੇ ਛੇ ਵਜੇ ਬਹਿਰੇ ਨੇ ਬੈਡ ਟੀ ਲਈ ਦਰਵਾਜ਼ਾ ਥਪ ਥਪਾਇਆ।

"ਸਾਹਿਬ ਨਾਸਤਾ ਕਿੰਨੇ ਬਜੇ ਲਵੋਂਗੇ।"

"ਠੀਕ ਸਾਢੇ ਸੱਤ, ਲੇਟ ਨਹੀਂ ਹੋਣਾ।"

"ਠੀਕ ਹੈ ਸਾਹਿਬ....।" ਉਹ ਚਾਹ ਪੀਣ ਲਗਿਆ, ਸਿਰ ਭਾਰੀ ਭਾਰੀ ਸੀ, ਜਿਵੇਂ ਰਾਤ ਨੂੰ ਬਹੁਤੀ ਡਰਿੰਕ ਲੈਣ ਮਗਰੋਂ ਹੁੰਦਾ ਸੀ। ਤਿਆਰ ਬਰ ਤਿਆਰ ਹੋ ਕੇ, ਉਸਨੇ ਸਵਾ ਅੱਠ ਬਜਦੇ ਨਾਲ, ਪੰਦਰਾਂ ਦੇ ਬਸ ਸਟਾਪ ਤੇ ਮੋਟਰ ਸਾਈਕਲ ਸਟੈਂਡ ਤੇ ਲਾ ਦਿੱਤਾ। ਉਸ ਦੀਆਂ ਨਜ਼ਰਾਂ ਉਸ ਦੇ ਰਾਹ ਵਿਚ ਵਿਛ ਗਈਆਂ, ਕਈ ਰੰਗ ਬਰੰਗੀਆਂ ਕੁੜੀਆਂ ਉਸਦੀਆਂ ਨਜ਼ਰਾਂ ਅਗੋਂ ਲੰਘੀਆਂ, ਕਈਆਂ ਨੇ ਸਲੀਵ ਲੈਸ ਕਮੀਜ਼ ਨਾਲ ਰੇਬ ਸਲਵਾਰਾਂ ਪਾਈਆਂ ਹੋਈਆਂ ਸਨ, ਕਈਆਂ ਨੇ ਮੁੰਡਿਆਂ ਵਾਂਗ, ਟੀ-ਸ਼ਰਟਾਂ ਤੇ ਜੀਨ ਪਾਈ ਹੋਈ ਸੀ। ਉਹ ਹਮੇਸ਼ਾ ਪੂਰੀ ਬਾਂਹ ਦੀ ਕਮੀਜ਼ ਪਾਉਂਦੀ ਸੀ, ਰੇਬ ਸਲਵਾਰ ਨਹੀਂ ਪਾਉਂਦੀ ਸੀ। ਸਵਾਰੀਆਂ ਆ ਰਹੀਆਂ ਸਨ, ਜਾ ਰਹੀਆਂ ਸਨ, ਅੱਡੇ ਵਿਚ, ਕਦੇ ਸੁੰਨਾਪਣ ਹੁੰਦਾ, ਕਦੇ ਸਵਾਰੀਆਂ ਨਾਲ ਭਰਿਆ ਹੁੰਦਾ, ਲੋਕਲ ਬਸ ਆਉਂਦੀ , ਸਵਾਰੀਆਂ ਨਾਲ ਭਰਕੇ ਅਗੇ ਚਲੀ ਜਾਂਦੀ। ਸਾਰੇ ਲੋਕ ਆਪਣੀ ਮੰਜ਼ਿਲ ਤੇ ਪਹੁੰਚਣ ਦੀ ਕਾਹਲ ਵਿਚ ਸਨ। ਉਸਦੀ ਕਿਹੜੀ ਮੰਜ਼ਿਲ ਸੀ ? ਕਿੱਥੇ ਜਾਣਾ ਸੀ, ਆਖਿਰ ਇਹ ਪਿਆਰ ਦਾ ਅੰਤ ਕੀ ਹੋਵੇਗਾ ? ਔਕੜਾਂ ਅਤੇ ਕੰਡਿਆਂ ਭਰਿਆ ਰਾਹ ਸੀ। ਉਹ ਸੋਚਾਂ ਵਿਚ ਗਲਤਾਨ ਸੀ।

"ਕੀ ਸੋਚਦੇ ਹੋ ? ਕਦੋਂ ਆ ਗਏ ? ਉਸ ਦੇ ਸੁਪਨਿਆਂ ਦੀ ਰਾਣੀ ਕਾਲੇ ਸੂਟ ਵਿਚ ਮਬਲੂਸ ਖੜੀ ਸੀ।

"ਕਦੋਂ ਆਏ ? ਤੁਸੀਂ ਬਰੇਕ ਫਾਸਟ ਲਿਆ ਕਿ ਨਹੀਂ ?"

"ਕਰਕੇ ਆਇਆ।"

"ਮੈਂ ਆਹ ਸਿੱਧੀ ਸੜਕ ਤੇ ਚਲਦੀ ਹਾਂ, ਤੁਸੀਂ ਮੋਟਰ ਸਾਈਕਲ ਲੈ ਕੇ ਮਗਰ

ਆ ਜਾਣਾ। ਸਿੱਧੀ ਸੜਕ ਪੱਚੀ ਦੇ ਸਮਸ਼ਾਨ ਘਾਟ ਨੂੰ ਜਾਂਦੀ ਸੀ। ਚੌਕ ਤੋਂ ਖੱਬੇ ਇਕ ਸੜਕ, ਸਤਾਰਾਂ ਦੇ ਬਸ ਸਟੈਂਡ ਨੂੰ ਜਾਂਦੀ ਸੀ। ਕਈ ਕਿੱਕਾਂ ਮਾਰਨ ਮਗਰੋਂ, ਮੋਟਰ ਸਾਈਕਲ ਮਸਾਂ ਸਟਾਰਟ ਹੋਇਆ। ਇਹੀ ਜਾਮਾ ਦਾ ਨੁਕਸ ਹੈ। ਕਿੱਕ ਬੂਟਾਂ ਨੂੰ ਖਾ ਜਾਂਦੀ ਹੈ। ਏਨੇ ਨੂੰ ਉਹ ਸੁੰਨੀ ਸੜਕ ਤੇ ਕਾਫੀ ਦੂਰ ਚਲੀ ਗਈ ਸੀ।

"ਆਉ ਬੈਠੋ।" ਉਹ ਪਲਾਕੀ ਮਾਰਕੇ ਬੈਠ ਗਈ। ਇਕ ਹੱਥ ਉਸਦੇ ਲੱਕ ਦੁਆਲੇ ਵਲ ਲਿਆ, ਨਾਲ ਹੀ ਕਿਹਾ "ਚਲੋ"।

"ਅਰੋਮਾ ਚੱਲੀਏ..?"

"ਤੁਹਾਡੀ ਮਰਜੀ, ਉਹਨਾਂ ਦੀ ਕੁੜੀ ਪਿੰਕੀ ਮੇਰੇ ਨਾਲ ਪੜ੍ਹਦੀ ਹੈ, ਉਹ ਤਾਂ ਨਹੀਂ ਉਥੇ ਹੋਵੇਗੀ?"

"ਉਸ ਦਾ ਉਥੇ ਕੀ ਕੰਮ? ਆਪਾਂ ਇਕ ਮਿੰਟ ਵਿਚ ਪੌੜੀਆਂ ਚੜ੍ਹ ਜਾਣਾ ਹੈ।" ਉਪਰ ਖੂੰਜੇ ਤੇ ਮੇਰਾ ਕਮਰਾ ਹੈ। ਉਸ ਨੇ ਕਮਰੇ ਦਾ ਤਾਲਾ ਖੋਲ੍ਹਿਆ ਤੇ ਉਹ ਅੰਦਰ ਸੋਫੇ ਤੇ ਬੈਠ ਗਏ, ਅੰਦਰੋਂ ਚਿਟਕਣੀ ਬੰਦ ਕਰ ਦਿੱਤੀ।

"ਰਾਤ ਕਿਵੇਂ ਬੀਤੀ...।" ਮੈਨੂੰ ਤਾਂ ਨੀਂਦ ਨਹੀਂ ਆਈ।"

"ਨਾ ਤੁਸੀਂ ਆਪ ਸੁੱਤੇ, ਨਾ ਮੈਨੂੰ ਸੌਣ ਦਿੱਤਾ, ਪਤਾ ਨਹੀਂ ਤੁਸੀਂ ਕੀ ਕਰ ਦਿੱਤਾ ਹੈ, ਬੇਵਕੂਫ ਦਿਲ ਨੂੰ ਮੈਂ ਕਿਵੇਂ ਸਮਝਾਵਾਂ?"

"ਕੀ ਸੋਚਦੇ ਹੋ?" ਬੜੇ ਸੀਰੀਅਸ ਹੋ ਅੱਜ।

"ਸੋਚਦੈਂ, ਆਪਣੀ ਮੁਹੱਬਤ ਦਾ ਅੰਜ਼ਾਮ ਕੀ ਹੋਵੇਗਾ?"

"ਜੇਹੜੀ ਗਲ ਪਹਿਲਾਂ ਸੋਚਣੀ ਸੀ, ਹੁਣ ਅੰਜਾਮ ਤੋਂ ਕਿਉਂ ਡਰਦੇ ਹੋ?"

"ਕਾਲਜ ਵਿਚ, ਮੇਰਾ ਇਕ ਟੀਚਰ ਹੁੰਦਾ ਸੀ, ਰਣਧੀਰ ਸਿੰਘ ਨਾਗਰਾ, ਉਹ ਆਪਣੀ ਇਕ ਸਟੂਡੈਂਟ ਨੂੰ ਪਿਆਰ ਕਰਦਾ ਸੀ, ਉਹ ਪਹਿਲਾਂ ਹੀ ਵਿਆਹਿਆ ਹੋਇਆ ਸੀ। ਉਸ ਨੇ ਕੋਟਲੇ ਜਾਕੇ, ਆਪਣਾ ਧਰਮ ਬਦਲ ਲਿਆ ਅਤੇ ਨਾਉਂ ਰਹਿਮਤ ਸਲੀਮ ਨਾਗਰਾ ਰੱਖ ਲਿਆ। ਦੂਜਾ ਵਿਆਹ ਕਰਵਾ ਲਿਆ।"

"ਉਸ ਦੀ ਵਾਈਫ ਨੇ ਕੁਝ ਨਹੀਂ ਕੀਤਾ?"

"ਕੀਤਾ, ਕੀਤਾ ਕਿਉਂ ਨਹੀਂ, ਇਹੀ ਤਾਂ ਦੱਸਣ ਲਗਿਆ ਹਾਂ, ਉਸਨੇ ਦਾਅਵਾ ਕਰ ਦਿੱਤਾ, ਧੋਖਾ ਧੜੀ ਦਾ, ਉਸ ਕੇਸ ਵਿਚ ਉਸ ਨੂੰ ਦੋ ਸਾਲ ਦੀ ਕੈਦ ਅਤੇ 500/- ਰੁਪਏ ਜੁਰਮਾਨਾ ਹੋ ਗਿਆ। ਅਪੀਲਾਂ ਖਾਰਜ ਹੋਣ ਮਗਰੋਂ, ਉਹ ਸ਼ਲਾਖਾਂ ਪਿੱਛੇ ਚਲਿਆ ਗਿਆ।"

"ਉਸ ਦੀ ਸੈਕਿੰਡ ਵਾਈਫ ਦਾ ਕੀ ਬਣਿਆ?"

"ਉਹ ਮਰਚੈਂਟ ਨੇਵੀ ਦੇ ਇਕ ਅਫਸਰ ਨਾਲ ਵਿਆਹ ਕਰਕੇ ਬੰਬੇ ਚਲੀ ਗਈ।" ਤੇ ਪਹਿਲੀ ਪਤਨੀ ਨੇ ਖਰਚੇ ਦਾ ਦਾਅਵਾ ਕਰਕੇ, ਖਰਚਾ ਲੈ ਲਿਆ ਤੇ ਪੇਕੀ ਜਾ ਬੈਠੀ।"

"ਬੇਚਾਰਾ...।" ਉਸਦੀ ਸੋਚ ਨੇ ਹਉਕਾ ਲਿਆ।

"ਪਰੋਫੈਸਰ, ਨਾ ਘਰ ਦਾ ਰਿਹਾ ਨਾ ਘਾਟ ਦਾ, ਸਰਕਾਰੀ ਨੌਕਰੀ ਜਾਂਦੀ ਰਹੀ। ਹੁਣ ਉਸਨੇ ਪਿੰਡ ਵਿਚ ਪੋਲਟਰੀ ਫਾਰਮ ਖੋਲ੍ਹਿਆ ਹੈ।"

"ਮੈਂ ਬਾਥਰੂਮ ਜਾ ਆਵਾਂ।" ਪੇਡ ਢਿੱਲਾ ਹੋ ਗਿਆ ਹੈ।"

"ਮੈਂ ਨਾਲ ਚਲਾਂ....।"

"ਨਾ ਬਾਬਾ ਨਾ, ਤੁਹਾਡੇ ਕੋਲੋਂ ਤਾਂ ਉਥੇ ਖੜ੍ਹ ਵੀ ਨਹੀਂ ਹੋਣਾ।" ਕੁਝ ਮਿੰਟਾਂ ਮਗਰੋਂ, ਉਹ ਬਾਹਰ ਆਈ।

"ਮੈਂ ਨਾਲੇ ਨੂੰ ਗੋਲ ਗੰਢ ਦੇ ਲਈ ਹੈ, ਹੁਣ ਕੋਈ ਖਤਰਾ ਨਹੀਂ।" ਉਹ ਖਿੜ ਖਿੜ ਕਰਕੇ ਹੱਸੀ।

"ਗੋਲ ਗੰਢ ਤਾਂ ਜੇ ਹੱਥਾਂ ਨਾਲ ਨਾ ਖੁਲ੍ਹੇ ਦੰਦਾਂ ਨਾਲ ਖੋਲ ਲਈਦੀ ਹੈ, ਜੇ ਇਸ ਤਰ੍ਹਾਂ ਵੀ ਨਾ ਖੁਲ੍ਹੇ ਚਾਕੂ ਨਾਲ ਕੱਟੀ ਜਾ ਸਕਦੀ ਹੈ? ਤੁਹਾਡਾ ਇਹ ਤਰੀਕਾ ਕਾਰਗਰ ਨਹੀਂ। ਲੋਹੇ ਦੀ ਅੰਡਰਵੀਅਰ ਪਾ ਕੇ ਜਿੰਦੀ ਲਾ ਦਿਆ ਕਰੋ।

"ਕਿਉਂ ਮਖੌਲ ਕਰਦੇ ਹੋ? ਉਸਨੇ ਉਸਦੀ ਪਿੱਠ ਵਿਚ ਮੁੱਕਾ ਮਾਰਿਆ।

"ਨਹੀਂ ਅਫਰੀਕਾ ਦੇ, ਇਕ ਬਾਦਸ਼ਾਹ ਦੀਆਂ ਬਹੁਤ ਸਾਰੀਆਂ ਰਾਣੀਆਂ ਸਨ, ਉਸਨੂੰ ਉਹਨਾਂ ਤੇ ਸ਼ੱਕ ਰਹਿੰਦਾ ਸੀ, ਉਹ ਸ਼ਾਮ ਨੂੰ ਸਭ ਦੇ ਲੋਹੇ ਦੇ ਅੰਡਰਵੀਅਰ ਪਾਕੇ, ਜਿੰਦਰੀਆਂ ਲਾ ਦਿੰਦਾ, ਚਾਬੀਆਂ ਜੇਬ ਵਿਚ ਪਾ ਲੈਂਦਾ, ਸਵੇਰੇ ਉਠਣ ਤੇ ਜਿੰਦਰੇ ਖੋਲ੍ਹ ਦਿੰਦਾ।"

"ਇਹ ਤਾਂ ਨਿਰਾ ਗੱਪ ਹੈ।"

"ਨਹੀਂ, ਸੱਚ ਹੈ, ਕਈ ਸਾਲ ਪਹਿਲਾਂ ਇਹ ਕਹਾਣੀ 'ਰੀਡਰਜ਼ ਡਾਈਜੈਸਟ ਵਿਚ ਛਪੀ ਸੀ। ਅਗੇ ਹੋਰ ਸੁਣੋ ਰਾਜਾ ਬਹੁਤੀ ਸ਼ਰਾਬ ਪੀਣ ਦਾ ਆਦੀ ਸੀ, ਜਦੋਂ ਉਹ ਬੇਹੋਸ਼ ਹੋਕੇ ਸੌਂ ਜਾਂਦਾ, ਉਸਦੇ ਨੇੜੇ ਦੇ ਅਹਿਲਕਾਰ, ਚਾਬੀਆਂ ਚੋਰੀਆਂ ਕਰਕੇ ਆਪਣਾ ਕੰਮ ਕਰ ਲੈਂਦੇ, ਉਸ ਦੇ ਜਾਗਣ ਤੋਂ ਪਹਿਲਾਂ ਚਾਬੀਆਂ, ਉਸ ਦੇ ਸਿਰਹਾਣੇ ਹੇਠ ਰਖ ਦਿੰਦੇ।"

"ਕਮਾਲ ਦੀ ਕਹਾਣੀ ਹੈ,ਆਈ ਰੀਅਲੀ, ਲਵ ਯੂ...।" ਦੋਨਾ ਨੇ ਇਕ ਦੂਜੇ ਦੇ ਬੁਲ੍ਹ ਚੁੰਮ ਲਏ।

"ਹਰ ਜੁਰਮ ਪਹਿਲਾਂ ਮਨ ਵਿਚੋਂ ਉਪਜਦਾ ਹੈ, ਆਪਣਾ ਮਨ ਸਾਫ ਹੋਵੇ, ਫੇਰ ਕਾਹਦਾ ਡਰ ਹੈ?"

"ਤੁਸੀਂ ਡਰਦੇ ਹੋ....?"

"ਮੈਂ ਡਰਦਾ ਨਹੀਂ, ਮੁਹੱਬਤ ਹਮੇਸ਼ਾ ਪਾਕ ਪਵਿਤਰ ਰਹਿਣੀ ਚਾਹੀਦੀ ਹੈ। ਦਾਗੀ ਹੋਈ ਮੁਹੱਬਤ ਕਿਸ ਕੰਮ...?"

"ਤੁਸੀਂ ਏਨੀ ਫਿਲਾਸਫੀ ਕਿੱਥੋਂ ਸਿੱਖੀ ਹੈ?"

"ਕਿਤੋਂ ਨਹੀਂ, ਪਿੰਡੇ ਤੇ ਹੰਢਾਈ ਹੈ। ਤੁਹਾਨੂੰ ਜੇ ਕੋਈ ਆਂਚ ਆਉਂਦੀ ਹੈ, ਮੈਂ ਕੱਖੋਂ ਹੌਲਾ ਹੋ ਜਾਵਾਂਗਾ।"

"ਮੇਰੀ ਇਕ ਗਲ ਮੰਨੋਗੇ।" ਉਸਨੇ ਆਪਣਾ ਗੋਰਾ ਚਿੱਟਾ ਸੱਜਾ ਹੱਥ ਉਸ ਦੁਆਲੇ ਵਲ ਲਿਆ।

"ਮੈਨੂੰ ਤੁਸੀਂ ਬਿਗਾਨਿਆਂ ਵਾਂਗ, ਤੁਸੀਂ ਤੁਸੀਂ ਕਰਕੇ ਕਿਉਂ ਬੁਲਾਉਂਦੇ ਹੋ, ਮੈਨੂੰ ਇਹ ਚੰਗਾ ਨਹੀਂ ਲਗਦਾ। ਸਿਫ ਤੂੰ ਜਾਂ ਸੁੱਖੀ ਕਹਿਕੇ ਬੁਲਾਇਆ ਕਰੋ, ਇਹਨਾਂ ਸ਼ਬਦਾਂ ਵਿਚ ਅਪਣੱਤ ਦਾ ਅਹਿਸਾਸ ਹੈ।"

"ਠੀਕ ਹੈ, ਸੁਖੀ ਅਗੇ ਤੋਂ ਇਉਂ ਹੀ ਕਰਾਂਗਾ।"

"ਕੱਲ, ਸ਼ਰਮਾ ਜੀ ਕੀ ਕਹਿੰਦੇ ਫੇਰ.....?"

"ਕਹਿੰਦੇ ਚੌਥਾ ਪੇਪਰ ਰੀਵੈਲਯੂਏਟ ਕਰਨ ਲਈ ਅਰਜੀ ਪਾ ਦੇ ਮੈਂ ਦੇਖਾਂਗਾ,

ਕੀ ਮਦਦ ਹੋ ਸਕਦੀ ਹੈ ? ਉਹਨਾਂ ਨੇ ਮੇਰੇ ਕੋਲੋਂ ਐਸੇ ਦਾ ਟਾਈਟਲ ਪੁੱਛਿਆ ਹੈ। ਮੈਨੂੰ ਲਗਦੈ, ਚੌਥੇ ਪੇਪਰ ਦੇ ਉਹੀ ਐਗਜਾਮੀਨਰ ਹਨ।"

"ਮੇਰੇ ਵਾਰੇ ਤਾਂ ਨਹੀਂ ਕੋਈ ਗਲ ਹੋਈ।"

"ਹੋਈ ਸੀ...।"

"ਕੀ ਕਹਿੰਦੇ....।"

"ਕਹਿੰਦੇ, ਉਹ ਕੁੜੀ ਬਹੁਤ ਜਹੀਨ ਹੈ। ਉਹ ਨਾਵਲ ਪੜ੍ਹਾਉਂਦੇ ਹਨ, ਪਰੀਵੀਅਸ ਨੂੰ...ਗਲਾਂ ਸਨ ਕਿ ਮੁਕਣ ਦਾ ਨਾਉਂ ਨਹੀਂ ਸਨ ਲੈਂਦੀਆਂ, ਡੇਢ ਬਜ ਗਿਆ ਸੀ।

"ਲੰਚ ਵਿਚ ਕੀ ਲੈਣਾ ਹੈ, ਸੁੱਖੀ...?"

"ਮੀਨੂ ਮੈਨੂੰ ਫੜਾਉ, ਇਸ ਤੇ ਮੇਰਾ ਹੱਕ ਹੈ।"

"ਵੈਜ਼ ਲਵੋਗੇ ਕਿ ਨਾਨਵੈਜ....?"

"ਜੋ ਤੁਹਾਡੀ ਪਸੰਦ....।"

"ਚਿਕਨ ਪਤਾ ਨਹੀਂ ਕਿੰਨੇ ਦਿਨ ਦੇ ਮਾਰੇ ਹੁੰਦੇ ਹਨ, ਵੈਜ਼ ਹੀ ਠੀਕ ਹੈ, ਇਕ ਸ਼ਾਹੀ ਪਨੀਰ, ਸਲਾਦ, ਰੋਟੀ ਲੈਣੀ ਹੈ ਕਿ ਨਾਨ.... ਮਗਰੋਂ ਆਈਸ ਕਰੀਮ....।"

"ਮਿੱਸੀ ਰੋਟੀ ਤੇ ਨਾਨ ਮੰਗਵਾ ਲਵੋ।" ਬਹਿਰਾ ਆਰਡਰ ਲੈ ਕੇ, ਹੇਠਾਂ ਚਲਿਆ ਗਿਆ। ਖਾਣਾ ਖਾਣ ਮਗਰੋਂ ਟਰੇਅ ਵਰਾਂਡੇ ਵਿਚ ਰਖ ਦਿੱਤੀ। ਉਹ ਜੁੜਵੇਂ ਡੱਬਲ ਬੈਡਾਂ ਤੇ ਆਰਾਮ ਕਰਨ ਲਈ ਲੇਟ ਗਏ।

"ਸੁਖੀ ਤੇਰਾ ਹੱਥ ਬੜਾ ਗਰਮ ਹੈ।"

"ਤੁਸੀਂ ਮੇਰੇ ਦਿਲ ਤੇ ਹੱਥ ਧਰਕੇ ਦੇਖੋ, ਕਿਵੇਂ ਧੜਕਦਾ ਹੈ, ਤੁਹਾਡੇ ਕੋਲ ਆਕੇ, ਬਰਫ ਦੀ ਡਲੀ ਵਾਂਗ ਖੁਰ ਜਾਂਦੀ ਹਾਂ।"

"ਕੋਈ ਨਾ, ਮੈਂ ਤੈਨੂੰ ਖੁਰਨ ਨਹੀਂ ਦੇਣਾਂ, ਡਿੱਗੇ ਨੂੰ ਉਠਾਉਣਾ ਮੇਰਾ ਫਰਜ ਹੈ। ਤੇਰੀ ਇਸਮਤ ਮੇਰੇ ਹੱਥਾਂ ਵਿਚ ਬਿਲਕੁਲ ਮਹਿਫੂਜ ਹੈ। ਡਰਨ ਦੀ ਲੋੜ ਨਹੀਂ।" ਉਸਨੇ ਉਸ ਦੇ ਧੜਕਦੇ ਦਿਲ ਤੇ ਹੱਥ ਰੱਖ ਕੇ ਦੇਖਿਆ, ਬਹੁਤ ਤੇਜ਼ੀ ਨਾਲ ਹੇਠ ਉਪਰ ਹੋ ਰਿਹਾ ਸੀ, ਸਾਹ ਵੀ ਤੇਜ ਚਲ ਰਿਹਾ ਸੀ।

"ਸੁੱਖੀ ਆਪਣੇ ਕੋਲ ਇਕ ਘੰਟਾ ਹੋਰ ਹੈ, ਤਿੰਨ ਬਜੇ ਮੈਂ ਮੁੜਨਾ ਹੈ, ਆਹ ਫੜ ਖੱਤ ਰਾਤ ਨੂੰ ਪੜ੍ਹੀਂ।"

"ਤੁਸੀਂ, ਅਜ ਰਹਿ ਨਹੀਂ ਸਕਦੇ ? ਤੁਹਾਡੇ ਖਤ, ਧੁਖਦੀ ਅੱਗ ਤੇ ਤੇਲ ਦਾ ਕੰਮ ਕਰਦੇ ਹਨ, ਦਸੋ ਕੀ ਕਰਾਂ।"

"ਆਪਣੀ ਸਾਰੀ ਅਨਰਜੀ ਪੜ੍ਹਾਈ ਤੇ ਲਾਦੇ, ਔਰ ਵੀ ਗੰਮ ਹੈ ਜਮਾਨੇ ਮੇਂ ਮੁਹੱਬਤ ਕੇ ਸਿਵਾ ?"

"ਤੁਹਾਡੀ ਮੁਲਾਕਾਤ, ਜਖਮਾਂ ਤੇ ਮਰ੍ਹਮ ਲਾਉਣ ਦਾ ਕੰਮ ਕਰਦੀ ਹੈ। ਚੌਵੀ ਘੰਟੇ ਸੁਰਤੀ ਤੁਹਾਡੇ ਵਿਚ ਲਗੀ ਰਹਿੰਦੀ ਹੈ।"

"ਜੇ ਤੂੰ ਇਸ ਤਰ੍ਹਾਂ ਕਰੇਂਗੀ, ਮੈਂ ਆਉਣਾ ਨਹੀਂ। ਤੂੰ ਦੱਬਕੇ ਮਿਹਨਤ ਕਰ ਫਸਟ ਪਾਰਟ ਚੰਗਾ ਸਕੋਰਿੰਗ ਹੈ, ਦੂਜਾ ਸਾਲ ਟੱਫ ਹੈ, ਬਹੁਤੇ ਨੰਬਰ ਨਹੀਂ ਆਉਂਦੇ, ਜੇ ਨੋਟਿਸ ਦੀ ਲੋੜ ਹੈ, ਮੈਂ ਭੇਜ ਦਿਆਂਗਾ।"

"ਤੁਹਾਡੇ ਪਰੀਵੀਅਸ ਵਿਚ ਕਿੰਨੇ ਨੰਬਰ ਸੀ?"

"268, ਦੂਜੇ ਵਿਚ 202 ਹੀ ਰਹਿ ਗਏ, ਦੋ ਨੰਬਰਾਂ ਦੇ ਫਰਕ ਨਾਲ ਮੇਰੀ, ਫਸਟ ਡਵੀਜਨ ਮਾਰੀ ਗਈ। ਦਰਅਸਲ ਉਹਨਾਂ ਦਿਨਾਂ ਵਿਚ ਮੈਂ ਬਹੁਤ ਉਲਝਣ ਵਿਚ ਸੀ।"

"ਇਹੋ ਜਿਹੀ ਕੀ ਉਲਝਣ ਸੀ।"

"ਇਮਤਿਹਾਨ ਤੋਂ ਛੇ ਮਹੀਨੇ ਪਹਿਲਾਂ ਮੈਰਿਜ ਹੋ ਗਈ ਸੀ।"

"ਫੇਰ ਤੁਸੀਂ ਹਨੀਮੂਨ ਵਿਚ ਰੁਝੇ ਰਹੇ।" ਉਹ ਤਾੜੀ ਮਾਰਕੇ ਹੱਸੀ।

"ਕਿਹੜੇ ਹਨੀਮੂਨ ਦੀ ਤੂੰ ਗੱਲ ਕਰਦੀ ਹੈਂ? ਵਿਆਹ ਨੇ, ਮੈਨੂੰ ਬਹੁਤ ਪਰੇਸ਼ਾਨ ਕਰ ਦਿੱਤਾ ਸੀ। ਅਸੀਂ ਭੂਆ-ਫੁਫੜ ਦੀਆਂ ਗੱਲਾਂ ਵਿਚ ਫਸ ਗਏ। ਮੈਨੂੰ ਭੂਆ ਨੇ ਦੱਸਿਆ ਸੀ, ਕੁੜੀ ਬੀ. ਏ. ਪਾਸ ਹੈ, ਦਰਅਸਲ ਉਹ ਮੈਟਰਿਕ ਵੀ ਨਹੀਂ।"

"ਤੁਹਾਡੇ ਨਾਲ ਬੜੀ ਨਾਇਨਸਾਫੀ ਹੋਈ।"

"ਇਸੇ ਖਿਲਾਫ ਤਾਂ ਮੈਂ ਲੜ ਰਿਹਾ ਹਾਂ। ਜੇ ਤੂੰ ਨਾ ਜਿੰਦਗੀ ਵਿਚ ਆਉਂਦੀ, ਮੇਰੀਆਂ ਹੱਡੀਆਂ ਦੇ ਫੁਲ ਕਦੋਂ ਦੇ ਗੰਗਾਂ ਵਿਚ ਪੈ ਗਏ ਹੁੰਦੇ।"

"ਤੁਸੀਂ ਐਨਾ "ਨੈਗੇਟਿਵ" ਕਿਉਂ ਸੋਚਦੇ? ਮੈਂ ਜ਼ਹਿਰ ਚੂਸਣ ਵਾਲਾ ਮਣਕਾ ਬਣ, ਤੁਹਾਡੀ ਸਾਰੀ ਜ਼ਹਿਰ ਚੂਸ ਲਵਾਂਗੀ। ਨੀਲ ਕੰਠ ਵਾਂਗ।"

"ਬਹੁਤ ਬਹੁਤ ਸ਼ੁਕਰੀਆ। ਮਾਸੀ ਜੀ ਨੂੰ ਤੇਰੇ ਮਿਲਣ ਬਾਰੇ ਦਸ ਦਿਆਂ ਕਿ ਨਾਂ....?"

"ਬਿਲਕੁਲ ਨਹੀਂ, ਐਵੇਂ ਸ਼ੱਕ ਕਰਨਗੇ, ਫਜ਼ੂਲ ਦਾ?"

"ਤੂੰ ਤਾਂ ਕਹਿੰਦੀ ਸੀ, ਉਹ ਬੜੇ ਫਰਾਖਦਿਲ ਹਨ।"

"ਖਾਹ ਮਖਾਹ ਦਾ ਵਹਿਮ ਕਰਨਗੇ, ਆ ਬੈਲ ਮੁਝੇ ਮਾਰ ਵਾਲੀ ਗਲ ਹੋਣੀ ਹੈ। ਕਿਸੇ ਕੋਲ ਆਪਣੇ ਮਿਲਣ ਦੀ ਭਾਫ ਨਹੀਂ ਕੱਢਣੀ।"

"ਠੀਕ ਹੈ, ਤੂੰ ਫਿਕਰ ਨਾ ਕਰ, ਮੇਰੇ ਤੁਰਨ ਦਾ ਸਮਾਂ ਹੋ ਗਿਆ ਹੈ?"

"ਫੇਰ ਕਦੋਂ ਮਿਲੋਗੇ?"

"ਅਗਲੇ ਮਹੀਨੇ ਦੀ ਪੰਜ ਤਰੀਕ ਨੂੰ ਮੈਂ ਪੇਪਰ ਦੇਣ ਆਉਣਾ ਹੈ, ਚਾਰ ਦਿਨ ਏਥੇ ਹੀ ਠਹਿਰਣਾ ਹੈ, ਪਰ ਪੇਪਰਾਂ ਕਰਕੇ ਬਹੁਤਾ ਸਮਾਂ ਨਹੀਂ ਮਿਲਣਾਂ, ਫੇਰ ਵੀ ਮੈਂ ਕੁਝ ਸਮੇਂ ਲਈ ਮਿਲਣ ਦੀ ਕੋਸ਼ਿਸ਼ ਕਰਾਂਗਾ। ਦਿਲ ਲਾ ਕੇ ਪੜ੍ਹਿਆ ਕਰ, ਨਹੀਂ ਮੈਂ ਮਿਲਣਾ ਨਹੀਂ।"

"ਠੀਕ ਹੈ, ਮੈਂ ਅਗੇ ਤੋਂ ਪੂਰੀ ਮਿਹਨਤ ਕਰਾਂਗੀ, ਪਰ ਤੁਸੀਂ ਮਿਲਣ ਜਰੂਰ ਆਇਉ, ਚਾਹੇ ਪੰਜ ਮਿੰਟ ਲਈ ਹੀ ਆ ਜਾਇਉ, ਤੁਹਾਨੂੰ ਮਿਲਣ ਨਾਲ ਮੇਰੇ ਦਿਲ ਨੂੰ ਤਸਕੀਨ ਜਿਹੀ ਮਿਲਦੀ ਹੈ।"

"ਠੀਕ ਹੈ, ਤੁਮ ਬੁਲਾ ਲੋ ਚਾਹੇ ਜਿਸ ਵਕਤ,
ਮੈਂ ਗੁਜਰਾ ਹੂਆ ਵਕਤ ਨਹੀਂ ਹੂੰ ਕਿ ਫਿਰ
ਆ ਭੀ ਨਾ ਸਕੂੰ...।"

"ਇਹ ਸ਼ਾਇਰੀ ਤੁਸੀਂ ਕਿੱਥੋਂ ਸਿੱਖ ਲਈ?"

"ਨਾ ਕੁੱਛ ਹਸ ਕੇ ਸੀਖਾ ਹੈ,
ਨਾ ਕੁਛ ਰੋਅਕੇ, ਸੀਖਾ ਹੈ,

ਜੋ ਵੀ ਸੀਖਾ ਹੈ, ਤੁਮ੍ਹਾਰੇ ਹੋ ਕੇ ਸੀਖਾ ਹੈ।”

“ਸੁੱਖੀ ਤੂੰ ਪੋਰਚ ਵਿਚ ਮੋਟਰ ਸਾਈਕਲ ਕੋਲ ਖੜ੍ਹ ਮੈਂ ਬਿਲ ਦੇ ਕੇ ਆਉਂਦਾ ਹਾਂ।”

“ਬਿਲ ਮੈਂ ਦੇ ਦਿੰਦੀ ਹਾਂ।”

“ਬਿਲਕੁਲ ਨਹੀਂ।”

“ਆਖਿਰ ਕਿਉਂ...?”

“ਮਰਦ ਦੀ ਹਉਮੈ ਨੂੰ ਸੱਟ ਵੱਜਦੀ ਹੈ। ਮੇਰੇ ਕੋਲ ਪੈਸੇ ਹੈਗੇ।” ਉਹ ਮੋਟਰ ਸਾਈਕਲ ਮਗਰ ਬੈਠ ਗਈ। ਸੱਜਾ ਹੱਥ ਉਸਦੇ ਲੱਕ ਦੁਆਲੇ ਵਲ ਲਿਆ। ਕੁਝ ਹੀ ਮਿੰਟਾਂ ਵਿਚ, ਉਹ ਪੰਦਰਾਂ ਦੇ ਬਸ ਸਟਾਪ ਤੇ ਪਹੁੰਚ ਗਏ, ਉਥੇ ਸੁੰਨ ਸਰਾਂ ਸੀ, ਦੁਪਿਹਰ ਦੇ ਤਿੰਨ ਬਜੇ ਘਰੋਂ ਘਟ ਹੀ ਲੋਕ ਨਿਕਲਦੇ ਹਨ।

“ਅੱਛਾ ਸੁੱਖੀ ਰੱਬ ਰਾਖਾ।”

“ਰੱਬ ਨਾਲੋਂ ਮੈਨੂੰ ਤੁਹਾਡੇ ਤੇ ਜ਼ਿਆਦਾ ਭਰੋਸਾ ਹੈ, ਪਹੁੰਚ ਕੇ ਖਤ ਲਿਖਣਾ, ਮੈਨੂੰ ਫਿਕਰ ਰਹੇਗਾ।” ਕੈਂਚੀ ਗੇਟ ਦੇ ਅੰਦਰ ਵਾਰ ਉਸ ਨੇ ਹੱਥ ਹਿਲਾਇਆ। ਉਸਨੇ ਮੋੜਵਾਂ ਉਤਰ ਦੇ ਕੇ, ਮੋਟਰ ਸਾਈਕਲ ਮੰਜਲ ਵਲ ਮੋੜ ਲਿਆ। ਮਾਨਸਾ ਦੀਆਂ ਕੈਂਚੀਆਂ ਕੋਲ ਦਿਨ ਛਿੱਪ ਗਿਆ ਸੀ, ਅੱਧੇ ਪੌਣੇ ਘੰਟੇ ਦਾ ਸਫਰ ਹੋਰ ਸੀ। ਭੈਣੀ ਬਾਘਾ ਤੋਂ ਉਸ ਮੋਟਰ ਸਾਈਕਲ ਨਹਿਰ ਦੀ ਪਟੜੀ ਤੇ ਪਾ ਲਿਆ, ਅਗੇ ਜੋਧਪੁਰ ਤੋਂ ਨਿਕਲਦਾ ਰਜਵਾਹਾ, ਪਿੰਡ ਕੋਲ ਦੀ ਲੰਘਦਾ ਸੀ। ਹਨੇਰਾ ਹੁੰਦੇ ਨੂੰ ਉਹ ਘਰ ਪਹੁੰਚ ਗਿਆ।

(33)

“ਬੜਾ ਲੇਟ ਹੋ ਗਏ।” ਸਤਿ ਸ੍ਰੀ ਅਕਾਲ ਬੁਲਾਉਣ ਮਗਰੋ ਪਤਨੀ ਨੇ ਪੁੱਛਿਆ।

“ਦੋ ਬਜੇ ਦਾ ਚਲਿਆ ਹੋਇਆ ਹਾਂ, ਬਸ ਸੁਨਾਮ ਚਾਹ ਹੀ ਪੀਤੀ ਹੈ, ਹੋਰ ਕਿਤੇ ਨਹੀਂ ਰੁਕਿਆ।”

“ਰਾਤ ਯੂਨੀਵਰਸਿਟੀ ਠਹਿਰੇ।” ਉਹ ਗੌਰ ਨਾਲ ਉਸ ਦੇ ਚਿਹਰੇ ਵਲ ਝਾਕੀ, ਜਿਵੇਂ ਕੁਝ ਪੜ੍ਹ ਰਹੀ ਹੋਵੇ।

“ਯੂਨੀਵਰਸਿਟੀ ਦੇ ਗੈਸਟ ਹਾਊਸ ਵਿਚ ਤਾਂ ਆਮ ਕਰਕੇ ਯੂਨੀਵਰਸਿਟੀ ਦੇ ਗੈਸਟ ਹੀ ਠਹਿਰਦੇ ਹਨ। ਮੈਂ ਉਨੀ ਵਿਚ ਕੁਲਦੀਪ ਸਿੰਘ ਧਾਲੀਵਾਲ ਐਡਵੋਕੇਟ ਕੋਲ ਚਲਾ ਗਿਆ ਸੀ। ਉਹ ਰਾਜਗੜ੍ਹ ਕੁੱਬੇ ਦਾ ਰਹਿਣ ਵਾਲਾ ਹੈ।”

“ਤੁਹਾਡੇ ਕਪੜੇ ਮਿੱਟੀ ਘੱਟੇ ਨਾਲ ਭਰੇ ਪਏ ਹਨ, ਪਹਿਲਾਂ ਨਹਾ ਲਵੋ, ਮੈਂ ਚਾਹ ਬਣਾਉਂਦੀ ਹਾਂ।”

“ਸੇਵਾ ਰਾਮ ਕਿੱਥੇ ਹੈ?”

“ਬਾਜਾਰੋਂ ਸਮਾਨ ਲੈਣ ਭੇਜਿਆ ਹੈ।”

“ਰਾਤ ਕੋਲ ਕੌਣ ਪਿਆ?”

“ਮੈਂ ਦਿਆਲੋ ਝਿਊਰੀ ਨੂੰ ਸੱਦ ਲਿਆ ਸੀ। ਫੇਰ ਵੀ ਤੁਹਾਡੀ ਗੈਰਹਾਜਰੀ ਰੜਕਦੀ ਰਹੀ।”

"ਮਗਰੋਂ ਕੋਈ ਮਿਲਣ ਗਿਲਣ ਤਾਂ ਨਹੀਂ ਆਇਆ ?"

"ਮੇਰੇ ਕੋਲ ਕੀਹਨੇ ਆਉਣੈਂ ? ਸਭ ਤੁਹਾਡੇ ਹੁੰਦੇ ਹੀ ਆਉਂਦੇ ਹਨ। ਕੱਲ ਦੀ ਡਾਕ ਮੇਜ਼ ਤੇ ਪਈ ਹੈ।"

ਨਹਾਕੇ, ਉਸ ਕਪੜੇ ਬਦਲ ਲਏ। ਉਹ ਚਾਹ ਦੀ ਟਰੇਅ ਕਮਰੇ ਵਿਚ ਲੈ ਆਈ ਸੀ। ਚਾਹ, ਚੀਨੀ, ਦੁੱਧ ਅੱਡ ਅੱਡ ਸੀ। ਇਕ ਚਮਚਾ ਪਾ ਦਿਆਂ ?"

"ਬੱਸ ਅੱਧਾ ਹੀ ਬਹੁਤ ਹੈ। ਬਹੁਤਾ ਮਿੱਠਾ ਚੰਗਾ ਨਹੀਂ ਲਗਦਾ।" ਉਸਨੇ ਕੱਪ ਵਿਚ ਚੀਨੀ ਘੋਲਕੇ ਉਸ ਨੂੰ ਫੜਾ ਦਿਤਾ।"

"ਤੁਹਾਡਾ ਕੱਪ... ?"

"ਮੈਂ ਤੁਹਾਡੇ ਆਉਣ ਮੂਹਰੇ ਹੀ ਪੀਕੇ ਹਟੀ ਹਾਂ, ਤੁਸੀਂ ਕਹਿੰਦੇ ਹੋ, ਅੱਧਾ ਕੱਪ ਬਣਾ ਲੈਂਦੀ ਹਾਂ।" ਉਸ ਨੂੰ ਕਲ ਸੁਖਜੀਤ ਨਾਲ ਪੀਤੀ ਕੌਫੀ ਯਾਦ ਆਈ। ਕੱਲ ਇਸ ਸਮੇਂ ਉਹ ਕੌਫੀ ਹਾਊਸ ਵਿਚ ਬੈਠੇ ਸਨ।

"ਪਰੋਫੈਸਰ ਸਾਹਿਬ ਨੂੰ ਮਿਲ ਆਏ।"

"ਹਾਂ ਕੱਲ ਹੀ ਮਿਲ ਲਿਆ ਸੀ।"

"ਕੀ ਕਹਿੰਦੇ ਫੇਰ..... ?"

"ਕਹਿੰਦੇ ਚੌਥੇ ਪੇਪਰ ਦੀ ਰੀਵੈਲਯੂਸ਼ਨ ਦੀ ਅਰਜੀ ਦੇ ਦੇ। ਮੈਂ ਅਰਜੀ ਪਾ ਆਇਆ, ਅਗੇ ਦੇਖੋਂ ਕੀ ਬਣਦਾ ਹੈ ?"

"ਕੱਲ ਖਮਾਣੋਂ ਤੋਂ ਚਿੱਠੀ ਆਈ ਸੀ। ਕਹਿੰਦੇ ਕਿਸੇ ਦਿਨ ਆ ਕੇ ਮਿਲ ਜਾਉ....।"

"ਆਪਾਂ ਚਾਰ ਤਰੀਕੇ ਨੂੰ ਚਲਾਂਗੇ, ਪੰਜ ਤੋਂ ਮੇਰੇ ਪੇਪਰ ਹਨ, ਚਾਰ ਦਿਨ ਉਧਰ ਹੀ ਰਹਿਣਾ ਹੈ।" ਉਹ ਗੁਲਾਬ ਦੇ ਫੁੱਲ ਵਾਂਗ ਖਿੜ ਗਈ। ਖੁਸ਼ੀ ਦੀ ਲਹਿਰ ਉਸ ਦੇ ਚਿਹਰੇ ਤੇ ਫੈਲ ਗਈ।

"ਮੈਂ ਡਾਕ ਦੇਖ ਲਵਾਂ, ਬਾਕੀ ਗਲਾਂ ਫੇਰ ਕਰਦੇ ਹਾਂ।" ਉਹ ਛੋਟੇ ਕਮਰੇ ਵਿਚ ਆਕੇ ਡਾਕ ਦੇਖਣ ਲਗਿਆ। ਡੀ. ਸੀ. ਸਾਹਿਬ ਦਾ ਇਕ ਡੀ. ਓ. ਸੀ. ਜਿਸ ਵਿਚ ਏਅਰੀਲ ਸਪਰੇਅ ਦਾ ਜਿਕਰ ਸੀ, ਉਸ ਦੇ ਬਲਾਕ ਦਾ ਟੀਚਾ 4000 ਏਕੜ ਦਾ ਸੀ। ਇਕ ਹੋਰ ਚਿੱਠੀ ਵਿਚ ਜਹਾਜ਼ ਦੇ ਪਾਇਲਟ ਮਿਸਟਰ ਹੈਰੀਮਨ ਦੇ ਆਉਣ ਦਾ ਜ਼ਿਕਰ ਸੀ, ਉਸ ਨੂੰ ਪੂਰਾ ਸਹਿਯੋਗ ਅਤੇ ਮੱਦਦ ਦੇਣ ਦਾ ਜ਼ਿਕਰ ਸੀ। ਬੁੱਧਵਾਰ ਨੂੰ ਸਟਾਫ ਮੀਟਿੰਗ ਸੀ। ਚਾਰ ਹਜ਼ਾਰ ਏਕੜ ਦਾ ਟੀਚਾ ਕਿਵੇਂ ਪੂਰਾ ਹੋਵੇਗਾ ? ਉਹ ਸੋਚੀਂ ਪੈ ਗਿਆ। ਸ਼ੁਰੂ ਵਿਚ ਕਿਸੇ ਨਵੇਂ ਕੰਮ ਨੂੰ ਕਰਨ ਵਿਚ ਮੁਸ਼ਕਿਲ ਆਉਂਦੀ ਹੈ।"

"ਐਤਕੀਂ ਹਵਾਈ ਜਹਾਜ਼ ਨਾਲ ਸਪਰੇਅ ਹੋਣੀ ਹੈ।"

"ਜਹਾਜ਼ ਨਾਲ ਸਪਰੇਅ ਕਿਵੇਂ ਹੋਵੇਗੀ ?"

"ਕਈ ਸਾਲ ਤੋਂ ਮੁਕਤਸਰ, ਅਬੋਹਰ ਦੇ ਇਲਾਕੇ ਵਿਚ ਹੁੰਦੀ ਹੈ, ਬਠਿੰਡੇ ਜ਼ਿਲ੍ਹੇ ਵਿਚ ਪਹਿਲੀ ਵਾਰ ਹੋਣੀ ਹੈ। 4000 ਏਕੜ ਦਾ ਟੀਚਾ ਪੂਰਾ ਕਰਨਾ ਹੈ।"

"ਗੌਰਮਿੰਟ ਵੀ ਕੋਈ ਨਾ ਕੋਈ ਨਵਾਂ ਜੱਭ ਖੜ੍ਹਾ ਰਖਦੀ ਹੈ।"

"ਗੌਰਮਿੰਟ ਦਾ ਮਤਲਬ ਹੀ ਮਿੰਟ ਮਿੰਟ, ਗੌਰ ਕਰਨਾ ਹੈ।"

ਅਗਲੇ ਦਿਨ, ਉਸਨੇ ਆਪਣੇ ਐਕਸਟੈਨਸ਼ ਅਫਸਰਾਂ ਨਾਲ ਗਲ ਕੀਤੀ।

ਟੀਚੇ ਬਾਰੇ ਦਸਿਆ, ਡੀ. ਸੀ. ਸਾਹਿਬ ਦੇ ਡੀ. ਓ. ਦਾ ਜ਼ਿਕਰ ਕੀਤਾ। ਸੁਰਜੀਤ ਸਿੰਘ ਖੇਤੀਬਾੜੀ ਇੰਸਪੈਕਟਰ ਨੇ ਦਸਿਆ,"ਸਰ, ਮੈਂ ਗਿੱਦੜਬਾਰੇ ਬਲਾਕ ਵਿਚ, ਦੋ ਸਾਲ ਏਰੀਅਲ ਸਪਰੇਅ ਕਰਵਾਈ ਹੈ, ਆਪਾਂ 5-6 ਪਿੰਡਾਂ ਤੋਂ ਵੱਧ ਨਹੀਂ ਲੈਂਦੇ, ਇਹਨਾਂ ਵਿਚ ਹੀ ਆਪਣਾ ਟੀਚਾ ਪੂਰਾ ਹੋ ਜਾਇਗਾ, ਬਹੁਤੇ ਪਿੰਡ ਵਿਚ ਖਿੰਡਾਅ ਨਾਲੋਂ ਥੋੜੇ ਪਿੰਡਾਂ ਵਿਚ, ਕੰਮ ਕਰਵਾਉਣਾ ਸੌਖਾ ਹੈ। ਅੱਧਾ ਰਕਬਾ ਤਾਂ ਆਪਾਂ, ਇਸ ਪਿੰਡ ਵਿਚ ਹੀ ਪੂਰਾ ਕਰ ਲਵਾਂਗੇ, ਬਾਕੀ ਇਕ ਇਕ ਹਜ਼ਾਰ ਏਕੜ ਸੇਖੁਪੁਰੇ, ਜੀਵਨ ਸਿੰਘ ਵਾਲਾ ਅਤੇ ਗਾਟਵਾਲੀ ਵਿਚ ਹੋ ਜਾਇਗਾ। ਆਪਾਂ ਟੀਚੇ ਨਾਲੋਂ ਪੰਜ ਸਤ ਸੌ ਏਕੜ ਵਧ ਹੀ ਕਵਰ ਕਰਾਂਗੇ।"

"ਪਾਇਲਟ ਨੂੰ ਕਿਵੇਂ ਪਤਾ ਲਗਦਾ ਹੈ, ਕਿਹੜੇ ਖੇਤ ਤੇ ਸਪਰੇਅ ਕਰਨੀ ਹੈ।"

"ਉਹਦੇ ਕੋਲ ਖੇਤਾਂ ਦਾ ਨਕਸ਼ਾ ਹੁੰਦਾ ਹੈ, ਮੌਕੇ ਤੇ ਨਾਲ ਝੰਡੀਆਂ ਲਾਈਆਂ ਜਾਂਦੀਆਂ ਹਨ। ਕੈਪਟਨ ਹਾਰੀਮਨ ਬਹੁਤ ਤਜਰਬੇਕਾਰ ਪਾਈਲਟ ਹੈ, ਮੁਕਤਸਰ, ਅਬੋਹਰ ਕਿੰਨੀ ਵੀ ਇਹੀ ਕਰਦਾ ਹੁੰਦਾ ਸੀ। ਤੁਹਾਨੂੰ ਫਿਕਰ ਕਰਨ ਦੀ ਲੋੜ ਨਹੀਂ। ਸਾਰਾ ਕੰਮ ਹੋ ਜਾਇਗਾ।"

"ਜਹਾਜ਼ ਕਿੱਥੇ ਉਤਾਰੋਗੇ?"

"ਸੇਖੁਪਰੇ ਵਾਲੀ ਸੜਕ ਸੁੰਨੀ ਪਈ ਹੈ, ਉਥੇ ਹੀ ਠੀਕ ਰਹੇਗਾ।" ਕਈ ਸਾਲ ਤੋਂ ਜ਼ਮੀਨ ਦਾ ਝਗੜਾ ਹੋਣ ਕਰਕੇ, ਉਹ ਸੜਕ ਅਧੂਰੀ ਪਈ ਸੀ।

"ਫੇਰ ਮੈਂ, ਡੀ. ਸੀ. ਸਾਹਿਬ ਨੂੰ ਲਿਖ ਦਿਆਂ। ਉਹਨਾਂ ਦੇ ਡੀ. ਓ. ਦਾ ਜਵਾਬ।"

"ਬੇਸ਼ੱਕ ਤੁਸੀਂ ਲਿਖ ਦਿਉ...।" ਉਸਨੇ ਸਟੈਨੋ ਨੂੰ ਬੁਲਾਕੇ, ਅੰਗਰੇਜ਼ੀ ਵਿਚ ਡਿਕਟੇਸ਼ਨ ਦਿੱਤੀ। ਦੋ ਵਾਰ ਰੱਫ ਡਰਾਫਟ, ਦਰੁਸਤ ਕਰਨ ਮਗਰੋਂ, ਡੀ. ਓ. ਦਾ ਜਵਾਬ, ਡੀ. ਓ. ਰਾਹੀਂ ਦੇ ਦਿੱਤਾ। ਉਹ ਸਿਰਫ ਟੀਚਾ ਹੀ ਪੂਰਾ ਨਹੀਂ ਕਰਨਗੇ, ਸਗੋਂ ਇਸ ਤੋਂ ਵੱਧ ਰਕਬਾ ਸਕੀਮ ਹੇਠ ਲਿਆਂਦਾ ਜਾਵੇਗਾ। ਸਟਾਫ ਦੇ ਭਰੋਸੇ ਮਗਰੋਂ, ਉਹ ਨਿਸ਼ਚਿੰਤ ਹੋ ਗਿਆ। ਵਿਹਲੇ ਸਮੇਂ ਵਿਚ, ਸੁਖਜੀਤ ਨਾਲ ਬਿਤਾਏ ਪਲ, ਉਸ ਨੂੰ ਯਾਦ ਆਉਣ ਲਗਦੇ, ਕਿੰਨੀ ਜਹੀਨ ਕੁੜੀ ਹੈ, ਇਸ਼ਾਰੇ ਨਾਲ ਗਲ ਸਮਝ ਜਾਂਦੀ ਹੈ। ਜਦੋਂ ਉਹ ਪੜ੍ਹਣ ਬੈਠਦਾ, ਉਹ ਉਦੋਂ ਹੀ ਉਸ ਦੇ ਜਿਹਨ ਵਿਚ ਘੁੰਮਣ ਲਗਦੀ। ਆਖਰ ਇਸ ਮੁਹੱਬਤ ਦਾ ਮਤਲਬ ਕੀ ਹੈ? ਮੁਹੱਬਤ ਦਾ ਵੀ ਕੋਈ ਮਤਲਬ ਹੁੰਦਾ ਹੈ। ਜ਼ਰੂਰੀ ਨਹੀਂ ਅਲਜਬਰੇ ਦੇ ਸਵਾਲਾਂ ਵਾਂਗ, ਮਾਈਨਸ ਮਾਈਨਸ ਪਲੱਸ ਹੋ ਜਾਣ। ਜ਼ਿੰਦਗੀ ਦੀਆਂ ਗੰਢਾਂ ਨੂੰ ਅਲਜਬਰੇ ਦੀਆਂ ਬਰੈਕਟਾਂ ਵਾਂਗ ਨਹੀਂ ਖੋਲ੍ਹਿਆ ਜਾ ਸਕਦਾ? ਤੂੰ ਇਸ ਕੁੜੀ ਨਾਲ, ਧੋਖਾ ਕੀਤਾ ਹੈ, ਕਿਉਂ ਉਸਨੂੰ ਵਰਗਲਾਇਆ ਅਤੇ ਉਕਸਾਇਆ? ਉਹ ਸੋਚਦਾ ਰਹਿੰਦਾ।

ਬੁੱਧਵਾਰ ਦਾ ਦਿਨ ਸੀ, ਡਾਕ ਵਿਚ, ਉਸ ਦਾ ਖੱਤ ਆਇਆ, ਵਿਹਲੇ ਸਮੇਂ ਵਿਚ ਪੜ੍ਹਨ ਲਈ ਪਰਸ ਵਿਚ ਪਾ ਲਿਆ। ਦੁਪਿਹਰ ਬਾਅਦ ਇਸ ਨੂੰ ਪੜ੍ਹਿਆ।

ਮਾਈ ਡੀਅਰ...

ਗਲਵਕੜੀ ਪਾਕੇ ਪਿਆਰ! ਹੁਣੇ ਤੁਹਾਡਾ ਖਤ ਪੜ੍ਹਕੇ ਹਟੀ ਹਾਂ, ਤੁਸੀਂ ਸੁੱਤੇ ਜਜ਼ਬਿਆਂ ਨੂੰ ਫੇਰ ਜਗਾ ਦਿੱਤਾ ਹੈ। ਤੁਹਾਡੇ ਸ਼ਬਦਾਂ ਵਿਚ ਕਿੰਨੀ ਤਾਕਤ ਹੈ। ਤੁਹਾਡੇ ਜਾਣ ਤੋਂ ਬਾਅਦ, ਜੋ ਮੇਰਾ ਹਾਲ ਹੋਇਆ ਹੈ, ਲਫਜ ਬਿਆਨ ਨਹੀਂ ਕਰ ਸਕਦੇ, ਕਦੇ ਤੁਸੀਂ ਬਹੁਤ ਨੇੜੇ ਲਗਦੇ ਹੋ, ਕਦੇ ਬਹੁਤ ਦੂਰ ਇਹ ਦੂਰੀਆਂ ਕਿਵੇਂ ਮਿਟਣਗੀਆਂ? ਮਨੁੱਖ ਚੰਦ ਤੇ ਹੋ ਆਇਆ ਹੈ, ਅਜ ਦੇ ਸਾਇੰਸੀ ਯੁੱਗ ਵਿਚ ਅਸੀਂ ਇਹ ਦੂਰੀਆਂ ਇਹ ਫਾਸਲੇ ਕਿਉਂ

ਨਹੀਂ ਮਿਟਾ ਸਕਦੇ ? ਤੁਸੀਂ ਕੰਨ ਪੜਵਾਉਣ ਲਈ ਤਿਆਰ ਰਹੋ। ਮੈਂ ਬੇਲੇ ਵਿਚ ਚੂਰੀ ਲਿਆਉਣ ਨੂੰ ਤਿਆਰ ਹਾਂ। ਤੁਸੀਂ ਪੱਟ ਚਿਰਵਾਉਣ ਲਈ ਤਿਆਰ ਰਹੋ, ਮੈਂ ਕੱਚੇ ਤੇ ਤੈਰਨ ਲਈ ਤਿਆਰ ਹਾਂ। ਮੈਂ ਹਰ ਅਗਨ ਪ੍ਰੀਖਿਆ ਵਿਚੋਂ ਲੰਘਣ ਲਈ ਤਿਆਰ ਹਾਂ। ਮੈਨੂੰ ਕਿਸੇ ਲਕਸ਼ਮਣ ਰੇਖਾ ਨੂੰ ਤੋੜਨ ਦਾ ਡਰ ਨਹੀਂ, ਤੁਹਾਡੀਆਂ ਮਜਬੂਰੀਆਂ ਨੂੰ ਮੈਂ ਬਾਖੂਬੀ ਸਮਝਦੀ ਹਾਂ। ਅਸਲ ਵਿਚ ਆਪਾਂ ਦੋਨੋਂ ਰਾਹ ਤੋਂ ਭਟਕ ਗਏ ਹਾਂ, ਮੰਜ਼ਿਲ ਕਿਵੇਂ ਆਵੇਗੀ ? ਤੁਸੀਂ ਚਾਰ ਤਰੀਕ ਨੂੰ ਆਉਣ ਨੂੰ ਕਿਹਾ ਸੀ, ਇਹ ਚਾਰ ਦਿਨ ਮੈਨੂੰ ਚਾਰ ਵਰ੍ਹਿਆਂ ਤੋਂ ਵੀ ਵੱਡੇ ਲਗਦੇ ਹਨ। ਇਸ ਦਿਲ ਬੇਵਕੂਫ ਦਾ ਮੈਂ ਕੀ ਕਰਾਂ ? ਸਮਝਾਇਆ ਸਮਝਦਾ ਨਹੀਂ, ਮੋੜਿਆ ਮੁੜਦਾ ਨਹੀਂ। ਇਸ ਦੁਨੀਆਂ ਵਿਚ ਸਾਇੰਸਦਾਨਾਂ ਨੇ ਲਾ-ਇਲਾਜ ਬਿਮਾਰੀਆਂ ਦੇ ਇਲਾਜ ਲੱਭ ਲਏ ਹਨ, ਪਰ ਦਿਲਾਂ ਦੇ ਫਾਸਲੇ ਮਿਟਾਉਣ ਦੀ ਕੋਈ ਦਵਾ ਨਹੀਂ।

"ਦਰਦ ਬੜ੍ਹਤਾ ਗਿਆ,
ਜੂੰਅ ਜੂੰਅ ਦਵਾ ਕੀ।"

ਇਸ ਦਰਦ ਦੀ ਦਵਾ ਸਿਰਫ ਤੇ ਸਿਰਫ ਤੁਹਾਡੇ ਕੋਲ ਹੈ। ਮੇਰੇ ਜ਼ਖ਼ਮੀ ਦਿਲ ਦੀ ਮਰ੍ਹਮ ਪੱਟੀ ਤੁਸੀਂ ਹੀ ਕਰ ਸਕਦੇ ਹੋ।

"ਤੁਮ੍ਹੀ ਨੇ ਦਰਦ ਦੀਆ,
ਤੁਮ੍ਹੀ ਦਵਾ ਦੋਗੇ...।"

ਮੈਨੂੰ ਪਤਾ ਹੈ ਤੁਹਾਡੇ ਪੜ੍ਹਨ ਦੇ ਦਿਨ ਹਨ, ਤੁਸੀਂ ਪੇਪਰਾਂ ਦੀ ਤਿਆਰੀ ਕਰ ਰਹੇ ਹੋਵੋਗੇ। ਤੁਹਾਨੂੰ ਲਿਖਣ ਨਾਲ ਮੇਰੇ ਦਿਲ ਦਾ ਬੋਝ ਹੌਲਾ ਹੋ ਜਾਂਦਾ ਹੈ। ਪਿਆਰ ਇਕਰਾਰਾਂ ਨਾਲੋਂ ਵਫ਼ਾ ਦੀ ਵੱਧ ਮੰਗ ਕਰਦਾ ਹੈ। ਹੋ ਸਕਦੈ, ਕਿਸੇ ਸਮੇਂ ਤੁਸੀਂ ਮੈਨੂੰ ਬੇਵਫਾ ਵੀ ਕਹਿ ਲਵੋ। ਮੈਂ ਆਪਣੇ ਸਿਦਕ ਅਤੇ ਸਿਰੜ ਤੇ ਕਾਇਮ ਹਾਂ। ਰਾਤ ਦੇ ਦਸ ਬਜ ਗਏ ਹਨ। ਇਸ ਸਮੇਂ ਮੈਂ ਬਾਲਕੋਨੀ ਵਿਚ ਬੈਠੀ ਹਾਂ, ਮੁੰਡੇ ਸਾਹਮਣੀ ਸੜਕ ਤੇ ਚਹਿਲ ਕਦਮੀ ਕਰ ਰਹੇ ਹਨ। ਕੁੜੀਆਂ ਦੇ ਹੋਸਟਲ ਦਾ ਕੈਂਚੀ ਗੇਟ ਕਦੋਂ ਦਾ ਬੰਦ ਹੋ ਗਿਆ ਹੈ, ਕੰਧ ਉਪਰ ਕੰਡਿਆਲੀ ਤਾਰ ਲਗੀ ਹੋਈ ਹੈ। ਵਾਰਡਨ ਬੜੀ ਸਖਤ ਹੈ, ਉਸ ਨੇ ਵਿਆਹ ਨਹੀਂ ਕਰਵਾਇਆ, ਕੁੜੀਆਂ ਨੇ ਉਸ ਦਾ ਨਾਂ ਬਘਿਆੜੀ ਪਾਇਆ ਹੋਇਆ ਹੈ। ਆਕਾਸ਼ ਵਿਚ ਅੱਧਾ ਚੰਨ ਲਟਕ ਰਿਹਾ ਹੈ, ਇਸ ਦੀਆਂ ਦੁਧੀਆ ਕਿਰਨਾਂ ਨਾਲ ਸਾਰੀ ਕਾਇਨਾਤ ਦੂਧੀਆ ਹੋ ਗਈ ਹੈ। ਸੋਚਦੀ ਹਾਂ, ਇਹ ਚੰਨ ਤੁਹਾਡੀ ਕੋਠੀ ਉਪਰ ਵੀ ਇਵੇਂ ਹੀ ਚਮਕਦਾ ਹੋਵੇਗਾ। ਤੁਸੀਂ ਅਜੇ ਸੁੱਤੇ ਨਹੀਂ ਹੋਵੋਗੇ ਸ਼ਾਇਦ ਪੜ੍ਹ ਰਹੇ ਹੋਵੋਗੇ। ਮੈਂ ਚੰਨ ਮੀਆਂ ਰਾਹੀਂ ਤੁਹਾਨੂੰ ਸਲਾਮ ਭੇਜਦੀ ਹਾਂ। ਵਾਤਾਵਰਣ ਵਿਚ ਰਾਤ ਦੀ ਰਾਣੀ ਦੀ ਖੁਸ਼ਬੋ ਭਰ ਗਈ ਹੈ। ਮੇਰੇ ਮਨ ਵਿਚ ਵਾਰ ਵਾਰ ਕਵਿਤਾ ਦੀ ਤੁਕ ਆ ਰਹੀ ਹੈ :

"ਗਮਾਂ ਦੀ ਰਾਤ ਲੰਮੀ ਹੈ,
ਨਾ ਭੈੜੀ ਰਾਤ ਮੁਕਦੀ ਹੈ,
ਨਾ ਮੇਰੇ ਗੀਤ ਮੁਕਦੇ ਨੇ।"

ਕਿੰਨਾ ਦਰਦ ਹੈ, ਸ਼ਿਵ ਦੇ ਗੀਤਾਂ ਵਿਚ। ਪਿਛਲੇ ਸਾਲ ਤੁਹਾਡੇ ਆਉਣ ਤੋਂ ਪਹਿਲਾਂ ਦਸੰਬਰ ਵਿਚ ਰਾਤ ਨੂੰ ਇਕ ਸਮਾਗਮ ਵਿਚ ਆਇਆ ਸੀ। ਬਹੁਤੀ ਦਾਰੂ ਪੀਣ ਕਰਕੇ ਉਹ ਲੜਖੜਾ ਰਿਹਾ ਸੀ। ਲੋਕ ਹੱਸਣ ਲਗੇ, ਉਸ ਨੇ ਕਿਹਾ ਸੀ ਕਿ ਲੋਕੋ ਤੁਸੀਂ

ਸ਼ਰਾਬੀ ਸ਼ਿਵ ਨੂੰ ਦੇਖਕੇ ਹਸਦੇ ਹੋ, ਜਦੋਂ ਸ਼ਿਵ ਗਾਏਗਾ, ਕੋਈ ਮਾਈ ਦਾ ਲਾਲ ਹੱਸ ਕੇ ਦਿਖਾਇਉ। ਉਦੋਂ ਉਸਨੇ ਗਾਇਆ ਸੀ :

"ਭੱਠੀ ਵਾਲੀਏ
ਪੀੜਾਂ ਦਾ ਪਰਾਗਾ ਭੁੰਨਦੇ।"

ਲੋਕ ਸੁਸਰੀ ਵਾਂਗ ਸੌਂ ਗਏ। ਪ੍ਰੋਫੈਸਰ ਸ਼ੁਕਲਾ ਦਸਦੇ ਹੁੰਦੇ ਉਹ ਮੁਹੱਬਤ ਵਿਚ ਮਾਤ ਖਾ ਗਿਆ ਸੀ, ਇਸ ਕਰਕੇ ਉਸ ਦੀ ਕਵਿਤਾ ਅਤੇ ਆਵਾਜ਼ ਵਿਚ ਏਨਾ ਦਰਦ ਅਤੇ ਸੋਜ ਹੈ। ਕਦੇ ਮੈਨੂੰ ਆਪਣਾ ਆਪ ਉਸ ਵਰਗਾ ਹੀ ਲਗਦਾ ਹੈ, ਮੈਨੂੰ ਕਵਿਤਾ ਲਿਖਣੀ ਨਹੀਂ ਆਉਂਦੀ, ਭਾਵੇਂ ਜ਼ਜਬਿਆਂ ਦਾ ਹੜ੍ਹ ਆਇਆ ਹੋਇਆ ਹੈ।" ਕਿਤੇ ਇਹ ਹੜ੍ਹ ਮੈਨੂੰ ਡੋਬ ਨਾ ਦੇਵੇ। ਕਦੇ ਖਿਆਲ ਆਉਂਦਾ ਹੈ :

"ਵਫ਼ਾ ਕੀਤੀ, ਦੋਸਤਾ ਕੁਝ ਇਸ ਤਰ੍ਹਾਂ,
ਕਿ ਮਾਤ ਪੈ ਗਈ, ਦੁਸ਼ਮਣਾਂ ਦੀ ਦੁਸ਼ਮਣੀ।"

ਪਿੰਡ ਤੋਂ ਮੰਮੀ ਦਾ ਖਤ ਆਇਆ ਹੈ, ਪਾਪਾ ਦੇ ਲੀਵਰ ਵਿਚ ਨੁਕਸ ਪੈ ਗਿਆ ਹੈ, ਸ਼ਾਇਦ ਪੀਲੀਆ ਵੀ ਹੋ ਗਿਆ ਹੈ, ਤੁਸੀਂ ਵਕਤ ਕੱਢਕੇ ਖ਼ਬਰ ਲੈ ਆਉਣਾ। ਡਾਕਟਰ ਨੇ ਸ਼ਰਾਬ ਛੱਡਣ ਨੂੰ ਕਿਹਾ ਹੈ, ਸ਼ਰਾਬ ਉਹ ਛੱਡਦੇ ਨਹੀਂ, ਮੈਨੂੰ ਉਹਨਾਂ ਦੀ ਸਿਹਤ ਦਾ ਬਹੁਤ ਫਿਕਰ ਹੈ। ਤੁਹਾਡਾ ਵਿਛੋੜਾ ਤੇ ਪਾਪਾਂ ਦੀ ਬਿਮਾਰੀ, ਮੈਨੂੰ ਦੂਹਰੀ ਮਾਰ ਪੈ ਗਈ ਹੈ। ਸੋਚਦੀ ਹਾਂ, ਕੀ ਬਣੇਗਾ ? ਕੁਝ ਸਮਝ ਨਹੀਂ ਆਉਂਦਾ, ਕੀ ਕਰਾਂ ?

ਸ਼ਾਇਦ ਮੈਂ ਬਹੁਤ ਕੁਝ ਲਿਖ ਗਈ ਹਾਂ ਰਾਤ, ਹੌਲੀ ਹੌਲੀ ਸਰਕ ਰਹੀ ਹੈ, ਪਿੰਡ ਵਾਂਗ ਏਥੇ ਸੜਕਾਂ ਤੇ ਕੁੱਤੇ ਨਹੀਂ ਭੌਂਕਦੇ, ਕਦੇ ਕਦੇ ਕਾਰ ਦਾ ਹਾਰਨ ਜ਼ਰੂਰ ਸੁਣਾਈ ਦਿੰਦਾ ਹੈ। ਖਤ ਪੜ੍ਹਕੇ ਪਾੜ ਦੇਣਾ। ਤੁਹਾਡੇ ਮਿਲਣ ਦੀ ਉਡੀਕ ਵਿਚ।

ਐਵਰ ਯੂਅਰਜ਼

....

ਚਿੱਠੀ ਪੜ੍ਹਕੇ ਉਹ ਇਕ ਵਾਰ ਸੁੰਨ ਹੋ ਗਿਆ। ਉਸਨੂੰ ਇਸ ਗਲ ਤੇ ਪਛਤਾਵਾ ਹੋਣ ਲਗਿਆ, ਕਿਉਂ ਉਸਨੇ ਉਸਦੇ ਦਿਲ ਦੀਆਂ ਤਾਰਾਂ ਨੂੰ ਛੇੜਿਆ, ਆਖਰ ਕਿਉਂ ? ਆਖਿਰ ਉਸ ਨੂੰ ਮਾਸੂਮ ਕੁੜੀ ਦੀਆਂ ਭਾਵਨਾਵਾਂ ਨੂੰ ਜਿਬਾਹ ਕਰਨ ਦਾ ਕੀ ਹੱਕ ਸੀ ? ਉਸਨੂੰ 'ਦਸਤੋਵਸਕੀ' ਦੇ ਨਾਵਲ 'ਜ਼ੁਰਮ ਅਤੇ ਸਜ਼ਾ' ਦਾ ਉਹ ਪਾਤਰ ਯਾਦ ਆਇਆ, ਜੋ ਸਹਾਦਤਾਂ ਦੀ ਕਮੀ ਕਾਰਨ ਕੀਤੇ ਕਤਲ ਵਿਚੋਂ ਤਾਂ ਬਰੀ ਹੋ ਜਾਂਦਾ ਸੀ ਪਰ ਉਸ ਦੀ ਜਮੀਰ ਉਸ ਨੂੰ ਸਾਰੀ ਉਮਰ ਸਤਾਉਂਦੀ ਹੈ, ਉਸ ਨੂੰ ਮੁਆਫ ਨਹੀਂ ਕਰਦੀ। ਜਮੀਰ ਦੀ ਸ਼ਜਾ, ਸਰੀਰਕ ਸਜ਼ਾ ਨਾਲੋਂ ਕਿਤੇ ਵੱਧ ਤੜਪਾਉਂਦੀ ਹੈ।

"ਸਰ ਪਿਛਲੇ ਪੰਜ ਸਾਲ ਦੇ ਕੁਆਸਚਨ ਪੇਪਰ, ਇਕ ਪਰਸਨਲ ਫਾਈਲ ਵਿਚੋਂ ਮਿਲ ਗਏ ਹਨ, ਤੁਸੀਂ ਦੇਖ ਲੈਣਾ, ਸਰਵਿਸ ਮੈਟਰ ਤੇ ਅਕਾਊਂਟਸ ਤੇ ਕੋਈ ਗਲ ਡਿਸਕਸ ਕਰਨੀ ਹੋਈ ਕਰ ਲਿਉ। ਇਹ ਪੇਪਰ ਵਿਦ ਬੁਕਸ ਹੁੰਦਾ ਹੈ।"

"ਠੀਕ ਹੈ ਬਾਂਸਲ ਸਾਹਿਬ, ਤੁਹਾਡਾ ਬਹੁਤ ਬਹੁਤ ਸ਼ੁਕਰੀਆ। ਮੇਰੇ ਪੇਪਰ ਦੇਣ ਜਾਣ ਦੀ ਮਨਜ਼ੂਰੀ ਆ ਗਈ ਕਿ ਨਹੀਂ ?"

"ਸਰ, ਮੈਂ ਕੱਲ ਡੀ. ਸੀ. ਸਾਹਿਬ ਦੇ ਸਟੈਨੋ ਨੂੰ ਫੋਨ ਕੀਤਾ ਸੀ ਉਹ ਕਹਿੰਦਾ ਸੀ

ਕਿ ਫਾਈਲ ਪੁਟ ਅੱਪ ਕੀਤੀ ਹੋਈ ਹੈ।, ਇਕ ਦੋ ਦਿਨ ਵਿਚ ਆ ਜਾਇਗੀ, ਇਹ ਤਾਂ ਰੁਟੀਨ ਦਾ ਮੈਟਰ ਹੈ, ਆਪਣੇ ਡੀ. ਡੀ. ਪੀ. ਓ. ਸਾਹਿਬ ਨੇ ਵੀ ਜਾਣਾ ਹੈ।"

"ਮੈਂ ਚਾਰ ਤਰੀਕ ਐਤਵਾਰ ਸਵੇਰੇ ਚਲੇ ਜਾਣਾ ਹੈ, ਪੰਜ ਤੋਂ ਅੱਠ ਵਜੇਂ ਤੱਕ ਪੇਪਰ ਹਨ, ਨੌਂ ਨੂੰ ਵਾਪਸੀ ਹੈ, ਤੁਸੀਂ ਤੇ ਪੀ. ਓ. ਸਾਹਿਬ ਮਗਰੋਂ ਧਿਆਨ ਰੱਖਿਓ।"

"ਕੋਈ ਨਾ ਸਰ, ਤੁਸੀਂ ਪਿਛਲਾ ਫਿਕਰ ਨਾ ਕਰੋ। ਬੀਬੀ ਜੀ ਨਾਲ ਜਾਣਗੇ?"

"ਹਾਂ ਜੀ, ਮਗਰੋਂ ਸੇਵਾ ਰਾਮ ਦੀ ਡਿਊਟੀ ਲਾ ਦਿਉ, ਘਰੇ ਪੈ ਜਾਇਆ ਕਰੂ।"

"ਬਿਹਤਰ ਜਨਾਬ.....।" ਪੰਜ ਵਜੇ ਦਫ਼ਤਰ ਬੰਦ ਹੋਇਆ, ਉਹ ਸੇਵਾ ਰਾਮ ਨੂੰ ਨਾਲ ਲੈ ਕੇ, ਪਿਛਲੇ ਪਾਸਿਉਂ ਬਾਗ ਵਾਲੇ ਦਰਵਾਜ਼ੇ ਰਾਹੀ ਪੀਲੀ ਕੋਠੀ ਆਇਆ।

"ਬੀਬੀ ਜੀ ਸਾਹਿਬ ਆਏ ਹਨ।"

"ਸੇਵਾ ਰਾਮ ਇਹਨਾਂ ਨੂੰ ਅੰਦਰ ਹੀ ਲੈ ਆ....।"

"ਮਾਸੀ ਜੀ ਕੀ ਹਾਲ ਹੈ, ਮਾਸੜ ਜੀ ਦਾ।"

"ਬੱਸ ਕਾਕਾ ਦਵਾਈ ਚਲਦੀ ਹੈ, ਬਠਿੰਡੇ ਵਾਲੇ ਡਾਕਟਰ ਪਰਮਾਰ ਦੀ। ਉਹ ਕਹਿੰਦਾ ਸ਼ਰਾਬ ਇਹਨਾਂ ਲਈ ਜ਼ਹਿਰ ਹੈ, ਲੀਵਰ ਵਿਚ ਵੀ ਨੁਕਸ ਹੈ, ਪਹਿਲੀ ਸਟੇਜ਼ ਦਾ ਪੀਲੀਆ ਹੈ।"

"ਮੈਂ ਕਿਹੜਾ ਅੱਜ ਪੀਣ ਲਗਿਆ ਹਾਂ, ਚਾਲੀ ਸਾਲ ਤੋਂ ਪੀਂਦਾ ਹਾਂ। ਨਾ ਪੀਣ ਵਾਲੇ ਸੋਫੀ ਕਿਹੜਾ ਨਹੀਂ ਮਰਦੇ?" ਸਰਦਾਰ ਨੇ ਮੋੜਵਾਂ ਜਵਾਬ ਦਿੱਤਾ।

"ਤੁਸੀਂ, ਮਾਸੜ ਜੀ, ਜਿੰਨਾ ਚਿਰ ਦਵਾਈ ਲੈਂਦੇ ਹੋ, ਨਾ ਪੀਉ, ਛੱਡ ਦਿਉ, ਜਿੰਦਗੀ ਨਾਲ ਹੀ ਜਹਾਨ ਹੈ।"

"ਮੈਂ ਤਾਂ ਕਾਕਾ ਫੇਰ ਵੀ ਸੱਠ ਦਾ ਹੋ ਗਿਆਂ, ਵੱਡਾ ਭਾਈ ਪੈਂਤੀ ਸਾਲ ਦੀ ਉਮਰ ਵਿਚ ਹੀ ਮੁੱਕ ਗਿਆ ਸੀ।"

"ਤੁਸੀਂ ਵੇਖਿਆ ਹੀ ਹੈ ਉਹਨਾਂ ਦਾ ਪਰਿਵਾਰ ਕਿਵੇਂ ਰੁਲ ਗਿਆ ਸੀ। ਭੂਆ ਜੀ ਨੇ ਪੇਕੀਂ ਰਹਿਕੇ ਕਿਵੇਂ ਬਚਿਆਂ ਨੂੰ ਪਾਲਿਆ ਸੀ।"

"ਸੇਵਾ ਰਾਮ ਫਰਿਜ ਵਿਚੋਂ ਦੋ ਕੋਕਾ ਕੋਲਾ ਦੀਆਂ ਬੋਤਲਾਂ ਕੱਢ ਲਿਆ।"

"ਨਹੀਂ, ਮਾਸੀ ਜੀ, ਕਾਸੇ ਦੀ ਲੋੜ ਨਹੀਂ, ਘਰੇ ਥੋਡੀ ਭਾਣਜੀ ਉਡੀਕਦੀ ਹੋਵੇਗੀ।" ਲਾਲ ਕੋਠੀ ਦੇ ਕਿਚਨ ਦੇ ਝਰੋਖਿਆਂ ਵਿਚੋਂ ਪੀਲੀ ਕੋਠੀ ਦਾ ਵਿਹੜਾ ਤੇ ਦਰਵਾਜਾ ਦਿਸਦਾ ਸੀ, ਆਉਣ ਜਾਣ ਵਾਲੇ ਦਾ ਪਤਾ ਲਗ ਜਾਂਦਾ ਸੀ।

" ਦਸੋ ਜੇ ਲੋੜ ਹੈ, ਕੱਲ ਨੂੰ ਆਪਣੇ ਡਾਕਟਰ ਜੀਂਦਲ ਨੂੰ ਦਿਖਾ ਦਿੰਦੇ ਹਾਂ।"

"ਫਿਲਹਾਲ ਤਾਂ ਕੋਈ ਲੋੜ ਨਹੀਂ, ਜੇ ਜਰੂਰਤ ਪਈ ਮੈਂ ਦਸ ਦਿਆਂਗੀ। ਬਠਿੰਡੇ ਤੋਂ ਡਾਕਟਰ ਪਰਮਾਰ ਦੀ ਦਵਾਈ ਚਲਦੀ ਹੈ।" ਅੱਧਾ ਘੰਟਾ ਬੈਠਣ ਮਗਰੋਂ ਉਹ ਘਰ ਚਲਿਆ ਗਿਆ।

"ਤੁਸੀਂ ਕਿੱਧਰ ਚਲੇ ਗਏ ਸੀ, ਚਾਹ ਦਾ ਪਾਣੀ ਉੱਬਲ ਉੱਬਲ ਕੇ ਕਮਲਾ ਹੋ ਗਿਆ।" ਵੀਰਪਾਲ ਨੇ ਉਲਾਂਭਾ ਦਿੱਤਾ।

"ਮੈਂ ਮਾਸੜ ਜੀ ਦੀ ਖ਼ਬਰ ਲੈਣ ਚਲਿਆ ਗਿਆ ਸੀ, ਉਹ ਢਿੱਲੇ ਹਨ।"

"ਤੁਹਾਨੂੰ ਕੀਹਨੇ ਦਸਿਆ?"

"ਉਹਨਾਂ ਦਾ ਮੁਖਤਿਆਰ, ਜੋਰਾ ਸਿੰਘ ਅੱਜ ਦਫ਼ਤਰ ਗਿਆ ਸੀ।"

"ਮੈਨੂੰ ਵੀ ਨਾਲ ਲੈ ਚਲਦੇ ? ਮੈਂ ਵੀ ਖਬਰ ਲੈ ਆਉਂਦੀ।"

"ਕੱਲ ਨੂੰ ਫੇਰ ਚਲ ਆਵਾਂਗੇ, ਉਥੇ ਜਾਣ ਲਈ ਕਿਹੜਾ ਵੀਜ਼ਾ ਲੈਣਾ ਪੈਂਦਾ ਹੈ।" ਉਹ ਦੋਨੋਂ ਕਮਰੇ ਵਿਚ ਆ ਕੇ ਚਾਹ ਪੀਣ ਲਗੇ। ਸੇਵਾ ਰਾਮ ਕਿਚਨ ਵਿਚ ਸ਼ਾਮ ਦੀ ਦਾਲ ਸ਼ਬਜੀ ਦਾ ਬੰਦੋਬਸਤ ਕਰਨ ਲਗਿਆ।

"ਆਪਾਂ ਸਨੀਵਾਰ ਚਲਣਾ ਹੈ ਕਿ ਐਤਵਾਰ ?"

"ਐਤਵਾਰ ਸਵੇਰੇ ਸਾਝਰੇ ਚਲਾਂਗੇ...।"

"ਹੁਣ ਤਾਂ ਜੀਰੀ ਵੀ ਵੱਢੀ ਗਈ ਹੋਣੀ ਹੈ ?"

"ਵੱਢੀ ਤਾਂ ਗਈ ਹੋਵੇਗੀ, ਮੰਡੀਆਂ ਵਿਚ ਬੁਰਾ ਹਾਲ ਹੈ। ਕਈ ਕਈ ਦਿਨ ਬੋਲੀ ਨਹੀਂ ਲਗਦੀ, ਜੇ ਬੋਲੀ ਲਗ ਵੀ ਜਾਂਦੀ ਹੈ, ਕਈ ਕਈ ਦਿਨ ਪੈਸੇ ਨਹੀਂ ਮਿਲਦੇ।"

"ਤੁਹਾਨੂੰ ਕੀਹਨੇ ਦਸਿਆ ਹੈ।"

"ਰੋਜ ਹੀ ਅਖ਼ਬਾਰਾਂ ਵਿਚ ਖ਼ਬਰਾਂ ਛਪਦੀਆਂ ਹਨ।"

"ਫੇਰ ਪੈਸੇ ਕਦੋਂ ਆਉਣਗੇ।"

"ਪੈਸੇ ਕਿਧਰੇ ਭੱਜ ਚਲੇ ਹਨ। ਤੁਹਾਨੂੰ ਮੇਰੀ ਗਲ ਤੇ ਵਿਸ਼ਵਾਸ ਕਿਉਂ ਨਹੀਂ ਆਉਂਦਾ ?"

"ਰੋਏ ਬਿਨਾਂ ਤਾਂ ਮਾਂ ਬੱਚੇ ਨੂੰ ਦੁੱਧ ਵੀ ਨਹੀਂ ਦਿੰਦੀ, ਜੇ ਤੁਸੀਂ ਮੰਗੋਗੇ ਨਹੀਂ, ਅਗਲੇ ਨੂੰ ਕੀ ਲੋੜ ਹੈ ਦੇਣ ਦੀ ?"

"ਵੀਰ ਜੀ, ਨੀਅਤ ਤੇ ਖਾਮਖਾਹ ਸ਼ੱਕ ਕਰਦੀ ਹੈ, ਮੈਨੂੰ ਪਤੈ ਉਹ ਇਹੋ ਜਿਹੇ ਨਹੀਂ ਹਨ ਜਦ ਵੀ ਪੈਸੇ ਆ ਗਏ, ਪਹਿਲਾਂ ਆਪਣੇ ਦੇ ਕੇ ਜਾਣਗੇ, ਸਮਝੀ।" ਉਸਨੂੰ ਗਰਮ ਹੋਇਆ ਦੇਖ ਉਹ ਇਕ ਵੇਰ ਚੁਪ ਹੋ ਗਈ।

"ਜੇ ਤੇਰਾ ਜ਼ਮੀਨ ਵੰਡਾਉਣ ਦਾ ਇਰਾਦਾ ਹੈ। ਤੂੰ ਆਪਣੇ ਭਾਈਆਂ ਤੋਂ ਆਵਦੇ ਹਿੱਸੇ ਦੀ ਜਮੀਨ ਲੈ ਲੈ। ਮੈਂ ਆਪਣੇ ਭਾਈ ਤੋਂ ਹਿੱਸੇ ਦੀ ਜਮੀਨ ਲੈ ਲਵਾਂਗਾ।"

"ਇਹ ਕਿਵੇਂ ਹੋ ਸਕਦਾ ਹੈ, ਉਹਨਾਂ ਨੇ ਮੇਰੇ ਵਿਆਹ ਤੇ ਲੱਖਾਂ ਰੁਪੈਈਆ ਲਾਇਆ ਹੈ, ਤੁਹਾਡੇ ਭਾਈ ਨੇ ਤੁਹਾਡੇ ਤੇ ਕੀ ਲਾਇਆ ਹੈ ? ਮੈਨੂੰ ਸਮਝਾਉ ਤਾਂ ਸਹੀ।" ਉਹ ਮੇਹਣੋ-ਮੇਹਣੀ ਹੋਣ ਲੱਗੇ।

"ਮੇਰੇ ਭਾਈ ਨੇ ਮੇਰੀ ਭੜਾਈ ਖਾਤਰ, ਸਾਰੀ ਜਿੰਦਗੀ ਕੁਰਬਾਨ ਕਰ ਦਿੱਤੀ, ਆਪ ਅਣਪੜ੍ਹ ਰਿਹਾ। ਆਪ ਮਿੱਟੀ ਨਾਲ ਮਿੱਟੀ ਹੋ ਕੇ, ਕਮਾਈ ਕੀਤੀ। ਤੇਰੀ ਤਾਂ ਉਹ ਗਲ ਹੈ, ਅਖੇ ਕੱਲ ਦੀ ਭੂਤਨੀ ਸਿਵਿਆਂ ਵਿਚ ਅੱਧ...।"

"ਹੁਣ ਮੈਂ ਭੂਤਨੀ ਹੋ ਗਈ ਹਾਂ, ਜੇ ਤੁਹਾਨੂੰ ਆਪਣੇ ਭਲੇ ਦੀ ਗਲ ਵੀ ਚੰਗੀ ਨਹੀਂ ਲਗਦੀ, ਮੈਂ ਮਾਫੀ ਚਾਹੁੰਦੀ ਹਾਂ।" ਉਸ ਦਾ ਮੂਡ ਦੇਖਕੇ, ਉਹ ਢਿੱਲੀ ਪੈ ਗਈ।

"ਤੂੰ ਹਰ ਵਕਤ ਕੋਈ ਨਾ ਕੋਈ ਸਿੜੀ ਸਿਆਪਾ ਖੜ੍ਹਾ ਰਖਦੀ ਹੈ, ਮੈਂ ਪੜ੍ਹਾਂ ਕਿਹੜੇ ਵੇਲੇ...?"

"ਠੀਕ ਹੈ ਬਾਬਾ ਗੁਰੂ, ਆਹ ਫੜੇ ਕੰਨ, ਇਕ ਦੋ ਤਿੰਨ, ਜੇ ਮੈਂ ਅੱਗੇ ਤੋਂ ਕੁਸ਼ ਕਹਾਂ।" ਉਹ ਬੁੜ ਬੁੜ ਕਰਦਾ ਛੋਟੇ ਕਮਰੇ ਵਿਚ ਜਾ ਬੈਠਿਆ। ਮੇਜ ਤੇ ਪਈਆਂ ਕਿਤਾਬਾਂ ਦੇ ਵਰਕੇ ਹੇਠ ਉਪਰ ਕਰਨ ਲਗਿਆ।

ਉਹ ਕੁੜੀ ਕਿੱਥੇ ਗਈ - 172

(34)

ਐਤਵਾਰ ਸਵੇਰੇ ਗਿਆਰਾਂ ਬਜਦੇ ਨਾਲ ਉਹ ਪਿੰਡ ਪਹੁੰਚ ਗਏ। ਪਿੰਡ ਦੀਆਂ ਗਲੀਆਂ ਨਾਲੀਆਂ ਪੱਕੀਆਂ ਕਰਨ ਦਾ ਕੰਮ ਸ਼ੁਰੂ ਹੋ ਗਿਆ ਸੀ। ਉਸਨੇ ਚੰਡੀਗੜ੍ਹ ਮੀਟਿੰਗ ਸਮੇਂ ਬਲਾਕ ਦੇ ਬੀ. ਡੀ. ਓ. ਨੂੰ ਕਿਹਾ ਸੀ।

"ਭਾਬੀ ਜੀ, ਵੀਰ ਜੀ ਖੇਤ ਨੇ ?"

"ਕਾਹਨੂੰ ਕਾਕਾ, ਉਹ ਸਵੇਰ ਦੇ ਮੰਡੀ ਗਏ ਵੇ ਨੇ। ਸੱਤ ਦਿਨ ਹੋ ਗਏ ਜੀਰੀ ਕੱਢੀ ਨੂੰ, ਕਦੇ ਕਹਿੰਦੇ ਨੇ ਗਿੱਲੀ ਹੈ, ਕਦੇ ਕਹਿੰਦੇ ਨੇ ਇਸ ਵਿਚ ਕਾਲਾ ਦਾਣਾ ਬਹੁਤ ਹੈ। ਜਿਮੀਦਾਰਾਂ ਨੂੰ ਬਹੁਤ ਖੱਜਲ ਕਰਦੇ ਹਨ। ਪਹਿਲਾਂ ਮਹਿੰਗੇ ਭਾਅ ਦਾ ਡੀਜ਼ਲ ਫੂਕਕੇ ਫਸਲ ਪਾਲੀ।"

"ਕੀ ਗੱਲ ਬਿਜਲੀ ਨਹੀਂ ਆਉਂਦੀ।"

"ਮਸਾਂ ਚਾਰ ਘੰਟੇ ਆਉਦੀ ਹੈ, ਟੁਟਵੀਂ, ਇਕ ਐਤਕੀ ਮੀਂਹ ਨਹੀਂ ਪਏ। ਹੁਣ ਖਰੀਦਦਾਰ ਸੌ ਨਗੌਚਾਂ ਕੱਢਦੇ ਨੇ...। ਦਸੋ ਕਿਸਾਨ ਬੇਚਾਰਾ ਕਿੱਧਰ ਜਾਵੇ ? ਪਰਾਂਤ ਆਟੇ ਦੀ ਤਵੀ ਤੇ ਰੋਜ ਪੱਕਦੀ ਹੈ, ਭਈਏ ਕਿਹੜਾ ਰੱਜਦੇ ਹਨ ? ਦੋ ਡੰਗ ਰੋਟੀ, ਚਾਹ ਵੇਲੇ ਚਾਹ ਮੰਗਦੇ ਹਨ, ਬੋਰੀ ਚੌਲਾਂ ਦੀ ਦਿੱਤੀ ਹੈ।" ਵੀਰਪਾਲ, ਮੰਜੇ ਤੇ ਬੈਠੀ ਸਭ ਕੁਝ ਸੁਣ ਰਹੀ ਸੀ। ਭਾਬੀ ਦਾ ਦੁੱਧ ਵਰਗਾ ਰੰਗ, ਕਾਲਾ ਹੋ ਗਿਆ ਸੀ।

"ਸ੍ਰੀਮਤੀ ਜੀ, ਸੁਣ ਲੈ ਖੇਤੀ ਵਾਲਿਆਂ ਦੇ ਦੁੱਖੜੇ.....।" ਉਹ ਚੁਪ ਰਹੀ, ਬੋਲੀ ਨਹੀਂ। ਉੱਠਕੇ ਬਾਥਰੂਮ ਚਲੀ ਗਈ। ਭਾਬੀ ਨੇ ਨੇੜੇ ਹੋ ਕੇ ਗਲ ਛੇੜੀ,"ਕਾਕਾ ਇਹਨੂੰ ਕੀ ਦੌਰਾ ਪੈ ਜਾਂਦਾ ਹੈ ? ਥੋਡਾ ਵੀਰ ਮੈਨੂੰ ਦਸਦੇ ਸੀ।"

"ਬੱਸ ਭਾਬੀ ਜੀ ਇਹ ਤਾਂ ਦੂਜੀ ਪ੍ਰੇਮ ਕੌਰ ਜੰਮ ਪਈ ਹੈ, ਆਪਣੇ ਘਰ ਵਿਚ ਇਕ ਤੋਂ ਮਸਾਂ ਖਹਿੜਾ ਛੁਟਿਆ ਸੀ, ਦੂਜੀ ਆ ਗਈ।"

"ਕੋਈ ਨਾ ਕਾਕਾ, ਤੂੰ ਫਿਕਰ ਨਾ ਕਰ, ਜਿੰਨੇ ਪੈਸੇ ਬਣਨਗੇ, ਥੋਡੇ ਵੀਰ ਜੀ ਜੀਰੀ ਵਿਕੀ ਮਗਰੋਂ ਦੇ ਆਉਣਗੇ। ਐਤਕੀ ਦੋਨਾਂ ਚੁਬਾਰਿਆਂ ਦੀਆਂ ਛੱਤਾਂ ਬਦਲਣੀਆਂ ਪਈਆਂ, ਬਾਲਿਆਂ ਨੂੰ ਸਿਉਂਕ ਲਗ ਗਈ ਸੀ।"

"ਚੰਗਾ ਕੀਤਾ, ਇਹ ਹਵੇਲੀ ਤਾਂ ਪਿੰਡ ਬੰਨ੍ਹਣ ਵਾਲੇ ਬਾਬਾ ਜੀ ਦੀ ਨਿਸ਼ਾਨੀ ਹੈ, ਇਸ ਦੀ ਸੰਭਾਲ ਤਾਂ ਜ਼ਰੂਰੀ ਹੈ।" ਉਦੋਂ ਨੂੰ ਵਿਹੜੇ ਵਿਚ ਉਸਦੇ ਆਉਣ ਦੀ ਆਹਟ ਹੋਈ। ਉਹ ਚੁਪ ਕਰ ਗਏ।

"ਆਪਣਾਂ ਅਮਨਦੀਪ ਕਿੱਥੇ ਹੈ ?"

"ਉਹ ਕਾਕਾ, ਖੂਹ ਤੇ ਭਈਆਂ ਨੂੰ ਚਾਹ ਦੇਣ ਗਿਆ, ਬਸ ਆਉਣ ਹੀ ਵਾਲੈ। ਕਾਕਾ, ਬਾਹਰਲੇ ਘਰ ਵਾਲੇ ਮਾਸੜ ਜੀ ਗੁਜ਼ਰ ਗਏ, ਤੂੰ ਦੋ ਮਿੰਟ ਮਾਸੀ ਜੀ ਕੋਲ ਗੋਡਾ ਨਿਵਾ ਆ।"

"ਕੀ ਹੋ ਗਿਆ, ਉਹਨਾਂ ਨੂੰ ਉਹਨਾਂ ਦੇ ਤਾਂ ਆਪਣੇ ਘਰ ਤੇ ਬਹੁਤ ਅਹਿਸਾਨ ਨੇ, ਪ੍ਰੇਮ ਕੁਰ ਦੇ ਕੇਸਾਂ ਵੇਲੇ ਨਾਲ ਖੜ੍ਹਦੇ ਰਹੇ ਹਨ। ਮੈਂ ਹੁਣੇ ਜਾ ਆਉਂਦਾ ਹਾਂ। ਵੀਰਪਾਲ ਤੈਂ ਤਾਂ ਨਹੀਂ ਜਾਣੈਂ ?"

"ਤੁਸੀਂ ਹੋ ਆਓ, ਮੈਂ ਭੈਣ ਜੀ ਨਾਲ ਗਲਾਂ ਕਰਦੀ ਹਾਂ।" ਉਹ ਉਦੋਂ ਹੀ, ਉਹਨਾਂ ਦੇ ਘਰ ਚਲਿਆ ਗਿਆ। ਮਾਸੀ ਘਰੇ ਹੀ ਸੀ।

"ਆਹ ਵੇ ਪੁੱਤ ਤੂੰ ਤਾਂ ਅਵਸਰ ਬਣਕੇ, ਮਿਲਣੋ-ਗਿਲਣੋਂ ਹੀ ਰਹਿ ਗਿਆ, ਪਿੰਡ ਦਾ ਮੋਹ ਨਹੀਂ ਆਉਂਦਾ ਤੈਨੂੰ ......?"

"ਬਸ ਮਾਸੀ ਜੀ, ਕੰਮ ਕਰਕੇ ਆ ਨਹੀਂ ਹੁੰਦਾ, ਮਾਸੜ ਜੀ ਨੂੰ ਕੀ ਹੋ ਗਿਆ? ਉਹ ਤਾਂ ਚੰਗੇ ਭਲੇ ਸਨ।"

"ਬਸ ਪੁੱਤ, ਖੇਤ ਗੇੜਾ ਮਾਰਕੇ ਆਏ ਸੀ। ਆਉਣ ਸਾਰ ਮੰਜੇ ਤੇ ਪੈ ਗਏ, ਕਹਿੰਦੇ ਮੇਰਾ ਦਿਲ ਜਿਹਾ ਘਟਦੈ, ਤੇਰਾ ਵੀਰ ਡਾਕਟਰ ਨੂੰ ਲੈਣ ਚਲਿਆ ਗਿਆ, ਉਹਨਾਂ ਦੇ ਆਉਂਦਿਆਂ ਨੂੰ ਪੂਰੇ ਹੋ ਗਏ। ਡਾਕਟਰ ਨੇ ਟੂਟੀਆਂ ਲਾ ਕੇ ਦੇਖਿਆ, ਸਿਰ ਮਾਰ ਦਿੱਤਾ, ਕਹਿੰਦਾ ਇਹ ਤਾਂ ਖਤਮ ਨੇ।"

"ਤੁਸੀਂ ਮਾਸੀ ਜੀ ਮੈਨੂੰ ਕਿਉਂ ਨਹੀਂ ਦਸਿਆ? ਮੈਂ ਭੋਗ ਤੇ ਜ਼ਰੂਰ ਆਉਂਦਾ।"

"ਬਸ ਪੁੱਤ ਘੌਲ ਹੋ ਗਈ, ਇਕ ਤਾਂ ਸਾਡੇ ਮੁੰਡੇ ਉੱਤਾ ਨਹੀਂ ਵਾਚਦੇ, ਸਾਰਾ ਦਿਨ, ਖੇਤੀ ਵਿਚ ਉਲਝੇ ਰਹਿੰਦੇ ਹਨ। ਜੇ ਪੁੱਤ ਤੇਰੇ ਵਾਂਗ ਚਾਰ ਅੱਖਰ ਪੜ੍ਹ ਜਾਂਦੇ, ਕਿਤੇ ਅੱੜਕ ਜਾਂਦੇ, ਜੱਟ ਦੀ ਕਾਹਦੀ ਜੂਨ ਹੈ, ਕਾਕਾ?"

"ਹੁਣ ਤਾਂ ਮਾਸੀ ਜੀ ਮਸ਼ੀਨਰੀ ਹੋ ਗਈ ਹੈ, ਪਹਿਲਾਂ ਬਾਪੂ ਜੀ ਵੇਲੇ, ਬਾਹਲਾ ਔਖਾ ਸੀ।"

"ਉਦੋਂ ਪੁੱਤ ਬਟਾਈਆਂ ਚਲਦੀਆਂ ਸੀ। ਆਪਣੇ ਤਾ ਕਿੱਲੇ ਵਿਚੋਂ ਦੋ ਤਿੰਨ ਘਰ ਹੀ ਖੇਤੀ ਕਰਦੇ ਸੀ। ਅੱਜ ਤਾਂ ਪੁੱਤ ਰਹੇਗਾ? ਬਹੂ ਨਾਲ ਆਈ ਹੈ?

"ਕੱਲ ਨੂੰ, ਮਾਸੀ ਜੀ ਚੰਡੀਗੜ੍ਹ ਮੇਰਾ ਪੇਪਰ ਹੈ। ਖਮਾਣੋਂ ਇਹਨੂੰ ਛੱਡਕੇ ਮੈਂ ਅੱਗੇ ਚਲਿਆ ਜਾਣਾ ਹੈ।"

"ਸਰਕਾਰੂ ਜੀਪ ਤੇ ਆਇਆ ਹੈਂ ਪੁੱਤ....?"

"ਨਹੀਂ, ਮਾਸੀ ਜੀ, ਕਾਰ ਤੇ ਆਇਆ ਹਾਂ।"

"ਤੇਰੇ ਸੌਹਰਿਆਂ ਨੇ ਦਿੱਤੀ ਹੈ, ਜਿਹੜੀ ਆਹ ਪੁੱਤ ਆਪਣੀ ਬੀਹੀ ਪੱਕੀ ਕਰਵਾਕੇ ਤੂੰ ਬਹੁਤ ਚੰਗਾ ਕੀਤੈ, ਬੀ.ਡੀ.ਓ. ਦੇਖਣ ਆਇਆ ਸੀ, ਤੇਰੀ ਗਲ ਕਰਦਾ ਸੀ।"

"ਹਾਂ ਜੀ, ਮੈਂ ਉਸਨੂੰ ਕਿਹਾ ਸੀ।" ਚੰਗਾ ਮਾਸੀ ਜੀ ਆਗਿਆ ਦਿਉ, ਮੈਂ ਅੱਗੇ ਜਾਣਾ ਹੈ।"

"ਚੰਗਾ ਪੁੱਤ, ਲੰਘਦਾ ਵੜਦਾ ਮਿਲ ਜਾਇਆ ਕਰ।" ਉਸ ਦੇ ਘਰ ਆਉਂਦੇ ਨੂੰ ਅਮਨਦੀਪ ਖੇਤੋਂ ਆ ਗਿਆ ਸੀ।

"ਅੰਕਲ ਜੀ, ਸਤਿ ਸ੍ਰੀ ਅਕਾਲ।"

"ਓਏ, ਮੈਂ ਅੰਕਲ ਨਹੀਂ ਤੇਰਾ ਚਾਚਾ ਹਾਂ, ਇਹ ਅੰਕਲ ਤੈਨੂੰ ਕੀਹਨੇ ਸਿਖਾਇਆ ਹੈ?

"ਅੰਕਲ ਜੀ, ਸਕੂਲ ਵਾਲਿਆਂ ਨੇ।" ਉਸਨੇ ਸੋਚਿਆ ਇਹਨਾਂ ਅੰਗਰੇਜ਼ੀ ਸਕੂਲਾਂ ਨੇ, ਸਾਡੇ ਰਿਸ਼ਤੇ ਵੀ ਤੋੜ ਮਰੋੜ ਦਿੱਤੇ ਹਨ।

"ਚਲ ਆਪਾਂ ਮੰਡੀ ਚੱਲਕੇ ਆਈਏ? ਵੀਰ ਜੀ ਨੂੰ ਮਿਲ ਆਈਏ। ਰੋਟੀ ਆ ਕੇ ਖਾਵਾਂਗੇ, ਵੀਰ ਜੀ ਕੀਹਦੀ ਆੜ੍ਹਤ ਦੀ ਦੁਕਾਨ ਤੇ ਹਨ?"

"ਚਾਚਾ ਜੀ ਮੈਨੂੰ ਪਤਾ ਹੈ, ਕੌਰ ਸੈਨ, ਦੇਸਰਾਜ ਕੁਰੜ ਵਾਲਿਆਂ ਦੀ ਦੁਕਾਨ ਹੈ।"

"ਕਿਹੜੇ ਰਾਹ ਚੱਲੀਏ ਕਸਬੇ ਨੂੰ ਕਿ ਮਾਣਕੀ ਨੂੰ ?" ਸੰਦੌੜ ਜਾਣ ਦੇ ਦੋ ਰਾਹ ਸਨ।

"ਦੋਨੋਂ ਹੀ ਠੀਕ ਨੇ ਜੀ, ਪਿੰਡ ਵਾਲਿਆਂ ਮਿੱਟੀ ਪਾ ਦਿੱਤੀ ਹੈ, ਕਹਿੰਦੇ ਨੇ ਪੱਕੀ ਸੜਕ ਬਣੂੰ।"

ਸੰਦੌੜ ਦੀ ਮੰਡੀ ਜੀਰੀ ਦੀ ਫਸਲ ਨਾਲ ਨੱਕੋ ਨੱਕ ਭਰੀ ਪਈ ਸੀ, ਪੱਖੇ ਚੱਲਣ ਕਰਕੇ, ਗਰਦੋ ਗਵਾਰ ਹੋਇਆ ਪਿਆ ਸੀ। ਕਿਤੇ ਤਿਲ ਸੁਟਣ ਨੂੰ ਥਾਂ ਨਹੀਂ ਸੀ।

ਉਹ ਕੌਰ ਸੈਨ ਦੇਸ ਰਾਜ ਦੀ ਦੁਕਾਨ ਤੇ ਗਏ। ਸੇਠ ਤਕੀਏ ਦਾ ਸਿਰਹਾਣਾ ਲਾਈ, ਪੱਖੇ ਹੇਠ ਊਂਘ ਰਿਹਾ ਸੀ। ਮਨੀਮ ਵਹੀ ਖਾਤੇ ਖੋਲ੍ਹੀ ਬੈਠਾ ਸੀ।

"ਤੁਸੀਂ ਬੈਠੋ ਜੀ, ਮੈਂ ਪਾਪਾ ਨੂੰ ਲੈ ਕੇ ਆਉਂਦਾ ਹਾਂ। ਆਪਣੀ ਢੇਰੀ ਕੋਲ ਈ ਹੋਣਗੇ।" ਉਹ ਕੁਰਸੀ ਤੇ ਬੈਠ ਗਿਆ। ਏਨੇ ਨੂੰ ਸੇਠ ਕੌਰ ਸੈਨ ਜਾਗ ਪਿਆ, "ਮੈਂ ਕਾਕਾ ਜੀ, ਥੋਨੂੰ ਪਛਾਣਿਆ ਨਹੀਂ... ?"

"ਮੈਂ ਨਵੇਂ ਪਿੰਡੋਂ ਬਲਜੀਤ ਦਾ ਛੋਟਾ ਭਰਾ ਹਰਜੀਤ ਜੀ.. ?"

"ਅੱਛਾ ਅੱਛਾ ਸਰਦਾਰ ਬਘੇਲ ਸਿਉਂ ਦੇ ਸਾਹਿਬਜਾਦੇ, ਬੀ.ਡੀ. ਓ. ਸਾਹਿਬ, ਅੱਜ ਕੱਲ੍ਹ ਕਿੱਥੇ ਲਗੇ ਹੋ ? ਜਾਹ ਓਏ ਮੁੰਡਿਆ ਦੋ ਠੰਡੇ, ਫੜਕੇ ਲਿਆ ਭੱਜਕੇ ?"

"ਨਹੀਂ ਸੇਠ ਜੀ, ਮੈਂ ਹੁਣ ਚਾਹ ਪੀ ਕੇ ਆਇਆ ਹਾਂ, ਥੋਡੀ ਮੰਡੀ ਤਾਂ ਭਰੀ ਪਈ ਹੈ, ਪਰਚੇਜ ਕੀਹਦੀ ਹੈ ?"

"ਐਫ. ਸੀ. ਆਈ.. ਦਾ ਬੇੜਾ ਬਹਿ ਗਿਆ, ਦੋ ਦੋ ਵਾਰ ਪੱਖਾ ਲਵਾਤਾ ਅਜੇ ਵੀ ਕਹਿੰਦੇ ਸਲਾਭੀ ਹੈ।"

"ਰੁਪੈਈਆ ਬੋਰੀ ਨਹੀਂ ਦਿੰਦੇ... ?"

"ਦਿੰਦੇ ਕਿਉਂ ਨਹੀਂ ? ਗਲ ਘੁੱਟਕੇ ਲੈਂਦੇ ਹਨ, ਫੇਰ ਵੀ ਨੱਕ ਬੁਲ੍ਹ ਮਾਰਦੇ ਹਨ, ਪੈਸੇ ਲੈ ਕੇ ਵੀ, ਕਹਿੰਦੇ ਨੇ ਅਜ ਦੁਪਿਹਰ ਬਾਅਦ, ਬੋਲੀ ਲਾਵਾਂਗੇ, ਬਾਰਦਾਨਾ ਅੱਜ ਹੀ ਆਇਆ।" ਗਲਾਂ ਕਰਦਿਆਂ ਨੂੰ ਬਲਜੀਤ ਸਿੰਘ ਆ ਗਿਆ ਸੀ।

"ਛੋਟੇ, ਤੁਸੀਂ ਪਹਿਲਾਂ ਨਹੀਂ ਦਸਿਆ।"

"ਵੀਰ ਜੀ, ਪਹਿਲਾਂ ਸਿੱਧੇ ਲੰਘਣ ਦਾ ਵਿਚਾਰ ਸੀ।" ਫੇਰ ਐਧਰ ਦਾ ਪ੍ਰੋਗਰਾਮ ਬਣ ਗਿਆ।"

"ਚਲ ਉਪਰ ਚੁਬਾਰੇ ਵਿਚ ਬੈਠਦੇ ਹਾਂ।" ਸ਼ਾਮ ਨੂੰ ਇਸ ਚੁਬਾਰੇ ਵਿਚ ਐਫ. ਸੀ. ਆਈ. ਵਾਲਿਆਂ ਦੀ ਮਹਿਫਲ ਲਗਦੀ ਸੀ। ਮੇਜ ਖਾਣ ਪੀਣ ਦੇ ਸਮਾਨ ਨਾਲ ਲਿਬੜਿਆ ਪਿਆ ਸੀ। ਬੀਅਰ ਅਤੇ ਵਿਸਕੀ ਦੀਆਂ ਖਾਲੀ ਬੋਤਲਾਂ ਮੇਜ਼ ਹੇਠ ਪਈਆਂ ਸਨ।

"ਕਦੋਂ ਆਇਆ ? ਹੋਰ ਸਭ ਸੁੱਖ ਸਾਂਦ ਹੈ ?"

"ਹਾਂ ਜੀ, ਦੋ ਘੰਟੇ ਹੋ ਗਏ... ?"

"ਵੀਰਪਾਲ ਨਾਲ ਆਈ ਹੈ ? ਕੀ ਹਾਲ ਹੈ, ਓਹਦਾ ?"

"ਬੱਸ ਵੀਰ ਜੀ, ਉਹੀ ਬਹਾਂ, ਉਹੀ ਕੁਹਾੜਾ, ਕੁੱਤੇ ਦੀ ਪੂੰਛ ਵੀ ਕਦੇ ਸਿੱਧੀ ਹੋਈ ਹੈ, ਭਾਵੇਂ ਬਾਰਾਂ ਸਾਲ ਪਾਈਪ ਵਿਚ ਪਾ ਕੇ ਰੱਖੋ।"

"ਜਮੀਨ ਦਾ ਠੇਕਾ ਹੀ ਮੰਗਦੀ ਹੈ ? ਕਿ ਹੋਰ ਕੁਸ਼ ਕਹਿੰਦੀ ਹੈ ? ਉਹ ਤੇਰਾ ਦੁੱਧ

ਵਰਗਾ ਖਰਾ, ਫਸਲ ਵਿਕ ਜਾਵੇ, ਮੈਂ ਦੇ ਆਊਂਗਾ ਵਿਹਾਰ ਦੀ ਗਲ ਵਿਚ ਸੰਸਾ ਕਾਹਦਾ? ਤੂੰ ਕਿਉਂ ਦਰੇਗ ਕਰਦੈਂ?"

"ਵੀਰ ਜੀ, ਮੈਨੂੰ ਤਾਂ ਬੜੀ ਸ਼ਰਮ ਆਉਂਦੀ ਹੈ, ਤੁਹਾਡੇ ਕੋਲੋਂ ਹਿੱਸਾ ਲੈਂਦਿਆਂ, ਤੁਸੀਂ ਕਿੰਨੀ ਕੁਰਬਾਨੀ ਕੀਤੀ ਹੈ, ਮੇਰੇ ਕੈਰੀਅਰ ਲਈ।"

"ਕਾਕੇ, ਉਹ ਤਾਂ ਮੇਰਾ ਫਰਜ ਸੀ। ਵੱਡਿਆਂ ਦਾ ਫਰਜ਼ ਈ ਹੁੰਦਾ ਹੈ। ਤੂੰ ਦਰੇਗ ਕਿਉਂ ਕਰਦੈਂ, ਅਜ ਰਹੇਂਗਾ?"

"ਨਹੀਂ ਜੀ, ਕੱਲ ਨੂੰ ਚੰਡੀਗੜ੍ਹ ਮੇਰੇ ਪੇਪਰ ਸ਼ੁਰੂ ਹੋਣੇ ਹਨ। ਰਾਤ ਨੂੰ ਢੇਰੀ ਕੋਲ ਕੌਣ ਪੈਂਦਾ ਹੈ?"

"ਰਾਤ ਨੂੰ ਤੁਲਸੀ ਹੁੰਦਾ ਹੈ, ਦਿਨੇ ਮੈਂ ਰਹਿੰਦਾ ਹਾਂ। ਪੰਜ ਦਸ ਹਜ਼ਾਰ ਦੀ ਲੋੜ ਹੈ, ਦੱਸ ਮੈਂ ਆੜ੍ਹਤੀਏ ਤੋਂ ਫੜ ਦਿੰਦਾ ਹਾਂ, ਔਖਾ ਨਾ ਹੋਵੀਂ।"

"ਨਹੀਂ, ਜੀ ਏਨੀ ਕੀ ਕਾਹਲੀ ਹੈ? ਮੇਰੇ ਕੋਲ ਪੈਸੇ ਹੈਗੇ।"

ਗਲਾਂ ਕਰਨ ਨਾਲ, ਉਸ ਦਾ ਮਨ ਕੁਝ ਹੌਲਾ ਹੋ ਗਿਆ ਸੀ। ਦੋ ਬਜੇ ਦੇ ਕਰੀਬ ਉਹ ਘਰ ਆਏ।

"ਬੜਾ ਚਿਰ ਲਾ ਆਏ ਜੀ, ਮੰਡੀ ਵਿਚ....?" ਵੀਰਪਾਲ ਨੇ ਉਲਾਂਭਾ ਦਿੱਤਾ।

"ਬਸ ਰੋਟੀ ਖਾ ਕੇ ਚਲਦੇ ਹਾਂ, ਮੈਂ ਉਪਰਲੇ ਚੁਬਾਰੇ ਵਿਚੋਂ ਫਾਈਲ ਲੈ ਆਵਾਂ?" ਉਪਰਲੀ ਅਲਮਾਰੀ ਕਿਤਾਬਾਂ ਨਾਲ ਭਰੀ ਪਈ ਸੀ। ਹੇਠਲੇ ਖਾਨੇ ਵਿਚੋਂ, ਉਸਨੇ ਪਹਿਲੇ ਸਾਲ ਦੇ ਨੋਟ ਲਭ ਲਏ।

ਖਾਣਾ ਖਾਕੇ, ਤੁਰਦਿਆਂ ਨੂੰ ਤਿੰਨ ਬਜ ਗਏ। ਅਗੇ ਦੋ ਘੰਟੇ ਦਾ ਰਾਹ ਸੀ। ਪੰਜ ਬਜਦੇ ਨੂੰ ਚੰਡੀਗੜ੍ਹ ਪਹੁੰਚਣਾ ਆਸਾਨ ਨਹੀਂ ਸੀ। ਸੁਖਜੀਤ ਉਡੀਕ ਕਰੇਗੀ। ਉਸ ਨੂੰ ਇਤਲਾਹ ਕਰਨ ਦਾ ਕੋਈ ਜ਼ਰੀਆ ਵੀ ਨਹੀਂ ਸੀ। ਪਿੰਡੋਂ ਬਾਹਰ ਨਿਕਲਕੇ, ਉਸ ਐਕਸੀਲੇਟਰ ਦੱਬ ਦਿੱਤਾ। ਕੋਟਲੇ ਆਏ, ਫਾਟਕ ਬੰਦ ਮਿਲਿਆ, ਪੰਦਰਾਂ ਮਿੰਟ ਉਥੇ ਰੁਕਣਾ ਪਿਆ। ਕੋਟਲੇ ਤੋਂ ਖੰਨੇ ਵਾਲੀ ਸੜਕ ਵਿਚ ਥਾਂ ਥਾਂ ਉੱਖਲੀਆਂ ਅਤੇ ਟੋਏ ਸਨ, ਤਾਂ ਵੀ ਉਸ ਨੇ ਚਾਲੀ ਪੰਤਾਲੀ ਮਿੰਟ ਵਿਚ ਗੱਡੀ ਖੰਨੇ ਲਾ ਦਿੱਤੀ। ਅਗਲੇ ਸਮਰਾਲੇ ਵਾਲਾ ਰੇਲਵੇ ਫਾਟਕ ਬੰਦ ਮਿਲਿਆ, ਅੱਧਾ ਘੰਟਾ ਉਥੇ ਖੜ੍ਹਨਾ ਪਿਆ। ਉਸ ਦਾ ਦਿਲ ਕਾਹਲਾ ਪੈਣ ਲਗਿਆ, ਕਰੇ ਤਾਂ ਕੀ ਕਰੇ? ਵਕਤ ਤੇਜ਼ੀ ਨਾਲ ਗੁਜ਼ਰਦਾ ਜਾ ਰਿਹਾ ਸੀ। ਅਗੇ ਸੜਕ ਵੱਧੀਆ ਸੀ, ਤਾਂ ਵੀ ਖਮਾਣੋਂ ਪਹੁੰਚਦਿਆਂ ਨੂੰ ਸਾਢੇ ਪੰਜ ਬੱਜ ਗਏ। ਚਾਹ ਪਾਣੀ ਪੀਂਦਿਆਂ, ਅੱਧਾ ਘੰਟਾ ਹੋਰ ਲੰਘ ਗਿਆ।

"ਅਜ ਠਹਿਰਦੇ ਨਹੀਂ? ਸਵੇਰੇ ਉਠਕੇ ਚਲੇ ਜਾਇਉ..?"

"ਨਹੀਂ, ਮੈਂ ਇਹ ਰਿਸਕ ਨਹੀਂ ਲੈਣਾ, ਰਾਹ ਵਿਚ ਗੱਡੀ ਨੂੰ ਸੌ ਈਮ-ਖੀਮ ਹੋ ਜਾਵੇ, ਫੇਰ ਮੈਂ ਕੀ ਕਰਾਂਗਾ? ਇਕ ਰਾਹ ਵਿਚ ਮੋਰਿੰਡੇ ਵਾਲਾ ਫਾਟਕ ਪੈਂਦਾ ਹੈ, ਘੰਟਾ ਘੰਟਾ ਨਹੀਂ ਖੁਲ੍ਹਦਾ। ਮੈਂ ਅੱਠ ਤਰੀਕ ਨੂੰ ਦੁਪਿਹਰ ਬਾਅਦ ਆਵਾਂਗਾ।"

"ਮੈਂ ਚੰਡੀਗੜ੍ਹ ਤੋਂ ਸ਼ਾਪਿੰਗ ਵੀ ਕਰਨੀ ਹੈ।"

"ਕੋਈ ਗਲ ਨਹੀਂ ਆਪਾਂ ਨੌਂ ਤਰੀਕ ਨੂੰ ਮੁੜਨਾ ਹੈ, ਵਾਇਆ ਚੰਡੀਗੜ੍ਹ ਹੋਕੇ ਚਲੇ ਚਲਾਂਗੇ। ਚੰਗਾ ਮੈਂ ਚਲਦਾ ਹਾਂ, ਮੇਰਾ ਸਮਾਨ ਤਾਂ ਵਿਚੇ ਹੀ ਪਿਆ ਹੈ।"

ਉਹ ਕੁੜੀ ਕਿੱਥੇ ਗਈ - 176

"ਹਾਂ ਜੀ...?" ਆਪਣਾ ਧਿਆਨ ਰਖਣਾ, ਹੋ ਸਕੇ, ਪਹੁੰਚਕੇ ਫੋਨ ਕਰ ਦੇਣਾ, ਮੈਨੂੰ ਫਿਕਰ ਰਹੇਗਾ।"

"ਕੋਈ ਨਹੀਂ।" ਛੇ ਬਜ ਗਏ। ਚਾਲੀ ਪੰਤਾਲੀ ਮਿੰਟ ਦਾ ਰਾਹ ਸੀ, ਤਾਂ ਵੀ ਉਹ ਸੱਤ ਬਜੇ ਤੋਂ ਪਹਿਲਾਂ ਪਹੁੰਚ ਸਕਦਾ ਸੀ। ਉਸਨੂੰ ਮੇਰੇ ਆਉਣ ਦੀ ਪੂਰੀ ਉਡੀਕ ਹੋਵੇਗੀ। ਅਗੇ ਮੋਰਿੰਡੇ ਵਾਲਾ ਫਾਟਕ ਬੰਦ ਮਿਲਿਆ, ਲੰਮੀ ਲਾਈਨ ਲਗੀ ਹੋਈ ਸੀ। ਉਸਨੇ ਗੱਡੀ ਲਾਈਨ ਵਿਚ ਨਹੀਂ ਲਾਈ, ਅਗੇ ਕੱਢਕੇ, ਫਾਟਕ ਦੇ ਨਾਲ ਜਾ ਲਾਈ। ਇਕ ਸਿਪਾਹੀ ਝੱਟ ਹੀ ਹੱਥ ਵਿਚ ਡੰਡਾ ਫੜੀ ਉਸ ਕੋਲ ਆਇਆ। ਉਸ ਨੇ ਆਪਣਾ ਆਈ ਕਾਰਡ ਦਿਖਾ ਦਿੱਤਾ, ਮੈਨੂੰ ਐਮਰਜੈਂਸੀ ਹੈ। ਫਾਟਕ ਪੰਦਰਾਂ ਮਿੰਟ ਬਾਅਦ ਖੁਲ੍ਹਿਆ, ਉਸਨੇ ਝੱਟ ਹੀ ਗੱਡੀ ਸਟਾਰਟ ਕਰਕੇ, ਅੱਗੇ ਕੱਢ ਲਈ, ਗੱਡੀ ਗੂੰਜਾਂ ਪਾਉਂਦੀ ਜਾ ਰਹੀ ਸੀ। ਸਾਰਾ ਜੋਰ ਲਾਉਣ ਤੇ ਵੀ, ਉਹ ਸੱਤ ਬਜੇ ਤੋਂ ਪਹਿਲਾਂ ਹੋਸਟਲ ਨਹੀਂ ਪਹੁੰਚ ਸਕਿਆ। ਦਸ ਮਿੰਟ ਉਪਰ ਹੋ ਗਏ ਸਨ। ਕੈਂਚੀ ਗੇਟ ਬੰਦ ਹੋ ਗਿਆ ਸੀ। ਕੁੜੀਆਂ ਅੰਦਰਲੇ ਵਿਹੜੇ ਵਿਚ ਚਹਿਲ ਕਦਮੀ ਕਰ ਰਹੀਆਂ ਸਨ। ਉਹ ਔਹਲ ਕੇ ਗੇਟ ਕੋਲ ਹੋਇਆ ਉਦੋਂ ਹੀ ਇਕ ਮਾਈ, ਉਸ ਕੋਲ ਆਈ।

"ਭਾਈ ਹੁਣ ਟੈਮ ਖਤਮ ਹੋ ਗਿਆ।"

"ਮਾਈ ਜੀ ਮੈਂ ਬਠਿੰਡੇ ਤੋਂ ਆਇਆ ਹਾਂ, ਆਹ ਜ਼ਰੂਰੀ ਕਾਗਜ਼ ਸੁਖਜੀਤ ਨੂੰ ਫੜਾਉਣੇ ਹਨ, ਕਿਰਪਾ ਕਰਕੇ ਇਕ ਮਿੰਟ ਲਈ ਮਿਲਾ ਦਿਉ।"

"ਸ਼ੈਤ ਉਹ ਤੈਨੂੰ ਹੀ ਡੀਕਦੀ ਸੀ, ਹੁਣੇ ਐਥੋਂ ਹੋ ਕੇ ਗਈ ਹੈ, ਮੈਂ ਦੇਖਦੀ ਹਾਂ, ਜੇ ਕਮਰੇ ਵਿਚ ਨਾ ਗਈ ਹੋਈ।"

"ਤੁਹਾਡੀ ਬੜੀ ਮਿਹਰਬਾਨੀ।" ਉਸਨੂੰ ਕੁਝ ਆਸ ਬੱਝ ਗਈ।

"ਕੁੜੇ ਸੁਖਜੀਤ, ਤੈਨੂੰ ਬਠਿੰਡੇ ਤੋਂ ਕੋਈ ਭਾਈ ਮਿਲਣ ਆਇਆ ਹੈ। ਗੇਟ ਦੇ ਬਾਹਰ ਖੜ੍ਹੈ।" ਉਹ ਦੌੜਕੇ ਗੇਟ ਤੇ ਆਈ।

"ਸਤਿ ਸ੍ਰੀ ਅਕਾਲ। ਲੇਟ ਹੋ ਗਏ ? ਮੇਰੀਆਂ ਅੱਖਾਂ ਪੱਕ ਗਈਆਂ, ਉਡੀਕਦੀ ਦੀਆਂ।"

"ਰਾਹ ਵਿਚ ਸਾਰੇ ਫਾਟਕ ਬੰਦ ਮਿਲੇ, ਆਹ ਲਉ ਨੋਟ, ਮੈਂ ਕੱਲ ਨੂੰ ਪੰਜ ਬਜੇ ਮਿਲਾਂਗਾ, ਸਵੇਰੇ ਨੌਂ ਤੋਂ ਬਾਰਾਂ ਮੇਰਾ ਪੇਪਰ ਹੈ।" ਉਹਨਾਂ ਦੀ ਮੁਲਾਕਾਤ ਕੈਦੀਆਂ ਵਾਂਗ ਹੋਈ। ਗੂੰਗੀ ਜਬਾਨ ਵਿਚ ਹੀ, ਉਹਨਾਂ ਕੁਝ ਗਲਾਂ ਕੀਤੀਆਂ।" "ਵੇਹ ਭਾਈ ਜਾਹ ਹੁਣ, ਜੇ ਵਾਰਡਨ ਨੇ ਦੇਖ ਲਿਆ, ਮੇਰੀ ਸ਼ਾਮਤ ਆ ਜਾਏਗੀ।"

"ਵਿਸ਼ ਯੂ, ਗੁੱਡ ਲੱਕ..।" ਸੁਖਜੀਤ ਬੋਲੀ।

"ਚੰਗਾ ਗੁੱਡ ਨਾਈਟ...।" ਉਥੋਂ ਗੱਡੀ ਲੈ ਕੇ ਉਹ ਉਨੀ ਸੈਕਟਰ ਆਇਆ। 205 ਨੰਬਰ ਕੋਠੀ ਦੇ ਉਪਰਲੇ ਪੋਰਸ਼ਨ ਵਿਚ, ਫਸਟ ਫਲੋਰ ਤੇ, ਕੁਲਦੀਪ ਸਿੰਘ ਐਡਵੋਕੇਟ ਦੀ ਰਿਹਾਇਸ਼ ਸੀ। ਉਸ ਨੇ ਘੰਟੀ ਮਾਰੀ। ਉਪਰੋਂ ਅਵਾਜ਼ ਆਈ," ਆਇਆ, ਆ ਗਏ ਤੁਸੀਂ ਲੇਟ ਹੋ ਗਏ. ਕੀ ਗਲ ਹੋ ਗਈ।"

"ਬਸ ਵਕੀਲ ਸਾਹਿਬ, ਸਫਰ ਬਹੁਤ ਲੰਮਾ ਹੈ, ਤੁਰਦਿਆਂ ਤੁਰਦਿਆਂ ਲੇਟ ਹੋ ਗਿਆ। ਉਸਨੇ ਗੱਡੀ ਹੇਠਾਂ ਪੋਰਚ ਵਿਚ ਪਾਰਕ ਕਰ ਦਿੱਤੀ। ਨਹਾਉਣ ਨਾਲ ਸਫਰ ਦਾ ਥਕੇਂਵਾ ਉਤਰ ਗਿਆ ਸੀ।"

"ਸਾਡੇ ਪਿੰਡਾਂ ਦਾ ਕੀ ਹਾਲ ਹੈ?"

"ਬਹੁਤ ਵਧੀਆ ਹੈ, ਤੁਹਾਡੇ ਪਿੰਡ ਨੂੰ ਮੌੜ ਮੰਡੀ ਤੋਂ ਸੜਕ ਬਣਨੀ ਸ਼ੁਰੂ ਹੋ ਗਈ ਹੈ। ਮੌੜ ਤਲਵੰਡੀ ਸੜਕ, ਸੇਖੂਪੁਰੇ ਕੋਲ ਰੁਕੀ ਖੜ੍ਹੀ ਸੀ। ਉਹ ਰੇੜਕਾ ਵੀ ਖਤਮ ਹੋ ਗਿਆ ਹੈ, ਅਗਲੇ ਮਹੀਨੇ ਸ਼ੁਰੂ ਹੋ ਜਾਵੇਗੀ, ਮਿੱਟੀ ਪੈ ਰਹੀ ਹੈ। ਹੋਰ ਕਈ ਪਿੰਡਾਂ ਨੂੰ ਸੜਕਾਂ ਬਣਨ ਲੱਗੀਆਂ ਹਨ। ਲੋਕਾਂ ਵਿਚ ਬੜਾ ਉਤਸ਼ਾਹ ਹੈ।"

"ਮੁੱਖ ਮੰਤਰੀ ਗਿੱਲ ਨੇ ਇਹ ਕੰਮ ਬਹੁਤ ਵੱਧੀਆ ਕੀਤਾ ਹੈ, ਨਹੀਂ ਪਿੰਡਾਂ ਨੂੰ ਸੜਕਾਂ ਕੀਹਨੇ ਬਨਾਉਣੀਆਂ ਸਨ, ਉਸਨੇ ਅਫਸਰ ਵੀ ਤੀਰ ਵਾਂਗ ਸਿੱਧੇ ਕਰ ਦਿੱਤੇ ਹਨ।"

"ਬਿਲਕੁਲ ਠੀਕ ਹੈ, ਮੁਖ ਮੰਤਰੀ ਗਿੱਲ ਸਾਹਿਬ ਨੇ ਇਹ ਲਿੰਕ ਸੜਕਾਂ ਦਾ ਜਿਹੜਾ ਕੰਮ ਸ਼ੁਰੂ ਕੀਤਾ ਹੈ, ਇਸ ਨੂੰ ਕੋਈ ਸਰਕਾਰ ਰੋਕ ਨਹੀਂ ਸਕਦੀ।"

"ਤੁਸੀਂ ਡਰਿੰਕ ਲੈ ਲੈਂਦੇ ਹੋ ਕਿ ਨਹੀਂ...?"

"ਮੇਰਾ ਕੋਈ ਨੇਮ ਤਾਂ ਨਹੀਂ.. ਪਰ ਪੇਪਰਾਂ ਕਰਕੇ ਮੈਂ ਡਰਿੰਕ ਨਹੀਂ ਲੈਣੀ, ਕੈਰੀਅਰ ਦਾ ਸਵਾਲ ਹੈ।"

"ਬਿਲਕੁਲ ਠੀਕ ਹੈ, ਕੈਰੀਅਰ ਪਹਿਲਾਂ। ਖਾਣਾ ਦਸੋ ਕਦੋਂ ਲਵੋਗੇ। ਸਵੇਰੇ ਬੈਡ ਟੀ ਕਿੰਨੇ ਬਜੇ ਲਵੋਗੇ?"

"ਖਾਣਾ ਅੱਠ ਬਜੇ ਬੈਡ ਟੀ ਪੰਜ ਬਜੇ, ਬਰੇਕ ਫਾਸਟ ਸਾਢੇ ਸੱਤ ਵਜੇ। ਕੋਈ ਉਚੇਚਾ ਜਾਂ ਖੇਚਲਾ ਨਹੀਂ ਕਰਨੀ।"

ਖਾਣਾ ਖਾਣ ਮਗਰੋਂ ਉਹ ਆਪਣੇ ਕਮਰੇ ਵਿਚ ਚਲਾ ਗਿਆ। ਦੋ ਬੈਡ, ਇਕ ਮੇਜ ਤੇ ਕੁਰਸੀ ਲਗੀ ਹੋਈ ਸੀ, ਮੇਜ ਉਪਰ ਟੇਬਲ ਲੈਮਪ ਪਿਆ ਸੀ। ਰਾਤ ਦੇ ਗਿਆਰਾਂ ਬਜੇ ਤਕ ਉਹ ਪੜ੍ਹਦਾ ਰਿਹਾ, ਕੱਲ ਦੇ ਪੇਪਰ ਦੀ ਤਿਆਰੀ ਕਰਦਾ ਰਿਹਾ। ਉਸ ਦੇ ਖਿਆਲਾਂ ਵਿਚ ਸੁਖਜੀਤ ਕਦੇ ਕਦੇ ਫੇਰੀ ਪਾ ਜਾਂਦੀ।

(35)

ਅਗਲੇ ਦਿਨ ਸਵਾ ਅੱਠ ਬਜਦੇ ਨੂੰ ਉਹ ਵੀਹ ਸੈਕਟਰ, ਕਾਲਜ ਪਹੁੰਚ ਗਿਆ, ਜਿੱਥੇ ਇਮਤਿਹਾਨ ਦਾ ਸੈਂਟਰ ਸੀ। ਕੰਨਟੀਨ ਕੋਲ ਹੀ ਉਸ ਨੂੰ ਚੌਧਰੀ ਚਰਨ ਦਾਸ ਡੀ. ਡੀ. ਪੀ. ਓ. ਮਿਲ ਗਿਆ।

"ਮੈਂ ਸਰ ਰਾਤ ਆ ਗਿਆ ਸੀ, ਤੁਸੀਂ ਕਦੋਂ ਆਏ?"

"ਮੈਂ ਵੀ ਰਾਤ ਆ ਗਿਆ ਸੀ। ਹਰਜੀਤ ਇਕ ਗਲ ਸੁਣ, ਮੈਨੂੰ ਸਰ ਨਾ ਕਿਹਾ ਕਰ। ਆਪਾਂ ਇਕੋ ਕਾਲਜ ਵਿਚ ਪੜ੍ਹੇ ਹਾਂ। ਇਕ ਸਾਲ ਦਾ ਫਰਕ ਹੋਇਆ ਤਾਂ ਕੀ ਹੋਇਆ?"

"ਓ. ਕੇ. ...ਸ.....ਰ..।" ਫੇਰ ਉਸਦੇ ਮੂੰਹੋਂ ਸਰ ਨਿਕਲਣ ਲਗਿਆ ਸੀ।"

"ਤੁਸੀਂ ਡੀ. ਸੀ. ਸਾਹਿਬ ਨੂੰ ਕੋਈ ਡੀ.ਓ. ਲਿਖਿਆ ਸੀ।"

"ਹਾਂ ਜੀ, ਏਰੀਅਲ ਸਪਰੇਅ ਬਾਰੇ ਡੀ. ਸੀ. ਸਾਹਿਬ ਦਾ ਡੀ. ਓ. ਆਇਆ ਸੀ, ਉਸ ਦਾ ਉਤਰ ਦਿੱਤਾ ਸੀ। ਕੀ ਗਲ, ਉਹਨਾਂ ਨੂੰ ਮੇਰਾ ਜਵਾਬ ਚੰਗਾ ਨਹੀਂ ਲਗਿਆ?"

"ਨਹੀਂ ਇਹ ਗਲ ਨਹੀਂ ਤੇਰੀ ਭਾਸ਼ਾ ਪੜ੍ਹਕੇ, ਉਹ ਹੈਰਾਨ ਪ੍ਰੇਸ਼ਾਨ ਹੋ ਗਏ। ਮੈਨੂੰ

ਕਹਿੰਦੇ ਦੇਖੋ ਇਸ ਮੁੰਡੇ ਦੀ ਭਾਸ਼ਾ ? ਇਹ ਕਿੱਥੇ ਪੜ੍ਹਿਆ ਹੈ ? ਮੈਂ ਕਿਹਾ ਸਰ ਇਹ ਗੌਰਮਿੰਟ ਕਾਲਜ ਦਾ ਟੌਪਰ ਹੈ। ਮੈਨੂੰ ਡੀ. ਓ. ਦੇ ਕੇ ਕਹਿੰਦੇ ਏਰੀਅਲ ਸਪਰੇਅ ਮਗਰੋਂ, ਇਸ ਬਾਰੇ ਵਿਕਾਸ ਕਮਿਸ਼ਨਰ ਨੂੰ ਪਰਸੰਸਾ ਪੱਤਰ ਦੇਣ ਬਾਰੇ ਲਿਖਣਾ ਹੈ। ਤੇਰੇ ਕੰਮ ਦੇ ਸਲੀਕੇ ਅਤੇ ਤਰੀਕੇ ਤੋਂ ਉਹ ਬਹੁਤ ਖੁਸ਼ ਹਨ।" ਉਦੋਂ ਨੂੰ ਆਈ.ਏ.ਐਸ., ਪੀ.ਸੀ.ਐਸ. ਤੇ ਹੋਰ ਕਈ ਮਹਿਕਮਿਆਂ ਦੇ ਅਫਸਰ ਆਉਣ ਲਗੇ। ਪੌਣੇ ਨੌਂ ਵਜੇ ਉਹ ਵੱਡੇ ਹਾਲ ਵਿਚ ਜਾ ਬੈਠੇ। ਠੀਕ ਨੌਂ ਵਜੇ ਪੇਪਰ ਵੰਡ ਦਿੱਤੇ ਗਏ। ਉਸਨੇ ਧਿਆਨ ਨਾਲ ਪੇਪਰ ਨੂੰ ਪੜ੍ਹਿਆ। ਸੌਖੇ ਸਵਾਲਾਂ ਨੂੰ ਟਿੱਕ ਕੀਤਾ, ਜਿਹੜੇ ਪਹਿਲਾਂ ਕਰਨੇ ਸਨ। ਪੇਪਰਾਂ ਦਾ ਉਤਰ ਅੰਗਰੇਜੀ ਵਿਚ ਦੇਣਾ ਸੀ। ਅੰਗਰੇਜੀ ਤੇ ਉਸ ਦੀ ਚੰਗੀ ਮੁਹਾਰਤ ਸੀ। ਢਾਈ ਘੰਟੇ ਵਿਚ ਉਸ ਸਾਰੇ ਸਵਾਲ ਕਰ ਲਏ ਸਨ। ਅੱਧੇ ਘੰਟੇ ਵਿਚ ਸਾਰਾ ਪੇਪਰ ਦੁਬਾਰਾ ਰਿਵਾਈਜ਼ ਕੀਤਾ। ਪੇਪਰ ਉਸਨੂੰ ਅੰਦਾਜ਼ੇ ਨਾਲੋਂ ਸੌਖਾ ਲਗਿਆ।

"ਜੈਂਟਲਮੈਨ, ਔਨਲੀ ਟੈਨ ਮਿੰਟਸ ਆਰ ਲੈਫਟ।"

ਸਟੇਜ ਤੋਂ ਸੁਪਰਡੈਂਟ ਦੀ ਆਵਾਜ਼ ਆਈ। ਸਮਾਂ ਬੜੀ ਤੇਜ਼ੀ ਨਾਲ ਸਰਕ ਰਿਹਾ ਸੀ। ਠੀਕ ਬਾਰਾਂ ਵਜੇ ਸਟੇਜ ਤੋਂ ਆਵਾਜ਼ ਆਈ, "ਟਾਈਮ ਇਜ਼ ਓਵਰ..।" ਉਦੋਂ ਹੀ ਸੁਪਰਵਾਈਜ਼ਰ ਪੇਪਰ ਇਕੱਠੇ ਕਰਨ ਲੱਗੇ। ਉਸਦੇ ਚਾਰ ਪੰਜ ਕੁਲੀਗ ਵੀ ਪੇਪਰ ਦੇਣ ਆਏ ਹੋਏ ਸਨ। ਸਾਰੇ ਇਕ ਦੂਜੇ ਨੂੰ ਪੇਪਰ ਬਾਰੇ ਪੁੱਛਣ ਲੱਗੇ। ਕੁਝ ਦੇਰ ਮਗਰੋਂ, ਉਹ ਕੰਨਟੀਨ ਤੇ ਚਾਹ ਪੀਣ ਲਗੇ। ਇਕ ਦੂਜੇ ਨਾਲ ਗਲਾਂ ਕਰਨ ਲਗੇ।

"ਚੌਧਰੀ ਸਾਹਿਬ ਕਿੱਥੇ ਠਹਿਰੇ ਹੋ ?"

"ਮੈਂ ਬਾਈ ਸੈਕਟਰ, ਮੇਰਾ ਰਿਸ਼ਤੇਦਾਰ ਹੈ, ਸੈਕਟਰੀਏਟ ਵਿਚ ਅੰਡਰ ਸੈਕਟਰੀ।"

"ਕੋਈ ਤਕਲੀਫ਼ ਹੈ ਤਾਂ, ਮੇਰੇ ਨਾਲ ਉਨੀ ਸੈਕਟਰ ਆ ਜਾਉ।"

"ਨਹੀਂ, ਠੀਕ ਹੈ, ਬੜੀ ਮਿਹਰਬਾਨੀ।" ਅੱਧੇ ਪੌਣੇ ਘੰਟੇ, ਬਾਅਦ, ਉਹ ਉਨੀ ਸੈਕਟਰ ਪਹੁੰਚ ਗਿਆ।

"ਸਾਹਿਬ ਤੁਸੀਂ ਖਾਣਾ ਕਿੰਨੇ ਵਜੇ ਲਵੋਗੇ ?" ਨਿਪਾਲੀ ਨੌਕਰ ਰਾਮੂ ਨੇ ਪੁਛਿਆ।

"ਤੇਰੇ ਸਾਹਿਬ ਕਿੰਨੇ ਬਜੇ ਆਉਣਗੇ ?"

"ਉਹ ਸਰ, ਦੁਪਿਹਰ ਨੂੰ ਨਹੀਂ ਆਉਂਦੇ, ਸ਼ਾਮ ਨੂੰ ਛੇ ਬਜੇ ਆਉਂਦੇ ਹਨ, ਲੰਚ ਉਥੇ ਹੀ ਕਰਦੇ ਹਨ।"

"ਬਸ ਢੇਡ ਬਜੇ ਬਣਾ ਲਵੀਂ, ਮੈਂ ਨਹਾ ਲਵਾਂ।" ਵਕੀਲ ਸਾਹਿਬ ਦੇ ਬੱਚੇ ਅਤੇ ਪਤਨੀ ਕਿਸੇ ਸਮਾਗਮ ਤੇ ਪਿੰਡ ਗਏ ਹੋਏ ਸਨ। ਡਰਾਇੰਗ ਰੂਮ ਵਿਚ ਟੈਲੀਫੋਨ ਪਿਆ ਸੀ, ਉਦੋਂ ਹੀ ਉਸਨੇ ਖਮਾਣੋਂ ਨੂੰ ਕਾਲ ਬੁੱਕ ਕਰਵਾ ਦਿੱਤੀ। ਵੀਰਪਾਲ, ਉਸ ਦੇ ਫੋਨ ਦਾ ਇੰਤਜਾ ਕਰ ਰਹੀ ਹੋਵੇਗੀ।

"ਰਾਮੂੰ, ਜਦੋਂ ਕਾਲ ਲਗ ਗਈ, ਮੈਨੂੰ ਬੁਲਾ ਲਵੀਂ।"

"ਠੀਕ ਹੈ ਸਰ...।" ਉਹ ਕਮਰੇ ਵਿਚ ਬੈਡ ਤੇ ਲੇਟ ਗਿਆ, ਰੇਡੀਉ ਤੇ ਸੰਗੀਤ ਸੁਣਨ ਲਗਿਆ। ਕੁਝ ਦੇਰ ਆਰਾਮ ਕਰਨ ਮਗਰੋਂ, ਉਸ ਕੱਲ ਦੇ ਪੇਪਰ ਦੀ ਤਿਆਰੀ ਕਰਨੀ ਸੀ। ਸ਼ਾਮ ਪੰਜ ਬਜੇ, ਸੁਖਜੀਤ ਨੂੰ ਮਿਲਣਾ ਸੀ। ਖਾਣਾ ਖਾਣ ਮਗਰੋਂ, ਉਸਨੇ, ਐਕਸਚੇਂਜ ਵਿਚ ਕਾਲ ਬਾਰੇ ਇਨਕੁਆਰੀ ਕੀਤੀ।

"ਤੁਹਾਡੀ ਕਾਲ ਆਰਡੀਨਰੀ ਹੈ, ਜੇ ਹੁਣੇ ਲਵਾਉਣੀ ਹੈ, ਅਰਜੈਂਟ ਕਰ ਦਿਓ।"

"ਠੀਕ ਹੈ।"

"ਤੁਸੀਂ ਹੋਲਡ ਕਰੋ, ਲੁਧਿਆਣਾ ਹੈਲੋ... ਮੇਰੀ ਇਕ ਖਮਾਣੋਂ ਦੀ ਕਾਲ ਹੈ, ਯਾਰ ਹੁਣੇ ਲਾਦੇ, ਅਰਜੈਂਟ ਕਾਲ ਹੈ। ਹੈਲੋ, ਖਮਾਣੋਂ 2233 ਚੰਡੀਗੜ੍ਹ ਤੋਂ ਕਾਲ ਹੈ, ਗਲ ਕਰੋ ਤੁਹਾਡੇ ਪੀ. ਪੀ. ਕੌਣ ਹੈ? ਹੈਲੋ.. ਵੀਰਪਾਲ ਕੌਰ।" ਓ. ਕੇ. ਗਲ ਕਰੋ ਉਹ ਹੋਲਡ ਕਰ ਰਹੇ ਹਨ। ਹੈਲੋ ਹਾਂ ਪਾਲੀ... ਹੈਲੋ ਕੀ ਹਾਲ ਹੈ? .... ਹਾਂ ਰਾਤ ਮੈਂ ਲੇਟ ਹੋ ਗਿਆ.. ਗਲ ਨਹੀਂ ਕਰ ਸਕਿਆ... ਸਭ ਠੀਕ ਹੈ ਨਾ ਅੱਛਾ ਵੀਰਵਾਰ ਸ਼ਾਮ ਨੂੰ ਆਵਾਂਗਾ.. ਫਿਕਰ ਨਹੀਂ ਕਰਨਾ.. ਪੇਪਰ ਵਧੀਆ ਹੋ ਗਿਆ ਹੈ। ਓ.ਕੇ. ਬਾਈ ਬਾਈ...।" ਦੋ ਘੰਟੇ ਉਹ ਨਿੱਠ ਕੇ ਕੱਲ ਦੇ ਪੇਪਰ ਦੀ ਤਿਆਰੀ ਕਰਦਾ ਰਿਹਾ। ਪੌਣੇ ਪੰਜ ਬਜੇ ਉਹ ਗੱਡੀ ਲੈ ਕੇ, ਯੂਨੀਵਰਸਿਟੀ ਨੂੰ ਤੁਰ ਪਿਆ, ਰਾਹ ਵਿਚ ਲਾਈਟਾਂ ਬੰਦ ਹੋਣ ਕਰਕੇ, ਉਹ ਪੰਜ ਮਿੰਟ ਲੇਟ ਹੋ ਗਿਆ। ਉਹ ਪਹਿਲਾ ਹੀ ਗੇਟ ਦੇ ਬਾਹਰਵਾਰ ਕਿਆਰੀਆਂ ਦੁਆਲੇ, ਲਾਈ ਕੰਡਿਆਲੀ ਤਾਰ ਕੋਲ ਖੜ੍ਹੀ, ਉਸਦਾ ਇੰਤਜ਼ਾਰ ਕਰ ਰਹੀ ਸੀ।

"ਤੁਸੀਂ ਗੱਡੀ ਲੈ ਕੇ, ਬਸ ਸਟਾਪ ਤੇ ਚਲੋ, ਮੈਂ ਉਥੇ ਚਲਦੀ ਹਾਂ।" ਜਦੋਂ ਨੂੰ ਉਹ ਗੱਡੀ ਮੋੜ ਕੇ ਲਿਆਇਆ, ਉਹ ਬਸ ਸਟਾਪ ਤੇ ਪੰਹੁਚ ਗਈ ਸੀ। ਕਾਸ਼ਨੀ ਰੰਗ ਦਾ ਸੂਟ, ਉਸਨੂੰ ਬੇਹੱਦ ਫੱਬ ਰਿਹਾ ਸੀ।

"ਕਿੱਥੇ ਚਲੀਏ....?"

"ਰੋਹੀ ਬੀਆਬਾਨ ਵਿਚ ਲੈ ਚਲੋ, ਜਿੱਥੇ ਆਪਣੇ ਦੋਨਾਂ ਬਿਨਾਂ ਕੋਈ ਨਾ ਹੋਵੇ।"

"ਹੁਣ ਤਾਂ ਏਥੇ, ਕੰਨਕਰੀਟ ਦਾ ਜੰਗਲ ਹੈ। ਸ਼ਹਿਰ ਵੱਸਣ ਤੋਂ ਪਹਿਲਾਂ ਇੱਥੇ ਰੋਹੀਬੀਆਬਾਨ ਹੀ ਹੁੰਦਾ ਸੀ। ਮੇਰੇ ਇਕ ਦੋਸਤ ਦੇ ਨਾਨਕੇ, ਨਗਲੇ ਪਿੰਡ ਵਿਚ ਸਨ, ਜਿੱਥੇ ਹੁਣ ਉਨੀ ਸੈਕਟਰ ਹੈ, ਏਥੇ ਸੰਘਣੇ ਜੰਗਲ ਹੁੰਦੇ ਸਨ, ਕਿਤੇ ਮੱਕੀ, ਬਾਜਰਾ, ਕਣਕ, ਕਮਾਦ ਦੇ ਖੇਤ ਹੁੰਦੇ ਸਨ। 28 ਪਿੰਡ ਉਜਾੜਕੇ, ਇਹ ਸ਼ਹਿਰ ਵਸਿਆ ਹੈ।"

"ਚਲੋ ਲੇਕ ਤੇ ਚਲਦੇ ਹਾਂ।" ਉਸਨੇ ਗੱਡੀ ਇੰਜੀਨੀਅਰਿੰਗ ਕਾਲਜ ਵਾਲੀ ਸੜਕ ਪਾ ਲਈ।

"ਏਧਰ ਕਿਤੇ ਇਕਾਂਤ ਵਿਚ ਬੈਠਣ ਲਈ ਥਾਂ ਹੈ?"

"ਜ਼ਰੂਰ ਹੈ, ਅਜ ਤੁਹਾਨੂੰ ਜੰਗਲ ਦਿਖਾਉਣਾ ਹੈ। ਦੋ ਸੈਕਟਰ ਤੋਂ ਹੁੰਦੀ ਹੋਈ ਗੱਡੀ, ਸਿੱਧੀ ਸੜਕ ਤੇ ਲੇਕ ਪਹੁੰਚ ਗਈ। ਗੱਡੀ ਪਾਰਕ ਕਰਨ ਮਗਰੋਂ, ਉਸਨੇ ਦੋ ਕੋਕਾ ਕੋਲਾ, ਤੇ ਦੋ ਕੋਨ ਆਈਸ ਕਰੀਮ ਲੈ ਲਈਆਂ।

"ਔਹ ਦੇਖੋ, ਝੀਲ ਦੇ ਪਾਰ ਪਹਾੜੀਆਂ ਵੱਲ, ਕਿੰਨਾ ਜੰਗਲ ਹੈ।"

"ਉਥੇ ਆਪਾਂ ਪਹੁੰਚਾਂਗੇ ਕਿਵੇਂ?"

"ਜਿਵੇਂ ਸੋਹਣੀ ਦਰਿਆ ਪਾਰ ਕਰਦੀ ਸੀ, ਉਵੇਂ।"

"ਉਹ ਤਾਂ ਅਖੀਰ ਨੂੰ ਡੁੱਬ ਗਈ ਸੀ।"

"ਪ੍ਰੇਮ ਦਾ ਅੰਤ ਟ੍ਰੈਜਡੀ ਹੀ ਤਾਂ ਹੁੰਦਾ ਹੈ। ਕਿ ਨਹੀਂ?"

"ਆਪਾਂ ਤਾਂ ਇਕੱਠੇ ਜੀਣ ਮਰਨ ਦੀਆਂ ਕਸਮਾਂ ਖਾਧੀਆਂ ਹਨ।"

"ਬਿਲਕੁਲ ਗਲਤ ਹੈ, ਨਾਂ ਆਪਾਂ ਇਕੱਠੇ ਜਨਮੇ ਹਾਂ, ਨਾ ਇਕੱਠੇ ਮਰਨਾ ਹੈ।"

"ਜਦੋਂ ਪ੍ਰੇਮੀ ਆਤਮਘਾਤ ਕਰਦੇ ਹਨ....?"

"ਇਹ ਬੁਜ਼ਦਿਲੀ ਅਤੇ ਕਾਇਰਤਾ ਦੀ ਨਿਸ਼ਾਨੀ ਹੈ।"

ਝੀਲ ਦੇ ਪਾਰ ਜਾਣ ਲਈ ਉਸਨੇ ਇਕ ਕਿਸ਼ਤੀ ਕਰ ਲਈ। ਹੌਲੀ ਹੌਲੀ ਕਿਸ਼ਤੀ ਪਾਰਲੇ ਕਿਨਾਰੇ ਜਾ ਲਗੀ।

"ਲੈ ਬਈ, ਦੋਸਤ, ਠੀਕ ਸਾਢੇ ਪੰਜ ਬਜੇ ਹਨ, ਠੀਕ, ਸਾਢੇ ਛੇ ਵਜੇ, ਸਾਨੂੰ ਲੈ ਜਾਵੀ, ਤੇਰੇ ਕੋਲ ਘੜੀ ਹੈ ਨਾਂ।"

"ਠੀਕ ਹੈ, ਜਨਾਬ, ਏਸ ਜੰਗਲ ਵਿਚ ਕਦੇ ਕਦੇ ਜੰਗਲੀ ਜਾਨਵਰ ਉਪਰੋਂ ਪਾਣੀ ਪੀਣ ਆ ਜਾਂਦੇ ਹਨ, ਧਿਆਨ ਰਖਿਓ।"

"ਤੂੰ ਫਿਕਰ ਨਾ ਕਰ, ਜਿਨ੍ਹਾਂ ਨੇ ਪਹਿਲਾਂ ਹੀ ਸਿਰ ਤੇ ਕਫਨ ਬੰਨਿਆ ਹੋਵੇ, ਫੇਰ ਮੌਤ ਦਾ ਕੀ ਡਰ ਹੈ ਉਥੇ ਵਣ ਕਰੀਰ ਝਾੜੀਆਂ ਅਤੇ ਕਈ ਕਿਸਮ ਦੇ ਰੁੱਖ ਉੱਗੇ ਹੋਏ ਸਨ। ਥੋੜ੍ਹੀ ਦੂਰ ਅਗੇ ਜਾ ਕੇ ਹਰੇ ਘਾਹ ਦੀ ਸੰਘਣੀ ਚਾਦਰ ਵਿਛੀ ਹੋਈ ਸੀ। ਉਹ ਉਥੇ ਹੀ ਬੈਠ ਗਏ। ਆਈਸ ਕਰੀਮ ਖਾਣ ਮਗਰੋਂ, ਠੰਡਾ ਪੀਣ ਲਗੇ। ਪੰਛੀ ਚਹਿ ਚਹਾ ਰਹੇ ਸਨ। ਜੰਗਲ ਸਾਂ ਸਾਂ ਕਰ ਰਿਹਾ ਸੀ।

"ਕਿੰਨੀ ਸੁੰਨ ਸਰਾਂ ਹੈ। ਕਿੰਨੀ ਸ਼ਾਂਤੀ ਹੈ।"

"ਮੇਰਾ ਦਿਲ ਕਰਦੈ, ਸਾਰੀ ਉਮਰ ਇਥੇ ਹੀ ਤੁਹਾਡੀ ਗੋਦੀ ਵਿਚ ਸੁੱਤੀ ਰਹਾਂ।"

"ਕਿਤੇ ਮਿਰਜ਼ੇ ਵਾਲੀ ਨਾ ਹੋਵੇ।"

"ਉਹ ਕਿਵੇਂ...?"

"ਮਿਰਜਾ ਸਾਹਿਬਾਂ ਦੀ ਬੁਕਲ ਵਿਚ ਜੰਡ ਹੇਠ ਸੌਂ ਗਿਆ ਸੀ। ਉਧਰੋਂ ਉਸ ਦੇ ਭਰਾ ਚੜ੍ਹਕੇ ਆ ਗਏ। ਸਾਹਿਬਾਂ ਨੇ, ਉਸ ਦਾ ਤਰਕਸ਼ ਜੰਡ ਤੇ ਟੰਗ ਦਿੱਤਾ। ਸਾਹਿਬਾਂ ਦੇ ਭਰਾਵਾਂ ਨੇ ਮਿਰਜੇ ਨੂੰ ਉਥੇ ਵੱਢ ਦਿੱਤਾ।"

"ਭੱਠ ਓਏ ਰੰਨਾ ਦੀ ਦੋਸਤੀ,
ਖੁਰੀ ਜਿਨ੍ਹਾਂ ਦੀ ਮੱਤ,
ਹੱਸ ਕੇ ਲਾਉਂਦੀਆਂ ਯਾਰੀਆਂ,
ਰੋ ਕੇ ਦਿੰਦੀਆਂ ਦੱਸ...।"

"ਤੁਸੀਂ ਮੈਨੂੰ ਸਾਹਿਬਾਂ ਵਰਗੀ ਕਿਉਂ ਸਮਝਦੇ ਹੋ। ਓਹਦੇ ਨਾਲ ਮੇਰਾ ਮਿਲਾਨ ਕਿਉਂ ਕਰਦੇ ਹੋ? ਮੈਂ ਵਫਾ ਅਤੇ ਸਿਦਕ ਖਾਤਰ, ਆਪਣਾ ਸਿਰ ਤਲੀ ਤੇ ਰਖਿਆ ਹੋਇਆ ਹੈ।"

"ਮੇਰਾ ਇਹ ਮਤਲਬ ਨਹੀਂ ਸੀ, ਮੈਂ ਤਾਂ ਵੈਸੇ ਹੀ ਗਲ ਕੀਤੀ ਸੀ।"

"ਮੈਂ ਸੋਚਦੀ ਹਾਂ, ਅੰਤ ਨੂੰ ਮੇਰਾ ਕੀ ਬਣੇਗਾ?"

"ਅੰਤ ਬਾਰੇ ਸੋਚਕੇ, ਆਪਾਂ ਅਜ ਨੂੰ ਕਿਉਂ ਖਰਾਬ ਕਰੀਏ?"

"ਜਦ ਤੁਸੀਂ ਮੈਨੂੰ ਛੱਡ ਗਏ, ਫੇਰ ਮੇਰਾ ਕੀ ਬਣੇਗਾ?"

"ਆਪਣੀ ਦੋਸਤੀ, ਉਮਰ ਭਰ ਬਣੀ ਰਹੇਗੀ? ਮੈਨੂੰ ਪੂਰਾ ਵਿਸ਼ਵਾਸ ਹੈ।"

"ਇਕ ਗਲ ਦੱਸੋ, ਤੁਸੀਂ ਮੇਰੇ ਖਤ ਪਾੜ ਦਿਤੇ ਕਿ ਨਹੀਂ?"

"ਖਤਾਂ ਨੂੰ ਪਾੜਨ ਦਾ ਹੀਆ, ਮੈਂ ਨਹੀਂ ਕਰ ਸਕਿਆ।"

"ਜੇ ਕਿਸੇ ਹੋਰ ਦੇ ਹੱਥ ਲੱਗ ਗਏ, ਮੇਰੀ ਸ਼ਾਮਤ ਆ ਜਾਇਗੀ, ਤੁਹਾਡੀ ਬੀਵੀ, ਠਾਣੇਦਾਰ ਦੀ ਧੀ ਹੈ, ਉਸ ਦਾ ਧਿਆਨ ਰੱਖਣਾ।"

"ਮੈਂ ਸਾਰੇ ਖਤ ਦਫ਼ਤਰ ਦੀ ਮੇਜ ਦੇ ਦਰਾਜ ਵਿਚ ਸਾਂਭੇ ਹੋਏ ਹਨ। ਜਿੰਦੀ ਦੀ ਚਾਬੀ ਮੇਰੇ ਕੋਲ ਹੈ।"

"ਤੁਹਾਡੇ ਨਾਲ ਅਫਰੀਕਾ ਦੇ ਉਸ ਬਾਦਸ਼ਾਹ ਵਾਲੀ ਨਾਂ ਹੋਵੇ, ਜਿਸ ਦਾ ਜ਼ਿਕਰ ਤੁਸੀਂ ਕੀਤਾ ਸੀ।"

"ਉਹ ਤਾਂ ਬਾਦਸ਼ਾਹ ਸੀ, ਮੈਂ ਤਾਂ ਸਾਧਾਰਣ ਵਿਅਕਤੀ ਹਾਂ।" ਉਹ ਉਚੀ ਉਚੀ ਹੱਸਣ ਲੱਗੀ।

"ਤੁਹਾਡੀ ਬੀਵੀ ਬਹੁਤ ਸੱਕੀ ਮਜਾਜ ਦੀ ਹੈ, ਉਸ ਦਾ ਧਿਆਨ ਰੱਖਣਾ, ਬੇਸ਼ੱਕ ਉਹਦੇ ਕੋਲ ਕੋਈ ਡਿਗਰੀ ਨਹੀ ? ਉਹ ਡਿਗਰੀ ਵਾਲਿਆਂ ਦੇ ਕੰਨ ਕੁਤਰਦੀ ਹੈ।"

"ਸੁੱਖੀ ਨਿਸਚੰਤ ਰਹਿ।" ਉਸਨੇ ਉਸ ਦਾ ਮੱਥਾ ਚੁੰਮ ਲਿਆ, ਉਸ ਦੀ ਛਾਤੀ ਪਾਣੀ ਵਿਚ ਡਿੱਗੀ ਗੇਂਦ ਵਾਂਗ ਹੇਠ ਉਪਰ ਹੋ ਰਹੀ ਸੀ। ਉਸ ਦਾ ਸਾਹ ਵੀ ਤੇਜ਼ ਚਲਣ ਲਗਿਆ ਸੀ ਜਿਵੇਂ ਖ਼ੂਨ ਗਰਮ ਹੋ ਗਿਆ ਹੋਵੇ। ਉਦੋਂ ਹੀ ਉਸਨੇ ਗੋਰੀਆਂ ਚਿੱਟੀਆਂ ਬਾਹਵਾਂ ਉਸ ਦੇ ਗਲ ਵਿਚ ਪਾ ਦਿੱਤੀਆ," ਤੁਸੀਂ ਮੇਰੇ ਹੋ ਸਿਰਫ ਮੇਰੇ, ਦੁਨੀਆਂ ਦੀ ਕੋਈ ਤਾਕਤ, ਤੁਹਾਨੂੰ ਮਰੇ ਕੋਲੋਂ ਖੋਹ ਨਹੀਂ ਸਕਦੀ ?" ਸਮੇਂ ਦੀਆਂ ਸੂਈਆਂ ਬਹੁਤ ਤੇਜ਼ੀ ਨਾਲ ਘੁੰਮ ਰਹੀਆਂ ਸਨ।" ਉਸ ਦਾ ਗੋਰਾ ਚਿੱਟਾ, ਦੁੱਧ ਵਰਗਾ ਸਰੀਰ, ਜਜਬਿਆਂ ਦੇ ਹੜ੍ਹ ਵਿਚ ਰੁੜ੍ਹਦਾ ਜਾ ਰਿਹਾ ਸੀ, "ਤੁਸੀਂ ਵਾਅਦਾ ਕਰੋ, ਸਾਰੀ ਉਮਰ ਸਾਥ ਨਿਭਾਓਗੇ।"

"ਬੇਸ਼ੱਕ, ਇਸ ਬੇਨਾਮ ਰਿਸ਼ਤੇ ਦਾ ਕੋਈ ਨਾਮ ਨਹੀਂ, ਮੈਨੂੰ ਯਕੀਨ ਹੈ, ਆਪਣੀ ਦੋਸਤੀ ਉਮਰ ਭਰ ਕਾਇਮ ਰਹੇਗੀ।"

"ਤੁਸੀਂ ਕਿੰਨੇ ਦਿਨ ਹੋਰ ਰਹੋਗੇ ?"

"ਦੋ ਦਿਨ ਹੋਰ, ਤੀਜੇ ਦਿਨ ਮੈਂ ਵਾਪਸ ਮੁੜਨਾ ਹੈ।"

"ਹੋਰ ਨਹੀਂ ਠਹਿਰ ਸਕਦੇ, ਦਿਲ ਕਰਦੈ, ਮੈਂ ਸਾਰੀ ਉਮਰ ਤੁਹਾਡੀ ਹਿੱਕ ਤੇ ਸੁੱਤੀ ਰਹਾਂ।"

"ਸੁੱਖੀ ਇਕ ਨਾ ਇਕ ਦਿਨ, ਤੁਹਾਨੂੰ ਆਪਣਾ ਘਰ ਵਸਾਉਣਾ ਹੀ ਪਵੇਗਾ। ਮੈਂ ਰਾਤ ਵਕੀਲ ਨਾਲ ਤਲਾਕ ਬਾਰੇ ਗਲ ਕੀਤੀ ਸੀ। ਤਲਾਕ ਦੀ ਕੋਈ ਵੀ ਕਾਨੂੰਨੀ ਸ਼ਰਤ ਮੈਂ ਪੂਰੀ ਨਹੀਂ ਕਰਦਾ, ਪਹਿਲਾਂ ਇਕ ਸਾਲ ਦੀ ਸੈਪਾਰੇਸ਼ਨ ਜ਼ਰੂਰੀ ਹੈ। ਤਲਾਕ ਦਾ ਕਾਰਨ ਅਤੇ ਸਬੂਤ ਜ਼ਰੂਰੀ ਹੈ।"

"ਮਾਈ ਡੀਅਰ, ਤੁਸੀਂ ਇਹ ਸਟੈਪ ਭੁਲਕੇ ਵੀ ਨਹੀਂ ਚੁਕਣਾ, ਮੇਰੇ ਮਾਮਾ ਜੀ ਦੇ ਲੜਕੇ ਨੂੰ ਤਲਾਕ ਦੀ ਅਰਜੀ ਪਾਇਆ ਪੰਜ ਸਾਲ ਹੋ ਗਏ ਹਨ, ਓਧਰ ਕੁੜੀ ਦੇ ਮਾਪਿਆਂ ਨੇ ਦਹੇਜ ਮੰਗਣ ਦਾ ਕੇਸ ਕਰ ਦਿੱਤਾ, ਜਿਸ ਕਰਕੇ ਸਾਰਿਆਂ ਨੂੰ ਕਈ ਦਿਨ ਜੇਲ੍ਹ ਵਿਚ ਰਹਿਣਾ ਪਿਆ. ਤੁਸੀਂ ਇਸ ਰਸਤੇ ਬਿਲਕੁਲ ਨਹੀਂ ਪੈਣਾ।"

"ਹੁਣ ਵੀ ਮੇਰੀ ਜ਼ਿੰਦਗੀ ਜੇਲ੍ਹ ਵਿਚ ਰਹਿਣ ਵਾਂਗ ਹੀ ਹੈ। ਉਸ ਜੇਲ੍ਹ ਨੂੰ ਲੋਕ ਦੇਖ ਸਕਦੇ ਹਨ, ਇਸਨੂੰ ਦੇਖ ਨਹੀਂ ਸਕਦੇ।"

"ਫਰਕ ਹੈ, ਬਹੁਤ ਫਰਕ ਹੈ, ਤੁਹਾਡੇ ਕੈਰੀਅਰ ਨੂੰ ਕੋਈ ਆਂਚ ਨਹੀਂ ਆਉਣੀ ਚਾਹੀਦੀ।" ਉਦੋਂ ਹੀ ਆਵਾਜ਼ ਪਈ "ਸਾਹਿਬ ਜੀ, ਆ ਜਾਉ, ਮੈਂ ਆ ਗਿਆ ਹਾਂ।" ਕਿਸ਼ਤੀ ਵਾਲਾ ਆ ਗਿਆ ਸੀ।

'ਵਿਛੜਣ ਤੋਂ ਪਹਿਲਾਂ ਇਕ ਕਿਸ।" ਕਿੰਨਾ ਚਿਰ ਉਹ ਇਕ ਦੂਜੇ ਦੇ ਬੁੱਲ੍ਹਾਂ ਨੂੰ ਚੂਸਦੇ ਰਹੇ।"

"ਕਾਸ਼...।" ਕੁੜੀ ਦੀ ਸੋਚਾਂ ਨੇ ਵੱਡਾ ਸਾਰਾ ਹਉਕਾ ਲਿਆ।

"ਏਡਾ ਵੱਡਾ ਹਉਕਾ ਨਾ ਲਿਆ ਕਰੋ। ਆਹ ਦੇਖੋ ਲੋਕਾਂ ਦੇ ਕਾਰਨਾਮੇ ?"

"ਕੀ ਕੀ ? ਮੈਂ ਸਮਝੀ ਨਹੀਂ।" ਉਥੇ ਝਾੜੀਆਂ ਵਿਚ ਕਈ ਵਰਤੇ ਹੋਏ ਨਿਰੋਧ ਲਮਕ ਰਹੇ ਸਨ।

"ਇਹ ਤਾਂ ਜੀ ਕਈ ਕੁੜੀਆਂ ਪਰਸ ਵਿਚ ਪਾ ਕੇ ਰਖਦੀਆਂ ਹਨ। ਮੈਨੂੰ ਵੀ ਕਹਿੰਦੀਆਂ, ਤੂੰ ਨਾਲ ਰਖਿਆ ਕਰ, ਕਦੇ ਐਮਰਜੈਂਸੀ ਵਿਚ ਕੰਮ ਆਉਂਦਾ ਹੈ। ਮੈਂ ਕਿਹਾ ਮੈਨੂੰ ਕੋਈ ਐਮਰਜੈਂਸੀ ਨਹੀਂ।"

"ਮਾਡਰਨ ਕੁੜੀਆਂ ਵਿਆਹ ਤੋਂ ਪਹਿਲਾਂ ਸਰੀਰਕ ਸੰਬੰਧਾਂ ਨੂੰ ਕੋਈ ਮਾੜਾ ਨਹੀਂ ਸਮਝਦੀਆਂ, ਹੈ ਇਹ ਮਾੜਾ.....।"

"ਮੁੰਡੇ ਕਿਹੜੇ, ਤੁਹਾਡੇ ਵਰਗੇ, ਮਹਾਤਮਾ ਬੁੱਧ ਹਨ।" ਉਹ ਖਿੜ ਖਿੜਾ ਕੇ ਹੱਸੀ, ਜੇ ਮੈਂ ਇਹ ਗਲ ਕਿਸੇ ਹੋਰ ਨੂੰ ਦਸਾਂ, ਕੋਈ ਵੀ ਯਕੀਨ ਨਹੀਂ ਕਰੇਗਾ, ਆਪਣੇ ਸੰਬੰਧਾਂ ਤੇ।"

"ਕਿੱਥੇ ਮਹਾਤਮਾ ਬੁੱਧ ਕਿੱਥੇ ਮੈਂ..? ਮੈਂ ਸੁੱਖੀ ਤੇਰੇ ਭਵਿੱਖ ਨਾਲ ਖਿਲਵਾੜ ਨਹੀਂ ਕਰ ਸਕਦਾ, ਜੇ ਆਪਾਂ ਸੱਚੇ ਸੁੱਚੇ ਦੋਸਤ ਹਾਂ।" ਕਿਸ਼ਤੀ ਹੌਲੀ ਹੌਲੀ ਕਿਨਾਰੇ ਤੇ ਲਗ ਗਈ। ਪੌਣੇ ਸੱਤ ਬਜ ਗਏ ਸਨ। ਹੋਸਟਲ ਦੀ ਘੰਟੀ ਖੜਕਣ ਵਿਚ ਸਿਰਫ ਪੰਦਰਾਂ ਮਿੰਟ ਬਾਕੀ ਸਨ। ਪੰਦਰਾਂ ਦੇ ਸਟਾਪ ਤੇ ਗੱਡੀ ਆ ਰੁਕੀ।

"ਕੱਲ ਦਾ ਕੀ ਪ੍ਰੋਗਰਾਮ ਹੈ ? ਜੇ ਤੁਸੀਂ ਦੋ ਬਜੇ ਆ ਜਾਉ, ਆਪਾਂ ਪੰਜੌਰ ਚਲਾਂਗੇ।"

"ਕੱਲ ਨੂੰ ਮੇਰਾ, ਸਭ ਨਾਲੋਂ ਔਖਾ ਪੇਪਰ ਵਿਦ ਬੁਕਸ ਹੈ, ਮੈਂ ਜਲਦੀ ਆ ਜਾਵਾਂਗਾ, ਆਪਾਂ ਖਾਣਾ ਫੇਰ ਉਥੇ ਹੀ ਖਾ ਲਵਾਂਗੇ।"

"ਚੰਗਾ, ਵਿਸ਼ ਯੂ ਗੁੱਡ ਲੱਕ।" ਤੇਜ਼ੀ ਨਾਲ ਉਹ ਨਜ਼ਰਾਂ ਤੋਂ ਓਹਲੇ ਹੋ ਗਈ। ਰਾਤ ਦੇ ਹਨੇਰੇ ਵਿਚ ਕੁਝ ਵੀ ਨਜ਼ਰ ਨਹੀਂ ਆਉਂਦਾ ਸੀ।

ਅਗਲੇ ਦਿਨ ਪੇਪਰ ਮਗਰੋਂ ਉਸਨੂੰ ਕੁਝ ਦੋਸਤਾਂ ਨਾਲ ਸੈਕਟਰੀਏਟ ਜਾਣਾ ਪਿਆ। ਗਰੇਡਾਂ ਬਾਰੇ ਵਿਕਾਸ ਕਮਿਸ਼ਨਰ ਨੂੰ ਮਿਲਣ ਦਾ ਪ੍ਰੋਗਰਾਮ ਸੀ। ਯੂਨੀਅਨ ਦਾ ਪ੍ਰਧਾਨ ਨਾਲ ਸੀ। ਮੁਲਾਕਾਤ ਕਰਦਿਆਂ ਉਥੇ ਦੋ ਬੱਜ ਗਏ। ਪੌੜੀਆਂ ਉਤਰਨ ਦੀ ਥਾਂ ਉਹ ਲਿਫਟ ਰਾਹੀਂ ਹੇਠਾਂ ਆਇਆ। ਸਾਹਮਣੇ ਇਕ ਰੁੱਖ ਹੇਠਾਂ ਉਸ ਦੀ ਗੱਡੀ ਖੜ੍ਹੀ ਸੀ। ਬੜੀ ਮੁਸ਼ਕਿਲ ਨਾਲ ਉਹ ਸਵਾ ਦੋ ਬਜੇ ਪੰਦਰਾਂ ਦੇ ਸਟਾਪ ਤੇ ਪਹੁੰਚਿਆ। ਉਹ ਪਹਿਲਾਂ ਹੀ ਉਥੇ ਖੜ੍ਹੀ ਸੀ। ਉਹ ਛਾਲ ਮਾਰਕੇ, ਅਗਲੀ ਸੀਟ ਤੇ ਬੈਠ ਗਈ।

"ਕੀ ਗਲ ਹੋ ਗਈ ਲੇਟ ਹੋ ਗਏ।" ਉਸਨੇ ਸੈਕਟਰੀਏਟ ਜਾਣ ਦੀ ਮਜਬੂਰੀ ਦੱਸੀ।

"ਮੇਰੇ ਨਾਲ ਦੀਆਂ ਦੋ ਕੁੜੀਆਂ ਹੁਣੇ ਬੱਸ ਚੜ੍ਹੀਆਂ ਹਨ, ਕਹਿੰਦੀਆਂ ਆ ਚਲੀਏ, ਕਿਰਨ ਵਿਚ ਤੈਨੂੰ "ਧੂਲ ਦਾ ਫੂਲ" ਫਿਲਮ ਦਿਖਾ ਕੇ ਲਿਆਈਏ। ਕਹਿੰਦੀਆਂ ਅੱਜ ਨਹੀਂ ਚੜ੍ਹਦੀ, ਕਿਸੇ ਕਾਰ ਵਾਲੇ ਭਾਈ ਦੀ ਇੰਤਜਾਰ ਹੈ ਕੀ ? ਮੈਂ ਚੁੱਪ ਹੋ ਗਈ। ਮੈਂ ਕੀ ਕਹਿੰਦੀ ਪੰਜੌਰ ਵਾਲੀ ਸੜਕ ਤੇ ਟਾਵੀਂ ਟਾਵੀਂ ਕਾਰ ਜਾ ਰਹੀ ਸੀ। ਬਜਰੀ ਰੇਤ ਦੇ ਕਈ

ਟਰੱਕ ਆ ਰਹੇ ਸਨ। ਸੂਰਜਪੁਰ ਨੇੜੇ, ਫੈਕਟਰੀ ਦੀ ਰੋਪ ਵੇ ਟਰਾਲੀਆਂ ਵਿਚ ਪੱਥਰ ਜਾ ਰਿਹਾ ਸੀ। ਕਿਤੇ ਚੜ੍ਹਾਈ ਸੀ, ਕਿਤੇ ਉਤਰਾਈ।

"ਤੁਸੀਂ ਪਹਿਲਾਂ ਦੇਖਿਆ, ਪੰਜੌਰ ਗਾਰਡਨ ?"

"ਮੈਂ ਹਾਣੀ ਬਿਨਾਂ ਇਕੱਲਾ ਕਿਵੇਂ ਦੇਖਦਾ ?" ਕਿਲ੍ਹੇ ਦੇ ਬਾਹਰਵਾਰ ਉਸ ਨੇ ਗੱਡੀ ਪਾਰਕ ਕਰ ਦਿੱਤੀ। ਦਰਵਾਜ਼ਾ ਲੰਘਣ ਮਗਰੋਂ ਸਾਹਮਣੇ ਫੁਆਰੇ ਚਲ ਰਹੇ ਸਨ। ਪੱਛਮ ਵਲ, ਸੂਰਜਪੁਰ ਫੈਕਟਰੀ ਦੀ ਧੂੜ ਉਡਦੀ ਦਿਖਾਈ ਦੇ ਰਹੀ ਸੀ।

"ਕਿੰਨੀ ਖ਼ੂਬਸੂਰਤ ਅਤੇ ਰਮਣੀਕ ਥਾਂ ਹੈ ?"

"ਮੁਗਲਾਂ ਨੂੰ ਖ਼ੂਬਸੂਰਤ ਚੀਜ਼ਾਂ ਨਾਲ ਬਹੁਤ ਪਿਆਰ ਸੀ।"

"ਤਦ ਹੀ ਸ਼ਾਹ ਜਹਾਨ ਨੇ ਮੁਮਤਾਜ ਦੀ ਯਾਦ ਵਿਚ ਤਾਜ ਮਹਿਲ ਬਣਾ ਦਿੱਤਾ।" ਤੁਰਦੇ ਤੁਰਦੇ ਉਹ, ਅਖੀਰ ਵਿਚ ਬਣੀ ਕੰਧ ਕੋਲ ਚਲੇ ਗਏ। ਉਥੇ ਬਹੁਤ ਸਾਰੇ ਨਾਉਂ ਉਕਰੇ ਹੋਏ ਸਨ।

"ਸੁੱਖੀ, ਇਹ ਲਵਰਜਵਾਲ ਹੈ। ਇਸ ਤੇ ਨਾਉਂ ਲਿਖਣ ਨਾਲ ਮੁਹੱਬਤ ਪਾਕ ਹੋ ਜਾਂਦੀ ਹੈ।"

"ਤੁਹਾਨੂੰ ਕੀਹਨੇ ਦੱਸਿਆ ?"

"ਮੇਰੇ ਇਕ ਦੋਸਤ ਨੇ ਦਸਿਆ ਹੈ। ਚਲ ਆਪਾਂ ਵੀ ਏਥੇ ਆਪਣੇ ਨਾਉਂ ਲਿਖ ਦੇਈਏ।" ਉਥੋਂ ਹੀ ਉਹਨਾਂ ਇਕ ਠੀਕਰੀ ਚੁੱਕੀ ਤੇ ਆਪੋ ਆਪਣੇ ਨਾਉਂ ਉਕਰ ਦਿੱਤੇ। ਕਾਫੀ ਚਿਰ ਘੁੰਮਣ ਮਗਰੋਂ, ਉਹ ਰੈਸਟੋਰੈਂਟ ਦੇ ਇਕ ਖੂੰਜੇ ਵਿਚ ਆ ਬੈਠੇ।

"ਕੱਲ ਮੰਮੀ ਦਾ ਖਤ ਆਇਆ ਹੈ। ਕਹਿੰਦੇ ਤੇਰੇ ਲਈ ਮਾਮਾ ਜੀ ਨੇ ਇਕ ਰਿਸ਼ਤਾ ਭਾਲਿਆ ਹੈ।"

"ਉਹ ਖੁਸ਼ਨਸੀਬ ਕੀ ਕਰਦਾ ਹੈ ?"

"ਇਹ ਨਹੀਂ ਲਿਖਿਆ, ਐਨਾ ਲਿਖਿਆ, ਕਿਸੇ ਜਗੀਰਦਾਰ ਦਾ ਮੁੰਡੈ।"

"ਫੇਰ ਕੀ ਕਿਹਾ ਤੈਂ... ?"

"ਮੈਂ ਪੜ੍ਹਾਈ ਮੁਕੰਮਲ ਕੀਤੇ ਬਿਨਾਂ ਵਿਆਹ ਨਹੀਂ ਕਰਵਾਉਣਾ।"

"ਨਹੀਂ ਤਾਂ ਮੇਰੇ ਵਾਲੀ ਹੋਵੇਗੀ। ਮੈਰੀ ਇਨ ਗੈਸਟ ਰਿਪੈਂਟ ਐਟ ਲਾਈਜ਼ਰ।"

"ਦਸੋ ਮੈਂ ਕੀ ਕਰਾਂ ਪਲੀਜ਼ ?"

"ਇਸ ਮਾਮਲੇ ਵਿਚ ਮੂੰਹ ਕੂਲ ਹੋਣ ਦੀ ਲੋੜ ਨਹੀਂ ਕਿ ਮੈਂ ਪੜ੍ਹਾਈ ਮੁਕੰਮਲ ਕੀਤੇ ਬਿਨਾਂ ਵਿਆਹ ਨਹੀਂ ਕਰਵਾਉਣਾ ? ਕੁੱਲ ਡੇਢ ਸਾਲ ਦੀ ਤਾਂ ਗਲ ਹੈ।"

"ਜਗੀਰਦਾਰਾਂ ਦੇ ਬਹੁਤੇ ਮੁੰਡੇ ਕੁੜੀਆਂ ਅੱਧੇ ਪੜ੍ਹੇ ਹੁੰਦੇ ਹਨ, ਕੋਈ ਬਿਰਲਾ ਹੀ ਕੁਆਲੀਫਾਈਡ ਹੁੰਦਾ ਹੈ।"

"ਜਦੋਂ ਦੀਆਂ ਜਗੀਰਾਂ ਬੰਦ ਹੋਈਆਂ ਹਨ, ਉਹਨਾਂ ਦੇ ਮੁੰਡੇ ਕੁੜੀਆਂ ਵੀ ਪੜ੍ਹਨ ਲਗੇ ਹਨ।" ਗਲਾਂ ਸਨ ਕਿ ਮੁਕਣ ਦਾ ਨਾਉਂ ਨਹੀਂ ਸਨ ਲੈਂਦੀਆਂ। ਖਾਣਾ ਖਾਣ, ਕੌਫੀ ਪੀਣ ਮਗਰੋਂ, ਉਹ ਮਖਮਲੀ ਘਾਹ ਤੇ ਆ ਬੈਠੇ।

"ਮੈਨੂੰ ਪਤਾ ਹੈ, ਆਪਣਾ ਰਿਸ਼ਤਾ ਦੋਸਤੀ ਤੋਂ ਅਗੇ ਨਹੀਂ ਤੁਰਨਾ, ਤਾਂ ਵੀ ਮੈਂ ਦੁਬਿਧਾ ਵਿਚ ਹਾਂ, ਕੀ ਕਰਾਂ ? ਕੀ ਨਾ ਕਰਾਂ ?"

"ਦੁਬਿਧਾ ਜ਼ਿੰਦਗੀ ਦਾ ਕੋਈ ਹੱਲ ਨਹੀਂ, ਇਕ ਨਾ ਇਕ ਦਿਨ ਤੈਨੂੰ ਆਪਣਾ ਘਰ ਵਸਾਉਣਾ ਹੀ ਪਵੇਗਾ ? ਜੇ ਸੈਕਿੰਡ ਡਵੀਜ਼ਨ ਆ ਜਾਵੇ, ਪ੍ਰੋਫੈਸਰ ਸ਼ਰਮਾ ਜੀ ਨੂੰ ਕਹਿਕੇ ਐਥੇ ਹੀ ਕਿਤੇ ਲੈਕਚਰਾਰ ਦੀ ਨੌਕਰੀ ਲਈ ਜਾ ਸਕਦੀ ਹੈ। ਆਰਥਿਕ ਆਜ਼ਾਦੀ ਬਿਨਾਂ ਤੁਸੀਂ ਗੁਲਾਮੀ ਦੀਆਂ ਜੰਜੀਰਾਂ ਨਹੀਂ ਤੋੜ ਸਕਦੇ।"

"ਪਤਾ ਨਹੀਂ ਮੇਰੇ ਭਾਗਾਂ ਵਿਚ ਕੀ ਲਿਖਿਆ ਹੈ।"

"ਭਾਗਾਂ ਵਿਚ ਉਹੀ ਲਿਖਿਆ ਜਾਂਦਾ ਹੈ ਜੋ ਤੁਸੀਂ ਚਿਤਵਦੇ ਹੋ। ਤੂੰ ਦਿਲ ਲਾ ਕੇ ਮਿਹਨਤ ਕਰ, ਮੈਂ ਚਾਹੁੰਦਾ ਹਾਂ ਯੂਨੀਵਰਸਿਟੀ ਵਿਚੋਂ ਤੁਹਾਡੀ ਪਹਿਲੀ ਪੋਜ਼ੀਸ਼ਨ ਹੋਵੇ।"

"ਤੁਹਾਡੇ ਚੌਥੇ ਪੇਪਰ ਦੀ ਰੀਵੈਲੀਯੂਏਸ਼ਨ ਦਾ ਕੀ ਬਣਿਆ ?"

"ਮੈਂ ਕੱਲ ਸ਼ਰਮਾ ਜੀ ਨੂੰ ਮਿਲਿਆ ਸੀ। ਉਹਨਾਂ ਸਿੱਧਾਂ ਤਾਂ ਨਹੀਂ ਦਸਿਆ, ਉਹਨਾਂ ਦੀਆਂ ਗਲਾਂ ਤੋਂ ਲਗਦਾ ਸੀ ਕਿ ਮੇਰੇ ਪੰਜ ਸੱਤ ਨੰਬਰ ਵੱਧ ਜਾਣੇ ਹਨ। ਜੇ ਪੰਜ ਨੰਬਰ ਵੀ ਵੱਧ ਜਾਣ, ਮੇਰੀ ਯੂਨੀਵਰਸਿਟੀ ਵਿਚੋਂ ਪਹਿਲੀ ਪੁਜੀਸ਼ਨ ਬਣ ਜਾਂਦੀ ਹੈ।"

"ਫੇਰ ਗਰੈਂਡ ਪਾਰਟੀ ਹੋਵੇਗੀ ਨਾ ?"

"ਬਿਲਕੁਲ ਹੋਵੇਗੀ।"

"ਆਪਾਂ ਮਾਊਂਟ ਵੀਯੂ ਚਲਾਂਗੇ, ਉਹ ਮੈਂ ਦੇਖਿਆ ਨਹੀਂ।"

"ਠੀਕ ਹੈ, ਤੁਸੀਂ ਨੰਬਰਾਂ ਦਾ ਪਤਾ ਕਰਕੇ ਮੈਨੂੰ ਦਸ ਦਿਉ, ਆਪਾਂ ਉਥੇ ਹੀ ਚਲੇ ਚਲਾਂਗੇ।" ਸੂਰਜ ਉੱਚੇ ਸਫੈਦਿਆਂ ਓਹਲੇ ਲੁਕ ਗਿਆ ਸੀ।

"ਆਉ ਚਲੀਏ, ਅੱਧੇ ਘੰਟੇ ਦਾ ਰਾਹ ਵੀ ਹੈ।"

"ਤੁਹਾਡੇ ਕੋਲੋਂ ਵਿਛੜਣ ਨੂੰ ਦਿਲ ਨਹੀਂ ਕਰਦਾ।" ਤੁਸੀਂ ਕਦੋਂ ਮੁੜਨਾ ਹੈ।"

"ਪਰਸੋਂ ਨੂੰ, ਕੱਲ ਨੂੰ ਮੈਂ ਬੌਸ ਨਾਲ ਸੈਕਟਰੀਏਟ ਜਾਣਾ ਹੈ, ਉਸ ਨੂੰ ਜ਼ਰੂਰੀ ਕੰਮ ਹੈ।" ਪੰਦਰਾਂ ਪਹੁੰਚ ਕੇ ਉਸ ਨੇ ਕਿਹਾ।

(36)

ਉਸਨੇ ਸਾਰੇ ਪਰਚਿਆਂ ਦੇ ਆਪਣੇ ਅੰਦਾਜੇ ਅਨੁਸਾਰ ਨੰਬਰ ਲਾਏ। ਹਰ ਇਕ ਪੇਪਰ ਵਿਚ 65-70 ਨੰਬਰ ਆਉਣੇ ਚਾਹੀਦੇ ਸਨ। ਅਠਵੀਂ ਤੋਂ ਲੈ ਕੇ, ਐਮ ਏ ਤੱਕ ਉਹ ਹਰ ਇਕ ਇਮਤਿਹਾਨ ਦੇ ਆਪ ਨੰਬਰ ਲਾਉਂਦਾ ਰਿਹਾ ਸੀ। ਪੰਜ ਚਾਰ ਨੰਬਰਾਂ ਦਾ ਹੀ ਫਰਕ ਪੈਂਦਾ ਸੀ। ਐਮ. ਏ. ਭਾਗ ਦੂਜੇ ਤੇ ਚੌਥੇ ਪੇਪਰ ਵਿਚੋਂ, ਉਸ ਨੇ 45 ਨੰਬਰ ਲਾਏ ਸਨ, ਪਰ ਆਏ 35 ਸਨ।

ਗਿਆਰਾਂ ਬੱਜਦੇ ਨੂੰ ਉਹ ਖਾਣਾ ਰਾਤ ਰਹਿਣ ਮਗਰੋਂ ਸਤਾਰਾਂ ਸੈਕਟਰ ਆ ਗਏ।

"ਕੈਪੀਟਲ ਸਟੋਰ ਸਾਹਮਣੇ ਗੱਡੀ ਰੋਕਿਉ।"

"ਠੀਕ ਹੈ, ਉਥੋਂ ਕੀ ਲੈਣਾ ਹੈ ?"

"ਤੁਹਾਡੀਆਂ ਕਮੀਜ਼ਾਂ, ਬਨੈਨਾਂ, ਅੰਡਰਵੀਅਰ, ਇਕ ਦੋ ਚੀਜ਼ਾਂ ਮੈਂ ਲੈਣੀਆਂ ਹਨ।" ਉਸ ਨੇ ਆਪਣੀ ਚੋਣ ਅਨੁਸਾਰ ਸਾਰਾ ਸਾਮਾਨ ਲੈ ਲਿਆ। ਸਾਮਾਨ ਗੱਡੀ ਵਿਚ ਰਖ ਦਿੱਤਾ।

"ਹੁਣ ਕਿੱਥੇ ਚਲਣੈ ਮੈਡਮ ?"

"ਕੌਫੀ ਹਾਊਸ ਚਲਦੇ ਹਾਂ, ਫੇਰ ਜ਼ੂਨੀਵਰਸਿਟੀ ਚਲਣਾ ਹੈ।" ਉਹ ਕੌਫੀ ਹਾਊਸ ਦੇ ਇਕ ਕਾਰਨਰ ਵਿਚ ਉਸੇ ਸੀਟ ਤੇ ਆ ਬੈਠੇ, ਜਿੱਥੇ ਉਹ ਤੇ ਸੁਖਜੀਤ ਕਈ ਵਾਰ ਬੈਠੇ ਸਨ।

"ਤੁਹਾਡੀ ਸੀਟਾਂ ਦੀ ਸਲੈਕਸ਼ਨ ਕਮਾਲ ਦੀ ਹੈ। ਪਹਿਲਾਂ ਵੀ ਕਦੇ ਏਥੇ ਆਏ ਹੋ ?"

"ਇਕ ਦੋ ਵਾਰ ਆਪਣੇ ਕੁਲੀਗਜ਼ ਨਾਲ ਆਇਆ ਹਾਂ। ਯੂਨੀਵਰਸਿਟੀ ਕੀਹਨੂੰ ਮਿਲਣਾ ਹੈ ?

"ਮਾਮਾ ਜੀ ਦੀ ਲੜਕੀ ਮਨਜੋਤ ਹਿਸਟਰੀ ਡਿਪਾਰਟਮੈਂਟ ਦੇ ਦੂਜੇ ਭਾਗ ਵਿਚ ਪੜ੍ਹਦੀ ਹੈ।"

"ਠੀਕ ਹੈ, ਨਾਲੇ ਮੈਂ ਆਪਣੇ ਰਿਜਲਟ ਦਾ ਪਤਾ ਕਰ ਲਵਾਂਗਾ।" ਕੌਫੀ ਪੀਣ ਮਗਰੋਂ, ਕਾਰ ਯੂਨੀਵਰਸਿਟੀ ਦੇ ਪ੍ਰਬੰਧਕੀ ਬਲਾਕ ਅੱਗੇ ਆ ਰੁਕੀ।

"ਤੁਸੀਂ ਵਿਚ ਬੈਠਣਾ ਕਿ ਨਾਲ ਚਲਣੈਂ ?"

"ਤੁਸੀਂ ਪਤਾ ਕਰ ਆਉ, ਮੈਂ ਏਥੇ ਹੀ ਬੈਠਦੀ ਹਾਂ।" ਪੌੜੀਆਂ ਚੜ੍ਹਣ ਮਗਰੋਂ, ਉਹ ਅੰਦਰ ਚਲਾ ਗਿਆ।

ਨਤੀਜਾ ਬਰਾਂਚ ਵਿਚੋਂ ਨਤੀਜੇ ਦਾ ਪਤਾ ਕੀਤਾ, ਉਸ ਦਾ ਪੇਪਰ, ਦੁਬਾਰਾ ਮਾਰਕ ਹੋ ਕੇ ਆ ਗਿਆ ਸੀ। ਹੁਣ ਉਸ ਦੇ 35 ਦੀ ਥਾਂ 42 ਨੰਬਰ ਹੋ ਗਏ ਸਨ। ਅੱਠ ਗਰੇਸ ਦੇ ਨੰਬਰ ਲਾਉਣ ਮਗਰੋਂ ਕੁਲ 485 ਨੰਬਰ ਹੋ ਗਏ ਸਨ, ਪਹਿਲਾਂ ਫਸਟ ਆਈ ਕੁੜੀ ਦੇ 481 ਨੰਬਰ ਸਨ।

"ਮੈਂ ਯੂਨੀਵਰਸਿਟੀ ਵਿਚੋਂ ਫਸਟ ਹਾਂ, ਇਸ ਦੀ ਨੋਟੀਫਿਕੇਸ਼ਨ ਕਰ ਦਿਉ।" ਉਸ ਨੇ ਸੀਟ ਤੇ ਬੈਠੇ, ਬਾਬੂ ਨੂੰ ਕਿਹਾ।

"ਤੁਸੀਂ, ਕੰਟਰੋਲਰ ਐਗਜਾਮੀਨੇਸ਼ਨ ਨੂੰ ਅਰਜ਼ੀ ਦੇ ਦਿਉ, ਪੜਤਾਲ ਮਗਰੋਂ ਨਵਾਂ ਨੋਟੀਫਿਕੇਸ਼ਨ ਜਾਰੀ ਹੋਵੇਗਾ।" ਉਸ ਨੇ ਉਦੋਂ ਹੀ ਅਰਜੀ ਲਿਖਕੇ, ਕੰਟਰੋਲਰ ਨੂੰ ਦੇ ਦਿੱਤੀ ਤੇ ਆਪ ਬਾਹਰ ਆ ਗਿਆ।

"ਪਾਲੀ ਬਹੁਤ ਬਹੁਤ ਮੁਬਾਰਕਾਂ।"

"ਉਹ ਕਾਹਦੀਆਂ ਜੀ...?"

"ਤੇਰਾ ਪਤੀ ਦੇਵ, ਹੁਣ ਯੂਨੀਵਰਸਿਟੀ ਵਿਚੋਂ ਫਸਟ ਆ ਗਿਆ ਹੈ, ਪਹਿਲਾਂ ਤੀਜੇ ਨੰਬਰ ਤੇ ਸੀ।"

"ਬਹੁਤ ਖੁਸ਼ੀ ਦੀ ਗਲ ਹੈ, ਸ਼ਾਮ ਨੂੰ ਖਮਾਣੋਂ ਫੋਨ ਕਰ ਦਿਉ।"

"ਸ਼ਾਮ ਨੂੰ ਕਿਉਂ ਹੁਣੇ ਕਰ ਦਿੰਦੇ ਹਾਂ, ਪੀ. ਸੀ. ਓ. ਤੋਂ।"

"ਪਹਿਲਾਂ ਮਨਜੋਤ ਨੂੰ ਮਿਲ ਆਈਏ।" ਥੋੜੀ ਦੂਰ ਅਗੇ ਜਾ ਕੇ ਸੱਜੇ ਪਾਸੇ ਇਤਹਾਸ ਵਿਭਾਗ ਦੀ ਬਿਲਡਿੰਗ ਸੀ। ਆਲੇ ਦੁਆਲੇ ਕਿੰਨੇ ਹੀ ਫੁੱਲ ਬੂਟੇ ਲੱਗੇ ਹੋਏ ਸਨ। ਪੌੜੀਆਂ ਚੜ੍ਹਕੇ ਉਹ ਪਹਿਲੀ ਮੰਜਲ ਤੇ ਬਰਾਂਡੇ ਵਿਚ ਆਏ। ਸਾਹਮਣੇ ਮਨਜੋਤ ਹੱਥ ਵਿਚ ਕਿਤਾਬਾਂ ਫੜੀ ਆ ਰਹੀ ਸੀ।"

"ਉਹ ਦੀਦੀ ਤੁਸੀਂ....।" ਉਹ ਇਕ ਦੰਮ ਭਾਇਮਾਨ ਹੋ ਗਈ। ਮੱਧਰਾ ਕੱਦ, ਤਿੱਖੇ ਨਕਸ਼, ਗੋਰਾ ਚਿੱਟਾ ਬਰਫ ਵਰਗਾ ਰੰਗ, ਲੰਮੇ ਵਾਲ, ਮੋਟੀਆਂ ਮੋਟੀਆਂ ਬਾਦਮਾਂ ਵਰਗੀਆਂ ਅੱਖਾਂ।

"ਤੁਸੀਂ ਅਚਾਨਕ ਕਿਵੇਂ ਆ ਗਏ ?"

"ਇਹਨਾਂ ਦੇ ਪੇਪਰ ਸਨ, ਮੈਂ ਖਮਾਣੋਂ ਸੀ, ਅਜ ਮੈਂ ਕਿਹਾ, ਤੈਨੂੰ ਮਿਲ ਆਵਾਂ, ਤੂੰ ਤਾਂ ਨਹੀਂ ਆਉਂਦੀ।"

"ਸੌਰੀ ਭਾਅ ਜੀ, ਸਤਿ ਸ੍ਰੀ ਅਕਾਲ।" ਆਉ ਕਨਟੀਨ ਚਲਦੇ ਹਾਂ, ਮੇਰਾ ਪੀਰੀਅਡ ਵੇਹਲਾ ਹੈ।" ਥੋੜੀ ਦੂਰ ਅਗੇ ਜਾ ਕੇ ਗੋਲ ਛੱਤਰੀ ਨੁਮਾ ਕੰਟੀਨ ਦੀ ਬਿਲਡਿੰਗ ਸੀ। ਪੌੜੀਆਂ ਚੜ੍ਹਕੇ ਉਹ ਇਕ ਗੋਲਮੇਜ਼ ਦੁਆਲੇ ਆ ਬੈਠੇ। ਬਹੁਤ ਸਾਰੇ ਮੁੰਡੇ ਕੁੜੀਆਂ ਖਾ ਪੀ ਰਹੇ ਸਨ।

"ਭਾਅ ਜੀ ਦਸੋ ਕੀ ਖਾਉ ਪੀਓਗੇ ?"

"ਹੁਣੇ ਕੌਫੀ ਪੀ ਕੇ ਆਏ ਹਾਂ।"

"ਚਲੋ ਕੋਕ ਪੀਂਦੇ ਹਾਂ, ਨਾਲ ਕੀ ਲਵੋਗੇ ?"

"ਸਵੇਰੇ ਹੈਵੀ ਬਰੰਚ ਕਰਕੇ ਚੱਲੇ ਹਾਂ, ਹੁਣ ਕਿਸੇ ਚੀਜ਼ ਦੀ ਲੋੜ ਨਹੀਂ।"

"ਮਨਜੋਤ ਤੂੰ ਦਸ ਕੀ ਖਾਣਾ ਪੀਣਾ ਹੈ, ਪਾਰਟੀ ਮੇਰੇ ਵੱਲੋਂ ਹੋਵੇਗੀ, ਤੇਰੇ ਭਾਅ ਜੀ ਜੂਨੀਵਰਸਿਟੀ ਵਿਚੋਂ ਫਸਟ ਆਏ ਹਨ।"

"ਮੈਨੀ ਮੈਨੀ ਕਨਗਰੈਚੂਲੇਸ਼ਨ ਭਾਅ ਜੀ, ਰਿਜ਼ਲਟ ਤਾਂ ਮਈ ਵਿਚ ਆਉਂਦਾ ਹੈ।"

"ਪਹਿਲਾਂ ਯੂਨੀਵਰਸਿਟੀ ਵਿਚੋਂ ਮੇਰਾ ਤੀਜਾ ਸਥਾਨ ਸੀ, ਮੇਰੇ 470 ਨੰਬਰ ਸਨ, ਹੁਣ ਇਕ ਪਰਚਾ ਰੀਵੈਲਯੂਏਟ ਕਰਵਾਇਆ ਹੈ, ਸੱਤ ਨੰਬਰ ਵੱਧ ਗਏ ਹਨ, ਪਹਿਲਾਂ 481 ਨੰਬਰ ਵਾਲੀ ਕੁੜੀ ਫਸਟ ਸੀ, ਹੁਣ ਮੇਰੇ 485 ਨੰਬਰ ਹੋ ਗਏ ਹਨ।"

"ਪਿਛਲੇ ਸਾਲ, ਮੇਰੀ ਇਕ ਸਹੇਲੀ, ਐਮ. ਏ. ਇੰਗਲਿਸ਼ ਕਰਦੀ ਸੀ, ਉਸਦੇ ਮਸਾਂ 320 ਨੰਬਰ ਹੀ ਆਏ ਸਨ, ਤੁਹਾਡੇ ਏਨੇ ਨੰਬਰ ਕਿਵੇਂ ਆ ਗਏ।"

"ਮੈਂ ਬੀ. ਏ. ਵਿਚ, ਆਨਰਜ ਇਨ ਇੰਗਲਿਸ਼ ਕੀਤੀ ਸੀ। ਉੱਥੇ ਵੀ ਮੇਰੀ ਫਸਟ ਡਵੀਜ਼ਨ ਆਈ ਸੀ। ਤੁਹਾਨੂੰ ਮੁਗਲ ਪੀਰੀਅਡ ਦਾ ਇਕ ਪੇਪਰ ਹੋਵੇਗਾ ?"

"ਹਾਂ ਜੀ ਤੀਜਾ ਪੇਪਰ, ਇਸੇ ਸਬਜੈਕਟ ਤੇ ਹੈ।"

"ਮੈਂ ਬੀ. ਏ. ਵਿਚ ਸਿਰੀਵਾਸਤਵ ਦੀ ਕਿਤਾਬ 'ਦੀ ਮੁਗਲ ਐਮਪਾਇਰ' ਪੜ੍ਹੀ ਸੀ, ਉਸ ਨਾਲ ਮੇਰੇ ਹਿਸਟਰੀ ਵਿਚੋਂ 70% ਨੰਬਰ ਆਏ ਸਨ।"

"ਤੁਸੀਂ ਆਈ. ਏ. ਐਸ ਲਈ ਕਿਉਂ ਨਹੀਂ ਗਏ। ਕਿੰਨੇ ਇੰਟੈਲੀਜੈਂਟ ਹੋ, ਤੁਸੀਂ ਬੀ. ਡੀ. ਓ. ਕਿਉਂ ਬਣ ਗਏ ?"

"ਬਸ ਇਹੀ ਤਾਂ ਗਲ ਹੈ, ਇਸ ਕਿਉਂ ਦਾ ਮੇਰੇ ਕੋਲ ਕੋਈ ਜਵਾਬ ਨਹੀਂ, ਹਾਲਾਤ ਨੇ ਮੇਰਾ ਸਾਥ ਨਹੀਂ ਦਿੱਤਾ।"

"ਹੁਣ ਕਿਹੜਾ ਤੁਹਾਡੀ ਉਮਰ ਲੰਘ ਗਈ ਹੈ, ਹੁਣ ਕਮਪੀਟੇਸ਼ਨ ਦੇ ਲਵੋ...।" ਕਿੰਨਾ ਚਿਰ ਹੋਰ ਹੋਰ ਗਲਾਂ ਕਰਨ ਮਗਰੋਂ ਕਿਹਾ" ਦੀਦੀ ਉਥੇ ਤਾਂ ਮੇਰੇ ਭੂਆ ਜੀ ਹਨ, ਭਦੌੜ ਤੋਂ ਉਹ ਨਹੀਂ ਕਦੇ ਮਿਲੇ ?"

"ਹਾਂ ਮਿਲਦੇ ਹੀ ਰਹਿੰਦੇ ਹਨ, ਉਹਨਾਂ ਦੀ ਵੱਡੀ ਲੜਕੀ ਸੁਖਜੀਤ ਏਥੇ ਹੀ ਐਮ. ਏ. ਇੰਗਲਿਸ਼ ਕਰਦੀ ਹੈ।"

"102 ਨੰਬਰ ਵਾਲੀ, ਲੰਮੇ ਕੱਦ ਵਾਲੀ ਤਾਂ ਨਹੀਂ ?"

"ਹਾਂ ਉਹੀ...।"

"ਮੇਰਾ ਰੂਮ 125 ਨੰਬਰ ਹੈ, ਸਾਡਾ ਮੈਸ ਸਾਂਝਾ ਹੈ, ਮੈਨੂੰ ਨਹੀਂ ਸੀ ਪਤਾ ਉਹ ਭੂਆ ਜੀ ਦੀ ਲੜਕੀ ਹੈ। ਅਜ ਹੀ ਮਿਲਾਂਗੀ, ਬਹੁਤ ਸੰਗਾਊ ਅਤੇ ਸਾਊ ਕੁੜੀ ਹੈ। ਚਲੋ ਮੈਂ ਨਾਲ ਚਲਦੀ ਹਾਂ, ਅਜ ਲੰਚ ਮੇਰੇ ਕੋਲ ਕਰਨਾ।

"ਤੇਰੇ ਭਾਅ ਜੀ ਅੰਦਰ ਕਿਵੇਂ ਵੜਣਗੇ।" ਉਹ ਉਚੀ ਹੱਸੀ।

"ਇਹਨਾਂ ਨੂੰ ਵੇਟਿੰਗ ਰੂਮ ਵਿਚ ਭੇਜ ਦਿਆਂਗੇ, ਲੰਚ।"

"ਨਹੀਂ ਮਨਜੋਤ, ਸਾਡਾ ਸਫਰ ਬਹੁਤ ਲੰਮਾ ਹੈ, ਅਸੀਂ ਪਟਿਆਲੇ ਵੀ ਕੁਝ ਦੇਰ ਰੁਕਣਾ ਹੈ, ਨਵਯੁਗ ਵਾਲਿਆਂ ਦੇ ਜਾਣਾ ਹੈ।" ਉਹ ਪੌੜੀਆਂ ਉਤਰਕੇ ਹੇਠਾਂ ਆ ਗਏ।

"ਹੁਣ ਕਿੱਥੇ ਚਲਣੈ?"

"ਇਕ ਨੰਬਰ ਹੋਸਟਲ।"

"ਕਿੱਧਰ ਹੈ, ਇਹ ਹੋਸਟਲ...।" ਉਸਨੇ ਅਣਜਾਣਤਾ ਪਰਗਟਾਈ।

"ਲਿਆਉ ਗੱਡੀ ਮੈਨੂੰ ਫੜਾਉ...।" ਉਹ ਸਟੇਅਰਿੰਗ ਤੇ ਆ ਬੈਠੀ। ਕੁਝ ਮਿੰਟਾਂ ਬਾਅਦ ਗੱਡੀ ਹੋਸਟਲ ਨੰਬਰ ਇਕ ਦੇ ਕੈਂਚੀਗੇਟ ਸਾਹਮਣੇ ਆ ਰੁਕੀ। ਪੌਣੇ ਦੋ ਬਜ ਗਏ ਸਨ। ਕੁੜੀਆਂ ਮੈਸ ਵਿਚ ਖਾਣਾ ਖਾ ਰਹੀਆਂ ਸਨ।"

"ਤੁਸੀਂ ਵੇਟਿੰਗ ਰੂਮ ਵਿਚ ਬੈਠੋ, ਮੈਂ ਗਈ ਤੇ ਆਈ।" ਉਹ ਦਗੜ ਦਗੜ ਕਰਕੇ, ਪਹਿਲੀ ਮੰਜ਼ਿਲ ਦੀਆਂ ਪੌੜੀਆਂ ਚੜ੍ਹ ਗਈ। ਜਿਵੇਂ ਪੁਲਿਸ ਦੱਬਸ਼ ਮਾਰਦੀ ਹੈ। ਲੰਚ ਵੇਲੇ ਆਮ ਕਰਕੇ, ਕੁੜੀਆਂ ਕਮਰਿਆਂ ਨੂੰ ਜਿੰਦੇ ਨਹੀਂ ਲਾਉਂਦੀਆਂ ਸੀ। ਸਵੇਰੇ, ਸ਼ਾਮ ਬਾਹਰ ਅੰਦਰ ਜਾਣ ਸਮੇਂ ਹੀ ਜਿੰਦਾ ਲਾਇਆ ਜਾਂਦਾ ਸੀ। 125 ਨੰਬਰ ਵਿਚ ਉਹ ਪਿਛਲੇ ਸਾਲ ਆਈ ਸੀ। 102 ਨੰਬਰ ਉਸ ਤੋਂ ਬਹੁਤੀ ਦੂਰ ਨਹੀਂ ਸੀ। ਕੁੰਡਾ ਖੋਲ੍ਹਕੇ ਉਹ ਅੰਦਰ ਦਾਖਲ ਹੋਈ। ਸੱਜੇ ਪਾਸੇ ਇਕ ਬੈਡ ਤੇ ਸਾਹਮਣੇ ਸਟੱਡੀ ਟੇਬਲ ਤੇ ਕੁਝ ਕਿਤਾਬਾਂ ਪਈਆਂ ਸਨ। ਉਹ ਬਾਲਕੋਨੀ ਵਿਚ ਕੁਰਸੀ ਤੇ ਤੌਲੀਆ, ਅੰਡਰਵੀਅਰ ਸੁਕਣਾ ਪਾਇਆ ਹੋਇਆ ਸੀ। ਉਸ ਨੇ ਕਿਤਾਬਾਂ ਨੂੰ ਉਲਟ ਪੁਲਟ ਕੇ ਦੇਖਿਆ, ਕਿਤਾਬਾਂ ਹੇਠ, ਪਏ ਪੈਡ ਤੇ ਇਕ ਖਤ ਲਿਖਿਆ ਹੋਇਆ ਸੀ, ਉਹ ਧੜਕਦੇ ਦਿਲ ਨਾਲ, ਉਸਨੂੰ ਪੜ੍ਹਨ ਲਗੀ।"

ਮਾਈ ਡੀਅਰ....।

ਜਦ ਦੇ ਤੁਸੀ ਗਏ ਹੋ.... ਦੁਨੀਆਂ ਸੁੰਨ ਸਰਾਂ ਹੋ ਗਈ ਹੈ।

....ਸੋਚਦੀ ਹਾਂ ਤੁਸੀਂ .... ਮੇਰੇ ਕੀ ਲਗਦੇ.... ਹੋ?

ਕਦੇ ਤੁਸੀਂ ਬਹੁਤ ਨੇੜੇ ਲਗਦੇ ਹੋ... ਕਦੇ ਕੋਹਾਂ ਦੂਰ ਲਗਦੇ ਹੋ.... ਮੇਰੇ ਕਮਜ਼ੋਰ ਪੈਰ.... ਇਹ ਸਫ਼ਰ ਕਿਵੇਂ ਤਹਿ ਕਰਨਗੇ? ਬੇਨਾਮ... ਰਿਸ਼ਤਿਆਂ ਦਾ ਕੋਈ ਨਾਉਂ ਨਹੀਂ.... ਹੁੰਦਾ? ਦੁਨੀਆਂ ਹੱਡ ਮਾਸ... ਦੀ ਭੁੱਖੀ ਹੈ... ਪਰ ਤੁਸੀਂ ਹੋਕਿ.....। ਜੇ ਤੁਸੀਂ.... ਚਾਹੁੰਦੇ ਕੁਝ.... ਵੀ ਕਰ ਸਕਦੇ ਸੀ.... ਤੁਸੀਂ ਮੈਨੂੰ.... ਦਾਗੀ ਹੋਣੋਂ ਬਚਾ ਲਿਆ ਹੈ....। ਕਿੰਨਾ ਸਿਰੜ ਤੇ ਸਿਦਕ ਹੈ... ਤੁਹਾਡੇ ਵਿਚ...। ਕਹਿੰਦੇ ਹਨ.... ਮੇਨਕਾ ਨੇ.... ਦਰਬਾਸਾ ਰਿਸ਼ੀ ਦੀ ਕਈ ਜਨਮਾਂ ਦੀ ਭਗਤੀ ਵਿਚ ਭੰਗਣਾ ਪਾ ਦਿੱਤੀ ਸੀ। ਤੁਹਾਡੇ ਉੱਚੇ ਸੁੱਚੇ ਇਖਲਾਕ ਦੀ... ਤਾਰੀਫ ਮੈਂ ਕਿਹੜੇ ਲਫਜ਼ਾਂ ਨਾਲ ਕਰਾਂ? ਤੁਸੀਂ ਮੈਨੂੰ ਜਜਬਾਤ ਦੇ ਹੜ੍ਹ ਵਿਚੋਂ ਡੁੱਬਦੀ ਨੂੰ ਬਚਾਇਆ ਹੈ, ਨਹੀਂ ਤਾਂ ਮੈਂ ਕਦੋਂ ਦੀ ਮੌਤ ਖਾ ਗਈ ਹੁੰਦੀ। ਜੇ ਇਹ ਗਲ ਮੈਂ

ਕਿਸੇ ਹੋਰ ਨੂੰ ਦਸਾਂ... ਕੋਈ ਵੀ ਇਸ ਤੇ ਯਕੀਨ ਨਹੀਂ ਕਰੇਗਾ...? ਦਿਲ ਕਰਦਾ ਹੈ, ਤੁਹਾਡੇ ਸਾਰੇ ਦੁੱਖ ਚੂਸ ਲਵਾਂ....। ਮੈਂ ਕਿੰਨੀ ਵੇਰ ਲਛਮਣ ਰੇਖਾ ਤੋੜਣ ਦੀ... ਕੋਸ਼ਿਸ਼ ਕੀਤੀ.. ਪਰ ਤੁਸੀਂ ਹਮੇਸ਼ਾ ਹੀ... ਮੈਨੂੰ ਰੋਕਦੇ ਰਹੇ ਡਿਗਦੀ ਨੂੰ ਸੰਭਾਲਦੇ ਰਹੇ। ਮਨ ਭਰਿਆ ਪਿਆ ਹੈ।

ਅਗਲੇ ਹਫ਼ਤੇ ਮੈਂ ਗੋਆ ਤੇ ਬੰਬਈ ਦੇ ਟੂਰ ਤੇ ਜਾ ਰਹੀ ਹਾਂ, ਖਤ ਨਹੀਂ... ਲਿਖਣਾ.... ਮੈਂ ਆ ਕੇ ਲਿਖਾਂਗੀ।

ਐਵਰ ਯੂਅਰਜ਼।

ਵੀਰਪਾਲ ਕੌਰ ਖਤ ਪੜ੍ਹਕੇ ਸੁੰਨ ਜਿਹੀ ਹੋ ਗਈ। ਉਸਨੇ ਪਹਿਲਾਂ ਵਾਂਗ ਕਿਤਾਬਾਂ ਉਪਰ ਰੱਖ ਦਿੱਤੀਆਂ। ਬੈਡ ਤੇ ਪੈ ਕੇ ਸੋਚਣ ਲਗੀ, ਇਹ ਖਤ ਕੀਹਦੇ ਨਾਉਂ ਹੋਇਆ? ਕੋਈ ਸਿਰਨਾਵਾਂ ਨਹੀਂ। ਆਖਰ ਕੌਣ ਹੈ? ਉਹ ਜੋ ਇਸ ਨੂੰ ਡੁੱਬਦੀ ਨੂੰ ਬਚਾਉਂਦਾ ਹੈ। ਕਿਤੇ ਹਰਜੀਤ ਤਾਂ ਨਹੀਂ? ਉਸਨੇ ਉਸਦੇ ਪਰਸ ਵਿਚ ਪਾਏ ਨਿਰੋਧਾਂ ਤੇ ਨਿਸ਼ਾਨੀ ਲਾ ਰਖੀ ਸੀ, ਚਾਰੇ ਨਿਰੋਧ ਉਵੇਂ ਜਿਵੇਂ ਪਏ ਸਨ। ਕੋਈ ਵੀ ਤੰਦਰੁਸਤ ਬੰਦਾ, ਜਿਸਮਾਨੀ ਸੰਬੰਧ ਬਣਾਏ ਬਿਨਾਂ ਨਹੀਂ ਰਹਿ ਸਕਦਾ। ਉਸਨੇ ਸੋਚਾਂ ਦੇ ਘੋੜੇ ਦੂਰ ਤੱਕ ਦੌੜਾਏ ਪਰ ਉਸਦੀ ਸਮਝ ਵਿਚ ਕੁਝ ਵੀ ਨਾ ਆਇਆ। ਉਹ ਮੈਨੂੰ ਕਿੰਨਾ ਪਿਆਰ ਕਰਦਾ ਹੈ, ਮੇਰੀ ਹਰ ਫ਼ਰਮਾਇਸ਼ ਪੂਰੀ ਕਰਦਾ ਹੈ, ਮੈਂ ਖਾਹ ਮਖਾਹ ਬਿਨਾਂ ਕਿਸੇ ਸਬੂਤ ਦੇ ਸ਼ੱਕ ਕਿਉਂ ਕਰਦੀ ਹਾਂ? ਕਿੱਡੀ ਪਾਪਣ ਹਾਂ ਮੈਂ?

ਬਰਾਂਡੇ ਵਿਚੋਂ ਕੁੜੀਆਂ ਦੇ ਉਪਰ ਆਉਣ ਦੀ ਆਵਾਜ਼ ਆ ਰਹੀ ਸੀ। ਕੁਝ ਹੀ ਪਲਾਂ ਬਾਅਦ, ਸੁਖਜੀਤ ਕਮਰੇ ਵਿਚ ਆਈ।

"ਓਹ... ਦੀਦੀ... ਤੁਸੀਂ ਕਦੋਂ ਆਏ? ਬੜੀ ਸਰਪਰਾਈਜ਼ ਦਿੱਤੀ ਹੈ।"

"ਛਾਪਾ ਮਾਰਿਆ ਹੈ, ਦੇਖਾਂ ਕੁੜੀ ਪੜ੍ਹਦੀ ਹੈ ਕਿ ਨਹੀਂ...?"

"ਕੋਈ ਮਾਲ ਬਰਾਮਦ ਤਾਂ ਨਹੀਂ ਹੋਇਆ?" ਉਹ ਉੱਚੀ ਉੱਚੀ ਹੱਸੀ।

"ਸਿਆਣੇ ਚੋਰ, ਪਹਿਲਾਂ ਹੀ ਮਾਲ ਆਸੇ ਪਾਸੇ ਕਰ ਦਿੰਦੇ ਹਨ।" ਉਹ ਹੱਸਣ ਲੱਗੀਆਂ।

"ਅੱਛਾ ਤੁਸੀਂ ਖਾਣਾ ਦੱਸੋ...?"

"ਮਨਜੋਤ ਨੇ ਬਹੁਤ ਕੁਸ਼ ਖਵਾ ਦਿੱਤਾ ਹੈ। ਤੇਰੇ ਵੀਰ ਜੀ ਜ਼ੂਨੀਵਰਸਿਟੀ ਵਿਚੋਂ ਫਸਟ ਆਏ ਹਨ, ਸੱਤ ਨੰਬਰ ਵੱਧ ਗਏ ਹਨ।"

"ਇਹ ਤਾਂ ਬਹੁਤ ਖੁਸ਼ੀ ਦੀ ਗਲ ਹੈ। ਮਨਜੋਤ ਕੌਣ ਹੈ?"

"ਮੇਰੇ ਮਾਮਾ ਜੀ ਦੀ ਲੜਕੀ, ਐਮ. ਏ. ਹਿਸਟਰੀ ਵਿਚ ਪੜ੍ਹਦੀ ਹੈ, 125 ਨੰਬਰ ਕਮਰੇ ਵਾਲੀ।"

"ਫੇਰ ਤਾਂ ਮੈਂ ਉਸਨੂੰ ਜ਼ਰੂਰ ਮਿਲਾਂਗੀ। ਵੀਰ ਜੀ ਕਿੱਥੇ ਹਨ?"

"ਹੇਠਾਂ ਵੇਟਿੰਗ ਰੂਮ ਵਿਚ ਬੈਠੇ ਹਨ।"

"ਆਉ, ਹੇਠਾਂ ਚਲੀਏ, ਵੀਰ ਜੀ ਕੀ ਕਹਿਣਗੇ, ਉਥੇ ਹੀ ਕੁਝ ਸਨੈਕਸ ਵਗੈਰਾ ਮੰਗਵਾ ਲਵਾਂਗੇ।" ਉਹ ਹੇਠਾਂ ਵੇਟਿੰਗ ਰੂਮ ਵਿਚ ਆ ਗਈਆਂ।

"ਵੀਰ ਜੀ ਸਤਿ ਸ੍ਰੀ ਅਕਾਲ। ਕਨਗਰੈਚੂਲੇਸ਼ਨਜ, ਭੈਣ ਜੀ ਨੇ ਦਸਿਆ ਹੈ, ਤੁਸੀਂ ਯੂਨੀਵਰਸਿਟੀ ਵਿਚੋਂ ਫਸਟ ਆ ਗਏ ਹੋ। ਹੁਣ ਕਿੰਨੇ ਨੰਬਰ ਹੋ ਗਏ?"

"ਹਾਂ ਜੀ, ਅੱਜ ਹੀ ਪਤਾ ਕੀਤੈ, 485 ਨੰਬਰ ਹੋ ਗਏ ਹਨ, ਪਹਿਲਾਂ 481 ਵਾਲੀ ਕੁੜੀ ਫਸਟ ਸੀ।"

"ਇਹ ਤਾਂ ਬਹੁਤ ਖੁਸ਼ੀ ਦੀ ਗਲ ਹੈ, ਮੈਂ ਹੁਣੇ ਆਈ।"

ਕੁਝ ਚਿਰ ਬਾਅਦ, ਇਕ ਨੌਕਰ ਪਲੇਟ ਵਿਚ ਲੱਡੂ ਗੁਲਾਬ ਜਾਮਣਾਂ ਅਤੇ ਕੋਕ ਦੀਆਂ ਬੋਤਲਾਂ ਲੈ ਆਇਆ।

"ਲਉ, ਦੀਦੀ ਤੁਸੀਂ ਇਹਨਾਂ ਦਾ ਮੂੰਹ ਜਠਾਲੋ।"

ਉਦੋਂ ਹੀ ਪਲੇਟ ਵਿਚੋਂ ਇਕ ਲਡੂ ਚੁਕਿਆ ਤੇ ਉਸਦੇ ਮੂੰਹ ਅਗੇ ਕਰ ਦਿੱਤਾ,"ਥੈਂਕ ਯੂ...।" ਫੇਰ ਸੁਖਜੀਤ ਨੇ ਇਕ ਲੱਡੂ ਨਾਲ ਉਸਦਾ ਮੂੰਹ ਜੂਠਾਲ ਦਿੱਤਾ।

"ਮੈਨੀ ਮੈਨੀ.. ਥੈਂਕਸ...।" ਉਦੋਂ ਹੀ ਤਿੰਨ ਚਾਰ ਕੁੜੀਆਂ ਵੇਟਿੰਗ ਰੂਮ ਵਿਚ ਆਈਆਂ।

"ਸੁਖਜੀਤ ਕਾਹਦੀ ਖੁਸ਼ੀ ਮਨਾ ਰਹੀ ਹੈ?"

"ਇਹ ਮੇਰੇ ਵੀਰ ਜੀ ਹਨ, ਇਹਨਾਂ ਨੇ ਐਮ. ਏ. ਇੰਗਲਿਸ਼ ਵਿਚੋਂ ਯੂਨੀਵਰਸਿਟੀ ਵਿਚੋਂ ਟੌਪ ਕੀਤਾ ਹੈ, 485 ਨੰਬਰ ਲੈ ਕੇ।"

"ਹਾਇ ਕਮਾਲ ਕਰਤੀ, ਤੁਸੀਂ ਭਾਅ ਜੀ ਏਨੇ ਨੰਬਰ ਕਿਵੇਂ ਲਏ? ਸਾਨੂੰ ਵੀ ਕੋਈ ਜੁਗਤ ਦੱਸੋ" ਕੁੜੀਆਂ ਉਸਦੇ ਮੂੰਹ ਵਲ ਝਾਕਣ ਲਗੀਆਂ।

"ਮਿਹਨਤ ਨਾਲੋਂ ਵੱਡੀ ਜੁਗਤ ਕੋਈ ਨਹੀਂ, ਮੈਂ ਸਾਰੇ ਨੋਟ ਆਪ ਤਿਆਰ ਕਰਦਾ ਸੀ। ਰੈਡੀਮੇਡ ਮਸਾਲਾ ਤਾਂ ਸਾਰੇ ਹੀ ਪੇਸ਼ ਕਰਦੇ ਹਨ।"

"ਤੁਸੀਂ ਪਹਿਲਾਂ ਕਿਹੜੇ ਕਾਨਵੈਂਟ ਵਿਚ ਪੜ੍ਹੇ ਸੀ?"

ਇਕ ਦਿੱਲੀ ਦੀ ਕੁੜੀ ਨੇ ਪੁਛਿਆ।

"ਮੈਂ ਪਿੰਡ ਦੇ ਇਕ ਦੇਸੀ ਸਕੂਲ ਵਿਚ ਪੜ੍ਹਿਆ ਹਾਂ, ਕਾਨਵੈਂਟ ਮੇਰੇ ਪਿੰਡ ਦੇ ਨੇੜੇ ਵੀ ਨਹੀਂ, ਸੀ।"

"ਆਪਣੇ ਨੋਟ, ਸਾਨੂੰ ਭੇਜ ਸਕਦੇ ਹੋ?"

"ਕਿਉਂ ਨਹੀਂ, ਮੇਰੇ ਕੋਲ ਵਾਧੂ ਪਏ ਹਨ।"

"ਅਜ ਕੱਲ੍ਹ ਕੀ ਕਰਦੇ ਹੋ?"

"ਅਜ ਕੱਲ ਇਹ ਮੇਰੇ ਇਲਾਕੇ ਦੇ ਅਫਸਰ ਹਨ। ਬਲਾਕ ਡਿਵੈਲਪਮੈਂਟ ਅਫਸਰ...।" ਸੁਖਜੀਤ ਨੇ ਦਸਿਆ।

"ਇਹ ਤਾਂ ਗਜਟਿਡ ਅਫਸਰ ਹੁੰਦਾ ਹੈ।"

"ਤੁਸੀਂ ਸਾਡੇ ਡਿਪਾਰਮੈਂਟ ਵਿਚ ਕਦੇ ਲੈਕਚਰ ਦੇਣ ਆ ਸਕਦੇ ਹੋ?"

"ਜੇ ਬੁਲਾਉਗੇ, ਮੈਂ ਜਰੂਰ ਆਵਾਂਗਾ।"

"ਅਸੀਂ ਹੈਡ ਨਾਲ ਗਲ ਕਰਾਂਗੀਆਂ।"

"ਤੁਹਾਡੇ ਹੈਡ, ਮੇਰੇ ਟੀਚਰ ਰਹੇ ਹਨ, ਉਹਨਾਂ ਨੇ ਮੈਨੂੰ ਲੈਕਚਰਾਰ ਦੀ ਪੋਸਟ ਦੀ ਔਫਰ ਵੀ ਕੀਤੀ ਸੀ।"

"ਫੇਰ ਤੁਸੀਂ ਆਏ ਨਹੀਂ।"

"ਦਰਅਸਲ ਮੈਨੂੰ ਪਿੰਡਾਂ ਦੇ ਵਿਕਾਸ ਨਾਲ ਮੋਹ ਹੈ, ਇਸ ਲਈ ਮੈਂ ਜਾਇਨ ਨਹੀਂ ਕੀਤਾ।"

"ਚਲੋ ਜੀ ਚਲੀਏ, ਟੈਮ ਬਹੁਤ ਹੋ ਗਿਆ ਹੈ।" ਗਲਾਂ ਕਰਦਿਆਂ ਨੂੰ ਤਿੰਨ ਬਜ ਗਏ ਸਨ। ਕੁੜੀਆਂ ਉਹਨਾਂ ਨੂੰ ਗੇਟ ਤੱਕ ਅਲਵਿਦਾ ਕਹਿਣ ਆਈਆਂ।

ਪਟਿਆਲੇ ਨਵਯੁਗ ਤੋਂ ਉਹਨਾਂ ਦੋ ਗਰਮਸੂਟ ਅਤੇ ਕੁਝ ਜਨਾਨੇ ਸੂਟ ਲਏ। ਸੇਠ ਚਰੰਜੀ ਲਾਲ ਨੇ ਉਹਨਾਂ ਨੂੰ ਧੱਕੇ ਨਾਲ ਚਾਹ ਪਿਆ ਦਿੱਤੀ। ਉਹ ਠਾਣੇਦਾਰ ਸਾਹਿਬ ਨੂੰ ਜਾਣਦਾ ਸੀ, ਬਹੁਤ ਪਹਿਲਾਂ ਉਹ ਪਟਿਆਲੇ ਰਹੇ ਸਨ। ਉਥੇ ਹੀ ਉਹਨਾਂ ਨੂੰ ਪੰਜ ਬਜ ਗਏ। ਅਜੇ 100 ਮੀਲ ਦਾ ਸਫਰ ਬਾਕੀ ਸੀ। ਨੌਂ ਬਜਦੇ ਨਾਲ ਉਹ, ਹੈਡਕੁਆਰਟਰ ਤੇ ਪਹੁੰਚ ਗਏ।

(37)

ਅਗਲੇ ਦਿਨ, ਉਸ ਨੇ ਸਟਾਫ ਨੂੰ ਲੱਡੂਆਂ ਨਾਲ ਚਾਹ ਪਿਆ ਦਿੱਤੀ।

"ਜਨਾਬ ! ਇਹ ਕਿਸ ਖੁਸ਼ੀ ਦੇ ਲੱਡੂ ਹਨ ?"

"ਯੂਨੀਵਰਸਿਟੀ ਵਿਚੋਂ ਮੈਂ ਐਮ. ਏ. ਵਿਚੋਂ ਫਸਟ ਆਇਆ ਹਾਂ।"

"ਬਹੁਤ ਬਹੁਤ ਮੁਬਾਰਕਾਂ ਜਨਾਬ।"

"ਤੁਹਾਡਾ ਸ਼ੁਕਰੀਆ। ਹੁਣ ਆਪਾਂ ਏਰੀਅਲ ਸਪਰੇਅ ਤੇ ਜੋਰ ਲਾਉਣਾ ਹੈ, ਨਾਲੇ ਸੜਕਾਂ ਬਣਵਾਉਣ ਲਈ ਰਸਤਿਆਂ ਤੇ ਮਿੱਟੀ ਪਵਾਉਣੀ ਹੈ। ਕਣਕ ਬੀਜਕੇ ਲੋਕ ਵਿਹਲੇ ਹਨ। ਏਰੀਅਲ ਸਪਰੇਅ ਦਾ ਆਪਣਾ 4000 ਏਕੜ ਦਾ ਟੀਚਾ ਹੈ, ਆਪਾਂ 6000 ਏਕੜ ਪੂਰਾ ਕਰਨਾ ਹੈ।"

"ਤੁਸੀਂ ਫਿਕਰ ਨਾ ਕਰੋ, ਛੇ ਹਜ਼ਾਰ ਦੀ ਬੁਕਿੰਗ ਤਾਂ ਆਪਣੀ ਹੋ ਗਈ ਹੈ, ਪਿੰਡਾਂ ਦੇ ਨਕਸ਼ੇ ਬਣ ਗਏ ਹਨ, ਰੰਗ ਹੀ ਭਰਨੇ ਹਨ। ਝੰਡੀਆਂ ਬਣ ਗਈਆਂ ਹਨ। ਖੇਤਾਂ ਦਾ ਸਰਵੇ, ਅਸੀਂ ਕਰ ਲਿਆ ਹੈ।" ਸੁਰਜੀਤ ਸਿੰਘ ਖੇਤੀਬਾੜੀ ਇੰਸਪੈਕਟਰ ਨੇ ਵਿਸਥਾਰ ਨਾਲ ਦਸਿਆ।"

"ਜਹਾਜ਼ ਦੇ ਉਤਰਨ ਲਈ ਥਾਂ ਦੇਖ ਲਈ ਹੈ।"

"ਹਾਂ ਜੀ, ਇਕ ਸੇਖਪੁਰੇ ਵਾਲੀ ਸੜਕ ਤੇ ਦੂਜਾ ਜੀਵਨ ਸਿੰਘ ਵਾਲਾ ਤੋਂ ਚਠੇਵਾਲਾ ਵਾਲੇ ਰਾਹ ਤੇ ਮਿੱਟੀ ਪਵਾ ਕੇ, ਕਰਾਹਾ ਲਾਉਣ ਮਗਰੋਂ, ਸੁਹਾਗਾ ਫੇਰ ਦਿੱਤਾ ਹੈ। ਤੁਹਾਡੇ ਮਗਰੋਂ, ਕੈਪਟਨ ਹੋਰੀਮਨ ਆਇਆ ਸੀ, ਉਸ ਨੂੰ ਦੋਨੋਂ ਮੌਕੇ ਦਿਖਾ ਦਿੱਤੇ ਹਨ। ਦਵਾਈ ਆਪਣੇ ਸਟੋਰ ਵਿਚ ਆ ਗਈ ਹੈ।"

"ਬਹੁਤ ਅੱਛਾ, ਕੰਮ ਪੂਰਾ ਹੋਣ ਮਗਰੋਂ ਸਾਰਿਆਂ ਨੂੰ ਪਾਰਟੀ ਮੇਰੇ ਵੱਲੋਂ ਹੋਵੇਗੀ।"

"ਪਾਰਟੀ ਤਾਂ ਜੀ, ਆਪਾਂ ਨੂੰ ਜਹਾਜ਼ ਕੰਪਨੀ ਵਾਲੇ ਕਰਨਗੇ। ਇਸ ਕੰਮ ਲਈ ਉਹਨਾਂ ਕੋਲ ਬਹੁਤ ਫੰਡਜ਼ ਹਨ। ਗਿੱਦੜਬਾਹੇ ਉਹਨਾਂ ਸਾਰੇ ਸਟਾਫ ਨੂੰ ਚੰਗਾ ਕੰਮ ਕਰਨ ਲਈ ਸੂਟ ਲੈ ਕੇ ਦਿੱਤੇ ਸਨ।" ਸੁਰਜੀਤ ਸਿੰਘ ਨੇ ਵਿਸਥਾਰ ਨਾਲ ਦਸਿਆ।

"ਚਲੋ ਇਕ ਵਾਰੀ ਮੈਂ ਮੌਕਾ ਦੇਖ ਆਵਾਂ।" ਉਹ ਉਸ ਸਰਕਲ ਦੇ ਗਰਾਮ ਸੇਵਿਕ ਅਤੇ ਇੰਸਪੈਕਟਰ ਨੂੰ ਨਾਲ ਲੈ ਕੇ ਜਹਾਜ਼ ਉਤਾਰਨ ਵਾਲੀਆਂ ਥਾਵਾਂ ਦਾ ਮੌਕਾ

ਦੇਖਣ ਚਲੇ ਗਏ। ਸੇਖਪੁਰੇ ਵਾਲੀ ਸੜਕ ਦੁਆਲੇ ਕਿੱਕਰਾਂ ਲਗੀਆਂ ਦੇਖ ਉਸ ਕਿਹਾ, "ਇਹ ਕਿੱਕਰਾਂ ਅੜਿੱਕਾ ਤਾਂ ਨਹੀਂ ਪਾਉਣਗੀਆਂ ?"

"ਨਹੀਂ ਜੀ, ਪਾਇਲਟ ਨੇ ਇਹ ਥਾਂ ਪਾਸ ਕਰ ਦਿੱਤੀ ਹੈ। ਉਸ ਨੂੰ ਕੋਈ ਇਤਰਾਜ ਨਹੀਂ।" ਪਿੰਡ ਜਾ ਕੇ ਉਹ ਉਹਨਾਂ ਕਿਸਾਨਾਂ ਨੂੰ ਮਿਲਿਆ, ਜਿਨਾਂ ਦੇ ਖੇਤਾਂ ਤੇ ਹਵਾਈ ਸਪਰੇਅ ਹੋਣੀ ਸੀ।

"ਬੀ. ਡੀ. ਓ. ਸਾਹਿਬ, ਸਾਨੂੰ ਤਾਂ ਇਹੀ ਡਰ ਹੈ, ਬਈ ਪੈਸੇ ਅਸੀਂ, ਭਰੇ ਹਨ, ਜਹਾਜ਼ ਸਪਰੇਅ ਗੁਆਂਢੀਆਂ ਦੇ ਖੇਤ ਵਿਚ ਨਾ ਕਰ ਦੇਵੇ।" ਇਹੀ ਸਵਾਲ ਉਸ ਦੇ ਜਿਹਨ ਵਿਚ ਆਇਆ ਸੀ।

"ਪਾਇਲਟ ਕੋਲ ਜਹਾਜ਼ ਦੀ ਅਤੇ ਹਵਾ ਦੀ ਰਫਤਾਰ ਦੇਖਣ ਦੇ ਯੰਤਰ ਲਗੇ ਹੁੰਦੇ ਹਨ, ਉਹ ਇਸੇ ਹਿਸਾਬ ਨਾਲ ਦਵਾਈ ਛੱਡਦਾ ਹੈ, ਤੁਸੀਂ ਨਿਸ਼ਚਿੰਤ ਰਹੋ, ਇਸ ਗਲ ਦਾ ਸਾਨੂੰ ਤੁਹਾਡੇ ਨਾਲੋਂ ਵੱਧ ਫਿਕਰ ਹੈ।"

"ਕਿਤੇ ਦਵਾਈ ਦੀ ਥਾਂ ਪਾਣੀ ਦਾ ਛਿੜਕਾਅ ਤਾਂ ਨਹੀਂ ਕਰ ਦੇਣਗੇ।"

"ਦਵਾਈ ਸਾਡੇ ਕੋਲ ਆ ਗਈ। ਦਵਾਈ ਅਸੀਂ ਹੀ ਉਸਨੂੰ ਪਾ ਕੇ ਦੇਣੀ ਹੈ। ਤੁਸੀਂ ਕੋਲ ਆ ਕੇ ਦੇਖ ਸਕਦੇ ਹੋ ? ਤੁਹਾਡੀ, ਪੂਰੀ ਤਸੱਲੀ ਕਰਵਾਈ ਜਾਵੇਗੀ।"

ਅਗਲੇ ਹਫਤੇ ਵਿਕਾਸ ਕਮਿਸ਼ਨਰ ਹਵਾਈ ਸਪਰੇਅ ਦੇ ਟੀਚਿਆਂ ਦਾ ਰੀਵੀਊ ਕਰਨ ਆਇਆ। ਜਦੋਂ ਉਸਦਾ ਨੰਬਰ ਆਇਆ, ਉਸ ਨੇ ਆਪਣੇ ਪ੍ਰਾਪਤ ਕੀਤੇ ਟੀਚੇ ਬਾਰੇ ਦਸਿਆ।

"ਸਰ ਹੀ ਇਜ਼ ਮਾਈ ਬੈਸਟ ਬੀ. ਡੀ. ਓ. ਉਸਨੇ ਟੀਚੇ ਨਾਲੋਂ ਡਿਊਡਾ ਰਕਬਾ ਪੂਰਾ ਕੀਤਾ ਹੈ।" ਡੀ. ਸੀ. ਸਾਹਿਬ ਨੇ ਦਸਿਆ।

"ਸੈਂਡ ਇਨ ਰਾਈਟਿੰਗ, ਆਈ. ਵਿਲ ਇਸੂ ਹਿੰਮ ਏ ਐਪਰੀਸੀਏਸ਼ਨ ਲੈਟਰ....।" ਜਿਨ੍ਹਾਂ ਬਲਾਕਾਂ ਨੇ ਟੀਚਾ ਪੂਰਾ ਨਹੀਂ ਕੀਤਾ ਸੀ, ਉਹਨਾਂ ਦੀ ਘੂਰ-ਘੱਪ ਕੀਤੀ ਗਈ।

ਇਕ ਦਿਨ, ਸੁਖਜੀਤ ਦਾ ਲਿਖਿਆ ਖਤ ਉਸਨੂੰ ਮਿਲ ਗਿਆ। ਇਹ ਉਹੀ ਖਤ ਸੀ ਜੋ ਵੀਰਪਾਲ ਨੇ ਪੜ੍ਹਿਆ ਸੀ। ਇਕ ਦਸੰਬਰ ਨੂੰ ਸੁਖਜੀਤ ਦਾ ਜਨਮ ਦਿਨ ਸੀ। ਤੀਹ ਨਵੰਬਰ ਸ਼ਾਮ ਨੂੰ ਉਸ ਨੇ ਮੁਬਾਰਕਬਾਦ ਦੀ ਤਾਰ ਭੇਜ ਦਿੱਤੀ ਸੀ। ਗੋਆ ਦੇ ਟੂਰ ਤੋਂ ਮੁੜਣ ਤੇ ਉਸਨੇ ਖਤ ਲਿਖਿਆ ਸੀ।

"ਮਾਈ ਡੀਅਰ...।

ਤੁਹਾਡੀ ਮੁਬਾਰਕਬਾਦ ਦੀ ਤਾਰ ਲਈ ਸ਼ੁਕਰੀਆ।

ਮੈਂ ਗੋਆ ਦੀ ਨਵੀਂ ਦੁਨੀਆਂ ਦੇਖ ਆਈਆਂ ਹਾਂ। ਉਥੋਂ ਦੀਆਂ 'ਬੀਚਜ' ਬਹੁਤ ਖੂਬਸੂਰਤ ਹਨ। ਸ਼ਾਇਦ ਤੁਸੀਂ ਦੇਖੀਆਂ ਹੋਣਗੀਆਂ। ਉਥੇ ਬਹੁਤ ਸਾਰੇ ਵਿਦੇਸ਼ੀ ਜੋੜਿਆਂ ਨੂੰ ਦੇਖਕੇ ਤੁਹਾਡੀ ਯਾਦ ਆਉਂਦੀ ਰਹੀ। ਕਿੰਨੀ ਆਜ਼ਾਦੀ ਤੇ ਸਕੂਨ ਹੈ। ਔਰਤਾਂ ਵਲ ਕੋਈ ਅੱਖ ਪੁਟ ਕੇ ਵੀ ਨਹੀਂ ਝਾਕਦਾ। ਲਾ ਐਂਡ ਆਰਡਰ, ਬਹੁਤ ਕਮਾਲ ਦਾ ਹੈ। ਅੱਧੀ ਰਾਤ ਨੂੰ ਵੀ ਇਕੱਲੀਆਂ ਔਰਤਾਂ ਘੁੰਮ ਫਿਰ ਸਕਦੀਆਂ ਹਨ। ਉਸ ਦਿਨ, ਭੈਣ ਜੀ ਨੇ ਸ਼ਾਇਦ ਮੇਰਾ ਲਿਖਿਆ ਖਤ ਪੜ੍ਹ ਲਿਆ ਹੈ, ਪਰ ਉਸ ਤੇ ਕਿਸੇ ਦਾ ਨਾਉਂ ਜਾਂ ਸਿਰਨਾਵਾਂ

ਨਹੀਂ ਸੀ। ਫੇਰ ਵੀ ਮੈਨੂੰ ਕਹਿੰਦੇ ਵਸਦੇ ਘਰ ਕਦੇ ਉਜਾੜੀ ਦੇ ਨਹੀਂ...? ਮੈਂ ਚੁਪ ਕਰਕੇ ਸੁਣਦੀ ਰਹੀ। ਸ਼ੁਕਰ ਹੈ, ਤੁਹਾਡੇ ਭੇਜੇ ਖ਼ਤ ਅਤੇ ਨੋਟਸ, ਅਲਮਾਰੀ ਵਿਚ ਬੰਦ ਸਨ ਜੇ ਉਹ ਹੱਥ ਲਗ ਜਾਂਦੇ, ਪਤਾ ਨਹੀਂ ਕੀ ਦਾ ਕੀ ਹੋ ਜਾਣਾ ਸੀ।

ਦਸੰਬਰ ਦੀਆਂ ਛੁੱਟੀਆਂ ਵਿਚ ਮੈਂ ਇਕ ਹਫ਼ਤੇ ਲਈ ਪਿੰਡ ਆਵਾਂਗੀ, ਛੁੱਟੀਆਂ ਭਾਵੇਂ ਪੰਦਰਾਂ ਹਨ, ਬਾਕੀ ਦੇ ਦਿਨ, ਮੈਂ ਇਥੇ ਬੈਠਕੇ ਪੜ੍ਹਾਂਗੀ। ਤੁਹਾਡੀ ਕਹੀ ਗਲ ਮੇਰੇ ਮਨ ਵਿਚ ਹਮੇਸ਼ਾ ਰਹਿੰਦੀ ਹੈ, ਪੜ੍ਹਾਈ ਪਹਿਲਾਂ ਬਾਕੀ ਸਾਰੇ ਕੰਮ ਮਗਰੋਂ। ਪੜ੍ਹਾਈ ਇਕ ਖਾਸ ਸਮੇਂ ਕਾਲ ਵਿਚ ਹੁੰਦੀ ਹੈ, ਬਾਕੀ ਕੰਮਾਂ ਲਈ ਸਾਰੀ ਉਮਰ ਹੁੰਦੀ ਹੈ। ਉਮੀਦ ਹੈ ਏਰੀਅਲ ਸਪਰੇਅ ਤੋਂ ਤੁਸੀਂ ਵਿਹਲੇ ਹੋ ਗਏ ਹੋਵੋਗੇ। ਤੁਸੀਂ ਮੈਨੂੰ 'ਮੇਨਕਾ' ਬਣਨੋਂ ਬਚਾ ਲਿਆ ਹੈ, ਜਿਸ ਨੇ ਰਿਸ਼ੀ ਵਿਸ਼ਵਾਮਿੱਤਰ ਦੀ ਜਨਮਾਂ ਦੀ ਤਪੱਸਿਆ ਵਿਚ ਬਿਘਨ ਪਾ ਦਿੱਤਾ ਸੀ। ਤੁਹਾਡੇ ਸਬਰ ਸੰਤੋਖ ਨੂੰ ਮੈਂ ਕਦੇ ਨਹੀਂ ਭੁੱਲ ਸਕਦੀ। ਮੈਂ ਆਪਣੀ ਇਕ ਗੂੜ੍ਹੀ ਸਹੇਲੀ ਨਾਲ, ਇਸ ਬਾਰੇ ਗਲ ਕੀਤੀ, ਉਸ ਨੂੰ ਯਕੀਨ ਨਹੀਂ ਆਇਆ। ਅੱਜ ਕੱਲ੍ਹ ਦੇ ਯੁੱਗ ਵਿਚ, ਵੱਡੇ ਵੱਡੇ ਸਾਧੂ ਮਹਾਤਮਾ ਡੋਲ ਜਾਂਦੇ ਹਨ। ਕਹਿੰਦੀ ਜਾਂ ਉਹ ਪੂਰਾ ਮਰਦ ਨਹੀਂ ਹੋਵੇਗਾ ? ਨਹੀਂ ਤਾਂ ਅਜਿਹਾ ਸੁਨਹਿਰੀ ਮੌਕਾ ਹੱਥ ਆਇਆ, ਕੋਈ ਕਦੋਂ ਗਵਾਉਂਦਾ ਹੈ ? ਮਾਮਾ ਜੀ ਦਾ, ਉਸ ਰਿਸਤੇਵਾਰੇ, ਫੇਰ ਖਤ ਆਇਆ ਹੈ। ਪਤਾ ਨਹੀਂ, ਉਹਨਾਂ ਨੂੰ ਏਨੀ ਕਾਹਲੀ ਕਿਉਂ ਹੈ ? ਮੈਨੂੰ ਸਮਝ ਨਹੀਂ ਆਉਂਦੀ ? ਮੰਮੀ ਵੀ ਉਹਨਾਂ ਦੇ ਮਗਰ ਲਗਦੇ ਹਨ, ਪਾਪਾ ਦੀ ਘਰ ਵਿਚ ਕੋਈ ਪੁੱਛ ਪ੍ਰਤੀਤ ਨਹੀਂ। ਤੁਸੀਂ ਹੀ ਮੇਰੇ ਸਲਾਹਕਾਰ ਹੋ, ਗਾਇਡ ਹੋ। ਪਿੰਡ ਆਉਣ ਤੇ, ਤੁਹਾਡੇ ਨਾਲ ਸਲਾਹ ਕਰਾਂਗੀ। ਤੁਹਾਡੇ ਯੂਨੀਵਰਸਿਟੀ ਵਿਚ ਫਸਟ ਆਉਣ ਦੀ ਗਲ ਮੈਂ ਇਕ ਦਿਨ ਪ੍ਰੋਫੈਸਰ ਸ਼ਰਮਾ ਜੀ ਨਾਲ ਕੀਤੀ। ਉਹਨਾਂ ਨੂੰ ਤੁਹਾਡੇ ਰਿਜ਼ਲਟ ਬਾਰੇ ਪਹਿਲਾਂ ਹੀ ਪਤਾ ਸੀ। ਬਹੁਤ ਖੁਸ਼ ਹੋਏ, ਕਹਿੰਦੇ ਹੀ ਇਜ਼ ਮਾਈ ਬਰਾਈਟੈਸਟ ਸਟੂਡੈਂਟ।

ਹੁਣ ਖਤ ਨਹੀ ਲਿਖਣਾ, ਛੁੱਟੀਆਂ ਵਿਚ ਮੈਂ ਆ ਹੀ ਜਾਣਾ ਹੈ, ਬਾਕੀ ਮਿਲਣ ਤੇ।

"ਐਵਰ ਯੂਅਰਜ'

....

ਦਸੰਬਰ ਦੇ ਤੀਜੇ ਹਫਤੇ, ਉਸ ਦਾ ਪੇਪਰਾਂ ਦਾ ਨਤੀਜਾ ਆ ਗਿਆ। ਸਾਰੇ ਪਰਚਿਆਂ ਵਿਚ ਉਹ ਹਾਇਰ ਸਟੈਂਡਰਡ ਵਿਚ ਪਾਸ ਹੋਇਆ ਸੀ। ਉਸ ਨੇ ਘੰਟੀ ਮਾਰਕੇ, ਬਾਂਸਲ ਨੂੰ ਬੁਲਾਇਆ।

"ਬਾਂਸਲ ਸਾਹਿਬ, ਐਹ ਦੇਖੋ ?" ਉਸ ਨੇ ਨਤੀਜੇ ਵਾਲੀ ਚਿੱਠੀ, ਉਸ ਨੂੰ ਫੜਾ ਦਿੱਤੀ। ਉਹ ਡੌਰ ਭੌਰ ਹੋ ਗਿਆ।

"ਜਨਾਬ, ਮੈਂ ਇਹ ਪਹਿਲੀ ਵੇਰ ਦੇਖਿਆ ਹੈ, ਕਿਸੇ ਨੇ ਪਹਿਲੀ ਵਾਰ ਹੀ ਸਾਰੇ ਪੇਪਰ ਹਾਇਰ ਸਟੈਂਡਰਡ ਵਿਚ ਪਾਸ ਕੀਤੇ ਹੋਣ, ਬਹੁਤ ਬਹੁਤ ਮੁਬਾਰਕਾਂ।"

"ਸੇਵਾ ਰਾਮ ਨੂੰ ਭੇਜ ਕੇ, ਲੱਡੂਆਂ ਦੇ ਦੋ ਡੱਬੇ ਮੰਗਵਾਉ, ਸਾਰੇ ਸਟਾਫ ਨੂੰ ਚਾਹ ਪਿਲਾਉਣੀ ਹੈ।" ਬਾਂਸਲ ਚਾਹ ਦਾ ਬੰਦੋਬਸਤ ਕਰਨ ਲਈ ਅਤੇ ਉਹ ਚਿੱਠੀ ਲੈ ਕੇ ਦੂਸਰਿਆਂ ਨੂੰ ਦਿਖਾਉਣ ਚਲਾ ਗਿਆ। ਸਾਰਾ ਸਟਾਫ, ਉਸ ਦੇ ਕਮਰੇ ਵਿਚ ਮੁਬਾਰਕਬਾਦ ਦੇਣ ਲਈ ਆ ਗਿਆ।

"ਬੈਠੋ, ਤੁਹਾਡਾ ਮੂੰਹ ਮਿੱਠਾ ਕਰਵਾਉਂਦੇ ਹਾਂ।"

"ਜਨਾਬ ਕਦੇ ਮੂੰਹ ਕੌੜਾ ਵੀ ਕਰਵਾ ਦਿਆ ਕਰੋ।" ਮਹਿੰਦਰ ਸਿੰਘ ਕਲਰਕ ਬੋਲਿਆ। ਉਹ ਹਰ ਰੋਜ਼ ਪੀਣ ਦਾ ਆਦੀ ਸੀ।

"ਜਿਸ ਦਿਨ, ਮੈਂ ਆਪ ਮੂੰਹ ਕੌੜਾ ਕੀਤਾ, ਤੁਹਾਡਾ ਵੀ ਕਰਵਾ ਦਿਆਂਗਾ।" ਸਾਰੇ ਤਾੜੀ ਮਾਰਕੇ ਹੱਸ ਪਏ। ਦੁਪਹਿਰ ਨੂੰ ਉਹ ਖਾਣਾ ਖਾਣ ਘਰ ਆਇਆ। ਵੀਰਪਾਲ ਪੌੜੀਆਂ ਦੀ ਦਹਿਲੀਜ਼ ਤੇ ਖੜ੍ਹੀ ਉਸ ਦਾ ਇੰਤਜਾਰ ਕਰ ਰਹੀ ਸੀ।

"ਸੇਵਾ ਰਾਮ ਲੱਡੂਆਂ ਦਾ ਡੱਬਾ ਦੇ ਗਿਆ ਸੀ। ਅੱਜ ਕਾਹਦੀ ਖੁਸ਼ੀ ਹੋ ਗਈ ਜੀ।"

"ਕਮਰੇ ਵਿਚ ਆ ਜਾਉ, ਅੰਦਰ ਦਸਦਾ ਹਾਂ।" ਜਿਉਂ ਹੀ ਉਹ ਕਮਰੇ ਵਿਚ ਆਈ, ਉਸਨੇ ਉਦੋਂ ਹੀ ਉਸਦੇ ਬੁਲ੍ਹਾਂ ਨੂੰ ਚੁੰਮ ਲਿਆ।

"ਤੁਹਾਡਾ ਪਤੀ ਦੇਵ, ਚਾਰੇ ਪੇਪਰਾਂ ਵਿਚੋਂ ਪਾਸ ਹੋ ਗਿਆ ਹੈ।"

"ਠਹਿਰ ਜਾਉ, ਮੈਂ ਦੇਗ ਬਣਾ ਦਿਆਂ।" ਉਸ ਨੇ ਸੇਵਾ ਰਾਮ ਨੂੰ ਰੋਟੀ ਬਨਾਉਣ ਤੋਂ ਰੋਕ ਦਿੱਤਾ ਅਤੇ ਦੇਗ ਬਣਾਉਣ ਲੱਗੀ। ਭੁੰਨੇ ਜਾ ਰਹੇ ਆਟੇ ਵਿਚੋਂ ਦੇਸੀ ਘਿਉ ਦੀ ਖੁਸ਼ਬੋ, ਕਮਰੇ ਤੱਕ ਪਹੁੰਚ ਰਹੀ ਸੀ। ਉਸ ਨੂੰ ਯਾਦ ਆਇਆ, ਜਦੋਂ ਬੇਜੀ ਦੇਗ ਬਣਾਉਂਦੀ ਸੀ, ਉਦੋਂ ਵੀ ਇਹੋ ਜਿਹੀ ਖੁਸ਼ਬੋ ਵਾਤਾਵਰਣ ਨੂੰ ਮਹਿਕਾ ਦਿੰਦੀ ਸੀ।

"ਅੱਜ ਤੁਹਾਨੂੰ ਇਕ ਹੋਰ ਖੁਸ਼ਖ਼ਬਰੀ ਵੀ ਸੁਣਾਉਣੀ ਹੈ, ਰਾਤ ਨੂੰ।"

"ਰਾਤ ਨੂੰ ਕਿਉਂ ? ਹੁਣੇ ਕਿਉਂ ਨਹੀਂ" ਮੇਰਾ ਦਿਲ ਧੜਕ ਰਿਹਾ ਹੈ। ਹੁਣੇ ਦਸੋ, ਰਾਤ ਤੱਕ ਮੈਂ ਇੰਤਜਾਰ ਨਹੀਂ ਕਰ ਸਕਦਾ ?"

"ਹੁਣੇ ਦਸ ਦਿਆਂ... ਮੇਰੇ ਦਿਲ ਤੇ ਹੱਥ ਰੱਖੋ..।"

"ਤੁਸੀਂ ਡੈਡੀ ਬਣਨ ਵਾਲੇ ਹੋ।"

"ਇਹ ਕਿਵੇਂ ਹੋ ਗਿਆ ? ਮੈਂ ਤਾਂ ਹਮੇਸ਼ਾ....।

ਤੁਹਾਨੂੰ ਕੀਹਨੇ ਦਸਿਆ ?"

"ਮੈਂ ਤੇ ਭਾਬੀ ਜੀ, ਅਜ ਹਸਪਤਾਲ ਗਏ ਸੀ। ਮਨਜੀਤ ਐਲ.ਐਚ. ਬੀ ਨੇ ਚੈਕ ਕਰਕੇ ਦੱਸਿਆ ਹੈ। ਦੂਜਾ ਮਹੀਨਾ ਚਲਦਾ ਹੈ।

"ਏਨੀ ਕਾਹਲੀ ਕੀ ਸੀ ?"

"ਆਪਣੀ ਸ਼ਾਦੀ ਨੂੰ ਦੋ ਸਾਲ ਹੋ ਗਏ ਹਨ, ਸਾਰੇ ਮੇਰੇ ਨਾਲ ਲੜਦੇ ਹਨ।"

"ਇਹੋ ਜਿਹੀ ਕੀ ਜੁਗਤ ਤੈਂ ਵਰਤੀ ?"

"ਪਹਿਲਾਂ ਮੇਰੀ ਸੌਂਹ ਖਾਉ ਕਿ ਗੁੱਸੇ ਨਹੀਂ ਹੁੰਦੇ।"

"ਹੁਣ ਗੁੱਸਾ ਕਾਹਦਾ ? ਜੋ ਹੋਣਾ ਸੀ, ਹੋ ਗਿਆ ਹੈ।"

"ਮੈਂ ਨਿਰੋਧ ਨੂੰ ਅਗੋਂ ਕੈਂਚੀ ਨਾਲ ਕੱਟ ਦਿੰਦੀ ਸੀ। ਜਰਖੇਜ ਧਰਤੀ ਨੂੰ ਇਕ ਬੀਜ ਦੀ ਹੀ ਤਾਂ ਲੋੜ ਹੁੰਦੀ ਹੈ।" ਉਹ ਹੈਰਾਨ ਪ੍ਰੇਸ਼ਾਨ ਹੋ ਗਿਆ, ਉਸ ਕੋਲ ਕੋਈ ਡਿਗਰੀ ਨਹੀਂ, ਤਾਂ ਵੀ ਉਸ ਨੇ ਡਿੱਗਰੀ ਵਾਲੇ ਦੇ ਕੰਨ ਕੁਤਰ ਦਿੱਤੇ ਸਨ।

ਏਨੇ ਨੂੰ ਘੰਟੀ ਖੜਕ ਪਈ। ਵੀਰਪਾਲ ਨੇ ਤਾਕੀ ਵਿਚੋਂ ਦੇਖਿਆ, ਦਰਵਾਜੇ ਮੂਹਰੇ ਫੌਜੀ ਰੰਗ ਦੀ ਜੀਪ ਖੜ੍ਹੀ ਸੀ। "ਸ਼ਾਇਦ ਵੀਰ ਜੀ ਆਏ ਹਨ, ਉਹਨਾਂ ਦੀ ਜੀਪ ਲਗਦੀ ਹੈ।" ਉਸਨੇ ਪੌੜੀਆਂ ਦਾ ਕੁੰਡਾ ਖੋਲ੍ਹ ਦਿੱਤਾ। ਉਸ ਦੇ ਇਕ ਹੱਥ ਵਿਚ ਬੈਗ ਦੂਜੇ

ਹੱਥ ਵਿਚ, ਘਿਉ ਦੀ ਪੀਪੀ ਸੀ। ਉਹ ਛੋਟੇ ਚੁਬਾਰੇ ਵਿਚ ਬੈਠ ਗਏ। ਵੀਰਪਾਲ ਪਾਣੀ ਲੈ ਆਈ। ਪੈਰੀਂ ਹੱਥ ਲਾਉਣ ਦੀ ਕੋਸ਼ਿਸ਼ ਕੀਤੀ। ਉਸਨੇ ਦੋਨੋਂ ਹੱਥ ਫੜ ਲਏ।

"ਹੋਰ ਸਭ ਸੁਖ ਸਾਂਦੀ ਹੈ, ਵੀਰ ਜੀ।"

"ਸੁੱਖ ਹੀ ਸਮਝੋ...।"

"ਕੀ ਗਲ ਹੋ ਗਈ....?"

"ਪਹਿਲਾਂ 15 ਦਿਨ ਮੰਡੀ ਵਿਚ ਬੈਠਣਾ ਪਿਆ, ਫੇਰ 15 ਦਿਨ ਪੈਮੇਂਟ ਨਹੀਂ ਮਿਲੀ, ਕਣਕ ਬੀਜਕੇ ਅਜੇ ਵਿਹਲਾ ਹੀ ਹੋਇਆ ਸੀ, ਅਮਨਦੀਪ ਬਿਮਾਰ ਹੋ ਗਿਆ, ਉਸ ਨੂੰ ਨਮੋਨੀਆ ਹੋ ਗਿਆ ਸੀ, ਸੱਤ ਦਿਨ ਬਰਨਾਲੇ ਹਸਪਤਾਲ ਵਿਚ ਰਹੇ, ਕੱਲ ਛੁੱਟੀ ਹੋਈ ਹੈ।"

"ਹੁਣ ਠੀਕ ਹੈ। ਵੀਰ ਜੀ ਕੀ ਲਵੋਗੇ, ਫੁਲਕਾ ਦਸੋ, ਦਾਲ ਸਬਜੀ ਤਿਆਰ ਹੈ, ਮੈਂ ਹੁਣੇ ਲਾਹ ਦਿੰਨੀ ਹਾਂ।

"ਨਹੀਂ, ਬੱਸ ਚਾਹ ਬਣਾ ਦਿਉ, ਮੈਂ ਛੇਤੀ ਮੁੜਨਾ ਹੈ। ਪਿੱਛੇ ਦਾ ਫਿਕਰ ਹੈ।" ਵੀਰਪਾਲ ਚਾਹ ਦੇ ਨਾਲ ਪ੍ਰਸ਼ਾਦ ਲੈ ਆਈ। "ਵੀਰ ਜੀ ਕਾਕੇ ਦੀ ਬਿਮਾਰੀ ਬਾਰੇ ਸਾਨੂੰ ਕਿਉਂ ਨਹੀਂ ਦਸਿਆ?" ਵੀਰਪਾਲ ਬੋਲੀ।

"ਮਖਿਆ ਅਸੀਂ ਤਾਂ ਬਿਪਤਾ ਨੂੰ ਫੜੇ ਹੀ ਹੋਏ ਹਾਂ, ਤੁਹਾਨੂੰ ਕਾਹਨੂੰ ਫਿਕਰਾਂ ਵਿਚ ਪਾਉਣਾ ਹੈ?"

"ਲੈ ਭਾਈ, ਥੋੜੀ ਰਕਮ, ਖਰਚ ਕੱਟਕੇ, ਸੱਤਰ ਹਜ਼ਾਰ ਬਚਿਆ ਹੈ, ਤੁਹਾਡੇ ਹਿੱਸੇ ਦਾ...।" ਉਸਨੇ ਸੱਤ ਗੁੱਟੀਆਂ ਮੇਜ ਤੇ ਰੱਖ ਦਿਤੀਆਂ।

"ਲੈ ਭਾਈ ਗਿਣ ਲੈ ਵੀਰਪਾਲ।"

"ਲੋ ਵੀਰ ਜੀ, ਤੁਸੀਂ ਕਿਹੜਾ ਘੱਟ ਲੈ ਕੇ ਆਏ ਹੋ, ਮੈਂ ਨਹੀਂ ਗਿਣਦੀ। ਨੋਟਾਂ ਦੀ ਤੱਥੀਆਂ ਨੂੰ ਦੇਖ ਕੇ ਉਸ ਦੀਆਂ ਵਾਂਛਾਂ ਖਿੜ ਗਈਆਂ। ਉਦੋਂ ਨੂੰ ਸੇਵਾ ਰਾਮ ਆ ਗਿਆ ਸੀ। ਉਸਨੇ ਪੌੜੀਆਂ ਵਿਚ ਹੀ ਉਸ ਨੂੰ ਰੋਕਕੇ, ਬਾਜ਼ਾਰ ਭੇਜ ਦਿੱਤਾ, ਅਤੇ ਛੇਤੀ ਮੁੜਨ ਦੀ ਤਾਕੀਦ ਕੀਤੀ।

"ਵੀਰ ਜੀ, ਥੋਡੇ ਭਾਈ ਅਜ ਪਰਚਿਆਂ ਵਿਚੋਂ ਪਾਸ ਹੋਏ ਹਨ। ਐਮ. ਏ. ਵਿਚੋਂ ਵੀ ਇਹ ਪੰਜਾਬ ਵਿਚੋਂ ਫਸਟ ਆਏ ਹਨ।"

"ਬਹੁਤ ਖੁਸ਼ੀ ਦੀ ਗੱਲ ਹੈ, ਮੇਰਾ ਲਾਇਆ ਬੂਟਾ ਕਾਮਯਾਬ ਹੋ ਗਿਆ ਹੈ। ਬਹੁਤ ਬਹੁਤ ਵਧਾਈਆਂ।"

"ਵੀਰ ਜੀ, ਤੁਹਾਡੀ ਕੁਰਬਾਨੀ ਅਤੇ ਮਿਹਨਤ ਦਾ ਫਲ ਹੈ, ਮੇਰੇ ਨਾਲ ਦੇ ਸਰਦਾਰਾਂ ਦੇ ਮੁੰਡੇ, ਉਥੇ ਹੀ ਕਬੂਤਰ ਉਡਾਉਂਦੇ ਫਿਰਦੇ ਹਨ।"

"ਵੀਰ ਜੀ, ਆਹ ਲੋ ਮਿਠਾਈ ਦਾ ਡੱਬਾ, ਅਸੀਂ ਕਿਸੇ ਦਿਨ ਆਵਾਂਗੇ।"

"ਆਪਣੇ ਫੋਨ ਲਗੇ ਕਿ ਨਹੀਂ? ਮੈਨੂੰ ਸੰਗਰੂਰ ਤੋਂ ਡੀ. ਈ. ਟੀ. ਦੀ ਚਿੱਠੀ ਆਈ ਸੀ, ਕਹਿੰਦਾ ਸੰਦੌੜ ਨਵੀਂ ਐਕਸਚੇਂਜ ਲਾਉਣ ਲਗੇ ਹਾਂ।"

"ਅਗਲੇ ਮਹੀਨੇ ਲਗ ਜਾਣਗੇ, ਖੰਭੇ ਲਗ ਗਏ ਹਨ, ਤਾਰਾਂ ਪੈ ਗਈਆਂ ਹਨ।" ਬਹੁਤ ਜ਼ੋਰ ਲਾਉਣ ਤੇ ਵੀ ਉਹ ਰੁਕਿਆ ਨਹੀ। ਨਰਮੇ ਕਪਾਹ ਦੇ ਵੱਢ ਵਿਚ ਅਜੇ ਕਣਕ ਬੀਜਣੀ ਸੀ।

ਦੋਨੋਂ ਉਸਨੂੰ ਹੇਠਾਂ ਤੱਕ ਛੱਡਣ ਆਏ। "ਸੁਣਿਉ ਜੀ, ਛੇਤੀ ਆ ਜਾਇਆ ਕਰੋ, ਮੈਨੂੰ ਇਕੱਲੀ ਨੂੰ ਡਰ ਲਗਦਾ ਹੈ, ਕੁਵੇਲਾਂ ਨਾ ਕਰਿਆ ਕਰੋ।"

(38)

ਬਲਾਕ ਵਿਚ ਸਕੂਲ ਬਿਲਡਿੰਗਾਂ ਬਣ ਰਹੀਆਂ ਸਨ, ਕਈ ਥਾਈਂ ਵਾਟਰ ਵਰਕਸ ਬਣਨ ਲਗੇ ਸਨ। ਕਈ ਪਿੰਡਾਂ ਵਿਚ ਗਲੀਆਂ ਨਾਲੀਆਂ ਪੱਕੀਆਂ ਕਰਨ ਦਾ ਕੰਮ ਚਲ ਰਿਹਾ ਸੀ। ਕਈ ਪਿੰਡਾਂ ਨੂੰ ਲਿੰਕ ਸੜਕਾਂ ਬਣ ਰਹੀਆਂ ਸਨ, ਲੋਕਾਂ ਨੇ ਹਜ਼ਾਰਾਂ ਰੁਪੈਈਏ ਦੀ ਮਿੱਟੀ ਮੁਫ਼ਤ ਪਾਈ ਸੀ, ਜੇ ਇਹ ਕੰਮ ਠੇਕੇਦਾਰਾਂ ਰਾਹੀਂ ਹੁੰਦਾ, ਲੱਖਾਂ ਦੇ ਬਿਲ ਬਣ ਜਾਣੇ ਸਨ। ਹੋ ਰਹੇ ਕੰਮਾਂ ਨੂੰ ਦਿਖਾਉਣ ਲਈ ਉਸਨੇ ਕਈ ਪਿੰਡਾਂ ਵਿਚ ਡੀ. ਸੀ. ਸਾਹਿਬ ਤੋਂ ਨੀਂਹ ਪੱਥਰ ਰਖਵਾ ਦਿੱਤੇ ਸਨ।

"ਸਰ! ਇਹ ਸਾਰੇ ਲੋਕਾਂ ਨੇ ਮਿਲਕੇ, ਸਾਂਝੇ ਤੌਰ ਤੇ ਕੀਤੇ ਹਨ, ਦੁੱਧ ਲੋਕ ਇਕੱਠਾ ਕਰਦੇ ਹਨ, ਅਸੀਂ ਤਾਂ ਸਿਰਫ ਦਹੀਂ ਬਨਾਉਣ ਲਈ ਜਾਗ ਲਾਉਣ ਦਾ ਹੀ ਕੰਮ ਕਰਦੇ ਹਾਂ।" ਉਸਨੇ ਡੀ. ਸੀ. ਸਾਹਿਬ ਨੂੰ ਹੋਰ ਕੰਮਾਂ ਬਾਰੇ ਵਿਸਥਾਰ ਨਾਲ ਦਸਿਆ।

"ਕਈਆਂ ਨੂੰ ਜਾਗ ਲਾਉਣਾ ਵੀ ਨਹੀ ਆਉਂਦਾ। ਇਹ ਕੰਮ ਵੀ ਕੋਈ ਤੇਰੇ ਵਰਗਾ, ਸਿਆਣਾ ਅਫਸਰ ਹੀ ਕਰ ਸਕਦਾ ਹੈ।" ਡੀ. ਸੀ. ਸਾਹਿਬ ਨੇ ਉਸ ਦੇ ਕੰਮ ਦੀ ਤਾਰੀਫ ਕੀਤੀ।"

"ਤੈਨੂੰ ਪਰਸੰਸਾ ਪੱਤਰ ਮਿਲ ਗਿਆ ਕਿ ਨਹੀਂ ? ਮੈਂ ਡੀ. ਓ. ਲਿਖਿਆ ਸੀ।"

"ਸਰ ਪਰਸੋਂ ਹੀ ਮਿਲਿਆ ਹੈ, ਤੁਹਾਡਾ ਬਹੁਤ ਬਹੁਤ ਸ਼ੁਕਰੀਆ।"

"ਸ਼ੁਕਰੀਆ ਕਾਹਦਾ ? ਤੇਰਾ ਕੰਮ ਹੀ ਬਹੁਤ ਵੱਧੀਆ ਹੈ।" ਤੇਰੀ ਪ੍ਰੈਸ ਦੀ ਕਵਰੇਜ਼ ਵੀ ਬਹੁਤ ਵੱਧੀਆ ਹੈ।" ਉਸ ਨੇ ਸਾਰੇ ਕੰਮਾਂ ਦੀ, ਫੋਟੋਆਂ ਦੀ ਐਲਬਮ ਬਣਾਕੇ ਡੀ. ਸੀ. ਸਾਹਿਬ ਨੂੰ ਪੇਸ਼ ਕੀਤੀ ਸੀ। ਹਰ ਫੋਟੋ ਹੇਠਾਂ, ਕੈਪਸ਼ਨ ਲਿਖ ਦਿੱਤੇ ਸਨ।

"ਤੂੰ ਏਨਾ ਲਾਇਕ ਹੋਕੇ ਵੀ, ਆਏ. ਏ. ਐਸ ਜਾਂ ਪੀ. ਸੀ. ਐਸ ਲਈ ਕਿਉਂ ਨਹੀਂ ਗਿਆ।"

"ਸਰ ਮੈਂ ਜਦੋਂ ਪੜ੍ਹਦਾ ਸੀ, ਮੇਰੇ ਘਰਦੇ ਹਾਲਾਤ ਸਾਜ਼ਗਰ ਨਹੀਂ ਸਨ, ਮੇਰੇ ਨਾਲ ਦੇ ਦੋ ਮੁੰਡੇ, ਮੈਥੋਂ ਘੱਟ ਨੰਬਰਾਂ ਵਾਲੇ ਆਈ. ਆਰ. ਐਸ ਵਿਚ ਚਲੇ ਗਏ ਹਨ।"

"ਹੁਣ ਤੇ ਬੀ. ਡੀ. ਓ'ਜ ਵਿਚੋਂ ਵੀ E.A.C. ਬਨਣ ਲਗੇ ਹਨ, ਕਿੰਨੇ ਸਾਲ ਦੀ ਸਰਵਿਸ ਚਾਹੀਦੀ ਹੈ ?"

"ਸਰ ਚਾਰ ਸਾਲ ਦੀ ਸਰਵਿਸ ਤੇ ਰਿਪੋਰਟਾਂ ਵਧੀਆ ਹੋਣੀਆਂ ਚਾਹੀਦੀਆਂ ਹਨ।"

"ਮੈਂ ਐਤਕੀਂ ਤੈਨੂੰ ਆਊਟ-ਸਟੈਡਿੰਗ ਦੇਣੀ ਹੈ।" ਸਾਹਿਬ ਨੂੰ ਤੋਰ ਕੇ, ਉਹ ਦਫਤਰ ਆ ਕੇ ਬੈਠਾ ਹੀ ਸੀ, ਟੈਲੀਫੂਨ ਦੀ ਘੰਟੀ ਵੱਜਣ ਲਗੀ।

"ਹੈਲੀ ! ਬੀ. ਡੀ. ਓ. ਸਾਹਿਬ ਹੈਗੇ... ? ਉਹਨਾਂ ਦੀ ਚੰਡੀਗੜ੍ਹ ਤੋਂ ਕਾਲ ਹੈ।"

"ਹਾਂ ਜੀ, ਹੋਲਡ ਕਰ ਰਿਹਾ ਹਾਂ, ਬੋਲੋ, ਹਾਂ ਜੀ, ਮੈਂ ਬੋਲ ਰਹੀ ਹਾਂ, ਤੁਸੀਂ ਕਿੱਥੇ ਰਹਿੰਦੇ ਹੋ ? ਦਫਤਰ ਨਹੀਂ.. ਬੈਠਦੇ ? ਮੈਨੂੰ ਦੋ ਦਿਨ ਹੋ ਗਏ, ਫੋਨ ਕਰਦੀ ਨੂੰ। ਹੈਲੋ ਮੈਂ ਡੀ. ਸੀ. ਸਾਹਿਬ ਨਾਲ ਪਿੰਡਾਂ ਵਿਚ ਗਿਆ ਹੋਇਆ ਸੀ। ਹੈਲੋ, ਹੋਰ ਤੁਸੀਂ ਠੀਕ ਠਾਕ ਹੋ-

ਹੈਲੋ, ਮੈਂ ਠੀਕ ਹਾਂ, ਮੈਂ ਐਤਕੀ ਛੁੱਟੀਆਂ ਵਿਚ ਪਿੰਡ ਨਹੀਂ ਆ ਰਹੀ, ਪੇਪਰ ਸਿਰ ਤੇ ਆ ਰਹੇ ਹਨ, ਪਿੰਡ ਪੜ੍ਹਿਆ ਨਹੀਂ ਜਾਂਦਾ। ਇੰਤਜਾਰ ਨਹੀ ਕਰਨੀ। ਪੇਪਰਾਂ ਤੋਂ ਬਾਅਦ ਮਿਲਾਂਗੇ... ਮੈਂ ਘਰੇ ਵੀ ਦਸ ਦਿਤਾ ਹੈ... ਹੋਰ ਸਭ ਠੀਕ ਹੈ ਨਾ... ਹਾਂ ਸਭ ਠੀਕ ਠਾਕ ਹੈ। ਓ. ਕੇ....।" ਫੋਨ ਬੰਦ ਹੋ ਗਿਆ ਸੀ।

ਇਸ ਸਮੇਂ ਦੌਰਾਨ ਦੋਨਾਂ ਵੱਲੋਂ ਕੋਈ ਖ਼ਤ ਨਹੀ ਲਿਖਿਆ ਗਿਆ। ਇਕ ਦੋ ਵੇਰ ਉਹ ਚੰਡੀਗੜ੍ਹ ਗਿਆ ਸੀ, ਪਰ ਉਸਨੂੰ ਮਿਲਣ ਨਹੀਂ ਗਿਆ, ਉਸ ਦੇ ਸੁੱਤੇ ਜਜ਼ਬਿਆਂ ਨੂੰ ਭੜਕਾਉਣ ਲਈ ਮਿਲਣ ਨਹੀਂ ਗਿਆ। ਉਸ ਦੇ ਸੁੱਤੇ ਜਜ਼ਬਿਆਂ ਨੂੰ ਭੜਕਾਉਣ ਦਾ ਕੀ ਫਾਇਦਾ ? ਪਰਚੇ ਦੇਣ ਮਗਰੋਂ, ਵੈਸਾਖੀ ਤੋਂ ਦੋ ਦਿਨ ਪਹਿਲਾਂ ਉਹ ਆ ਗਈ ਸੀ। ਮੇਲਾ ਅਫਸਰ, ਹੋਣ ਕਰਕੇ, ਉਹ ਸਵੇਰੇ ਹੀ ਘਰੋਂ ਚਲਿਆ ਜਾਂਦਾ, ਸ਼ਾਮ ਨੂੰ ਮੁੜਦਾ। ਖਾਲਸਾ ਸਕੂਲ ਵਿਚ, ਪੁਲਿਸ ਦਾ ਕੈਂਪ ਆਫਿਸ ਸੀ। ਇਸ ਸਾਲ ਮੇਲਾ, ਪਿਛਲੇ ਸਾਲ ਨਾਲੋਂ ਵੀ ਵੱਧ ਭਰਿਆ ਸੀ। ਉਹ ਕਿਹੜਾ ਘਰ ਸੀ, ਜਿੱਥੇ ਚਾਰ ਪੰਜ ਮਹਿਮਾਨ ਨਾ ਆਏ ਹੋਣ। ਉਸ ਦੇ ਪਿੰਡੋਂ ਵੀ ਪੰਜ ਸੱਤ ਬੰਦੇ ਆ ਗਏ ਸਨ, ਜਿਨ੍ਹਾਂ ਦੇ ਠਹਿਰਣ ਦਾ ਬੰਦੋਬਸਤ, ਦਫਤਰ ਵਿਚ ਕਰ ਦਿੱਤਾ ਸੀ। ਉਥੇ ਹੀ ਚਾਹ ਰੋਟੀ ਦਾ ਲੰਗਰ ਚਾਲੂ ਕਰ ਦਿੱਤਾ ਸੀ। ਵਿਸਾਖੀ ਤੋਂ ਇਕ ਦਿਨ ਪਹਿਲਾਂ ਪਹੁਵਿੰਡ ਤੋਂ ਵੀਰਪਾਲ ਦਾ ਮਾਮਾ ਤੇ ਉਸ ਦਾ ਪਰਿਵਾਰ ਆ ਗਿਆ ਸੀ, ਖਮਾਣੋ ਤੋਂ ਉਸ ਦੇ ਬੇਜੀ ਅਤੇ ਭਰਾ ਭਰਜਾਈਆਂ ਆ ਗਏ ਸਨ। ਗਰਮੀ ਦੀ ਰੁੱਤ ਹੋਣ ਕਰਕੇ, ਵਿਹੜੇ ਵਿਚ ਮੰਜਿਆਂ ਦੀ ਕਤਾਰ ਲੱਗ ਗਈ। ਹਨੇਰਾ ਹੋਏ ਜਦੋਂ ਉਹ ਘਰ ਆਇਆ, ਘਰ ਮਹਿਮਾਨਾਂ ਨਾਲ ਭਰਿਆ ਪਿਆ ਸੀ। ਸੇਵਾ ਰਾਮ, ਅਤੇ ਪਿਆਰਾ ਸਿੰਘ, ਉਹਨਾਂ ਦੀ ਸੇਵਾ ਵਿਚ ਲਗੇ ਹੋਏ ਸਨ।

"ਪਾਲੀ, ਮੇਰੀ ਗਲ ਸੁਣਨਾ ਜ਼ਰਾ।" ਉਹ ਵੱਡੇ ਚੁਬਾਰੇ ਦੇ ਨਾਲ ਲਗਦੇ, ਸਟੋਰ ਵਿਚ ਖੜ੍ਹਾ ਸੀ।

"ਹਾਂ ਜੀ, ਦੱਸੋ ?"

"ਆਹ ਵਿਸਕੀ ਦੀਆਂ ਬੋਤਲਾਂ ਪਈਆਂ ਹਨ, ਪੁੱਛਕੇ ਦੇ ਦੇਣਾ, ਮੈਂ ਰਾਤ ਦੇ ਦੋ ਬਜੇ ਤੱਕ ਵਿਹਲਾ ਨਹੀਂ ਹੋਣਾ, ਅਜ ਮੁਖਮੰਤਰੀ ਤੇ ਵਿਕਾਸ ਮੰਤਰੀ ਨੇ ਆਉਣਾ ਹੈ, ਅੱਜ ਦੀ ਰਾਤ ਮੈਂ ਦਫ਼ਤਰ ਵਿਚ ਪੈ ਜਾਵਾਂਗਾ।"

"ਹਾਇ ਹਾਇ... ਤੁਸੀਂ ਦਫਤਰ ਵਿਚ ਕਿਉਂ ਪੈਣਾ ਹੈ ?"

ਮੈਂ ਸਾਰਿਆਂ ਦੇ ਮੰਜੇ ਬਿਸਤਰੇ ਵਿਹੜੇ ਵਿਚ ਲਾ ਦਿੱਤੇ ਹਨ, ਆਪਣੇ ਦੋਨੋਂ ਬੈਡ ਵਿਹਲੇ ਹਨ, ਮਾਮਾ ਜੀ ਤੇ ਵੀਰ ਜੀ, ਛੋਟੇ ਕਮਰੇ ਵਿਚ ਪੈ ਜਾਣਗੇ। ਤੁਸੀਂ ਜਦੋਂ ਮਰਜੀ ਆ ਜਾਇਉ।"

"ਠੀਕ ਹੈ, ਜਦੋਂ ਵਿਹਲਾ ਹੋਇਆ ਆ ਜਾਵਾਂਗਾ।" ਉਹ ਫੇਰ ਗੁਰਦਵਾਰੇ ਚਲਾ ਗਿਆ। ਰਾਗੀ, ਢਾਡੀ ਜੋਰ ਸ਼ੋਰ ਨਾਲ ਇਤਿਹਾਸਕ ਵਾਰਾਂ ਗਾ ਰਹੇ ਸਨ। ਉਥੋਂ ਸਾਰਾ ਬੰਦੋਬਸਤ ਦੇਖਕੇ, ਉਹ ਨਹਿਰੀ ਰੈਸਟ ਹਾਊਸ ਚਲਾ ਗਿਆ। ਜਿੱਥੇ ਮੰਤਰੀਆਂ ਅਤੇ ਵੀ. ਆਈ. ਪੀਜ ਨੇ ਆਉਣਾ ਸੀ। ਨੌਂ ਬਜੇ ਡੀ. ਸੀ. ਸਾਹਿਬ ਆ ਗਏ। ਐਸ. ਪੀ. ਪਹਿਲਾਂ ਆ ਗਿਆ ਸੀ। ਗਾਰਦ ਸਲਾਮੀ ਲਈ ਤਿਆਰ ਖੜ੍ਹੀ ਸੀ। ਜਦੋਂ ਵੀ ਕੋਈ ਲਾਲ ਬੱਤੀ ਵਾਲੀ ਗੱਡੀ ਆਉਂਦੀ, ਗਾਰਦ ਸਾਵਧਾਨ ਹੋ ਜਾਂਦੀ। ਦਸ ਬਜੇ ਦੇ ਕਰੀਬ ਮੁੱਖ ਮੰਤਰੀ ਅਤੇ ਵਿਕਾਸ ਮੰਤਰੀ ਆਏ। ਸਲਾਮੀ ਲੈਣ ਮਗਰੋਂ ਉਹ ਵਿਸ਼ਰਾਮ ਘਰ ਦੇ ਅੰਦਰ ਆਏ। ਡੀ. ਸੀ. ਅਤੇ ਐਸ. ਪੀ. ਉਹਨਾਂ ਦੇ ਨਾਲ ਅੰਦਰ ਗਏ। ਬਾਕੀ ਅਫਸਰ ਬਰਾਂਡੇ ਵਿਚ ਕੁਰਸੀਆਂ ਤੇ ਬੈਠ ਗਏ। ਪੰਦਰਾਂ ਵੀਹ ਮਿੰਟ ਮਗਰੋਂ ਡੀ. ਸੀ. ਸਾਹਿਬ ਦਾ ਉੱਚੇ ਟੌਰੇ ਵਾਲਾ ਅਰਦਲੀ, ਜਿਸਨੇ ਖਾਕੀ ਵਰਦੀ ਪਾਈ ਹੋਈ ਸੀ, ਬਾਹਰ ਆਇਆ, "ਜਨਾਬ ਬੀ. ਡੀ. ਓ. ਸਾਹਿਬ ਨੂੰ ਅੰਦਰ ਬੁਲਾਇਆ।" ਉਸਦਾ ਦਿਲ ਤੇਜ਼ੀ ਨਾਲ ਧੜਕਣ ਲਗਾ, ਇਹ ਵਜ਼ੀਰ ਜਿੱਥੇ ਵੀ ਜਾਂਦਾ ਸੀ, ਇਕ ਦੋ ਨੂੰ ਮੁਅਤਲ ਕਰਕੇ ਹੀ ਮੁੜਦਾ ਸੀ। ਉਹ ਹਿੰਮਤ ਅਤੇ ਹੌਸਲਾ ਕਰਕੇ ਅੰਦਰ ਗਿਅ ਸਤ ਸ੍ਰੀ ਅਕਾਲ ਬੁਲਾਈ।

"ਬਖਰਦਾਰ, ਕੀ ਨਾਉਂ ਹੈ, ਤੇਰਾ... ?" ਵਿਕਾਸ ਮੰਤਰੀ ਨੇ ਪੁਛਿਆ।

"ਸਰ, ਹਰਜੀਤ ਸਿੰਘ ਸੰਧੂ।"

"ਡੀ. ਸੀ. ਸਾਹਿਬ, ਤੇਰੇ ਕੰਮ ਦੀ ਬੜੀ ਤਾਰੀਫ ਕਰਦੇ ਹਨ, ਕਮਿਸ਼ਨਰ ਸਾਹਿਬ ਨੇ ਵੀ ਮੈਨੂੰ ਤੇਰੇ ਕੰਮ ਬਾਰੇ ਦਸਿਆ ਸੀ, ਸਾਬਾਸ਼! ਦਾਹੜੀ ਤਾਂ ਨਹੀਂ ਕੱਟਦਾ?

"ਨਹੀਂ ਜੀ...।"

"ਬਹੁਤ ਅੱਛਾ! ਜੇ ਦੁਬਾਰਾ ਸਾਡੀ ਸਰਕਾਰ ਆਈ, ਮੈਂ ਤੈਨੂੰ ਪੀ. ਸੀ. ਐਸ, ਨਾਮੀਨੇਟ ਕਰ ਦਿਆਂਗਾ। ਉਦੋਂ ਨੂੰ ਤੇਰੀ ਨੌਕਰੀ ਵੀ ਚਾਰ ਸਾਲ ਦੀ ਹੋ ਜਾਵੇਗੀ।" ਬਾਦਲ ਸਾਹਿਬ, ਏਸ ਮੁੰਡੇ ਦੇ ਕੰਮ ਦੀ ਸਾਰੇ ਤਾਰੀਫ ਕਰਦੇ ਹਨ।

"ਚੰਗੇ ਅਫਸਰਾਂ ਨਾਲ ਸਰਕਾਰ ਦੀ ਵੀ ਆਭਾ ਵੱਣਦੀ ਹੈ।" ਮੁੱਖ ਮੰਤਰੀ ਜੀ, ਬੋਲੇ।

"ਚਲੀਏ ਫੇਰ....।"

ਗੱਡੀਆਂ ਦਾ ਕਾਫ਼ਲਾ ਗੁਰਦਵਾਰਾ ਸਾਹਿਬ ਦੇ ਨੇੜੇ ਲਗੀ ਸਟੇਜ ਕੋਲ ਪਹੁੰਚ ਗਿਆ। ਸਾਰੇ ਸਿਆਸਤਦਾਨ, ਸਟੇਜ ਤੇ ਬੈਠ ਗਏ। ਜੈਕਾਰੇ ਗੂੰਜਣ ਲਗੇ। ਸਟੇਜ ਸੈਕਟਰੀ ਬਾਹਾਂ ਉਲਾਰਕੇ, ਪੱਬਾਂ ਭਾਰ ਹੋਕੇ, ਉੱਚੀ ਸੁਰ ਵਿਚ, ਉਹਨਾਂ ਦੀ ਆਮਦ ਬਾਰੇ ਬੋਲ ਰਿਹਾ ਸੀ। ਅਫਸਰ, ਸਟੇਜ ਦੇ ਮਗਰ, ਖੜ੍ਹੇ ਹੋ ਗਏ ਸਨ। ਸਰਕਾਰੀ ਹੁਕਮ ਅਨੁਸਾਰ, ਉਹ ਸਟੇਜ ਤੇ ਨਹੀਂ ਬੈਠ ਸਕਦੇ ਸਨ। ਹਾਜ਼ਰੀ ਲਾਜ਼ਮੀ ਸੀ। ਬਹੁਤੇ ਲੋਕਾਂ ਨੇ ਨੀਲੀਆਂ, ਪੀਲੀਆਂ ਅਤੇ ਕਾਲੀਆਂ ਪੱਗਾਂ ਬੰਨ੍ਹੀਆਂ ਹੋਈਆਂ ਸਨ। ਭਾਸ਼ਣ ਸ਼ੁਰੂ ਹੋਏ। ਤੁਸੀਂ ਸਾਨੂੰ ਇਕ ਮੌਕਾ ਹੋਰ ਦਿਉ, ਅਸੀਂ ਪੰਜਾਬ ਨੂੰ ਸੋਨੇ ਦੀ ਚਿੜੀ ਬਣਾ ਦਿਆਂਗੇ, ਹਰ ਚਿਹਰੇ ਤੇ ਲਾਲੀ ਅਤੇ ਖੇਤਾਂ ਵਿਚ ਖੁਸ਼ਹਾਲੀ ਹੋਵੇਗੀ। ਹੁਣ ਤੁਸੀਂ ਵਿਦੇਸ਼ਾਂ ਨੂੰ ਭੱਜਦੇ ਹੋ, ਉਹ ਦਿਨ ਛੇਤੀ ਆਵੇਗਾ, ਜਦੋਂ ਵਿਦੇਸ਼ੀ ਇੱਥੇ ਆ ਕੇ, ਵਸਣ ਲਗਣਗੇ। ਸਾਨੂੰ ਪਤਾ ਹੈ, ਏਥੇ ਨਹਿਰੀ ਪਾਣੀ ਘੱਟ ਪਹੁੰਚਦਾ ਹੈ, ਧਰਤੀ ਹੇਠਲਾ ਪਾਣੀ ਮਾੜਾ ਹੈ, ਅਸੀਂ ਛੇਤੀ ਹੀ, ਨਹਿਰਾਂ ਨੂੰ

ਪੱਕੀਆਂ ਕਰਨ ਲਗੇ ਹਾਂ, ਨਵੀਨੀ ਕਰਨ ਕਰਾਂਗੇ। ਬਠਿੰਡੇ ਵਿਚ ਅਸੀਂ ਸੁਪਰ ਥਰਮਲ ਪਲਾਂਟ ਲਾਉਣ ਲਗੇ ਹਾਂ, ਹਰ ਇਕ ਪਿੰਡ ਨੂੰ ਚੌਵੀ ਘੰਟੇ ਬਿਜਲੀ ਮਿਲੇਗੀ। ਹਰ ਬਲਾਕ ਵਿਚ ਇਕ ਪਿੰਡ ਅਸੀਂ ਮਾਡਲ ਬਣਾ ਦਿਆਂਗੇ। ਕਣਕ, ਝੋਨੇ ਦੇ ਬੀਜ ਅਸੀਂ ਬਾਹਰਲੇ ਮੁਲਕਾਂ ਤੋਂ ਮੰਗਵਾਏ ਹਨ। ਝਾੜ ਦੁਗਣਾ ਹੋ ਜਾਇਗਾ? ਵਿਚੋਂ ਵਿਚੋਂ ਜੈਕਾਰੇ ਗੂੰਜ ਰਹੇ ਸਨ। ਇਕ ਬਜੇ ਤੋਂ ਬਾਅਦ, ਭਾਸ਼ਣਾਂ ਦੀ ਲੜੀ ਖਤਮ ਹੋਈ। ਵਜੀਰਾਂ ਦੇ ਤੁਰਨ ਦੇ ਨਾਲ ਹੀ ਅਫਸਰਾਂ ਦੀ ਲਾਮ ਡੋਰੀ ਚਲੀ ਗਈ। ਲੋਕ ਇਸ਼ਨਾਨ ਕਰਨ ਮਗਰੋਂ ਮੱਥਾ ਟੇਕਣ ਮਗਰੋਂ ਬੱਸ ਅੱਡੇ ਨੂੰ ਆਉਣ ਲੱਗੇ। ਉਸ ਦੀ ਗੱਡੀ ਗੁਰਦਵਾਰਾ ਸਾਹਿਬ ਦੇ ਬਾਹਰਵਾਰ ਗੇਟ ਦੇ ਨਾਲ ਖੜ੍ਹੀ ਸੀ। ਭੀੜ ਦੇ ਸਮੁੰਦਰ ਨੂੰ ਪਾਰ ਕਰਦਾ ਹੋਇਆ, ਉਹ ਗੇਟ ਤੇ ਆਇਆ। ਸਾਹਮਣੇ, ਸੁਖਜੀਤ ਉਸਦੇ ਮੰਮੀ ਤੇ ਛੋਟੀ ਭੈਣ ਤੁਰੇ ਆ ਰਹੇ ਸਨ।

"ਵੀਰ ਜੀ, ਸਤਿ ਸ੍ਰੀ ਅਕਾਲ।" ਸੁਖਜੀਤ ਦੇ ਬੁਲ੍ਹ ਫਰਕੇ।

"ਕਾਕਾ ਜੀ, ਐਨੈ ਸਦੇਹਾਂ ਇਸ਼ਨਾਨ ਕਰ ਵੀ ਆਏ ਹੋ।" ਮਾਸੀ ਬੋਲੀ।

"ਹਾਂ ਜੀ, ਧੂੜ ਇਸ਼ਨਾਨ ਕਰ ਆਇਆ ਹਾਂ।" ਬਾਕੀ ਦਾ ਇਸ਼ਨਾਨ ਘਰ ਜਾ ਕੇ ਕਰਾਂਗਾ।"

"ਮੈਂ ਸਮਝੀ ਨਹੀਂ, ਧੂੜ ਇਸ਼ਨਾਨ ਦਾ ਮਤਲਬ?" ਸੁਖਜੀਤ ਨੇ ਪੁਛਿਆ।

"ਇਕ ਹਫਤਾ ਹੋ ਗਿਆ, ਧੂੜ ਫੱਕਦੇ ਨੂੰ, ਕੱਲ ਨੂੰ ਕਿਤੇ ਜਾ ਕੇ ਖਹਿੜਾ ਛੁਟੂ।"

"ਮਹਿਮਾਨ ਕਿੱਥੋਂ ਕਿੱਥੋਂ ਆਏ ਹਨ? ਮੈਂ ਪੌੜੀਆਂ ਚੜ੍ਹਦੇ ਦੇਖੇ ਸੀ।" ਪੀਲੀ ਕੋਠੀ ਦੇ ਦਰਵਾਜ਼ੇ ਵਿਚੋਂ ਲਾਲ ਕੋਠੀ ਦੀਆਂ ਪੌੜੀਆਂ ਦਿਸਦੀਆਂ ਸਨ।

"ਖਮਾਣੋਂ ਤੋਂ ਪਹੁਵਿੰਡ [illegible] ਆਏ ਹਨ।"

"ਕੱਲ ਨੂੰ ਠਹਿਰਣਗੇ।"

"ਹੁਣ ਮਹੱਲੇ ਤੋਂ ਬਾਅਦ ਹੀ ਜਾਣ ਦਿਆਂਗੇ।"

ਭੀੜ ਦੇ ਸਮੁੰਦਰ ਵਿਚੋਂ ਗੱਡੀ ਜੂੰਅ ਦੀ ਤੋਰ ਤੁਰ ਰਹੀ ਸੀ। ਘਰ ਪਹੁੰਚਦੇ ਨੂੰ ਦੋ ਬੱਜ ਗਏ। ਪੌੜੀਆਂ ਦਾ ਦਰਵਾਜ਼ਾ ਖੁਲ੍ਹਾ ਸੀ, ਲਾਈਟ ਜਗ ਰਹੀ ਸੀ।

"ਪਾਲੀ ਸੌਂ ਗਏ?"

"ਨਹੀਂ ਜੀ, ਵੀਰ ਜੀ ਤੇ ਮਾਮਾ ਜੀ ਵੀ ਤੁਹਾਡੇ ਮੂਹਰੇ ਹੀ ਆਏ ਹਨ, ਕਿੰਨਾ ਟਾਈਮ ਹੋ ਗਿਆ?"

"ਦੋ ਬੱਜੇ ਹਨ, ਕੀ ਗਲ ਨੀਂਦ ਨਹੀਂ ਆਈ?"

"ਨੀਂਦ ਕਿੱਥੋਂ ਆਉਣੀ ਸੀ, ਸਪੀਕਰਾਂ ਦਾ ਕਿੰਨਾ ਸ਼ੋਰ ਸ਼ਰਾਬਾ ਹੈ, ਤੁਸੀਂ ਦੁੱਧ ਪੀ ਲਵੋ, ਠੰਡਾ ਫਰਿਜ ਵਿਚ ਪਿਆ ਹੈ।"

"ਕੋਈ ਨਹੀਂ, ਮੈਂ ਲੈ ਲੈਂਦਾ ਹਾਂ, ਤੁਸੀਂ ਆਰਾਮ ਕਰੋ।"

"ਚਾਰ ਬਜੇ ਅਸੀਂ ਇਸ਼ਨਾਨ ਕਰਨ ਜਾਣਾ ਹੈ।"

"ਓਥੇ ਸਰੋਵਰ ਦੁਆਲੇ ਚਿੱਕੜ ਬਹੁਤ ਹੈ, ਧਿਆਨ ਨਾਲ ਜਾਇਉ।" ਪੌਣੇ ਚਾਰ ਬਜੇ ਸੇਵਾ ਰਾਮ ਨੇ ਚਾਹ ਬਣਾ ਦਿੱਤੀ।

"ਸਾਹਿਬ ਜੀ ਚਾਹ ਲਿਆਵਾਂ?" ਸੇਵਾ ਰਾਮ ਨੇ ਚਿੱਕ ਮੂਹਰੇ ਖੜ੍ਹਕੇ ਆਵਾਜ਼ ਦਿੱਤੀ।

"ਹਾਂ ਸੇਵਾ ਰਾਮ ਲੈ ਆ ਦਫਤਰ ਵਿਚ ਪਿੰਡ ਵਾਲਿਆਂ ਦਾ ਇੰਤਜਾਮ ਹੋ ਗਿਆ ਸੀ।"

"ਹਾਂ ਜੀ, ਭਗਵਾਨ ਸਿੰਘ ਸੈਕਟਰੀ, ਉਹਨਾਂ ਨੂੰ ਦੋ ਬੋਤਲਾਂ ਦੇ ਗਿਆ ਸੀ, ਉਹ ਬਾਗੋ ਬਾਗ ਹਨ।" ਚਾਹ ਪੀਣ ਮਗਰੋਂ ਔਰਤਾਂ ਅਤੇ ਬੱਚੇ ਇਸ਼ਨਾਨ ਕਰਨ ਚਲੇ ਗਏ। ਉਹ ਨਹਾ ਧੋ ਕੇ ਛੇ ਬਜਦੇ ਨਾਲ ਤਿਆਰ ਹੋ ਗਿਆ। ਪਿੰਡ ਵਾਲਿਆਂ ਨੂੰ ਮਿਲਣ ਲਈ ਦਫਤਰ ਚਲਾ ਗਿਆ। ਮੀਰਾਬ ਸਣੇ ਉਹ ਸੱਤ ਜਣੇ ਸਨ।

"ਤਾਇਆ ਜੀ ਕੋਈ ਤਕਲੀਫ ਤਾਂ ਨਹੀਂ ਹੋਈ? ਮੈਂ ਓਧਰ ਮੇਲੇ ਵਿਚ ਰੁਝਿਆ ਹੋਇਆ ਸੀ।"

"ਨਹੀਂ ਕਾਕਾ ਜੀ, ਥੋਡੇ ਦਫਤਰ ਦੇ ਬੰਦੇ ਬਹੁਤ ਚੰਗੇ ਹਨ। ਅਸੀਂ ਵੀ ਰਾਤ ਇਕ ਬਜੇ ਆਏ ਹਾਂ, ਲੀਡਰਾਂ ਦੇ ਭਾਸ਼ਣ ਸੁਣਕੇ, ਉਹ ਲੀਡਰ ਲੋਕ ਐਨਾ ਝੂਠ ਕਿਉਂ ਬੋਲਦੇ ਹਨ? ਸਾਰੇ ਲੋਕਾਂ ਨੂੰ ਬੁੱਧੂ ਬਣਾਉਂਦੇ ਹਨ।"

"ਤਾਇਆ ਜੀ, ਲੋਕ ਬੁਧੂ ਨਾ ਬਣਨ?"

"ਕਾਕਾ ਲੋਕ ਵੀ ਕੀ ਕਰਨ ਇਕ ਵਾਰੀ ਨੀਲਿਆਂ ਨੂੰ ਵੋਟ ਪਾ ਦਿੰਦੇ ਹਨ, ਦੂਜੀ ਵੇਰ ਚਿੱਟਿਆਂ ਨੂੰ ਪਾ ਦਿੰਦੇ ਹਨ। ਹੈਣ ਇਹ ਸਭ ਇੱਕ ਜਿਹੇ? ਭੇਡ ਤੇ ਉਨ ਕੋਈ ਨਹੀਂ ਛੱਡਦਾ, ਕਿ ਛੱਡਦਾ ਹੈ ਕੋਈ?" ਮੀਰਾਬ ਦੀਆਂ ਗੱਲਾਂ ਸੁਣਕੇ, ਉਹ ਹੈਰਾਨ ਰਹਿ ਗਿਆ।

"ਅਜ ਤਾਂ ਰਹੋਗੇ?"

"ਨਹੀਂ, ਕਾਕਾ ਜੀ, ਸਰੋ ਤੇ ਜੌਂ ਤਾਂ ਆ ਗਏ ਹਨ, ਦੋ ਚਾਰ ਦਿਨ ਨੂੰ ਕਣਕ ਨੂੰ ਦਾਤੀ ਪੈਣ ਵਾਲੀ ਹੈ। ਇਹ ਵੀ ਮੁੰਡੇ ਖਹਿੜੇ ਪੈ ਗਏ ਤਾਂ ਆ ਗਏ, ਨਹੀਂ ਘਰ ਦੇ ਕੰਮਾਂ ਵਿਚੋਂ ਕਿੱਥੇ ਨਿਕਲ ਹੁੰਦਾ ਹੈ ?"

"ਮੈਂ ਆਉਣਾ ਸੀ ਪਿੰਡ, ਮੇਲੇ ਕਰਕੇ ਨਹੀਂ ਆ ਹੋਇਆ, ਵੀਰ ਜੀ ਦਾ ਕਾਕਾ ਬਿਮਾਰ ਰਿਹਾ।"

"ਮੈਂ ਕੱਲ ਘਰੇ ਹੋ ਕੇ ਆਇਆਂ, ਸੌ ਸੁਨੇਹਾ ਦੇਣਾ ਹੁੰਦੈ, ਕਾਕਾ ਹੁਣ ਠੀਕ ਹੈ, ਮੈਨੂੰ ਮਿਲਿਆ ਸੀ। ਊਂ ਅਜੇ ਕਮਜ਼ੋਰ ਤਾਂ ਹੈ, ਓਹਦੇ ਕਰਕੇ, ਉਹ ਮੇਲੇ ਨਹੀਂ ਆਏ, ਕਹਿੰਦੇ, ਇਹਨੂੰ ਧੂੜ ਚੜ੍ਹ ਜਾਊ।" ਕਿੰਨਾ ਚਿਰ ਪਿੰਡ ਦੀਆਂ ਪਪੇਹੇ ਦੀਆਂ ਗੱਲਾਂ ਉਹ ਕਰਦੇ ਰਹੇ, ਉਸਨੂੰ ਲਗਿਆ ਜਿਵੇਂ ਉਹ ਪਿੰਡ ਦੀਆਂ ਬੀਹੀਆਂ ਵਿਚ ਫਿਰ ਰਿਹਾ ਹੋਵੇ। ਹਾਜ਼ਰੀ ਕਰਨ ਮਗਰੋਂ, ਜੀਪ ਉਹਨਾਂ ਨੂੰ ਅੱਡੇ ਤੇ ਛੱਡ ਆਈ। ਉਹ ਘਰੇ ਆ ਗਿਆ।

"ਕਾਕਾ, ਰਾਤ ਤੁਹਾਡਾ ਮਨਿਸਰਟਰ ਮੈਨੂੰ ਮਿਲ ਗਿਆ ਸੀ, ਅਸੀਂ ਮੋਰਚੇ ਵੇਲੇ ਨਾਭੇ ਜੇਲ੍ਹ ਵਿਚ ਇਕੱਠੇ ਹੁੰਦੇ ਸੀ। ਮੈਂ ਦਸਿਆ ਸੀ ਬਈ ਬੀ. ਡੀ. ਓ. ਮੇਰਾ ਭਣੇਵਾਂ ਹੈ। ਉਹ ਕਹਿੰਦਾ ਮੈਂ ਜਾਣਦੈਂ ਬਹੁਤ ਚੰਗਾ ਮੁੰਡੈ। ਮੈਂ ਕਿਹਾ ਸੀ, ਇਹਨੂੰ ਪੀ. ਸੀ. ਐਸ ਕਰਨਾ ਹੈ, ਕਹਿੰਦਾ ਚਾਰ ਸਾਲ ਦੀ ਨੌਕਰੀ ਹੋ ਜਾਵੇ, ਕਰ ਦਿਆਂਗੇ। ਤੁਹਾਡੀ ਸਰਵਿਸ ਕਿੰਨੇ ਸਾਲ ਦੀ ਹੋ ਗਈ ?"

"ਢਾਈ ਸਾਲ ਦੀ ਹੋ ਗਈ ਹੈ ਜੀ।"

"ਫੇਰ ਤਾਂ ਵੋਟਾਂ ਤੋਂ ਪਹਿਲਾਂ ਹੀ ਤੁਹਾਡੇ ਚਾਰ ਸਾਲ ਪੂਰੇ ਹੋ ਜਾਣੇ ਹਨ। ਤੁਹਾਡਾ ਡੀ. ਸੀ. ਵੀ ਸਾਡੇ ਤਰਨਤਾਰਨ ਐਸ. ਡੀ. ਐਮ ਰਿਹਾ, ਮੈਨੂੰ ਜਾਣਦੈ, ਚੰਗੀ ਤਰ੍ਹਾਂ। ਭਦੌੜ ਵਾਲੀ ਭੈਣ ਜੀ ਦੀ ਕੋਠੀ ਕਿਹੜੀ ਹੈ? ਉਹਨਾਂ ਨੂੰ ਮਿਲਣਾ ਹੈ।"

"ਔਹ ਸਾਹਮਣੇ ਪੀਲੀ ਕੋਠੀ, ਉਹਨਾਂ ਦੀ ਹੀ ਹੈ।" ਨਾਸ਼ਤਾ ਕਰਨ ਮਗਰੋਂ, ਉਹ ਉਹਨਾਂ ਦੇ ਘਰ ਮਿਲਣ ਚਲੇ ਗਏ। ਓਪਰੇ ਬੰਦੇ ਦੇਖਕੇ, ਕੁੱਤੇ ਭੌਂਕਣ ਲਗੇ। ਸੇਵਾ ਰਾਮ ਉਹਨਾਂ ਦੇ ਨਾਲ ਸੀ। ਉਹ ਦਰਵਾਜ਼ੇ ਵਿਚ ਖਾਲੀ ਕੁਰਸੀਆਂ ਤੇ ਬੈਠ ਗਏ।" ਬੀਬਾ ਜੀ, ਤੁਹਾਡੇ ਮਹਿਮਾਨ ਆਏ ਹਨ।" ਸੇਵਾ ਰਾਮ ਨੇ ਅੰਦਰ ਜਾਕੇ ਦਸਿਆ। ਸੁਖਜੀਤ ਦੀ ਮੰਮੀ ਬਾਹਰ ਆਈ।

"ਸਾਨੂੰ ਪਹਿਚਾਣਿਆ...?"

"ਲੋ ਵੀਰ ਜੀ ਮੈਂ ਥੋਨੂੰ ਭੁੱਲੀ ਵੀ ਹਾਂ? ਤੁਸੀਂ ਮੇਰੇ ਵਿਆਹ ਨੂੰ ਭਦੌੜ ਆਏ ਸੀ ਸਾਰੇ, ਪਹੁੰਵਿਡ ਵਾਲੇ ਉਦੋਂ ਭੂਆ ਜੀ ਜਿਉਂਦੇ ਸੀ।"

"ਅੱਛਾ ਇਹ ਦੱਸੋ ਕੌਣ ਹਨ?" ਉਸਦੀ ਝੁਣ ਵੀਰ ਪਾਲ ਤੇ ਪੈਂਦੀ ਸੀ।

"ਸੌ ਬਿਸਵੇ, ਇਹ ਖਮਾਣੋਂ ਵਾਲੇ ਭੈਣ ਜੀ ਹਨ, ਮੈਂ ਇਹਨਾਂ ਦੇ ਵਿਆਹ ਵੇਲੇ ਪਹੁਵਿੰਡ ਗਈ ਸੀ। ਉਦੋਂ ਮੈਂ 5 ਸੱਤ ਸਾਲ ਦੀ ਸੀ।" ਉਹ ਜੱਫੀ ਪਾ ਕੇ ਗਲੇ ਮਿਲਣ ਲਗੀਆਂ, ਜਿਵੇਂ ਵਿਛੜੀ ਕੂੰਜ ਡਾਰ ਨੂੰ ਮਿਲਦੀ ਹੈ।

"ਭਾਅ ਜੀ, ਕਿੱਥੇ ਹਨ?"

"ਉਹ ਨਹਾ ਰਹੇ ਹਨ, ਹੁਣੇ ਆਉਂਦੇ ਹਨ।"

"ਕੀ ਗਲ ਸਰੋਵਰ ਵਿਚ ਇਸ਼ਨਾਨ ਕਰਨ ਨਹੀਂ ਗਏ?"

"ਉਹ ਵੀਰ ਜੀ ਘੱਟ ਵਧ ਹੀ ਜਾਂਦੇ ਹਨ।"

"ਬੱਚੇ ਕੀ ਕਰਦੇ ਹਨ?" ਸੁਖਦੀਪ ਦੀ ਮੰਮੀ ਨੇ ਬਚਿਆਂ ਦੀ ਪੜ੍ਹਾਈ ਬਾਰੇ ਦੱਸਿਆ।

"ਆਹ ਸੁਖਜੀਤ ਤਾਂ ਚੰਡੀਗੜ੍ਹ ਐਮ. ਏ. ਕਰਦੀ ਹੈ। ਦੂਜੀ ਕੌਲਜ ਵਿਚ ਹੈ।"

"ਉਥੇ ਮੇਰੀ ਬੇਟੀ ਮਨਜੋਤ ਵੀ ਪੜ੍ਹਦੀ ਹੈ।"

"ਹਾਂ ਜੀ, ਮੈਂ ਜਾਣਦੀ ਹਾਂ, 125 ਨੰਬਰ ਵਿਚ ਰਹਿੰਦੀ ਹੈ, ਮੈਂ 102 ਵਿਚ ਹਾਂ, ਭੈਣ ਜੀ ਵੀਰਪਾਲ ਨੇ ਦਸਿਆ ਸੀ। ਉਹ ਹਿਸਟਰੀ ਡਿਪਾਰਟਮੈਂਟ ਵਿਚ ਹੈ।"

"ਭੈਣ ਜੀ, ਖਮਾਣੋਂ ਵਾਲਿਉਂ, ਥੋਡੇ ਪਰਿਵਾਰ ਦਾ ਕੀ ਹਾਲ ਹੈ?

"ਬਹੁਤ ਵਧੀਆ ਹੈ ਜੀ, ਕਾਕੇ ਦੋਨੋਂ ਵਿਆਹ ਲਏ ਸੀ, ਦੋਨਾਂ ਦੇ ਇਕ ਇਕ ਲੜਕਾ ਹੈ, ਇਹ ਵੱਡੇ ਦੀ ਵਹੁਟੀ ਹੈ। ਬੀਬੀ ਤੁਹਾਡੇ ਕੋਲ ਹੈ, ਸੁੱਖ ਨਾਲ।"

"ਭੈਣ ਜੀ, ਤੁਸੀਂ ਇਹੋ ਜਿਹਾ ਨੇਕ ਅਤੇ ਸਾਊ ਮੁੰਡਾ ਕਿਵੇਂ ਲੱਭ ਲਿਆ? ਸਾਨੂੰ ਵੀ ਕੋਈ ਇਹੋ ਜਿਹਾ ਲੱਭ ਦਿਉ ਵੱਡੀ ਬੀਬੀ ਲਈ।"

"ਭੈਣ ਜੀ ਵਰਤੇ ਘਰ ਸੰਜੋਗਾਂ ਨਾਲ ਮਿਲਦੇ ਹਨ। ਜਦ ਭਾਅ ਜੀ, ਬਰਨਾਲੇ ਲਗੇ ਹੋਏ ਸਨ। ਭੈਣ ਜੀ ਦਲੀਪ ਕੌਰ ਨੇ ਦੱਸ ਪਾਈ ਸੀ, ਉਦੋਂ ਇਹ ਕਾਕਾ ਲੁਧਿਆਣੇ ਪੜ੍ਹਦਾ ਸੀ। ਬੀ. ਡੀ. ਓ. ਤਾਂ ਵਿਆਹ ਤੋਂ ਮਗਰੋਂ ਬਣਿਆਂ, ਇਹਨਾਂ ਦਾ ਸਾਰਾ ਖਾਨਦਾਨ ਹੀ ਬਹੁਤ ਸ਼ਰੀਫ ਹੈ।"

"ਲੜਕੀ ਦੇ ਭਾਗਾਂ ਨਾਲ ਹੀ ਅਫਸਰ ਬਣ ਗਿਆ। ਅੱਛਾ ਮੇਰੀ ਨਣਦ,

ਆਵਦੀਆਂ ਭਤੀਜੀਆਂ ਦੇ ਰਿਸ਼ਤੇ ਦੀ ਦੱਸ ਨਹੀਂ ਪਾਉਂਦੀ, ਸ਼ਰੀਕੇ ਵਿਚੋਂ ਕਈ ਕੁੜੀਆਂ ਦੇ ਰਿਸ਼ਤੇ ਲੱਭ ਕੇ ਦਿੱਤੇ ਹਨ।"

"ਮੈਂ ਸੁਣਿਆ ਸੀ, ਉਹਨਾਂ ਨੇ ਇਥੇ ਜਮੀਨ ਲੈ ਲਈ ਹੈ।"

"ਹਾਂ ਜੀ ਕਚਿਹਰੀ ਦਾਅਵਾ ਕਰਕੇ, ਬਾਬਾ ਜੀ ਦੀ ਕੀਤੀ ਹੋਈ ਵਸੀਅਤ ਤੁੜਵਾ ਦਿੱਤੀ।"

"ਦੇਖੋ ਭੈਣ ਜੀ, ਸਾਡੇ ਖਾਨਦਾਨ ਵਿਚ ਕਿਸੇ ਲੜਕੀ ਨੇ ਅੱਜ ਤੱਕ ਪੇਕਿਉਂ ਜ਼ਮੀਨ ਨਹੀਂ ਲਈ, ਇਹ ਤਾਂ ਨਹਿਰੂ ਦਾ ਬੇੜਾ ਬਹਿ ਗਿਆ, ਉਹਦੇ ਕੋਈ ਲੜਕਾ ਹੈ ਨਹੀਂ ਸੀ, ਧੀਆਂ ਨੂੰ ਹਿੱਸਾ ਦੇ ਕੇ, ਨਵਾਂ ਸਿਆਪਾ ਖੜ੍ਹਾ ਕਰ ਦਿੱਤਾ ਹੈ।" ਗਲਾਂ ਕਰਦਿਆਂ ਨੂੰ ਸੁਖਜੀਤ ਚਾਹ ਲੈ ਆਈ।

"ਅਸੀਂ ਤਾਂ ਬੇਟਾ, ਹੁਣੇ ਨਾਸ਼ਤਾ ਕਰਕੇ ਆਏ ਸੀ।"

"ਕੋਈ ਨਾ ਮਾਸੀ ਜੀ ਚਾਹ ਦਾ ਕੀ ਹੈ ?" ਚਾਹ ਪੀਣ ਮਗਰੋਂ ਔਰਤਾਂ ਅੰਦਰਲੇ ਹਾਲ ਵਿਚ ਜਾ ਬੈਠੀਆਂ। ਸਰਦਾਰ ਕੇਸੀ ਨਹਾਵ੍ਣ ਮਗਰੋਂ ਬਾਹਰ ਮਰਦਾਂ ਕੋਲ ਆ ਬੈਠਿਆ।

"ਭਾਅ ਜੀ, ਕੀ ਗਲ ਸਰੋਵਰ ਤੇ ਇਸ਼ਨਾਨ ਕਰਨ ਨਹੀਂ ਗਏ ?"

"ਸਾਡੇ ਲੋਕ ਤਾਂ ਲਕੀਰ ਦੇ ਫਕੀਰ ਹਨ, ਲਾਈਲਗ ਹਨ, ਤੁਸੀਂ ਸਰੋਵਰ ਦਾ ਪਾਣੀ ਦੇਖਿਆ ਹਜ਼ਾਰਾਂ ਲੋਕਾਂ ਦੇ ਨਹਾਉਣ ਮਗਰੋਂ ਪਾਣੀ ਕਿੰਨਾ ਗੰਧਲਾ ਹੋ ਗਿਆ ਹੈ, ਦੁਆਲੇ ਕਿੰਨਾ ਚਿੱਕੜ ਹੋ ਜਾਂਦਾ ਹੈ, ਕਈ ਵੇਰ ਲੋਕਾਂ ਦੀਆਂ ਤਿਲਕ ਕੇ ਲੱਤਾਂ ਬਾਹਾਂ ਟੁੱਟੀਆਂ ਹਨ। ਵਾਟਰ ਵਰਕਸ ਦਾ ਪਾਣੀ ਵੀ ਉਸੇ ਸੂਏ ਵਿਚੋਂ ਆਉਂਦਾ ਹੈ, ਉਸ ਪਾਣੀ ਨਾਲੋਂ ਇਹ ਕਿਤੇ ਵੱਧ ਸਾਫ ਹੈ। ਮੈਂ ਗੁਰੂ ਗਰੰਥ ਸਾਹਿਬ, ਗੁਰਬਾਣੀ ਨੂੰ ਜਰੂਰ ਮੰਨਦਾ ਹਾਂ, ਦੇਹਧਾਰੀ ਗੁਰੂਆਂ ਨੂੰ ਮੈਂ ਨਹੀਂ ਮੰਨਦਾ...।"

"ਮੈਨੂੰ ਲਗਦੈ ਭਾਅ ਜੀ, ਤੁਹਾਨੂੰ ਕਾਮਰੇਡਾਂ ਦੀ ਪਾਣ ਚੜ੍ਹ ਗਈ।"

"ਕਾਮਰੇਡ, ਤਾਂ ਹਮੇਸ਼ਾ ਸਾਡੇ ਖਿਲਾਫ ਰਹੇ ਹਨ, ਜ਼ਮੀਨਾਂ ਖੋਂਹਦੇ ਰਹੇ ਹਨ, ਮੈਂ ਐਫ. ਸੀ. ਕਾਲਜ ਵਿਚ ਸਾਇੰਸ ਪੜ੍ਹੀ ਹੈ, ਬੀ. ਏ. ਤੱਕ। ਉਸ ਇਸ਼ਨਾਨ ਦਾ ਕੀ ਫਾਇਦਾ ਹੈ, ਤੇ ਗੁਰਬਾਣੀ ਤੇ ਅਮਲ ਨਹੀਂ ਕਰਨਾ।"

"ਖੇਤੀ ਆਪ ਕਰਦੇ ਹੋ ?"

"ਹੋਰ ਕੀ ਕਰੀਏ, ਅਣਸਰਦੇ ਨੂੰ ਕਰਦੇ ਹਾਂ, ਨਹੀਂ ਜ਼ਮੀਨ ਜਾਂਦੀ ਸੀ, ਤੀਹ ਤੀਹ ਕੀਲੇ ਬਚਿਆਂ ਨਾਉਂ ਲਵਾਈ ਹੈ, ਵੀਹ ਕਿੱਲੇ ਵਿਚ ਬਾਗ ਲਾਇਆ ਹੈ, ਤਾਂ ਵੀ ਦਸ ਕਿੰਨੇ ਸਰਪਲੱਸ ਹੋ ਗਈ ਸੀ। ਤੀਹ ਕਿੱਲੇ ਸਾਡੀ ਬੀਬਾ ਜੀ ਲੈ ਗਈ।"

"ਅੱਜ ਕੱਲ ਉਹ ਕਿੱਥੇ ਰਹਿੰਦੇ ਹਨ ?"

"ਫਲੌਰ ਐਸ. ਡੀ. ਐਮ. ਹਨ। ਅਗਲੇ ਸਾਲ ਰਿਟਾਇਰਮੈਂਟ ਹੈ ? ਬਾਲ ਨਹੀਂ, ਬੱਚਾ ਨਹੀਂ, ਧੰਨ ਬਥੇਰਾ ਇਕੱਠਾ ਕਰ ਲਿਆ। ਕੀ ਨਾਲ ਲੈ ਕੇ ਜਾਣਗੇ ? ਅਜ ਤਾਂ ਰਹੋਗੇ ? ਸ਼ਾਮ ਨੂੰ ਖਾਣਾ ਸਾਡੇ ਕਿੰਨੀ ਖਾਇਉ, ਹੁਣ ਆਏ ਹੋ, ਕੱਲ ਨੂੰ ਮੁਹੱਲਾ ਦੇਖ ਕੇ ਹੀ ਜਾਇਉ..। ਇਹ ਮੁੰਡਾ ਬੀ. ਡੀ. ਓ. ਬਹੁਤ ਚੰਗੈ, ਸਾਰੇ ਲੋਕ, ਇਸਦੇ ਕੰਮ ਦੀ ਤਾਰੀਫ਼ ਕਰਦੇ ਹਨ।"

"ਇਹਦਾ ਵਜ਼ੀਰ ਵੀ ਰਾਤ, ਕੰਮ ਦੀ ਤਾਰੀਫ਼ ਕਰਦਾ ਸੀ।"

"ਜੇ ਦੋ ਚਾਰ ਸਾਲ ਰਹਿ ਗਿਆ, ਇਲਾਕੇ ਦਾ ਸੁਧਾਰ ਹੋ ਜਾਇਗਾ।" ਕਿੰਨਾ ਚਿਰ ਗਲਾਂ ਕਰਨ ਮਗਰੋਂ ਔਰਤਾਂ ਬਾਹਰ ਆਈਆਂ। ਧੁੱਪ ਚਮਕਣ ਲਗੀ ਸੀ।

(39)

ਪੰਦਰਾਂ ਅਗਸਤ ਨੂੰ, ਮੁੱਖ ਮੰਤਰੀ ਨੇ ਬਠਿੰਡੇ ਝੰਡਾ ਲਹਿਰਾਉਣ ਆਉਣਾ ਸੀ। ਡੀ. ਸੀ. ਨੇ ਉਸ ਦੀ ਡਿਊਟੀ ਉਥੇ ਲਾਈ ਸੀ, ਸੱਤ ਬਜੇ ਹਾਜ਼ਰ ਹੋਣਾ ਸੀ।

"ਅਜ ਤੁਸੀਂ ਨਾ ਜਾਉ, ਮੈਨੂੰ ਸਵੇਰ ਦਾ ਦਰਦ ਸ਼ੁਰੂ ਹੋ ਗਿਆ।"

"ਬੇਜੀ ਜੀ, ਤੁਹਾਡੇ ਕੋਲ ਹਨ, ਜੇ ਲੋੜ ਹੈ, ਭਾਬੀ ਜੀ ਨੂੰ ਜਾ ਮਾਸੀ ਜੀ ਨੂੰ ਸੱਦ ਲੈਂਦੇ ਹਾਂ। ਮੈਂ ਜਾਂਦਾ ਹੋਇਆ ਡਾਕਟਰ ਸਾਹਿਬ ਨੂੰ ਕਹਿ ਜਾਂਦਾ ਹਾਂ, ਉਹ ਆ ਜਾਣਗੇ, ਫਿਕਰ ਵਾਲੀ ਕਿਹੜੀ ਗਲ ਹੈ? ਮੈਂ ਇਕ ਬਜ ਦੇ ਨੂੰ ਮੁੜ ਆਉਣਾ ਹੈ।"

"ਬਹੁਤੇ ਜਾਣਿਆਂ ਤੋਂ ਕੀ ਕਰਵਾਉਣਾ ਹੈ।"

"ਸੇਵਾ ਰਾਮ ਤੁਹਾਡੇ ਕੋਲ ਹੈ, ਜਦ ਲੋੜ ਪਈ, ਲੇਡੀ ਡਾਕਟਰ ਨੂੰ ਸੱਦ ਲਿਆਵੇਗਾ। ਪੰਦਰਾਂ ਅਗਸਤ ਤੇ ਛੱਬੀ ਜਨਵਰੀ ਦੀ ਛੁੱਟੀ ਵੀ ਨਹੀਂ ਮਿਲ ਸਕਦੀ। ਮੈਂ ਛੇਤੀ ਮੁੜ ਆਵਾਂਗਾ।" ਉਹ ਜੀਪ ਲੈ ਕੇ, ਹੈਲਥ ਸੈਂਟਰ ਆਇਆ, ਛੇ ਬਜੇ ਸਨ, ਡਾਕਟਰ ਜਿੰਦਲ ਅਜੇ ਬੈਡ ਟੀ ਪੀ ਰਿਹਾ ਸੀ।

"ਭਾਈ ਜਾਨ, ਅਜ ਸਦੇਹਾਂ ਕਿੱਧਰ....?"

"ਬਠਿੰਡੇ ਡਿਊਟੀ ਲਗੀ ਹੋਈ ਹੈ, ਮਿਸ਼ਜ ਨੂੰ ਦਰਦਾਂ ਸ਼ੁਰੂ ਹੋ ਗਈਆਂ ਹਨ, ਤੁਸੀਂ ਲੇਡੀ ਡਾਕਟਰ ਨੂੰ ਨਾਲ ਲੈ ਕੇ ਘਰੇ ਗੇੜਾ ਮਾਰ ਆਇਉ, ਇਕ ਬਜਦੇ ਨੂੰ ਮੈਂ ਆ ਜਾਵਾਂਗਾ।"

ਤੁਸੀਂ ਭਾਈ ਜਾਨ, ਸਾਡੇ ਹੁੰਦਿਆਂ, ਪਿਛਲਾ ਫਿਕਰ ਨਾ ਕਰੋ ਐਲ. ਐਚ. ਵੀ., ਮਨਜੀਤ ਨੂੰ ਮੈਂ ਹੁਣੇ ਭੇਜ ਦਿੰਦਾ ਹਾਂ।"

"ਜਾਗਰ ਸਿਆਂ, ਗੱਡੀ ਤੋਰੀਂ ਚੱਲ, ਆਪਾਂ ਪੌਣੇ ਸੱਤ ਉਥੇ ਪਹੁੰਚਣਾ ਹੈ, ਰਾਹ ਵਿਚ ਦੋ ਫਾਟਕ ਵੀ ਪੈਂਦੇ ਹਨ।"

"ਜਨਾਬ, ਤੁਸੀਂ, ਫਿਕਰ ਨਾ ਕਰੋ।" ਉਸ ਨੇ ਗੱਡੀ ਦਾ ਐਕਸੀਲੇਟਰ ਦੱਬ ਦਿੱਤਾ। ਅਗੇ ਦਿੱਲੀ ਵਾਲੀ ਲਾਈਨ ਦਾ ਫਾਟਕ ਬੰਦ ਸੀ। ਦਸ ਮਿੰਟ ਮਗਰੋਂ ਖੁਲ੍ਹਿਆ। ਕੁਦਰਤੀ ਅਗਲਾ ਫਾਟਕ ਖੁਲ੍ਹਾ ਸੀ। ਪੌਣੇ ਸੱਤ ਬਜੇ ਉਹ ਸਰਕਾਰੀ ਕਾਲਿਜ ਪਹੁੰਚ ਗਿਆ, ਜਿੱਥੇ ਝੰਡੇ ਦੀ ਰਸਮ ਹੋਣੀ ਸੀ। ਸਟੇਜ ਕੋਲ ਉਸਨੂੰ ਚੌਧਰੀ ਚਰਨਦਾਸ ਡੀ. ਡੀ. ਪੀ. ਉ. ਮਿਲ ਗਿਆ।

"ਚੌਧਰੀ ਸਾਹਿਬ, ਮੈਨੂੰ ਕਾਹਦੇ ਲਈ ਸੱਦਿਆ ਹੈ? ਹੋਰ ਤਾਂ ਕਿਸੇ ਬੀ.ਡੀ.ਓ. ਨੂੰ ਬੁਲਾਇਆ ਨਹੀਂ।"

"ਯਾਰ ਅਸਲ ਵਿਚ ਡੀ. ਪੀ. ਆਰ. ਓ. ਅਨਪੜ੍ਹ ਬੰਦੇ, ਉਸਨੂੰ ਅੰਗਰੇਜ਼ੀ ਦਾ ਕੋਈ ਅੱਖਰ ਨਹੀਂ ਆਉਂਦਾ। ਡੀ. ਸੀ. ਸਾਹਿਬ, ਤੁਹਾਨੂੰ ਇਸ ਲਈ ਸੱਦਿਆ ਹੈ, ਤੁਸੀਂ ਮੁਖਮੰਤਰੀ ਦੀ ਸਪੀਚ ਦਾ ਅੰਗਰੇਜ਼ੀ ਵਿਚ ਟਰਾਂਸਲੇਸ਼ਨ ਕਰਨਾ ਹੈ।" ਡੀ. ਪੀ. ਆਰ. ਓ., ਐਫ ਏ. ਫੇਲ ਸੀ, ਉਸ ਦਾ ਪਿਉ ਆਜਾਦੀ ਘੁਲਾਟੀਆ ਰਿਹਾ ਹੋਣ ਕਰਕੇ, ਉਹ ਸਿਆਸੀ ਕੋਟੇ ਵਿਚ ਏ. ਪੀ. ਆਰ. ਓ. ਲਗਕੇ, ਡੀ. ਪੀ. ਆਰ. ਓ. ਬਣ ਗਿਆ ਸੀ। ਸਟੇਜ ਦਾ ਉਹ ਧਨੀ ਸੀ, ਇਸ ਵਿਚ ਉਸ ਦਾ ਕੋਈ ਸਾਨੀ ਨਹੀਂ ਸੀ।

ਉਹ ਕੁੜੀ ਕਿੱਥੇ ਗਈ - 203

"ਪਰ ਚੌਧਰੀ ਸਾਹਿਬ, ਏਥੇ ਏਨੇ ਅਫਸਰ ਹਨ, ਕੌਲਜ ਦੇ ਪ੍ਰੋਫੈਸਰ ਹਨ....।"

"ਅਸਲ ਵਿਚ ਡੀ. ਸੀ. ਸਾਹਿਬ ਨੂੰ, ਤੁਹਾਡੇ ਬਿਨਾਂ ਹੋਰ ਕਿਸੇ ਤੇ ਵਿਸ਼ਵਾਸ ਨਹੀਂ।"

"ਅਸਲ ਵਿਚ ਮੇਰੀ ਮਿਸਜ਼ ਬਿਮਾਰ ਹਨ....।"

"ਤੁਸੀਂ ਫਿਕਰ ਨਾ ਕਰੋ, ਜਲਦੀ ਵਿਹਲੇ ਕਰ ਦਿਆਂਗੇ।"

ਏਨੇ ਨੂੰ, ਨਛੱਤਰ ਸਿੰਘ ਡੀ. ਪੀ. ਆਰ. ਓ. ਵੀ ਆ ਗਿਆ। ਉਸਨੇ ਲੀਡਰਾਂ ਵਾਂਗ ਹੀ, ਖੱਦਰ ਦੀ ਜਾਕਟ ਪਾ ਕੇ, ਨੀਲੀ ਪੱਗ ਬੰਨ੍ਹੀ ਹੋਈ ਸੀ।

"ਚੰਗਾ ਹੋ ਗਿਆ ਤੁਸੀਂ ਆ ਗਏ, ਮੈਂ ਪੰਜਾਬੀ ਵਿਚ, ਸੀ ਐਮ. ਸਾਹਿਬ ਦੀ ਸਪੀਚ ਨੋਟ ਕਰ ਲਵਾਂਗਾ, ਤੁਸੀਂ ਅੰਗਰੇਜ਼ੀ ਅਨੁਵਾਦ ਕਰ ਦਿਉ, ਨੈਸ਼ਨਲ ਪ੍ਰੈਸ ਨੂੰ ਭੇਜਣੀ ਹੈ। ਏਨਾ ਹੀ ਕੰਮ ਹੈ।"

"ਪ੍ਰੈਸ ਵਾਲੇ ਤਾਂ ਆਪੇ ਟਰਾਂਸਲੇਸ਼ਨ ਕਰ ਲੈਂਦੇ ਹਨ।"

"ਕਰ ਤਾਂ ਲੈਂਦੇ ਹਨ, ਕਈ ਵਾਰ, ਉਹ ਅਰਥਾਂ ਦਾ ਅਨਰਥ ਕਰ ਦਿੰਦੇ ਹਨ। ਡੀ. ਸੀ. ਸਾਹਿਬ ਮੰਨੇ ਨਹੀਂ।"

ਮੁੱਖ ਮੰਤਰੀ ਜੀ ਠੀਕ ਟਾਇਮ ਤੇ ਪਹੁੰਚ ਗਏ। ਕਾਫਲੇ ਵਿਚ, ਐਮਬੂਲੈਂਸ ਸਮੇਤ, ਕਿੰਨੀਆਂ ਹੀ ਗੱਡੀਆਂ ਅਤੇ ਅਫਸਰਾਂ ਦੀ ਲਾਮ ਡੋਰੀ ਸੀ। ਝੰਡਾ ਲਹਿਰਾਉਣ ਮਗਰੋਂ, ਉਹਨਾਂ ਸਲਾਮੀ ਲਈ। ਖੁਲ੍ਹੀ ਜੀਪ ਵਿਚ, ਪਰੇਡ ਦਾ ਮੁਆਇਨਾ ਕੀਤਾ, ਮਗਰ ਡੀ. ਸੀ. ਤੇ ਐਸ. ਪੀ. ਖੜ੍ਹੇ ਸਨ, ਉਹਨਾਂ ਨੇ ਗਰਮੀ ਹੋਣ ਉਪਰੰਤ ਵੀ ਬੰਦ ਗਲੇ ਦੇ ਕੋਟ ਪਾਇਆ ਹੋਇਆ ਸੀ। ਉਹ ਅਫਸਰਾਂ ਵਾਲੀ ਗੈਲਰੀ ਵਿਚ ਬੈਠਾ ਸੀ, ਸਾਹਮਣੇ ਪ੍ਰੈਸ ਵਾਲੇ ਬੈਠੇ ਸਨ। ਮੁਖਮੰਤਰੀ ਦੀ ਸਪੀਚ ਦਾ ਉਹ ਨਾਲੋ ਨਾਲ ਅਨੁਵਾਦ ਕਰਦਾ ਰਿਹਾ। ਕੋਈ ਕੋਈ ਕਣੀ ਡਿੱਗਣ ਲਗੀ ਸੀ। ਕਾਲੀ ਘਟਾ ਚੜ੍ਹ ਆਈ ਸੀ। ਦੋ ਸਫੇ ਭਰ ਗਏ ਸਨ। ਸਪੀਚ ਮਗਰੋਂ, ਸਭਿਆਚਾਰਕ, ਪ੍ਰੋਗਰਾਮ ਸ਼ੁਰੂ ਹੋਇਆ, ਗਿੱਧਾ, ਭੰਗੜਾ ਪਾਉਣ ਮਗਰੋਂ, ਸਮਾਗਮ, ਬਾਰਾਂ ਬੱਜਦੇ ਨਾਲ ਖਤਮ ਹੋਇਆ। ਬੈਠਾ ਉਹ ਬਠਿੰਡੇ ਸੀ, ਉਸ ਦੀ ਸੁਰਤੀ ਘਰ ਵਿਚ ਵੀਰਪਾਲ ਨਾਲ ਜੁੜੀ ਹੋਈ ਸੀ, ਕਿਤੇ ਉਸਨੂੰ ਕੁਝ ਹੋ ਨਾ ਜਾਵੇ, ਜੇ ਸਜੇਰੀਅਨ ਕਰਨਾ ਪਿਆ। ਬਠਿੰਡੇ ਆਉਣਾ ਪਊ, ਦਾਖਲ ਕਰਨਾ ਪਊ। ਮੁਖਮੰਤਰੀ ਨੂੰ ਤੋਰ ਕੇ ਡੀ. ਸੀ. ਵਿਹਲਾ ਹੋਇਆ।

"ਕਿਉਂ ਬਈ ਹੋ ਗਿਆ ਕੰਮ ?"

"ਹਾਂ ਸਰ, ਮੈਂ ਨਾਲੋ ਨਾਲ ਕਰਦਾ ਰਿਹਾ ਸੀ।" ਡੀ. ਪੀ. ਆਰ. ਓ. ਡੌਰ ਭੌਰ ਹੋਇਆ ਝਾਕਦਾ ਰਿਹਾ।

"ਸਪੀਚ ਦੀ ਸਮਗੀ ਬਨਾਉਣੀ ਹੈ, ਦੋ ਸਫੇ ਦੀ ਸਪੀਚ ਕਿਸੇ ਅਖ਼ਬਾਰ ਨਹੀਂ ਲਾਉਣੀ।"

"ਤੁਸੀਂ ਇਉਂ ਕਰੋ, ਫਾਈਨਲ ਡਰਾਫਟ, ਪ੍ਰਿੰਸੀਪਲ ਸਾਹਿਬ ਨੂੰ ਇਕ ਵਾਰੀ ਦਿਖਾ ਦਿਉ।"

"ਠੀਕ ਹੈ ਸਰ...।"

"ਤੁਸੀਂ ਨਾਲ ਦੀ ਨਾਲ ਹੀ ਤਰਜਮਾ ਕਰ ਦਿੱਤਾ।" ਨਛੱਤਰ ਸਿੰਘ, ਹੈਰਾਨੀ ਨਾਲ ਉਸ ਵਲ ਝਾਕਿਆ। ਅਫਸਰਾਂ ਦੀਆਂ ਧੂੜ ਪੁਟਦੀਆਂ ਗੱਡੀਆਂ ਸਕੂਲਾਂ ਦੇ ਬੱਚੇ, ਕਾਵਾਂ ਰੌਲੀ ਪਾਉਂਦੇ ਹੋਏ, ਘਰਾਂ ਨੂੰ ਮੁੜ ਗਏ। ਦਫਤਰ ਦੇ ਬਾਹਰ ਪਲੇਟ ਤੇ ਅੰਗਰੇਜ਼ੀ ਵਿਚ ਲਿਖਿਆ ਹੋਇਆ ਸੀ, ਡਾ. ਹਰਬੰਤ ਸਿੰਘ, ਐਮ. ਐਸੀ. ਪੀ. ਐਚ. ਡੀ. ਲੰਡਨ।

"ਜਨਾਬ ਤੁਹਾਨੂੰ ਮੁਖਮੰਤਰੀ ਸਾਹਿਬ ਦੀ ਸਪੀਚ ਦਾ ਅੰਗਰੇਜ਼ੀ ਤਰਜਮਾ ਦਿਖਾਉਣਾ ਹੈ। ਡੀ. ਸੀ. ਸਾਹਿਬ ਨੇ ਕਿਹਾ ਹੈ।"

ਪ੍ਰਿੰਸੀਪਲ ਦਾ ਵਿਅਕਤੀਤਵ ਬਹੁਤ ਰੋਹਬਦਾਰ ਸੀ, ਚਿੱਟੀ ਦਾਹੜੀ ਗੁੱਟੀ ਕਰਕੇ ਬੰਨ੍ਹੀ ਹੋਈ ਸੀ। ਚਿੱਟੀ ਪੱਗ, ਚਿੱਟੀਆਂ ਐਨਕਾਂ, ਸੋਨੇ ਤੇ ਸੁਹਾਗੇ ਵਾਲਾ ਕੰਮ ਕਰਦੀਆਂ ਸਨ। ਉਹ ਖਰੜਾ ਪੜ੍ਹਨ ਲਗਿਆ। ਵਿਚੋ ਵਿਚੋਂ ਵੀ ਉਹ ਉਹਨਾਂ ਵਲ ਝਾਕਦਾ ਰਿਹਾ। ਸਾਰਾ ਖਰੜਾ ਪੜ੍ਹਨ ਮਗਰੋਂ ਉਹ ਚਿੱਟੀਆਂ ਐਨਕਾਂ ਵਿਚੋਂ ਝਾਕਿਆ, ਜਿਵੇਂ ਘੂਰ ਰਿਹਾ ਹੋਵੇ।

"ਇਹ ਕੀਹਨੇ ਕੀਤਾ ਹੈ ?" ਉਹ ਦੋਨੋਂ ਭਮੱਤਰ ਗਏ।

"ਮੈਂ ਡੀ. ਸੀ. ਨਾਲ ਕਰਦਾ ਹਾਂ। ਕੋਠੀ ਪਹੁੰਚ ਗਏ ਹੋਣਗੇ।" ਉਸਨੇ ਡੀ. ਸੀ. ਸਾਹਿਬ ਨੂੰ ਫੋਨ ਮਿਲਾਇਆ, ਸਟੈਨੋ ਨੇ ਫੋਨ ਚੁਕਿਆ।

"ਮੈਂ ਪ੍ਰਿੰਸੀਪਲ ਹਰਬੰਤ ਸਿੰਘ ਬੋਲ ਰਿਹਾਂ, ਡੀ. ਸੀ. ਸਾਹਿਬ ਨਾਲ ਗਲ ਕਰਵਾਉ।" ਉਹ ਹੁਕਮੀਆ ਲਹਿਜੇ ਵਿਚ ਗੜ੍ਹਕਵੀਂ ਆਵਾਜ਼ ਵਿਚ ਬੋਲਿਆ।

"ਜਨਾਬ ਤੁਸੀਂ ਹੋਲਡ ਕਰੋ, ਮੈਂ ਡੀ. ਸੀ. ਸਾਹਿਬ ਨੂੰ ਫੋਨ ਦਿੰਦਾ ਹਾਂ।" ਉਦੋਂ ਹੀ ਉਸ ਨੇ ਬੱਜਰ ਦੱਬਿਆ।

"ਜਨਾਬ ਪ੍ਰਿੰਸੀਪਲ ਸਾਹਿਬ ਗਲ ਕਰਨਗੇ...।" ਉਸਨੇ ਰਸੀਵਰ ਰੱਖ ਦਿੱਤਾ।"

"ਹੈਲੋ ਪ੍ਰਿੰਸੀਪਲ ਸ;ਾਹਿਬ, ਅੱਜ ਦਾ ਫੰਕਸ਼ਨ ਕਿਵੇਂ ਰਿਹਾ, ਬਹੁਤ ਵਧੀਆ, ਇਹ ਦਸੋ ਤੁਸੀਂ ਇਹ ਹੀਰਾ ਕਿੱਥੋਂ ਲੱਭਿਆ ਹੈ ? ਜੀਹਨੇ ਸਪੀਚ ਦਾ ਟਰਾਂਸਲੇਸ਼ਨ ਕੀਤਾ ਹੈ, ਇਹ ਮੇਰਾ ਬੀ. ਡੀ. ਓ. ਹੈ... ਕੀ ਗਲ ਠੀਕ ਨਹੀਂ ਕੀਤਾ.. ਨਹੀ.. ਇਹ ਗਲ ਨਹੀਂ... ਮੈਂ ਸਤ ਸਾਲ ਇੰਗਲੈਂਡ ਰਿਹਾਂ, ਏਦੂੰ ਵਧੀਆ ਮੈਂ ਵੀ ਨਹੀਂ ਕਰ ਸਕਦਾ, ਇਸ ਨੂੰ ਸ਼ਾਬਾਸ਼ ਦੇ ਦਿਉ।" ਟੈਲੀਫੋਨ ਬੰਦ ਹੋਣ ਮਗਰੋਂ, ਉਸ ਦਾ ਸਾਹ ਵਿਚ ਸਾਹ ਆਇਆ।

"ਬਰਖੁਰਦਾਰ, ਤੂੰ ਕਿੱਥੇ ਪੜ੍ਹਿਆ ਹੈ।"

"ਸਰ, ਗੌਰਮਿੰਟ ਕਾਲਜ ਲੁਧਿਆਣੇ ਤੋਂ ਅੰਗਰੇਜ਼ੀ ਦੀ ਐਮ. ਏ. ਵਿਚ ਮੈਂ ਟੌਪ ਕੀਤਾ ਸੀ।"

"ਸ਼ਰਮਾ ਜੀ ਦਾ ਚੰਡਿਆ ਹੋਇਆ।"

"ਹਾਂ ਜੀ, ਉਹ ਹੈਡ ਸਨ।"

"ਤੂੰ ਏਧਰ ਕਿਵੇਂ ਫਸ ਗਿਆ ? ਆਈ. ਏ. ਐਸ. ਲਈ ਕਿਉਂ ਨਹੀਂ ਗਿਆ ?"

"ਬਸ ਸਰ, ਘਰੇਲੂ ਹਾਲਾਤ ਸਾਜਗਾਰ ਨਹੀਂ ਸਨ, ਨਿੱਕੇ ਹੁੰਦੇ ਦੇ ਪੇਰੈਂਟਸ ਗੁਜ਼ਰ ਗਏ, ਇਕ ਮੇਰੀ ਮੈਰਿਜ ਛੇਤੀ ਹੋ ਗਈ।

"ਬਸ ਪਿੰਡਾਂ ਦੇ ਮੁੰਡਿਆਂ ਦੀ ਇਹੋ ਟਰੈਜਡੀ ਹੈ, ਮੇਰਾ ਵੀ ਬੀ. ਏ. ਵਿਚ ਪੜ੍ਹਦੇ ਦਾ ਵਿਆਹ ਹੋ ਗਿਆ ਸੀ, ਮਗਰੋਂ ਇੰਗਲੈਂਡ ਗਿਆ। ਤੇਰਾ ਪਿੰਡ ਕਿਹੜਾ ਹੈ ?"

"ਸਰ ਰਾਏਕੋਟ ਕੋਲ, ਨਵਾਂ ਪਿੰਡ ਹੈ।"

"ਫੇਰ ਤਾਂ ਤੂੰ ਮੇਰਾ ਗੁਆਂਢੀ ਹੋਇਆ, ਮੇਰਾ ਪਿੰਡ ਮੁਲਾਂਪੁਰ ਦਾਖਾ ਹੈ ? ਤੈਨੂੰ ਯੂਨੀਵਰਸਿਟੀ ਨੇ ਲੈਕਚਰਾਰ ਦੀ ਔਫਰ ਨਹੀਂ ਕੀਤੀ ?"

"ਕੀਤੀ ਸੀ, ਸਰ ਮੈਂ ਇਹ ਨੌਕਰੀ ਛੱਡ ਨਹੀਂ ਸਕਿਆ।"

"ਜੇ ਹੁਣ ਵੀ ਤੇਰੀ ਲੈਕਚਰਾਰ ਬਣਨ ਦੀ ਸਲਾਹ ਹੋਵੇ, ਮੇਰੇ ਕੋਲ ਆ ਜਾਵੀਂ।" ਕੋਕਾ ਕੋਲਾ ਪੀਣ ਮਗਰੋਂ ਉਹ ਉਥੋਂ ਵਿਦਾ ਹੋਏ।

"ਬੀ. ਡੀ. ਓ. ਸਾਹਿਬ, ਇਹ ਪ੍ਰਿੰਸੀਪਲ ਤਾਂ ਬਹੁਤ ਅੱਖੜ ਸੁਭਾਅ ਦਾ ਹੈ, ਮੈਂ ਅੱਜ ਪਹਿਲੀ ਵੇਰ, ਇਸ ਦੇ ਮੂੰਹੋਂ ਤੁਹਾਡੀ ਤਾਰੀਫ਼ ਸੁਣੀ ਹੈ। ਬਹੁਤ ਮੁਬਾਰਕਾਂ।" ਉਥੋਂ ਉਹ ਕਾਹਲੀ ਨਾਲ ਵਿਦਾ ਹੋਇਆ, ਉਸਨੂੰ ਪਿੱਛੇ ਦਾ ਫਿਕਰ ਸੀ, ਪਤਾ ਨਹੀਂ, ਉਸ ਦਾ ਕੀ ਹਾਲ ਹੋਵੇਗਾ? ਉਸਨੂੰ ਉਥੇ ਹੀ ਇਕ ਵੱਜ ਗਿਆ। ਉਹ ਛਾਲ ਮਾਰਕੇ ਜੀਪ ਵਿਚ ਬੈਠਿਆ। ਕਾਹਲੀ ਅਗੇ ਟੋਏ ਵਾਲੀ ਗੱਲ ਹੋਈ, ਪਹਿਲਾਂ ਪਟਿਆਲੇ ਵਾਲਾ ਫਾਟਕ ਬੰਦ ਸੀ, ਉਹ ਖੁਲ੍ਹਿਆ ਤਾਂ ਅਗੇ ਦਿੱਲੀ ਵਾਲਾ ਫਾਟਕ ਬੰਦ ਸੀ। ਦੁਪਿਹਰੇ ਡੇਢ ਵਜੇ ਬਠਿੰਡਾ ਜੰਕਸ਼ਨ ਤੇ ਪੰਜ ਛੇ ਗੱਡੀਆਂ ਦਾ ਕਰਾਸ ਹੁੰਦਾ ਸੀ। ਬਹੁਤ ਤੇਜ਼ੀ ਕਰਨ ਤੇ ਵੀ ਉਸਨੂੰ ਪਹੁੰਚਦਿਆਂ ਢਾਈ ਵੱਜ ਗਏ। ਹੈਲਥ ਸੈਂਟਰ, ਉਸ ਦੇ ਰਾਹ ਤੇ ਸੀ। ਡਾਕਟਰ ਦੀ ਰਿਹਾਇਸ਼ ਉਥੇ ਹੀ ਸੀ। ਉਸਨੇ ਡਾਕਟਰ ਦੇ ਘਰ ਦੀ ਘੰਟੀ ਦਾ ਬਟਨ ਦੱਬਿਆ। ਕਿੰਨਾ ਚਿਰ ਘੰਟੀ ਖੜਕਦੀ ਰਹੀ। ਡਾਕਟਰ ਖਾਣਾ ਖਾਣ ਮਗਰੋਂ ਕੁਰਤੇ ਪਜਾਮੇ ਵਿਚ ਅਰਾਮ ਕਰ ਰਿਹਾ ਸੀ।

"ਆ ਗਏ ਭਾਈ ਜਾਨ, ਤੁਸੀਂ ਫੰਕਸ਼ਨ ਠੀਕ ਹੋ ਗਿਆ?" ਉਸ ਦਾ ਦਿਲ ਤੇਜ਼ੀ ਨਾਲ ਹੇਠ ਉਪਰ ਹੋ ਰਿਹਾ ਸੀ, ਉਹ ਛੇਤੀ ਨਾਲ ਘਰ ਦੀ ਹਾਲਤ ਬਾਰੇ, ਜਾਣਨਾ ਚਾਹੁੰਦਾ ਸੀ।

"ਬੈਠੋ, ਪਹਿਲਾਂ ਪਾਣੀ ਪੀਵੋ। ਮੈਡਮ, ਭਾਈ ਜਾਨ ਆ ਗਏ ਹਨ। ਬਰਫੀ ਦਾ ਡੱਬਾ ਲਿਆਉ।" ਉਸ ਦੀ ਪਤਨੀ ਬਰਫੀ ਦਾ ਡੱਬਾ ਲੈ ਆਈ।

"ਭਾਈ ਜਾਨ ਬਹੁਤ ਬਹੁਤ ਮੁਬਾਰਕਾਂ, ਤੁਹਾਡੇ ਘਰ ਲੜਕਾ ਆ ਗਿਆ ਹੈ।" ਉਸ ਦਾ ਸਾਹ ਵਿਚ ਸਾਹ ਆਇਆ, ਮੂੰਹ ਮਿੱਠਾ ਕਰੋ, ਮੈਂ ਤੇ ਲੇਡੀ ਡਾਕਟਰ, ਇਕ ਬਜੇ ਉਥੋਂ ਆਏ ਹਾਂ, ਜੱਚਾ ਬੱਚਾ ਦੋਨੋਂ ਠੀਕ ਹਨ, ਬਸ ਥੋੜ੍ਹਾ ਜਿਹਾ ਕੱਟ ਲਾਉਣਾ ਪਿਆ। ਜਿਸ ਨੂੰ ਛੋਟਾ ਉਪਰੇਸ਼ਨ ਕਹਿੰਦੇ ਸਨ।"

"ਮਨਜੀਤ, ਸੂਟ ਮੰਗਦੀ ਹੈ, ਉਹ ਵੀ ਨਾਲ ਸੀ।"

"ਕੋਈ ਨਾ ਸੂਟ ਵੀ ਦੇ ਦਿਆਂਗੇ।"

"ਤੁਸੀਂ ਬਹੁਤ ਲੇਟ ਹੋ ਗਏ, ਫੰਕਸ਼ਨ ਤਾਂ ਬਾਰਾਂ ਬਜੇ ਖਤਮ ਹੋ ਜਾਂਦਾ ਹੈ।"

"ਬੱਸ ਮੇਰੀ ਡਿਊਟੀ ਹੀ ਕੁਝ ਇਸ ਤਰ੍ਹਾਂ ਦੀ ਸੀ।"

"ਮੂੰਹ ਕੌੜਾ ਕਦੋਂ ਕਰਵਾਉਗੇ?"

"ਜਦੋਂ ਤੁਸੀਂ ਕਹੋ, ਅੱਜ ਸ਼ਾਮ ਨੂੰ ਹੀ ਆ ਜਾਉ।"

"ਨਾਂ ਜੀ ਕਾਕੇ ਨੂੰ ਸਵਾ ਮਹੀਨੇ ਦਾ ਹੋ ਜਾਣ ਦਿਉ।" ਡਾਕਟਰ ਦੀ ਪਤਨੀ ਬੋਲੀ। ਉਹ ਘਰੇ ਆਇਆ। ਵੱਡੇ ਦਰਵਾਜ਼ੇ ਮੂਹਰੇ, ਸੇਵਾ ਰਾਮ ਨੇ ਨਿੰਮ ਬੰਨ੍ਹ ਦਿੱਤੀ ਸੀ।

"ਕਾਕਾ ਜੀ, ਬਹੁਤ ਬਹੁਤ ਮੁਬਾਰਕਾਂ। ਬੇਜੀ ਬੋਲੇ।

"ਹਾਂ ਜੀ, ਤੁਹਾਨੂੰ ਵੀ ਮੁਬਾਰਕਾਂ।"

"ਬੇਟਾ ਜੀ, ਤੁਸੀਂ ਮੂੰਹ ਹੱਥ ਧੋ ਲਵੋ, ਛੋਟੇ ਕਮਰੇ ਵਿਚ ਬੈਠੋ, ਕਾਕਾ ਸੁੱਤਾ ਪਿਆ, ਵੀਰਪਾਲ ਠੀਕ ਹੈ, ਹੁਣੇ ਦੁਧ ਚੁੰਘਾਕੇ ਹਟੀ ਹੈ। ਠੀਕ ਠਾਕ ਹੈ। ਤੁਸੀਂ ਪਹਿਲਾਂ

ਫੁਲਕਾ ਖਾ ਲਵੋ, ਸਵੇਰੇ ਵੀ ਕੁਝ ਖਾ ਕੇ ਨਹੀਂ ਗਏ।" ਖਾਣਾ ਖਾਣ ਮਗਰੋਂ, ਉਹ ਵੱਡੇ ਕਮਰੇ ਵਿਚ ਆਇਆ, ਵੀਰਪਾਲ ਇੰਜੈਕਸ਼ਨ ਦੇ ਨਸ਼ੇ ਕਰਕੇ ਅੱਧ ਸੁੱਤੀ ਪਈ ਸੀ।

"ਆ ਗਏ...... ਤੁਸੀਂ.... ਮੇਰੀ ..... ਮੇਰੀ ਤਾਂ ਜਾਨ..... ਮਸਾਂ...ਬਚੀ.... ਹੈ।"

"ਹੁਣ ਤਾਂ ਠੀਕ ਠਾਕ ਹੋ ਨਾ....।"

"ਦੇਖੋ.... ਕਾਕਾ.... ਜਮਾਂ ਤੁਹਾਡੇ ਤੇ... ਹੈ....।"

"ਬੇਜੀ, ਡਾਕਟਰ ਸਾਹਿਬ ਨੇ ਇਹਦਾ ਵਜ਼ਨ ਕੀਤਾ ਸੀ?"

"ਹਾਂ ਬੇਟਾ ਜੀ, ਅੱਠ ਪੌਂਡ ਤੋਂ ਉਪਰ ਹੈ, ਤਾਹੀਉਂ ਬੀਬੀ ਨੂੰ ਏਨੀ ਤਕਲੀਫ਼ ਹੋਈ।"

"ਜੇਹੜਾ ਵੀ ਲਾਗੀ ਆਵੇ, ਪੰਜ ਲੱਡੂ ਤੇ ਦਸ ਰੁਪਈਏ ਦੇ ਦਿਉ, ਮੈਂ ਦਫ਼ਤਰੋਂ ਪਿੰਡ ਤੇ ਖਮਾਣੋਂ ਫੋਨ ਕਰ ਆਵਾਂ।"

"ਲੱਡੂ ਤਾਂ ਮੈਂ ਬੇਟਾ ਜੀ ਮੰਗਵਾ ਲਏ ਹਨ, ਟੁੱਟੇ ਹੋਏ ਪੈਸੇ ਵੀ ਮੇਰੇ ਕੋਲ ਹਨ।" ਉਹ ਦਫਤਰ ਨੂੰ ਚਲਾ ਗਿਆ, ਅਰਜੈਂਟ ਕਾਲਾਂ ਬੁੱਕ ਕਰ ਦਿੱਤੀਆਂ।

"ਬੀ. ਡੀ. ਓ. ਸਾਹਿਬ ਅੱਜ ਛੁੱਟੀ ਨਹੀਂ ਮਨਾ ਰਹੇ....।" ਰਾਮੇ ਤੋਂ ਟੈਲੀਫੋਨ ਅਪਰੇਟਰ ਜੀਂਦਲ ਬੋਲਿਆ।

"ਸਾਡੇ ਮਹਿਕਮੇ ਵਿਚ ਛੁੱਟੀ ਕਿੱਥੇ, ਹੁਣੇ ਬਠਿੰਡੇ ਤੋਂ ਆਇਆ ਹਾਂ, ਆਹ ਕਾਲਾਂ ਜਲਦੀ ਲਵਾ ਦਿਉ, ਮੈਂ ਫਿਰ ਘਰੇ ਜਾਣਾ ਹੈ।"

"ਮੈਂ ਕੋਸ਼ਿਸ਼ ਕਰਦਾ ਹਾਂ, ਦੋਨੋਂ ਵਾਇਆ ਲੁਧਿਆਣਾ ਲਗਣਗੀਆਂ, ਤੁਸੀਂ ਏਸ ਨੰਬਰ ਦੀ ਐਕਸਟੈਂਕਸ਼ਨ ਕਿਉਂ ਨਹੀਂ ਲਵਾ ਲੈਂਦੇ, ਡੀ. ਈ. ਟੀ. ਤੁਹਾਡਾ ਜਾਣੂੰ ਹੈ, ਬਠਿੰਡੇ ਸਾਰੇ ਅਫਸਰਾਂ ਦੇ ਲਗੀਆਂ ਹੋਈਆਂ ਹਨ।

"ਚਲੋ ਕੱਲ ਨੂੰ ਗਲ ਕਰਦੇ ਹਾਂ...।"

ਇਕ ਘੰਟੇ ਮਗਰੋਂ, ਲੁਧਿਆਣਾ ਮਿਲ ਗਿਆ ਸੀ। "ਹਾਂ ਯਾਰ, ਪਹਿਲਾਂ ਮਾਲੇਰਕੋਟਲਾ ਲਾ ਦੇ ਮਗਰੋਂ ਖਮਾਣੋਂ ਲਾ ਦਿਉ... ਹੈਲੋ ਮਾਲੇਰਕੋਟਲਾ... ਹਾਂ ਜੀ. ਹੈਲੋ. 2325 ਲਾ ਦਿਉ..। ਹੈਲੋ... ਲਉ... ਹੋਲਡ ਕਰੋ... ਹੈਲੋ 2325 ਆਹ ਗਲ ਕਰੋ...। ਬੀ. ਡੀ. ਓ. ਸਾਹਿਬ ਗਲ ਕਰੋ, ਹੋਲਡ ਕਰ ਰਿਹਾ.. ਹੈਲੋ ਕੌਣ ਅਮਨਦੀਪ... ਤੇਰੇ ਪਾਪਾ ਮੰਮੀ ਕਿੱਥੇ ਹਨ.? ਹਾਂ ਜੀ ਪਾਪਾ ਖੇਤ ਹਨ, ਮੰਮੀ ਚਾਹ ਬਣਾਉਂਦੇ ਹਨ.., ਉਹਨੂੰ ਬੁਲਾ ਛੇਤੀ ਨਾਲ ਮੈਂ ਤੇਰਾ ਚਾਚਾ ਬੋਲ ਰਿਹਾਂ.... ਹੈਲੋ ਭਾਬੀ ਜੀ, ਸਤਿ ਸ੍ਰੀ ਅਕਾਲ, ਵੀਰਪਾਲ ਕੋਲ ਕਾਕਾ.... ਵਧਾਈਆਂ.. ਅਜ ਦੁਪਿਹਰੇ ਹੋਇਆ... ਹਾਂ ਜੀ... ਬਾਕੀ ਸਭ ਠੀਕ ਹੈ... ਵੀਰ ਜੀ ਠੀਕ ਹਨ.... ਹਾਂ ਜੀ ਮੈਂ ਆਊਂਗਾ... ਠੀਕ ਹੈ.. ਓ. ਕੇ.।" ਹਾਂ ਜੀ ਬੀ. ਡੀ. ਓ. ਸਾਹਿਬ ਹੋ ਗਈ ਗਲ ਹਾਂ ਦੂਜੀ ਕਾਲ ਲਈ ਹੋਲਡ ਕਰੋ.. ਨੰਬਰ 2233 ਹੈ ਨਾ, ਜੀ... ਹੈਲੋ... 2233 ਖਮਾਣੋਂ, ਆਹ ਬੀ. ਡੀ. ਓ. ਸਾਹਿਬ ਨਾਲ ਗਲ ਕਰੋ... ਹਾਂ ਜੀ... ਕੌਣ ਬੋਲ ਰਹੇ ਹੋ... ਮੈਂ ਜੀ ਵੀਰਪਾਲ ਦੀ ਵੱਡੀ ਭਾਬੀ ਬੋਲ ਰਹੀ ਹਾਂ... ਵੀਰ ਜੀ ਤੁਸੀਂ ਬੋਲ ਰਹੇ ਹੋ.... ਹਾਂ ਜੀ.. ਵੀਰਪਾਲ ਠੀਕ ਠਾਕ ਹੈ... ਓਹਦੇ ਕੋਲ ਕਾਕਾ ਹੈ... ਤੁਹਾਨੂੰ ਵੀ ਵਧਾਈਆਂ।"

ਕਾਲ ਬੰਦ ਕਰਨ ਮਗਰੋਂ, ਉਸ ਉਪਰੇਟਰ ਦਾ ਧੰਨਵਾਦ ਕੀਤਾ। ਇਕ ਤਾਰ ਸੁਖਜੀਤ ਨੂੰ ਪਾ ਦਿੱਤੀ।

"ਬਲੈਸਡ ਵਿਦ ਏ ਸਨ...।"

(40)

ਦੋ ਸਾਲ ਲੰਘ ਗਏ, ਮਈ ਵਿਚ ਵੋਟਾਂ ਪਈਆਂ। ਹੁਣ ਨੀਲਿਆਂ ਦੀ ਥਾਂ ਚਿੱਟਿਆਂ ਦੀ ਸਰਕਾਰ ਬਣ ਗਈ। ਅਫਸਰ ਨਵੇਂ ਨੇਤਾਵਾਂ ਦੀ ਸਾਨੀ ਭਰਨ ਲਗੇ। ਰਾਜ ਭਾਗ ਬਦਲਣ ਨਾਲ ਸਭ ਕੁਝ ਬਦਲ ਗਿਆ ਸੀ। ਬਹੁਤੇ ਲੋਕਾਂ ਨੇ, ਕੁਝ ਕੁ ਪੱਕੇ ਵਰਕਰਾਂ ਨੂੰ ਛੱਡ ਕੇ, ਪੱਗਾਂ ਦਾ ਰੰਗ ਬਦਲ ਲਿਆ ਸੀ, ਜੈਸਾ ਦੇਸ, ਤੈਸਾ ਵੇਸ। ਹਰਜੀਤ ਨੂੰ ਏਥੇ ਲਗਿਆ ਚਾਰ ਸਾਲ ਹੋ ਗਏ ਸਨ। ਉਸਨੂੰ ਬਦਲੀ ਹੋ ਜਾਣ ਦੀ ਉਮੀਦ ਸੀ। ਸੁਖਜੀਤ ਐਮ. ਏ. ਸੈਕਿੰਡ ਡਵੀਜ਼ਨ ਵਿਚ ਪਾਸ ਹੋਣ ਮਗਰੋਂ, ਲੈਕਚਰਾਰ ਲਗ ਗਈ ਸੀ। ਉਥੇ ਅੰਗਰੇਜ਼ੀ ਵਿਭਾਗ ਵਿਚ ਮਿਸ ਗੁਰਪ੍ਰੀਤ ਗੁਰੋ ਹੈਡ ਸੀ। ਉਹ ਦੋਨੋਂ ਸਿਵਲ ਲਾਈਨਜ ਦੀ ਇਕ ਕੋਠੀ ਦੇ ਉਪਰਲੇ ਪੋਰਸ਼ਨ ਵਿਚ ਰਹਿੰਦੀਆਂ ਸਨ। ਸਵੇਰ ਦਾ ਨਾਸ਼ਤਾ, ਸ਼ਾਮ ਦਾ ਖਾਣਾ ਉਹ ਘਰ ਕਰਦੀਆਂ, ਦੁਪਹਿਰ ਦਾ ਖਾਣਾ, ਉਹ ਨਿਊ ਹੋਸਟਲ ਵਿਚ ਖਾਂਦੀਆਂ। ਉਹ ਹੁਣ ਪਿੰਡ ਬਹੁਤ ਘੱਟ ਆਉਂਦੀ ਸੀ। ਘਰ ਦੇ ਉਸ ਦੇ ਵਿਆਹ ਖਾਤਰ ਮਗਰ ਪਏ ਹੋਏ ਸਨ। ਮਿਸ ਗੁਰੋਂ ਦੀ ਪੁੱਠ ਉਸਨੂੰ ਵੀ ਚੜ੍ਹ ਗਈ ਸੀ। ਉਹ ਪਹਿਲਾਂ ਵਾਂਗ ਦੁਬਿੱਧਾ ਵਿਚ ਨਹੀਂ ਪੈਂਦੀ ਸੀ, ਉਸ ਦਾ ਇਰਾਦਾ ਚਟਾਨ ਵਾਂਗ ਮਜਬੂਤ ਹੋ ਗਿਆ ਸੀ। ਜਿਸ ਮੁੰਡੇ ਨਾਲ ਉਸ ਦੇ ਮਾਮਾ ਜੀ, ਉਸ ਦਾ ਰਿਸ਼ਤਾ ਕਰਦੇ ਸਨ, ਉਹ ਬੀ. ਏ. ਦੀ ਥਾਂ ਦਸਵੀਂ ਫੇਲ ਸੀ। ਉਸ ਨੇ ਲਾਇਬਰੇਰੀ ਵਿਚੋਂ ਉਸਦੇ ਰਿਕਾਰਡ ਦੇ ਗੱਜਟ ਦੇਖ ਲਏ ਸਨ।

ਇਕ ਵੇਰ, ਉਹ ਹਰਜੀਤ ਦੇ ਲੜਕੇ ਨੂੰ ਦੇਖਣ ਆਈ ਸੀ। ਐਤਵਾਰ ਦਾ ਦਿਨ ਸੀ। ਹਰਜੀਤ ਕੇਸੀ ਨਹਾ ਕੇ ਹਟਿਆ ਸੀ। ਉਸ ਨੇ ਕਾਕੇ ਨੂੰ ਗੋਦੀ ਵਿਚ ਲੈ ਕੇ ਪਿਆਰ ਦਿੱਤਾ, ਸੌ ਦਾ ਨੋਟ, ਉਸ ਦੇ ਹੱਥ ਵਿਚ ਦੇ ਦਿੱਤਾ।

"ਭੈਣ ਜੀ, ਇਹ ਤਾਂ ਬਾਹਲੇ ਨੇ, ਮਾਸੀ ਜੀ ਸ਼ਗਨ ਦੇ ਗਏ ਸੀ।"

"ਉਹ ਤੁਹਾਡੀ ਮਾਸੀ ਹਨ, ਮੈਂ ਕਾਕੇ ਦੀ ਮਾਸੀ ਹਾਂ।" ਉਹ ਖਿੜ ਖਿੜ ਕਰਕੇ ਹੱਸੀ।

"ਇਸ ਲਈ ਕੋਈ ਚੰਗਾ ਜਿਹਾ ਨਾਉਂ ਦੱਸੋ?"

"ਅਜੇ ਤਾਈਂ ਇਹਦਾ ਨਾਉਂ ਰਖਿਆ ਨਹੀਂ?"

"ਨਹੀਂ, ਕਈ ਨਾਵਾਂ ਤੇ ਵਿਚਾਰ ਕੀਤਾ ਸੀ, ਕੋਈ ਜੱਚਿਆ ਨਹੀਂ...।"

"ਇਹ ਤਾਂ ਅਰਸ਼ਾਂ ਦਾ ਦੀਪ ਹੈ। ਕਿਉਂ ਵੀਰ ਜੀ ਠੀਕ ਨਹੀਂ?" ਉਹ ਹਰਜੀਤ ਵਲ ਝਾਕੀ। ਸੇਵਾ ਰਾਮ ਦੁੱਧ ਦੇ ਗਲਾਸਾਂ ਨਾਲ, ਕੌਲੀਆਂ ਵਿਚ ਪੰਜੀਰੀ ਪਾ ਕੇ ਦੇ ਗਿਆ।

"ਇਹ ਪੰਜੀਰੀ ਦਾਦਕਿਆਂ ਦੀ ਹੈ ਕਿ ਨਾਨਕਿਆਂ ਦੀ...?"

"ਦੋਨੋਂ ਹੀ ਇਕ ਇਕ ਪੀਪਾ ਦੇ ਗਏ ਸਨ। ਅੱਧੀ ਅਸੀਂ ਤੁਹਾਡੇ ਭਾਈਚਾਰੇ ਵਿਚ ਵੰਡ ਦਿੱਤੀ, ਅਜੇ ਵੀ ਪੌਣਾ ਪੀਪਾ ਪਿਆ ਹੈ, ਤੁਸੀਂ ਖਾ ਲੈਂਦੇ ਹੋ, ਪੀਪੀ ਭਰ ਦਿੰਦੀ ਹਾਂ।"

"ਨਾ ਬਾਬਾ ਨਾ, ਇਸ ਨਾਲ ਹੋਰ ਮੋਟੀ ਹੋ ਜਾਵਾਂਗੀ। ਮੇਰੇ ਰਖਿਆ ਨਾਉਂ ਪਸੰਦ ਹੈ ਕਿ ਨਹੀਂ?"

"ਠੀਕ ਹੈ, ਅਰਸ਼ਦੀਪ, ਬਹੁਤ ਵਧੀਆ ਨਾਉਂ ਹੈ।" ਹਰਜੀਤ ਨੇ ਉਸ ਦੀ ਗਲ ਤੇ ਮੋਹਰ ਲਾ ਦਿੱਤੀ।

"ਬੀਬਾ ਹੁਣ ਤੁਸੀਂ ਵਿਆਹ ਕਰਵਾ ਲਵੋ, ਸੁੱਖ ਨਾਲ ਨੌਕਰੀ ਵੀ ਲਗ ਗਈ ਹੈ।"

"ਭੈਣ ਜੀ, ਅਸਲ ਮੁਸ਼ਕਿਲ ਇਹ ਹੈ, ਜਿਸ ਮੁੰਡੇ ਨੂੰ ਮੈਂ ਪਸੰਦ ਕਰਦੀ ਹਾਂ, ਉਹ ਪਹਿਲਾਂ ਹੀ ਵਿਆਹਿਆ ਹੁੰਦਾ ਹੈ।" ਉਹ ਹਰਜੀਤ ਵਲ ਝਾਕੀ, ਉਹ ਉਸ ਦੀ ਗਲ ਦਾ ਮਤਲਬ ਸਮਝ ਗਿਆ ਸੀ।"

"ਭੂਆ ਜੀ ਨਾਲ ਗਲ ਨਹੀਂ ਕੀਤੀ ?"

"ਭੂਆ ਦੇ ਲੱਲਿਆਂ ਨੂੰ ਮੈਂ ਜਾਣਦੀ ਹਾਂ, ਉਹ ਗਧੇ ਘੋੜੇ ਦਾ ਇਕੋ ਭਾਅ ਕਰਦੇ ਹਨ, ਉਹਨਾਂ ਦੇ ਕਰਵਾਏ ਕਈ ਰਿਸ਼ਤੇ ਤਲਾਕ ਦੇ ਚੱਕਰ ਵਿਚ ਕਚਿਹਰੀਆਂ ਵਿਚ ਫਿਰਦੇ ਹਨ। ਝੂਠ ਦੀ ਵੀ ਕੋਈ ਹੱਦ ਹੁੰਦੀ ਹੈ ?"

"ਤੁਹਾਡੇ ਕੌਲਜ ਦਾ ਮਾਹੌਲ ਕਿਹੋ ਜਿਹਾ ਹੈ ? ਮਿਸ ਗੁਰੋਂ ਦਾ ਕੀ ਹਾਲ ਹੈ ? ਉਸ ਨੂੰ ਗਲਤੀ ਨਾਂਲ ਕਿਤੇ ਮੈਡਮ ਨਾ ਕਹਿ ਬੈਠਿਉ, ਇਸ ਸ਼ਬਦ ਨਾਲ ਉਸ ਨੂੰ ਚਿੜ ਹੈ।" ਹਰਜੀਤ ਨੇ ਦਸਿਆ।

"ਉਸਦਾ ਪਿੰਡ ਤਾਂ ਸਮਰਾਲੇ ਕੋਲ ਹੈ, ਉਸ ਦੇ ਨਾਨਕੇ, ਸਾਡੇ ਘਰ ਹਨ। ਉਹ ਮੇਰੀ ਭੂਆ ਜੀ ਦੀ ਲੜਕੀ ਹੈ, ਸਾਡੇ ਨਾਲ ਆਉਣ ਜਾਣ ਨਹੀਂ।" ਵੀਰਪਾਲ ਨੇ ਦਸਿਆ।

"ਰਹੋਗੇ, ਦੋ ਚਾਰ ਦਿਨ... ?"

"ਨਹੀ., ਅਜ ਦੁਪਹਿਰ ਬਾਅਦ ਮੁੜ ਜਾਣਾ ਹੈ। ਕੱਲ ਨੂੰ ਕਲਾਸ ਲੈਣੀ ਹੈ। ਭੈਣ ਜੀ, ਇਕ ਵੇਰ, ਤੁਸੀਂ ਮੈਨੂੰ ਇਕ ਉਲਾਂਭਾ ਦਿਤਾ ਸੀ, ਕੋਈ ਹੋਰ ਉਲਾਂਭਾ ਹੈ, ਮੇਰੀ ਝੋਲੀ ਪਾ ਦਿਉ।"

"ਮੈਨੂੰ ਤਾਂ ਯਾਦ ਨਹੀਂ ਕੀ ਉਲਾਂਭਾ ਸੀ।"

"ਚਲੋ ਬੀਤੀ ਗਲ ਤੇ ਮਿੱਟੀ ਪਾਉ... ਦੱਬੇ ਮੁਰਦਿਆਂ ਨੂੰ ਫਰੋਲਣ ਦਾ ਕੋਈ ਫਾਇਦਾ ਨਹੀਂ ?" ਹਰਜੀਤ ਨੇ ਗਲ ਨੂੰ ਮੋੜਾ ਦਿਤਾ। ਗਲਾਂ ਕਰਦਿਆਂ ਨੂੰ ਦੁਪਹਿਰ ਹੋ ਗਈ ਸੀ।

"ਬੀਬੀ ਜੀ ਖਾਣਾ ਲਾ ਦਿਆਂ ?" ਸੇਵਾ ਰਾਮ ਨੇ ਪੁਛਿਆ।

"ਹਾਂ , ਲਾ ਦੇ...।" ਭੈਣ ਜੀ, ਹੁਣ ਤੁਸੀਂ ਖਾਣਾ ਖਾ ਕੇ ਜਾਇਉ।"

"ਤੁਹਾਡੀ ਪੰਜੀਰੀ ਨੇ ਭੁੱਖਮਾਰ ਦਿੱਤੀ ਹੈ, ਘਿਉ ਅਤੇ ਡਰਾਈ ਫਰੂਟ ਬਹੁਤ ਹੈ, ਇਸ ਨੂੰ ਬਚਕੇ ਖਾਇਉ, ਮੋਟਾ ਕਰ ਦਿੰਦੀ ਹੈ।"

"ਤੁਸੀਂ ਜੀ, ਬੀਬਾ ਨੂੰ ਛੱਡ ਆਉ... ਕਿਤੇ ਕਾਕਾ ਨਾ ਜਾਗ ਪਵੇ, ਉਸ ਦੇ ਦੁੱਧ ਦਾ ਟਾਇਮ ਹੋ ਗਿਆ....।" ਪੌੜੀਆਂ ਉਤਰ ਕੇ, ਉਹ ਹੇਠਾਂ ਸੁੰਨੇ ਦਰਵਾਜੇ ਵਿਚ ਆਏ।

"ਸੁਖਜੀਤ ਜਿੰਦਗੀ ਕਿਵੇਂ ਗੁਜਰਦੀ ਹੈ ?"

"ਬਹੁਤ, ਕਠਿਨ ਹੈ।
ਰਾਹੇ ਗੁਜਰ
ਥੋੜੀ ਦੂਰ ਸਾਥ ਚਲੋ"

"ਚੰਗਾ ਫੇਰ ਮਿਲਾਂਗੇ..।" ਉਹ ਕਿੰਨਾ ਚਿਰ ਉਸ ਦੀ ਸੱਪ ਵਾਂਗ ਮੇਲ੍ਹਦੀ ਗੁੱਤ ਨੂੰ ਦੇਖਦਾ ਰਿਹਾ। ਉਸ ਦੇ ਸੀਨੇ ਵਿਚੋਂ ਹਉਕਾ ਨਿਕਲਿਆ, ਜਿਸ ਨੇ ਉਸ ਨੂੰ ਧੁਰ ਅੰਦਰ ਤੱਕ ਹਿਲਾ ਦਿੱਤਾ ਸੀ। ਅਜੇ ਉਹ ਉਪਰ ਹੀ ਪਹੁੰਚਿਆ ਸੀ। ਪਿੰਡੋਂ ਵੀਰ ਜੀ ਆ ਗਏ। ਸੁੱਖ ਸਾਂਦ ਪੁੱਛਣ ਲਗੇ। ਖਾਣਾ ਖਾਣ ਮਗਰੋਂ ਉਸ ਨੇ ਗਲ ਛੇੜੀ।

"ਛੋਟੇ, ਤੈਨੂੰ ਬਰਨਾਲਾ ਬਲਾਕ ਕਿਵੇਂ ਹੈ ? ਮੇਰੀ ਬਾਬੂ ਨਾਲ ਗਲ ਹੋ ਗਈ ਹੈ।"

"ਪਰ ਵੀਰ ਜੀ, ਬਰਨਾਲਾ ਤਾਂ ਮੇਰਾ ਹੋਮ ਡਿਸਟਰਿਕ ਹੈ, ਗਜਟਿਡ ਅਫਸਰ ਨੂੰ ਜ਼ਿਲ੍ਹੇ ਵਿਚ ਨਹੀਂ ਲਾਉਂਦੇ।"

"ਤੈਨੂੰ ਕੋਈ ਇਤਰਾਜ ਤਾਂ ਨਹੀਂ, ਮੈਂ ਇਹੀ ਪੁਛਣ ਆਇਆ।"

"ਮੈਨੂੰ ਕੀ ਇਤਰਾਜ਼ ਹੋਣੈਂ, ਇਹ ਬਾਬੂ ਕੌਣ ਹੈ ?" ਉਸਨੇ ਕਦੇ ਉਸ ਦਾ ਨਾਉਂ ਨਹੀਂ ਸੁਣਿਆ ਸੀ।

"ਆਪਣੇ ਹਲਕੇ ਵਿਚੋਂ ਇਲੈਕਸ਼ਨ ਲੜਿਆ ਸੀ, ਆਪਣੇ ਪਿੰਡ ਇਹਦਾ ਕੋਈ ਝੰਡਾ ਨਹੀਂ ਫੜਦਾ ਸੀ, ਮੈਂ ਇਸ ਦੀ ਡੱਟ ਕੇ ਮੱਦਦ ਕੀਤੀ ਸੀ। ਮੁਖਮੰਤਰੀ ਦੀ ਮੁੱਛ ਦਾ ਵਾਲ ਹੈ, ਪੰਚਾਇਤ ਦੀਆਂ ਵੋਟਾਂ ਤੋਂ ਪਹਿਲਾਂ ਆਰਡਰ ਹੋ ਜਾਣਗੇ, ਤੂੰ ਫਟਾ ਫਟ ਹਾਜ਼ਰ ਹੋ ਜਾਵੀਂ। ਆਪਣੇ ਚਾਰੇ ਪਿੰਡ ਮਾਲੇਰਕੋਟਲਾ ਤਹਿਸੀਲ ਵਿਚ ਲਗ ਗਏ ਹਨ, ਓਧਰਲੇ ਪੰਜ ਪਿੰਡ ਬਰਨਾਲੇ ਵਿਚ ਆ ਗਏ ਹਨ।"

"ਜੇ ਓਹਦੀ, ਏਨੀ ਚਲਦੀ ਹੈ, ਫੇਰ ਤਾਂ ਉਹ ਮੈਨੂੰ ਪੀ. ਸੀ. ਐਸ. ਵੀ ਕਰਵਾ ਸਕਦਾ ਹੈ ?"

"ਮੈਂ ਚੰਡੀਗੜ੍ਹ ਗਿਆ ਸੀ, ਇੱਕੀ ਵਿਚ ਉਸ ਦਾ ਦਫਤਰ ਹੈ, ਵੱਡੇ ਵੱਡੇ ਅਫਸਰ ਉਸ ਦੇ ਪੈਦੀਂ ਬੈਠੇ ਮੈਂ ਦੇਖੇ ਹਨ। ਆਪਾਂ ਗਲ ਕਰਾਂਗੇ, ਜੇ ਪਾਰਟੀ ਫੰਡ ਮੰਗੂ ਉਹ ਵੀ ਦੇ ਦਿਆਂਗੇ। ਤੂੰ ਛੇਤੀ ਨਾਲ ਇਕ ਵੇਰੀ ਓਥੇ ਆ ਜਾ...।"

"ਠੀਕ ਹੈ, ਵੀਰ ਜੀ, ਜਦ ਵੀ ਆਰਡਰ ਹੋਏ, ਮੈਂ ਦੂਜੇ ਦਿਨ ਹਾਜ਼ਰ ਹੋ ਜਾਵਾਂਗਾ।" ਸਰਕਾਰ ਬਦਲਦਿਆਂ ਹੀ, ਰੋਜ਼ ਅਫਸਰਾਂ ਦੀਆਂ ਬਦਲੀਆਂ ਅਖਬਾਰਾਂ ਵਿਚ ਛੱਪਦੀਆਂ, ਕਈ ਜ਼ਿਲ੍ਹਿਆਂ ਦੇ ਐਸ. ਪੀ. ਡੀ. ਸੀ. ਬਦਲ ਦਿੱਤੇ ਗਏ ਸਨ। ਡੀ. ਸੀ. ਬਠਿੰਡਾ ਨੂੰ ਡਾਇਰੈਕਟਰ ਪੰਚਾਇਤ ਲਾ ਦਿੱਤਾ ਸੀ। ਹੋਰ ਵੀ ਬਹੁਤ ਸਾਰੀ ਉਥਲ ਪੁਥਲ ਹੋ ਗਈ ਸੀ। ਅਗਲੇ ਹਫਤੇ ਉਸ ਦੇ ਹੁਕਮ ਬਰਨਾਲੇ ਦੇ ਹੋ ਗਏ, ਜੱਦੀ ਜ਼ਿਲ੍ਹੇ ਦੀ ਸਰਤ, ਮੁੱਖ ਮੰਤਰੀ ਨੇ ਛੋਟ ਦੇ ਦਿੱਤੀ ਸੀ। ਉਸ ਨੇ ਉਦੋਂ ਹੀ ਬਾਂਸਲ ਅਤੇ ਪੰਚਾਇਤ ਅਫਸਰ ਨੂੰ ਬੁਲਾਇਆ।

"ਬਾਂਸਲ ਜੀ ਮੈਂ ਅੱਜ ਹੀ ਚਾਰਜ ਛੱਡਣਾ ਹੈ, ਕੈਸ਼ ਬੁੱਕ ਮੁਕੰਮਲ ਕਰ ਦਿਓ। ਪੀ. ਓ. ਸਾਹਿਬ ਨੂੰ ਚਾਰਜ ਦੇਣਾ ਹੈ, ਮੈਂ ਕੱਲ ਬਰਨਾਲੇ ਹਾਜ਼ਰ ਹੋਣਾ ਹੈ।"

"ਜਨਾਬ ਏਡੀ ਕੀ ਕਾਹਲੀ ਹੈ ? ਥੋਨੂੰ ਪਾਰਟੀ ਵੀ ਦੇਣੀ ਹੈ, ਫੀਲਡ ਸਟਾਫ ਨੂੰ ਬੁਲਾਉਣਾ ਹੈ।"

"ਕੋਈ ਨਾ ਉਹ ਮਗਰੋਂ, ਕਰ ਲਵਾਂਗੇ, ਅਜੇ ਬੱਚੇ ਏਥੇ ਹੀ ਹਨ। ਜਦੋਂ ਤੁਸੀਂ ਕਹੋਗੇ, ਮੈਂ ਆ ਜਾਵਾਂਗਾ।"

"ਜਨਾਬ, ਉਸ ਬਲਾਕ ਦੇ ਅਕਾਊਂਟੈਂਟ ਨੂੰ ਗਬਨ ਦੇ ਇਕ ਕੇਸ ਵਿਚ ਕੈਦ ਹੋ ਗਈ ਹੈ, ਪੋਸਟ ਖਾਲੀ ਹੈ, ਧਿਆਨ ਰਖਿਉ।"

"ਕੋਈ ਨਾ ਤੁਹਾਨੂੰ ਉਥੇ ਹੀ ਲੈ ਚਲਾਂਗੇ। ਤੁਸੀਂ ਅੱਜ ਹੀ ਮੈਨੂੰ ਅਰਜ਼ੀ ਦੇ ਦਿਉ..।" ਅਗਲੇ ਦਿਨ, ਦੁਪਿਹਰ ਤੋਂ ਪਹਿਲਾਂ ਉਹ ਬਰਨਾਲੇ ਹਾਜ਼ਰ ਹੋ ਗਿਆ। ਸ਼ਾਮ ਨੂੰ ਵਿਹਲਾ ਹੋ ਕੇ ਪਿੰਡ ਚਲਿਆ ਗਿਆ। ਮਹਿਲਾ ਕਲਾਂ ਤੋਂ ਉਸ ਦੇ ਪਿੰਡ ਵਿਚੋਂ ਹੋ ਕੇ, ਖ਼ੁਰਦ ਮਾਣਕੀ ਤੱਕ ਸੜਕ ਬਣ ਗਈ ਸੀ।

"ਕਾਕਾ ਕੱਲਾ ਹੀ ਆਇਆ, ਬੱਚੇ ਨਹੀਂ ਆਏ ?"

"ਭਾਬੀ ਜੀ, ਮੇਰੀ ਬਦਲੀ ਬਰਨਾਲੇ ਦੀ ਹੋ ਗਈ ਹੈ, ਉਹ ਅਜੇ ਉਥੇ ਹੀ ਨੇ।"

"ਆਹੋ ਥੋਡੇ ਵੀਰ ਜੀ ਗਲ ਕਰਦੇ ਸੀ।" ਸ਼ਾਮ ਨੂੰ ਹਨੇਰਾ ਹੋਏ, ਬਲਜੀਤ ਸਿੰਘ ਖੇਤੋਂ ਟਰੈਕਟਰ ਲੈ ਕੇ ਮੁੜਿਆ।

"ਛੋਟੇ ਹੋ ਗਿਆ ਹਾਜ਼ਰ ਬਨਾਲੇ।"

"ਹਾਂ, ਵੀਰ ਕੱਲ ਆਰਡਰ ਮਿਲੇ ਸੀ, ਅੱਜ ਹਾਜ਼ਰ ਹੋ ਗਿਆ।"

"ਚੰਗਾ ਕੀਤਾ, ਘਰ ਦੇ ਨੇੜੇ ਹੋ ਗਿਆ, ਇਕ ਦੋ ਦਿਨ ਵਿਚ ਆਪਾਂ ਬਾਬੂ ਨੂੰ ਮਿਲਣ ਚਲਣੈ। ਪਰਸੋਂ ਸਵੇਰੇ ਚਲਾਂਗੇ। ਸੱਤ ਵਜਦੇ ਨੂੰ ਉਹਦੇ ਦਫਤਰ ਪਹੁੰਚਣਾ ਹੈ, ਫੇਰ ਲੋਕ ਇਕੱਠੇ ਹੋ ਜਾਂਦੇ ਹਨ।"

"ਠੀਕ ਹੈ, ਨਾਲੇ ਮੈਂ ਡਾਇਰੈਕਟਰ ਨੂੰ ਮਿਲ ਆਊਂਗਾ।" ਪਹਿਲਾਂ ਮੇਰਾ ਡੀ. ਸੀ. ਰਿਹਾ ਬਠਿੰਡੇ।" ਤੀਜੇ ਦਿਨ, ਉਹ ਤਿੰਨ ਬਜੇ ਉੱਠੇ, ਭਾਬੀ ਜੀ ਨੇ, ਚਾਹ ਤੇ ਪਰੌਂਠੇ ਤਿਆਰ ਕਰ ਦਿੱਤੇ। ਪੌਣੇ ਸੱਤ ਬਜਦੇ ਨੂੰ ਉਹ ਬਾਬੂ ਦੇ ਦਫ਼ਤਰ ਇੱਕੀ ਸੈਕਟਰ ਪਹੁੰਚ ਗਏ। ਬਰਾਂਡੇ ਵਿਚ ਪਈਆਂ ਕੁਰਸੀਆਂ ਤੇ ਬੈਠ ਗਏ। ਜਦੋਂ ਨੌਕਰ ਚਾਹ ਲੈ ਕੇ ਗਿਆ, ਉਹ ਨਾਲ ਹੀ ਅੰਦਰ ਚਲੇ ਗਏ।

"ਆ ਜਾ ਬਲਜੀਤ ਸਿਆਂ, ਆ ਜਾ ਚਾਹ ਦੱਸ ?"

"ਮੇਹਰਬਾਨੀ 'ਬਾਬੂ' ਜੀ ਇਹ ਮੇਰਾ ਛੋਟਾ ਭਾਈ ਹੈ, ਹਰਜੀਤ ਸਿਉਂ ਬੀ. ਡੀ. ਓ. ਪਰਸੋਂ ਹਾਜ਼ਰ ਹੋ ਗਿਆ ਬਨਾਲੇ।"

"ਬਾਬੂ ਜੀ ਇਕ ਦੱਸੋ, ਉਥੇ ਤੁਹਾਡਾ ਕੌਣ ਬੰਦਾ ਹੈ ? ਜੀਹਦੀ ਸਲਾਹ ਨਾਲ ਮੈਂ ਕੰਮ ਕਰਾਂ ?"

"ਬੀ. ਡੀ. ਓ. ਸਾਹਿਬ, ਕਿਸੇ ਲੰਡੇ ਲਾਟ ਦੀ ਪਰਵਾਹ ਨਹੀਂ ਕਰਨੀ। ਜੇ ਕੋਈ ਕੰਮ ਹੋਊਗਾ ਮੈਂ ਆਪ ਦੱਸੂ, ਜਦੋਂ ਦੀ ਪਾਵਰ ਆਈ ਹੈ, ਬਥੇਰੇ ਭਾਈ ਭਤੀਜੇ ਬਣ ਗਏ ਹਨ, ਪਹਿਲਾਂ ਕੋਈ ਢੂਈ ਨਹੀਂ ਮਾਰਦਾ ਸੀ, ਡੱਬਾ ਕਹਿੰਦੇ ਸੀ।"

"ਠੀਕ ਹੈ, ਬਾਬੂ ਜੀ, ਮਿਹਰਬਾਨੀ, ਤੁਹਾਡੀ।"

"ਬਾਬੂ ਜੀ ਇਕ ਗਲ ਹੋਰ ਕਰਨੀ ਹੈ, ਇਹਨੂੰ ਛੋਟੇ ਨੂੰ ਪੀ. ਸੀ. ਐਸ ਕਰਵਾਉਣਾ ਹੈ, ਜਿਹੜਾ ਪਾਰਟੀ ਫੰਡ ਕਹੋਗੇ ਦੇ ਦਿਆਂਗੇ...।"

"ਬਲਜੀਤ ਸਿਆਂ ਤੇਰੇ ਪਿੰਡ ਵਿਚ ਜਦੋਂ ਕੋਈ ਮੇਰਾ ਝੰਡਾ ਨਹੀਂ ਫੜਦਾ ਸੀ, ਉਸ ਵੇਲੇ ਤੇਰਾ ਚਾਹ ਦਾ ਕੱਪ ਮੈਨੂੰ ਯਾਦ ਹੈ। ਮੈਂ ਏਨਾ ਗਿਆ ਗੁਜਰਿਆ ਨਹੀਂ, ਇਕ ਘਰ ਤਾਂ ਡੈਣ ਵੀ ਛੱਡ ਦਿੰਦੀ ਹੈ। ਇਹਨੂੰ ਪੀ. ਸੀ. ਐਸ. ਕਰਵਾਉਣਾ ਮੇਰਾ ਜਿੰਮਾ ਇਹਨੂੰ

ਲਵਾਊ ਵੀ ਐਸ. ਡੀ. ਐਮ. ਬਰਨਾਲੇ ਮਾੜਾ ਜਿਹਾ ਸਰਕਾਰ ਦਾ ਕੰਮ ਸੈਟ ਹੋ ਜਾਵੇ ਬੱਸ...। ਹੋਰ ਕੋਈ ਕੰਮ ਹੈ ਤਾਂ ਦੱਸ ?"

"ਬਸ ਜੀ, ਤੁਹਾਡੀ ਮਿਹਰਬਾਨੀ, ਇਹੀ ਸਭ ਨਾਲੋਂ ਵੱਡਾ ਕੰਮ ਹੈ।" ਉਥੋਂ ਆਗਿਆ ਲੈ ਕੇ, ਉਹ ਬੱਸ ਅੱਡੇ ਸਾਹਮਣੇ ਬਾਈ ਸੈਕਟਰ ਦੇ ਢਾਬਿਆਂ ਤੇ ਆਏ। ਦੇਸੀ ਘਿਉ ਦੇ ਪਰੌਂਠੇ ਉਹਨਾਂ ਕੋਲ ਸਨ, ਨਾਲ ਅੰਬ ਅਤੇ ਨਿੰਬੂ ਦਾ ਆਚਾਰ ਸੀ।

ਦਹੀਂ ਅਤੇ ਦੁੱਧ ਦੇ ਗਲਾਸ, ਉਹਨਾਂ ਢਾਬੇ ਤੋਂ ਲੈ ਲਏ। ਉਥੋਂ ਉਹ ਉਨੀ ਸੈਕਟਰ, 205 ਨੰਬਰ ਕੋਠੀ, ਕੁਲਦੀਪ ਸਿੰਘ ਵਕੀਲ ਕੋਲ ਆਏ। ਉਹ ਦਫਤਰ ਵਿਚ ਬੈਠਾ, ਮਿਸਲਾਂ ਦੇਖ ਰਿਹਾ ਸੀ। ਉਸ ਨੇ ਆਪਣੀ ਬਦਲੀ ਬਾਰੇ ਦਸਿਆ। ਗਲਾਂ ਕਰਦਿਆਂ, ਚਾਹ ਪੀਂਦਿਆਂ ਨੂੰ ਨੌਂ ਬਜ ਗਏ। ਦਫਤਰ ਖੁਲ੍ਹ ਰਹੇ ਸਨ। ਸੜਕਾਂ ਤੇ ਬਾਬੂਆਂ ਦਾ ਹੜ੍ਹ ਆ ਗਿਆ ਸੀ। ਡਾਇਰੈਕਟਰ ਦਾ ਦਫਤਰ, ਸਤਾਰਾਂ ਸੈਕਟਰ ਵਿਚ ਸਿੰਧੀ ਸਵੀਟਸ ਉਪਰ ਸੀ, ਐਂਟਰੀ ਪਿਛਲੇ ਪਾਸਿਉਂ ਸੀ। ਉਹ ਪੀ. ਏ. ਦੇ ਕਮਰੇ ਵਿਚ ਗਿਆ ਤੇ ਮਿਲਣ ਬਾਰੇ ਦਸਿਆ। ਉਹਨਾਂ ਅੱਧੇ ਘੰਟੇ ਬਾਅਦ ਆਉਣਾ ਸੀ। ਆਉਣ ਤੇ ਪੀ. ਏ. ਨੇ ਇੰਟਰਕੌਮ ਤੇ ਦਸਿਆ,"ਸਰ ਬੀ. ਡੀ. ਓ. ਬਰਨਾਲਾ ਤੁਹਾਨੂੰ ਮਿਲਣਾ ਚਾਹੁੰਦੇ ਹਨ।" "ਭੇਜ ਦਿਉ"। ਉਹ ਕਮਰੇ ਅੰਦਰ ਚਲਾ ਗਿਆ, ਉਹ ਬੜੇ ਤਪਾਕ ਨਾਲ ਮਿਲੇ ਹਾਲ ਚਾਲ ਪੁਛਿਆ, ਨਵੀਂ ਥਾਂ ਤੇ ਹਾਜ਼ਰ ਹੋਣ ਬਾਰੇ ਪੁਛਿਆ।

"ਸਰ ਮੇਰੇ ਕੋਲ ਅਕਾਊਂਟੈਂਟ ਦੀ ਪੋਸਟ ਖਾਲੀ ਹੈ, ਦੂਜਾ ਪੰਚਾਇਤ ਅਫਸਰ ਸ਼ਰਾਬੀ ਹੈ ਲਛਮਣ ਸਿੰਘ ਨੂੰ ਲਾ ਦਿਉ।"

"ਇਹ ਤਾਂ ਹੋ ਗਿਆ ਸਮਝੋ, ਹੋਰ ਕੰਮ ਦੱਸੋ ?"

"ਸਰ 1966 ਤੋਂ ਬਾਅਦ ਕੋਈ ਬੀ. ਡੀ. ਓ. ਕਨਫਰਮ ਨਹੀਂ ਹੋਇਆ, ਜਦੋਂ ਕਿ ਪੱਕੀਆਂ ਪੋਸਟਾਂ ਮੌਜੂਦ ਹਨ। ਪੀ. ਸੀ. ਐਸ. ਨੌਮੀਨੇਸ਼ਨ ਲਈ ਕਨਫਰਮ ਹੋਣ ਦੀ ਸ਼ਰਤ ਹੈ।" ਉਸ ਨੇ ਉਦੋਂ ਹੀ ਇੰਟਰਕੌਮ ਤੇ ਅੰਡਰ ਸੈਕਟਰੀ ਨਾਲ ਗਲ ਕੀਤੀ। ਛੇਤੀ ਕੇਸ, ਪੇਸ਼ ਕਰਨ ਲਈ ਕਿਹਾ, ਨਾਲ ਹੀ ਉਸ ਦਾ ਨਾਉਂ ਲਿਖਾ ਦਿੱਤਾ, ਇਸ ਨੂੰ ਜ਼ਰੂਰ ਕਨਫਰਮ ਕਰਨਾ ਹੈ।"

"ਬਹੁਤ, ਬਹੁਤ ਧੰਨਵਾਦ ਸਰ। ਕਦੇ ਆਇਉ ਸਰ ਓਧਰ ਟੂਰ ਤੇ, ਮੇਰੇ ਦਫਤਰ ਦੇ ਸਾਹਮਣੇ ਹੀ ਰੈਸਟ ਹਾਊਸ ਹੈ।"

"ਏਥੇ ਫਾਈਲ ਵਰਕ ਬਹੁਤ ਹੈ, ਜਦ ਵੀ ਵਕਤ ਮਿਲਿਆ ਜ਼ਰੂਰ ਆਊਂਗਾ।" ਉਥੋਂ ਆਗਿਆ ਲੈ ਕੇ ਉਹ ਹੇਠਾਂ ਵੀਰ ਜੀ ਕੋਲ ਆਇਆ, ਜੋ ਕਾਰ ਵਿਚ ਬੈਠੇ ਸਨ। ਸ਼ਾਮ ਤਾਈਂ ਉਹ ਪਿੰਡ ਮੁੜ ਆਏ। ਸਨੀਵਾਰ ਦੁਪਹਿਰ ਨੂੰ, ਉਹ ਵਡੇ ਪਿੰਡ ਪਹੁੰਚ ਗਿਆ। ਸ਼ਾਮ ਤੱਕ, ਸਾਰੇ ਸੇਵਾਦਾਰ ਸਾਮਾਨ, ਬੰਨ੍ਹਦੇ ਰਹੇ। ਉਥੋਂ ਹੀ ਉਹਨਾਂ ਜਨਕ ਰਾਜ ਨੰਬਰਦਾਰ ਦਾ ਟਰੱਕ ਕਰ ਲਿਆ ਸੀ। ਸਵੇਰੇ, ਸਾਰਾ ਸਟਾਫ ਉਸਨੂੰ ਵਿਦਾ ਕਰਨ ਆਇਆ। ਕਈਆਂ ਦੀਆਂ ਅੱਖਾਂ ਨਮ ਹੋ ਗਈਆਂ। ਤੁਰਨ ਲਗੇ, ਉਸ ਸਿਰਫ ਏਨਾ ਹੀ ਕਿਹਾ,"ਦੋਸਤੋ।"

ਅਸੀ. ਵਿਛੜਣ ਲਈ ਮਿਲਦੇ ਹਾਂ
ਮਿਲਣ ਲਈ ਵਿਛੜਦੇ ਹਾਂ।
ਆਮੀਨ !

(41)

.......ਮਾਈ ਡੀਅਰ।

ਸਤਿ ਸ੍ਰੀ ਅਕਾਲ। ਪਿੰਡ ਤੋਂ ਮੰਮੀ ਦਾ ਖੱਤ ਆਇਆ ਹੈ, ਲਿਖਿਆ ਤੁਸੀਂ ਬਦਲਕੇ, ਬਰਨਾਲੇ ਚਲੇ ਗਏ। ਨਵੀਂ ਥਾਂ ਤੇ ਤੁਹਾਡਾ ਜੀਅ ਲਗ ਗਿਆ ਹੋਵੇਗਾ। ਤੁਹਾਡਾ ਦਫਤਰ ਕਿੱਥੇ ਹੈ? ਆਪਣਾ ਫੋਨ ਨੰਬਰ ਲਿਖਣਾ। ਛੋਟੀ ਭੈਣ ਹਰਮੀਤ ਨੇ ਬੀਏ ਕਰ ਲਈ ਹੈ, ਹੁਣ ਉਹ ਪੰਜਾਬੀ ਯੂਨੀਵਰਸਿਟੀ ਵਿਚ ਐਮ. ਏ. ਹਿਸਟਰੀ ਕਰਨ ਲਈ ਦਾਖਲ ਹੋ ਗਈ ਹੈ। ਮੰਮੀ ਵਾਰ ਵਾਰ ਮੇਰੇ ਵਿਆਹ ਦੀ ਗਲ ਕਰਦੇ ਹਨ। ਮੈਂ ਹਾਰਡੀ ਦੇ ਨਾਵਲਾਂ ਤੇ ਪੀ. ਐਚ. ਡੀ. ਕਰ ਰਹੀ ਹਾਂ, ਪੀ. ਐਚ. ਡੀ. ਕੀਤੇ ਬਿਨਾਂ ਮੈਂ ਵਿਆਹ ਬਾਰੇ ਸੋਚ ਵੀ ਨਹੀਂ ਸਕਦੀ। ਪ੍ਰੋਫੈਸਰ ਸ਼ਰਮਾ ਜੀ ਮੇਰੇ ਗਾਈਡ ਹਨ। ਤੁਹਾਡੀ ਪੁਰਾਣੀ ਪ੍ਰੋਫੈਸਰ ਗੁਰੋਂ ਨੇ ਤਿੰਨ ਮਹੀਨੇ ਵਿਚ ਮੇਰਾ ਜੀਣਾ ਦੁੱਭਰ ਕਰ ਦਿੱਤਾ ਸੀ, ਬਹੁਤ ਜਿੱਦੀ ਅਤੇ ਸਨਕੀ ਔਰਤ ਹੈ, ਸਟਾਫ ਰੂਮ ਵਿਚ ਕਿਸੇ ਮਰਦ ਨਾਲ ਗਲ ਨਹੀਂ ਕਰਦੀ। ਜੇ ਉਸਨੂੰ ਕਿਸੇ ਇਕ ਮਰਦ ਨੇ ਜਿੰਦਗੀ ਵਿਚ ਧੋਖਾ ਦੇ ਵੀ ਦਿੱਤਾ ਹੈ, ਤਾਂ ਸਾਰੀ ਜਾਤ ਨਾਲ ਨਫਰਤ ਕਿਉਂ? ਉਹ ਮੇਰੇ ਤੇ ਵੀ ਆਪਣਾ ਹੁਕਮ ਚਲਾਉਣਾ ਚਾਹੁੰਦੀ ਸੀ ਜਿਵੇਂ ਮੈਂ ਉਸ ਦੀ ਜ਼ਰਖੀਦ ਗੁਲਾਮ ਹੋਵਾਂ? ਮੈਂ ਉਸ ਤੋਂ ਖਹਿੜਾ ਛੁਡਵਾਕੇ, 85 ਨੰਬਰ ਕੋਠੀ ਸਿਵਲ ਲਾਈਨਜ਼ ਵਿਚ ਰਹਿੰਦੀ ਹਾਂ, ਇਸ ਦੇ ਮਾਲਕ ਦੋਨੋਂ ਬਜ਼ੁਰਗ ਮੀਆਂ ਬੀਵੀ ਹਨ, ਦੋਨੋਂ ਲੜਕੇ ਅਮਰੀਕਾ ਵਿਚ ਹਨ। ਅੰਕਲ ਡਿਪਟੀ ਕੁਲੈਕਟਰ ਰਿਟਾਇਰ ਹੋਏ ਹਨ। ਕੋਠੀ ਵਿਚ ਚਾਰ ਬੈਡ ਰੂਮ ਹਨ, ਇਕ ਵਿਚ ਉਹ ਤੇ ਇਕ ਵਿਚ ਮੈਂ ਰਹਿੰਦੀ ਹਾਂ। ਖਾਣਾ ਬਣਾਉਣ ਲਈ ਇਕ ਮਾਈ ਰੱਖੀ ਹੋਈ ਹੈ। ਮੇਰਾ ਖਾਣਾ ਵੀ ਉਹਨਾਂ ਨਾਲ ਹੀ ਬਣਦਾ ਹੈ। ਮਹੀਨੇ ਬਾਅਦ ਮੈਂ ਕੁਝ ਪੈਸੇ ਦੇ ਦਿੰਦੀ ਹਾਂ, ਉਹ ਲੈਂਦੇ ਨਹੀਂ ਕਹਿੰਦੇ ਰੱਬ ਨੇ ਸਾਨੂੰ ਧੀ ਨਹੀਂ ਦਿੱਤੀ ਸੀ, ਤੇਰੇ ਰੂਪ ਵਿਚ ਸਾਨੂੰ ਧੀ ਮਿਲ ਗਈ ਹੈ। ਉਹ ਏਨੇ ਚੰਗੇ ਹਨ, ਆਏ ਗਏ ਤੋਂ ਦੂਜੇ ਬੈਡਰੂਮ ਖੋਲ੍ਹ ਦਿੰਦੇ ਹਨ। ਮੈਂ ਵੀ ਉਹਨਾਂ ਦੀ ਕਾਰ ਤੇ ਉਹਨਾਂ ਨੂੰ ਡਾਕਟਰ ਜਾ ਘੰਟਾ ਘਰ ਲੈ ਜਾਂਦੀ ਹਾਂ।

ਇਕ ਦਿਨ ਭੂਆ ਜੀ ਆਏ ਸੀ। ਘੁਮਾਰ ਮੰਡੀ ਵਿਚ ਉਹਨਾਂ ਦੀ ਕੋਠੀ ਹੈ, ਕਰਾਇਆ ਲੈਣਾ ਸੀ, ਇਕ ਕੋਠੀ ਉਹਨਾਂ ਨੇ ਪਿੰਡ ਸ਼ੁਰੂ ਕੀਤੀ ਹੈ, ਦੋ ਜੀਆਂ ਨੇ ਦੋ ਕੋਠੀਆਂ ਪਤਾ ਨਹੀਂ ਕੀ ਕਰਨੀਆਂ ਹਨ। ਸੌਣਾ ਤਾਂ ਇਕ ਕਮਰੇ ਵਿਚ ਹੀ ਹੈ। ਮੈਨੂੰ ਕਹਿੰਦੇ ਹੁਣ ਤੂੰ ਵਿਆਹ ਕਰਵਾ ਲੈ, ਉਮਰ ਚੜ੍ਹਦੀ ਜਾਂਦੀ ਹੈ। ਨਹੀਂ ਤਾਂ ਗੁਰੋ ਵਾਲੀ ਤੇਰੇ ਨਾਲ ਹੋਵੇਗੀ। ਮੈਂ ਪੁਛਿਆ, ਉਹਦੇ ਨਾਲ ਕਿਵੇਂ ਹੋਈ ਸੀ? ਕਹਿੰਦੇ ਜਵਾਨੀ ਵੇਲੇ ਕੋਈ ਮੁੰਡਾ ਇਹਦੇ ਨੱਖਰੇ ਹੇਠ ਨਹੀਂ ਆਉਂਦਾ ਸੀ, ਹੁਣ ਡਿੱਥਕਦੀ ਫਿਰਦੀ ਹੈ, ਬੁੱਢੀ ਤੀਵੀਂ ਤੋਂ ਕਿਸੇ ਨੇ ਕੀ ਕਰਵਾਉਣਾ ਹੈ? ਕੀ ਆਚਾਰ ਪਾਉਣਾ ਹੈ? ਮੇਰੇ ਹੱਥ ਵਿਚ ਤੇਰੇ ਲਈ ਇਕ ਰਿਸ਼ਤਾ ਹੈ। ਘਨੌਲੀ ਵਾਲੇ ਜਗੀਰਦਾਰਾਂ ਦਾ ਬੀ ਏ ਪਾਸ ਲੜਕਾ ਹੈ, ਸੌ ਕਿੱਲਾ ਜਮੀਨ ਹੈ, ਲੜਕਾ ਬਿਜਲੀ ਬੋਰਡ ਵਿਚ ਅਫਸਰ ਲਗਾ ਹੋਇਆ ਹੈ। ਉਸ ਮੁੰਡੇ ਦਾ ਐਡਰੈਸ ਮੈਨੂੰ ਦੇ

ਗਏ। ਘਨੌਲੀ ਦੇ ਸੈਣੀਆਂ ਦੀ ਇਕ ਕੁੜੀ ਮੇਰੇ ਨਾਲ ਯੂਨੀਵਰਸਿਟੀ ਵਿਚ ਪੜ੍ਹਦੀ ਸੀ, ਅਜ ਕੱਲ ਉਹ ਰੋਪੜ ਡੀ ਏ ਵੀ ਸੈਕੰਡਰੀ ਸਕੂਲ ਵਿਚ ਲੈਕਚਰਾਰ ਲਗੀ ਹੋਈ ਹੈ। ਮੈਂ ਉਸ ਨੂੰ ਖੱਤ ਲਿਖਿਆ, ਉਸ ਦਾ ਉਤਰ ਪੜ੍ਹਕੇ, ਮੈਂ ਹੈਰਾਨ ਪ੍ਰੇਸ਼ਾਨ ਹੋ ਗਈ। ਦਸਵੀਂ ਪਾਸ ਮੁੰਡਾ, ਕਲਰਕ ਲਗਾ ਹੋਇਆ ਸੀ। ਸੌ ਕਿੱਲੇ ਦੀ ਥਾ ਦਸ ਕਿੱਲੇ ਜ਼ਮੀਨ ਹੈ। ਝੂਠ ਬੋਲਣ ਵਿਚ ਇਹ 'ਗੋਬਿਲਜ਼' ਨੂੰ ਮਾਤ ਪਾਉਂਦੇ ਹਨ।

ਸ਼ਾਇਦ ਤੁਹਾਨੂੰ ਪਤਾ ਹੋਵੇ, ਲਾਲੀ ਨੇ ਦਿੱਲੀ ਦੇ ਇਕ ਖਤਰੀਆਂ ਦੀ ਕੁੜੀ ਨਾਲ ਵਿਆਹ ਕਰ ਲਿਆ ਹੈ। ਕੁਝ ਮਹੀਨੇ, ਇਹਨਾਂ ਨੇ ਉਸ ਦਾ ਬਾਈਕਾਟ ਕਰੀ ਰੱਖਿਆ, ਹੁਣ ਮਿਲਣ ਵਰਤਣ ਲਗੇ ਹਨ। ਮੈਨੂੰ ਸਮਝ ਨਹੀਂ ਆਉਂਦੀ ਜੇ ਮੁੰਡਿਆਂ ਨੂੰ ਮਨਮਰਜੀ ਦੀ ਚੋਣ ਵਰ ਹੈ ਤਾਂ ਕੁੜੀਆਂ ਲਈ ਇਹ ਸਰਾਪ ਕਿਉਂ ਹੈ ? ਸਾਡਾ ਵਿਧਾਨ ਕਹਿੰਦਾ ਹੈ, ਸਭ ਦੇ ਹੱਕ ਬਰਾਬਰ ਹਨ, ਫੇਰ ਇਹ ਵਿਤਕਰਾ ਕਿਉਂ ਹੈ ? ਇਸ ਦਾ ਜਵਾਬ ਜ਼ਰੂਰ ਦੇਣਾ।

ਜੇ ਹਾਰਡੀ ਦੀ ਕੋਈ ਬਾਇਉਗਰਾਫੀ ਤੁਹਾਡੀ ਨਿਗਾਹ ਵਿਚ ਹੋਵੇ, ਮੈਨੂੰ ਦੱਸਣਾ ? ਲਾਇਬਰੇਰੀ ਵਿਚੋਂ ਮਿਲੀ ਨਹੀਂ। ਕੋਠੀ ਦਾ ਫੋਨ ਨੰਬਰ 425325 ਹੈ, 0161, ਕੋਡ ਹੈ। ਇਹ ਕੋਠੀ ਕੋਲਜ ਦੇ ਮੇਨ ਗੇਟ ਤੋਂ ਸੌ ਕੁ ਗਜ ਦੇ ਫਾਸਲੇ ਤੇ ਹੈ। ਜਿਸ ਨਿਊ ਹੋਸਟਲ ਵਿਚ ਤੁਸੀਂ ਰਹਿੰਦੇ ਸੀ, ਉਸ ਦੇ ਮੈਸ ਵਿਚ, ਸਸਤਾ ਅਤੇ ਵਧੀਆ ਖਾਣਾ ਮਿਲਦਾ ਹੈ। ਮੈਂ ਕਈ ਵੇਰ ਖਾਕੇ ਆਈ ਹਾਂ।

'ਬਾਕੀ ਮਿਲਣ ਤੇ,

ਨੋਟ : ਡੇਢ ਬਜੇ ਮੈਂ ਘਰੇ ਆ ਜਾਂਦੀ ਹਾਂ ? "ਐਵਰ ਯੂਅਰਜ"

ਵਿਹਲੇ ਪੀਰਿਅਡਾਂ ਵਿਚ ਲਾਇਬਰੇਰੀ ਵਿਚ... ਹੁੰਦੀ ਹਾਂ।

ਉਹ ਕਿੰਨਾ ਚਿਰ ਉਸ ਦੇ ਖਤ ਨੂੰ ਹੱਥ ਵਿਚ ਲਈ ਬੈਠਾ ਰਿਹਾ, ਸੋਚਦਾ ਰਿਹਾ। ਉਸ ਦੇ ਸਵਾਲਾਂ ਦੇ ਜਵਾਬ ਸੋਚਦਾ ਰਿਹਾ। ਸਮਾਜ ਵਿਚ, ਏਨਾ ਵਿਤਕਰਾ ਕਿਉਂ ਹੈ ? ਲੜਕੀ ਦੇ ਪੈਦਾ ਹੋਣ ਤੇ ਨਿੰਮ ਕਿਉਂ ਨਹੀਂ ਬੰਨ੍ਹੀ ਜਾਂਦੀ ? ਉਸ ਦੀ ਲੋਹੜੀ ਕਿਉਂ ਨਹੀਂ ਮਨਾਈ ਜਾਂਦੀ ? ਉਹ ਉਲਝਣ ਅਤੇ ਸਸ਼ੋਪੰਜ ਵਿਚ ਸੀ। ਉਸ ਨੇ ਸੁਖਜੀਤ ਨੂੰ ਸੰਖੇਪ ਵਿਚ ਲਿਖ ਦਿੱਤਾ ਤੁਹਾਡੇ ਸਵਾਲਾਂ ਦਾ ਜਵਾਬ ਤਾਂ ਕੋਈ ਅਰਸਤੂ ਵਰਗਾ ਹੀ ਦੇ ਸਕਦਾ ਹੈ। ਮੇਰਾ ਦਫਤਰ, ਕਚਿਹਰੀ ਚੌਂਕ ਵਿਚ ਰੈਸਟ ਹਾਊਸ ਦੇ ਸਾਹਮਣੇ ਹੈ। ਫੋਨ ਦਾ ਨੰਬਰ 72 ਹੈ। ਰਹਾਇਸ਼ ਦਫ਼ਤਰ ਦੇ ਪਿਛਲੇ ਪਾਸੇ ਹੈ। ਤੁਹਾਨੂੰ, ਮਿਲਕੇ ਗਲਾਂ ਕਰਨ ਨੂੰ ਦਿਲ ਕਰਦਾ ਹੈ। ਹਾਰਡੀ ਦੀ ਜੀਵਨੀ ਕਿਸੇ ਨੇ ਲਿਖੀ ਤਾਂ ਸੀ ਪਰ ਉਹ ਕਈ ਸਾਲਾਂ ਤੋਂ ਆਊਟ ਆਫ ਪਰਿੰਟ ਹੈ, ਸ਼ਾਇਦ ਇਸ ਦੀ ਇਕ ਅੱਧ ਕਾਪੀ ਪੰਜਾਬ ਯੂਨੀਵਰਸਿਟੀ ਦੀ ਲਾਇਬਰੇਰੀ ਵਿਚ ਪਈ ਹੋਵੇ, ਸ਼ਰਮਾ ਜੀ ਤੋਂ ਪਤਾ ਕਰ ਲੈਣਾ। ਮੈਂ ਜਦ ਵਿਹਲਾ ਹੋਇਆ ਫੋਨ ਕਰਕੇ ਆਵਾਂਗਾ ਪੰਚਾਇਤ ਇਲੈਕਸ਼ਨ ਸਿਰ ਤੇ ਹੈ, ਇਕ ਏਥੋਂ ਦਾ ਸਟਾਫ ਬਹੁਤਾ ਚੰਗਾ ਨਹੀਂ, ਸਭ ਸਿਫਾਰਸ਼ੀ ਭਰਤੀ ਕੀਤੇ ਹੋਏ ਹਨ, ਸਟੈਨੋ ਨੂੰ ਚੱਜ ਨਾਲ ਟਾਈਪ ਨਹੀਂ ਕਰਨੀ ਆਉਂਦੀ, ਪੰਚਾਇਤ ਅਫਸਰ ਸ਼ਰਾਬੀ ਹੈ, ਹੈਡ ਕਲਰਕ ਨੂੰ ਚਾਰ ਅੱਖਰ ਲਿਖਣੇ ਨਹੀਂ ਆਉਂਦੇ। ਏਨਾ ਕੂੜਾ ਕਰਕਟ ਮੈਂ ਕਿਵੇਂ ਸਾਫ ਕਰਾਂਗਾ ? ਰੈਸਟ ਹਾਊਸ ਸਾਹਮਣੇ ਹੋਣ

ਕਰਕੇ, ਅਫਸਰਾਂ ਦੀ ਆਮਦੋਰਫਤ ਬਹੁਤ ਰਹਿੰਦੀ ਹੈ। ਡੀ. ਸੀ. ਹੱਥ ਮਿਲਾਉਣਾਂ ਹੱਤਕ ਸਮਝਦਾ ਹੈ, ਐਸ. ਡੀ. ਐਮ. ਉਸ ਦੇ ਗੋਡੀ ਹੱਥ ਲਾਉਂਦਾ ਹੈ, ਤਹਿਸੀਲਦਾਰ ਅਤੇ ਬੀ. ਡੀ. ਓ. ਦੀ ਹਾਲਤ, ਉਹਨਾਂ ਸਿਪਾਹੀਆਂ ਵਰਗੀ ਹੋ ਜਾਂਦੀ ਹੈ, ਜੋ ਥਾਣੇਦਾਰ ਨਾਲ ਇਕ ਪਿੰਡ ਵਿਚ ਗਸ਼ਤ ਤੇ ਆਏ ਸਨ, ਠਾਣੇਦਾਰ ਕਮਰੇ ਵਿਚ ਬੈਠਾ ਸੀ, ਸਿਪਾਹੀ ਬਾਹਰ ਖੜ੍ਹੇ ਸਨ, ਸਰਪੰਚ ਨੇ ਪੁਛਿਆ, ਠਾਣੇਦਾਰ ਸਾਹਿਬ ਕੀ ਪੀਉਗੇ ? ਉਹ ਕਹਿੰਦਾ, ਖੱਟੀ ਲੱਸੀ ਵਿਚ ਲੂਣ ਪਾ ਦਿਉ। ਸਰਪੰਚ ਨੇ ਸਿਪਾਹੀਆਂ ਨੂੰ ਪੁਛਿਆ ਤੁਸੀਂ ਕੀ ਪੀਉਗੇ ? ਉਹਨਾਂ ਪੁਛਿਆ ਠਾਣੇਦਾਰ ! ਸਾਹਿਬ ਕੀ ਪੀਣਗੇ ? ਲੱਸੀ ਵਿਚ ਲੂਣ। ਸਿਪਾਹੀ ਕਹਿੰਦੇ ਜੇ ਠਾਣੇਦਾਰ ਸਾਹਿਬ ਨੇ ਲੱਸੀ ਮੰਗੀ ਹੈ, ਸਾਨੂੰ ਸਰਪੰਚ ਸਾਹਿਬ ਪਾਣੀ ਵਿਚ ਸਵਾਹ ਪਾ ਦਿਉ। ਏਥੋਂ ਦੇ ਹਾਰੇ ਹੋਏ ਐਮ. ਐਲ. ਏ ਦੀ ਬਹੁਤ ਚਲਦੀ ਹੈ, ਮੇਰੀ ਬਦਲੀ ਵੀ ਉਸ ਨੇ ਕਰਵਾਈ ਹੈ। ਪੀ. ਸੀ. ਐਸ. ਨੌਮੀਨੇਟ ਕਰਨ ਦਾ ਵਾਅਦਾ ਕੀਤਾ ਹੈ। ਮੈਂ ਸਾਮਾਨ ਚੁੱਕ ਲਿਆ ਹੈ, ਕਾਹਲੀ ਵਿਚ ਤੁਹਾਡੇ ਘਰ ਨਹੀਂ ਜਾ ਸਕਿਆ। ਬਠਿੰਡੇ ਨੂੰ ਜਾਣ ਵਾਲੀਆਂ ਬੱਸਾਂ ਮੇਰੇ ਦਫਤਰ ਕੋਲ ਦੀ ਲੰਘਦੀਆਂ ਹਨ, ਚੌਕ ਵਿਚ ਖੜ੍ਹਦੀਆਂ ਹਨ। ਜਦ ਪਿੰਡ ਨੂੰ ਗਏ, ਜ਼ਰੂਰ ਮਿਲਕੇ ਜਾਣਾ। ਤੁਹਾਡੀ ਭੈਣ ਅਤੇ ਅਰਸ਼ਦੀਪ ਠੀਕ ਹਨ।

ਖਤ ਲਿਖਣ ਮਗਰੋਂ, ਉਹ ਡਾਕ ਦੇਖਣ ਲਗਿਆ, ਜੋ ਕਿੰਨੇ ਚਿਰ ਦੀ, ਮੇਜ ਤੇ ਪਈ ਸੀ। ਪੰਚਾਇਤ ਅਫਸਰ, ਲਛਮਣ ਸਿੰਘ ਅਤੇ ਈਸ਼ਵਰ ਸਰੂਪ ਬਾਂਸਲ ਦੀ ਬਦਲੀ ਉਸ ਦੇ ਬਲਾਕ ਵਿਚ ਹੋ ਗਈ ਸੀ। ਉਸ ਨੇ ਉਦੋਂ ਹੀ ਤਲਵੰਡੀ ਸਾਬੋ ਨੂੰ ਜ਼ਰੂਰੀ ਕਾਲ ਬੁੱਕ ਕੀਤੀ। ਅੱਧੇ ਘੰਟੇ ਬਾਅਦ ਫੋਨ ਮਿਲ ਗਿਆ, "ਹੈਲੋ... ਹਾਂ ਪੰਚਾਇਤ ਅਫਸਰ ਸਾਹਿਬ ਹਾਂ ਮੈਂ ਬਰਨਾਲੇ ਤੋਂ ਬੋਲ ਰਿਹਾਂ, ਤੁਹਾਨੂੰ ਬਦਲੀ ਦੇ ਹੁਕਮ ਮਿਲ ਗਏ ? ....ਅੱਛਾ ਅਜੇ ਡਾਕ ਨਹੀਂ ਆਈ... ਬਾਂਸਲ ਨੂੰ ਵੀ ਦਸ ਦਿਉ, ਜਦੋਂ ਬਠਿੰਡਿਉਂ ਆਵੇ। ਛੇਤੀ ਹਾਜ਼ਰ ਹੋਣਾ ਹੈ। ਪੰਚਾਇਤ ਇਲੈਕਸ਼ਨ ਸਿਰ ਤੇ ਹੈ, ਤੁਸੀਂ ਕਰਵਾਉਣੀ ਹੈ।...... ਓ....ਕੇ.... ਹਾਂ ਏਥੇ ਰਹਿਣ ਲਈ, ਕੁਆਰਟਰ ਬਣੇ ਹੋਏ ਹਨ, ਕੋਈ ਫਿਕਰ ਵਾਲੀ ਗਲ ਨਹੀਂ।"

ਸਰਕਾਰ ਦੇ ਬਦਲਣ ਨਾਲ ਹੀ ਚੋਣਾਂ ਦੇ ਤੌਰ ਤਰੀਕੇ ਬਦਲ ਜਾਂਦੇ ਸਨ, ਕਦੇ ਸਰਪੰਚਾਂ ਦੀ ਚੋਣ ਸਿੱਧੀ ਹੁੰਦੀ ਸੀ। ਕਦੇ ਪੰਚਾਂ ਵਿਚੋਂ ਹੋਣ ਲਗਦੀ ਸੀ, ਸਥਾਨਕ ਸਰਕਾਰਾਂ ਦੇ ਕਮਰਚਾਰੀ ਕਦੇ ਚੋਣ ਲੜਨ ਦੇ ਯੋਗ ਹੁੰਦੇ ਸਨ ਕਦੇ ਅਯੋਗ। ਕਦੇ ਕੋਈ ਸਰਪੰਚੀ ਰਾਖਵੀਂ ਹੁੰਦੀ, ਕਦੇ ਕੋਈ ਰਾਤੋ ਰਾਤ ਹੁਕਮ ਬਦਲ ਜਾਂਦੇ, ਵਾਇਰਲੈਸ ਆਉਣ ਤੇ ਹੀ ਪਤਾ ਲਗਦਾ ਸੀ, ਇਸ ਕਰਕੇ ਭੰਬਲਭੂਸਾ ਪੈਦਾ ਹੋ ਜਾਂਦਾ ਸੀ। ਕਦੇ ਨੰਬਰਦਾਰ, ਪੰਚ, ਸਰਪੰਚ ਦੀ ਚੋਣ ਲੜ ਸਕਦੇ ਸਨ, ਕਦੇ ਨਹੀਂ ? ਇਲੈਕਸਨ ਡਿਊਟੀ ਵਾਲੇ ਮੁਲਾਜਮਾਂ ਦੀ ਅਦਲਾ ਬਦਲੀ ਵੀ ਅਕਸਰ ਹੁੰਦੀ ਰਹਿੰਦੀ ਸੀ। ਲਛਮਣ ਸਿੰਘ ਪੰਚਾਇਤ ਅਫਸਰ, ਕਈ ਇਲੈਕਸ਼ਨਾਂ ਵਿਚੋਂ ਲੰਘਿਆ ਸੀ, ਜਦ ਕਿ ਉਸ ਦੀ ਇਹ ਪਹਿਲੀ ਇਲੈਕਸ਼ਨ ਸੀ।

ਤੀਜੇ ਦਿਨ, ਦੋਨੋਂ ਹਾਜ਼ਰ ਹੋ ਗਏ। ਬਾਂਸਲ ਸੰਗਰੂਰ ਦਾ ਰਹਿਣ ਵਾਲਾ ਸੀ, ਸ਼ਾਮ ਨੂੰ ਉਥੇ ਚਲਾ ਜਾਂਦਾ। ਪੰਚਾਇਤ ਅਫਸਰ ਆਪਣੇ ਕੁਆਰਟਰ ਵਿਚ ਠਹਿਰ ਗਿਆ ਸੀ। ਹੈਡ ਕਲਰਕ ਦਾ ਸਾਰਾ ਕੰਮ ਉਸਨੇ ਅਕਾਊਟੈਂਟ ਨੂੰ ਦੇ ਦਿੱਤਾ। ਹੁਣ ਦੂਜਾ ਸਟਾਫ ਵੀ

ਡਰਦਾ ਸਿੱਧੇ ਰਾਹ ਪੈ ਗਿਆ ਸੀ। ਵਾਰਿਸ ਸ਼ਾਹ ਨੇ ਠੀਕ ਹੀ ਕਿਹਾ ਸੀ, "ਡੰਡਾ ਗੁਰੂ ਹੈ, ਵਿਗੜਿਆਂ ਤਿਗੜਿਆਂ ਦਾ।"

ਇਕ ਦਿਨ ਸਵੇਰੇ ਉਹ ਦਫਤਰ ਬੈਠਾ ਸੀ, ਭਦੌੜ ਤੋਂ ਇਕ ਸਰਦਾਰ ਉਸਨੂੰ ਮਿਲਣ ਆਇਆ। ਭਦੌੜ ਉਸ ਦੇ ਬਲਾਕ ਵਿਚ ਨਹੀਂ ਸੀ।

"ਕਾਕਾ ਜੀ, ਪਛਾਣਿਆ ਮੈਨੂੰ ?"

"ਨਹੀਂ ਜੀ, ਤੁਸੀਂ ਦਸ ਦਿਉ...।"

"ਮੈਂ ਭਦੌੜ ਤੋਂ ਸੁਖਜੀਤ ਦਾ ਮਾਮਾ ਹਾਂ। ਬੀਬਾ ਜੀ ਕਿੱਥੇ ਹਨ ?"

"ਘਰੇ ਹੀ ਹਨ, ਤੁਸੀਂ ਸੇਵਾ ਦੱਸੋ ?"

"ਪਰਦੇ ਵਾਲੀ ਗਲ ਹੈ, ਦੋ ਮਿੰਟ ਲਈ ਘਰ ਚੱਲੋ, ਨਾਲੇ ਮੈਂ ਬੀਬਾ ਜੀ ਨੂੰ ਮਿਲ ਲਵਾਂਗਾ।"

"ਤੁਸੀਂ ਪੰਜ ਮਿੰਟ ਬੈਠੋ, ਮੈਂ ਆਹ ਕੰਮ ਕੱਢ ਦਿਆਂ, ਜਰੂਰੀ ਹੈ।" ਉਹ ਉਸਨੂੰ ਨਾਲ ਲੈ ਕੇ ਘਰੇ ਆਇਆ।

"ਪਾਲੀ ਪਛਾਣਿਆ ਇਹਨਾਂ ਨੂੰ ? ਇਹ ਭਦੌੜ ਤੋਂ ਮਾਸੀ ਜੀ ਦੇ ਭਰਾ ਹਨ, ਸੁਖਜੀਤ ਦੇ ਮਾਮਾ ਜੀ।"

"ਤੁਸੀਂ ਬੈਠੋ ਮਾਮਾ ਜੀ, ਮੈਂ ਹੁਣੇ ਆਈ।" ਉਹ ਨੌਕਰ ਨੂੰ ਚਾਹ ਬਣਾਉਣ ਲਈ ਕਹਿ ਆਈ ਸੀ।

"ਮਾਮਾ ਜੀ, ਮੈਂ ਨਿੱਕੀ ਹੁੰਦੀ, ਇਕ ਵਾਰ ਨਾਨੀ ਜੀ ਨਾਲ ਭਦੌੜ ਗਈ ਸੀ, ਤੁਹਾਡਾ ਕਿਲ੍ਹਾ ਕਾਇਮ ਹੈ ?"

"ਬੀਬਾ ਜੀ, ਅੱਧਾ ਕੁ ਢਹਿ ਗਿਆ ਹੈ, ਅੱਧਾ ਢਹਿਣ ਵਾਲਾ ਹੈ, ਉਸ ਦੇ ਵਿਚਕਾਰ ਮੈਂ ਨਵੀਂ ਕੋਠੀ ਬਣਾ ਲਈ ਹੈ।" ਨੌਕਰ ਚਾਹ ਦੇ ਗਿਆ ਸੀ। ਚਾਹ ਪੀਣ ਮਗਰੋਂ ਉਹ ਕੰਮ ਦੱਸਣ ਲਗਿਆ," ਬੀਬਾ ਜੀ, ਮੈਂ ਤਾਂ ਸੁਖਜੀਤ ਬਾਰੇ ਗੱਲ ਕਰਨ ਆਇਆ ਹਾਂ। ਪੜ੍ਹ ਲਿਖਕੇ ਉਸ ਦੀ ਮੱਤ ਨੂੰ ਪਤਾ ਨਹੀਂ ਕੀ ਹੋ ਗਿਆ ਹੈ ? ਮੈਂ ਭੈਣ ਨੂੰ ਵੀ ਸਮਝਾਇਆ ਸੀ, ਬਈ ਕੁੜੀਆਂ ਨੂੰ ਬਹੁਤਾ ਨਹੀਂ ਪੜ੍ਹਾਈਦਾ, ਹੁਣ ਅੱਖਾਂ ਵਿਚ ਘਸੁੰਨ ਦੇ ਦੇ ਰੋਂਦੇ ਹਨ। ਮੈਂ ਏਸਦਾ ਰਿਸ਼ਤਾ ਕੁੰਭੜੇ-ਸੁਹਾਣੇ ਲਾਲ ਜੀ ਦੇ ਲੜਕੇ ਨੂੰ ਕਰਵਾਉਂਦਾ ਸੀ, ਖਾਨਦਾਨੀ, ਜਗੀਰਦਾਰ ਸਨ, ਜਮੀਨ ਜਾਇਦਾਰ ਬਥੇਰੀ ਹੈ।"

"ਹਾਂ ਜੀ, ਕੁੰਭੜੇ ਸੋਹਾਣੇ ਵਾਲੇ ਤਾਂ ਸਾਡੇ ਗੋਤੀ ਹਨ। ਵਿਆਹ ਸ਼ਾਦੀਆਂ ਨੂੰ ਆਉਣ ਜਾਣ ਹੈ।" ਵੀਰਪਾਲ ਨੇ ਗਲ ਨੂੰ ਅੱਗੇ ਵਧਾਇਆ।

"ਦੱਸੋ ਬੀਬਾ, ਉਸ ਖਾਨਦਾਨ ਵਿਚ ਕੀ ਕਮੀ ਹੈ ? ਅਸੀਂ ਬਾਹ ਜਹਾਨ ਦੀ ਲਾ ਹੱਟੇ, ਇਹ ਨਹੀਂ ਮੰਨੀ, ਕਹਿੰਦੀ ਨਹੀਂ ਬੀਬੀ ਦਲੀਪ ਕੌਰ ਨੂੰ ਲੁਧਿਆਣੇ ਉਸ ਕੋਲ ਭੇਜਿਆ, ਘਨੌਲੀ ਦੇ ਜਗੀਰਦਾਰਾਂ ਦਾ ਲੜਕਾ ਹੈ, ਕਾਸੇ ਦਾ ਤੋੜਾ ਨਹੀਂ, ਉਥੇ ਵੀ ਬਿੱਟਰ ਗਈ, ਅਖੇ ਮੈਂ ਤਾਂ ਅਜੇ ਪੀ. ਐਚ. ਡੀ. ਕਰਨੀ ਹੈ।"

"ਇਸੇ ਕਰਕੇ ਮਾਮਾ ਜੀ, ਅੱਗੇ ਸਿਆਣੇ ਬੰਦੇ, ਲੜਕੀਆਂ ਨੂੰ 16-17 ਸਾਲ

ਦੀ ਉਮਰ ਵਿਚ ਵਿਆਹ ਦਿੰਦੇ ਸੀ।" ਵੀਰਪਾਲ ਕੌਰ ਬੋਲੀ।

"ਬਿਲਕੁਲ ਠੀਕ ਹੈ, ਬਾਪੂ ਜੀ ਨੇ, ਜਗਦੀਪ ਭੈਣ ਵਡੇ ਪਿੰਡ ਵਾਲੀ ਦਾ ਵਿਆਹ ਸੋਲਾਂ ਸਾਲ ਦੀ ਉਮਰ ਵਿਚ ਕਰ ਦਿੱਤਾ ਸੀ, ਹੁਣ ਸੁੱਖ ਨਾਲ ਰੰਗੀ ਵਸਦੀ ਹੈ।" ਉਸ ਦਾ ਮਨ, ਫੋੜੇ ਵਾਂਗ ਭਰਿਆ ਪਿਆ ਸੀ।

"ਇਕ ਏਹਦੀ ਪੁੱਠੀ ਮੱਤ ਦੇਖੋ, ਉਥੇ ਕੋਈ ਪ੍ਰੋਫੈਸਰ ਗੁਰੋ ਹੈ, ਓਹਦੇ ਨਾਲ ਰਹਿੰਦੀ ਹੈ, ਉਸ ਨੇ ਆਪ ਵਿਆਹ ਕਰਵਾਇਆ ਨਹੀਂ, ਦੂਜਿਆਂ ਦਾ ਹੋਣ ਨਹੀਂ ਦਿੰਦੀ, ਪੁੱਠੀਆਂ ਭਮਾਲੀਆ ਦਿੰਦੀ ਹੈ। ਹੁਣ ਛੋਟੀ ਵਿਆਹੁਣ ਵਾਲੀ ਹੋ ਗਈ ਹੈ, ਅਗਲਾ ਸੌ ਵਾਰੀ ਸੋਚਦਾ, ਬਈ ਪਹਿਲਾਂ ਵੱਡੀ ਦਾ ਕਿਉਂ ਨਹੀਂ ਕੀਤਾ ? ਤੁਸੀਂ ਬੇਟਾ, ਇਕ ਕੰਮ ਕਰੋ, ਉਹਦੇ ਕੋਲ ਇਕ ਦਿਨ ਜਾਕੇ ਆਉ, ਸ਼ਾਇਦ ਤੁਹਾਡਾ ਕਿਹਾ ਮੰਨ ਜਾਵੇ।"

"ਕੋਈ ਨਾ ਮਾਮਾ ਜੀ ਇਹ ਇਲੈਕਸ਼ਨ ਤੋਂ ਵਿਹਲੇ ਹੋ ਜਾਣ ਅਸੀਂ ਦੋਨੋਂ ਜਾ ਆਵਾਂਗੇ।" ਵੀਰਪਾਲ ਨੇ ਭਰੋਸਾ ਦਿੱਤਾ। ਉਹਨਾਂ ਦੇ ਗਲਾਂ ਕਰਦਿਆਂ ਨੂੰ ਅਰਸ਼ਦੀਪ ਸਕੂਲੋਂ ਆ ਗਿਆ ਸੀ, ਉਸ ਨੇ ਜੇਬ ਵਿਚੋਂ ਸੌ ਦਾ ਨੋਟ ਕੱਢਿਆ, ਉਸ ਦੇ ਹੱਥ ਫੜਾ ਦਿੱਤਾ।

"ਇਹ ਤਾਂ ਮਾਮਾ ਜੀ, ਬਹੁਤੇ ਨੇ, ਥੋੜੇ ਕਰ ਦਿਉ।"

"ਨਹੀਂ ਬੇਟਾ, ਕੋਈ ਬਹੁਤੇ ਨਹੀਂ, ਹੋਰ ਕਿਸੇ ਚੀਜ਼ ਦੀ ਲੋੜ ਹੋਵੇ, ਸੰਗਿਉ ਨਾਂ। ਲੰਘਦਾ ਵੜਦਾ ਮੈਂ ਵੀ ਗੇੜਾ ਮਾਰਦਾ ਰਹਾਂਗਾ।" ਦਫਤਰੋਂ ਸੁਨੇਹਾ ਆਇਆ ਸੀ। ਡੀ. ਡੀ. ਪੀ. ਓ. ਆਈ ਸੀ। ਉਹ ਔਹਲ ਕੇ ਦਫਤਰ ਗਿਆ। ਉਹ ਉਸਦੀ ਕੁਰਸੀ ਵਿਚ ਬੈਠੀ ਸੀ। ਉਹ ਕਿੰਨਾ ਚਿਰ ਚੋਣਾਂ ਦੇ ਪ੍ਰਬੰਧ ਬਾਰੇ ਵਿਚਾਰ ਵਟਾਂਦਰਾ ਕਰਦੀ ਰਹੀ, ਕਿੰਨੀਆਂ ਪੰਚਾਇਤਾਂ ਹਨ, ਪੋਲਿੰਗ ਪਾਰਟੀਆਂ, ਕਿੰਨੀਆਂ ਲਗਣਗੀਆਂ ? ਕੀ ਟਰੱਕਾਂ ਦੇ ਰੂਟ ਬਣ ਗਏ ਹਨ ? ਵੋਟਰਾਂ ਦੀ ਗਿਣਤੀ ਕਿੰਨੀ ਹੈ ? ਪੀਪੇ ਪੀਪੀਆਂ ਤਿਆਰ ਹੋ ਗਈਆਂ ਹਨ ? ਵੋਟਰ ਲਿਸਟਾਂ ਮਿਲ ਗਈਆਂ ਹਨ ? ਵਗੈਰਾ ਵਗੈਰਾ ? ਹਰਜੀਤ ਸਿੰਘ, ਉਸ ਦੇ ਸਾਰੇ ਸਵਾਲਾਂ ਦਾ ਉਤਰ ਦਿੰਦਾ ਰਿਹਾ। ਸਾਰਾ ਬੰਦੋਬਸਤ ਮੁਕੰਮਲ ਸੀ।

"ਬੀ. ਡੀ. ਓ. ਸਾਹਿਬ, ਤੁਸੀਂ ਚੰਗੀ ਤਰ੍ਹਾਂ ਸੈਟਲ ਹੋ ਗਏ ਹੋ ?"

"ਹਾਂ ਮੈਡਮ...। ਤੁਸੀਂ ਖਾਣਾ ਦੱਸੋ... ?"

"ਨਹੀ. ਬੱਸ ਚਾਹ ਪੀ ਲਈ ਹੈ, ਸਹਿਣੇ ਹੋ ਕੇ ਮੈਂ ਮਹਿਲ ਕਲਾਂ ਹੋ ਕੇ ਮਾਲੇਰਕੋਟਲੇ ਅਤੇ ਧੂਰੀ ਹੋ ਕੇ ਮੁੜਨਾ ਹੈ। ਮੈਂ ਖਾਣਾ ਸਵੇਰੇ ਹੀ ਖਾ ਕੇ ਚਲਦੀ ਹਾਂ, ਸ਼ਾਮ ਨੂੰ ਡੀ. ਸੀ. ਸਾਹਿਬ ਨੂੰ ਰਿਪੋਰਟ ਦੇਣੀ ਹੈ, ਸ਼ੁਕਰੀਆ।" ਉਸ ਨੂੰ ਤੋਰਕੇ ਉਹ ਦਫਤਰ ਵਿਚ ਆ ਬੈਠਿਆ, ਫੀਲਡ ਸਟਾਫ ਨਾਲ ਮੀਟਿੰਗ ਸੀ। ਅਗਲੇ ਦਿਨ, ਡੀ. ਸੀ. ਦਫਤਰ ਵਿਚ ਮੀਟਿੰਗ ਸੀ। ਡੀ. ਸੀ. ਨਿਗੋਚੀ ਕਿਸਮ ਦਾ ਬੰਦਾ ਸੀ, ਉਸਨੂੰ ਸੰਤੁਸ਼ਟ ਕਰਨਾ ਕਾਫੀ ਔਖਾ ਕੰਮ ਸੀ। ਸਟਾਫ ਮੀਟਿੰਗ ਤੋਂ ਵਿਹਲਾ ਹੋ ਕੇ, ਉਹ ਸਾਢੇ ਤਿੰਨ ਬਜੇ, ਦੁਪਹਿਰ ਦੀ ਰੋਟੀ ਖਾਣ ਆਇਆ।

"ਤੁਸੀਂ ਰੋਜ਼ ਹੀ ਦੁਪਹਿਰ ਦਾ ਖਾਣਾ ਲੇਟ ਕਰ ਦਿੰਦੇ ਹੋ ?"

"ਕੱਲ ਤੋਂ ਸਵੇਰੇ ਹੀ ਖਾਣਾ ਖਾਇਆ ਕਰਾਂਗਾ, ਪਤਾ ਨਹੀਂ ਕਦੋਂ ਕਿੱਧਰ ਨੂੰ

ਜਾਣਾ ਪੈ ਜਾਂਦਾ ਹੈ ?" ਅਗਲੇ ਦਿਨ ਸਵੇਰੇ ਹੀ ਖਾਣਾ ਖਾ ਕੇ ਉਹ ਸੰਗਰੂਰ ਜਾਣ ਲਈ ਚਲ ਪਿਆ। ਡੀ. ਸੀ. ਦਫਤਰ ਪੁਰਾਣੇ ਕਿਲੇ ਦੀ ਪਹਿਲੀ ਮੰਜਿਲ ਤੇ ਸੀ। ਉਹ ਮੀਟਿੰਗ ਤੋਂ ਅੱਧਾ ਘੰਟਾ ਪਹਿਲਾਂ ਪਹੁੰਚ ਗਿਆ। ਡੀ. ਡੀ. ਪੀ. ਓ. ਨੂੰ ਮਿਲਿਆ।

"ਆ ਜਾਉ, ਸੰਧੂ ਸਾਹਿਬ, ਉਪਰ ਹੀ ਆ ਜਾਊ, ਮੈਂ ਦਸ ਬਲਾਕਾਂ ਦਾ ਰੀਵੀਊ ਕੀਤਾ ਹੈ, ਡੀ. ਸੀ. ਸਾਹਿਬ ਨਾਲ। ਤੁਹਾਡਾ ਕੰਮ ਸਾਰਿਆਂ ਨਾਲੋਂ ਪਰਫੈਕਟ ਹੈ। ਮੁਸ਼ਕਿਲ ਇਹ ਵੀ ਹੈ, ਦਸ ਬਲਾਕਾਂ ਵਿਚੋਂ ਨੌਂ ਵਿਚ ਨਵੇਂ ਬੀ. ਡੀ. ਓ. ਆ ਗਏ ਹਨ।"

"ਸ਼ੁਕਰੀਆ ਮੈਡਮ...।" ਠੀਕ ਦਸ ਬਜੇ ਸਾਰੇ ਅਫਸਰ ਮੀਟਿੰਗ ਹਾਲ ਵਿਚ ਜਾ ਬੈਠੇ।

ਪਹਿਲਵਾਨਾਂ ਵਰਗਾ ਇਕ ਬੰਦਾ, ਸਾਹਮਣੀ ਕੁਰਸੀ ਉਤੇ ਆ ਬੈਠਿਆ, ਉਸ ਦੇ ਸੱਜੇ ਹੱਥ ਵਿਚ ਮਖੀਆਂ ਮਾਰਨ ਵਾਲਾ ਰਬੜ ਦਾ ਪਟਕਾ ਸੀ, ਜਦ ਵੀ ਕੋਈ ਮੱਖੀ ਮੇਜ ਤੇ ਬੈਠਦੀ, ਉਹ ਨਿਸ਼ਾਨਾ ਫੁੰਡ ਦਿੰਦਾ। ਨਵੇਂ ਅਫਸਰਾਂ ਨਾਲ ਉਸਨੇ ਤੁਆਰਫ ਨਹੀਂ ਕੀਤਾ। ਮੈਡਮ ਸੂਰੀਆ ਪੰਡਤ ਬਲਾਕਾਂ ਬਾਰੇ ਦੱਸ ਰਹੀ ਸੀ। ਕਿਤੇ ਪੀਪੀਆਂ ਨਹੀਂ ਸਨ ਕਿਤੇ ਜਿੰਦੀਆਂ ਦੀ ਥੁੜ੍ਹ ਸੀ। ਕਈ ਬੀ. ਡੀ. ਓ. ਦੇ ਮੱਥੇ ਨੂੰ ਤੌਣੀ ਆ ਗਈ ਸੀ। ਕੰਮ ਬਾਰੇ ਸੰਬੰਧਤ ਐਸ. ਡੀ. ਐਮ. ਦਾ ਅੱਧਾ ਨਾਉਂ ਲੈ ਕੇ ਕੰਮ ਦੇਖਣ ਬਾਰੇ ਹਦਾਇਤਾਂ ਦਿੰਦਾ ਰਿਹਾ। ਕਿਤੇ ਵੀ ਚਾਲੀ ਪੰਜਾਹ ਫੀਸਦੀ ਤੋਂ ਵੱਧ ਕੰਮ ਨਹੀਂ ਹੋਇਆ ਸੀ, ਸਿਰਫ ਬਰਨਾਲੇ ਦਾ 95 ਪ੍ਰਤੀਸ਼ਤ ਕੰਮ ਮੁਕੰਮਲ ਸੀ।

"ਦੇਖੋਂ ਮੈਂ ਨਵੇਂ ਪੁਰਾਣੇ ਦਾ ਬਹਾਨਾ ਨਹੀਂ ਸੁਣਨਾ, ਬੀ. ਡੀ. ਓ. ਬਰਨਾਲਾ ਵੀ ਨਵਾਂ ਹੈ, ਇਸ ਨੇ ਕੰਮ ਪੂਰਾ ਕਿਵੇਂ ਕਰ ਲਿਆ ? ਜਿਹੜਾ ਬੀ. ਡੀ. ਓ. ਕੰਮ ਨਹੀਂ ਕਰ ਸਕਦਾ, ਮੇਰਾ ਜ਼ਿਲ੍ਹਾ ਛੱਡ ਜਾਵੇ ਸਾਮਝੇ....ਕਿ ਨਹੀਂ।" ਇਕੱਲੇ ਇਕੱਲੇ ਅਫਸਰ ਦੀ ਉਸ ਨੇ ਝਾੜਪੱਤ ਕਰ ਦਿੱਤੀ ਸੀ।

"ਮੈਡਮ ਤਿੰਨ ਦਿਨ ਬਾਅਦ, ਮੈਨੂੰ ਫੇਰ ਰਿਪੋਰਟ ਦਿਉ...। ਇਕ ਘੰਟੇ ਬਾਅਦ ਮੀਟਿੰਗ ਖਤਮ ਹੋਈ। ਸਾਰੇ, ਬੀ. ਡੀ. ਓ.ਜ਼ ਡੀ. ਡੀ. ਪੀ. ਓ. ਦਫਤਰ ਵਿਚ ਆ ਬੈਠੇ।"

"ਤੂੰ ਯਾਰ, ਪੀਪੀਆਂ ਤੇ ਜਿੰਦੀਆਂ ਐਡੀ ਛੇਤੀ ਕਿੱਥੋਂ ਲੈ ਲਈਆਂ, ਤੂੰ ਸਾਰੇ ਭਾਈਚਾਰੇ ਦੀ ਬੇਇਜ਼ਤੀ ਕਰਵਾ ਦਿੱਤੀ ਹੈ।" ਉਸਨੂੰ ਉਲਾਂਭਾ ਦੇਣ ਲੱਗੇ।

"ਪਹਿਲਾਂ ਚਾਹ ਪੀ ਲਵੋ, ਫੇਰ ਗਲ ਕਰਦੇ ਹਾਂ।" ਮੈਡਮ ਨੇ ਚਾਹ ਦਾ ਹੁਕਮ ਦੇ ਦਿੱਤਾ ਸੀ। ਚਾਹ ਪੀਣ ਦੇ ਨਾਲ ਹੀ ਉਹ ਗਲਾਂ ਕਰਨ ਲਗੇ।"

"ਮੈਡਮ ਪਹਿਲਾਂ ਇਹਨੂੰ ਪੁੱਛੋ, ਇਸ ਨੇ ਪੀਪੀਆਂ ਐਡੀ ਛੇਤੀ ਕਿੱਥੋਂ ਪੈਦਾ ਕਰ ਲਈਆਂ, ਏਹਦੇ ਕੋਲ ਕੀ ਅਲਾਦੀਨ ਦਾ ਚਿਰਾਗ ਹੈ ?"

"ਮਿਸਟਰ ਸੰਧੂ, ਦੱਸੋ ਤੁਸੀਂ ਪੀਪੀਆਂ, ਪੀਪੇ ਕਿੱਥੋਂ ਲਏ ਹਨ ?" ਮਿਸਜ਼ ਪੰਡਤ ਨੇ ਪੁਛਿਆ।

"ਮੈਡਮ, ਮੈਂ ਸਟੋਰ ਖੁਲਵਾਕੇ ਦੇਖਿਆ, ਪੀਪੇ, ਪੀਪੀਆਂ ਨਾਲ ਭਰਿਆ ਪਿਆ ਸੀ। ਡੱਬਿਆਂ ਵਿਚ ਜਿੰਦੇ ਪਏ ਸਨ, ਪਿਛਲੀਆਂ ਵੋਟਾਂ ਵੇਲੇ ਦੇ ਸਾਰਾ ਸਮਾਨ ਸਾਂਭਿਆ

ਪਿਆ ਸੀ। ਤੁਸੀਂ ਆਪਣਾ ਸਟੋਰ ਖੋਲ੍ਹਕੇ ਦੇਖੋ...।" ਸਾਰੇ ਉਸ ਦੀ ਅਕਲ ਤੇ ਹੈਰਾਨ ਰਹਿ ਗਏ ਸਨ। ਉਦੋਂ ਹੀ ਡੀ. ਸੀ. ਦਫਤਰ ਦਾ ਇਕ ਚਪੜਾਸੀ ਆਇਆ।

"ਜਨਾਬ, ਬੀ. ਡੀ. ਓ. ਸਾਹਿਬ ਬਰਨਾਲਾ ਨੂੰ ਡੀ. ਸੀ. ਸਾਹਿਬ ਨੇ ਬੁਲਾਇਆ ਹੈ।"

"ਚਲ ਤੂੰ ਤਾਂ ਲਿਆ ਮੈਡਲ, ਭੁਗਤ ਪੇਸ਼ੀ।" ਜਿੰਨੇ ਮੂੰਹ ਓਨੀਆਂ ਗੱਲਾਂ। ਉਦੋਂ ਹੀ ਉਸ ਨੇ ਡੀ. ਸੀ. ਦੇ ਦਫਤਰ ਦੀ ਚਿੱਕ ਚੁਕ ਆਖਿਆ।

"ਮੈਂ ਆਈ ਕਮ ਇਨ ਸਰ...?"

"ਆ ਜਾ ਲੰਘ ਆ....।" ਉਹ ਕਮਰੇ ਵਿਚ ਇਕੱਲਾ ਹੀ ਬੈਠਾ ਸੀ।

"ਗਲ ਸੁਣ, ਬਾਬੂ ਜੀ ਦਾ ਤੇਰੇ ਬਾਰੇ ਟੈਲੀਫੂਨ ਆਇਆ ਹੈ, ਕਹਿੰਦੇ ਮੈਂ ਇਹਨੂੰ ਪੀ. ਸੀ. ਐਸ. ਕਰਵਾਉਣਾ ਹੈ। ਧਿਆਨ ਰਖਿਉ, ਗੌਰਮਿੰਟ ਨੇ ਤੇਰੇ ਬਾਰੇ ਸਪੈਸ਼ਲ ਰਿਪੋਰਟ ਵੀ ਮੰਗੀ ਹੈ, ਮੈਂ ਤੇਰੇ ਬਾਰੇ ਬੇਦੀ ਨੂੰ ਪੁਛਿਆ ਹੈ, ਉਹਦੇ ਕੋਲ ਤੂੰ ਚਾਰ ਸਾਲ ਕੰਮ ਕੀਤਾ ਹੈ, ਉਸਨੇ ਤੇਰੇ ਕੰਮ ਦੀ ਬਹੁਤ ਤਾਰੀਫ ਕੀਤੀ ਹੈ। ਬਾਬੂ ਦੇ ਬੰਦਿਆਂ ਦਾ ਧਿਆਨ ਰਖੀਂ, ਹੋਰ ਕੋਈ ਤਕਲੀਫ ਹੈ ਦੱਸ....?"

"ਥੈਂਕ ਯੂ ਸਰ... ਤੁਹਾਡੇ ਹੁੰਦਿਆਂ ਕੋਈ ਤਕਲੀਫ ਨਹੀਂ।" ਉਹ ਵਾਪਸ ਡੀ. ਡੀ. ਪੀ. ਓ. ਦਫਤਰ ਆਇਆ।

ਕਿਉਂ ਲੈ ਆਇਆ ਮੈਡਲ...?

ਲਹਿਗੀ ਪਾਣ ਜੀ ਕਿ...?

ਭੁਗਤ ਆਇਆ ਪੇਸ਼ੀ?

ਨੌਕਰੀ ਵਿਚ ਕੱਛੂ ਦੀ ਚਾਲ ਸਭ ਨਾਲੋਂ ਵਧੀਆ ਹੁੰਦੀ ਹੈ। ਉਹ ਚੁੱਪ ਕਰਕੇ, ਤਾਹਨੇ ਮਿਹਣੇ ਸੁਣਦਾ ਰਿਹਾ, ਬਹਿਸ ਕਰਨ ਦਾ ਕੋਈ ਫਾਇਦਾ ਨਹੀਂ ਸੀ।

"ਪ੍ਰਧਾਨ ਜੀ, ਅਗਲੀ ਮੀਟਿੰਗ ਤੇ ਇਸ ਨੂੰ ਲੰਚ ਦਾ ਡੰਨ ਲਾਊ...।"

"ਕਿਉਂ ਬਈ, ਤੁਸੀਂ ਸਾਰੇ ਇਸ ਦੇ ਮਗਰ ਕਿਉਂ ਪਏ ਹੋ, ਕੱਲ ਮੈਂ ਇਸ ਦਾ ਕੰਮ ਆਪ ਦੇਖਕੇ ਆਈ ਹਾਂ।" ਮੈਡਮ ਨੇ ਉਸ ਦੀ ਹਮਾਇਤੀ ਕੀਤੀ।

ਚਾਰ ਬਜਦੇ ਨੂੰ ਉਹ ਵਾਪਸ ਬਰਨਾਲੇ ਪਹੁੰਚ ਗਿਆ।

(42)

ਚੋਣਾਂ ਅਮਨ ਅਮਾਨ ਨਾਲ ਸਿਰੇ ਚੜ੍ਹ ਗਿਆ। ਫੇਰ ਪੰਚਾਇਤ ਸੰਮਤੀ ਅਤੇ ਜ਼ਿਲ੍ਹਾ ਪ੍ਰੀਸ਼ਦ ਦੀ ਚੋਣ ਹੋਈ। ਜ਼ਿਲ੍ਹੇ ਦੇ ਅੱਠ ਬਲਾਕਾਂ ਵਿਚ 'ਬਾਬੂ' ਦੀ ਮਰਜ਼ੀ ਦੇ ਚੇਅਰਮੈਨ ਬਣ ਗਏ। ਜ਼ਿਲ੍ਹਾ ਪ੍ਰੀਸ਼ਦ ਦਾ ਚੇਅਰਮੈਨ ਵੀ ਉਸ ਦੀ ਮਰਜੀ ਦਾ ਬਣਿਆ। ਉਸਦੀ ਤਾਕਤ ਨੂੰ ਦੇਖਕੇ, ਬਹੁਤ ਸਾਰੇ ਐਮ. ਐਲ. ਏ. ਵਜੀਰ ਉਸ ਦੀ ਚੌਕੀ ਭਰਨ ਲਗੇ। ਵੱਡੇ ਵੱਡੇ ਅਫਸਰ ਉਸ ਤੋਂ ਡਰਨ ਲਗੇ ਸਨ। ਨੋਟਾਂ ਦੇ ਅਟੈਚੀ ਭੇਟ ਕਰਨ ਲਗੇ ਸਨ, ਨਵੇਂ ਕਾਂਗਰਸ ਭਵਨ ਦੇ ਨਾਉਂ ਤੇ ਪਾਰਟੀ ਫੰਡ ਇਕੱਠਾ ਹੋ ਰਿਹਾ ਸੀ।

ਇਕ ਦਿਨ ਸਵੇਰੇ ਹੀ, ਹਰਜੀਤ ਸਿੰਘ, ਉਸਨੂੰ ਮਿਲਣ ਗਿਆ। ਉਸ ਦੇ ਕੁਝ ਬੋਲਣ ਤੋਂ ਪਹਿਲਾਂ ਹੀ ਉਹ ਬੋਲ ਪਿਆ,“ ਤੇਰਾ ਨਾਉਂ ਪੀ. ਸੀ. ਐਸ ਲਈ ਪਟਿਆਲੇ ਚਲਿਆ ਗਿਆ ਹੈ, ਤਿੰਨ ਦਾ ਪੈਨਲ ਹੈ, ਇਕ ਪੋਸਟ ਹੈ, ਮੇਰੀ ਚੇਅਰਮੈਨ ਨਾਲ ਗਲ ਗਈ ਹੈ, ਉਹ ਚੌਧਰੀ ਦੀ ਨੂੰਹ ਹੈ, ਆਪਾਂ ਹੀ ਉਸਨੂੰ ਲਾਇਆ ਹੈ, ਦੇਸ ਰਾਜ ਵੀ ਆਪਣਾ ਬੰਦੇ, ਗਲ ਹੋ ਗਈ ਹੈ, ਤੂੰ ਬੇਫਿਕਰ ਰਹਿ।” ਉਸ ਨੂੰ ਉਸ ਦੀ ਗਲ ਤੇ ਯਕੀਨ ਨਹੀਂ ਆਇਆ। ਉਸ ਦਾ ਸ਼ੁਕਰੀਆ ਕਰਨ ਮਗਰੋਂ, ਉਹ ਡਾਇਰੈਕਟਰ ਦਫਤਰ ਚਲਿਆ ਗਿਆ। ਬੇਦੀ ਸਾਹਿਬ, ਉਸ ਦਾ ਨਾਉਂ ਭੇਜਣ ਦੀ ਤਸਦੀਕ ਕਰ ਦਿੱਤੀ ਸੀ।

ਅਕਤੂਬਰ ਮਹੀਨੇ ਉਸ ਦੀ ਚੋਣ ਹੋ ਗਈ ਸੀ। ਤਿੰਨ ਮਹੀਨੇ ਦੀ ਟਰੇਨਿੰਗ ਸੀ। ਅਰਸ਼ਦੀਪ ਪੜ੍ਹਦਾ ਸੀ। ਬਰਨਾਲਾ ਛੱਡਣਾ ਵੀ ਸੰਭਵ ਨਹੀਂ ਸੀ। ਲਛਮਣ ਸਿੰਘ ਅਤੇ ਬਾਂਸਲ ਪਰਿਵਾਰਾਂ ਸਮੇਤ, ਉਥੇ ਹੀ ਰਹਿੰਦੇ ਸਨ। ਹਰ ਸ਼ਨੀਵਾਰ ਨੂੰ ਉਹ ਉਥੇ ਆ ਜਾਂਦਾ ਸੀ। ਜਨਵਰੀ ਦੇ ਅਖੀਰ ਵਿਚ ਟਰੇਨਿੰਗ ਖਤਮ ਹੋਈ ਸੀ। ਹੁਣ ਪੋਸਟਿੰਗ ਦਾ ਸਵਾਲ ਸੀ। ਉਹ ਫੇਰ ਵੱਡੇ ਵੀਰ ਨੂੰ ਲੈ ਕੇ 'ਬਾਬੂ' ਕੋਲ ਗਿਆ।

“ਚੀਫ ਸੈਕਟਰੀ ਨਹੀਂ ਮੰਨਦਾ, ਜਦ ਤੱਕ ਤੂੰ ਪੇਪਰ ਪਾਸ ਨਹੀਂ ਕਰਦਾ, ਕੁਲੈਕਟਰ ਦੀਆਂ ਪਾਵਰਜ਼ ਨਹੀਂ ਮਿਲ ਸਕਦੀਆਂ। ਕਹੇਂ ਤਾਂ ਤੈਨੂੰ ਡੀ. ਟੀ. ਓ. ਸੰਗਰੂਰ ਲਵਾ ਦਿੰਦਾ ਹਾਂ। ਅਸਲ ਵਿਚ ਅਰਜਣ ਸਿੰਘ ਐਸ. ਡੀ. ਐਮ ਨੇ ਉਸ ਨੂੰ ਵਿਟਾਮਿਨ ਐਮ ਦਾ ਟੀਕਾ ਲਾ ਦਿੱਤਾ ਸੀ।”

“ਸ਼ੁਕਰੀਆ ਬਾਬੂ ਜੀ, ਠਾਣੇਦਾਰੀ ਮੈਂ ਨਹੀਂ ਕਰ ਸਕਦਾ?” ਉਸ ਨੂੰ ਡੀ. ਟੀ. ਓ. ਨੂੰ ਪੈਂਦੀਆਂ ਵਗਾਰਾਂ ਦਾ ਪਤਾ ਸੀ।

“ਜੇ ਕਲਰਕੀ ਕਰਨੀ ਤੈਨੂੰ ਪਸੰਦ ਹੈ, ਜਿੱਥੇ ਕਹੇਂ ਜੀ.ਏ. ਲਵਾ ਦਿੰਦਾ ਹਾਂ।”

“ਬਠਿੰਡੇ ਲਵਾ ਦਿਉ, ਉਥੇ ਦਾ ਡੀ. ਸੀ. ਵੀ ਮੇਰਾ ਵਾਕਿਫ਼ ਹੈ।”

“ਚੰਗਾ ਜਿਵੇਂ ਤੇਰੀ ਮਰਜ਼ੀ, ਤੂੰ ਖੁਸ਼ ਚਾਹੀਦੈ।”

“ਛੋਟੇ, ਡੀ. ਟੀ. ਓ. ਕੀ ਮਾੜਾ ਸੀ? ਨਾਲੇ ਘਰ ਵਿਚ ਲਵਾਉਂਦਾ ਸੀ, ਤੂੰ ਗਲਤੀ ਕੀਤੀ, ਨਾਂਹ ਕਰਕੇ।”

“ਨਹੀਂ, ਵੀਰ ਜੀ, ਡੀ. ਟੀ. ਓ. ਨੂੰ ਮੰਥਲੀਆਂ ਦੇਣੀਆਂ ਪੈਂਦੀਆਂ ਹਨ, ਮੈਂ ਕਿੱਥੋਂ ਅਤੇ ਕਿਵੇਂ ਦੇਵਾਂਗਾ? ਅਜੇ ਅੱਠ ਪਰਚੇ ਵੀ ਪਾਸ ਕਰਨੇ ਹਨ।”

“ਬਚਿਆਂ ਨੂੰ ਕਿੱਥੇ ਛੱਡਾਂਗੇ?”

“ਬਠਿੰਡੇ ਵੱਧੀਆ, ਕਾਨਵੈਂਟ ਸਕੂਲ ਹੈ, ਸਰਕਾਰੀ ਕੋਠੀ ਵੀ ਹੈ, ਬਠਿੰਡਾ ਕੀ ਦੂਰ ਹੈ ? ਵੀਰ ਨਿਰਾਸ਼ ਜਿਹਾ ਹੋ ਕੇ ਮੁੜ ਗਿਆ।

ਫਰਵਰੀ ਦੇ ਪਹਿਲੇ ਹਫਤੇ, ਉਹ ਬਠਿੰਡੇ ਹਾਜ਼ਰ ਹੋ ਗਿਆ ਸੀ। ਨ੍ਰਿਪਇੰਦਰ ਰਤਨ, ਜੋ ਬਠਿੰਡੇ ਐਸ. ਡੀ. ਐਮ. ਵੀ ਰਿਹਾ ਸੀ, ਉਥੇ ਡੀ. ਸੀ. ਲਗਾ ਹੋਇਆ ਸੀ। ਉਹ ਕਵਿਤਾ ਅਤੇ ਕਹਾਣੀ ਲਿਖਦਾ ਸੀ। ਉਸ ਨੇ ਉਸੇ ਦਿਨ ਉਸ ਨੂੰ ਡੀ-4 ਕੋਠੀ ਅਲਾਟ ਕਰ ਦਿੱਤੀ ਸੀ।

"ਲੈ ਬਈ ਸੰਧੂ ਸਾਹਿਬ ਤੇਰੇ ਆਉਣ ਨਾਲ, ਮੇਰਾ ਫਿਕਰ ਦੂਰ ਹੋ ਗਿਆ ਹੈ। ਦਰਅਸਲ ਜੀ ਏ. ਡੀ. ਸੀ. ਦਫ਼ਤਰ ਦੀ ਮਾਂ ਹੁੰਦਾ ਹੈ। ਜਿੰਨੀ ਛੇਤੀ ਹੋ ਸਕੇ ਬਚਿਆਂ ਨੂੰ ਲੈ ਆ, ਸੈਟ ਹੋ ਜਾ। ਸਾਮਾਨ ਚੁੱਕਣ ਲਈ ਮੈਂ ਡੀ. ਟੀ. ਓ. ਨੂੰ ਕਹਿ ਦਿੰਦਾ ਹਾਂ।"

"ਨਹੀਂ ਜੀ, ਚੌਧਰੀ ਸਾਹਿਬ, ਮੈਨੂੰ ਜਾਣਦੇ ਹਾਂ, ਮੇਰੇ ਡੀ. ਡੀ. ਪੀ. ਓ. ਰਹੇ ਹਨ, ਅਸੀਂ ਇਕੋ ਕਾਲਿਜ ਵਿਚ ਪੜ੍ਹੇ ਹਾਂ।"

"ਜਦ ਤੱਕ ਕੋਠੀ ਨੂੰ ਰੰਗ ਰੋਗਨ ਨਹੀਂ ਹੁੰਦਾ, ਸਰਕਟ ਹਾਊਸ ਡੇਰਾ ਜਮਾ ਲੈ, ਨਾਲ ਹੀ ਕਲੱਬ ਤੇ ਕਨਟੀਨ ਹੈ। 29 ਸਾਲ ਦੀ ਉਮਰ ਵਿਚ, ਉਹ ਪੀ. ਸੀ. ਐਸ. ਹੋ ਗਿਆ ਸੀ। ਕਈ 30-32 ਸਾਲ ਦੀ ਉਮਰ ਵਿਚ ਸਿੱਧੇ ਭਰਤੀ ਹੁੰਦੇ ਸਨ। ਤਰੱਕੀ ਦੀ ਸੂਚਨਾ ਦੇਣ ਲਈ, ਉਸ ਨੇ ਸੁਖਜੀਤ ਨੂੰ ਖ਼ਤ ਲਿਖ ਦਿੱਤਾ। ਅਗਲੇ ਹਫਤੇ, ਉਸ ਦਾ ਜਵਾਬ ਆਇਆ, ਸਤਿਕਾਰ ਯੋਗ....।

ਤੁਹਾਡੀ ਤਰੱਕੀ ਲਈ ਬਹੁਤ ਬਹੁਤ ਮੁਬਾਰਕਾਂ। ਤੁਸੀਂ ਸਿਵਲ ਸਰਵੈਂਟ ਬਣ ਗਏ ਹੋ, 'ਸਿਵਲ' ਬਣਕੇ ਰਹਿਣਾ। ਤੁਸੀਂ ਆਪਣਾ ਘਰ ਵਸਾ ਲਿਆ ਹੈ, ਹੁਣ ਮੈਨੂੰ ਘਰ ਵਸਾਉਣ ਦਾ ਮੌਕਾ ਦਿਓ। ਇਸ ਤੇ ਤੁਹਾਨੂੰ ਕੋਈ ਇਤਰਾਜ਼ ਨਹੀਂ ਹੋਣਾ ਚਾਹੀਦਾ? ਕੋਸ਼ਿਸ਼ ਕਰਨ ਤੇ ਵੀ ਅਸੀਂ ਇਕ ਮੰਜਲ ਦੇ ਰਾਹੀ ਨਹੀਂ ਬਣ ਸਕੇ। ਸਾਮਾਨ ਅੰਤਰ ਰੇਖਾਵਾਂ ਕਦੇ ਨਹੀਂ ਮਿਲ ਸਕਦੀਆਂ। ਸਮਝ ਲੈਣਾ ਕਿ ਅਸੀਂ ਕਦੇ ਵੀ ਇਸ ਧਰਤੀ ਤੇ ਨਹੀਂ ਮਿਲੇ। ਤੁਸੀਂ ਮੈਨੂੰ ਭੁੱਲ ਜਾਣਾ ਵਕਤ ਨਾਲ ਭੁਲ ਵੀ ਜਾਉਗੇ, ਵਕਤ ਸਾਰੇ ਜ਼ਖ਼ਮਾਂ ਦੀ ਦਵਾ ਹੈ। ਤੁਸੀਂ, ਮਰੇ ਲਈ ਮੇਰੇ ਭਵਿੱਖ ਲਈ ਇਕ ਕੁਰਬਾਨੀ ਕਰਨੀ ਹੈ। ਅਗੇ ਤੋਂ ਮੈਨੂੰ ਕਦੇ ਵੀ ਖ਼ਤ ਨਹੀਂ ਲਿਖਣਾ, ਪੁਰਾਣਿਆਂ ਨੂੰ ਪਾੜ ਦੇਣਾ। ਸਮਝ ਲੈਣਾ ਕਿ ਅਸੀਂ ਇਸ ਧਰਤੀ ਤੇ ਕਦੇ ਆਏ ਹੀ ਨਹੀਂ ਸੀ। ਮਿਲੇ ਹੀ ਨਹੀਂ ਸੀ। ਇਸ ਵਿਚ ਮੇਰੀ ਵੀ, ਤੁਹਾਡੀ ਵੀ ਬੇਹਤਰੀ ਹੈ। ਪਿਆਰ ਵਫ਼ਾ ਮੰਗਦਾ ਹੈ। ਇਸ ਨਾਲ ਆਪਣਾ ਦੋਨਾਂ ਦਾ ਭਵਿੱਖ ਸੁਰੱਖਿਅਤ ਰਹੇਗਾ। ਇਹ ਮੇਰਾ ਆਖਰੀ ਖਤ ਹੈ। ਮੈਨੂੰ ਭਰੋਸਾ ਹੈ, ਤੁਸੀਂ ਮੇਰੇ ਭਵਿੱਖ ਨੂੰ ਬਰਬਾਦ ਹੋਇਆ ਨਹੀਂ ਦੇਖ ਸਕਦੇ, ਹੁਣ ਮੈਂ ਲਛਮਣ ਰੇਖਾ ਪਾਰ ਨਹੀਂ ਕਰ ਸਕਦੀ ਸੀਤਾ ਦੇ ਸੰਤਾਪ ਤੋਂ ਮੈਂ ਚੰਗੀ ਤਰ੍ਹਾਂ ਵਾਕਿਫ਼ ਹਾਂ। ਮੈਨੂੰ ਪਤਾ ਹੈ, ਆਪਣੇ ਆਰਬਿਟ ਵਿਚੋਂ ਬਾਹਰ ਨਿਕਲੇ ਸਿਤਾਰਿਆਂ ਦੀ ਕੀ ਦਸ਼ਾ ਹੁੰਦੀ ਹੈ? ਪਿਆਰ ਹਮੇਸ਼ਾ ਕੁਰਬਾਨੀ ਮੰਗਦਾ ਹੈ। ਅਜੇ ਤੁਸੀਂ ਬਹੁਤ ਤਰੱਕੀ ਕਰਨੀ ਹੈ। ਤੁਹਾਡੀ ਤਰੱਕੀ ਵਿਚ ਮੈਂ ਰੋੜਾ ਨਹੀਂ ਬਣ ਸਕਦੀ ? ਦੁਬਾਰਾ ਹੱਥ ਜੋੜਕੇ ਬੇਨਤੀ ਹੈ, ਮੇਰੇ ਖ਼ਤਾਂ ਨੂੰ ਪਾੜ ਦੇਣਾ।

"ਨੈਵਰ ਯੂਅਰਜ਼'

....

ਇਸ ਖਤ ਨੂੰ ਆਇਆ, ਢਾਈ ਦਹਾਕੇ ਹੋ ਗਏ ਸਨ। ਅਠਾਰਾਂ ਸਾਲ ਬਾਅਦ ਸੰਤਾਲੀ ਸਾਲ ਦੀ ਉਮਰ ਵਿਚ ਉਹ ਆਈ. ਏ. ਐਸ. ਹੋ ਗਿਆ ਸੀ। ਉਸ ਦਾ ਬੇਟਾ ਬੀ. ਟੈਕ ਕਰਕੇ ਅਮਰੀਕਾ ਚਲਾ ਗਿਆ ਸੀ। ਇਸ ਸਮੇਂ ਦੌਰਾਨ ਉਸਨੇ ਮੋਹਾਲੀ ਦੇ ਦੋ ਫੇਜ਼ ਵਿਚ ਆਪਣਾ ਘਰ ਬਣਾ ਲਿਆ ਸੀ। ਉਸਦੀ ਦਾਹੜੀ ਕਰੜ ਬਰੜੀ ਹੋ ਗਈ ਸੀ, ਪਰ ਸਰੀਰ

ਰਿਸ਼ਟ ਪੁਸ਼ਟ ਸੀ। ਵੀਰਪਾਲ ਦਾ ਅੱਧਾ ਸਿਰ ਚਿੱਟਾ ਹੋ ਗਿਆ ਸੀ, ਜਿਸ ਨੂੰ ਉਹ ਕਲਫ਼ ਕਰਨ ਲਗੀ ਸੀ। ਉਸਨੇ ਉਸ ਦੇ ਖੱਤਾਂ ਨੂੰ ਲਿਫਾਫੇ ਵਿਚ ਬੰਦ ਕਰਕੇ, ਲਾਕਰ ਵਿਚ ਰੱਖ ਦਿੱਤਾ ਸੀ। ਕਾਗਜ਼ ਦਾ ਰੰਗ ਭੂਰਾ ਹੋ ਗਿਆ ਸੀ। ਪੰਜੌਰ ਗਾਰਡਨ ਵਿਚ ਗੁਲਾਬ ਦੇ ਫੁੱਲਾਂ ਕੋਲ ਖਿਚੀ ਚਿੱਟੀ ਕਾਲੀ ਤਸਵੀਰ ਵੀ ਉਸ ਨੇ ਖਤਾਂ ਦੇ ਨਾਲ ਲਾਕਰ ਵਿਚ ਰਖ ਦਿੱਤੀ ਸੀ, ਟਹਿਕਦੇ ਫੁੱਲਾਂ ਵਿਚਕਾਰ ਖੜ੍ਹੀ ਉਹ ਗੁਲਾਬ ਦੇ ਫੁੱਲ ਵਾਂਗ ਟਹਿਕ ਰਹੀ ਸੀ ਸਰੂ ਵਰਗਾ ਕੱਦ, ਝੀਲ ਵਰਗੀਆਂ ਅੱਖਾਂ, ਸੁਰਾਹੀ ਵਰਗੀ ਗਰਦਣ, ਮੋਤੀਆਂ ਵਰਗੇ ਦੰਦ, ਕਿਤਾਬੀ ਚਿਹਰਾ, ਕਾਲੀ ਘਟਾ ਵਰਗੇ ਲੰਮੇ ਵਾਲ, ਪਪੀਸੀਆਂ ਵਰਗੇ ਹੋਂਠ ਵਗੈਰਾ ਵਗੈਰਾ।

ਇਵੇਂ ਜਿਵੇਂ ਢਾਈ ਦਹਾਕੇ ਗੁਜ਼ਰ ਗਏ। ਉਸਨੂੰ ਦੇਖਿਆਂ ਬਹੁਤ ਸਮਾਂ ਹੋ ਗਿਆ ਸੀ। ਪਿਆਰ ਵੀ ਕਦੇ ਸਮੇਂ ਦੀ ਕੈਦ ਵਿਚ ਮਰਦਾ ਹੈ ? ਉਹਨਾਂ ਵਿਚਕਾਰ ਸੰਪਰਕ ਦੇ ਸਾਰੇ ਸੂਤਰ ਬੰਦ ਹੋ ਗਏ ਸਨ। ਜਿਹੜੇ ਫਾਸਲੇ ਕਦੇ ਬਿੰਦੂ ਵਾਂਗ ਸਿਮਟ ਜਾਂਦੇ ਸਨ, ਉਹੀ ਬਿੰਦੂ ਸਮੇਂ ਨਾਲ, ਆਥਣ ਦੇ ਪਰਛਾਵਿਆਂ ਵਾਂਗ ਗਹਿਰੇ ਅਤੇ ਲੰਮੇ ਹੋ ਗਏ ਸਨ। ਮਨੁੱਖ ਚੰਨ ਤੋਂ ਮਗਰੋਂ ਮੰਗਲ ਤੇ ਜਾਣ ਦੀਆਂ ਤਿਆਰੀਆਂ ਕਰ ਰਿਹਾ ਸੀ। ਉਹ ਕੀਤੇ ਵਾਇਦੇ ਅਨੁਸਾਰ, ਆਪੋ ਆਪਣੇ ਦਾਇਰਿਆਂ ਵਿਚ ਰਹੇ। ਦੋਨੋਂ ਉਲੰਘਣਾਂ ਦੇ ਨਤੀਜਿਆਂ ਤੋਂ ਜਾਣੂੰ ਸਨ। ਕੈਦੋਂ ਬਣ ਕੇ ਜਿਉਣਾ, ਉਸ ਨੂੰ ਕਿਵੇਂ ਵੀ ਪਰਵਾਨ ਨਹੀਂ ਸੀ।

ਢਾਈ ਦਹਾਕੇ ਬੀਤ ਗਏ ਸਨ। ਭੂਆ ਦਲੀਪ ਕੌਰ ਦੀ ਮੌਤ ਹੋ ਗਈ ਸੀ। ਅਗਲੇ ਐਤਵਾਰ, ਵੱਡੇ ਪਿੰਡ ਗੁਰਦਵਾਰਾ ਸਾਹਿਬ ਵਿਚ ਭੋਗ ਸੀ। ਉਸ ਦਿਨ, ਉਸ ਕੁੜੀ ਨੂੰ ਮਿਲਣ ਦਾ ਸਬੱਬ ਅਤੇ ਸੰਭਾਵਨਾ ਸੀ। ਢਾਈ ਦਹਾਕੇ ਪਹਿਲਾਂ ਆਏ ਉਸ ਦੇ ਖਤਾਂ ਦਾ ਮਜਮੂਨ ਉਸ ਨੂੰ ਕਾਫੀ ਹਦ ਤੱਕ ਯਾਦ ਸੀ। ਆਖਰੀ ਖਤ ਦੀ ਇਬਾਰਤ, ਉਸ ਦੇ ਮਨ ਵਿਚੋਂ ਚਮਕਦੀ, ਬਿਜਲੀ ਵਾਂਗ ਲੰਘੀ। ਚੜ੍ਹਦੀ ਜਵਾਨੀ ਵਿਚ, ਉਸ ਨਾਲ ਬਿਤਾਏ ਪਲਾਂ ਨੂੰ ਉਹ ਕਿਵੇਂ ਭੁੱਲੇ ? ਉਹ ਦਿਨ ਫੇਰ ਨਹੀਂ ਆ ਸਕਦੇ ? ਸਮੇਂ ਦੇ ਅੱਥਰੇ ਘੋੜੇ ਨੂੰ ਤਾਂ ਕੋਈ ਸਿਕੰਦਰ ਵੀ ਨਹੀਂ ਫੜ ਸਕਦਾ ? ਲਖ ਕੋਸ਼ਿਸ਼ ਕਰਨ ਤੇ ਵੀ ਉਹ ਉਸ ਨੂੰ ਭੁਲਾ ਨਹੀਂ ਸਕਿਆ। ਉਸਦੇ ਹਸੂੰ ਹਸੂੰ ਕਰਦੇ ਚਿਹਰੇ ਦੀ ਤਸਵੀਰ, ਉਸ ਦੇ ਮਨ ਵਿਚ ਕਲੀਆਂ ਦੀ ਖੁਸ਼ਬੋ ਵਾਂਗ ਫੈਲਦੀ ਰਹਿੰਦੀ। ਸਾਊ ਮਨੁੱਖ ਵਫ਼ਾ ਪਾਲਦੇ ਹਨ, ਗੀਦੀ ਮਨੁੱਖ ਵਫ਼ਾ ਗਾਲਦੇ ਹਨ।

ਇਕ ਬਜੇ ਭੋਗ ਪੈਣਾ ਸੀ, ਕੀਰਤਨ ਹੋ ਰਿਹਾ ਸੀ। ਉਸ ਦੀਆਂ ਨਿਗਾਹਾਂ, ਉਸਦੇ ਰਾਹ ਵਿਚ ਵਿਛੀਆਂ ਹੋਈਆਂ ਸਨ। ਵਾਰ ਵਾਰ ਉਸ ਦੀਆਂ ਨਜ਼ਰਾਂ ਉਸ ਦੀ ਤਲਾਸ਼ ਵਿਚ ਘੁੰਮ ਰਹੀਆਂ ਸਨ। ਮਨ ਵਿੱਚ ਉਸ ਨੂੰ ਦੇਖਣ ਦੀ ਤੜਪ ਬੇਕਰਾਰ ਕਰ ਰਹੀ ਸੀ। ਉਸ ਨੂੰ ਦੇਖਣ ਲਈ ਉਸਦਾ ਦਿਲ ਹੇਠ ਉਪਰ ਹੋ ਰਿਹਾ ਸੀ।

ਅਰਦਾਸ ਹੋਣ ਵਿਚ ਕੁਝ ਹੀ ਮਿੰਟ ਬਾਕੀ ਸਨ। ਜਦੋਂ ਉਸਨੂੰ ਇਕ ਚਿਹਰਾ ਨਜ਼ਰ ਆਇਆ, ਉਹ ਹੌਲੀ ਹੌਲੀ ਢੀਚਕ ਮਾਰ ਕੇ ਇਉਂ ਤੁਰ ਰਹੀ ਸੀ ਜਿਵੇਂ ਉਸ ਦੇ ਗੋਡੇ, ਬੋਝ ਚੁੱਕਣੋਂ ਆਹਰੀ ਹੋਣ। ਭੜਕੀਲੇ ਜਿਹੇ ਕਪੜੇ, ਹੱਥ ਵਿਚ ਵਡਾ ਸਾਰਾ ਕਾਲਾ ਪਰਸ, ਗੋਰਾ ਚਿੱਟਾ ਬਰਫ ਵਰਗਾ ਰੰਗ, ਕਲਫ਼ ਕੀਤੇ, ਗੂਹੜੇ ਕਾਲੇ ਵਾਲ, ਇਹ ਕੌਣ

ਸੀ ? ਕੀ ਇਹ ਉਹੀ ਕੁੜੀ ਸੀ ਜਿਸ ਲਈ ਉਹ ਵੱਡੀ ਤੋਂ ਵੱਡੀ ਕੁਰਬਾਨੀ ਕਰਨ ਲਈ ਤਿਆਰ ਸੀ। ਝੀਲ ਵਰਗੀਆਂ ਅੱਖਾਂ ਗੰਦੇ ਛੱਪੜ ਵਰਗੀਆਂ ਲਗੀਆਂ, ਜਿਸ ਤੇ ਚਿੱਟੀ ਐਨਕ ਲਗੀ ਹੋਈ ਸੀ। ਕੂਲ੍ਹਿਆਂ ਤੇ ਮਾਸ ਦੇ ਗਲੂਫੇ, ਲੋਗੜ ਵਾਂਗ ਲਮਕ ਰਹੇ ਸਨ। ਸਿਉ ਵਰਗੇ ਚਿਹਰੇ ਤੇ ਦੋ ਠੋਡੀਆ ਬਣ ਗਈਆਂ ਸਨ। ਕੀ ਇਹ ਉਹੀ ਕੁੜੀ ਸੀ ? ਜਿਸ ਨੂੰ ਪਾਉਣ ਲਈ ਉਸ ਨੇ ਕਿਹੜੇ ਕਿਹੜੇ ਪਾਪੜ ਨਹੀਂ ਸਨ ਵੇਲੇ ? ਉਸ ਦੇ ਮਨ ਵਿਚ, ਪੱਚੀ ਸਾਲ ਪਹਿਲਾਂ ਵਾਲੀ ਤਸਵੀਰ ਪਲ ਵਿਚ ਸ਼ੀਸ਼ੇ ਵਾਂਗ ਕੀਚਰ ਕੀਚਰ ਹੋ ਗਈ। ਆਪਣੇ ਮੋਢਿਆਂ ਤੇ ਆਪਣੇ ਸੁਪਨਿਆਂ ਦੀ ਲਾਸ਼ ਚੁਕਣਾ, ਉਸ ਨੂੰ ਕਿੰਨਾ ਔਖਾ ਲਗਦਾ ਸੀ। ਉਦੋਂ ਹੀ ਉਠਕੇ, ਉਹ ਬਾਹਰਵਾਰ, ਉਸ ਪਾਰਕ ਵਿਚ ਆਇਆ। ਜਿੱਥੇ ਕਦੇ ਪਾਮ ਦੇ ਰੁੱਖ ਤੇ ਉਹਨਾਂ ਆਪਣੇ ਨਾਉਂ ਖੁਣੇਂ ਸਨ। ਦੋਨਾਂ ਨਾਵਾਂ ਵਿਚਕਾਰ ਅੰਗਰੇਜ਼ੀ ਦਾ ਸ਼ਬਦ 'ਲਵ' ਉਕਰਿਆ ਸੀ। ਉਸ ਰੁੱਖ ਨੂੰ ਉਸਨੇ ਪਹਿਚਾਣ ਲਿਆ ਸੀ, ਹੁਣ ਉਸਦੀ ਗੋਲੀ ਕਾਫੀ ਮੋਟੀ ਹੋ ਗਈ ਸੀ।

ਸਮੇਂ ਦੇ ਲੰਘਣ ਨਾਲ ਰੁੱਖ ਨੇ ਆਪਣੇ ਜ਼ਖ਼ਮ ਭਰ ਲਏ ਸਨ। ਉਸ ਨੂੰ ਇਹ ਸੋਚਕੇ ਹੈਰਾਨੀ ਹੋਈ, ਕਿ ਮਨੁੱਖ ਰੁੱਖਾਂ ਵਾਂਗ ਆਪਣੇ ਜ਼ਖ਼ਮ ਕਿਉਂ ਨਹੀਂ ਭਰ ਸਕਦਾ ?

•